AF631326

ज्ञान गरिमा के
72 वर्ष

भारतीय
ज्ञानपीठ

णाणं
पयासयं
वीर नि. सं.
2470
भारतीय ज्ञानपीठ
ई. सन्
1944

मराठी जैन साहित्य

(१८५० से २०००)

गोमटेश्वर सातगोंडा पाटील

भारतीय ज्ञानपीठ

मूर्तिदेवी ग्रन्थमाला : मराठी ग्रन्थांक 03

ISBN 978-93-87919-11-2

मराठी जैन साहित्य

(१८५० से २०००)

गोमटेश्वर सातगोंडा पाटील

प्रकाशक : **भारतीय ज्ञानपीठ**
18, इन्स्टीट्यूशनल एरिया, लोदी रोड, नयी दिल्ली-110 003

मुद्रक : विकास कम्प्यूटर्स ऐंड प्रिन्टर्स, दिल्ली-32

आवरण : महेश्वर

MARATHI JAIN SAHITYA
by Gomteshwer Saatgonda Patil

Published by
Bharatiya Jnanpith
18, Institutional Area, Lodi Road, New Delhi-110 003
Ph. : 011-24698417, 24626467; 23241619 (Daryaganj)
Mob. : 9350536020; e-mail : bjnanpith@gmail.com
sales@jnanpith.net; website : www.jnanpith.net

First Edition : 2018
Price : Rs. 750

प्रा. महावीर कंडारकर
यांना

अनुक्रमणिका

प्रास्ताविक

मराठी साहित्य व वाङ्मयधारा समृद्ध करण्यामध्ये भारतातील अनेक धर्म संप्रदायांचे योगदान महत्वाचे आहे. भारतीय संस्कृती आणि परंपरा यांची चिकित्सा करताना अनेक धर्म संप्रदायांनी निर्माण केलेले साहित्यही महत्वाचे ठरते. प्राचीन काळापासून अनेक धर्मसंप्रदायांनी आपापले तत्वज्ञान आणि आचारविचार मानण्यासाठी तसेच धर्मप्रसारासाठी साहित्याचा आधार घेतला आहे. भारतात अतिप्राचीन धर्मापैकी जैन धर्म हा एक स्वतंत्र तत्वज्ञानाची मांडणी करणारा धर्म आहे. या धर्माच्या अनुयायांनी संबंध भारतभर आपले तत्वज्ञान सर्व भारतीय भाषांमध्ये लिहिले आहे. प्राचीन प्राकृतपासून अभ्यासविषय असलेल्या मराठी साहित्यापर्यंत या धर्माचे तत्वज्ञान साहित्यातून अविष्कृत केले आहे. आधुनिक भारतीय भाषांमध्येही हे साहित्य निर्माण करण्याचे कार्य या धर्मातील मुनी, मुमुक्षु, साधक आणि श्रावकांनी केले आहे.

१९ व्या शतकापासून भारतीय इतिहासाचा अर्वाचीन कालखंड सुरु होतो. अर्वाचीन कालखंडात आधुनिक महाराष्ट्राच्या जडणघडणीत १९ व्या शतकाला फार महत्वाचे स्थान आहे. राजकीय, सामाजिक बदलांबरोबर सांस्कृतिक आणि साहित्यिक घडामोडींच्या दृष्टीने हे शतक अत्यंत महत्वाचे आहे. इंग्रजी शिक्षणाचा परिणाम, इंग्रजी राजवटीचा परिणाम १९ व्या शतकाच्या उत्तरार्धात प्रकर्षाने जाणवू लागला. परिणामत: साहित्यक्षेत्रातील बदलही १९ व्या शतकाच्या उत्तरार्धापासून प्रकर्षाने जाणवू लागले. भाषांतर युगाचे साहित्याचे नवे स्वरुप मराठी साहित्याने अंगीकारले. अनेक वाङ्मयप्रकारांचा परिचय, वाङ्मयप्रकारांचे अवतरण या काळात झाले. या सर्व मध्यवर्ती साहित्यधारेच्या घडामोडीचा इतिहास आज सर्वांना ज्ञात आहे.परंतु याच कालखंडात प्राचीन काळापासून साहित्य परंपरा लाभलेल्या गेल्या दीडशे वर्षाचा जैन साहित्याचा इतिहास त्रोटक

अपवाद वगळता अज्ञात आहे. अर्वाचीन काळातील या जैन साहित्याची परंपराही अत्यंत समृद्ध आहे. या समृद्ध परंपरेच्या साहित्याचा इतिहास नव्याने मांडणे गरजेचे होते. तो मांडण्याचे प्रथम प्रयोजन या संशोधन प्रकल्पामागे आहे.

१९ व्या शतकात निर्माण झालेली वसाहतवादी समाजरचना, मध्यम वर्गाचा उदय, मुद्रण कलेचा शोध या पार्श्वभूमीवर या काळातील समाजाच्या गरजेपोटी अनेक साहित्य प्रकारांचे अवतरण झाले. कादंबरी, कथा, निबंध, नाटक, चरित्र, आत्मचरित्र, आधुनिक पद्य इ. भारतीय परंपरेला ज्ञात नसलेले साहित्यप्रकार उदयास आले. अनेक नव शिक्षितांनी व नव्या साहित्यिकांनी हे साहित्यप्रकार आत्मसात केले व त्यांचे आविष्करणही झाले. काळाच्या बरोबर जैन परंपरेतल्या कवी लेखकांनीही हे साहित्यप्रकार आत्मसात केले. परंपरा आणि आधुनिकता यांच्या द्वंद्वात मराठीतल्या मध्यवर्ती साहित्यधारेने अमूलाग्र बदल स्वीकारले. परंतु जैन कवींनी मात्र आधुनिक साहित्यप्रकार स्वीकारले. मात्र पारंपरिक पंडिती वळण आणि पारंपरिक रचना यामध्येच गेली दीडशे वर्षे आपले साहित्य लिहिताना दिसतात. नव्या साहित्य प्रकारांचा स्वीकार जैन कवी-लेखकांनी केला असला तरी या साहित्यप्रकारांचा आशय, त्यात येणारे विषय हे पौराणिक धाटणीचेच आहेत हे लक्षात येते. पण वाङ्मयीनदृष्ट्या हे साहित्य निश्चितच सरस आणि सक्षम दिसते. अभिजात आणि पौराणिकतेचा बाज असलेला हा साहित्यप्रवाह यामुळेच मराठी साहित्यात आपली वेगळी परंपरा निर्माण करतो.

जैन तत्वज्ञान आणि आचारधर्म यांचे साहित्यातून प्रतिबिंब घडवून हे आणखी एक महत्वाचे प्रयोजन या साहित्यामागे आहे. किंबहुना तत्वज्ञान आणि आचारधर्मांनीच हे साहित्य समग्र व्यापलेले आहे. संबंध भारतीय जैनसाहित्य याला प्रथमानुयोग म्हटले असले तरी उरलेल्या तीनही अनुयोगांचे दर्शन यात निश्चितच घडते. कारण, जैन साहित्यात जैन तत्त्वे येतात. जैनांचा लोकाकाश आणि भूगोल यांचे संदर्भ येतात आणि जैन साहित्यातील सर्वच महत्वाची पात्रे जैन तत्वांचे आचरण करतात. जैनांच्या काल अवकाशात हे सर्व साहित्य घडते. २४ तीर्थंकरांचा काळ व सध्या सुरु असलेला पंचमकाळ हा व्यापक काळ व त्यात घडणाऱ्या कथा, जीवनचरित्रे यांचे चित्रण या साहित्यात येते. त्यामुळे हे साहित्य जैन तत्वज्ञानापासून वेगळे काढता येत नाही. या साहित्यातून प्रकट होणारे तत्वज्ञान या धर्माची आचारपरंपरा, जैन तत्वज्ञान स्वीकारुन आचरण करणारी पात्रे, महापुरुष, त्रेसष्ट शलाकापुरुष यावर आधारित हे साहित्य विसाव्या

शतकातही आढळते. असे असले तरी माणसाच्या वृत्ती–प्रवृत्ती व वाईट आणि अधम वृत्तींवर मात करण्यासाठी मानवी उल्लेख, धर्ममूल्ये यांचे चित्रणच या साहित्यातून दिसते. सत्याचा विजय, अहिंसा, शील, नैतिकता, समता, मानवता, भूतदया ही शाश्वत मानवी मूल्येच हे साहित्य प्रकट करते. आधुनिक विज्ञान–तंत्रज्ञान, जागतिकीकरण, समकालीन भोवताल यापासून स्वतंत्र असलेले हे साहित्य कदाचित समकालीन समीक्षेच्या व साहित्य संकल्पनांच्या निकषात बसणार नाही. परंतु या साहित्यात मानवी जीवन आहे. मानवतावादी मूल्ये आहेत, रसप्रतीती आहे, वाङ्मयीन विशेष आहेत व मानवी भावभावनादि वृत्ती–प्रवृत्ती यांचेही चित्रण यात आहे. म्हणून आधुनिक साहित्य परंपरेतील या साहित्यालाही वेगळे का असेना पण स्थान द्यावे लागले.

अनेक वाङ्मयीन गुणांनी नटलेले हे साहित्य समकालीन मराठी भाषेमध्ये अभिव्यक्त झाले आहे. या साहित्याचे प्रयोजन लक्षात घेतल्यास हे साहित्य पारंपरिक साहित्यातील रचनाप्रकार, प्राचीन भारतीय साहित्यशास्त्राचे निकष स्वीकारते. हे साहित्य मानवी भावनांचा अविष्कारही करते. समकालीन भाषेतून या साहित्याची रचना होते. अनेक भारतीय भाषांमध्ये साहित्यकृतींच्या अनुवादाची देवघेव हे साहित्य करते. रचनेच्या अनेक कौशल्यपूर्ण गोष्टी या साहित्यात दिसतात. शब्दांची आकृतिबंधात्मक मांडणी, वृत्तछंदादि रचनाप्रकार, शब्दांचे खेळ, शब्दांतील चमत्कृती यासह कथन, निवेदन, संवाद, संघर्ष अशा शैलीत या सर्व गोष्टींचा प्रत्यय हे साहित्य देते. साहित्यशास्त्र शैलीच्या अंगाने या साहित्याचा स्वतंत्र अभ्यास होऊ शकेल इतक्या वैशिष्टपूर्ण रचना या साहित्यात आहेत.

गेल्या दीडशे वर्षात या साहित्याने मराठी साहित्य आणि संस्कृती यांच्याशी मिळतेजुळते घेत आपल्या स्वतंत्र प्रवाहाची अखंड परंपरा चालू ठेवली आहे. आज २१ व्या शतकातही या वाङ्मयधारेत समकालीन समाजात राहून जैन तत्वज्ञानाचा पुरस्कार करणारी साहित्य परंपरा सुरु आहे. हेच या साहित्याचे प्रमाण आहे.

प्रस्तुत कालखंडात जवळ जवळ तीनशेहून अधिक साहित्यिक लिहिताना दिसतात. हजारो एक ग्रंथरचना या कालखंडात या परंपरेत लिहिलेल्या आढळतात. संपूर्ण महाराष्ट्रासह बेळगावपर्यंत चे लेखक या रचताना दिसतात. पन्नासहून

अधिक प्रकाशनसंस्था केवळ जैन ग्रंथांचे प्रकाशन करताना आढळतात. याचबरोबर महाराष्ट्रातील कित्येक जैन मंदिरांमध्ये ते ग्रंथ भांडार जतन केल्याचे दिसते. धर्मविचाराने प्रेरित होऊन अनेक व्यक्ती धर्माचा अभ्यास करताना साहित्यकृती निर्माण करतात. या धर्मातील साधू, मुनी, आचार्य, आर्यिका यासह प्रतिमाधारी आणि श्रावक, त्याचबरोबर अनेक स्त्रियांचेही लेखन या परंपरेत आढळते. बाल साहित्यापासून तत्वज्ञानापर्यंत व प्राचीन साहित्यप्रकारापासून आधुनिक साहित्यप्रकारापर्यंत हे साहित्य आजही प्रचंड दुर्लक्षित व संशोधनाच्या प्रतीक्षेत आहे. प्रस्तुत प्रकल्पात केवळ तीनेकशे ग्रंथकारांचा परिचय व हजारांच्या आसपास ग्रंथरचनांचा परिचय करून देण्यात आला आहे. याशिवाय अनेक मठा–मंदिरामध्ये बंदिस्त असलेले आणि महाराष्ट्रातील अनेक प्रदेशात ज्ञात नसलेले साहित्यिक आणि त्यांच्या साहित्यकृती संशोधनाच्या प्रतिक्षेत आहेत.

◆

प्रकरण पहिले

जैन साहित्य : संकल्पना, स्वरूप आणि व्याप्ती

पार्श्वभूमी

भ. महावीरांच्या निर्वाणानंतर महावीरांचा उपदेश त्यांच्या शिष्यांना मुखोद्‌गत होता. अशा शिष्यांना 'श्रुतकेवली' म्हटले जाते. महावीरांच्या समकाळात सुधर्म, गौतम व जंबूस्वामी हे केवली होऊन गेले. महावीरांच्या नंतर विष्णुनंदी, मित्र, अपराजित, गोवर्धन, स्थूलिभद्र भद्रबाहू स्वामी हे श्रुतकेवली होऊन गेले. यापैकी महावीरांच्या निर्वाणानंतर १६० वर्षांनी दुष्काळ पडला असता भद्रबाहू दक्षिणेकडे आले. उरलेले भद्रबाहूंचे शिष्य स्थूलभद्रांच्या नेतृत्वाखाली मगधात राहिले. स्थूलभद्राने श्रमणांचे संम्मेलन पाटलीपुत्र येथे घेतले. श्रुतज्ञान संकलित करण्याचा प्रयत्न केला. ११ अंगग्रंथ आगम ग्रथ म्हणून संकलित केले. १२ वे अंग दृष्टिवाद मौखिक परंपरेत लक्षात न राहिल्याने संकलित झाले नाही. दक्षिणेतून भद्रबाहू उत्तरेत आल्यानंतर स्थूलभद्राचे ग्रंथ आगम सत्यतेच्या संदर्भात नाकारले गेले. चंद्रगुप्त मौर्यकालीन स्थूलभद्राच्या काळात पाटलीपुत्रात भिक्षुसंमेलन घेऊन आगम निश्चितीचा पहिला प्रयत्न झाला. ही पहिली 'वाचना' पाटलीपुत्र वाचना म्हणून प्रसिद्ध आहे. जैनांचे ११ अंग व लुप्त झालेले १२ वे अंग या काळातील साहित्य वाचनेत आले असावेत. आगमसाहित्याच्या संकलनाचा हा पहिला प्रयत्न होय.

आगमाच्या संकलनाचा दुसरा प्रयत्न इ. स. ३ ऱ्या शतकानंतर आर्य स्कंदिलाने मथुरेला भिक्षुकांच्या संमेलनात केला. याला 'माथुरी' वाचना किंवा 'स्कंदिली वाचना' असे म्हणतात.

याच वेळेस काठेवाड केंद्र वलभी येथे नागार्जुनाने भिक्षु संमेलन घेऊन ग्रंथ

एकत्रित करण्याचा प्रयत्न केला. याला 'नागार्जुनी' किंवा 'प्रथम वलभी वाचना' असे म्हटले जाते. ही तिसरी वाचना. शेवटी ज्याला आपण चौथी वाचना म्हणतो, हे सर्वात महत्वाचे जैन आगम संकलनाच्या दृष्टीने होते ती देव र्द्धिगणी यांनी ५ व्या शतकात वलभी येथे वाचना घेतली. भ. महावीरांच्या नंतर ९८० वर्षांनी देवर्द्धिगणी यांनी उपलब्ध पुस्तके व कंठस्थ असलेला आगम संकलित केला. या सर्वांचे वर्गीकरण व संपादन करून आज श्वेतांबरांचा ४५ ग्रंथ असलेला आगम निश्चित केला. यानंतर जैन आगम साहित्याची परंपरा सुरू झाली.(तगारे ग. वा., प्राकृत साहित्याचा इतिहास, पृ. २७)

दिगंबर परंपरेत वीर निर्वाणानंतर ७०० वर्षांनी झालेल्या धरसेन यांना पूर्व परंपरेचे ज्ञान होते. त्यांनी आपले ज्ञान जतन व्हावे म्हणून आपले शिष्य पुष्पदंत व भूतबली यांना दिले. धरसेनआचार्यांच्या या ज्ञानाच्या आधारावर पुष्पदंत व भूतबली यांनी 'षटखंडागम' या ग्रंथाची निर्मिती केली. हा दिगंबर संप्रदायातील पहिला लिखित ग्रंथ होय. या ग्रंथानंतर लिहिलेल्या आणखी काही ग्रथांना दिगंबर संप्रदायांनी मान्यता दिली. दिगंबर संप्रदायातील नंतरच्या ग्रंथांचे विषय व ग्रंथांच्या रचनेच्या स्वरुपावरून चार अनुयोगांत विभाजन करण्यात आले. प्रथमानुयोग, करणानुयोग, चरणानुयोग व द्रव्यानुयोग हे ते चार अनुयोग होत. दिगंबर परंपरेत महावीरांनी उपदेश केलेल्या ग्रंथांचे अंगप्रविष्ट व अंगबाह्य असे वर्गीकरण केले जाते. अंगप्रविष्टामध्ये १२ आचारांगादि ग्रंथांचा समावेश होतो. पैकी ११ ग्रंथ उपलब्ध आहेत. अंगबाह्य ग्रंथामध्ये १४ ग्रंथ उपलब्ध आहेत. श्वेतांबर परंपरेत वीर निर्वाणानंतर १० व्या शतकात हे ग्रंथ संकलित केल्याचे मानले जाते.

भ. वृषभदेवांपासून जैन धर्माची अतिप्राचीन परंपरा असल्याचे सांगितले जाते. वृषभदेवाचा काळ हा सिंधू संस्कृतीच्या पूर्वीचा होता. या देशातील वैदिक परंकरा ही सिधू संस्कृतीनंतर सांगितली जाते. वृषभदेवांपासून भ. नेमिनाथांपर्यंतचा इतिहास हा अज्ञात असलेला इतिहास आहे. भ. नेमिनाथांचा संदर्भ महाभारतकालीन आहे. त्यामुळे महाकाव्यांची सत्यता मान्य केल्यास भ. नेमिनाथांपासूनचा काळ हा जैनधर्मीयांचा ज्ञात इतिहासाचा काळ मानावा लागेल. भ. महावीरांपूर्वी जैन मत अस्तित्वात होते हे अनेकांनी सिद्ध केले आहे. महावीरांपूर्वी पार्श्वनाथांच्या चातुर्याम धर्माची माहिती पाली ग्रंथातून मिळते. हाच धर्म पुढे वर्धमानाने सांगितला. पार्श्वनाथांनी सांगितलेल्या चातुर्याम धर्मामध्ये

ब्रह्मचर्य हे पाचवे व्रत स्वीकारुन पंच अणुव्रतांचा धर्म पुढे महावीरांनी सांगितला. (जैन साहित्य का बृहद् इतिहास, भाग २, पृष्ठ १०, १९८१) महावीरांनी सांगितलेल्या या धर्माची भारतीय भाषांमध्ये पुढे लिपिबद्ध होण्याची प्रक्रिया सुरू झाली. प्राचीन भारतीय प्राकृत भाषांमध्ये हे साहित्य लिपिबद्ध होत गेले. हे साहित्य अर्धमागधी, शौरसेनी, महाराष्ट्री व पुढे अपभ्रंश भाषांमधून संपूर्ण भारतभर लिहिले गेले. मध्ययुगीन काळात हेच साहित्य त्याच प्रदेशातील प्रादेशिक भाषेतही लिहिले गेले.

महाराष्ट्री प्राकृत या कालावकाशातील मराठी भाषेचा अभ्यास मराठी पुर्व भाषा व साहित्याच्या अभ्यासाच्या दृष्टीने महत्वाचा आहे. अर्धमागधी, शौरसेनी त्याचबरोबर महाराष्ट्री प्राकृत या भाषांचा सहभाग जैन साहित्यामध्ये महत्त्वाचा आहे. महाराष्ट्री प्राकृत ही सातवाहन काळात प्रदेशाची लोकभाषा होती. नंतर या भाषेला महाराष्ट्री अपभ्रंश म्हटले गेले. ८ व्या शतकातील 'कुवलयमाला' हा जैनग्रंथ, कवी पुष्पदंत आणि त्यांच्या समकालीन लेखकांचे जैनग्रंथ यांचा अभ्यास मराठीचा उगमकाळातील संशोधनासाठी अत्यंत महत्वाचा आहे. मराठी भाषेचा उगम आणि महाराष्ट्री, प्राकृत, अपभ्रंश यांचा संबंध याकडे अजूनही अभ्यासकांचे म्हणावे तसे लक्ष गेले नाही. इ.स.च्या ८ व्या शतकापासून मराठी जैन साहित्याचे आणि मराठी भाषेचे अनुबंध जवळचे आहेत. आज मुकुंदराजाचा 'विवेकसिंधू' हा मराठीतील प्रथम ग्रंथ मानला तरी त्यापूर्वी 'कुवलयमाला' कवी पुष्पदंताचे अपभ्रंश ग्रंथ, पंपकाळातील साहित्य, गुजरातमधील राजमतीप्रबोध, ज्योतिषरत्नमाला, हे ग्रंथ श्रवणबेळगोळचा शिलालेख आणि या काळातील अप्रकाशित जैन ग्रंथ यांचा अवश्य विचार करावा लागेल.

सध्याचा प्राचीन मध्ययुगीन ममराठी जैन साहित्याचा इतिहास पाहता १४५० ते १८५० या काळामधील माहिती डॉ. अक्कोळे यांनी ५४ जैन कवींची दिली आहे. विविध ज्ञानविस्ताराच्या मे १९२४ च्या अंकात शेषराव पारिशवाड यांनी तंजावरमधील तीन हस्तलिखित ग्रंथाचा परिचय दिला आहे.त्यात गुणदासकृत 'श्रेणिकचरित्र', महिचंद्रकृत 'आदिपुराण' आणि देवेंद्रकीर्तिकृत 'कालिकापुराण' हे ग्रंथ प्राचीन ग्रंथ असावेत असे सांगींले आहे. (जोहरापूरकर विद्याधर , जैन साहित्य का बृहद इहिास, पान नं. २०३, १९८१) डॉ. विद्याधर जोहरापूरकर यांनी 'सन्मती' व 'महाराष्ट्र सहित्य पत्रिका' (१९५५-५६) च्या लेखात प्राचीन मराठी ग्रंथकारांची माहिती दिली आहे. मराठी जैन साहित्याचे वर्गीकरण करताना

जोहरापूरकरांनी चार विभागात वर्गीकरण केले आहे. त्यात १४५० ते १५५० या कालखंडातील गुजराती ग्रंथावरून मराठीत लिहिलेले ग्रंथ, १५५० ते १८५० कारंजा, कोल्हापूर, लातूर, औरंगाबाद येथील भट्टारक व त्यांच्या परंपरेतील साहित्य, हे कन्नड संस्कृत आणि गुजराती या ग्रंथांवर आधारित आहे. १९ व्या शतकातील मराठी साहित्य आणि १८५० नंतरचे आधुनिक मराठी साहित्य अशा ४ कालखंडामध्ये मराठी साहित्याचे वर्गीकरण डॉ. विद्याधर जोहरापूरकर यांनी केलेले आहे. या कालखंडातील साहित्य पुढीलप्रमाणे –

मध्ययुगीन मराठी साहित्य आणि ग्रंथरचनाकार :

मध्ययुगीन मराठी जैन साहित्याचा कालखंड १४५० ते १८५० पर्यंत मानला गेला आहे. यामध्ये पुराणे, काव्ये, कथा, व्रतकथा, स्तुतिपर व उपदेशपर गीते, महतिसागर व कवींद्रसेवक यांचे अभंग इतकी सर्व ग्रंथसंपदा जवळपास २०० पर्यंत ग्रंथ यात प्रकाशित झालेले आहेत. हे साहित्य लिहिणारे भट्टारक, गृहस्थ आणि ब्रह्मचारी होते. त्यापैकी काही ग्रंथकारांची माहिती पुढील प्रमाने

१) ब्रह्म गुणदास

जैन मराठी साहित्यातील लेखकांमध्ये यांना प्रथम स्थान दिले गेले आहे. श्रेणिकचरित्र, क्षमागीत, विंचूगीत, गाऱ्हाणे, रामचंद्र हळदुली इ. महत्वपूर्ण ग्रंथांची रचना केली आहे. इ.स.१४५० च्या दरम्यान यांच्या साहित्यिक कर्तृत्वाला प्रारंभ झालेला आढळतो.

२) गुणकीर्ति

यांनी 'पद्मपुराण' हा बृह्द ग्रंथ लिहिला. धर्मामृत (गद्य), नेमिनाथ पाळणा, रुक्मिणीहरण तसेच रामचंद्र फागसारख्या स्वतंत्र रचनाही त्यांच्या नावावर आढळतात. हम गुणदासांच्या नंतरचा हा कवी होय.

३) जिनदास

'हरिवंशपुराण सारखी महत्वपूर्ण रचना यांनी मराठी साहित्याला दिली. यामध्ये श्रीकृष्णाला नारायणाच्या रूपात तर जरासंधाला प्रतिनारायणाच्या रूपामध्ये चित्रित केलेले आहे. गुजरातीमध्ये यांच्या जवळपास ५० रचना आहेत. १५ व्या शतकामधले हे महत्त्वपूर्ण कवी होत.

४) पंडित मेघराज

१६ व्या शतकातील प्रारंभीचे साहित्यिक म्हणून गणल्या गेलेल्या मेघराजांनी

जसोधररास या ग्रंथाची प्रामुख्याने रचना केली. शांतिनाथ चरित्र, पार्श्वनाथ भवांतर, कृष्णगीत, गोम्मटस्वामी, तीर्थवंदना यासारख्या रचनाही त्यांनी केल्या.

५) कामराज

प्रामुख्याने सुदर्शनचरित्रासारखी महत्वाची रचना त्यांच्याकडून घडली. चैतन्यफाग व धर्मफाग या रचनाही त्यांनी केल्या आहेत.

६) पंडित सूरिजन

यांची परमहंसकथा यासारखी एकमात्र रचना उपलब्ध आहे. रूपककथेच्या अंगाने ही रचना झालेली आढळते.

७) नागो आया

यांचाही एकमात्र यशोधरचरित्र हाच ग्रंथ आढळतो. वादिराजाच्या संस्कृत ग्रंथाधारे हा ग्रंथ लिहिलेला आहे.

८) गुणनंदी

यांचाही जसोधरपुराण हा एकच ग्रंथ आढळतो. सकलकीर्तीच्या यशोधरचरित्राधारे लिहिला गेलेला हा ग्रंथ आहे.

९) अभयकीर्ती

१७ व्या शतकाच्या पूर्वार्धामधले हे कवी होत. अनंतव्रतकथा हा २५५ ओवींसंख्येचा ग्रंथ लिहिला. या व्रतप्रभावाने दारिद्र्य हरण होते. अशी फ

१०) वीरदास (पासकीर्ति)

यांच्या नावावर चार रचना आढळतात. सुदर्शनचरित्रसारखा मोठा ग्रंथ यांनी लिहिला. नवकारमंत्रप्रकृती (२२ ओवी) बहुतरी (७२ ओवी), नेमिनाथ वऱ्हाड (४० कडवी) यासारख्या रचनाही आढळतात.

११) दामा पंडित

जंबूस्वामीचरित्र हा १६ अधिकार व १९१५ ओवींचा ग्रंथ लिहिला. त्याचबरोबर दानशील-तपभावना हा ४६८ ओवींचाही ग्रंथ आहे.

१२) भानुकीर्ती

यांची एकही स्वतंत्र रचना उपलब्ध नाही, परंतु दामा पंडितांच्या 'दानशीलतपभावना' चा ओवीसंख्या २८५ नंतरचा अपूर्ण भाग यांनी पूर्ण केला ती ओवीसंख्या ४६८ पर्यंत आहे.

१३) दयासागर (दयाभूषण)

दयासागर हे दीक्षापूर्व नाव. तर भट्टारकदीक्षा घेतल्यानंतर त्यांना दयाभूषण हे नामाभिधान प्राप्त झाले. यांनी 'धर्मामृतपुराण', 'भविष्यदत्त-बंधुदत्त पुराण', आणि 'सम्यक्त्व कौमुदी' इ. ग्रंथांची रचना केली आहे. हनुमंतपुराण हा आणखी एक ग्रंथ यांच्या नावे आढळतो.

१४) चिमना पंडित

इ.स. १६५० ते १६७५ च्या आसपासचे हे कवी होत. हे पैठणच्या वस्तीग्रामचे रहिवासी होत. जवळपास २० रचना यांनी केलेल्या आढळतात. अनंतव्रतकथा, तीर्थवंदना, त्रिकाल तीर्थंकर पूजा, गोम्मटस्वामी स्तोत्र, नेमीश्वर पाळणा, मातेची शंभर स्वप्ने, गुरुगीत, भूपाळी, नेमिनाथ भवांतरपद, फुगडी, झंपा, पिंगा, हमला खोटा, चेंडूफळी, टिपरी (दोन गीते), बालक छाटीपद, आदिनाथ आरती, चंद्रनाथ, चिंतामणी पार्श्वनाथ आरती अशा रचना त्यांनी केलेल्या आढळतात.

१५) ब्रह्म पुण्यसागर

शके १६१० मध्ये यांनी ३३२ ओव्यांमध्ये रविवारकथा ही रचना केली. ६७ अध्यायांचे हरिवंशपुराणही लिहिले. हे लातूर येथील भट्टारक अजितकीर्ती यांचे शिष्य होते.

१६) विशाल कीर्ति (प्रथम)

या कवीची एकमेव रचना ही रुक्मिणीव्रतकथा ही १५२ ओवींची आहे. यामध्ये रुक्मिणीने पूर्वजन्मात दिगंबर मुनींची निंदा केली होती, त्यामुळे तिला फार दु:ख झाले. त्या अनुषंगाने ही कथा रेखाटली आहे.

१७) पंत साबाजी

या कवीचा सुगंधदशमी नावाचा यांचा एकच ग्रंथ मिळतो. त्याची ओवीसंख्या २६१ आहे. यामध्ये सुगंधदशमी व्रताचे माहात्म्य आहे.

१८) विशालकीर्ति (द्वितीय)

धर्मपरीक्षा हा ५ अध्याय आणि ९५८ ओवीसंख्या असलेला यांचा ग्रंथ आहे. या ग्रंथामध्ये हिंदू पुराणांमधील काही कथांची अविश्वसनीयता काही कथांद्वारे स्पष्ट केली आहे.

१९) पद्मकीर्ती

लातूरच्या विशालकीर्ति या भट्टारकांचे हे शिष्य असून, ५ कडवी असणारी फक्त 'पार्श्वनाथ-आरती' उपलब्ध आहे.

२०) मल्लाजीपुत्र राय

जिनवर विनती ही अवघ्या १६ श्लोकांची रचना लिहिली आहे. परंतु ती भक्तीरसपूर्ण असून अपूर्ण आहे.

२१) रत्नसा

यांचा जंबूस्वामी चरित्र हा एकमेव ग्रंथ फक्त आढळतो. यात २४ अधिकार आहेत. त्यातील १४ अधिकार दयाभूषणकृत आहेत व बाकीचे रत्नसा यांनी पूर्ण केले आहेत.

२२) गंगादास

मूळचे गुजरातचे असूनही त्यांनी मराठी रचना केल्या. शके १६४२ मध्ये 'पार्श्वनाथ भवांतर' ही ४७ कडव्यांची रचना केली आहे. तसेच चक्रवर्तीचा पाळणा, नेमिनाथ आरती, श्रीपुर पार्श्वनाथ आरती या इतर रचनाही आढळतात.

२३) हेमकीर्ती

अरहंतपूजा, बारसभा आरती या दोन छोट्या रचना प्रकाशित झालेल्या आहेत व दशलक्षणधर्म आरती व तीर्थवंदना या दोन रचना अप्रकाशित आहेत. लातूरच्या विद्याभूषण भट्टारकांचे हे शिष्य होत.

२४) मकरन्द

यांची नागपूर जवळच्या भ. शांतिनाथांचा महिमा वर्णन करणारी रचना आहे. त्यांची ही एकमेव रचना उपलब्ध आहे.

२५) महिचन्द्र

हे एक कुशल साहित्यकार होते. आदिनाथपुराण हा १५ अध्यायांचा व ३२५३ ओवीसंख्येचा ग्रंथ त्यांनी लिहिला आहे.

२६) महाकीर्ती

महीचंद्राचे हे शिष्य होत. यांची एकमात्र शीलपताका अथवा शीलतरंगिणी पुराण रचना आढळते.

२७) चिंतामणी

गुणकीर्ती रचित अपूर्ण पद्मपुराणास याने सात अध्याय जोडले. यामध्ये अनेक कथा येतात.

२८) रामकीर्ती

देवी पद्मावतीचा पूजाविधी १४ कडव्यांमध्ये 'पद्मावती आरती' मध्ये वर्णन केला आहे.

२९) देवेंद्रकीर्ती

१८ व्या शतकातल्या साहित्यिकांमध्ये यांचा समावेश होतो. यांनी विस्तृत असा कालिकापुराण सारखा ग्रंथ लिहिला. याचे ४८ अध्याय आणि ७००० ओवींसंख्या आहे. सम्यक्त्व कौमुदी, धर्मपरीक्षा, आणि अनंतव्रत कथा ही यामध्ये समाविष्ट आहेत.

३०) पुण्यसागर (द्वितीय)

इ.स. १७०० च्या आसपासचे हे कवी होत. गुणकीर्तीच्या अपूर्ण पद्मपुराणाला यांनी आठ अध्याय जोडून ते पूर्ण केले.

३१) छात्रसेन

इ.स. १७०३ ला कागल येथे आदीश्वर भवांतर या गीताची रचना केली. सरस्वती आरती, रत्नत्रय आरती, नंदीश्वर आरती या रचनाही त्यांच्याच होत. संस्कृत आणि हिंदी मध्येही त्यांनी काही रचना केल्या आहेत.

३२) सटवा

शिवानेमिसंवाद (२० कडवी) हे नेमिनाथांच्या वैराग्य प्रसंगाच्या वर्णनाचे गीत आहे. दुसरे 'कंसाचे पद' हे ८ कडव्यांचे गीत कंसाने कृष्णहत्येसाठी केलेल्या विफल प्रयत्नांवर आधारीत आहे. महीचंद्राचे हे शिष्य होत.

३३) नीबा

यांची हस्तलिखित अहिराणी गीत व नेमिश्वर गीत ही दोन गीते आढळून येतात. अहिराणी बोलीचा यावर प्रभाव आढळून येतो.

३४) यादवसुत

यांचा एक ग्रंथ आढळतो. अष्टकर्म प्रकृती हा ८ अध्याय व २२२ श्लोकांचा ग्रंथ आहे. ज्ञानावरणीय कर्माचे वर्णन शास्त्रीय दृष्ट्या केले आहे.

३५) माणिकनंदी

काव्यमय भाषेमध्ये परंतु संस्कृत पद्धतीमध्ये लिहिल्या गेलेल्या अनंतनाथ आरती, चंद्रनाथ आरती, समवशरण आरती, गुरु आरती आणि शीतलनाथ आरती या पाच आरत्यांची रचना त्यांनी केलेली आढळते.

३६) जिनसागर

यांनी मराठी, हिंदी व संस्कृतमध्ये आपली काव्यरचना केली आहे. यामध्ये आदित्यव्रतकथा, अनंतव्रतकथा, निर्दोषसप्तमी, पुष्पांजली, कलशदशमी, सुगंधदशमी, लहु–अंकुशकथा, पद्मावती, जिनागमकथा तसेच ज्येष्ठजिनवर पूजा, नंदीश्वर, नवग्रहप्रज्ञा, भक्तामरस्त्रोत्र, आदिनाथ, शांतिनाथ, पार्श्वनाथ, वीतराग, पद्मावती, क्षेत्रपाल स्त्रोत्र, शांतिनाथ, महावीर, सरस्वती, दशलक्षण धर्म, पद्मावती आरती व जीवंधपुराण आढळते.

३७) लक्ष्मीचंद्र

यांच्या अवघ्या 'मेघमालाव्रतकथा' आणि जिनरात्रीव्रतकथा या रचना प्रसिद्ध आहेत. दुसरे जिनरात्रिव्रत हे १४ वर्षापर्यंत केले जाणारे व्रत त्यांनी लिहिले आहे.

३८) सया

नेमिनाथ भवांतर (२८ पदे) चोवीस तीर्थंकरस्तुती ही २६ पदांची आणि दुसरी सुव्रतमंदिर ही १२८ पदांची रचना आढळते.

३९) अर्जुनसुत सोयरा

इ.स. १८०२ मध्ये लिहिलेली कर्माष्टमी कथा ही ११७ ओवी संख्या असणारी रचना होय. तसेच सुपार्श्वनाथ आरती आणि कैलाश छप्पय या दोन सोयरा याच्या रचना होत.

४०) तानू पंडित

तानू पंडित यांच्या समवशरण आरती, पार्श्वनाथ आरती, क्षेत्रपाल आरती, पद्मावती आरती आणि गुरु स्तुती या पाच रचना प्रसिद्ध आहेत.

४१) न्याहाल

शांतिसेन यांचा हा शिष्य होय. गुरुप्रशंसा म्हणून सात पदांची आरती लिहिली आहे.

४२) यमासा उर्फ अर्जुनसुत

यांची रविवार व्रतकथा ही एकमेव रचना आढळते. पंच परमेष्ठी आरती, पार्श्वनाथ आरती, सुपार्श्वनाथ आरती या इतरही रचना आढळतात.

४३) रतनसा

यांनी आपल्या सिद्धसेन गुरूंचे 'सिद्धसेन चरित्र' लिहिले आहे. जिनेश्वर आरती, नेमिनाथ आरती, तथा अंतरिक्ष पार्श्वनाथ आरती, न्याहाल गुरुची आरती या एकेक रचना आढळतात.

४४) दिनासा

बारमासी (१३ कडवी) व 'चिंती रे माझ्या मना' (६ कडवी) या दोन रचना आढळतात. यांचा कालखंड शके १६९२ च्या असपासचा असावा.

४५) वृषभ

चंद्रप्रभ व पद्मावती हे नऊ नऊ कडव्यांचे दोन स्तोत्र उपलब्ध आहेत. यांचा कालखंड १७७२-७७ च्या आसपासचा असावा.

४६) राघव

या कवीचा कालखंड १७७० ते १८३५ हा होय. वर्धासासेटि माहात्म्य लिहून वर्धासा नावाच्या कुणा श्रेष्ठीचा परिचय दिला आहे. तसेच २५ स्फुट पदे व मुक्तागिरी पार्श्वनाथ आरती व आदिनाथ पंचकल्याण स्तुति ही रचना आढळते.

४७) देवेन्द्रकीर्तिशिष्य

इ.स. १७७२ मध्ये जयसिंगनगर मध्ये पद्मावती देवीचा झालेला पूजा महोत्सव हा १८ कडव्यांमध्ये यांनी वर्णन केलेला आहे. यांचे पद्मावती पाळणा नावाचे गीत आहे.

४८) अनंतकीर्ती

इ.स. १७७५ मध्ये यांनी रचना केलेली आहे. दशलक्षणव्रतकथा ही १८८ ओवींची ती रचना होय. ही कथा जयसिंग पेठ च्या आदिनाथ मंदिरामध्ये रचली आहे. भाद्रपद शुक्ल पंचमी ते चतुर्दशीपर्यंत उत्तम क्षमादी दहा धर्मांगांची पूजा केली जाते. यावर आधारित हे काव्य आहे.

४९) जनार्दन

श्रेणिकचरित्र हा एकमेव आणि महत्त्वाचा ग्रंथ आहे. इ.स. १७७५ ला या

ग्रंथाची रचना केली. ४० अध्यायांचा हा ग्रंथ होय. गुणदासांच्या श्रेणिकचरित्राच्या आधारे या ग्रंथाची रचना केली आहे.

५०) भीमचंद्र

भीमचंद्राच्या हस्तलिखिताची इ.स. १७८० मधील एक प्रत सापडते. त्या आधारे याचा कालखंड हा असावा असे समजते. भीमचंद्राची एकमेव रचना म्हणजे गुरु आरती (६ कडवी) ही होय.

५१) कवींद्रसेवक

यांच्या हस्तलिखितामधील इ.स. मधील एक रचना सापडते. मात्र प्रमुख रचना सुमतिप्रकाश ही आहे. तसेच ५४५ अभंग उपलब्ध आहेत. स्फुटरचनेमध्ये जिनस्तुती, तीर्थवंदना, गुरुस्तुती, धर्मोपदेश, दंभाची समीक्षा या विषयावरील रचना आढळतात.

५२) बोप

प्रात:काळी जिनस्मरण व्हावे या उद्देशाने रचली गेलेली १६ कडव्यांची 'तीर्थंकर भूपाळी' ही या कवीची एकमेव रचना होय.

अशा तऱ्हेने या कालखंडातील साहित्यनिर्मिती चालू होती. त्याचप्रमाणे १९ व्या शतकाच्या पूर्वार्धामधील काही साहित्यकार पुढीलप्रमाणे–

५३) महतिसागर

सैतवाल जातीमध्ये जन्मलेले महतिसागर कारंजाच्या भट्टारक देवेंद्रकीर्ती यांचे शिष्य होत. १७७२ चा जन्म असावा. इ.स. १८३२ मध्ये दहिगांव (महाराष्ट्र) येथे त्यांना स्वर्गवास प्राप्त झाला. त्यांनी अभंग, पद, आरती, अष्टक, व्रतकथा इत्यादी रूपाने गंभीर प्रकारे रचना केल्या आहेत. त्यांनी आपले गुरू देवेंद्रकीर्ती यांच्या जन्माचा परिचय देणारी एक लावणी लिहिली आहे. त्यांचा झाला आहे. 'महति काव्यकुंज' हा संग्रह प्रसिद्ध आहे. तसेच त्यांनी संबोध सहस्रपदी, दर्शनाष्टक, पंचपरमेष्ठी अभंग, जिनस्तुती, दान माहात्म्य अभंग, स्वर्गवर्णन अभंग, पंचकल्याणक वर्णन, २४ तीर्थंकर अभंग, अरहंताष्टक, सरस्वती स्तोत्र, षट्कालवर्णन, आदित्यवार कथा, दशलाक्षणिक व्रतकथा, रत्नत्रय व्रतकथा, षोडशकारण व्रतकथा, ज्वालामालिनी अष्टक, चौदा गुणस्थान प्ररुपणा, चतुर्विंशतिप्ररुपणा या रचना केल्या आहेत. जैन समाजामध्ये हे लोकप्रियता मिळविणारे कवी होत. अलीकडे दहिगाव येथून यांचे समग्र उपलब्ध साहित्य संपादित होऊन प्रकाशित झाले आहे.

५५) रत्नकीर्ती

सन १८१३ मध्ये ४० अध्यायांचा विस्तृत असा उपदेशरत्नमाला ग्रंथ यांनी लिहिला. तसेच नेमिदत्तांच्या संस्कृत रचनेवर आधारीत आराधना कथाकोश त्यांनी रचला. परंतु २७ अध्याय त्यांनी व उर्वरित अध्याय त्यांचे शिष्य चंद्रकीर्तीने १८२१ मध्ये पूर्ण केले.

५६) चंद्रकीर्ती

सम्मेदशिखर माहात्म्य (शके १७३७) आणि पद्मावती शृंगार (शके १७३८) या दोन रचना यांच्या नावावर प्रसिद्ध आहेत. तसेच पद्मावती देवीवर आधारित एक गीत लिहिले आहे.

५७) नागेंद्रकीर्ती

इ.स. १८२५ च्या दरम्यानचे हे कवी चंद्रकीर्ती आणि विशालकीर्ती गुरूंचे स्मरण केले करणारे होत. त्यांनी त्यांच्या पदांमध्ये हा उल्लेख केला आहे. दहा स्फुट पदे त्यांची आढळतात.

५८) जिनसेन (१८२१)

जंबूस्वामीवर संस्कृत, प्राकृत, भाषेमध्ये जरी ग्रंथ लिहिले असले तरी मराठीमध्ये दामा पंडितानंतर जिनसेनाने जंबूस्वामी पुराण हा ग्रंथ लिहिला आहे. उपदेश रत्नमाला आणि पुण्याश्रव पुराण हे ग्रंथ लिहिले आहेत. हे नांदणी (कोल्हापूर)चे भट्टारक होते.

५९) दिलसुख

यांचा कालखंड इ.स. १७९३ ते १८२३ च्या आसपासचा आहे. ‘स्वात्मविचार’ नावाचा यांचा गद्यग्रंथ उपलब्ध आहे. संस्कृत ग्रंथांमध्ये आत्म्यासंबंधी विविध दर्शन घडते आहे, त्यावर आधारीत समीक्षा या ग्रंथांमध्ये केली आहे. तर्कशास्त्राचे विस्तृत विवेचन यामध्ये आढळते.

६०) माणिक

हा पद्मनंदीचा शिष्य होय. गुरुआरती, नवग्रह आरती तथा देवी पद्मावती लावणी या ५-५ पदांच्या रचना या कवीच्या नावावर उपलब्ध आहेत.

६१) लक्ष्मीसेन शिष्य

कारंजा येथील सेनगण च्या भट्टारक पदी इ.स. १८३२ मध्ये लक्ष्मीसेन

यांची नियुक्ती झाली. त्या समारंभाचे वर्णन त्यांच्या एका शिष्याने ५ कडव्यांमध्ये गुरु स्तुती केले आहे. परंतु कवीने आपल्या नावाचा उल्लेख केलेला नाही.

६२) गिरिसुत (ठकाप्पा)

हे नांदणी (कोल्हापूर)चे भट्टारक जिनसेन यांचे शिष्य होते. यांनी कोगनोळी (जि. कोल्हापूर) येथे इ.स. १८५० मध्ये 'पांडवपुराण' हा ग्रंथ लिहिला आहे. नागराजेंद्र या कन्नड कवीच्या हरिवंश पुराणाआधारे हा ग्रंथ लिहिला आहे. हे प्राचीन वाङ्मय परंपरेतील शेवटचे पण महत्वाचे कवी होत.

६३) सोमवंशी तुकुजी

कोतकी नावाची देवी पद्मावतीची प्रार्थना असणारे गीत (५ कडवी) त्यांनी लिहिले. या कवीने आपल्या जातीचा उल्लेख सोमवंशी असा केला आहे.

६४) राया

यांचा जरी निश्चित कालखंड सापडत नसला तरी काही आरत्या मात्र सापडतात. त्यामध्ये माणिकस्वामी, गोमटस्वामी, क्षेत्रपाल, शांतिनाथ (१ व २), नेमीश्वर, क्षेत्रपाल व पार्श्वनाथ आरती अशा आरत्या आढळतात.

६५) देवेंद्रकीर्ती शिष्य

'पद्मावती पाळणा' या शीर्षकाची एक रचना यांच्या नावावर आहे. कवीचे नाव नसले तरी १६ कडवी आहेत. यामध्ये जयसिंगपूर मध्ये झालेल्या पद्मावती उत्सवाचा उल्लेख आहे.

अशा प्रकारे मध्ययुगीन कालखंडामध्ये साहित्यनिर्मिती अव्याहतपणे चालू होती. पण याच काळामध्ये अशा काही रचना आढळल्या आहेत ज्यावर कुणा कवीच्या नावाचा उल्लेख आढळत नाही. अशाच प्रकारे 'ज्ञानोदय' नावाचा ९९ ओळींचा एक ग्रंथ आढळतो. गुरुचे नाव शक्र(देवेंद)कीर्ती असे सांगितले आहे. त्याचबरोबर समयसारावर पद्यात्मक टीका 'आत्मख्याती' नावाने उपलब्ध आहे. यात सात अध्याय आहेत. तसेच समन्तभद्राचार्यांची रत्नकरंड श्रावकाचार ही मराठी टीका उपलब्ध आहे.

मराठी जैन साहित्याचा हा कालखंड विविधतेने भरलेला होता. याकाळात श्रावकांनी आणि मुनींनी विविधप्रकारे साहित्यनिर्मिती केली. भट्टारक परंपरेमधून एका धार्मिक प्रसाराच्या हेतूने या साहित्याची निर्मिती झाली.

◆

विभाग - १

मराठी जैन साहित्याचा कालानुक्रमे इतिहास

१९ व्या शतकातील मराठी जैन साहित्य

अर्वाचीन मराठी साहित्याचा इतिहास १९ व्या शतकापासून मानला जातो. १८१८ च्या पेशव्यांच्या पराभवानंतर इंग्रजांचा एकछत्री अंमल, महाराष्ट्रात सुरू झालेली मुद्रणकला, इंग्रजांनी सुरू केलेल्या सार्वजनिक शिक्षणाची सुरुवात व एतद्देशीय नवशिक्षितांची पहिली पिढी या पार्श्वभूमीवर महाराष्ट्राच्या आधुनिक कालखंडाची सुरुवात होते. नवशिक्षितांच्या भारतीय आणि पाश्चात्य साहित्याकडे पाहण्याच्या नव्या दृष्टिकोणातून आधुनिक मराठी साहित्याचा इतिहास सुरू झाला. पाश्चात्य शिक्षणाने आणि त्यांच्या इहवादी दृष्टीने दिपून गेलेले भारतीय, पाश्चात्यांच्या अनेक विद्या, कला, साहित्याचे अवलोकन करू लागले. इंग्रजी शिक्षणाने आणि त्यांच्या सुधारणावादी दृष्टीने प्रभावित झालेले नवशिक्षित नव्याने सुरू झालेल्या वर्तमानपत्रांतून लिहू लागले. या लिहिण्यामध्ये स्वतंत्र प्रतिभेचे आणि सर्जनशील साहित्य अर्थातच नव्हते. यातील बहुतेक साहित्य सुधारणावादी निबंधात्मक व पाश्चात्यांच्या साहित्याच्या अनुकरणातून भाषांतरित केलेले असे होते. १८१८ ते १८७४ या कालखंडाला भाषांतरयुग असेही म्हटले गेले. दर्पणकार जांभेकर, लोकहितवादी व ज्ञानोदय, ज्ञानप्रकाश इ. वर्तमानपत्रांतून निर्माण झालेल्या साहित्यापासून म. फुले आणि विष्णुशास्त्री चिपळूणकर यांच्यापर्यंतचे हे साहित्य भाषांतर युगातले साहित्य म्हणून अर्वाचीन मराठी साहित्याच्या इतिहासात ओळखले जाते. १८७४ ते १९२० पर्यंतचा कालखंड हा यापुढच्या कालखंडातील साहित्याचा कालखंड मानला जातो. १९ व्या शतकाच्या पहिल्या पन्नाशीनंतर मराठीत आध्यात्मिक व पारंपरिक वृत्त- छंदोबद्ध

साहित्यापेक्षा नवे साहित्यप्रकार उदयास आलेले दिसतात. १८४३ चे पहिले नाटक, महात्मा फुल्यांचे तृतीय रत्न, १८५७ ची पहिली कादंबरी, १८४३ चे पहिले प्रवासवर्णन, १८८५ नंतरची मराठीतील पहिली इहवादी कविता आणि कथा इ. नव्याने निर्माण झालेले वाङ्मयप्रकार आणि पुढे या वाङ्मयप्रकारांची परंपरा असा १९ व्या शतकातील आधुनिक इहवादी साहित्याचा इतिहास आपणांस ज्ञात आहे.

१९ व्या शतकात याच वेळी संत-पंत-तंत परंपरेतील साहित्य संपुष्टात आले व इहवादी जाणीवांचे साहित्य निर्माण झाले असे असले तरी या काळात काही पारंपरिक रचनाही त्रोटक पद्धतीने चालू होत्या. सुधारणावादी व इहवादी विचारांचा प्रभाव या कालखंडातील मराठी साहित्य संस्कृतीच्या वाटचालीवर असला तरी महाराष्ट्राची आध्यात्मिक व धार्मिक परंपरा आणि त्यांचे साहित्य व संस्कृती यांची परंपराही महाराष्ट्रात कार्यरत होती. अशा धार्मिक-सांप्रदायिक परंपरेतील साहित्यामध्ये वैदिक परंपरेतील साहित्य, प्राचीन भारतीय भाषांमधील पुराणे, उपनिषदे, महाकाव्ये यांच्यावर आधारलेले साहित्य व पंडिती वळणाच्या भाषेतील साहित्य थोड्याफार प्रमाणात सुरूच होते. याचवेळी भारतीय अवैदिक परंपरेतील जैन धर्म व त्यांचे साहित्य यांची परंपराही सुरू असल्याचे दिसते. प्रसिद्धीपासून व प्रकाशनापासून दूर असलेले हे साहित्य जैन धर्म व तत्त्वज्ञान यांमध्ये मती व गती असलेले काही सर्जनशील कवी-लेखक आपल्या सर्जनशील कृती निर्माण करीत होते. १९ व्या शतकाच्या पूर्वार्धात काही सर्जनशील जैन कवी आपल्या लेखनातून अभिव्यक्त होत होते. पण जैन धर्मीयांच्या परंपरावादी दृष्टिकोणामुळे या काळात हे साहित्य मुद्रणकलेच्या मात्र सान्निध्यात आले नव्हते. त्यामुळे मठा-मंदिरांमध्ये राहून काही जैन विद्वान हस्तलेखन व पुनर्लेखन करीत होते. १९ व्या शतकाच्या उत्तरार्धात मात्र १८८५ साली सुरू झालेल्या 'जैनबोधक' या नियतकालिकापासून जैन साहित्याच्या मुद्रणाची परंपरा दिसून येते.

१९ व्या शतकातील १८५० पर्यंतच्या जैन कवींचा व त्यांच्या साहित्याचा त्रोटक परिचय डॉ. सुभाषचंद्र अक्कोळे यांनी आपल्या 'प्राचीन मराठी जैन साहित्य' या प्रबंधात दिला आहे. त्यांनी १८५० च्या दरम्यान विद्यमान असलेल्या ठकाप्पा (गिरिसुत), तुकजी व राया या तीन ग्रंथकारांची माहिती दिली आहे. विद्याधर जोहरापूरकर यांनीही 'मराठी जैन साहित्य का इतिहास' या ग्रंथात प्रारंभापासून २० व्या शतकापर्यंतच्या जैन साहित्यिकांची यादी व त्यांचे ग्रंथकर्तृत्व

सांगितले आहे. याखेरीज आणखीही काही जैन ग्रंथकार १९ व्या शतकात ग्रंथरचना करीत होते.

१९ व्या शतकातील राजकीय व सामाजिक परिस्थिती आणि एकंदरीतच भारतीय संक्रमणाच्या या काळात साहित्य आणि कलाक्षेत्राचे स्वरूपही संमिश्रस्वरूपीच होते. भाषांतरयुग, मुद्रणकला, नवी शैक्षणिक पार्श्वभूमी या सर्व प्रक्रियेत धर्मग्रंथांची अवस्था काय होती हेही या काळातील ग्रंथरचना पाहिल्यास लक्षात येते. ब्रह्म महतिसागर, कवींद्रसेवक व भट्टारक परंपरेच्या प्रभावाचा काळ यावेळी जैन साहित्यावर स्पष्टपणे परिलक्षित होतो. दिगंबर मुनींची परंपरा खंडित झाल्याने भट्टारक पीठे आणि त्या अनुषंगाने आचरण करणारे जैन गृहस्थ-श्रावक यांनी या काळात आपल्या परीने साहित्यरचना सुरू ठेवली होती. १९ व्या शतकात मुद्रणकलेचा शोध लागला असला तरी जैन साहित्यात पारंपरिक रचनाच सुरू होत्या. बहुतेक मठ-मंदिरांमध्ये ब्राह्मण लिपिकांकरवी प्राचीन ग्रंथ नकलण्याचे कार्य सुरूच होते. फलटण, सोलापूर, कारंजा, शिरड शहापूर, अचलपूर वगैरे ठिकाणी हे ग्रंथ नकलण्याचे कार्य सुरू होते. ग्रंथांचे मुद्रण करणे म्हणजे त्यात हिंसा होते. ग्रंथांचे पावित्र्य नष्ट होते. हिंसा करणाऱ्या लोकांच्या हाती मुद्रणाचे काम देण्यामुळे धर्म भ्रष्ट होतो, त्यामुळे तसे करणे धर्मविरोधी आहे, या आणि अशा समजुतींमुळे जैन ग्रंथांचे मुद्रण होत नव्हते. उर्वरित महाराष्ट्रामध्ये मुद्रणकला आणि मुद्रित ग्रंथांची निर्मिती होऊन शतक उलटले तरी जैन ग्रंथांची मुद्रितावस्था बाल्यावस्थेतच होती. या पार्श्वभूमीवर १८८० चा काळ हा जैन ग्रंथांच्या मुद्रणावस्थेचा प्रारंभिक काल असल्याचा दिसतो. १८५० च्या दरम्यानहिराचंद अमोलिख या कवीनंतर झालेल्या रचना ह्या मुद्रित रचना असाव्यात.

इ. स. १८८६ साली 'जैन धर्मप्रकाश'या ग्रंथाच्या प्रस्तावनेत शामराव व्यंकाप्पा लक्षापती यांनी आपण जैन ग्रंथ मुद्रित करीत आहोत यासंबंधी म्हणतात की, ''ऐलीकडे देशोदेशी छापखाने झाल्यापासून जिकडे तिकडे बहुतेक धर्मसंबंधी पुस्तके छापून प्रसिद्ध झाली आहेत. परंतु जैन धर्माची कोठे छापलेली फारसे आढळत नाहीत. त्यामुळे जैन लोकांस त्याचे ज्ञान मिळणे कठीण पडते. याजकरिता आम्ही क्रमाक्रमाने जैन मतासंबंधी ग्रंथ कानडी, मराठी व संस्कृत वगैरे छापण्याचे योजिले आहे व आता दशधर्म, एकादशवृत्त, चिन्मयचिंतामणी व सिद्धराशी अशी चार पुस्तके छापली आहेत. तर प्रत्येक धर्माभिमानी यांनी प्रत्येक पुस्तक अवश्य संग्रही ठेवावे.'' या विवेचनावरून आपणांस जैन मुद्रित ग्रंथांची परंपरा

कशी सुरू झाली याची प्रचीती येते. याच वेळी इ. स. १८८५ साली सुरू झालेल्या 'जैनबोधक' या नियतकालिकाचे कार्यही जैनधर्मग्रंथ छापण्याच्या कामी महत्त्वाचे आहे. जैन बोधकने म्हणजे हिराचंद नेमचंद या संपादकांनी त्याकाळी धर्मग्रंथ प्रत्यक्ष छापण्याऐवजी नियतकालिकातून छापण्याविषयी केलेले धाडस महत्त्वाचे आहे.

१८५० नंतरचे मराठी जैन ग्रंथकार

'प्राचीन मराठी जैन साहित्य' या ग्रंथामध्ये सुभाषचंद्र अक्कोळे यांनी गिरिसुत उर्फ ठकाप्पा हा कवी मध्ययुगातील शेवटचा कवी मानला आहे. 'पांडवपुराण' हा त्याचा ग्रंथ कन्नड कवी नागराजेंद्र याच्या 'हरिवंश' या ग्रंथाच्या आधारे ३२ अध्यायांमध्ये रचल्याचे त्यांनी सांगितले आहे. शके १७७२ म्हणजे इ. स. १८५० साली त्याने हा ग्रंथ पूर्ण केल्याचे सांगितले आहे.

विद्याधर जोहरापूरकर यांनी अक्कोळे यांच्या पुढे जाऊन १९ व्या शतकातील व २० शतकाच्या पूर्वार्धातील काही जैन कवी व लेखकांची माहिती त्रोटक पद्धतीने दिली आहे. 'जैन साहित्य का बृहद् इतिहास' या ग्रंथात तुकजी आणि राया या दोन ग्रंथकारांचा उल्लेख १८५० पर्यंतच्या साहित्यिकांमध्ये केला आहे. डॉ. अक्कोळे आणि डॉ. जोहरापूरकर या दोघांनीही अन्य काही कवींचा व लेखकांचा उल्लेख १८ व्या शतकातील कवी म्हणून केला आहे. परंतु त्यांच्याविषयीचा निश्चित कालखंड मात्र ते सांगू शकले नाहीत. अशा कवी-लेखकांमध्ये नीबा, सोमवंशी, तुकजी, राया, कवींद्रसेवक, बोप, देवेंद्रकीर्तिशिष्य व इतर काही कवींची माहिती दिली आहे. काही ग्रंथकर्त्यांची नावे नसलेल्या ग्रंथांचा उल्लेखही त्यांनी केला आहे.

अक्कोळे व जोहरापूरकर यांच्या संशोधनातून सुटलेले काही कवी व लेखक १९ व्या शतकाच्या उत्तरार्धात आपणांस पाहावयास मिळतात. त्यांचा परिचय पुढीलप्रमाणे देता येईल -

धरणाप्पा कळंत्रे

या कवीचा एक ग्रंथ माणगाव जि. कोल्हापूर येथील जैन मंदिरात हस्तलिखित स्वरूपात पाहावयास मिळाला. 'जंबूस्वामी चरित्र'या नावाने असलेला हा ग्रंथ इ. स. १८४४ साली लिहिल्याचे कवी सांगतो. या ग्रंथात जंबूस्वामींची कथा येते. या ग्रंथात कवीने आपली परंपरा जिनसेनाचार्य-विद्यासागर-बृहस्पती मुनी-

भट्टारक सकलकीर्ती अशी सांगितली आहे. पण हे सर्व कवी धरणाप्पाशी साक्षात संबंध नसलेले आहेत. हे प्रस्तुत कवीचे पूर्वाचार्य आहेत. त्यांच्या ग्रंथांचा मागोवा घेत घेतच धरणाप्पाने आपली रचना पूर्ण केली आहे. ओवी छंदात ११ अध्याय व ३११५ ओवीसंख्या असलेला हा ग्रंथ आहे. मूळ संस्कृत ग्रंथातील श्लोकही समाविष्ट केले आहेत. मूळ कथानकाचा क्रम, संदर्भ लावण्यासाठीचा हा प्रयत्न असावा. मूळ ग्रंथ आचार्य सकलकीर्ती या १४ शतकातील आचार्य भट्टारकांचा आहे, त्याचा हा ग्रंथ स्वैर काव्यानुवाद आहे. हा अनुवाद ग्रंथ असला तरी मूळ ग्रंथातील सौंदर्याला कुठेही बाधा न येऊ देता अत्यंत रसाळपणे झालेला हा अनुवाद आहे. या ग्रंथामध्ये चरित्र, काव्य आणि तत्त्वज्ञान यांचा सुरेख संगम आहे.

हिराचंद अमोलिख

देवेंद्रकीर्ती यांचे शिष्य ब्रह्म महतिसागर यांचे शिष्य असल्याचे सांगणारे हिराचंद अमोलिख यांचा महत्त्वाचे सर्जनशील कवी म्हणून उल्लेख करता येईल. 'नळचरित्र' व 'जैन रामायण'या हिराचंद अमोलिख यांच्या साहित्यिक दृष्ट्या महत्त्वपूर्ण रचना आहेत. यांपैकी 'नळचरित्र कथा' रघुनाथपंडिताच्या नल चरित्रा सारखाच नितांत रमणीय अशी काव्यरचना आहे. मूळ नलकथेला जैन दृष्टिकोणातून प्रस्तुत करण्याचे कवीचे कौशल्य अत्यंत महत्त्वाचे आहे. कवीने ही रचना इ. स. १८५६ मध्ये पूर्ण केली आहे. ग्रंथसमाप्तीचा काल कवीने याप्रमाणे सांगितला आहे –

शके सप्तदशानी। मुनि वसु संवत्सराणि नळनामे।
भाद्रपद सित चतुर्दशी। मंददिनी पूर्ण ग्रंथ नळनामे।।

त्यानंतर कवीने ग्रंथाची फलश्रुती सांगितली आहे. 'श्री कर्णामृतपुराण'या कथेच्या आधारे प्रस्तुत नलचरित्र लिहिले असल्याचे कवीने नमूद केले आहे. नलाची ही कथा शेवटी जैन तत्त्वज्ञानाच्या विजयाची कथा बनते. शृंगारकथेस जैन धर्मानुसार शांत वीतराग रसामध्ये परिवर्तित करण्याची कवीची हातोटी खरोखरच विलक्षण आहे. शांतरसाचा परिपोष करावयाचा असूनही मूळ कथेतील शृंगार रसाचा परिपोषही कवीने अत्यंत प्रभावी रीतीने केला आहे. कथावर्णनाबरोबरच सुभाषितांची पखरण, उपमा, रूपक, दृष्टांतादी अलंकार, आर्या, साकी, दिंडी, श्लोक वगैरे अनेक वृत्तांचा व छंदांचा रसानुपोषी वापर, त्याचबरोबर रागानुकूल पदरचना यामुळे हे काव्य केवळ काव्य न राहता एक

आनंदोत्सव बनून गेले आहे. या सर्व गोष्टींवरून कवीचा साहित्य, संगीत, कला, तत्त्वज्ञान या विषयीचा व्यासंग लक्षात येतो.

'जैन रामायण' ही आणखी एक हिराचंद अमोलिख यांची मौल्यवान रचना आहे. ३५०० ओव्यांमध्ये रचला गेलेला हा ग्रंथ इ. स. १८५० (शके १७७२) मध्ये गुढी पाडव्याच्या दिवशी पूर्ण केल्याचे कवीने नमूद करून ठेवले आहे. हा ग्रंथ मराठी-गुजराथी-हिंदी मिश्र भाषेत लिहिला असून ग्रंथामध्ये कथानकाची सलगता मात्र उत्तम रीतीने साधली गेली आहे. कथानकामध्ये कुठेही विस्कळितपणा जाणवत नाही. ग्रंथ असून द्रुतावलंबित मराठी ओवीबद्ध असला तरी हिंदीतील दोहरा, छप्पय, सवैया वगैरे छंदाबरोबरच संस्कृतातील नाराच, वसंततिलका, द्रुतावलंबित, आर्या, मालिनी, इंद्रवज्रा, शार्दूलविक्रीडित, श्लोक वगैरे छंदांचाही कवीने उत्तम रीतीने उपयोग केला आहे. त्यावरून कवीचे छंदज्ञान किती परिपूर्ण होते याची कल्पना येते. मराठी भाषेमध्ये अशा प्रकारे अनेक भाषांतील छंदाची रचना एकत्रितपणे करणारा व त्याद्वारे आपले कवित्व सिद्ध करणारा हा कवी खरोखर दुर्मिळच म्हणावा लागेल. आधुनिक मराठी साहित्यात काव्यरचना करणारा परंतु आपल्या पारंपरिक व वैविध्यपूर्ण रचनाकौशल्याने वैशिष्ट्यपूर्ण लेखन करणारा हा विलक्षण कवी आहे.

हिराचंद अमोलिख याची 'पंचपूजा' ही रचना पूजापाठ रचना असून जैन समाजात ही अत्यंत प्रसिद्ध आहे. अजूनही पूजाप्रसंगी या पूजांचा पाठ केला जातो.

हिराचंद अमोलिख यांच्या नावावर 'आदित्यवार कथा' ही एक रचना आढळते. ह्या रचनेतून रविवार व्रताची कथा व त्या व्रताचे माहात्म्य वर्णिले गेले आहे. कवीने ही रचना 'शके सप्तदशाणि बरवे रौद्राख्य संवत्सरी' पूर्ण केली आहे. यात व्रताचा विधी पद्यमय मराठीत लिहिला आहे.

आण्णाप्पा आप्पा वाडकर

इ. स. १८८३ साली प्रकाशित झालेले 'श्रीपालचरित' हे कथाकाव्य मराठी जैन साहित्यातील पहिले मुद्रित पुस्तक असावे. जैन ग्रंथ मुद्रित करणे हे ज्या काळात अपवित्र मानले जात होते त्या काळात हे पुस्तक छापले गेले. इंडियन प्रिंटिंग प्रेस, मुंबई यांनी छापलेले व नागेश रघुनाथ दीक्षित यांनी प्रकाशित केलेले हे पुस्तक आहे. मूळचे अर्धमागधी भाषेतील हे चरितकाव्य जैन परंपरेत

प्रसिद्ध आहे. कर्मसिद्धांत व जैन धर्मावरील श्रद्धा हा या कथेचा विषय आहे. 'निर्मल जैन धर्म पाळुनिया जावे सद्गतिचिये घरी' अशी श्रद्धा यात सांगितली आहे. काव्यरचनेचे अनेक प्रकार या काव्यात आले असल्याने कवी संस्कृत साहित्याचा गाढा अभ्यासक असावा. श्लोकबद्ध रचनेपासून ओवी रचनेपर्यंतचे अनेक प्रकार या काव्यात हाताळले गेले आहेत. काव्यात कलात्मकता, शब्दसौष्ठव, छंद, वृत्त, आलंकारिकता यांची प्रचुरता दिसून येते. या ग्रंथाच्या शेवटी 'जैनधर्मावरील निबंध' हा निबंध अत्यंत महत्त्वपूर्ण असा वैचारिक निबंध असून श्रीपाल राजाच्या पौराणिक कथेपेक्षा समकालीन जैन धर्माच्या वास्तवावर आधारलेला हा निबंध आहे. कामेरी (जि. सांगली) येथे हा ग्रंथ लिहिला गेला आहे.

भाऊ बाबाजी लट्ठे (कुरुंदवाड)

समंतभद्र स्वामी विरचित 'रत्नकरंड श्रावकाचार'या संस्कृत ग्रंथाच्या १४४ श्लोकांवरील मराठी अर्थाची टीका लट्ठे यांनी लिहिली आहे. प्रस्तुत ग्रंथाची १८८५ साली छापलेली दुसरी आवृत्ती आम्हांस मिळाली असून सदर ग्रंथाच्या चार अन्य आवृत्त्या प्रकाशकांनी प्रकाशित केल्या आहेत. यावरून या पुस्तकाची मुद्रित प्रत १८८० च्या सुमारास असण्याची शक्यता आहे. दक्षिण महाराष्ट्र जैन सभा या संस्थेने छापलेले हे पहिले पुस्तक आहे. या ग्रंथात सम्यग्दर्शनाची आठ अंगे, सम्यग्दर्शनाचा महिमा, चार

अनुयोग, अणुव्रते, शिक्षाव्रते, उपवास दिवस, सल्लेखना व श्रावकप्रतिमा या विषयांचे वर्णन आलेले आहे. या पुस्तकाच्या आधारानेच अष्टांग कथा लिहिल्याचे जाणवते. श्रावकाच्या आचारविषयक हा ग्रंथ आहे.

शामराव व्यंकाप्पा लक्षापती

महाराष्ट्रात जैन धर्मीयांमध्ये ग्रंथमुद्रणाची परंपरा १८८० च्या सुमारास सुरू झाली. दक्षिण महाराष्ट्रामध्ये सोलापूरहून 'जैनबोधक' हे नियतकालिक १८८५ साली सुरू झाले. जैनबोधकचे पहिले संपादक हिराचंद नेमचंद यांनी काही जैन ग्रंथांचे मुद्रण 'जैनबोधक'मधून सुरू केले होते. याच सुमारास बेळगावात राहणाऱ्या मराठी जैन समूहाकडूनही जैन धर्मग्रंथांचे मुद्रण सुरू झाल्याचे दिसते. यामध्ये प्रामुख्याने शामराव लक्षापती यांचे नाव घेता येईल. शामराव लक्षापती उर्फ शांतिसागर स्वामी या नावाने त्यांनी अनेक पुस्तके छापली. त्यांपैकी उपलब्ध ग्रंथांमध्ये 'जैन धर्मप्रकाश' हा ग्रंथ १८८६ साली आबाजी रामचंद्र सावंत यांच्या

रामतत्त्वप्रकाश छापखान्यात छापला आहे. हा लेखक उगार या गावचा असावा असे वाटते. कारण त्याने एके ठिकाणी 'कृष्णे तटाकी असे येक गाव। सर्व बोलती त्यासी ऊगार गाव ।। त्या गावाचा प्रभु हो नेमिनाथ। तया मागत्या देतेही संचितार्थ ।।' असा उल्लेख सापडतो. उक्त 'जैन धर्मप्रकाश' या ग्रंथामध्ये दशधर्मांची माहिती, एकादश व्रत, सिद्धराशी, चिन्मयचिंतामणी अशा प्रकरणांतून दशधर्म व व्रतराशी यांची चर्चा केली आहे. शेवटचे 'चिन्मयचिंतामणी' हे प्रकरण महत्त्वाचे आहे. आचार्य कुंदकुंदांनी केलेला बोध त्यांचा शिष्य कल्याणकीर्ती (पान ७६) याने कर्नाटक भाषेत सोप्या भाषेत लिहिला आहे. या ग्रंथातील अनुप्रेक्षा सांगून चिन्मयचिंतामणी ही सुंदर रचना केली आहे. यामध्ये गेय स्वरूपात धर्म, आत्मा, आत्मचिंतन याचे विवेचन केले आहे. हा ग्रंथ बेळगाव जिल्ह्यातील उगार या गावी नेमिनाथ मंदिरात पूर्ण केल्याचे कवी सांगतो.

शंकर मोरो रानडे

'नाट्यकथार्णव' मासिकातून प्रकाशित झालेली व पुढे १८९० साली पुस्तकरूपाने प्रकाशित झालेली 'शिलादित्य' ही कादंबरी रानडे यांनी लिहिली आहे. ही कांदबरी जैन तत्त्वज्ञानाचा पुरस्कार करणारी आहे. कादंबरीलेखनाची प्रक्रिया सुरू असतानाच शंकर मोरो रानडे यांचा मृत्यू झाला. पुढे खाडिलकरांनी हे पुस्तक पूर्ण केले व त्यासाठी लोकमान्य टिळकांनी मदत केली असल्याचे सांगितले जाते. या कादंबरीत जैन व बौद्ध यांची, श्रमणसंस्कृती आणि वैदिक संस्कृती यांच्यातील संघर्ष चित्रित झाला आहे. १९ व्या शतकाच्या अखेरीस ऐतिहासिक कादंबऱ्यांच्या प्रवाहात नोंद घ्यावी असा वेगळा विषय मांडणारी ही कादंबरी आहे.

देवचंद माणिकचंद

१९ व्या शतकाच्या अखेरीस बार्शीचे देवचंद माणिकचंद याचे योगदानही महत्त्वाचे आहे. संस्कृत व गुजराथी भाषेतील पंचस्तोत्ररचना मराठीत भाषांतरित करून त्या १८९१ साली प्रकाशित करण्याचे श्रेय देवचंद माणिकचंद यांना द्यावे लागेल. एका विद्वान मित्राकरवी या स्तोत्राचे मराठीत भाषांतर करवून घेतल्याचे प्रस्तावनेत सांगितले आहे. या स्तोत्रसंग्रहामध्ये जैन धर्मीयांमध्ये अत्यंत प्रसिद्ध अशा भक्तामरस्तोत्र, विषापहारस्तोत्र, एकीभावस्तोत्र, भूपालस्तोत्र इ. स्तोत्रे मराठीत भाषांतरित केली गेली आहेत. ग्रंथाच्या भाषांतरापूर्वी रचनाकाराने संदर्भ

ग्रंथ व मूळ संस्कृत, गुजराथी, प्राकृत भाषांमधील ग्रंथांचे कष्टपूर्वक केलेले संकलन महत्त्वाचे आहे.

शिवदास गिरिधर कोळेकर

शिवदास गिरिधर कोळेकर यांनी इ. स. १८९३ साली लिहिलेली 'दिगंबरी धर्मातील भक्तामर स्तोत्रावर प्राकृत टीका'या नावाची महाराष्ट्री टीका उपलब्ध आहे. हा ग्रंथ दिगंबरी लोकांकरिता का छापला याचे स्पष्टीकरण देताना सांगितले आहे की, श्वेतांबर संप्रदायातील लोक भक्तामर स्तोत्राच्या ४८ श्लोकांपैकी श्लोक क्र. ३१ ते ३४ हे चार श्लोक वगळून स्तोत्रपठन करतात. पण आपण मात्र समस्त ४८ श्लोकांचा अर्थ न बदलता ही मराठी टीका लिहिली असल्याचे सांगतो. या स्तोत्ररचनेचे महत्त्व सांगताना आपण आपला मृत्यू देखील दूर हटविला असे लेखकाने सांगितले आहे. तसेच आपण हा ग्रंथ सोलापुरी पूर्ण केला असल्याचे नमूद केले आहे. कोळेकरांनी हा ग्रंथ साध्या, सोप्या मराठी भाषेत लिहिला आहे.

नेमचंद नारायण चवडे

वर्धा जि. नागपूर या परिसरातही जैनधर्मीयांची साहित्यसाधना सुरू होती हे वर्धास्थित चवडे बंधूंच्या त्या काळातील कार्यावरून लक्षात येते. १९ व्या शतकाच्या अखेरीस 'जैन सुधारक छापखाना, वर्धा' या मुद्रणसंस्थेद्वारे अनेक ग्रंथ छापले. मराटी जैन साहित्याच्या समृद्धीमध्ये नेमचंद नारायण चवडे, गणपत नारायण चवडे व जिनदास चवडे या बंधूंचे कार्य अत्यंत महत्त्वाचे आहे. यांपैकी नेमचंद चवडे यांच्या नावावर काही महत्त्वाच्या रचना व ग्रंथ आढळतात.

नेमचंद नारायण चवडे यांनी १८९२ साली यादवेंद्र छापखाना, नागपूर येथून 'जैनोपदेशी संगीत पद्यावली' नावाचे पहिले पुस्तक छापल्याचे दिसून येते. संगीत रूपात रोजच्या जिनभक्तीसाठी व त्याकाळी श्रावकांना संगीत पदांची अभिरुची लागल्यामुळे ही रचना केली असल्याचे कवी सांगतो. उपासना, प्रापंचिक उपदेश, जिनगुणस्तुती, बऱ्या-वाईटातला फरक, जीवदुर्गती, जैनधर्म, सिद्धक्षेत्रे, जिननाममाहात्म्य वगैरे विषयांवर नेमचंद चवडे यांनी आपल्या रचना केल्या असून साक्या, दिंड्या, गझला, कटाव या पारंपरिक काव्यरूपांमध्ये कवीने ही पदे रचलेली आहेत. या पुस्तकाच्या दोन दोन आवृत्त्याही निघाल्या आहेत. त्यांच्याच समकालीन असलेले अनंतराज पांगळ यांच्याही रचना दुसऱ्या

आवृत्तीत समाविष्ट केल्या आहेत.

नेमचंद चवडे यांच्या नावावर 'शिखर माहात्म्य'ही दुसरी रचना आढळते. १८९३ साली छापलेल्या या पुस्तकात जैन धर्मीयांचे अत्यंत पावनतीर्थ श्री सम्मेद शिखरजीचे माहात्म्य सांगितले आहे. जे शिखरजीची यात्रा व पूजा करतात त्यांना त्याचे सर्वोत्तम फळ मिळते असे या पुस्तकात वर्णन केले आहे. या पुस्तकात तीन कोठ्या व चोवीस तीर्थंकरांविषयीची माहितीही मिळते. इतर जैन ग्रंथांप्रमाणेच भ. महावीरांच्या समवसरणात श्रेणिक राजाला उपदेश प्राप्त होतो. स्थलमाहात्म्य, मोक्षस्थाने, जन्मस्थाने, भविष्य यांविषयी उपदेश व फलप्राप्ती अशी या पद्यकथेची रचना आहे. शार्दूलविक्रीडित, ओव्या, साकी अशा छंदांमध्ये या रचना असून ब्रह्मदासजी यांच्या हिंदी रचनेच्या आधारे ही रचना झाल्याचे दिसते.

प्राचीन ग्रंथांतील तत्त्वज्ञानाचा सारासार घेऊन जैन विद्यार्थ्यांना शिकण्यासाठी नेमचंद चवडे यांनी 'जैन धर्मामृतसार भाग १ व २' या ग्रंथांची रचना १८९३ साली केल्याचे दिसते. स्वधर्मबोध होण्यासाठी समंजसता, चर्चा, धर्म, विवाद, सामायिक, व्रतादिकांचे आचरण, श्रावकांना आचरणाविषयी व विद्यार्थ्यांना धर्माविषयी बोध देण्यासाठी या ग्रंथाची रचना झालेली आहे. हा ग्रंथ 'जगदेच्छुक छापखाना, वर्धा' येथे मुद्रित झाला आहे. या ग्रंथामध्ये जैन तत्त्वज्ञान नेमक्या शब्दांतून लहान लहान वाक्यांतून सोप्या भाषेत सांगितले आहे.

नेमचंद चवडे यांच्या आणखी वैशिष्ट्यपूर्ण रचना म्हणजे त्यांनी रचलेली नाटके. 'संगीत सुशील मनोरमा नाटक'हे मराठी जैन साहित्यातील पहिलेच नाटक असावे. संगीत नाटकांच्या सुवर्णकालात नाटकांच्या माध्यमातून लोकांपर्यंत जैन तत्त्वज्ञान पोहोचविण्याचे महत्त्वपूर्ण कार्य चवडे बंधूंनी केले. जैन तत्त्वज्ञानामध्ये शील, पातिव्रत्य, सत्य या गोष्टींचे अत्यंत महत्त्व सांगितले आहे. संकटातून सुटका व शीलाचा प्रभाव असे या नाटकाच्या कथानकाचे मध्यवर्ती सूत्र आहे. तत्कालीन संगीत नाटकांमध्ये संगीतमय पदे उत्कृष्टपणे संवादात गुंफून गद्य-पद्यमय नाटकांची रचना होत होती. या नाटकामध्ये रचना, कथानक, पात्रे, प्रसंग यांचा मेळ उत्कृष्ट रीतीने साधला आहे.

नेमचंद चवडे यांच्या नावावर 'संगीत पंचकल्याणक पूजा'असा आणखी एक ग्रंथ आढळतो. १९०९ साली छापलेल्या या ग्रंथामध्ये तीर्थंकरांच्या गर्भ, जन्म, दीक्षा, ज्ञान व मोक्ष अशा पाच कल्याणकारी घटनांच्या पूजाप्रसंगी करण्याचा विधीचे निरूपण करणारे हे काव्य आहे. यामध्ये कल्याणकवर्णन,

पूजाविधान, जिनस्तुती वगैरे काव्यविषय आहेत. अनेक वृत्तांमध्ये व छंदांमध्ये ही रचना असल्याने ती गेय बनली आहे. या गीतामध्ये पदविन्यास, नादात्मकता, लयबद्धता वगैरे गुणांचा उत्तम रीतीने समावेश झालेला आहे. काव्य, भक्ती, जैनविधी, सामाजिक रीती वगैरेंचा सुंदर संगम या ग्रंथातून दिसून येतो.

वहालचंद कस्तुरचंद गांधी (धाराशिवकर)

'पद्मनंदी पंचविंशति' हा जैन साहित्यातील एक अत्यंत महत्त्वाचा आचारविषयक ग्रंथ आहे. या ग्रंथाचे मराठीत पद्यरूपाने भाषांतर करून मराठी व हिंदी अर्थासह व स्पष्टीकरणासह लिहून प्रकाशित करण्याचे महत्कार्य वहालचंद गांधी यांनी केले आहे. यतिआचारापासून ब्रह्मचर्यपालनापर्यंत २५ विषय यामध्ये असून साधू व गृहस्थ यांच्या आचाराबरोबरच जैन तत्त्वज्ञानाची चर्चा या ग्रंथात काव्यमय पद्धतीने मराठीतून अत्यंत सोप्या व सुबोध भाषेमध्ये या ग्रंथाने केले आहे. ग्रंथकाराने उपमा, रूपक, दृष्टांत आदी अलंकारांच्या सहाय्याने जैन तत्त्वज्ञानाची पेरणी केली आहे. त्यामुळे काव्य आणि तत्त्वज्ञान यांचा मिलाफ या ग्रंथात पद्धतशीरपणे झालेला आढळतो. पंचवीस विषयांच्या आश्रयाने आचार्य पद्मनंदी यांनी या ग्रंथाची रचना केली असल्याने ग्रंथाचे नाव 'पद्मनंदी पंचविंशति' असे आहे.

दादा आण्णा घोदे (कुंभोज)

घोदे यांच्या नावावर 'जैन पद्यावली'नावाची एक रचना मिळते. आधुनिक मराठी जैन साहित्यातील ही प्रारंभिक रचना आहे. ओवी आणि अभंग छंदांमध्ये ही रचना असून यामध्ये ४ रचना ओवी छंदात व २४ रचना अभंग छंदात आहेत. जन्म, जरा, मृत्यू, व्याधी, पंचेंद्रिये इ. सांसारिक अनुभवांवर आधारित अशा या रचना आहेत.

घोदे यांच्या नावावर 'स्तोत्रसंग्रह' या नावाने आणखी एक रचना मिळते. मात्र मूळची स्तोत्रे कुणाची आहेत हे समजायला मार्ग नाही. संस्कृत स्तोत्रांचे मराठी भाषांतर असे या ग्रंथाचे स्वरूप आहे. सुभाषितावली, कटाव, चोवीस तीर्थंकर स्तुती, गुरुस्तुती, बाहुबली गीत असे या पुस्तकाचे स्वरूप आहे.

स्वतः कोणतेही लेखन केले नसले तरी काही महत्त्वाच्या रचना पुन्हा प्रकाशित करण्याचे कार्य घोदे यांनी केले आहे. यांपैकी महत्त्वाचे पुस्तक म्हणजे १९२७ प्रकाशित केलेले जोशीकृत मराठी 'पंचस्तोत्र' हे पुस्तक होय. जोशी

यांच्याविषयी काही विशेष माहिती मिळत नाही, पण त्यांच्या नावावर ही मराठी पंचस्तोत्रांची रचना आढळते. भक्तामर, कल्याणमंदिर, विषापहार, एकीभाव व भूपाल अशी ही पाच स्तोत्रे आहेत. ही पंचस्तोत्रे म्हणजे उत्कट भक्तिभावनेचा आविष्कार आहे.

पंचस्तोत्राप्रमाणेच भट्टाकलंक स्वामीकृत 'रत्नत्रसारा'वर पायसागर आकोळकर महाराज यांनी केलेली टीकाही घोदे यांनी प्रकाशित केली आहे. रत्नत्रयसार हा मुळातच तत्त्वज्ञान-न्यायग्रंथ आहे. या ग्रंथावर पायसागर महाराज यांनी मराठीतून टीकानुवाद केला आहे. या टीकेत मंगलाचरण, नास्तिक कल्पनेचा परिहार, नरकगती, तिर्यंचगती, सृष्टी, अधर्मद्रव्य, धर्मद्रव्य, अजीवतत्त्व, पुद्गल, मोहनीयकर्मास्रव, निर्जरा, ज्ञानावरण, दर्शनावरण, नाम, गोत्र ही कर्मे, संवर, निर्जरा, मोक्ष वगैरे तत्त्वांचे स्वरूप, द्वीपरचना, जंबूद्वीप, दोष अशा तत्त्वज्ञानातील अनेक संकल्पनांचे विश्लेषण व स्पष्टीकरण केले आहे. हा ग्रंथ मुख्यतः दोन भागांमध्ये विभाजित असून पहिल्या भागात मुख्य तत्त्वांचे विवेचन आहे, तर दुसऱ्या भागात इंद्रियें, आत्मा, सामायिक, प्रतिक्रमण, आचरणविषयक नियमांचे विश्लेषण, मुमुक्षूंचे आचरण, ब्रह्मचर्य इत्यादी अनेक लहानसहान गोष्टींचे व आचरणतत्त्वांचे विवेचन आहे. घोदे हे स्वतः जैन धर्म व तत्त्वज्ञानाचे उत्तम अभ्यासक असावेत, असे या प्रकाशनांवरून दिसते. हे दोन्ही ग्रंथ १९३० साली प्रकाशित झाले आहेत.

कल्लाप्पा भरमाप्पा निटवे

'जैनबोधक' चे दुसरे संपादक, जैनेंद्र छापखाना, नांदणी व नंतर कोल्हापूर प्रेस, कोल्हापूरचे संस्थापक, कोल्हापूर जिल्ह्यातील व पश्चिम महाराष्ट्रात जैन साहित्याला पुन्हा उभारी देणारे जैन साहित्याचे प्रवर्तक म्हणून निटवे शास्त्री यांचे कार्य महत्त्वाचे आहे. निटवे यांनी स्वतः सर्जनशील लेखन फारसे केले नसले तरी ग्रंथांचे मुद्रण, पुनःसंपादन व पुनर्मुद्रणाचे महत्कार्य त्यांनी केले आहे. निटवे शास्त्री यांनी १८९८ मध्ये जैन बोधकचे संपादकत्व स्वीकारले आणि या पत्रिकेमधून अनेक ग्रंथांचे मराठी अनुवाद व मराठी ग्रंथ छापले. त्यानंतर ते पुन्हा ग्रंथरूपाने प्रकाशित केले. १८९९ साली त्यांनी 'प्रश्नोत्तरमाणिक्यमाला' हा पहिला ग्रंथ नांदणी येथे छापला. या ग्रंथातून मुनी व श्रावक यांना आचरणविषयक बोध दिला गेला आहे. सत्कृत्ये, सद्धर्म, नैतिक आचरण, अहिंसा, मद्यपाननिषेध, मिथ्याभिमान, सम्यक्त्व इत्यादी गोष्टींची चर्चा या ग्रंथात आली आहे. मूडबिद्री

येथील दुर्मिळ सिद्धांत ग्रंथाच्या अनुवादाचा प्रकल्प यातून हा ग्रंथ छापला आहे. हाच ग्रंथ पुढे जयकीर्ती महाराजांनी प्रश्नोत्तर स्वरूपात छापला आहे.

याच वर्षी निटवे यांनी 'अकलंकस्तोत्र' नावाचे पुस्तकही छापले आहे. या पुस्तकात निटवे यांनी अकलंकांची कथा मराठी भाषेतून लिहिली आहे. यामध्ये अकलंक व निष्कलंक या बंधूंच्या जैन धर्मासाठीच्या त्यागाची कथा आलेली आहे. सोलापूर येथील नाथा रंगजी यांच्या आज्ञेवरून हा ग्रंथ छापला आहे.

त्यानंतर कल्लाप्पा निटवे यांनी १९०३ साली 'अनंतव्रतकथा' हे एक कथाकाव्य प्रकाशित केले. शके १६५३ (इ. स. १७३१) मध्ये जिनसागर यांनी लिहिलेले हे कथाकाव्य कल्लाप्पा निटवे यांनी पुन्हा प्रकाशित केले आहे. अनंत व्रताची कथा निरूपित करणारा हा ग्रंथ काव्यरूपात लिहिला गेला आहे.

निटवे यांनी 'दरिद्री हलिक शेतकऱ्याची कथा उर्फ नैवेद्यपूजेचा महिमा' सांगण्यासाठी व जिनधर्मावरील श्रद्धा दृढ करण्यासाठी एका पौराणिक कथेच्या आधारे ही व्रतकथा मराठी भाषेत लिहिली आहे.

'सागारधर्मामृत' या ग्रंथावर केलेली मराठी टीका हे निटवे शास्त्री यांचे एक महत्त्वाचे कार्य आहे. पं. आशाधर यांनी 'धर्मामृत'नावाचा एक बृहत्काय आचारग्रंथ लिहिला. अनगार (मुनी) व सागार (गृहस्थ) यांच्या आचारास अनुलक्षून याचे दोन खंड क्रमशः 'अनगारधर्मामृत'व 'सागारधर्मामृत'या नावाने आहेत. त्यांपैकी 'सागारधर्मामृत' मध्ये सम्यग्दृष्टी श्रावकांना आचरण करण्यासाठी आचारधर्माचे निरूपण यात केले गेले आहे. या ग्रंथाचे ७० अध्याय असून प्रत्येक अध्यायात ७० ते ८० श्लोक आहेत. निटवे शास्त्री यांनी या श्लोकांवर मराठी भाष्य या ग्रंथात लिहिले आहे. हा जैन तत्त्वज्ञान व आचारविषयक ग्रंथ असून विवेचनाच्या सशक्ततेसाठी उदाहरणे, दाखले, दृष्टांत यांचा भरपूर वापर केला गेला आहे. जैन तत्त्वज्ञान व आचार सोपा करून सांगण्याच्या दृष्टीने ही सुबोध व अर्थपूर्ण टीका आहे.

याखेरीज निटवे शास्त्रींनी सम्यक्त्व दृढ करणाऱ्या काही कथा 'सम्यक्त्वकौमुदी' नावाचा ग्रंथलिहिला असून सुभाषित व त्याचा अर्थ समजावून सांगण्यासाठी नीतिकथा असे या ग्रंथाचे स्वरूप आहे. नीती व सत्य पटवून देण्यासाठी प्राणी, पशू, पक्षी, मनुष्ये यांना आधार बनवून या कथा लिहिल्या गेल्या आहेत.

यांखेरीज निटवे शास्त्रींनी आ. समंतभद्रकृत 'देवागमस्तोत्र'चे संपादन केले आहे. तसेच त्यांच्याच 'रत्नकरंड श्रावकाचार'चा मराठी पद्यानुवाद ही केला आहे. जिनसेन आचार्यांच्या 'महापुराण' या बृहत्काय पुराणग्रंथाचा मराठी अनुवादही त्यांनी केला आहे. कल्लाप्पा भरमाप्पा निटवे हे सोलापूर येथील गुरुकुलाचे विद्यार्थी होते. 'जैनबोधक' चे संपादकत्व स्वीकारल्यावर त्यांनी कोल्हापुरात येऊन तिथून त्या पत्रिकेचे संपादन व प्रकाशन सुरू केले.

गणपत नारायण चवडे

१९ व्या शतकाच्या अखेरीस वर्धा येथील चवडे बंधूंचे मराठी जैन साहित्यास मोठेच योगदान आहे. समकालीन सर्वच साहित्यप्रकारांतून जैन साहित्य मांडण्याचे कार्य त्यांनी केले आहे. कविता आणि नाटक या प्रकारांतील रचना यांच्या नावावर दिसून येतात. 'जैन संगीत पुष्प'नावाचा एक पद्यसंग्रह गणपत चवडे यांच्या नावावर उपलब्ध होतो. संगीत मनोरमा, गर्वपरिहार, संगीत नेमिनाथ-चंपावतीइ. नाटकांसाठी त्यांनी लिहिलेल्या पदांचा संग्रह प्रस्तुत पुस्तकात प्रकाशित केला आहे. तसेच त्यांनी आगामी कालामध्ये लिहिल्या जाणाऱ्या 'शिलादित्य', 'शालिवाहन' दिग्विजय या नाटकासाठीची पदेही यात संकलित केली आहेत. ठुंबरी, भैरवी, दादरा, साकी, दिंडी, लावणी अशा रचनाप्रकारांमध्ये या पद्यरचना आल्या आहेत.

चवडे यांचे नाट्यलेखन - तत्कालीन समाजाची संगीत नाटकांची अभिरुची लक्षात घेऊन गणपत नारायण चवडे यांनी नाट्यलेखन केले आहे. 'गर्वपरिहार अथवा महामुनी नंदिवर्धन संगीत नाटक', 'संगीत नेमिनाथ विवाह अथवा राजमतीविलाप', 'संगीत नेमिनाथ चंपावती', 'संगीत मनोरमा', 'शिलादित्य', शालिवाहन दिग्विजय इत्यादी नाटकांची रचना गणपत नारायण चवडे यांच्या नावावर आहे. मराठी जैन साहित्यातील नाट्यवाङ्मयाचा आद्य रचना म्हणून त्यांच्या नाटकांकडे पाहता येईल. १८८० ते १९२० या ज्या काळास मराठी नाट्याचा सुवर्णकाळ म्हटले जाते त्या काळात चवडे यांची नाट्यरचना महत्त्वपूर्ण आहे. 'गर्वपरिहार' नाटकामध्ये 'नाटकाच्या अंतर्गत नाटक' अशी रचना आहे. बाप मुलाच्या समुपदेशनासाठी हे नाटक लिहितो व समस्त जनसमूह पशु-पक्ष्यांसह नंदिवर्धनांच्या दर्शनासाठी जातात व तेथे नाटकाच्या अंतर्गत नवे कथानक सुरू होते. नंदिवर्धन राजा चरित्र व चारित्राने श्रेष्ठ दर्जाचा पुरुष आहे. या नाटकात जैन मुनीची हत्या होते व असा पुरुष पुन्हा होणे नाही हे पटवून

देण्यासाठी हे नाटक घडते. नाटकातील पदे वैविध्यपूर्ण रचनेत आली आहेत. कथानक गुंतागुंतीचे आहे. भाषा बोधप्रद असून उत्तमोत्तम वैचारिकता यातून प्रकट होते.

अशाच प्रकारचे दुसरे नाटक म्हणजे 'संगीत नेमिनाथ विवाह'हे नाटक होय. शीलवती राजमती व चारित्र्यवान विरक्त नेमिनाथ यांच्या विवाहाचे कथानक या नाटकात चित्रित झाले आहे. लग्नाच्या निमित्ताने प्राण्यांची कत्तल होणार म्हणून नेमिनाथास विरक्ती येते व ते गिरनार पर्वताकडे तपश्चर्येसाठी निघून जातात. त्यांची नियोजित वधू राजमतीही त्यांच्या पाठोपाठ विरक्तीच्या वाटेने जाते असे या नाटकाचे कथानक आहे. नाटकातील अनेक प्रसंगांमधून जैन आचार व जैन तत्त्वज्ञान यांची पेरणी केली गेली आहे. संगीतमय पद्यांची रचना व त्यांतील विविधता यांमुळे नाटककाराचे बुद्धिचातुर्य व प्रतिभा यांचे दर्शन घडते. नाटकातून जैन तत्त्वज्ञान लोकांपर्यंत पोहोचविण्याचे नाटककाराचे कौशल्य वाखणण्याजोगे आहे. नाटककाराच्या अन्य नाटकांतही अशाच प्रकारे जैन तत्त्वज्ञानाची पेरणी मोठ्या खुबीने केली गेली आहे.

फुलचंद मो. काळूसकर

हा कवी वर्धा परिसरातील असून चवडे बंधूंच्या बरोबरीने आपले लेखन करणारा कवी म्हणून याच्या रचनांकडे पाहता येईल. नाटकांतील पदांप्रमाणेच त्याकाळी जैनांचे पद्यमेळे भरत असावेत. अशा मेळ्यांसाठी लिहिलेली पदे 'जैन मेळ्याची पदे'या नावाने केळुसकरांची पदे उपलब्ध होतात. या पुस्तकाच्या प्रस्तावनेत 'जैन जनांना रंजविण्यास्तव हा सुयत्न केला आहे' असे कवीने म्हटले आहे. आचार्यांचा व तीर्थंकरांचा गौरव, अरिहंतस्तुती, जिनरूपगुणवर्णन, प्रभुभजन, संसाराची क्षणभंगुरता, जिनभक्ती, नरजन्माची महती अशा विविध विषयांवर या संग्रहातील पदे लिहिली गेली आहेत. संगीतबद्ध व चालीवर लिहिली गेलेली ही पदे जिनभक्ती व जिनाराधना यासाठी रचली गेली आहेत.

तात्या नेमिनाथ पांगळ

१९ व्या शतकातील अखेरच्या काळातील कवी म्हणून तात्या पांगळ यांचे लेखन उपलब्ध आहे. 'जैन नियम पोथी'हा एक ग्रंथ त्यांच्या नावावर आढळतो. जैन धर्मातील आचरण व नियम यांविषयी हा ग्रंथ असून सम्यक्त्वप्रतिज्ञा, अहिंसा अणुव्रत, स्थूल सत्य अणुव्रत, अचौर्य, ब्रह्मचर्य, स्थूल परिग्रहप्रमाण

अणुव्रत, स्थूल दिक्परिमाण अणुव्रत, दिशा परिमाण अणुव्रत, अनर्थदंडव्रत, स्थूल सामायिक व्रत, स्थूल प्रोषध व्रत, भोगोपभोग परिमाण व्रत इ. अनेक व्रतांची माहिती व आचरण विधी या ग्रंथात आली आहे.

अर्हद्दासकृत 'श्री कुंदकुंद यांचे चरित्र'हे तात्या पांगळ यांनी लिहिलेले चरित्र 'जैनेतिहाससार'या मासिक पुस्तकात छापले गेले होते. तेच पुस्तकरूपाने छापले आहे. इ. स. पूर्व पाचशे वर्षांपासूनची जैनांची ऐतिहासिक, धार्मिक, सांस्कृतिक माहिती सुरुवातीस संक्षिप्तरूपात मांडली आहे. तात्या पांगळ यांनी हा ग्रंथ भद्रबाहुचरित्र, ज्ञानप्रबोध संस्कृत ग्रंथ, पुण्यास्रव, पट्टावली इ. ग्रंथांच्या आधारे लिहिला असल्याचे नमूद केले आहे. इ. स. पूर्व तीन शतके व इ. स. नंतरची दोन शतके यांतील जैन धर्माची चिकित्सक माहिती या ग्रंथात स्थूल रूपाने मांडली आहे. अधून मधून तत्त्वज्ञान व आचार यांचेही चित्रण आहे.

तात्या पांगळ यांचे त्या काळातील महत्त्वाचे कार्य म्हणजे 'तीर्थंकरांची चरित्रे' हा ग्रंथ होय. या ग्रंथामध्ये सर्वच २४ तीर्थंकरांची चरित्रे आली असून सर्वच तीर्थंकरांच्या पूर्वभवांतरांच्या चरित्रांच्या कथांसह ही चरित्रे लिहिली गेली आहेत. त्याचप्रमाणे तात्या पांगळ यांच्या नावावर 'जैन धर्म'हे आणखी एक पुस्तक आढळते. तात्या नेमिनाथ पांगळ, शेठ हिराचंद नेमचंद व लो. बाळ गंगाधर टिळक यांनी जैन धर्मावर दिलेल्या व्याख्यानांचा हा संग्रह आहे. चर्चा आणि काही वादाचे मुद्दे या पुस्तकातील व्याख्यानांमध्ये आले आहेत. द. म. जैन सभेत १९१२ साली कुमार दिग्विजयसिंह यांनी दिलेल्या 'जैन धर्माचे सौंदर्य' या व्याख्यानाचा अनुवादही या पुस्तकात समाविष्ट आहे.

अनंत जोतीबा पांगळ उर्फ कवी दासानंत

अभंगरचना आणि पारंपरिक रचनांद्वारे जैन तत्त्वज्ञान काव्यरूपात बद्ध करणारे कवी म्हणून अनंतराज पांगळ या कवीचा उल्लेख करता येईल. चवडे बंधूप्रमाणेच पांगळ बंधूंचेही कार्य मराठी जैन साहित्यात महत्त्वाचे आहे. अनंतराज जोतीबा पांगळ यांच्या मराठी रचना सृजनशील व स्वतंत्र प्रवृत्तीच्या आहेत. १९०६ साली प्रकाशित झालेला त्यांचा प्रथम पद्यरचनासंग्रह 'रत्नत्रयमार्गप्रदीप' या नावाने उपलब्ध आहे. यालाच त्यांनी 'जिनपद्यावली भा. १ व २'असे म्हटले आहे. नीती, बोध, जिनगुणस्तुती, सिद्धनामक्षेत्र, अर्हत्‌चिंतन, कर्मफलसिद्धांत, परद्रव्य, परनारीनिषेध अशा तात्त्विक विषयांपासून श्रावकांनी पाळावयाचा आचार व त्यांच्यासाठी नीतिबोध अशा प्रकारच्या रचना या संग्रहात

समाविष्ट आहेत. जिनस्तुती व तीर्थक्षेत्रांचे महत्त्वही यामध्ये निरूपण केले आहे. उपमा वगैरे अलंकारांनी, प्रसाद वगैरे गुणांनी युक्त अशी ही भक्तिभावपूर्ण रचना आहे.

दासानंतांची दुसरी रचना 'पंचस्तोत्रांवरील अभंग' ही आहे. पंचस्तोत्रे ही जैन साहित्यात पुन्हा पुन्हा येणाऱ्या रचना आहेत. अनेक कवींनी या पंचस्तोत्रांचे अनुवाद केले आहेत. पंचस्तोत्रांच्या मूळ संहितेबरोबरच त्यांचे अनुवाद व त्यांवरील भाष्येही मराठीतून उपलब्ध आहेत. दासानंतांनी या पंचस्तोत्रांना आधार बनवून स्वतंत्र व स्वैर रचना केली आहे. अभंग छंदामध्ये रचलेले हे काव्य आहे. भक्तामरस्तोत्र, कल्याणमंदिरस्तोत्र, विषापहारस्तोत्र, एकीभावस्तोत्र व भूपालस्तोत्र या संस्कृतातील पाच स्तोत्रांचा स्वैर अनुवाद अभंगरूपाने केला आहे. जिनधर्मपालकांना रोज म्हणण्यासाठी सोप्या भाषेमध्ये ही अभंगयुक्त स्तोत्ररचना केलेली आहे. प्रत्येक पद्याच्या अंती 'म्हणे दासानंत' असा उल्लेख कवीने केला आहे. काही ठिकाणी 'नेमिदास' असाही उल्लेख मिळतो.

नथु बापू येळवटकार

वर्धा येथील चवडे बंधूच्या बरोबरीने पद्यरचना करणारे आणखी एक कवी म्हणून येळवटकरांचे नाव घेता येईल. मु. अठलेर जि. बैतूल येथील हा कवी असून याच्या नावावर '(अथ) ललितसंग्रह' आणि 'भजनी अभंग' असे दोन पदसंग्रह उपलब्ध झाले आहेत. यांपैकी 'ललितसंग्रह' मध्ये ५१ अभंगांची रचना असून जिनभक्ती, सद्विचार, हृदयीचे मांगल्य, शुद्ध जीवनाचरण, दैवयोग इत्यादी विषयांवर अभंगरचना आढळते. समकालीन कवींचे स्वरूप सांगताना 'कुकवि ते भले भले। कलियुगी बहु झाले। लज्जा सोडुनि तत्त्वतः। वाढविल्या दंतकथा।। छापे स्त्रीचे अवयव। तेणे भूले भोळे जीव। जरठ जगाच्या नेत्रात। नथु धुळचि धोकत।।' अशी टीका करून कवीने विषयासक्त कवींची निंदा केली आहे. अभंगांच्या शेवटी 'नथु म्हणे' असा उल्लेख आढळतो.

या पुस्तकातील काही अभंग संकलित करून व काही नवीन अभंगांची रचना करून १९१७ साली जिनदास चवडे यांनी दुसरी आवृत्ती छापली आहे. या आवृत्तीचे स्वरूप भजनी अभंग असे असून भजनामध्ये गावयाचे हे अभंग आहेत. अरिहंतसेवा, निर्धनाचे धन, पुनर्जन्म, नैतिक तेज अशा अनेक विषयांवर हे अभंग रचले गेले आहेत.

श्रीमती कंकूबाई ब्रह्मचारी

जैन धर्मातील स्त्रीलेखिका किंबहुना आधुनिक काळातील पहिली स्त्रीलेखिका म्हणून कंकूबाईंचे नाव घ्यावे लागेल. यांच्या नावावर 'दशलक्षणधर्म'हे पुस्तक उपलब्ध आहे. हिराचंद नेमचंद यांनी लिहिलेल्या पुस्तकाच्या आधारे हे पुस्तक लिहिले गेले आहे. धर्माचे स्वरूप दशलक्षणात्मक आहे. धर्म म्हणजेच दशलक्षण हे दशधर्मांच्या विवेचनातून पटवून दिले आहे.

कंकूबाई यांनी त्या काळामध्ये आपल्या लेखनाद्वारे जैन साहित्यात मोलाची भर घातली आहे. 'दशलक्षणधर्म' ही त्यांची मराठीतील महत्त्वपूर्ण रचना आहे. पं. सदासुखजी कासलीवाल यांनी हिंदी (ढूँढारी) भाषेमध्ये 'रत्नकरंड श्रावकाचार' या ग्रंथावर टीका लिहिली आहे. त्याचे स्वैर मराठी भाषांतर कंकूबाईंनी केले आहे. कंकूबाईंच्या या कार्याबद्दल त्यांना 'धर्मचंद्रिका' ही उपाधी देण्यात आली होती. अकाली वैधव्य आल्यामुळे त्यांनी संपूर्ण आयुष्य धर्माच्या अध्ययन सेवेसाठी समर्पित केले.

यानंतर पुढे दीक्षा घेतल्यानंतर त्यांनी जैन धर्मातील व्रते व आचरणासंबंधी येणाऱ्या पुस्तकांचे लेखन केले आहे. 'जैन व्रतकथासंग्रह –भाग १ व २'हा ग्रंथ त्यांच्या नावावर प्राप्त होतो. श्रुतस्कंध व्रतकथा, पुरंदरविधान व्रतकथा, श्रीलब्धीविधान कथा, कवलचांद्रायण व्रतकथा अशा व्रतकथा या संग्रहात असून व्रते व त्यांचा प्रभाव–परिणाम सांगणाऱ्या पौराणिक कथांचा या संग्रहात समावेश आहे.

श्री अमृतचंद्राचार्यकृत 'समयसारकलश'या ग्रंथाचा अनुवाद कंकूबाईंनी केला आहे. याच ग्रंथात आचार्य देवसेनकृत 'तत्त्वसार' ग्रंथाचा अनुवादही जोडला आहे. हा ग्रंथ भाषांतर नसून रूपांतर आहे. मूळ श्लोकांचा मराठी भावार्थ सांगताना विविध उदाहरणांचा उपयोग करून सोप्या व सर्वजनसुलभ मराठी भाषेत हा ग्रंथ लिहिला आहे. हा ग्रंथ १९२३ साली सच्चिदानंद छापखान्यात सोलापुरी छापला आहे. हा ग्रंथ ११ अधिकारांमध्ये विभाजित केला गेला आहे.

'सल्लेखना व अनित्यपंचाशत'हा आणखी एक ग्रंथ कंकूबाईंच्या नावावर उपलब्ध होतो. मूळ संस्कृत ग्रंथावरची ही मराठी टीका असून सल्लेखना म्हणजे काय, ती कोणत्या वेळी घ्यावयाची असते यासंबंधीची सविस्तर चर्चा या ग्रंथामध्ये असून 'अनित्यपंचाशत' या ग्रंथातून जगाच्या अनित्यतेची चर्चा असून कल्याणाचा मार्ग दाखविला आहे. सल्लेखना ही जैन तत्त्वज्ञानातील एक अलौकिक आचरणपद्धती आहे. मूळ संस्कृत ग्रंथ श्री पद्मनंदी यतींनी संस्कृतात लिहिला

असून त्यामध्ये पूर्वोपार्जित कर्म, सुख-दुःख, पापकर्म, संयोग-वियोग यांविषयी चर्चा केली गेली आहे. श्लोकबद्ध रचना व त्याचा अनुवाद असून श्लोकांचा अर्थ पटवून देण्यासाठी दिलेली उदाहरणे उत्कृष्ट आहेत.

हिराबाई देवचंद

यांच्या नावावर १९०९ साली प्रकाशित झालेला 'जैन धर्म स्मृतिपटल'नावाचा एक ग्रंथ मिळतो. जैन पाठशाळेतील विद्यार्थ्यांना 'रत्नकरंड श्रावकाचार' या ग्रंथाचा अभ्यास करीत असताना उपयोगी पडणारा हा ग्रंथ आहे.

रावजी नेमचंद शहा

१९१० साली दोन भागांमध्ये प्रकाशित झालेला 'जैन धर्मादर्श' नावाचा ग्रंथ रावजी नेमचंद शहा यांनी लिहिला आहे. जैन धर्माचे ऐतिहासिक स्वरूप स्पष्ट व्हावे यासाठी धर्मोन्नतीचा शोध घेत शास्त्रीय दृष्ट्या धर्माचे विवेचन केले आहे. पंचम काळातील जैन धर्म, सांख्य, बौद्ध, हिंदू या परंपरांचे विवेचन इ. महत्त्वपूर्ण माहिती देणारा हा ग्रंथ आहे. बाबू बनारसीदास यांच्या 'जैन धर्म' या विषयावरील व्याख्यानांच्या आधारे या पुस्तकाचा पहिला भाग लिहिला आहे.

'सामायिक पाठ' (१९१२) या ग्रंथात तीन भागांमध्ये सामायिक पाठाचे संकलन केले असून आचार्य अमितगती यांची 'भावना द्वात्रिंशतिका', कल्लाप्पा निटवेकृत 'क्रियामंजिरी'व श्री. महिचंद्रकृत हिंदी भाषेतील सामायिक पाठाचे संकलन रावजी शहा यांनी केले आहे.

रावजी नेमचंद शहा यांची सर्वात महत्त्वाची रचना म्हणजे १९१५ साली प्रकाशित 'श्री महापुराणामृत अथवा प्रथम तीर्थंकर श्री वृषभनाथ व प्रथम चक्रवर्ती भरत यांचे चरित्र'ही होय. महापुराण हा चरित्रग्रंथ असला तरी जैन तत्त्वज्ञान, संस्कृती, धर्म यांचा उत्तम संग्रहग्रंथ आहे. यामध्ये ठिकठिकाणी नीतिवचने, संस्कृत अवतरणे, चरित्रकथा अशी याची रचना आहे. सुमारे ३५० पृष्ठांमध्ये असलेला हा अत्यंत महत्त्वाचा ग्रंथ आहे.

रावजी नेमचंद शहा यांनी १९३८ साली 'समाधिशतक'या ग्रंथाचा पद्यानुवाद केला आहे. हा ग्रंथ अध्यात्म व तत्त्वज्ञानपरक असून आचरणाविषयी मार्गदर्शन करणारा आहे. रावजी शहा यांच्या नावावर 'भगिनीस' (१९४९) या नावाचा एक ग्रंथ उपलब्ध आहे. भगिनीस म्हणजे स्त्रियांकरिता शहाणपणा, जबाबदारी, विविध क्षेत्रांतील कर्तव्ये, शीलरक्षण, दया, राष्ट्रभक्ती, त्याग, सेवा इत्यादी

विषयांपासून मातृत्व ते संभोग शास्त्रांपर्यंतचे विविध उपदेश यात लेखकाने केले आहेत. हे उपदेश स्त्रियांसाठी आदर्श जीवनाची संहिताच होय असे म्हणावयास हरकत नाही.

रावजी नेमचंद यांचे मराठी जैन साहित्यात महत्त्वाचे योगदान आहे. वरील ग्रंथांशिवाय त्यांच्या नावावर 'तीर्थंकरांची ऐतिहासिकता'हा आणखी एक ग्रंथ मिळतो. जैन लोकांसाठी चालविले जात असलेले 'प्रगति आणि जिनविजय' या नियतकालिकाचे ते १२ वर्षे संपादक होते. तसेच कोल्हापूर येथून निघत असलेल्या 'सत्यवादी' या दैनिकाचेही सहसंपादक म्हणून त्यांनी कार्य केले आहे. १९३८ च्या जैन साहित्य संमेलनाचे ते अध्यक्ष होते. विविध जैन संमेलनांतील त्यांचा सहभाग यातून त्यांची विद्वत्ता, साहित्यप्रेम व सामाजिक जबाबदारीची जाणीव व्यक्त होते. याशिवाय महापुराणामृत, जिनसेनाचार्यचरित, अमृतचंद्राचार्यचरित्र हे महत्त्वाचे चरित्रग्रंथही रावजी नेमचंद यांनी मराठीत अनुवादित केले आहेत.

जिनदास नारायण चवडे

'चरचाशतक' हा ग्रंथ (१९०५ मध्ये प्रकाशित) जिनदास चवडे यांनी अनुवादित केला आहे. सन १७८० मध्ये द्यानतराय या कवीने हिंदी व मारवाडी (ढूँढारी) भाषेत हा ग्रंथ लिहिला आहे. आपण त्याचे यथामती भाषांतर आपल्या बुद्धीने केल्याचे जिनदास चवडे म्हणतात. बालबुद्धी असलेल्यांस अध्यात्म जिनशास्त्रात प्रवेश करण्याकरिता अनेक सिद्धांतांचे यथासार यात कवीने काढले आहे. जीव द्रव्याचे सार या ग्रंथात आहे. या ग्रंथाच्या तीन आवृत्त्या प्रसिद्ध झाल्या आहेत. शेवटची आवृत्ती १९६० सालची आहे.

'ज्येष्ठ जिनवर पूजा'हे पूजाकाव्यही जिनदास चवडे यांनी लिहिले आहे. अनेक वृत्ता-छंदांत ही रचना उपलब्ध आहे. अनेक छंदांमध्ये रचना करणे हे जैन कवींचे वैशिष्ट्य आहे. ही पूजा म्हणजे जिनमहिमा, जिनगौरव आहे. ही एक भावकविता आहे.

द्वारपाल जिन्नाप्पा जडी (१९०९)

'श्री १०८ सिद्धसागर मुनी यांचे ओवीबद्ध चरित्र'(१९६२) हे अत्यंत सुंदर असे ओवीबद्ध चरित्र जडी यांनी लिहिले आहे. पंचम काळात श्रेष्ठ ठरलेल्या श्री सिद्धसागर मुनींचे हे चरित्र आहे. एकूण १० अध्यायांमध्ये विभाजित असलेले हे चरित्र १९ व्या शतकातला जैन इतिहास व जैन परिस्थिती यांचे चित्रण करणारे

काव्य आहे. आचार्य शांतिसागर महाराजांच्या पूर्वी १९ व्या शतकात ब्रह्ममहतिसागरांच्या बरोबरीने मुनी सिद्धसागर यांचे नाव घ्यावे लागेल. भिलवडी येथे जन्मलेल्या आणि संपूर्ण कोल्हापूर कर्नाटक परिसरात जीवन व्यतीत केलेल्या या त्यागी पुरुषाचे संघर्षमय व रहस्यमय जीवन या चरित्रात चित्रित झाले आहे. चार चरणांची ओवी, पहिल्या तीन चरणांमध्ये यमक व ९-१०-११-१२ अशी अक्षरसंख्या असलेल्या ओवी छंदात हे चरित्र ग्रथित आहे. कवी जिनसेन, भानू या कवींपासून प्रेरणा घेवून हे चरित्र लिहिल्याचे कवी सांगतो. नंतर हा ग्रंथ १९६२ साली मुद्रित झाला आहे.

रावजी सखाराम दोशी

मराठी जैन साहित्यात बालवाङ्मय व जैन पाठ्यपुस्तके निर्माण करण्याचे महत्त्वाचे कार्य रावजी सखाराम दोशी यांनी केले. जैन बालकांवर बालवयातच जैन धर्माचे संस्कार व्हावेत व त्यांना जैन धर्माविषयी माहिती व्हावी या हेतूने 'जैन बालबोध भाग १ ते ४'अशा चार विभागांत बालसाहित्य निर्माण केले आहे. आत्मोन्नतीसाठी धार्मिक विषयांची बैठक हवी आणि बालकांना जैन धर्माविषयाचे ज्ञान व्हावे हा या पुस्तकांच्या रचनेचा मूळ हेतू होता. पद्यमय रचना व काव्यरचनेचे अनेक प्रकार हाताळून ही रचना केली असली व त्यास बालवाङ्मय असे म्हटले तरी दोशी यांनी बऱ्याच जटिल रचना केल्या आहेत. 'जैन वाचन पाठमाला' (१९३४) या नावाने आणखी एक रचना त्यांनी केली आहे. यामध्ये जैन धर्माची प्राथमिक ओळख, जैन विज्ञानाची ओळख, लहान लहान कथा, जिनभक्ती इत्यादी विषय हाताळले गेले आहेत.

पं. दौलतरामविरचित 'छहढाला' या छोटेखानी परंतु अत्यंत महत्त्वपूर्ण अशा तत्त्वज्ञानात्मक ग्रंथाचा मराठी अनुवाद रावजी सखाराम यांनी केला आहे. याखेरीज 'ब्रह्ममहतिसागरांचे चरित्र'ही त्यांनी लिहिले आहे. गोपाळ बालाजी बीडकर 'बालसुत' यांच्या सहकार्याने 'जैन कीर्तन तरंगिणी'नावाची एक रचना (१९३०) रावजी सखाराम यांच्या नावावर आढळते. या ग्रंथाचे पूर्वरंग व उत्तररंग असे दोन भाग असून दोशी यांनी पहिला भाग, तर बीडकरांनी दुसरा भाग लिहिला आहे. भजन, कीर्तन, आख्यान, नामस्मरण, गुणवर्णन, कथा अशी या ग्रंथाची रचना आहे. मराठी पदांचा वापर व त्यांचे अर्थाख्यान असे या ग्रंथाचे स्वरूप आहे. रावजी सखाराम दोशी हे स्वतः एक उत्तम कीर्तनकार होते. त्यांच्या पुढाकाराने कुंथलगिरी येथे जैन कीर्तनकारांचे एक संमेलनही भरविले

गेले होते. या संमेलनासाठी विदर्भातून वर्ध्याहून चवडे बंधू, मराठवाड्यातून आंबेजोगाई येथून गणपतराव संगई, भिलवडीहून कीर्तनकार चोपडे असे नामवंत जैन कीर्तनकार उपस्थित होते.

रावजी सखाराम दोशी यांचे महत्त्वाचे योगदान जर कुठले असेल तर ते म्हणजे 'जैन बोधक' या पत्रिकेची स्थापना. या पत्रिकेतून दोशी यांनी अनेक सामाजिक विषय हाताळले. समाजामध्ये सुरू असलेल्या अनेक कुप्रथांचा जोरदार विरोध केला. अनेक साहित्यिकांना लिहिण्यास प्रवृत्त केले. जैनांचा आद्य तत्त्वज्ञानात्मक ग्रंथ षट्खंडागम व त्यावरील प्राकृत टीका धवला प्रकाशात आणण्याचे अत्यंत महत्त्वपूर्ण कार्य रावजी सखाराम यांनी केले आहे. तसेच वर्धमान पार्श्वनाथ शास्त्री यांच्याकरवी जैन आयुर्वेद ग्रंथ 'कल्याणकारक'चे संपादन, अनुवादही करवून घेतला आहे. सोलापुरातील अनेक समाजोपयोगी संस्थांच्या निर्मितीमध्येही रावजी सखाराम यांचे योगदान अत्यंत महत्त्वाचे आहे.

याशिवाय शांतमतीबाईंचे चरित्र व महाबल महाराजांचे समाधिमरण(१९३८) या रचनाही रावजी सखाराम यांच्या नावावर आढळतात. यांपैकी समाधिमरण हे प्रकरण जिनदास पार्श्वनाथ फडकुले यांनी लिहिलेले आहे. त्यागीरत्न श्री क्षु. शांतमतीबाईंचा स्वभाव, शांतमूर्ती व त्यांनी करून घेतलेला स्वतःचा आत्मिक उद्धार या सर्व गुणांचा एक त्यागी स्त्री म्हणून त्यांचा गौरव केला आहे.

पं. जितमलजी

या कवीच्या नावावर 'जिनसत्यनारायण'(१९०४) नावाची एक रचना आढळते. कवी आपण ब्र. शांतिसागर यांचे शिष्य असल्याचे सांगतो. परंतु हे शांतिसागर कोण? हे शांतिसागर प्रसिद्ध जैनाचार्य भोजग्रामवासी शांतिसागरांहून वेगळे व त्यांच्या पूर्वीचे असावेत. 'जिनसत्यनारायण' हे एक कथाकाव्य असून यामध्ये काव्यात्मकतेने तीन कथा सांगितल्या आहेत. हे पुस्तक वर्धा येथे चवडे प्रेसमध्ये छापले गेले आहे. हिंदूंच्या सत्यनारायण कथेच्या प्रथेला जैन समाजामध्ये पर्याय म्हणून ही कथा लिहिली गेली असावी. भ. महावीरांच्या समवसरणात राजा श्रेणिकाला गौतम गणधरांनी ही कथा सांगितली असून सत्यनारायण तोच अरिहंत व महावीर अशी कल्पना यात आहे. यामध्ये कथेचा विधी व आचार सांगितला असून कथेची फलश्रुती संकटमुक्ती व रोगमुक्ती अशी सांगितली आहे. रत्नप्रभ, सोमकांता व गुणसुंदरी अशा तिघांनी हे व्रत केल्याने त्यांची संकटातून

मुक्ती झाल्याचे कवी सांगतो. गुरुनिंदा व दैवतनिंदाही करू नये असे कवी सांगतो.

दत्तात्रय भिमाजी रणदिवे

२० व्या शतकाच्या आरंभिक कालामध्ये दत्तात्रय भिमाजी रणदिवे यांचे साहित्यिक कार्य अत्यंत मोलाचे आहे. रणदिवे यांनी मराठीमध्ये 'रत्नकरंड श्रावकाचार' या ग्रंथावर पहिली टीका लिहिली आहे. रत्नकरंडाच्या मूळ श्लोकांसह भावार्थासह आर्या वृत्तात लिहिलेले हे काव्य सरस आहे. आध्यात्मिक आचारविषयक स्वरूपाचा हा ग्रंथ असून एकून २६७ पदांमध्ये आर्या, वसंततिलका, मालिनी वृत्तांमध्ये याची रचना केली गेली आहे. कवितेच्या सुरुवातीस कवीने काव्यात्म स्वरूपात आपले मनोगत व्यक्त केले आहे. हा ग्रंथ १९२० साली प्रकाशित झाला आहे. रणदिवे यांच्या नावावर 'जैन कीर्तन तरंगिणी' (१९१४) नावाची दुसरी रचना उपलब्ध आहे. श्लोक, अनेकानेक वृत्ते व छंद यांचा उपयोग करून कीर्तनासाठी लिहिलेले हे काव्य 'सीताशील परीक्षा'या नावाने रचले आहे. यामध्ये शीलवती सीतेचे चरित्र आले असून मूळ रामायणातील कथा थोडीशी वळवून यात उत्तररामायणाची कथा जोडली आहे. सीतेच्या अग्निपरीक्षेचा प्रसंग कवीने अत्यंत प्रत्ययकारी स्वरूपात चित्रित केला आहे. कीर्तनाच्या स्वरूपात मांडलेले हे आख्यान आहे.

रणदिवे यांच्या नावावर 'गजकुमार चरित्र' व'महावीर स्तवन' नावाची एक लघुरचनाही उपलब्ध आहे. यौवनलालसा आणि गजकुमाराची तत्त्वनिष्ठा यांतून गजकुमाराची अग्निहत्या असे हे सुंदर चरित्रकाव्य असून शेवटी महावीरस्तवन लिहिले आहे. उपदेशपरक गीतांची उणीव भरून काढण्याच्या दृष्टीने हे काव्य लिहिले असल्याचे कवी सांगतो.

'जैनांतील पोटजाती'या पुस्तकामध्ये दोन जैनांचा संवाद काव्यरूपाने मांडण्याचा प्रयत्न रणदिवे यांनी केला आहे. रूढींचा भक्त आणि सुधारक यांच्यातील हा संवाद असून जैन धर्माची परंपरा, रूढी, जाती, पोटजाती वगैरे विषयांची चर्चा यात येते. संवादात्मक दीर्घ कविता, कथनात्मक काव्य असे या ग्रंथाचे स्वरूप आहे. हा कवी मिरजगाव (जि. अहमदनगर) येथील रहिवासी होता.

सखाराम नेमचंद दोशी

महतिसागरांविषयीच्या भक्तीने प्रेरित होऊन 'महतिसागरांचे चरित्र'आणि

'महतिसागर व कवींद्रसेवक यांचे अभंग' या ग्रंथांचे लेखन व संपादन करण्याचे कार्य सोलापूरनिवासी सखाराम नेमचंद यांनी केले आहे. यांपैकी महतिसागरांचे हे एक वस्तुनिष्ठ चरित्र सखाराम नेमचंद यांनी लिहिले आहे. बालपणचा मुरारी ते महतीपर्यंतचा जीवनाचा प्रवास या चरित्रात अंकित झाला आहे. महतिसागरांचे मराठी जैन साहित्यात फार मोठे योगदान आहे. दोशी यांनी महतिसागरांचा गौरव 'मराठी जैन साहित्यातील तुकाराम'असा केला आहे. महतिसागरांच्या जीवनातील चमत्कार, त्यांची ज्ञानसंपादनाविषयीची निष्ठा, त्यांचे मोठेपण या चरित्रातून दोशी यांनी व्यक्त केले आहे.

महतिसागर व कवींद्रसेवक यांचा कालखंड सामान्यतः समान मानला जातो. महतिसागरांविषयीची काही माहिती व चरित्र त्यांच्या अभंगवाणीतून काहीसे व्यक्त होते, पण कवींद्रसेवकाच्या कालखंडाविषयी निश्चितता याबाबत मतभेद आहे. परंतु या दोन्ही कवींची अभंगरचना विपुल प्रमाणात असल्याने व त्यांच्या कवितेत बरेचसे साम्य असल्याने या दोहोंचा कालखंड एक असावा. असे म्हटले असले तरी नंतरच्या संशोधनात कविंद्रसेवकांचा कालखंड हा १५ व्या शतकातील आहे. हे आम्ही सिद्ध केले आहे. सखाराम नेमचंद यांनी या दोघांच्याही अभंगांचे संपादन केले आहे. महतिसागरांच्या अभंगाचे व साहित्याचे संपादन पुढे अनेकांनी केले, पण त्यांच्या साहित्याकडे समाजाचे लक्ष वेधून घेण्याचे कार्य सर्वप्रथम सखाराम नेमचंद यांनीच केले हे निश्चित!

महतिसागर यांनी रचलेल्या छांदिक कथेवरून हिराचंद नेमचंद दोशी यांनी 'षोडशकारण व्रतकथा' (१९३८) ही कथा लिहिली आहे. दर्शनविशुद्धी आदी ज्या सोळा भावनांमुळे तीर्थंकर गोत्राचा बंध पडतो त्या भावनांचे वर्णन या कथांमध्ये आहे. हे व्रत पाळल्याने तीर्थंकर पदाची प्राप्ती होते असा या कथांचा आशय आहे.

जीवराज गौतमचंद दोशी

जैन साहित्याच्या निर्मितीस प्रेरणा देण्याचे अत्यंत महत्त्वपूर्ण कार्य जीवराज गौतमचंद यांनी केले

आहे. आपली संपूर्ण धनसंपत्ती जैन संस्कृतीच्या विकासासाठी वेचावी या हेतूने त्यांनी जैन संस्कृति संरक्षक संघाची सोलापूर येथे स्थापना केली व त्या संस्थेमार्फत अनेक विद्वानांना आश्रय देऊन साहित्यसंशोधन व निर्मिती करविण्याचे

कार्य जीवराज गौतमचंद यांनी केले. स्वतः जीवराज गौतमचंद यांनी अनेक ग्रंथांची निर्मिती केली आहे. जीवराज गौतमचंद 'जीवराज बाबा' या नावाने ओळखले जात.

९ व्या शतकात आचार्य गुणभद्र यांनी लिहिलेल्या 'आत्मानुशासन' या आध्यात्मिक संस्कृत ग्रंथावर इ. स. १७५७ मध्ये राजस्थानात जयपूर येथे पं. टोडरमल यांनी राजस्थानी –ढूँढारी भाषेत टीका लिहिली. जीवराज गौतमचंद यांनी या ग्रंथाचा मराठी स्वैर अनुवाद १९०९ साली केला. दर्शनाराधना, ज्ञानाराधना, तपाराधना, चारित्राराधना या चार आराधनांचे वर्णन, मुनींसाठी आत्मकल्याणाच्या व निवृत्तिवर्णनाच्या हेतूने हा ग्रंथ लिहिला आहे. भावार्थ स्वरूपाने हा ग्रंथ लिहिला गेला असून लोकसेन नामक शिष्यास उपदेश देण्याच्या हेतूने या ग्रंथाचा भावार्थ सांगितला आहे. भाषांतरावरून भाषांतर अशा प्रकारचा हा ग्रंथ आहे.

जीवराज बाबांच्या नावावर 'सार्वधर्म' नावाचा आणखी एक ग्रंथ उपलब्ध होतो. जैन धर्माची व्यापकता व भविष्यकाळात राष्ट्रधर्म होण्यास योग्य अशा या धर्माची महती यात सांगितली आहे. यात जैन तत्त्वांचे थोडक्यात विवेचन केले गेले आहे.

'तत्त्वार्थसूत्राचा मराठी अर्थ' (१९०७) हे उमास्वामीकृत तत्त्वार्थसूत्राचे मराठी भाषांतर जीवराज गौतमचंद यांनी केले आहे. मूळ सूत्र, त्याचा पदच्छेद व पुढे त्याचा सरळ अर्थ असे या ग्रंथाचे स्वरूप आहे.

पुढे या ग्रंथाचे पुनःसंशोधन व परिवर्तन करून जीवराजबाबांनी 'मोक्षशास्त्र' या नावाने हा ग्रंथ पुन्हा प्रकाशित केला. याचा अनुवाद जीवराज बाबांनी व संशोधन माणिकचंद जयवंतसा भीसीकर यांनी केले आहे. मोक्षशास्त्रावरील हे विस्तृत भाष्य आहे.

जीवराज गौतमचंद यांनी आचार्य जिनसेन विरचित 'हरिवंशपुराण' कथारूपाने दोन खंडांमध्ये लिहिले आहे. जीवराज गौतमचंद दोशी यांच्या नावावर १९२६ साली प्रकाशित झालेली 'जातींची शास्त्रीय मीमांसा' ही एक रचना आढळते. पं. गौरीलालजी सिद्धांतशास्त्री या हिंदी लेखकाच्या मूळ पुस्तकाचा हा मराठी अनुवाद आहे. जैन तत्त्वज्ञानातील द्रव्यचर्चा, कालचर्चा याशिवाय जात, वर्ण, उच्चार, वसतिस्थान, कुल, आश्रम, वर्णसंकर, तीर्थंकरांची जीवनचरित्रे इत्यादी माहिती या ग्रंथात मिळते. शास्त्रीय मीमांसा असा या ग्रंथाचा दृष्टिकोण असला

तरी वर्णाभिमान व वर्णश्रेष्ठतेची चर्चा या ग्रंथात आढळते. सामाजिक दृष्ट्या या ग्रंथाचे महत्त्व वादातीत आहे.

इ. स. १९१२ साली दक्षिण महाराष्ट्र जैन सभेने जीवराज गौतमचंद यांचा 'सार्वधर्म' हा ग्रंथ छापून प्रकाशित केला आहे. हा ग्रंथ जैन तत्त्वज्ञानाचे विवेचन करणारा असून धर्म या शब्दापासून जैन धर्माचे तत्त्वज्ञान, जीव द्रव्य, ईश्वर, बोध, बंध इत्यादी विषयांची चर्चा यात आहे. मूळ हिंदी 'सार्वधर्म' या निबंधवजा पुस्तकाचे हे भाषांतर आहे.

शीतलप्रसाद ब्रह्मचारी

शीतलप्रसाद ब्रह्मचारी यांच्या नावाने 'समयसार गाथांचा मराठी अनुवाद'या नावाचे एक हस्तलिखित माणगाव (जि. कोल्हापूर) येथील जिनमंदिरात उपलब्ध झाले आहे. श्रवणबेळगोळ येथील श्री. चंद्रसागर यांच्या आज्ञेने ही मराठी टीका लिहिल्याचे कवी सांगतो. मूळच्या प्राकृत-संस्कृत भाषेतील ग्रंथांतील गाथांवर ही मराठी टीका आहे. समयसार ग्रंथावरील तात्पर्यवृत्ती नामक टीकेचा हा मराठी अनुवाद सांगण्याच्या हेतूने ग्रंथाची निर्मिती केल्याचे टीकाकार सांगतो.

शीतलप्रसाद ब्रह्मचारी हे मूळचे बुंदेलखंडातील होते आणि ते सूरत येथून प्रकाशित होणाऱ्या 'जैनमित्र' या पत्रिकेचे संपादक होते. यांनी विधवाविवाहाचे समर्थन केले असल्याने त्यांना समाजातून बहिष्कृत केले असल्याचा उल्लेख मिळतो.

वालचंद रामचंद्र

वालचंद रामचंद यांनी 'धर्मामृतसार' या ग्रंथाचा मराठी भाषेत केला आहे. हा ग्रंथ इ. स.

१९११ साली प्रकाशित झाला आहे. या ग्रंथातून लेखकाने जैन धर्माची तत्त्वे, स्याद्वादाचे स्वरूप, संसारदुःखाने तप्त झालेल्यांना तत्त्वज्ञान सांगण्याचा प्रयत्न केला आहे. अनुवादग्रंथ असला तरी आकलनसुलभ मांडणीमुळे हा ग्रंथ एक स्वतंत्र असल्याचे जाणवते.

आर. आर. बोबडे

आर. आर. बोबडे यांनी 'जिनाचारविधी'हा ग्रंथ लिहून तो १९११ साली निपाणी येथून प्रसिद्ध केला. प्रत्येक श्रावकाने सूर्योदयापासून सूर्यास्तापर्यंत आपली

दिनचर्या कशी ठेवावी याचे मार्गदर्शन या ग्रंथातून केले आहे. जैन धर्माची तत्त्वे व जैन आचारधर्म यांचा अनुबंध या ग्रंथातून जाणवतो. या ग्रंथाचे दोन भाग असून स्नानापूर्वीचे क्रियाकर्म व स्नानानंतरची दिनचर्या कशी असावी हे यातून सांगितले आहे. तसेच प्रायश्चित्तविचार, सुतक-जातकविचार इत्यादीविषयीची माहिती असून जैन आचारक्रिया आरोग्यदृष्ट्याही कशा महत्त्वाच्या आहेत हे पटवून देण्याचा प्रयत्न लेखकाने केला आहे. प्रस्तुत ग्रंथ सोमदेवकृत धर्मरसिक श्रावकाचार, पं. आशाधरकृत सागारधर्मामृत, गंगदेवकृत श्रावकप्रायश्चित्त, जिनसेनकृत जिनसेनसंहिता, नेमिचंद कविकृत त्रैवर्णिकाचार, पं. मेधावीकृत धर्मसंग्रह श्रावकाचार या ग्रंथांच्या आधारे लिहिला आहे. यावरून लेखकाची विद्वत्ता, विचारशीलता, अध्ययनशीलता यांचा परिचय मिळतो.

या लेखकाच्या नावावर 'रत्नकरंड श्रावकाचाराचा परिचय'नावाचा एक ग्रंथ मिळतो. या ग्रंथांवरून लेखकाची जैन आचाराविषयीची आस्था स्पष्ट होते.

कल्लाप्पा अनंत उपाध्याय

या लेखकाच्या नावावर 'सप्ततत्त्वविचार' नावाची एक लघुकाव्य पुस्तिका मिळते. इ. स. १९१२ साली भूपाल जिरगे यांनी प्रकाशित केली आहे.'जीवाजीवास्रवबन्धसंवरनिर्जरामोक्षास्तत्त्वम्' या तत्त्वार्थसूत्रातील सूत्रास अनुसरून जैन धर्मातील सात तत्त्वांचे स्वरूप स्पष्ट करण्याचा प्रयत्न या पुस्तिकेत केला आहे.

हिराचंद अमीचंद शहा

मराठी जैन साहित्याच्या आरंभीच्या काळात कथासाहित्यामध्ये मोलाची भर घालणारे साहित्यिक म्हणून हिराचंद अमीचंद शहा यांचा उल्लेख करता येईल. मूळचे मोडनिंब-अकलूजचे रहिवासी असलेले हिराचंद अमीचंद यांच्या नावावर काही महत्त्वपूर्ण कथाग्रंथ आढळतात. त्यांमध्ये 'श्री यशोधरचरित' (१९१३) ही चरित्रकथा आढळते. (श्री. अजित भि. पाटील यांनी या पुस्तिकेचा कन्नड अनुवाद केला आहे.) जीवहिंसेचा दुष्प्रभाव व दुष्परिणाम स्पष्ट करून सांगणे हा या कथेचा उद्देश असून पूर्वभवामध्ये केलेल्या हिंसेचे फल पुढच्या भवातही कसे भोगावे लागते यासंबंधीचे कथानक या कथेत आले आहे. पुष्पदंतांच्या एका छापील हिंदी प्रतीवरून व सोमकीर्ती आचार्यकृत हस्तलिखित संस्कृत प्रतीचा आधार घेऊन हे पुस्तक लिहिले असल्याचे लेखक सांगतो. ही

एक पौराणिक कथा असून यशोमती राजा, कुसुमावती, मारिदत्त व कल्याणमित्र यांच्या उपकथा यात येतात. कथेतून उपकथा अशी ही रचना आहे.

हिराचंद शहा यांच्या नावे 'दर्शनकथा' नावाचे एक कथेचे पुस्तक आढळते. पुढे १९५७ साली पं. वर्धमान शास्त्री व पं. जिनदास फडकुले यांनी या पुस्तकाचे संपादन केले आहे. 'कथाकुसुमावली' नामक पुस्तकातून सम्यग्दर्शनाच्या आठ कथांचा 'दर्शनकथा' म्हणून संग्रह केला आहे. कर्मबंधाने प्रत्येक भवात हालअपेष्टा होतात. पुढे ही माणसे जैन धर्मावर श्रद्धा ठेवतात. सदाचार व्रताराधना करतात. त्यामुळे कर्मक्षय होतो व मोक्षप्राप्ती होते. बाजारू कथांच्या वाचनाने पुण्यबंध होत नाही, तर जैन कथांचा स्वाध्याय केल्याने पुण्यबंध होतो, हे तत्त्व मध्यवर्ती ठेवून या कथांची रचना झालेली आहे.

१९६८ साली प्रकाशित झालेला 'व्रत-शीलकथा' नावाचा आणखी एक कथासंग्रह हिराचंद अमीचंद याच्या नावे उपलब्ध होतो. यामध्ये एकून १७ व्रतकथा असून पाच अणुव्रते आणि चार दानांमध्ये प्रसिद्ध झालेल्या महापुरुषांच्या कथा यामध्ये आहेत. हिंसादी पाच पापांमुळे झालेल्या अनर्थाची उदाहरणे या कथांमध्ये येतात. संस्कारक्षम व धर्मबंधूंना धर्माचरणाकडे प्रवृत्त करण्याच्या हेतूने या कथा लिहिल्या गेल्या आहेत.

मैनाबाई खालापुरे

'श्री सम्मेदशिखर माहात्म्य व संगीत पूजा'(१९३८) हे एक लहानसे पुस्तक मैनाबाई खालापुरे यांनी प्रकाशित केले आहे. हे लहानसे पुस्तक श्री सम्मेदशिखरजी माहात्म्याबरोबरच श्री सिद्धक्षेत्राची संक्षिप्त संगीत पूजा इ. गोष्टी त्यात आल्या आहेत. शिखरमाहात्म्याची लघुकथा आली असून पुढे वृत्त, छंद व अलंकारामध्ये हे लेखन आले आहे. क्षेत्रमहिमा, तीर्थंकरनिर्वाण, काल, शिखरपूजा इ. ची माहिती मिळते.

विद्याभूषण

विद्याभूषण या नावाने 'तीस चोवीसी नामावली' हा व्रतासंबंधी व जैन लोकांना आचरणासंबंधी सांगितलेला हा ग्रंथ आहे. ३० पानांचा हा छोटेखानी ग्रंथ असून व्रतिक व सम्यग्दृष्टी लोकांसाठी हा ग्रंथ लिहिल्याचे लेखकाने सांगितले आहे.

वीरचंद जीवराज शहा

फलटण येथील या नाटककाराने 'संगीत शीलवती अनंतमती'(१९४३) हे नाटक लिहिले आहे. २३ पात्रे असलेले हे नाटक असून फलटण येथे याचे प्रयोग झाले आहेत. ब्रह्मचर्य व्रताचे माहात्म्य सांगणारे हे नाटक आहे. लहानपणी केवळ क्रीडा म्हणून घेतलेल्या ब्रह्मचर्य व्रताचे जीवनाच्या अंतापर्यंत निष्ठापूर्वक पालन करणाऱ्या अनंतमतीवर आलेल्या अनंत संकटांचे व तिने निष्ठापूर्वक पालन केलेल्या त्या व्रतामुळे तिचे रक्षण झाल्याचे वर्णन या नाटकात लेखकाने केले आहे.

विठ्ठल नरसय्या जक्कल

शेठ हिराचंद नेमचंद दोशी यांचे पहिले चरित्रकार म्हणून जक्कल यांना ओळखता येईल. १९१४ साली हिराचंद नेमचंद दोशी, सोलापूर यांचे चरित्र जक्कल यांनी लिहून प्रकाशित केले. सुरुवातीच्या खडतर जीवनापासून उद्योगशील व्यक्तिमत्त्व, त्यांची धार्मिक प्रगती, लोकव्यवहार, व्यापारातली सचोटी अशा अनेक पैलूंचा व धार्मिक कार्यासाठी व समाजकार्यासाठी त्यांनी केलेल्या दातृत्वाचा गौरव जक्कल यांनी या चरित्रात केला आहे. 'समाचार' या वृत्तपत्रातून सोलापूर येथून हे चरित्र प्रसिद्ध केले आहे.

कालचंद्र जिनदत्त शास्त्री व जिनदत्त दादा उपाध्याय

कविकुंजर, कालचंद्रादिदास या नावाने लेखन करणारे हे कवी माणगाव (जि. कोल्हापूर) येथील निवासी होते. मालगावचे जिनदत्तशास्त्री म्हणजे कवी 'दादातनय' उर्फ 'बालकवी' होत. कविकुंजर यांच्याशी त्यांची मैत्री असावी. या दोघांनी मिळून काही कविता लिहिल्या आहेत. १९१५ साली 'सूक्तिमुक्तावली' या ग्रंथाचा मराठी अनुवाद कालचंद्र उपाध्याय यांनी केला आहे. १०० श्लोकांचे हे काव्य श्लोक, टीका आणि मराठी अर्थ अशा स्वरूपाचे आहे. मूळ कवी सोमप्रभ आचार्य यांची ही रचना आहे. माणगावच्या सुधारणेच्छु मंडळींमार्फत निपाणी येथे हा ग्रंथ छापला गेला आहे. यामध्ये लहान लहान अशी २१ प्रकरणे असून धर्मपद्धती, तीर्थंकरभक्ती, गुरुभक्ती, संघभक्ती, हिंसात्याग, मिथ्याभाषणत्याग, परस्त्रीत्याग, क्रोध-मान-माया-लोभत्याग, सौजन्य, इंद्रियविजय, वैराग्य अशी जैन तत्त्वज्ञानातील व आचरणातील तत्त्वे यांचे विवेचन व विश्लेषण आले आहे.

कालचंद्र शास्त्री यांच्या नावावर 'परीक्षामुखसूत्रम्' नामक एक जैन न्यायविषयक ग्रंथ (इ. स. १९३८) उपलब्ध होतो. कोल्हापूर येथील लक्ष्मीसेन भट्टारक पीठामार्फत प्रकाशित होत असलेल्या ग्रंथमालेतील हा पहिलाच ग्रंथ आहे. यामध्ये जैन तत्त्वज्ञान व जैन न्यायाचे विवेचन असून चार दर्शनांचे निरसन व जैन दर्शनाचे समर्थन, बौद्ध, सांख्य, नैयायिक व मीमांसक मतांचे खंडन व जैन दर्शनातील निर्दोष तत्त्वांचे मंडन असे या ग्रंथाचे स्वरूप आहे. हा एक आदर्श ग्रंथ असल्याने यास 'परीक्षामुखादर्श' असेही म्हटले गेले आहे. यामध्ये जैन तत्त्वज्ञानातील सहा अधिकारांचे विस्तृत विवेचन असून मूळ संस्कृतग्रंथ माणिक्यनंदी आचार्यांनी लिहिलेला आहे.

कविकुंजर आणि दादागंज उर्फ दादातनय (बालकवी) या दोघांच्या नावे 'श्री नंदीश्वरपूजा आणि भक्ती'(१९३८) अशी एक रचना आढळते. ही एक छंदोबद्ध रचना असून ग्रंथकर्ते स्वतः मंदिराचे शास्त्री-पुजारी असल्याने त्यांनी हे पूजाकाव्य रचले आहे. देवपूजा, जिनस्तवन, वंदन, भक्ती, जिनार्चना इ. गोष्टी श्रावकाच्या नित्य आचारामध्ये असल्या पाहिजेत यासाठी ही रचना असून नंदीश्वर व्रतकथेसह उद्यापनविधान, भक्ती, पंचमेरूपूजा, चतुर्विंशति तीर्थंकर पूजा, श्रुत व गणधर पूजा, महाशांतिमंत्र् इत्यादींचा समावेश या ग्रंथात आहे. यात एकूण ५६ अभंगरचना आहेत. यामध्ये अष्टाह्निक व्रतकथा व नंदीश्वर व्रताचे वर्णन आहे.

'हनुमच्चरित्र'ही एक महत्त्वाची व सुंदर रचना कालचंद्र उपाध्याय यांनी केली आहे. जैन साहित्यात अंजना-पवनंजयाची कथा अत्यंत प्रसिद्ध आहे. या कथेच्या पुढची कथा या चरित्रात येते. जैनांच्या मतानुसार हनुमान २० वे तीर्थंकर मुनिसुव्रतनाथ यांच्या तीर्थामध्ये विद्यमान राम-लक्ष्मण व रावण या बलभद्र, नारायण व प्रतिनारायण यांच्या काळामध्ये मोक्षगामी वानरवंशीय विद्याधर राजे होते. हनुमान हे त्या काळातील कामदेव म्हणजे अतिसुंदर पुरुष होते. जैन मतानुसार हनुमान शेपूटधारी वानर पशू नसून ते श्रीशैल, पवनकुमार, मारुती होय. अंजना व पवनंजय यांची प्रेम-विरहकथा व हनुमानाचा अचाट पराक्रम, राम-लक्ष्मणांसह त्याचे लंकागमन व रावणविजय व शेवटी जैनेश्वरी दीक्षा ग्रहण करून मोक्षगमन अशी ही कथा आहे. या कथेमध्ये ब्रह्मचर्याचे व अपरिग्रहाचे महत्त्व वर्णन केले आहे. ही एक पद्यमय व छंदोबद्ध रचना असून प्रासादिक, साधी, सुलभ पण गांभीर्ययुक्त रचना आहे. सबंध चरित्र ७ अध्यायांमध्ये विभाजित

असून कवीचे काव्यकौशल्य व रचनाकौशल्य यातून उत्कटपणे दिसून येते. हा ग्रंथ १९४३ साली प्रकाशित झाला आहे.

लक्ष्मीसेन दिगंबर जैन ग्रंथमालेतर्फे १९३९ साली 'श्री हनुमच्चरित्र' हा पद्यात्मक ग्रंथ पं. कालचंद्र जिनदत्त शास्त्री उपाध्याय यांनी प्रकाशित केला. श्री रविषेण आचार्यकृत 'पद्मपुराण' या पुराणग्रंथाच्या आधारे हा ग्रंथ तयार केला आहे. जैन धर्मानुसार हनुमान अवसर्पिणी काळातील २० वे तीर्थंकर मुनिसुव्रतनाथ यांच्या तीर्थात विद्यमान असलेला एक विद्याधर राजा होता. त्याचे हे अत्यंत रोमहर्षक चरित्र या ग्रंथात ग्रथित झाले आहे. माणगाव येथील चंद्रप्रभू दिगंबर जैन मंदिरामध्ये हा ग्रंथ पूर्ण केल्याचे कवी सांगतो. या ग्रंथात एकूण ७७५ पदे असून त्यात अनेक छंदांचा व वृत्तांचा उपयोग केला गेला आहे. ही कथा आधारित असली तरी यातून कवीचे काव्यकौशल्य आणि प्रतिभा यांचे दर्शन घडते.

कालचंद्रादित्य व दादागंज यांनी रचलेली 'श्री प्रातर्ध्येयस्तवनमाला'नावाची आणखी एक रचना १९४९ साली प्रकाशित झालेली आढळते. माणगाव व मालगाव या गावचे हे दोन कविमित्र आपली काव्यरचना संयुक्तपणे करीत होते. प्रातर्ध्येय म्हणजे पहाटे म्हणावयाची कविता. जैन तीर्थंकर, साधू, मोक्षगामी जीव यांना वंदन करणे व त्यांचे स्तुतिगान करणे हा या कवितेमागचा उदात्त हेतू आहे. सर्वप्रथम कवी अनेक तीर्थक्षेत्रांवरून मोक्षास गेलेल्या तीर्थंकरांना व पुण्यात्म्यांना वंदन करतो. जीवांची संख्या व त्यासंबंधीचे अंकगणित यांच्या उल्लेखावरून कवींचा जैन तत्त्वज्ञानाचा व करणानुयोगाचा अभ्यास स्पष्ट होतो. कालचंद्र हा दादागंज कवीचा गुरू असावा. तो स्वतःस 'कालचंद्रानुरक्त' व 'प्रार्थी दादागंज गुरूस' असे म्हणतो. या संग्रहातील 'पंचगुरुप्रभाव' ही कविता दादागंज यांनी लिहिली आहे. छंद, वृत्त, अलंकार यांनी युक्त अशी ही रचना आहे. २० व्या शतकातही प्राचीन छंदांमध्ये कविता रचणारे हे कवी महत्त्वाचे आहेत.

अनेक पद्यमय रचना करणाऱ्या या कवींनी गद्यकथाही विपुल प्रमाणात लिहिल्या आहेत. या लेखकांनी स्वतःला 'महाराष्ट्रभाषानुवादक' असे म्हटले आहे. या लेखकांनी तब्बल ३५५ व्रतकथा लिहिल्या आहेत. हा ग्रंथ १९५४ साली प्रकाशित झाला आहे. विषयक्रमानुसार तसेच मास, तिथीक्रमानुगत अशी या कथांची मांडणी आहे. व्रताच्या प्रभावाने होणारा कर्मक्षय, भवांतरे, पुण्यलाभ, फलप्राप्ती यांचे वर्णन या कथांमधून आढळते. कथेची पीठिका, व्रतविधी,

जाप्यमंत्र व व्रतकथा अशी याची रचना आहे. संस्कृतप्रचुर भाषा, नीतिवचने, तत्त्वज्ञान, कर्मसंबंध, मोक्षप्राप्ती याचे विवेचन या कथांमध्ये पाहावयास मिळते. या सर्व कथा पुराणग्रंथांच्या व प्राचीन कथांच्या आधारे लिहिल्या असून त्या व्रतांच्या पालनाने पुण्यलाभ व कर्मक्षय होतो अशी त्यांची फलश्रुती सांगितली आहे.

कविकुंजर यांच्या नावे 'श्रीमद्भगवद्गीतामृत'नावाचा एक पद्यात्मक ग्रंथ आढळतो. यात एकूण १६५ अभंगरचना, आठ आरत्या व पदे अशी मोठी पद्यरचना समाविष्ट आहे. आधुनिक पदांच्या चालीवर या रचना आहेत. संगीतप्रेमींना सुलभ अशी ही रचना आहे. जिनेंद्रभक्ती, सद्गुणभक्ती, तीर्थंकरांची चरित्रे व गुणस्तवन, मुक्तिपंथ, शीलमाहात्म्य, सद्गुणमहिमा अशा अनेक विविधांगी विषयांचा यात समावेश आहे.

दादातनय उर्फ जिनदत्त दादा उपाध्याय यांनी 'श्री पायसागर निर्ग्रंथ मुनिचरित्र आणि मुनिपूजा' यांच्यासह संगीत पद्यमय चरित्र (१९३७) लिहिले आहे. शांतिसागर महाराजांचे प्रतिष्ठित शिष्य पायसागर मुनी यांचे हे चरित्र असून त्यांचा जीवनप्रवास, जन्मभूमी ते कुंथलगिरी प्रवास यापर्यंतचा जीवनप्रवास या चरित्रात चित्रित झाला आहे. या ग्रंथात भाविक जनांना उपदेशपर रचनाही आल्या आहेत. विविध चालींवरच्या आरत्या, अभंग, पदे यांचा समावेश या चरित्रग्रंथात आहे.

याखेरीज दादातनय यांच्या नावे 'श्री जिनार्चा पद्यावली'नामक एक रचना आढळते. जैन धर्मात केल्या जाणाऱ्या पूजापाठांसाठी हे पुस्तक लिहिले गेले आहे. 'जयमाला' वृत्तात कविता असून 'बालजिनप' व 'दादातनय' असे उल्लेख कवितांमध्ये आले आहेत.

श्री. जिनदत्त उपाध्याय यांनी 'कविकुंजर' या नावाने 'भक्तामर स्तोत्रा'चा अनुवाद (१९७५) केला आहे. मराठीत चंद्रकांत वृत्तात म्हणता येईल असा हा स्तोत्रानुवाद आहे.

आधुनिक मराठी साहित्यात पारंपरिक रचना करणारे व स्वतः पूजा-अर्चा करणारे यांना जैन धर्मात उपाध्याय किंवा उपाध्ये म्हणतात. अभ्यासपूर्ण रचना व प्रचंड व्यासंग यामुळे मराठीत या कविद्वयांनी अनेक प्रकारच्या रचना केल्या आहेत. या गुरु-शिष्यांनी केलेल्या रचना जैन श्रावकांना व व्रतिकांना मार्गदर्शक आहेत. यांच्या रचना अनेक कवित्वगुणांनी मंडित आहेत.

नाना रामचंद्र नाग

उमास्वामीकृत तत्त्वार्थसूत्राचा पं. सदासुख कासलीवाल यांनी लिहिलेल्या लघु टीकेच्या व कनककीर्तिकृत मारवाडी –ढूँढारी भाषेतील टीकेच्या आधारे १९१६ मध्ये नाना रामचंद्र नाग यांनी महाराष्ट्र भाषेत तत्त्वार्थसूत्र लिहिले. दहा अध्यायामध्ये या सिद्धांतग्रंथावर सोप्या मराठी भाषेत अनुवाद व विस्तार नाना नाग यांनी केला आहे. मुळात ब्राह्मणकुलोत्पन्न असलेल्या नाना नाग यांनी जैन साहित्याची मोठीच सेवा केली आहे. या विद्वानाने जवळजवळ १२ लाख श्लोकरचना नकलण्याचे काम केले आहे. याशिवाय महतिसागर विरचित 'संबोधसहस्रपदी' (१९२८) या ग्रंथाचे संपादनही केले आहे.

नाना नाग यांची महत्त्वाची रचना म्हणजे त्यांचे आत्मचरित्र होय. मूळ हस्तलिखित स्वरूपात असलेले व नंतर 'सन्मती'मधून प्रकाशित झालेले हे आत्मचरित्र आहे. जैन पोथ्या नकलता नकलता जैन तत्त्वज्ञानाचा ओढा लागल्याने आयुष्यभर ब्रह्मचर्य पाळून नाना नाग यांनी जैन व्रतांचे पालन केले आहे. भट्टारकांचा सहवास, मूर्तिपरीक्षा, दक्षिण महाराष्ट्र जैन सभेसाठी कार्य अशा विविध पैलूंनी त्यांचे आत्मचरित्र वाचकांसमोर येते. प्रांजळ शब्दांमधील ब्राह्मण ते जैन असा प्रवास या आत्मचरित्रात येतो.

नाना नाग यांनी केलेले ब्रह्ममहतिसागरकृत 'संबोधसहस्रपदी'चे संपादन हे मराठी जैन साहित्यातील पहिलेच संपादनकार्य असावे. नाग यांच्यानंतर अनेकांनी या ग्रंथाचे संपादन केले आहे, पण त्या सर्व संशोधकांना साहाय्यभूत असे हे संपादन आहे.

बालकांसाठी म्हणून 'चित्रबोधक' या नावाने नाना नाग यांनी एक पुस्तक नाना नाग यांनी लिहिले आहे. यात पाळणा, आरत्या, तीर्थंकरांची लांछने, स्वर, व्यंजने इ. बाळबोध रचना आढळतात.

रूपचंद आहाळे (अकोला)

'श्री दिग्रस अतिशयक्षेत्रस्थ श्री बाबजीप्रभू आदिजिनेंद्र पूजन' (१९२७) हे चरित्र व स्थलमाहात्म्य सांगणारे एकमेव पुस्तक रूपचंद आहाळे यांच्या नावावर उपलब्ध होते. जैन तीर्थक्षेत्राचे माहात्म्य सांगून विदर्भातील यवतमाळ जिल्ह्यातील दारव्हा तालुक्यातील दिग्रस या गावी असलेल्या अतिशय क्षेत्राचे वर्णन यात येते. येथील प्राचीन मूर्ती व नेमसागर नामक सिद्धपुरुष यांची माहिती या पुस्तकात

आहे. पद्यमय भाषेत हा ग्रंथ असून बाबजी महाराज म्हणजे भ. आदिनाथ यांची पूजा, स्तुती यांसह प्रशांत रमणीय वातावरण, तीर्थक्षेत्राचे पूजन व प्रकाशकाचे विचार या ग्रंथात ग्रथित आहेत. भावपूर्ण रचना, वंदनीय वृत्ती, निष्ठा इत्यादी गुणांचे दर्शन या छोटेखानी काव्यातून घडते.

रावजी नाना कोळेकर उर्फ सन्मतीदास

'भजनसद्‌बोधमालिका'ही एकमेव पद्यरचना रावजी कोळेकर यांच्या नावावर उपलब्ध होते. या ग्रंथाच्या चार आवृत्त्या निघाल्या आहेत, यावरून या पद्यसंग्रहाची लोकप्रियता लक्षात येते. या ग्रंथाची चौथी आवृत्ती १९३१ साली प्रकाशित झाली. यात एकूण १०८ अभंग /पदे असून 'अथ स्फुटक पदानि' या शीर्षकाने एकूण ४९ पदे आहेत. जिनेंद्रवर्णन, धर्माभिमान, वैराग्याची ओढ, वीतरागभक्ती इत्यादी विषय कवीने हाताळले आहेत. पदे तत्त्वज्ञानप्रचुर असली तरी रसाळ भाषा, अर्थपूर्ण रचना, काही ठिकाणी उपरोध, विडंबन अशा प्रकारे थेट तुकारामाच्या अभंगांशी मिळती-जुळती असणारी ही रचना आहे. सोलापूर जिल्ह्यातील मोहोळ नंतर सोलापूर येथे त्यांनी रचना केल्या. इ.स. १८७५ च्या दरम्यान त्यांची भजन सद्बोधमालिका प्रथम प्रकाशित झाली. ते कीर्तन्कार होते. त्यांनी कीर्तनासाठी ही अनेक रचना केल्या नलोपाख्यान, प्रद्युम्मचरित्र, जिनपाठ, सम्यक्त आठ अंगाच्या कथा, रामायणाचा भाग या कीर्तनासाठी रचना केल्या. सन्मतीदासांची एक महत्त्वाची रचना प्रत्येक अभंगाच्या शेवटी सन्मतीदास म्हणजे महावीरांचा सेवक अशी 'सन्मतीदास म्हणे' ही पंक्ती येते.

गोपाल बालाजी बीडकर उर्फ 'बालसुत'

कवी केशवसुतांप्रमाणेच स्वतःस 'बालसुत' म्हणवून घेत गो. बा. बीडकर यांनी काव्य-नाट्यरचना केली आहे. नाटके, पदे, चरित्र, खंडकाव्य अशा विविध रचना या कवीच्या नावावर मिळतात. यांपैकी 'श्री शांतिसागरस्तवन व पोवाडा'(१९३१) ही कवीची पहिली रचना आहे. या पोवाड्यामध्ये शांतिसागरांच्या जन्मापासून ते शिखरजी यात्रेपर्यंतचा जीवनप्रवास चित्रित झालेला आहे. यामध्ये महाराजांचे चातुर्मास, आराधना, आलेली संकटे यांचा उल्लेख आहे. उत्कट कळवळ्याने युक्त असा हा पोवाडा आहे.

कवी बालसुत शांतिसागर महाराजांचे निस्सीम भक्त होते. त्यामुळे त्यांच्याविषयीच्या आदरभक्तीने अनेक कवने लिहिली आहेत: 'श्री शांतिसागरपूजा

आणि पद्यावली' ही या पोवाड्यानंतरची आणखी एक रचना आहे. शांतिसागर महाराजांचे पद्यमय चरित्र म्हणजे हे काव्य होय. श्री शांतिसागर महाराजांचे गुणस्तवन, त्यांच्या उदात्त जीवनाचे विविध पैलू, त्यांचा पूजाविधी, जिनभक्ती, देशभक्ती यांचे वर्णन या काव्यात येते. ही श्लोकबद्ध, छंदोबद्ध, पदबद्ध रचना आहे. वसंततिलका, शालिनी, मालिनी, द्रुतविलंबित, शार्दूलविक्रीडित, मंदाक्रांता इ. अनेक संस्कृत छंद, पदे, दोहा, अडिल्ल, छप्पय आदि हिंदी छंद, कव्वाली, गजल असे उर्दू छंद असे अनेक छंद व वृत्ते बीडकरांनी हाताळली आहेत.

गो. बा. बीडकर उत्तम संगीततज्ज्ञ होते. ते संवादिनी (हार्मोनियम) उत्तम वाजवीत असत. शास्त्रीय संगीताचा त्यांचा अभ्यास व जाण अत्यंत उत्तम होती. त्यामुळे त्यांच्या कवितेवर, पदरचनेवर संगीताचा प्रभाव आहे. त्यांच्या नाटकातील अनेक पदांवर बालगंधर्वांच्या गायनशैलीचा प्रभाव स्पष्टपणे जाणवतो.

अगदी सुरुवातीच्या काळात गोपाळ बालाजी बीडकर यांनी सुरुवातीच्या काळामध्ये 'जैन कीर्तन तरंगिणी' (१९३२) नामक कीर्तनाख्यान लिहिले आहे. यातील पूर्वरंग रावजी सखाराम दोशी व आख्यानात्मक उत्तररंग गो. बा. बीडकर यांनी रचलेला आहे. या कीर्तनाख्यानामध्ये महासती अनंतमती, रेवतीराणी व नीली यांची आख्याने आहेत. या कीर्तनपुस्तकाचे पूर्वरंग व उत्तररंग असे दोन भाग असून पूर्वभागामध्ये जीवाजीव, कर्मबंध, संसार, कर्मबंध, मोक्ष आदींचे स्वरूप व तात्त्विक निरूपण आहे, तर उत्तरभागामध्ये या तात्त्विक निरूपणाचे उपयोजन कथन करणारी आख्याने आहेत. यामध्ये काव्यरचनेचे व गायकीचे अनेक प्रकार हाताळले गेले आहेत.

'मंगललहरी' ही बालसुतांच्या कवितांचा-पदांचा संग्रह आहे. यातील कवितेवर जैन तत्त्वज्ञानाचा पगडा स्पष्टपणे पडलेला जाणवतो, किंबहुना जैन तत्त्वज्ञानाचे स्वरूप सांगण्यासाठीच यातील कवितांची रचना झाली आहे. पण त्यामध्ये तत्त्वजडता किंवा तत्त्वज्ञानाचे शुद्ध स्वरूप कुठेही स्पष्टपणे सांगितलेले नाही. तत्त्वज्ञान रंजकपणे सांगण्याची बीडकरांची हातोटी वाखाणण्याजोगी आहे. त्यामुळे जवळ जवळ संपूर्ण पश्चिम महाराष्ट्र, मराठवाडा व हैद्राबाद-मुंबई कर्नाटकामध्ये बीडकरांची ही पदे त्यांच्या जीवनकालातच अत्यंत प्रसिद्ध झाली होती आणि विविध प्रसंगी ती उत्कटपणे गायलीही जात होती. जैन तत्त्वज्ञानाबरोबरच देशभक्ती, स्वातंत्रआंदोलन, स्वातंत्रलढ्यातील नेतेपुरुषांचे

गुणगान, जीवनातील विविध अनुभव यांचे प्रत्ययकारी वर्णन बीडकरांच्या कवितेमध्ये पदोपदी जाणवते. स्वातंत्र्य, समता, प्रेमभाव, स्वावलंबन, संस्कारक्षमता आदी गुण बीडकरांच्या कवितेमधून स्पष्टपणे प्रतिबिंबित होतात. बीडकरांच्या कवितेवर अनेक ठिकाणी गांधींच्या अहिंसा, अपरिग्रह, स्वावलंबन आदि तत्त्वांचा तसेच सानेगुरुजींच्या प्रेमभावाचा प्रभाव स्पष्टपणे जाणवतो.

कवी बालसुत यांचे अनेक वर्षे मराठवाड्याच्या उस्मानाबाद जिल्ह्यातील कुंथलगिरी या सिद्धक्षेत्री वास्तव्य होते. पार्श्वसागर ब्रह्मचारींच्या साहाय्याने त्यांनी तेथे गुरुकुलाची स्थापनाही केली आणि मराठवाड्यातील विद्यार्थ्यांच्या शिक्षणाचीही सोय करून दिली. तसेच रझाकार चळवळीमध्ये सिद्धक्षेत्राच्या रक्षणाचे अत्यंत महत्त्वाचे कार्य त्यांनी केले आहे. देशभूषण व कुलभूषण हे कुंथलगिरी सिद्धक्षेत्रावरून मोक्षास गेले. त्यांच्याविषयीचा भक्तिभाव हा बीडकरांच्या कवितेचा स्थायीभाव आहे असे म्हटले तर अतिशयोक्ती वाटायला नको. बीडकरांनी आपल्या पहिल्या काव्यसंग्रहाचे नामकरण 'श्री देशभूषण कुलभूषण काव्यसुमन'(१९३०, सहावी आवृत्ती १९६८) असे केले आहे. याशिवाय वीरध्वजगीत, पूजनसंग्रह, पद्यावली अशा अनेक रचना त्यांच्या नावावर आढळतात.

गोपाळ बालाजी बीडकर यांच्या नावे 'जीवंधर चरित्र' (१९७२) ही एक अत्यंत सुंदर रचना आढळते. श्रीमद वादीभसिंहसूरीविरचित 'क्षत्रचूडानणी' या नीतिप्रधान अपूर्व सुरस काव्यावर आधारित व रूपांतरित असे हे मराठी खंडकाव्य आहे. जीवंधरचरित्र ही जैन साहित्यातील एक पौराणिक कथा असून ती मराठीतून खंडकाव्यरूपाने प्रस्तुत करण्याचे श्रेय बीडकर यांचे आहे. जीवंधर स्वामी हे भ. महावीरांच्या काळातील २३ वे कामदेव होते. ते अतिसुंदर, पराक्रमी, प्रयत्नवादी, क्षत्रियश्रेष्ठ होते. जीवनातील सर्व प्रकारच्या सुखांचा अनुभव घेऊन शेवटी त्यांनी महावीरांपाशी दीक्षा ग्रहण करून मोक्षप्राप्ती करून घेतली. त्यांच्या बहुरंगी पण पवित्र जीवनाचा उज्ज्वल आदर्श बीडकरांनी या खंडकाव्यात प्रस्तुत केला आहे. ११ लंबांमध्ये विभाजित १७० ओव्यांचे हे काव्य आहे. सन्मती या मासिकातून हे खंडकाव्य आधी प्रकाशित झाले होते. नीतिनिरूपण व चिंतनपरकता हा या काव्याचा विशेष गुण असून यातून धर्ममूल्ये, सात्त्विक विचार, उद्बोधन आदि यातून व्यक्त झाले आहेत. आधुनिक काळात जैन साहित्यातील एक अप्रतिम काव्य असे याचे स्वरूप आहे.

गो. बा. बीडकर एक उत्तम नाटककारही होते. 'खरा स्वार्थत्याग अर्थात अकलंक-निष्कलंक संवाद' (१९३६) हे बीडकरांनी लिहिलेले एक पुराणेतिहासाधिष्ठित नाटक आहे. ७ व्या शतकामध्ये विद्यमान जैन न्यायाचे प्रवर्तक व उद्‌भट विद्वान अकलंकदेव व त्यांचे बंधू निष्कलंक यांनी जैन धर्मासाठी केलेल्या असीम त्यागाची कथा या नाटकात अनुस्यूत आहे. बालपणी अज्ञानपूर्वक केलेली ब्रह्मचर्य व्रताची धारणा सत्य समजून तरुणपणी बौद्ध विहारात जाऊन तिथे बौद्ध धर्माचे अध्ययन करण्यासाठी मोठेच साहस केले. त्याचा परिणाम म्हणून अकलंक-निष्कलंकांना देहदंडाची शिक्षा फर्मावण्यात आली. तेव्हा धर्मप्रसारासाठी उद्‌भट विद्वान अकलंकाचे प्राण वाचावेत म्हणून निष्कलंकाचा प्राणत्याग आणि त्यानंतर अकलंकांकरवी बौद्ध मताचा पराभव अशी ही कथा या नाटकात आहे. प्रौढ भाषा, विस्तृत भाषणे, तर्कपूर्ण मांडणी, तत्कालीन नाटकांप्रमाणे विनोदी प्रवेश असे या नाटकाचे स्वरूप आहे. हे एक संगीत नाटक असून यातील पदे रागदारीवर आधारित आहेत.

आधुनिक मराठी जैन साहित्यातील एक महत्त्वाचा कवी व नाटककार म्हणून गोपाल बालाजी बीडकर उर्फ बालसुत यांचा उल्लेख अनिवार्य आहे.

पं. जिनदास पार्श्वनाथ फडकुले (सोलापूर)

२० व्या शतकातील दुसऱ्या दशकापासून १९९० पर्यंतच्या सात दशकांमध्ये तब्बल ७० वर्षे जिनवाणीची निरंतर सेवा करणारे पं. जिनदास फडकुले यांचे स्थान मराठी जैन साहित्यात अत्यंत मोलाचे आहे. तत्त्वज्ञान, आचार, चरित्र, पदरचना, अनुवाद, कथासाहित्य अशा अनेकविध रचना फडकुले यांनी केल्या आहेत. १९२० साली त्यांचे 'प्रतिमापूजन'हे छोटेखानी पहिले पुस्तक प्रकाशित झाल्याचे आढळते. मूर्तिपूजा कशी करावी, ती करावी की न करावी याविषयीची चर्चा या पुस्तकात आहे. संस्कृत श्लोक, त्यांचा अनुवाद, विश्लेषण अशी ही रचना आहे. स्वयंभूस्तोत्र हे जैन स्तोत्रवाङ्मयातील रत्न आहे. जिनगुणवर्णन व स्तुती यात आहे. आचार्य समंतभद्र यांचा हा मूळ ग्रंथ असून तत्त्वचर्चा हा त्याचा विषय आहे. जैन तत्त्वज्ञानानुसार पदार्थाचे स्वरूप, स्याद्वादाचे स्वरूप, धर्म, न्याय, साहित्य व जिनस्तुती या दृष्टीने हे स्तोत्र एक उत्तम रचना आहे. राजवार्तिक, श्लोकवार्तिक, प्रमेयरत्नमाला, अष्टसहस्री इ. ग्रंथांच्या आधारे फडकुले यांनी या ग्रंथाची रचना केली आहे. अनेक उदाहरणांनी तत्त्वज्ञान पटवून देण्याचा प्रयत्न केला आहे.

'श्री समंतभद्राचार्य चरित्र व कालनिर्णय'(१९२१) या ग्रंथात फडकुले यांनी आचार्य समंतभद्रांचे चरित्र अंकित केले आहे. आचार्य समंतभद्रांचा काल व त्यांचे व्यक्तिमत्त्व याबद्दल अनेक शंका आहेत. समंतभद्राचार्य हे इ. स. च्या पहिल्या शतकात झाले असावेत. त्यांच्या नावावर अनेक तात्त्विक आणि तार्किक ग्रंथ उपलब्ध आहेत. 'गंधहस्तिमहाभाष्य' हा ८४००० श्लोकप्रमाण ग्रंथ त्यांनी लिहिल्याचा उल्लेख मिळतो, पण तो ग्रंथ अद्यापि कुठेही उपलब्ध झालेला नाही. जैन आचार्यपरंपरेतील एक उद्भट विद्वान आचार्य म्हणून समंतभद्रांची ख्याती आहे. या ग्रंथामध्ये त्यांचे चरित्र थोडक्यात आले असून पूर्वभागात श्लोकरचना व त्याचे अनुवाद, देवागमस्तोत्राची माहिती, नित्य-अनित्य भेद, पूर्वसूरींचा परिचय व त्यांच्या ग्रंथांवरील टिपणी असा विषय यात मांडला गेला आहे.

'रत्नमाला' (१९२२) हा ग्रंथ कन्नडमधील सर्वात प्राचीन ग्रंथकार शिवकोटी आचार्य यांनी लिहिला आहे. त्यांचा कालखंड इ. स. चे चौथे शतक असावा. जिनदासशास्त्रींनी या ग्रंथाचा पद्यानुवाद केला आहे. हा मूळचा संस्कृत ग्रंथ असून या ग्रंथाबरोबरच सागारधर्मामृत, चरित्रसार, नीतिसार या ग्रंथांचाही आधार फडकुले शास्त्रींनी घेतला आहे. या ग्रंथात एकूण ६७ ते ७० श्लोक आहेत. यातील एकएक श्लोक खरोखरच रत्नासमान अमूल्य आहे. गृहस्थधर्माचे आचरण करणाऱ्या समस्त श्रावकांसाठी लाभदायक असे तत्त्वज्ञानात्मक श्लोक यात आहेत.

पं. दौलतरामजीकृत 'छहढाला' या काव्याचा अनुवाद १९२६ साली फडकुले शास्त्री यांच्या नावावर प्रसिद्ध झाला आहे. जैन धर्मातील विविध तत्त्वांना काव्यात्म आशय प्रदान करून सहा ढालीं (अध्यायां)मध्ये तत्त्वज्ञानाचे निरूपण केले गेले आहे. पं. दौलतरामजींनी हिंदीमध्ये ही रचना केली आहे. पहिल्या ढालीमध्ये जीवाची संसारातील भ्रमंती, दुसऱ्या ढालीमध्ये मिथ्यादर्शन-ज्ञान-चारित्राचा त्याग करण्याचा उपदेश, तिसऱ्या ढालीमध्ये पुद्गल तत्त्वाचे निरूपण, चौथ्या ढालीमध्ये सम्यग्दर्शनाचे स्वरूप, पाचव्या ढालीमध्ये मुनिजीवनाचे स्वरूप व महत्त्व, तर सहाव्या ढालीमध्ये षट्कायजीववध, रागादिभावांचा त्याग, विषय-कषायांचा त्याग करण्याचा उपदेश असे या ग्रंथाचे स्वरूप आहे. फडकुले शास्त्रींनी या ग्रंथाचा अनुवाद आर्या वृत्तात केला असून मराठी भाषेचे सौष्ठव यातून स्पष्टपणे जाणवते.

'नागकुमार पंचमी कथा' उर्फ 'नागकुमार चरित'(१९२७ या ग्रंथाचा गद्यानुवाद

फडकुले शास्त्रींनी केला आहे. पंचमी व्रताचा प्रभाव व त्यामुळे मोक्षप्राप्ती साठी नागकुमार राजाची कथा असे या ग्रंथाचे स्वरूप आहे. गृहस्थधर्म, यतिधर्म, दानाचे महत्त्व, अष्टमूलगुण, अणुव्रते, गुणव्रते, शिक्षाव्रते इत्यादींची माहिती यात कथानुषंगाने येते. नागकुमाराचे चरित्र व व्रताच्या प्रभावाने त्यास मोक्षप्राप्ती अशी ही कथा आहे. जिनसेन–कनकसेन–जिनसेन–नरेंद्रसेन–मल्लिषेण अशी आचार्यपरंपरा यात सांगितली आहे.

'सुदर्शन चरित्र'हे तिसरे चरित्र फडकुले यांनी १९२७ साली लिहिले आहे. ७ प्रकरणांमध्ये या ग्रंथाचा अनुवाद केला असून मूळ संस्कृत चरित्र श्री विद्यानंदी आचार्यांनी लिहिलेला असून काव्यमय व सुरस असे हे चरित्र आहे. हा ग्रंथ काव्यमय व अत्यंत सुरस आहे. यात सुदर्शन श्रेष्ठीच्या शील–चारित्राची कथा असून ती धर्मनिष्ठ व मोक्षफलप्रदायिनी असल्याची फलश्रुती सांगितली आहे.

'वरांगचरित' (१९२७) हे आणखी एक चरितकाव्य फडकुले यांनी अनुवादले आहे. या ग्रंथाचे मूळ कर्ते जटासिंहनंदी असून या कथेचा अनेक भारतीय भाषांमध्ये अनुवाद झाला आहे. वरांग नामक राजपुत्राची इहलोकी व परलोकी कशी उन्नती झाली याचे विस्तृत वर्णन या ग्रंथात येते. धर्मसेन राजा व त्याचे पुत्र यांची कथा असून नेमिनाथ तीर्थंकरांच्या तीर्थामध्ये ही कथा घडते. राजपुत्र वरांग व त्याच्यावरील संकटे व त्यांतून सुटका व शेवटी वैराग्य अशी ही कथा घडते.

'सुकुमार चरित्र' हा एक चरित्रानुवाद (१९२९) फडकुले शास्त्री यांनी केला आहे. यामध्ये सुकुमार मुनींचे चरित्र असून अत्यंत प्रतिकूल परिस्थितीमध्ये तलवारीच्या धारेप्रमाणे मुनिव्रत धारण केले. पूर्वभवीच्या पापानुबंधामुळे आता कोल्हीण बनलेल्या व पूर्वजन्मी मातेनेच सुकुमार मुनींचे अर्धे शरीर खाल्ल्याची कथा या ग्रंथात येते. अशा प्रकारचा उपसर्ग होत असला तरी सुकुमार मुनी शांतपणे तप करीत राहतात, त्यामुळे त्यांना सिद्धी प्राप्त होते अशी कथा यात येते. अनेक दृष्टांत, बोधपरक वचने, भवांतर, कर्मसिद्धांत व हितकारक उपायांची पेरणी यामुळे चरित्राची गोडी अधिकच वृद्धिंगत करण्यात लेखकास पूर्ण यश मिळाले आहे.

'प्रीतिंकर चरित्र'(१९३१) हे कर्मसिद्धांताचे महत्त्व सांगणारे चरित्र फडकुले शास्त्रींनी पद्यानुवादित केले आहे. रात्रिभोजनत्यागाचे महत्त्व ठसविण्यासाठी हे चरित्र लिहिले आहे. नेमिदत्त कवींनी गुणभद्राचार्यांच्या उत्तरपुराणांतर्गत प्रीतिंकरचरित्राच्या आधारे हा ग्रंथ लिहिला आहे. हा स्वैर पद्यानुवाद आहे.

प्रथम अध्यायात सागरदत्त श्रेष्ठी व जयसेन राजा यांना सागरसेन मुनींनी श्रावकधर्माचा उपदेश केला आहे. दुसऱ्या व तिसऱ्या अध्यायांत प्रीतिंकराचे पूर्वभव व प्रीतिंकराच्या बालपणापासून मोक्षास जाईपर्यंतची कथा येते. कोल्ह्यास जातिस्मरण, मुनींचा उपदेश व रात्रिभोजनाचा त्याग केल्याने पुढच्या भवात राजपुत्र बनून तो मोक्षास गेला अशी कथा यात येते.

जैन धर्माचे अंतिम तीर्थंकर भ. महावीरांचे चरित्रही फडकुले शास्त्रींनी लिहिले आहे. १९३१ साली प्रकाशित झालेले हे वर्धमानचरित्र असून मूळ चरित्रग्रंथ संस्कृत भाषेमध्ये ११ व्या शतकातील असग या महाकवीने लिहिला आहे. यात एकूण १८ सर्ग असून फडकुले शास्त्रींनी या ग्रंथाचा सुबोध अनुवाद केला आहे. असग कवीनेही हे चरित्र पूर्वाचार्यांनी लिहिलेल्या ग्रंथांच्या आधारे लिहिले असल्याचा उल्लेख केला आहे. महावीर स्वामींचे पूर्वभव व त्या काळामध्ये यज्ञादिकामध्ये पशुबली इत्यादी पापकार्याची व्याप्ती वाढल्याने महावीरांचा आविर्भाव याचे वर्णन आधी आले आहे. भ. महावीरांच्या ३३ पूर्वभवांचे वर्णन यात आले आहे. भ. महावीरांचे अप्रतिम धर्मकार्य व त्यांना केवलज्ञानाची प्राप्ती व शेवटी मोक्षप्राप्ती असे हे चरित्र आहे. अठराव्या सर्गात इंद्राने भ. महावीरांची जी स्तुती केली त्याचे वर्णन शास्त्रीबुवांनी आर्यावृत्तात केले आहे. ४०० पृष्ठांचे हे चरित्र अत्यंत साध्या सोप्या भाषेत भाषांतरित असल्याने सामान्य जनांच्या दृष्टीने अत्यंत वाचनीय झाले आहे. फडकुले शास्त्रींची ही अप्रतिम कलाकृती म्हणायला हवी.

जिनदास पार्श्वनाथ फडकुले शास्त्री यांनी 'क्षत्रचूडामणी' हे जीवंधराचे चरित्र लिहिले आहे. एकूण ११ लंबांमध्ये (प्रकरणां-अध्यायांमध्ये) हे चरित्र असून वादीभसिंहसूरी यांच्या क्षत्रचूडामणी या काव्याच्या आधारे हे चरित्र लिहिले आहे. यामध्ये भ. महावीरांच्या काळातील ११ वे कामदेव जीवंधर यांची कथा येते.

फडकुले शास्त्रींनी १९७३ साली 'पार्श्वनाथ चरित्र'लिहिले. यात वर्तमान कालातील २३ तीर्थंकर यांची कथा येते. तीर्थंकर पार्श्वनाथ व त्याचे पूर्वभवातील बंधू कमठ यांच्या नऊ पूर्वभवांतील पूर्वानुबद्ध वैराची व क्षमेची कथा येते. भ. पार्श्वनाथ क्षमाभावाचे उत्तम उदाहरण आहे. कवीने ही कथा ३५६ छंदामध्ये लिहिली असून आर्या, चंद्रकांत आदी वृत्तांचा व छंदांचा यात चपखल उपयोग केला आहे. पार्श्वनाथांचे पूर्वभव व प्रत्येक भवात निरनिराळ्या योनींमध्ये कमठाने

त्यांच्यावर केलेल्या उपसर्गांचे प्रत्ययकारी वर्णन कवीने यामध्ये केले आहे. भ. पार्श्वनाथांचे हे चरित्र 'आत्मोद्धार करणारे चरित्र' असल्याचे कवी सांगतो. फडकुले उत्तम चरित्रकार व बहुश्रुत अनुवादक होते याचे प्रत्यंतर या चरित्रातून येते. मूळ संस्कृत चरित्र सकलकीर्ती आचार्यांनी लिहिलेले आहे.

जिनदास शास्त्रींनी 'संभवनाथ तीर्थंकर चरित्र'हे आणखी एक छोटेखानी चरित्र लिहिले आहे. अनेक अकल्पित घटनांचा उल्लेख या चरित्रात येतो. यातही तीर्थंकरांचे पूर्वभव व तीर्थंकर चरित्र येते. आर्या व चंद्रकांत या दोन वृत्तांमध्ये हे चरित्र ग्रथित झाले आहे. १६८ छंद व नंतर गद्यानुवादही आहे. परंतु यातील पद्यरचना प्रासादिक व प्रांजल आहे. गुणभद्र आचार्यांच्या मूळ उत्तरपुराणातील चरित्राच्या आधारे ही रचना केली आहे.

'धन्यकुमार चरित्र' हे १९७७ साली फडकुले यांनी लिहिलेले शेवटचे चरितकाव्य असावे. हे चरित्र आर्या छंदात लिहिले असून धन्यकुमार हा पूर्वभवात एक वैश्यपुत्र होता. पुढे ते मुनी बनतात. पूर्वभवाचे वर्णन, यात येतो. आहारदानाच्या पुण्याच्या अपूर्व पुण्याचा लाभमुळे जन्म, राज्यलाभ, वडील पुत्रास राज्य देऊन पुढे मुनिदीक्षा घेतात असे हे चरित्र आहे. आहारदानाचे महत्त्व सांगणारे हे चरित्र आहे. यात एकूण २०२ आर्या असून घटना प्रसंग मोजक्या शब्दांत अंकित केले आहेत. संस्कृतप्रचुर भाषा असलेले, उत्कट व रसाळ काव्य आहे. पद्मनंदी भट्टारकांचे शिष्य असलेल्या सकलकीर्ती भट्टारकांनी १६ व्या शतकामध्ये संस्कृतमध्ये हे मूळ चरित्र लिहिले आहे. जैनाचार्यांनी लिहिलेल्या चरित्रांपैकी या चरित्राचा अनुवाद आदर्श गृहस्थाच्या जीवनासाठी उपयोगी असल्याने फडकुले यांनी या चरित्राचा अनुवाद केला आहे.

'अजितनाथ पुराण आणि सगर चक्रवर्तीचे चरित्र'हे गद्य-पद्यात्मक अनुवाद असलेले चरित्र १९७१ साली प्रकाशित झाले आहे. या ग्रंथाचे मूळ 'उत्तरपुराण' हा ग्रंथ श्री गुणभद्र आचार्यांचा असून या ग्रंथाची ४२ पर्वे गुणभद्राचार्यांनी लिहिली आहेत. हा ग्रंथ एकूण पाच अध्यायांमध्ये लिहिला असून हा पाचवा अध्याय आहे. या ग्रंथामध्ये १०४ पदांमध्ये अजितनाथ पुराण व १४४ पदांमध्ये सगरचक्रवर्तीपुराण कथन केले आहे. अजितनाथ चरित्र हे तीर्थंकरचरित्र असून सगर राजा दुसरा चक्रवर्ती होता. जन्म, भवांतर, कर्मस्वरूप व मोक्षप्राप्ती असे वर्णन या ग्रंथात आहे. यातील पद्यलेखन सुरस झाले आहे. हा ग्रंथ आर्या वृत्तात लिहिला गेला आहे.

जिनदास पार्श्वनाथ फडकुले यांनी जैन पुराणकथांमधील अधिकांश महत्त्वाच्या चरित्रांचा मराठी अनुवाद केला आहे. यातील एकेक चरित्र आचारधर्म व जैनांचे एकेक तत्त्व प्रतिपादन करते. अलीकडे सामान्य श्रावकांना जैन व्रतांची व आचारांची माहिती व्हावी हा उद्देश यामागे असावा. मराठी साहित्यात इतक्या मोठ्या प्रमाणात अनुवादाचे कार्य २० व्या शतकात फडकुले यांनीच केले आहे. ग्रंथांचे केवळ शब्दानुवाद नसून हे सर्व अनुवाद स्वैर व भावानुवाद आहेत. त्यांतून फडकुले यांची विद्वत्ता, भाषाप्रभुत्व व शब्दसौष्ठव तसेच स्वतंत्र प्रज्ञा यांचेही दर्शन घडते. चरित्र ग्रंथांखेरीज अन्यही काही ग्रंथांचे अनुवाद हि फडकुले यांनी केले आहेत.

'भावसंग्रह'(१९२८) हा श्री देवसेन आचार्यांचा यांचा ग्रंथ फडकुले यांनी अनुवादित केला आहे. श्री देवसेन आचार्य विमलसेन आचार्यांचे शिष्य होते. देवसेन आचार्यांचा प्रस्तुत ग्रंथ प्राकृतात असून विद्यानंदी या समकालीन आचार्यांच्या 'नयचक्र' या ग्रंथाचा आधार घेऊन हा ग्रंथ लिहिला गेला आहे. जीवाचे परिणाम, त्यांचा संग्रह, गुणस्थानांचे निरूपण, शुभाशुभ परिणामांचे वर्णन, बौद्ध व श्वेतांबर मतांचे खंडन इत्यादी विषय यात आले आहेत. परिणामांचे वर्णन करताना अनेक लहान लहान कथाही यात आल्या आहेत. दान, ध्यान, मुनींचे आचरण, श्रावकांचे आचरण यांचीही चर्चा या ग्रंथात आली आहे.

'जैन पद्यकथाकोष' (१९२९) या ग्रंथामध्ये जिनदासशास्त्रींनी पद्यातून कथालेखन करण्याचा प्रयत्न केला आहे. मूळ जैन परंपरेत येणाऱ्या आठ कथांचे पद्यात लेखन केले आहे. या आठ कथांमध्ये वारिषेण मुनींची कथा, सनत्कुमार चक्रवर्तीकथा, अकलंकदेवकथा, समंतभद्र कथा, संजयंत मुनिकथा, अंजनचोर कथा, अनंतमती कथा, उद्दायन राजाची कथा या कथा आल्या आहेत. यातील प्रत्येक कथा श्रद्धा, ज्ञान, चारित्र, शील इत्यादी तत्त्वांचे कथन करणारी आहे. अनेक वृत्त-छंदांतील रचनेमुळे या कथा गेय बनल्या आहेत. पद्यरूपातील या कथा फडकुले शास्त्रींचे प्रतिभासंपन्न कवित्व दाखवितात. या कथालेखनाचे तत्कालीन जैन वाचकांनी कौतुक केले आहे. चरित्रलेखनाबरोबरच कथालेखन हे फडकुलेशास्त्रींच्या लेखनाचे आणखी एक वैशिष्ट्य आहे. फडकुलेशास्त्रींनी लिहिलेली बहुतेक चरित्रे कथात्मकच असून त्यांच्या सर्वच कथा अनुवादित व जैन पुराणांवर आधारित आहेत.

'रात्रिभोजनत्यागकथा'(१९५६) ही एक कथा जैन पुराणातील कथा असून

रात्रिभोजनत्यागाचा महिमा सांगण्यासाठी ही कथा पद्यमय भाषेत सांगितली आहे. जागरा मांगिणीची ही कथा असून व्रताचरणामुळे ही मांगीण पुढच्या जन्मामध्ये नागश्री नावाची कन्या होते आणि आर्यिकेची दीक्षा ग्रहण करते. या कथेला जोडूनच फडकुले यांनी 'संपत शुक्रवार कथा'ही लिहिली आहे.

व्रतांचा महिमा सांगण्यासाठी फडकुले शास्त्रींनी आणखी काही कथा पद्यातून लिहिल्या आहेत. श्री सप्तपरमस्थान कथा-पूजा, कवलचांद्रायण व्रतोद्यापन, श्री आचार्यवर्य शांतिसागर पूजा व आर्या छहढाला (१९६०) अशी एक एकत्रित रचना फडकुले यांनी लिहिली आहे. यात ग्रंथांचा अनुवाद असून येथेही फडकुले यांचे कवित्व प्रत्ययास येते. व्रताचरणामुळे पातकांचा नाश होऊन पुण्यलाभ होतो व अंती मोक्षप्राप्ती होते हे ठसविण्यासाठी ही 'सप्तपरमस्थान कथा' लिहिली आहे. 'चांद्रायण व्रतोद्यापन' यात तात्त्विक विवेचनासह व्रताचरणविधीही सांगितला आहे. 'छहढाला' ही पद्यात्मक रचना असून यातही तात्त्विक विवेचन आले आहे. त्याचप्रमाणे 'शांतिसागर पूजा' हे पूजनकाव्य आर्या वृत्तात रचले गेले आहे.

'कोटिभट श्रीपाल' (१९६३) ही जैन पुराणातील चरित्रकथा फडकुले यांनी लिहिली आहे. कोटिभट श्रीपाल हे पात्र जैन साहित्यात पुन्हा पुन्हा अनेक कथा, नाट्य, पद्य, दीर्घकथा या रूपात येत राहिले आहे. चंपापुर नगरीचा राजा श्रीपाल पूर्वजन्मीच्या मुनीचा अपमान केल्याच्या कृत्यामुळे पुढील जन्मात कुष्ठरोगी बनतो. पण राणी मदनासुंदरी (मैनासुंदरी) हिची जिनभक्ती व सिद्धचक्रभक्ती यांमुळे श्रीपालाचा कुष्ठरोग दूर होतो. नंतर व्रताचरण व जिनभक्ती करून तो मोक्ष प्राप्त करून घेतो अशी ही कथा आहे. कर्मसिद्धांत व सिद्धचक्रपूजा यांचे माहात्म्य सांगणारी ही कथा १६ व्या शतकात आचार्य सकलकीर्ती यांनी काव्यबद्ध केली आणि तिचाच आधार घेऊन जिनदासशास्त्रींनी ही कथा मराठीत लिहिली आहे. ही कथा जैन धर्मीयांमध्ये अत्यंत प्रसिद्ध आहे.

जिनदासशास्त्री फडकुले यांची आणखी एक अत्यंत महत्त्वपूर्ण व बृहद् रचना म्हणजे त्यांनी लिहिलेले 'जैन रामायण'ही होय. ही रचना फडकुले शास्त्रींनी १९६४ मध्ये लिहिली आहे. जैन धर्मामध्ये जे ६३ शलाकापुरुष म्हणजे आदर्श महापुरुष होऊन गेले त्यांपैकी राम हे ८ वे बलभद्र होते. रामकथेचा उपलब्ध आधार वाल्मीकिरामायण तसेच प्राचीन जैनरामायण, बौद्धरामायन असे आहेत. सत्याचा विजय व असत्याचा पराजय हाच या कथांचा मूळ उद्देश आहे. या रामकथांचा सांगाडा साधारणतः समान असला तरी तरी जैन पुराणांतर्गत रामकथा

व वैदिक रामकथा यांमध्ये तत्त्वज्ञानानुसार बरेच अंतर आहे. शिवाय जैन मतानुसार ही कथा मूलतः कर्मसिद्धांत व जैन तत्त्वज्ञान पुष्ट करणारी व वाल्मीकि रामायणापेक्षा प्राचीन आहे. फडकुले शास्त्रींनी हे 'जैन रामायण' इसवी सनाच्या ७ व्या शतकामध्ये आचार्य रविषेणांनी लिहिलेल्या 'पद्मपुराणा'च्या आधारे लिहिले आहे. हा पद्मपुराणाचा स्वैर व सरस मराठी अनुवाद आहे. स्वतंत्रपणे वाचत असता आपण अनुवाद वाचत नसून स्वतंत्र रचना वाचत आहोत असाच अनुभव येतो.

पद्यचरित्रे आणि पद्यकथांबरोबरच फडकुले शास्त्रींनी जैन धर्मातील अनेक प्राचीन आचार्यांनी लिहिलेल्या अनेक तत्त्वज्ञानपरक व आचरणविषयक ग्रंथांचेही अनुवाद केले आहेत.

१९३७ मध्ये श्री. फडकुले शास्त्री यांनी 'सावयधम्मदोहा व सारसमुच्चय'या ग्रंथाचा अनुवाद केला आहे. हे दोन्ही ग्रंथ १० व्या शतकाच्या पूर्वार्धामध्ये श्री देवसेन आचार्यांनी प्राकृत-अपभ्रंश भाषेमध्ये दोहा या छंदामध्ये लिहिले आहेत. वस्तुतः हिंदी भाषेमध्ये दोहा हा छंद -काव्यप्रकार कबीराच्या नावावर प्रसिद्ध आहे, पण त्याच्याही आधी अनेक शतके जैन आचार्यांनी प्राकृत-अपभ्रंश भाषेत याचा उपयोग केलेला आहे. फडकुले शास्त्रींनी मात्र या दोह्यांचे मराठीत आर्या वृत्तात भाषांतर केले आहे. हे काव्य श्रावकधर्माचे निरूपण करणारे असून धर्म, सम्यग्दर्शन-ज्ञान-चारित्र, श्रावकाच्या ११ प्रतिमा, आठ मूलगुण, स्वाध्याय इत्यादी अनेक जैन तत्त्वांची व आचारांचे यात निरूपण केले गेले आहे. सारसमुच्चयातही आत्म्याचे स्वरूप, जैन धर्मपालनामुळे कल्याण का होते, वैराग्य, सुपात्र, रत्नत्रय, सज्जनसंगती यांची चर्चा केली गेली आहे. हा ग्रंथही आर्या वृत्तात लिहिला गेला आहे.

'केवलज्ञान झाल्यावर इंद्राने केलेली भगवंतांची स्तुती' हा एक लहानसा स्तुत्यनुवाद फडकुले यांच्या नावावर आढळतो. 'जैनबोधक' या मासिकातर्फे संस्कृत महापुराणातील भक्तिरसपूर्वक सुभाषितात्मक काव्यखंडांचा अनुवाद करण्याची एक स्पर्धा आयोजित केली गेली होती. या स्पर्धेत फडकुले यांचा पद्यानुवाद प्रथम क्रमांकाचा ठरला. या पद्यानुवादाचे प्रकाशन म्हणजे हा छोटेखानी ग्रंथ होय. इंद्राने अत्यंत नम्र व नतमस्तक होऊन भ. महावीरांची जी स्तुती केली ती यात ग्रथित आहे.

'लघुबोधामृतसार' (१९३९) हा आचार्य कुंथुसागर विरचित ग्रंथाचा पद्यानुवाद फडकुले यांनी केला आहे. हा ग्रंथ टीका-समीक्षात्मक असून याचे स्वरूप

प्रश्नोत्तररूप आहे. यात जैन तत्त्वांचे विस्तृत विवेचन आले आहे.

कार्तिकेय स्वामीविरचित 'कार्तिकेयानुप्रेक्षा'हा ग्रंथ शुभचंद्राचार्यांच्या टीकेसहित अनुवाद करून फडकुले यांनी मांडला आहे. हा ग्रंथ तत्त्वज्ञानपर असून यात १२ अनुप्रेक्षांमधून संपूर्ण जगाचे स्वरूप तत्त्वज्ञानात्मक दृष्टिकोणातून मांडले आहे. जैन तत्त्वज्ञानात अध्यात्म विचाराच्या दृष्टिकोणातून १२ अनुप्रेक्षांचे अत्यंत महत्त्व आहे.

'देवसेनसूरीकृत तत्त्वसाराचा आर्यानुवाद'हा एक छोटेखानी ग्रंथ फडकुले शास्त्रींच्या नावे आढळतो. यात केवळ १०९ आर्यांमध्ये जैन धर्माची तत्त्वे सांगितली असून शेवटी ४३ ओव्यांमध्ये भ. महावीरांचे चरित्र मांडले आहे. यात प्रत्येक पदाच्या शेवटी कवीने आपल्या नावाचा उल्लेख केला आहे. यातून फडकुले शास्त्रींच्या अनुवादक, तत्त्वचिंतक कविरूप व्यक्तिमत्त्वाचे दर्शन घडते.

आचार्य अकलंक यांनी 'तत्त्वार्थवार्तिक राजवार्तिक'नामक महान ग्रंथाची रचना केली आहे आणि श्री विद्यानंदी स्वामींनी 'श्लोकवार्तिक'नामक ग्रंथाची रचना केली आहे. या दोन ग्रंथांवर आधारित सामान्य लोकांना दशभक्तीचा अर्थ कळावा म्हणून फडकुले शास्त्रींनी मराठी 'आर्या दशभक्ती'हा ग्रंथ लिहिला आहे. सामान्य श्रावकांना नित्यक्रियेमध्ये दशभक्ती करावी लागते. दशभक्तीमध्ये धर्मतत्त्वांचे स्मरण आहे. या ग्रंथात दशभक्तींसह आणखी तीन भक्तींचा समावेश फडकुले यांनी केला आहे. याशिवाय पाच ज्ञानांचे, पाच आचारांचे वर्णन, तीर्थंकरस्तुती, पंचपरमेष्ठी स्तुती अशा अनेक स्तुती फडकुले यांनी आर्या वृत्तात केल्या आहेत.

जिनदासशास्त्री फडकुले यांचा उल्लेख 'जैन साहित्यातील मोरोपंत'असा केला जातो. प्रतिभासंपन्न कवी, उत्कृष्ट अनुवादक, तत्त्वज्ञ, जैन साहित्याचे अभ्यासक, संस्कृत-प्राकृत साहित्याचे पंडित अशा अनेक पैलूंनी युक्त असे जिनदासशास्त्रींचे व्यक्तिमत्त्व होते. संस्कृत-प्राकृत भाषेवर त्यांचे असाधारण प्रभुत्व होते. तत्त्वज्ञान व साहित्य दोहोंमध्ये त्यांना गती होती. अनेक छंदांचा त्यांनी आपल्या काव्यात उपयोग केला असला तरी 'आर्या' हा त्यांचा प्रिय छंद होता. म्हणूनच तर ते जैन समाजात 'जैनांचे मोरोपंत' म्हणून ओळखले जातात.

शंकर पंढरीनाथ रणदिवे

जैन धर्मग्रंथांच्या आधारे विधवा-विवाहाच्या समर्थनार्थ 'विधवाविवाहाचा

निषेध'(१९२८) ही एक रचना. शंकर रणदिवे यांच्या नावावर आढळते. अमितगती श्रावकाचारात कन्यादान हे कुदान सांगितले गेले असले तरी या मताचे खंडन करून जैन शास्त्रांतील अनेक गोष्टींचा आधार घेऊन जैन धर्मात विधवाविवाहास निषेध नाही हे शंकर रणदिवे यांनी पटवून दिले आहे.

श्री अमृतचंद्राचार्य यांनी लिहिलेला 'पुरुषार्थ सिद्ध्युपाय' या ग्रंथाचा टोडरमल यांनी हिंदीमध्ये अनुवाद केला आहे. त्यावरून पं. नथूराम प्रेमी यांनी त्या ग्रंथाचा सुधारित हिंदी अनुवाद केला आहे. शंकर रणदिवे यांनी १९२९ साली त्या ग्रंथाचा 'पुरुषार्थ सिद्ध्युपाय श्रावकाचार'या नावाने अनुवाद केला आहे. जैन तत्त्वज्ञानाचे आणि आचरणाचे निरूपण करणारा हा ग्रंथ आहे. तत्त्वज्ञानाची विस्तृत उदाहरणांसह मांडणी करणारा हा ग्रंथ आहे.

विद्याकुमार देवीदास जैन

यांनी भक्तामर, कल्याणमंदिर, विषापहार, एकीभाव व भूपाल या पाच स्तोत्रांवरील मराठी टीका (१९३५) लिहिली आहे. याखेरीज दोन कथाही त्यांनी लिहिल्या आहेत.

नानचंद वालचंद गांधी व नेमचंद वालचंद गांधी

आचार्य नेमिचंद्र यांनी प्राकृत भाषेत लिहिलेला 'द्रव्यसंग्रह' हा ग्रंथ नानचंद वालचंद गांधी यांनी 'आर्या द्रव्यसंग्रह' या नावाने मराठीत रचला आहे. शीतलप्रसाद यांनी या ग्रंथावर टीका लिहिली आहे. जीव–अजीवांपासून सहा तत्त्वांचे वर्णन यात आले आहे. हा मूळ ग्रंथाचा स्वैर पद्यानुवाद असून कवीने आपल्या प्रतिभेने मराठीत हा ग्रंथ रचण्याचा प्रयत्न केला आहे. पुढे १९६६ साली या कवीची 'श्रावकप्रतिक्रमण' ही रचना आढळते. श्रावकाकरवी वारंवार घडणाऱ्या दोषांचे वर्णन यात आले आहे. या दोषांचे निर्दालन करण्यासाठी श्रावकांनी प्रतिक्रमण करणे आवश्यक असते. या ग्रंथाचा मूळ भावार्थ हिराचंद नेमचंद दोशी यांनी केला आहे. याचे पद्यमय रूपांतर नानचंद गांधी यांनी केले आहे.

या ग्रंथातील सुरुवातीचा भाग नेमचंद वालचंद यांनी लिहिला असून यात अमितगति आचार्यकृत 'द्वात्रिंशतिका'या 'सामायिक पाठा'ची ३३ पदे अनुवादलेली आहेत. रोजच्या पाठासाठी सामायिक पाठाची ही रचना आहे. सुलभ व सोप्या भाषेत सामान्यांसाठी या रचना आहेत. नेमचंद वालचंद यांच्या नावावर ही एकमेव रचना उपलब्ध होते.

मोतीचंद हिराचंद गांधी 'अज्ञात'(उस्मानाबाद)

जैन साहित्यास फार मोठे योगदान देणारे लेखक, कवी, अनुवादक, जैन कोशकार व तीर्थवंदना लिहिणारे लेखक म्हणून मो. हि. गांधी तथा 'अज्ञात' यांचे योगदान फार मोठे आहे. मूळचे मराठवाड्यातील उस्मानाबाद येथील मोतीलाल हिराचंद गांधी यांनी 'अज्ञात' या नावाने मराठीत विपुल लेखन केले आहे. प्रसिद्धी आणि प्रचारापासून दूर राहून अखंड चिंतनशील व तत्त्वज्ञानात्मक लेखन अज्ञातांच्या नावे आढळते. 'जैन ज्ञान कोश' ही त्यांची अत्यंत महत्त्वाची आणि अभ्यासपूर्ण निर्मिती होय. उस्मानाबादहून औरंगाबाद व पुणे आणि तेथून अखंड भारतभर जैन क्षेत्रांची भ्रमंती करून त्यांनी आपले साहित्य निर्माण केले आहे.

'साधुशिक्षा' (१९२६) हा जैन साधूंच्या आचरणविषयक ग्रंथ आहे. हा ग्रंथ पद्यरूपात असून यतिवर्गाला उपदेश करण्याच्या हेतूने लिहिला गेला आहे. यतिवर्गातील शिथिलाचार नाहीसा व्हावा व त्यांचे आचरण शास्त्रविरुद्ध नसावे हा अभिप्राय धारण करून या पुस्तकाची निर्मिती झाली आहे. ''काव्यचमत्कृतीच्या शोधात फिरत असताना मुनिसुंदरसूरी यांच्या 'अध्यात्मकल्पद्रुमा'पैकी 'यतिशिक्षोपदेशाधिकार' या भागाचे 'साधुशिक्षा' हे स्वतंत्र पुस्तक पाहण्यात आले. त्यावेळी त्यावरची संस्कृत टीकाही मजजवळ होती. त्याचा महाराष्ट्र भाषेतील हा अनुवाद होय.'' (संदर्भ प्रस्ता. साधुशिक्षा) अशी या पुस्तकाची निर्मिती विषयी माहिती लेखकानी दिले आहे.

'सुभाषितावली' (१९३२) चा एक संग्रह अज्ञातांनी केला आहे. व्यवहार, नीती, धर्म, बोध इत्यादींविषयी संसारी व त्यागींसाठी सुभाषितांची रचना यात केली आहे. ही सर्व सुभाषिते जैनाचार्यांनी लिहिलेली असावीत. त्यांचा अनुवाद अज्ञातांनी केला आहे.

श्रीमद् हरिषेणाचार्यांचा 'बृहत् कथाकोश' अज्ञातांनी १९३७ साली अनुवादित केला आहे. या ग्रंथाच्या दोन आवृत्त्या प्रकाशित झाल्या आहेत. कथाकोशाचा काव्यानुवादही अज्ञातांनी केला आहे. या कथाकोशाचे एकूण तीन खंड प्रकाशित झाले आहेत. हरिषेणाचार्यांनी हा ग्रंथ 'आराधना' नामक ग्रंथाच्या आधारे लिहिला आहे. हा ग्रंथ संवत ९८९ (इ. स. ९२३) साली लिहिला गेला आहे. यापैकी पहिल्या खंडात एकूण ६५ कथा आहेत. जैन तत्त्वे, आचार, व्रते, गुणशक्ती इत्यादी विषयांवर या कथा आहेत. गणधरांकडून राजा श्रेणिकाला या

कथा सांगितल्या जातात. या सर्व कथा पौराणिक काळातील आहेत. यातील लेखन सोपे, सुबोध व सुभाषितवजा आहे.

सुप्रसिद्ध तमिळ संत तिरुवल्लुवर यांची 'कुरल' या वृत्तातील रचना अज्ञातांनी 'कुरलकाव्य' या नावाने १९३७ साली अनुवादिली आहे. हे कुरल काव्य प्रसिद्ध तमिळ संत तिरुवल्लुवर म्हणजेच जैन आचार्य कुंदकुंद, यांनी लिहिले आहे. यात एकूण १०८ पदे असून ही सर्व नीतिवचने आहेत. जगातील थोर विचार व नीतितत्त्वे यात आली आहेत. हा एक उच्च कोटीचा नीतिग्रंथ म्हणून जगप्रसिद्ध आहे. गरळपळीा ळप र्डीीह खपवळर हे पुस्तक वाचताना अज्ञातांना या ग्रंथाचा अनुवाद करण्याची प्रेरणा मिळाली.

'पंचसंग्रह'(१९५१) या शीर्षकाखाली अज्ञातांनी तीन आचार्यांच्या पाच ग्रंथाचा अनुवाद संग्रहित केला आहे. पूज्यपादाचार्यांचे समाधितंत्र व इष्टोपदेश,योगींदुदेवांचे योगसार व परमात्मप्रकाश आणि श्री सोमदेवकृत सिंदूरप्रकरण उर्फ सूक्तिमुक्तावली या पाच ग्रंथांचा अनुवाद या ग्रंथात ग्रथित आहे. हे सर्व ग्रंथ प्राचीन संस्कृत व प्राकृत भाषेतील असून अज्ञातांनी श्लोक व पदे यांमध्ये हा अनुवाद केला आहे. जैन श्रावकांना हे संस्कृत त्यांच्या भाषेत समजावेत म्हणून अज्ञातांनी सोप्या व सुगम पद्यामध्ये अनुवादित केले आहेत. पंचसंग्रह ही कवीची उत्कृष्ट कल्पनाभिव्यक्ती आहे.

कुंदकुंद आचार्यांच्या समयसार, प्रवचनसार, अष्टपाहुड, पंचास्तिकाय, द्वादशानुप्रेक्षा, नियमसार, रयणसार या ग्रंथांचा पद्यानुवाद अज्ञातांनी 'आर्या कुंदकुंद' (१९५२) या नावाने केला आहे. हा संपूर्ण अनुवाद आर्या छंदात अनुवाद असून लयबद्धता, नादमाधुर्य, शब्दसौष्ठव व विशेष भावणारे काव्य म्हणून अज्ञातांच्या या रचनेकडे पाहता येईल. कुंदकुंदाचार्यांच्या प्राकृतातील तत्त्वज्ञानात्मक अशा सात ग्रंथांचा अनुवाद यात समाविष्ट असून हा अनुवाद अत्यंत सुबोध व सर्वजनसुगम असा झाला आहे. ही अज्ञातांची फार मोठी उपलब्धी आहे.

पंचसंग्रहाप्रमाणेच 'ग्रंथत्रयी'हा आणखी एक उत्कृष्ट पद्यानुवाद अज्ञातांनी केला आहे. याही ग्रंथात तीन आचार्यांच्या तीन ग्रंथांचा पद्यानुवाद समाविष्ट आहे. यामध्ये स्वामी कार्तिकेयकृत 'द्वादशानुप्रेक्षा', नागसेन मुनिकृत 'तत्त्वानुप्रेक्षा' व वसुनंदी आचार्यकृत 'श्रावकाचार' या तीन ग्रंथांचा समावेश आहे. 'कार्तिकेयानुप्रेक्षा'मध्ये अनुप्रेक्षांचे वर्णन आहे. 'तत्त्वानुप्रेक्षा'मध्ये ध्यानाचे वर्णन

आहे, तर 'श्रावकाचार' मध्ये उपासकांच्या/श्रावकाच्या आचाराचे वर्णन आहे. या तीन ग्रंथांची श्लोकसंख्या अनुक्रमे ४९०, २५५ व ५६५ इतकी आहे. तत्त्वज्ञान, आचार व चिंतन यांचा सुरेख संगम या तीनही ग्रंथांमध्ये झाला आहे, तर अज्ञातांनी मूळ ग्रंथांच्या आशयास कुठेही धक्का न पोहोचू देता अत्यंत सुरेख व सुगम अनुवाद केला आहे.

१९५८ साली अज्ञातांनी 'मुनिसुव्रतकाव्य'या चरितकाव्याचा पद्यानुवाद केला आहे. मूळ संस्कृत रचना अर्हद्दास या कवीची असून तिच्यावर कवीने 'काव्यरत्न' नावाची टीका लिहिली आहे. याचाच अनुवाद अज्ञातांनी केला आहे. हे काव्य अनेक रसांनी व अलंकारांनी नटलेले आहे. अज्ञातांनी मूळ श्लोकांना पद्यामध्ये भावानुवाद केला आहे. हा अनुवाद समश्लोकी आहे.

'आत्मसिद्धी' (१९५६) हे एक पत्रात्मक लेखन अज्ञातांनी मराठी भाषेत अनुवादित केले आहे. श्रीमद् राजचंद्र यांनी आपल्या एका शिष्याला आठ दिवसांत लिहून पाठविलेले हे पत्र आहे. षट्दर्शनांचे स्वरूप स्पष्ट करणारे हे पत्र आहे. हे पत्र संवादरूपाने मूलतः संस्कृत व गुजराथीतील आहे. यामध्ये अनेक आध्यात्मिक गोष्टींचा उलगडा केला गेला आहे. हा ग्रंथ अज्ञातांनी मराठीत अनुवादित केला आहे.

'उपमितिभवप्रपंचकथा' (१९६२)ही एक पुराणकथाही अज्ञातांनी अनुवादित केली आहे ही मूळ कथा सिद्धर्षिगणी यांची संस्कृतात आहे. हा ग्रंथ तीन प्रस्तावांत म्हणजे विभागांत लिहिला गेला आहे. यात परिशिष्टे आणि एकूण ३४ प्रकरणे आहेत. प्रपंचात येणाऱ्या पूर्वभवातील कथा, मोक्षप्राप्तीच्या कथा व उपदेशात्मक कथा असे या कथांचे स्वरूप आहे. मूळ संस्कृत भाषेतील कठीण विषय मराठी भाषेत सुंदररीतीने मांडला आहे.

अज्ञातांची एक अन्य महत्त्वपूर्ण रचना म्हणजे 'माझी तीर्थवंदना' हा ग्रंथ होय. ज्यामुळे तरून जाता येते ते तीर्थ होय. अशा १९५ तीर्थांना दिलेल्या भेटींचे व त्यांच्या प्रवासाचे वर्णन म्हणजे हा ग्रंथ होय. त्या त्या क्षेत्राची ऐतिहासिक, भौगोलिक, राजकीय पार्श्वभूमीचे लेखन, सत्य आणि निर्भीड लेखन, जिनगौरव, तीर्थक्षेत्राचे महत्त्व व जैन तीर्थक्षेत्रांचे पर्यटन करण्याची इच्छा करणाऱ्यास मार्गदर्शक होईल असा हा ग्रंथ म्हणजे एक मोठा ऐतिहासिक ठेवा आहे. धार्मिक तीर्थयात्रा व पर्यटन अशा दोन्ही दृष्टीने या ग्रंथाचे मूल्य अमोल आहे. धार्मिक स्थळांची माहिती अत्यंत बारीक-सारीक तपशीलासह यात येते.

जैन साहित्याच्या अनुवादक्षेत्रात अत्यंत मोलाची कामगिरी करणारे जिनदासशास्त्री फडकुले यांच्या बरोबरीने अज्ञातांचे नाव घ्यावे लागते. उस्मानाबादेत अज्ञात व सोलापुरात जिनदासशास्त्री हे दोघेही समकालीन व परस्पर मित्रही होते. दोघांचेही कार्य परस्परपूरक असेच आहे. दोघांनीही मूळ संस्कृत-प्राकृतातील प्राचीन ग्रंथांचा सापेक्ष अभ्यास करून त्यांच्या अर्थाला कुठेही बाधा न येऊ देता वा विषयांचा क्रम न बदलता ग्रंथांचे स्वैर व सुंदर अनुवाद केले आहेत. संस्कृत-प्राकृतचा गाढा अभ्यास असलेले हे दोन्ही लेखक अभिजात व विदग्ध संस्कृत साहित्याचे व छंद-व्याकरणशास्त्राचेही उत्तम ज्ञाते होते. अनुवादाबरोबरच दोघेही अत्यंत प्रतिभाशाली लेखक-कवी-टीकाकारही होते. त्यांच्या अनुवाद ग्रंथांतून त्यांच्या या गुणांची प्रचीती अवश्य येते.

रतनबाई शिवलाल शहा (१९१०-१९९५)

मूळच्या तुळजापूर (उस्मानाबाद) येथील या कवियित्री नंतर औरंगाबाद येथे स्थायिक झाल्या. ह्या सोलापूरच्या श्राविकाश्रमाच्या विद्यार्थिनी होत. श्राविकाश्रमाची स्थापना सन १९१० ची आहे, त्यावरून त्यांच्या लेखनकाल व कीर्तनकाल त्याच्यानंतरचाच असावा हे सिद्ध होते. जैन समाजाची सुधारणा व राजकारणामध्येही त्यांचा सहभाग होता.

अनेकविध रचना करणाऱ्या या कवियित्रीच्या नावावर अनेक रचना उपलब्ध आहेत. या सर्व रचना 'कीर्तनतरंगिणी'-(पूर्वार्ध व उत्तरार्ध) अशा दोन भागामध्ये प्रकाशित झाल्या आहेत. या संग्रहात पूर्वार्धात काही आख्याने असून प्राणिगीत, ओव्या, वीरवंदना, पाळणा अशा रचना संकलित झाल्या आहेत. याच संग्रहात 'अंजनासुंदरी आख्यान' व श्री नेमिनाथ आख्यान' अशी दोन आख्याने आहेत. ही दोन्ही आख्याने कीर्तनासाठी लिहिलेली आहेत. उत्तरार्धात दोन कीर्तनाख्याने आली आहेत. यात 'देशभूषण कुलभूषण आख्यान' व 'कीर्तन मैनासुंदरी'अशी दोन आख्याने आहेत. काव्यरचनेबरोबरच काव्य सादरीकरण व त्यातून धर्मप्रसाराचे कार्य रतनबाई यांनी केले आहे.

शांतिनाथ यशवंत नांद्रे

'प्रगति आणि जिनविजय' व 'जैनबोधक'चे सहसंपादक, चरित्रकार आणि कथाकार म्हणून शांतिनाथ नांद्रे यांनी लेखन केले आहे. 'श्री शांतिसागर महाराज : चरित्र व विहार'(१९३५) ही त्यांची पहिली रचना उपलब्ध होते. एकूण २३

प्रकरणांमध्ये शांतिसागर महाराजांचे चरित्र आले असून त्यांच्या जीवनातील विरक्ती, विहार, उपसर्ग व त्यांनी २० व्या शतकात जैन धर्माला ऊर्जितावस्था आणण्यासाठी केलेले कार्य या ग्रंथात चित्रित झाले आहे. विस्तारपूर्वक विवेचन व महाराजांच्या चरित्रातील विशेष घटनांच्या घडामोडीचे चित्रण या ग्रंथात केले गेले आहे.

याच वर्षी म्हणजे १९३५ सालीच नांद्रे यांच्या नावे 'श्री. धर्मवीर सेठ रावजी सखाराम दोशी' यांचे चरित्र प्रकाशित झाले आहे. एक सामाजिक कार्यकर्ते व जैन समाजोद्धारक, जैन समाजाच्या उन्नतीसाठी धडपडणारे समाजसेवक, 'जैनबोधक' मासिकाची स्थापना करण्यासाठी मोठा वाटा उचलणारे धर्मोद्धारक म्हणूनही रावजी सखाराम यांच्या कार्याची नोंद घेतली गेली आहे. शील, सत्याचरण व त्यांच्या दानशूर वृत्तीचा गौरव नांद्रे यांनी केला आहे. एकूण १४ प्रकरणांमध्ये हे चरित्र लिहिले गेले आहे. जैन समाजाच्या उन्नतीसाठी इतरांनी प्रेरणा घ्यावी या हेतूने हे चरित्र नांद्रे यांनी लिहिले आहे.

'कथाकौमुदी' (१९३६) या नावाने नांद्रे यांनी पुराणकथा पुन्हा मराठीत लिहिल्या आहेत. या संग्रहामध्ये एकूण २२ कथा संग्रहीत केल्या आहेत. रत्नकरंड श्रावकाचार या ग्रंथात सम्यग्दर्शनाच्या आठ अंगांचे वर्णन करण्यासाठी आलेल्या कथां या संग्रहात आहेत. जैन धर्म, संस्कृती, नीती, धर्मतत्त्वे, सम्यग्दर्शनाची आठ अंगे, पाच अणुव्रते, पाच पापे व चार दाने इ. विषय स्पष्ट करण्यासाठी या कथा लिहल्या आहेत.

'पट्टराणी उपरंभा'ही प्रथमानुयोगमालेतील एक लहानशी पुराणकथा नांद्रे यांनी लिहिली आहे. या संग्रहात तीन कथा असून पट्टराणी उपरंभा, धन्यकुमार व शिकार अशा या तीन कथा आहेत. अकर्म, दारिद्र्य, चारित्र्य, विरक्ती ही नीतितत्त्वे सांगणाऱ्या ह्या कथा आहेत. या सर्व कथा पुराणाश्रित आहेत.

'भक्तामरकथाकौमुदी'(१९६७) हा भक्तामर स्तोत्रातील कथांचा प्रभाव सांगणाऱ्या कथा आहेत. भक्तामर स्तोत्राचे एकूण ४८ श्लोक असून या प्रत्येक श्लोकाचा प्रभाव सांगणाऱ्या ३७ कथा यात आहेत. कथेचा नायक भक्तामर स्तोत्रामुळे संकटमुक्त होतो, तेव्हा तो श्लोकाचे स्मरण करतो. मंत्राच्या प्रभावामुळे त्याची संकटातून मुक्तता होते. श्रद्धा, विश्वास, तपश्चर्या, साधना असा या कथांचा आशय आहे.

याशिवाय 'जंबूकुमाराची विरक्ती'ही पुराणकथाही नांद्रे यांनी प्राचीन कथेवरून लिहिली आहे. 'सती चंपावती' ही पुराणकथा (१९६३), 'हुंडा' ही कादंबरी, 'कथापंचक' हा कथासंग्रह, 'कर्मवीर भाऊसाहेब कुदळे यांचे चरित्र' 'त्रिश्वकर्मा आत्मा' हे एक रूपक, 'जैनांचा आदिकाल' ही ऐतिहासिक रचना, 'अढळ तारका' ही कथा अशा अनेक रचना नांद्रे यांच्या नावावर उपलब्ध होतात.

जयकीर्ती मुनी हेरलेकर

मराठी जैन साहित्यात श्रावक आणि पंडितांसोबतच काही मुनींच्याही रचना आढळतात. यांमध्ये जयकीर्ती मुनी यांच्या नावे 'रयणसार' (१९३३) ही रचना आढळते. शांतिसागर मुनींच्या शिष्यवर्गामध्ये श्री जयकीर्ती मुनी होते. श्रावकधर्म, मुनिधर्म, दान, निर्माल्य आणि बहिरात्मा इत्यादी विषयांचे समुचित वर्णन या ग्रंथात आले आहे. तत्त्वज्ञानाची मांडणी करणारा हा ग्रंथ आहे. ''मूलतः हा ग्रंथ कुंदकुंद आचार्यांनी लिहिलेला आहे. त्याचे भाषांतर कल्लाप्पा निटवे यांनी केले होते. त्याच्या प्रती मिळणे दुर्लभ झाले होते, शिवाय निटवे यांच्या भाषांतरामध्ये काही गाथा सुटल्या होत्या. त्यामुळे जयकीर्ती मुनी यांनी या ग्रंथाचे पुन्हा नव्याने भाषांतर केल असल्याचे नमूद केले आहे.'' (संदर्भ : रयणसार, जयकीर्ती)

'देव शास्त्र गुरु पूजासार व पद्यावली'(१९३६) ही आणखी एक रचना जयकीर्ती मुनिमहाराजांच्या नावे उपलब्ध होते. नित्यपूजा व आरतीसंग्रह असे या ग्रंथाचे स्वरूप आहे. यात काही बोधपर अभंगही आहेत. रचना उपदेशपरक व वैशिष्ट्यपूर्ण आहे.

अनंत आबाजी बोपलकर

हा कवी कळंब (जि. उस्मानाबाद, मराठवाडा) येथील रहिवासी होता. यांचा संबंध सोलापूर येथे धर्मवीर रावजी सखाराम दोशी यांच्याशी आल्याने त्यांच्या विनंतीवरून या कवीने १९ व्या शतकातील अभंगरचनाकार व प्रतिभावंत कवी ब्रह्ममहतिसागर यांचे चरित्र दोन भागांमध्ये लिहिले आहे. या पद्यमय चरित्रांमध्ये बोपलकरांची पद्यचरित्रे महत्त्वाची आहेत. दोन भागांमध्ये असलेले हे चरित्र महतिसागराच्या जीवनाचे आणि व्यक्तित्वाचे अनेक पैलू उलगडून दाखविते. महतिसागरांची ज्ञानलालसा व जिज्ञासा, वैराग्य, कवित्व, धर्माभिलाषा इत्यादी पैलूंवर काव्यमय प्रकाश टाकण्यात आला आहे.पहिल्या भागात पूर्ववृत्त,

बाल्यावस्था, विरागवृत्ती यांचे वर्णन आहे, तर दुसऱ्या भागात महितसागर दीक्षित झाल्यापासून गुरू देवेंद्रकीर्ती यांचा सहवास, दक्षिणविजय व धर्मविजय तसेच त्यांनी केलेल्या अलौकित चमत्कारांचे वर्णन आले आहे. महतिसागर चरित्र भाग १ (१९३५) व भाग दोन (१९३७)अशी ही रचना असून धर्मवीर रावजी सखाराम दोशी यांनी लिहिलेल्या महतिसागरांच्या गद्य चरित्राचा आधार यासाठी घेण्यात आला आहे. चरित्रलेखनामध्ये कवीने अनेक छंदांचा व वृत्तांचा उत्तम उपयोग केला आहे.

प्रभाकर दत्तात्रय रणदिवे

जैन साहित्याच्या निर्मितीमध्ये व अनुवादामध्ये रणदिवे बंधूंचे मोठेच योगदान आहे. यांपैकी प्रभाकर रणदिवे यांच्या नावे 'धर्माची उदारता'हा ग्रंथ आढळतो. संकीर्ण लेखांचा हा संग्रह १९३६ साली प्रकाशित झाला आहे. तत्त्वांच्या परिपालनातील विसंगती जैन धर्माच्या पिछेहाटीस कारणीभूत आहे. त्यामुळे या पुस्तकात जैन धर्मातील उदार तत्त्वे किती महत्त्वाची आहेत याची चर्चा आली आहे. पं. परमेष्ठिदासजी जैन यांच्या हिंदी ग्रंथाच्या आधारे हे पुस्तक लिहिले गेले आहे. हा ग्रंथ अभ्यासपूर्ण व खंडन-मंडनात्मक आहे.

खुशालचंद कोदरजी गांधी

फलटण येथील वीरचंद व खुशालचंद या बंधुद्वयांनी मराठीत रचना केल्या आहेत. त्यांनी महतिसागरांचे साहित्य संपादन केले आहे. 'जैन संगीत पद्यावली 'या नावाने (१९३९) मराठीत अनेक रचना केल्या आहेत. भजन, आरती, जिनस्तवन यासाठी त्यांनी वेळोवेळी या रचना रचल्या आहेत. या संग्रहाच्या पहिल्या भागात शांतिसागर महाराजांविषयी ४२ पदे आहेत. दुसऱ्या भागात तीर्थंकर, आचार्य, जिनमतप्रशंसा, जैन धर्मातील अनेक महापुरुष यांच्यावरील रचना आहेत. दुसऱ्या भागात १२२ पदे आहेत. या ग्रंथाच्या दोन आवृत्त्या आहेत. पहिली आवृत्ती शांतिसागर पद्यावली चरित्र व अष्टक (१९३८) या नावाने प्रसिद्ध आहे.

'पुष्पदंत-भूतबली पूजा' व 'शांतिसागर स्तवनावली'हे खुशालचंद कोदरजी यांनी लिहिलेले दुसरे काव्य आहे. खुशालचंद यांची ही स्वतंत्र रचना असून पुष्पदंत-भूतबलींचे थोडक्यात पद्यमय वर्णन आले असून पुढे शांतिसागर स्तुती आली आहे.

'सम्मेदशिखर कूट पूजा' (१९३४) एक काव्य खुशालचंद यांनी लिहिले आहे. यात २५ पदे असून पूजापूरक व वर्णनपूरक अशी ५० पदे यात संकलित झालेली आहेत. 'दशलाक्षणिक व्रताचे अष्टक व कथा' (१९३६) ही एक रचना त्यांच्या नावे आढळते. मंत्रोच्चारासहित विधी, पूजा व दशलाक्षणिक व्रतकथा असे याचे स्वरूप आहे. या व्रताच्या पालनाने स्वर्गप्राप्ती होते अशी फलश्रुती सांगितली आहे. ही पद्यमय कथा असून अनेक वृत्त-छंदांमध्ये बद्ध आहे.

'महाराष्ट्रीय जैन कवी' या नावानेही खुशालचंद गांधी यांनी लेखन केले आहे. 'श्री विष्णुकुमारादी काव्यचरित्र'हा कवितासंग्रह या चरित्रकाव्यात लिहिला आहे. श्री विष्णुकुमार मुनी, श्री सुदर्शन श्रेष्ठी चरित्र, श्री चारुदत्त चरित्र, श्री सुकुमाल चरित्रअशी प्राचीन मुनींची व आदर्श व्यक्तींची चरित्रे यात पद्यरूपाने आली असून या सर्व मुनींच्या जीवनातील घटना, त्यांचे वैराग्य, त्यांच्यावर झालेले उपसर्ग व त्यांनी करून घेतलेली ज्ञानप्राप्ती आणि विहार, त्यांची विहारस्थळे यांची वर्णने, त्यांच्या जीवनात आलेले मोहाचे प्रसंग व त्यांनी त्यावर केलेली मात, त्यातून स्वतःचा उद्धार असे या चरित्रकथांचे स्वरूप आहे. ही काव्ये कवीने विविध छंदांत आणि वृत्तांत लिहिली असून शार्दूलविक्रीडित, शिखरिणी, वसंततिलका, भुजंगप्रयात, मालिनी, स्रग्धरा, दिंडी, चंद्रकांत, दोहा इत्यादी काव्यप्रकारांमध्ये या रचना आहेत. विविध वृत्ते व छंद यांच्यामुळे या रचना गेयमधुर बनल्या आहेत.

'पूजासमुच्चय' या नावाने भाग १ व २ अशा दोन भागांत खुशालचंद यांनी पूजाकाव्ये लिहिली आहेत. या समग्र कवितेच्या निर्मितीमागची प्रमुख प्रेरणा भक्ती ही आहे. भक्तिभावनेने प्रेरित झालेले हे काव्य लौकिकाची हाव बाळगून लिहिलेले नसून पूजा व भक्तिभावना व्यक्त करण्यासाठी लिहिलेले आहे असे कवीने नमूद केले आहे. महतिसागर, शांतिसागर या आचार्यांबरोबरच तीर्थंकरांविषयीच्या भक्तीने ही काव्ये लिहिली आहेत. पूजेअर्चेसंबंधी प्राकृतात लिहिलेले हे एक उत्तम पुस्तक आहे. अनेक वृत्त-छंदांमध्ये ही काव्ये लिहिली आहेत.

श्री शांतिसागर पद्यावली चरित्र व अष्टक(१९३८) ही एक कविता खुशालचंद यांनी लिहिली आहे. आचार्य शांतिसागर यांचे चरित्र काव्यात वर्णन केले आहे. शांतिसागर महाराजांच्या जीवनातील चमत्कार, विविध घटना, अभंग, पाळणा विविध छंदांतून लिहिल्या आहेत. उत्तरेकडील चातुर्मास, विहार आदींचे वर्णन

यात आले आहे. याच कवितेची रचना 'जैन संगीत पद्यावली'या पुस्तकातही आली आहे.

वीरचंद कोदरजी गांधी

महतिसागरांच्या साहित्याचे संपादक म्हणून वीरचंद कोदरजी गांधी यांचे कार्य जैन साहित्यात महत्त्वाचे आहे. महतिसागरांच्या 'श्री आदिनाथ पंचकल्याणिकोत्सव कथा'(१९२९), 'पंचपरमेष्ठी गुणवर्णनादि संग्रह' (१९३५), 'महतिकाव्यकुंज' (१९३६) अशी महतिसागरांची तीन पुस्तके वीरचंद कोदरजी गांधी यांनी संपादित केली आहेत. याशिवाय 'श्री कवलचांद्रायणव्रतकथा' ही जैन धर्मातील जिनसेन आचार्यांनी हरिवंश पुराणात लिहिलेली संस्कृत भाषेतील मूळ कथा मराठीत काव्यमय भाषेमध्ये रूपांतरित केली आहे. ही कथा अनेक लेखकांनी मराठीत अनुवादिली आहे. चंद्रकलेच्या वृद्धि-हानीनुसार रोज एक घास वाढवीत व कमी करीत जाणे असे या व्रताचे स्वरूप आहे. जैन आचारविषयक असा हा ग्रंथ आहे. विविध वृत्तांत व छंदांत ही कथा लिहिली आहे. वीरचंद कोदरजी यांनी 'रत्नत्रयस्वरूप'ही द्यानतरायजी व महतिसागर विरचित कविताही प्रकाशित केली आहे.

कीर्तनसम्राट तात्या केशवराव चोपडे

कीर्तनाच्या द्वारे धर्मप्रसार करणारे धर्मप्रसारक व जैन धर्माची तत्त्वज्ञानात्मक व ऐतिहासिक मांडणी करणारे तत्त्वज्ञ जैन धर्मावरील आरोपांचे खंडन करणारे टीकाकार म्हणून तात्या चोपडे यांचा उल्लेख करता येईल. 'भगवान ऋषभदेव'ही त्यांची पहिली चरित्ररचना १९३० साली प्रकाशित झाली. हा चरित्रात्मक ग्रंथ असला तरी जैन धर्माचे ऐतिहासिक महत्त्व व चर्चा असलेला हा ग्रंथ आहे. जैन धर्माची प्राचीनता, आर्य-अनार्य, आदिनाथ आणि वैदिक, इस्लाम व आदिनाथ इत्यादी चर्चेबरोबरच अनेक संदर्भ आणि इंग्रजी ग्रंथांच्या आधारे जैन धर्माच्या अनादिपणाचे विवेचन, तर्क-वितर्क या ग्रंथात आले आहेत. या ग्रंथाचे पूर्व भाग व उत्तर भाग असे दोन भाग असून उत्तरभाग उपलब्ध होऊ शकला नाही.

कीर्तनकार चोपडे यांनी अनेक विषयांवर कीर्तन केले आहे. कृष्णकथा, रामकथा तसेच शिवचरित्र आदि अनेक पौराणिक-ऐतिहासिक विषयांवर त्यांनी कीर्तने केली आहेत. पुण्याच्या शनिवार वाड्यासमोर चोपडे यांनी सलग दहा दिवस शिवचरित्रावर कीर्तने केल्याने त्यांना 'कीर्तनसम्राट' ही पदवी मिळाली आहे.

तात्या चोपडे यांनी कीर्तनोपयोगी असे आचार्य शांतिसागर महाराज यांचे चरित्र 'धर्मदीवाकर' १०८ आचार्य शांतिसागर चरित्र'लिहिले आहे (१९३८). शांतिसागर महाराजांविषयीच्या आख्यायिका व त्यांच्याविषयी ऐकलेल्या अनेक गोष्टींची चर्चा यात आली आहे. ग्रंथाच्या शेवटी आचार्य शांतिसागर महाराजांचा वंशवृक्ष, मुख्य चरित्राव्यतिरिक्त इतर अनेक आनुषंगिक चर्चा, बऱ्याच कोट्या, पदे, मिथ्यात्वाचे खंडन इ. अनेक गोष्टी या ग्रंथात समाविष्ट झाल्या आहेत. याशिवाय पंढरपूरचा 'विठोबा' हे त्यांचे महत्त्वाचे संशोधनात्मक लेखन आहे. या पुस्तकात त्यांनी पंढरपूरच्या विठोबाची मूर्ती ही नेमिनाथ तीर्थंकरांची मूर्ती असल्याचे मांडले आहे.

चोपडे भिलवडी (सांगली) येथील रहिवासी होते. त्यांच्या एकंदरीत लिखाणावरून आणि कीर्तनशैलीवरून त्यांची बहुश्रुतता आणि व्यासंग यांचे दर्शन घडते.

आप्पा भाऊ मगदूम उर्फ 'वीरानुयायी'

कीर्तनसम्राट तात्या चोपडे यांच्या बरोबरीने जैन धर्मावरील टीकेचे खंडन करणारे टीकाकार, जैन धर्माविषयीची सखोल माहिती देणाऱ्या ग्रंथाचे रचनाकार, कवी, चरित्रकार व इतिहासाचे लेखक म्हणून आ. भा. मगदूम यांचे कार्य अत्यंत महत्त्वाचे आहे. वीर ग्रंथमाला, सांगली या संस्थेच्या माध्यमातून मगदूम यांच्या अनेक ग्रंथांचे प्रकाशन झाले आहे. 'मुनिवर्य पत्तूरकर श्री नेमिसागर महाराज यांचे चरित्र'(१९३५) ही आ. भा. मगदूम यांची पहिली रचना आहे. आचार्य शांतिसागर महाराज यांचे शिष्य नेमिसागर यांचे जीवन तसेच कार्य, तसेच त्यांच्या व्यक्तिमत्त्वाचे विशेष या ग्रंथात रेखांकित केले गेले आहेत. यामध्येच मुनिवर्य नेमिसागर यांची पद्यमय रूपामध्ये पूजाही आहे.

आ. भा. मगदूम हे उत्तम कवी होते. 'वीरानुयायी' या नावाने त्यांनी काव्यरचना केली आहे. 'जैन महाराष्ट्र कविमंडळ' या नावाचे एक मंडळ त्या काळी कार्यरत होते. या मंडळाकडून प्रकाशित झालेला 'नादलहरी' हा तीसेक कवींनी लिहिलेल्या कवींचा संग्रह १९३६ साली प्रकाशित झाला आहे. या कवितासंग्रहात सामाजिक आशयाच्या कविता आणि जिनवरांच्या कविता असे दोन भाग आहेत. तत्कालीन जैन कवींची माहिती देणारा हा संग्रह आहे. चिदानंद, देवेंद्रतनय, नलिनीनाथ, श्यामकिशोर इ. टोपणनावांनी लिहिणाऱ्या कवींच्या कविता यात समाविष्ट झाल्या आहेत. विरहगीते, अंगाई, पाळणा,

प्रार्थना, वंदना याचबरोबर विविध छंदातील रचनाही या संग्रहात संकलित झालेल्या आहेत.

'वीरानुयायी' यांची स्वतंत्र काव्यरचना म्हणजे त्यांनी लिहिलेली जैन वीर स्त्रियांची काव्यमय चरित्रे होय. 'जैन वीर स्त्रिया'(१९४४) या नावाने हा काव्यसंग्रह प्रसिद्ध आहे. जैन महाराष्ट्र कविमंडळीचे हे दुसरे पुस्तक आहे. जैन महाराष्ट्रास पूर्वजांच्या स्फूर्तिदायक इतिहासाचे स्मरण राहावे या हेतूने 'पाच वीर स्त्रियांची चरित्रे' काव्यरूपाने सादर केली आहेत. यामध्ये रणरागिणी धूषीदेवी, वीरकांता जक्कमव्वा, वीरांगना सावियव्वा, राणी भैरवदेवी, वीरकुमारी वीरांदेवी या पाच स्त्रियांची चरित्रे आहेत. महापराक्रमी, तेजस्वी, स्फूर्तिदायी, चैतन्यशाली स्त्रियांचा इतिहास या ग्रंथात आहे. उग्रसेन जैन यांच्या 'धर्मशिक्षावली' व कामताप्रसादजींच्या इतिहासग्रंथातून या स्त्रियांची चरित्रे घेतली आहेत.

काव्यरचनेबरोबरच जैन धर्मातील महत्त्वाचे तीर्थंकर, राजे यांचे चरित्रलेख आ. भा. मगदूम यांनी केले आहे. 'सप्तसम्राट' (१९३६) ही जैन राजांची चरित्रे मगदूम यांनी लिहिली आहेत. सम्राट भरत, सम्राट श्रेणिक, सम्राट चंद्रगुप्त, सम्राट बिंदुसार, सम्राट अशोक, सम्राट खारवेल, सम्राट कुमारपाल हे सात राजे जैन होते. ते न्यायी, प्रजाहितदक्ष, नम्र, कर्तव्यकठोर, राज्य व धर्मोद्धारक कसे होते याचे वर्णन यात आले आहे. हा ग्रंथ ऐतिहासिक माहिती देणारा असला तरी अभ्यासपूर्ण व ससंदर्भ माहिती यात देण्यात आली आहे. जैन धर्म हा अहिंसावादी असला तरी जैन राजे पराक्रमी व कर्तबगार होते याचा प्रत्यय या ग्रंथातून होतो.

'वीरशासन' (१९३७) हा वीर ग्रंथमाला, सांगली यांचेकडून प्रकाशित झालेला पहिला ग्रंथ मगदूम यांनी लिहिला आहे. हा ग्रंथ गद्य-लेखसंग्रहात्मक असून भ. महावीरांच्या विचारांवरील लेख यात आले आहेत.

चंद्रगुप्त मौर्य हा जैन धर्मीय राजा अंतिम श्रुतकेवली भद्रबाहू यांच्यासोबत दक्षिणेत आला. त्याने चंद्रगिरी पर्वतावर १२ वर्षे तपश्चर्या केली. या क्षत्रियकुलोत्पन्न राजाचे चरित्र 'सम्राट चंद्रगुप्त' (१९३८) या नावाने आप्पा मगदूम यांनी लिहिले आहे. राजाच्या पराक्रमाची व तत्कालीन इतिहासाची माहिती देणारा हा ग्रंथ आहे. इतर लेखकांची मते व त्यांच्या मांडणीच्या आधारे हा ग्रंथ लिहिला गेला आहे. यात इतिहासाची चिकित्सक मांडणी आढळते.

'भ. पार्श्वनाथ' (१९३९) हे तीर्थंकर चरित्र आ. भा. मगदूम यांनी लिहिले

आहे. जैनांचे २३ वे तीर्थंकर भ. पार्श्वनाथ यांचे हे चरित्र लिहितानाही मगदूम यांनी अनेक संदर्भ वापरले आहेत, त्यामुळे हे चरित्र अभ्यसनीय झाले आहे. कामताप्रसाद जैन (हिंदी), हरिसत्पदभट्टाचार्यकृत गुजराथी चरित्र, धीरजलाल शहाकृत हिंदी चरित्र, कवि बोपलकरकृत 'पार्श्वपुराण', शीतलप्रसादजी कृत बंगाल-बिहार के शिलालेख, उत्तरपुराण, चित्रमय जगत् चे अंक, बौद्धधर्म आदी अनेक पुस्तकांचा संदर्भ घेऊन मगदूम यांनी हे अभ्यासपूर्ण चरित्र लिहिले आहे.

अशाच प्रकारचा अत्यंत माहितीपूर्ण ग्रंथ 'जैन धर्माची ओळख' (१९४१) आप्पा मगदूम यांनी लिहिला आहे. जैन धर्माचे प्राथमिक ज्ञान, संक्षेपाने विषयाचे विवेचन, इ. बऱ्याच गोष्टींचा उलगडा यातून झाला आहे. याही ग्रंथासाठी लेखकाने अनेक समकालीन विद्वानांचे संदर्भ वापरले आहेत.

मगदूम यांनी 'सम्राट खारवेल'(१९४१) हे खारवेल राजाचे चरित्रही लिहिले आहे. कलिंगनरेश सम्राट खारवेल हा राजा इ. स. पू. दुसऱ्या-तिसऱ्या शतकात होऊन गेला. वयाच्या १६ व्या वर्षी गादीवर आलेल्या या राजाने दान, धर्म, जीर्णोद्धार, विद्याध्ययन, जैन धर्माचा प्रसार केला. या राजाच्या व्यक्तिमत्त्वावर प्रकाश टाकण्याचा प्रयत्न मगदूम यांनी केला आहे. सुबोध भाषा, उठावदार प्रसंग, प्रकरणांची मांडणी, कथानक व तत्कालीन देशकाल रीतींचीं माहिती, पराक्रमाची माहिती या ग्रंथात आली आहे. हाही ग्रंथ अनेक ग्रंथांचे संदर्भ घेऊन लिहिला आहे.

आठव्या शतकातील 'गुर्जरकेसरी वनराज' या जैन सम्राटाचे चरित्र (१९४५) आ. भा. मगदूम यांनी लिहिले आहे. भिल्ल असलेला हा राजा जैन होता. भिल्लांच्या टोळ्यांना संघटित करून अनेक संकटांचा सामना करीत या राजाने राज्य केले. पराक्रमी, चाणाक्ष, मुत्सद्दी व उदार असलेल्या या राजाचे चरित्र आ. भा. मगदूम यांनी लिहिले आहे. भंडारा येथील छगनलाल जैन यांच्या 'वनराज' या पुस्तकावरून हा ग्रंथ लिहिल्याचे लेखकाने नमूद केले आहे.

राजा-सम्राटांच्या चरित्रांबरोबरच 'चक्रवर्ती भरत' (१९४६) चक्रवर्तीचे चरित्र आप्पा मगदूम यांनी लिहिले आहे. या ग्रंथाचे पूर्वार्ध व उत्तरार्ध असे दोन भाग असून वृषभदेवपुत्र भरत राजाचा पराक्रम, राज्यव्यवस्था व त्याच्या व्यक्तिमत्त्वाचे पैलू लेखकाने उत्तम रीतीने उलगडले आहेत. तत्कालीन धर्मव्यवस्था व वर्णव्यवस्था यांची माहिती या ग्रंथात सापडते. स्पष्ट शब्दांत व शास्त्रीय संदर्भ

घेऊन लिहिलेले हे चरित्र वाङ्मयीन मूल्यांपेक्षा ज्ञानात भर टाकणारे आहे.

मगदूम यांनी चरित्रलेखनाबरोबरच कादंबरीलेखनही केले आहे. पौराणिक संदर्भ घेऊन लेखकाने 'अहिंसेचा विजय'(१९३९) ही कादंबरी लिहिली आहे. देवाच्या नावाने केले जाणारे नवस आणि पशुबळी यांच्या विरोधात चाललेली लढाई अहिंसावादी जिंकतात असे या कादंबरीचे कथानक आहे. सोप्या सुबोध भाषेत लिहिलेली ही कादंबरी आहे. धर्मप्रेम व स्वाभिमान जागृत होईल या हेतूने हे पुस्तक लिहिल्याचे लेखक सांगतो. 'शिलादित्य' या कादंबरीनंतर जैन तत्त्वज्ञान मांडणारी ही पहिली स्वतंत्र कादंबरी मानावी लागेल.

आप्पा मगदूम यांनी नाटक हा वाङ्मयप्रकारही हाताळल्याचे दिसते. 'चामुंडराय'(१९४२) हे १० व्या शतकातील गंगवंशीय राजाच्या कालखंडातील कथानक असलेले नाटक मगदूम यांनी लिहिले आहे. गंग राजघराण्याशी प्रामाणिक असणारा चामुंडराय व त्याच्या पराक्रमाची व प्रामाणिकपणाची महती या नाटकाद्वारे व्यक्त केली गेली आहे. तीन अंक व तेवीस प्रवेश असलेले हे नाटक आहे. चामुंडराय व श्रवणबेळगोळ येथील बाहुबली भगवंतांची मूर्ती या संदर्भाने आलेले कथानकही यात आहे. नाटक ऐतिहासिक असूनही नाट्यमयता साधण्याचा प्रयत्न लेखकाने केला आहे. लेखकाने हे नाटक केवळ ऐकीव कथांच्या आधारे लिहिल्याचे नमूद केले आहे. युद्धप्रसंगांचे वर्णन व चामुंडरायाचे व्यक्तित्वदर्शन घडवून लेखकाने अहिंसेचा प्रभाव व जैन कथा याचे महत्त्व सुरस रीतीने मांडण्याचा प्रयत्न केला आहे.

१९ व्या शतकाच्या मध्यकालामध्ये या लेखकाचे सामाजिक योगदानही अत्यंत महत्त्वाचे आहे. दक्षिण महाराष्ट्र जैन सभा, वीर ग्रंथमाला व सांगली परिसरातील जैन समाजामध्ये सामाजिक कार्याचे लेखकाचे योगदान महत्त्वाचे आहे.

धर्मसागर मुनी

मराठी जैन साहित्यात २० व्या शतकात शाहिरी काव्ये अर्थात पोवाड्यांच्या रचनांची जी परंपरा दिसते, त्या सर्व परंपरेत उठून दिसणारे पण दुर्लक्षित झालेले पोवाडे व लोकशाहिरी काव्ये धर्मसागर महाराज यांनी लिहिले आहेत. १९४० च्या दशकात १९३५ ते १९४० या काळात हे पोवाडे प्रसिद्ध झाले आहेत. यानंतर क्षु. गुणभद्र महाराज, शाहीर शामगौडा पाटील यांनी यांचे पुनर्मुद्रण केले

आहे. मुनी असूनही सांसारिक जीवनातील उदाहरणांसह जनसामान्यांना त्यांच्याच भाषेत उपदेश करण्याचे सामर्थ्य असलेले हे पोवाडे आहेत. आध्यात्मिक, बोधप्रद, शेतकरी-कामकऱ्यांची पदे, कुंथलगिरीचा इतिहास, अकबर-बीरबलाचे प्रश्न असे लोकरंजनाचे विषय त्यांनी हाताळले आहेत. मिथ्यात्वाचे बुरखे फाडून समाजातील पाखंडावर व अनिष्ट प्रथांवर आपल्या पोवाड्यांतून त्यांनी भाष्य केले आहे. समाजप्रबोधनात्मक पोवाडे, स्वातंत्र्य चळवळीवरचा पोवाडा, असावा-नसावा ही पदे, हिंदुस्थानातील परिस्थिती, धीवराची कथा, कुणब्याची कथा, म. गांधींचा पाळणा, परिस्थितीवर पद, दारूबंदीवर पद, दुर्जनसंग पोवाडाअशा अनेक विषयांवर धर्मसागर महाराजांनी पद्यलेखन केले आहे. एवढ्या विविध रचना करणारा हा कवी म्हणजे मराठी साहित्यातला २० व्या शतकातला दुर्मिळ शाहीर म्हणावा लागेल. जैन मुनीची दीक्षा घेतल्यामुळे कदाचित मराठी साहित्यात प्रसिद्धीपासून हा कवी वंचित राहिला असावा. परंतु शाहीर देवगौडा पाटील व त्यांचा मुलगा शामगौडा पाटील यांनी त्यांची शाहिरी पश्चिम महाराष्ट्रात सादर करून जनसामान्यांपर्यंत पोहोचविली. मुनी असूनही अभिव्यक्तीच्या माध्यमातून सामाजिक जडणघडणीकडे-सुधारणांकडे वळणारा हा कवी आहे. मराठी व कन्नड या भाषांमधून लेखन करून सामाजिक सुधारणांचे आणि जैन धर्मविषयक विचार मांडण्याचे महान कार्य धर्मसागर मुनी यांनी केले आहे. पोवाडे, लावण्या, साक्या, आरत्या, छप्पय, पदे, कटाव, चालबदलांची अभ्यासपूर्ण व कलात्मक मांडणी या कवितेत आढळते.

श्री धर्मसागर मुनी यांनी 'चंपावती चरित्र' (१९९१)हे पोवाडास्दृश अत्यंत सुंदर चरित्रकाव्य लिहिले आहे. पूर्वार्ध व उत्तरार्ध अशा दोन भागांमध्ये हे पद्यमय चरित्र असून यात चंपावती या महापतिव्रता ललनेचे हे चरित्र आहे. पोवाडा या वाङ्मयप्रकारामध्ये हे काव्य असून प्रारंभी शांतिसागर व बाहुबली महाराजांविषयी पदरचना आहे. यातील कथा सुरस आहे.

शब्दप्रभाकर ग्रंथ व सिद्धांत शाहीर पद्यावली (१९७६) हो धर्मसागर महाराजांची आणखी एक

रचना शामगौडा देवगौडा पाटील यांनी प्रकाशित केली आहे. यांपैकी शब्दप्रभाकर या ग्रंथाची रचना पांडित्यपूर्ण आहे. काही रचना उलट-सुलट कशाही वाचल्या तरी त्यातील वर्णरचना समान असलेल्या आहेत. तसेच एका बाजूने पांडवप्रताप कथा व दुसऱ्या बाजूने रामकथा होईल अशाही काही रचना

आहेत. अशा प्रकारची ही चमत्कृतिपूर्ण रचना करण्यामध्ये धर्मसागरांचा हातखंडा आहे. सिद्धांतशाहिरीमध्ये कटाव, लावणी, पद, कलगीतुरा, गर्भावळ अशा प्रकारच्या रचना आहेत. धर्मसागरांची कविता सुरस व सरस अशी असून प्रत्येक कवितेच्या शेवटी कवीने आपला नामोल्लेख केला आहे. धर्मसागर मुनींचे लौकिक चरित्रही मोठे आश्चर्यकारक आहे.

बाबगोंडा भुजगोंडा (बा. भु.) पाटील

कवी 'वीरानुयायी' (आ. भा. मगदूम) यांच्या बरोबरीने मराठी साहित्य, समाज व संस्कृती यांच्या जडणघडणीत कार्य करणारे लेखक म्हणून बा. भु. पाटील यांचा उल्लेख करावा लागेल. बा. भु. पाटील यांनी 'दक्षिण भारत, जैन व जैन धर्म यांचा संक्षिप्त इतिहास'(१९३८) या ग्रंथात जैन साहित्य व संस्कृती यांची मांडणी केली आहे. जैन धर्म, जैन राजघराणी, वंशविस्तार, राज्यकारभार, सम्राट, जैनांचे कला व संस्कृतीस योगदान, जैन आचार्य, ग्रंथकर्ते, जैन धर्मीयांचा झालेला छळ, जैन धर्माची उतरती कळा, जैन धर्माची शिकवण इत्यादी विषयांचे विस्तृत विवेचन या ग्रंथात केले गेले आहे. हा ग्रंथ जैन धर्म, समाज, संस्कृती यांच्या अभ्यासकांच्या दृष्टीने अत्यंत महत्त्वाचा आहे.

दक्षिण महाराष्ट्र ग्रंथमाला, सांगली या संस्थेच्या वतीने बा. भु. पाटील यांनी अनेक ग्रंथ प्रकाशित केले आहेत. 'श्रावकाचार व गृहस्थधर्म' हे पुस्तक १९४३ साली प्रकाशित केले. यामध्ये सात अध्यायांत जैन धर्मी श्रावक-श्राविकांचे आचार व विचार कसे असावेत याचे विवेचन केले आहे. क्रियाकांडाचे वर्णन न करता हा ग्रंथ लिहिला असल्याने महत्त्वाचा आहे. मूळ ग्रंथ समंतभद्र या आचार्यांनी लिहिला आहे.

आ. भा. मगदूम यांनी वीर ग्रंथमाले द्वारे प्रकाशित केलेला बा. भु. पाटील यांचा 'अहिंसा'(१९४६) हा ग्रंथ प्रकाशित झाला आहे. अहिंसा तत्त्व म्हणजे जैन धर्माचा आत्मा आहे. अहिंसेचे तात्त्विक विवेचन, त्यासंबंधी इतरांचे दृष्टिकोण, हा धर्म कोणत्याही एकाचा नाही इ. महत्त्वाच्या मुद्द्यांची चर्चा ९ प्रकरणांमध्ये केली आहे. भ. महावीरांच्या तत्त्वाची पुनर्मांडणी या ग्रंथात केली आहे. तत्कालीन वैदिक हिंदू परंपरेतील टीकाकारांनी जैन धर्मावर केलेल्या टीकेला उत्तर देण्यासाठी हा ग्रंथ लिहिला आहे.

'ऐतिहासिक जैन वीर अर्थात अहिंसा धर्माचे सत्य स्वरूप'हा ग्रंथही बा.

भु. पाटलांनी जैन धर्मावरील काही आक्षेपांचे खंडन करण्यासाठी लिहिला आहे. ऐतिहासिक दृष्ट्या तात्त्विक विवेचन करणारा हा ग्रंथ आहे. जैन धर्मातील वीर पुरुष –सम्राट चंद्रगुप्त, सम्राट खारवेल, चामुंडराय, गंग वंश, पांड्य वंश, सोळंकी जैन वीर यांची माहिती या पुस्तकात आली आहे. दक्षिण भारताच्या अपकर्षाचा काळ व कारणे, इ. स. च्या ८ व्या शतकापासूनचा इतिहास इ. महत्त्वाची माहिती या पुस्तकातून मिळते.

जैन धर्मावरील आक्षेपांचे वैचारिक रूपाने खंडन करण्याच्या हेतूने बा. भु. पाटील यांनी ग्रंथलेखन केले आहे. या वैचारिक खंडनाबरोबरच जैन साहित्य, जैन संस्कृती, व इतिहासाची पुनर्मांडणी बा. भु. पाटील यांनी केली आहे. वीर ग्रंथमाला व दक्षिण महाराष्ट्र जैन सभा या संस्थांच्या माध्यमातून त्यांनी केलेले कार्य महत्त्वाचे आहे.

श्री. कुंथुसागर महाराज (ऐनापूर)

आचार्य शांतिसागर महाराज यांचे शिष्य कुंथुसागर यांनी अनेक तत्त्वज्ञानात्मक रचना केल्या आहेत. प्राचीन जैन तत्त्वग्रंथांचे मराठीत अनुवाद असे त्यांचे लेखन आहे. चतुर्विंशति जिनस्तोत्र, शांतिसागर चरित्र, बोधामृतसार, निजात्मशुद्धिभावना, मोक्षमार्गप्रदीप, ज्ञानामृतसार, लघुज्ञानामृतसार इ. रचना त्यांच्या नावावर आढळतात. ज्ञानामृतसार या ग्रंथावरून लघुज्ञानामृतसार ही त्यांची रचना आहे. श्लोकांचा स्पष्ट पण संक्षिप्त अर्थ, विविध उदाहरणे, दाखल्यासह पटवून देण्याची हातोटी, विवेचनाच्या ओघात तत्त्वज्ञान सांगणारी अनेक वाक्ये त्यांच्या रचनेत येतात. हे सर्व ग्रंथ तात्त्विक स्वरूपाचे आहेत.

सुलोचनाबाई आण्णासाहेब भोकरे

जैन साहित्यामध्ये महिलांचे योगदानही महत्त्वाचे आहे. जैन साहित्य आणि धर्म यांचे संवर्धन करण्याचे कार्य जैन विद्वान आणि मुनिंच्या बरोबरच स्त्रियांनोही केले आहे. २० व्या शतकाच्या सुरुवातीस स्त्रियांचे शिक्षण सुरू झाल्याच्या काळात जैन धर्मीयांच्या नियतकालिकांमध्ये व काही ग्रंथलेखनाच्या माध्यमातून स्त्रियांनी लेखन केले आहे. अशा ४८ स्त्रीलेखिकांचा परिचय ‘महाराष्ट्र जैन लेखिका’या लेखसंग्रहात सुलोचनाबाईंनी करून दिला आहे. तत्कालीन जैन समाजातील स्त्रियांना मार्गदर्शक ठरतील असे अनेक लेख यात आहेत. स्त्रियांच्या कर्तव्यापासून ते प्राचीन जैन धर्मापर्यंत अनेक विषयांवर हे लेख आहेत.

समाजसुधारणा आणि उपदेशात्मक मांडणी यात येते. सुलोचनाबाई भोकरे या दक्षिण महाराष्ट्र सभेचे मुखपत्र असलेल्या 'प्रगति आणि जिनविजय'च्या संपादिका होत्या. यावरून त्यांचे कार्य लक्षात येते.

प्रियंकरकुमार बळवंत शिरढोणकर

जैन कवींची परंपरा व जैन कवींचा परिचय करवून देणारे अतिशय महत्त्वाचे पुस्तक शिरढोणकरांनी लिहिले आहे. 'जैन कविकुल'(१९४१) या नावाचे हे पुस्तक आहे. कर्नाटक ही जैन कवींची भूमी असून त्यांनी केलेली साहित्यसेवा त्यांच्या कर्तृत्वाचा आढावा यात घेतला गेला आहे. ही रचना म्हणजे जैन कवींचा परिचयकोशच म्हणावा लागेल. शेवटी कन्नड वाङ्मयाचा इतिहास जोडला आहे.

श्री वीर ग्रंथमाला, सांगलीद्वारे प्रकाशित झालेला 'प्राचीन जैनाचार्य' (१९४२) हा दुसरा ग्रंथ शिरढोणकरांनी लिहिला आहे. यामध्ये प्राचीन जैन आचार्यांची चरित्रे संक्षिप्त रूपाने देण्यात आली आहेत. आचार्य चाणक्य, शिवकोटी, मानतुंगाचार्य, वीरसेनाचार्य, विद्यानंदी, नेमिचंद्र, सोमदेवसूरी, वादीभसिंहसूरी इत्यादी आचार्यांची चरित्रे व त्यांचे ग्रंथलेखन यांचा परिचय या ग्रंथात देण्यात आला आहे. इ. स. पू. चौथ्या शतकापासून ते ११ व्या शतकापर्यंतच्या आचार्यांची चरित्रे यात आली आहेत. आचार्यांचे व्यक्तिविशेष, वाङ्मयविशेष यांची माहिती या ग्रंथात आली असून अनेकांत, जैन सिद्धांतभास्कर, जैनहितैषी ही नियतकालिके व हिरालाल जैन, कामताप्रसाद वगैरेंच्या ग्रंथांच्या साहाय्याने व अनेक नियतकालिकांच्या साहाय्याने हा ग्रंथ लिहिला गेला आहे.

कवी 'कांचन' उर्फ श्रीपाल शिवराया चौगुले

'कांचन' या नावाने काव्यलेखन करणाऱ्या या कवीच्या नावावर काही रचना आढळतात. 'काव्यरत्न उर्फ मुनिसुव्रत काव्य'या कवी अर्हद्दासविरचित कवितेचा पद्यानुवाद कवी कांचन यांनी केला आहे. १३ व्या शतकात होऊन गेलेल्या अर्हद्दासाच्या कवितेच्या आधारे हे काव्य लिहिले गेले आहे. २० वे तीर्थंकर मुनिसुव्रत यांच्या जन्मापासून मोक्षप्राप्तीपर्यंतची कथा यात ग्रंथित केली गेली आहे. अनेक वाङ्मयीन वैशिष्ट्यांनी नटलेले हे एक समृद्ध काव्य आहे. मूळ संस्कृतातील वृत्त-छंदांच्या मिश्रणातून हे काव्य साकारले आहे.

याशिवाय कांचन यांच्या नावावर आणखीही काही स्फुट रचना आढळतात.

वालचंद जीवराज शहा, फलटण

'वालाचा उपवास अर्थात कर्महाराष्टमी व्रत' (१९४२) ही एक लहानशी रचना वालचंद शहा यांच्या नावे आढळते. ही साधी सरळ व्रतकथा असून या व्रताची पूजा वाल चढवून केली जाते म्हणून हिला 'वालाचा उपवास' असे म्हटले जाते. वालचंद शहा यांची महत्त्वाची रचना म्हणजे 'संगीत शीलवती अनंतमती' हे नाटक होय. ब्रह्ममहतिसागर जैन ग्रंथमालेचे पहिले पुष्प असलेले हे पुस्तक सन १९४३ साली प्रकाशित झाले. या नाटकाचे काही प्रयोगही झाले आहेत. यात शीलवती अनंतमतीची कथा आली आहे.

पंडित श्रीपाल अनंत

केवळ १४ पृष्ठांचे हे छोटेखानी चरित्र 'मुनी पिहितास्रव भट्टारक'यांचे चरित्र त्यांचे अष्टक व पूजा यांसहित आहे. श्रीपाल अनंत पंडित यांनी ही रचना १९४२ मध्ये रचली आहे. मूळचे आरग येथील पिहिताश्रव यांनी मिथ्या दर्शनाच्या कारणाने दीक्षाग्रहण केली. त्यांच्या जीवनातील खडतर प्रसंग, कठोर तपश्चर्या व त्यांच्यावर झालेले उपसर्ग यांचे वर्णन यात आहे. अष्टक व पूजा यांतून त्यांचे चरित्र उलगडत गेले आहे.

पार्श्वकीर्ती वर्णी (आचार्य विद्यानंद)

श्री पार्श्वकीर्ती वर्णी यांनी १९४९ साली संपादित केलेला 'गुरु परिवाद विचार' हा एक छोटेखानी ग्रंथ आहे. या छोटेखानी पुस्तकामध्ये गुरु परिवाद विचार, गुरुपरिवाद फल व श्री शांतिनाथ स्तोत्र अशी रचना आहे. परिवाद म्हणजे निंदा. गुरूंच्या निंदेमुळे मिळणाऱ्या फलाची यामध्ये चर्चा आहे. श्री पार्श्वकीर्ती यांनी काही पुराणकथेतील उदाहरणे पद्यभाषेतून मांडली आहेत. यात सदाचार व गुरुनिष्ठा यांविषयीचे विचार आलेले आहेत.

पुढे पार्श्वकीर्ती वर्णी यांनी दिगंबरी दीक्षा ग्रहण केली व त्यांना विद्यानंद हे नामाभिधान प्राप्त झाले. त्यानंतर त्यांचा वास प्रायः उत्तर भारतात दिल्ली आणि आसपासच्या प्रदेशातच होत राहिला. या कालावधीत त्यांनी अनेक हिंदी ग्रंथ लिहिले. त्यांपैकी काही ग्रंथांचे मराठी अनुवादही झाले आहेत.

धनपाल कुंताप्पा उपाध्ये (कुंथुसुत)

हे मूळचे नागाव (ता. हातकणंगले, जि. कोल्हापूर) येथील रहिवासी.

कोल्हापूर येथील लक्ष्मीसेन मठाच्या सहवासात आल्यानंतर त्यांनी अनेक ग्रंथांचे लेखन केले. कुंथुसुत या नावाने त्यांनी कवितालेखन केले आहे. धनपाल उपाध्ये यांनी विद्यासागर महाराजांच्या जीवनाविषयी आख्यायिका व चमत्कार सांगणारे चरित्र 'श्री विद्यासागर महामुनी चरित्र'(१९५३) लिहिले आहे. प्रारंभी अनंतकीर्ती मुनिमहाराजांचा अल्प परिचय व विद्यासागर महामुनींचे पद्यमय चरित्र लिहिले आहे. विद्यासागर महाराजांचा कालखंड १६ वे शतक असा आहे. १५२७ ते १६६६ असे दीडशे वर्षांचे आयुष्य लाभलेल्या विद्यासागर आचार्यांनी संपूर्ण भारतात विहार -प्रवास केला होता. त्यांच्या जीवनाविषयीच्या आख्यायिका, त्यांनी केलेले चमत्कार व धर्मप्रभावना यांचे वर्णन या ग्रंथात आले आहे.

'चतुर्विंशति तीर्थंकर पद्यावली'हे खंडकाव्य धनपाल उपाध्ये यांनी लिहिले आहे. २४ तीर्थंकरांची काव्यरूपाने स्तुती, प्रत्येक तीर्थंकराची उंची, आयुष्य, माता, लांछन, वंश, मोक्षस्थान इत्यादींची पद्यमय माहिती या ग्रंथात आली आहे. कवी स्वतःचा उल्लेख 'पंडित कुंथुसुत धनपाल' असा करतो.

१८४४ ओव्यांमध्ये 'कुंथलगिरी माहात्म्य अर्थात देशभूषण-कुलभूषण चरित्र'(१६६८) हे तीर्थवंदना, चरित्रवजा काव्य उपाध्ये यांनी रचले आहे. २० वे तीर्थंकर मुनिसुव्रत यांच्या तीर्थामध्ये देशभूषण-कुलभूषण या बंधु-मुनिद्वयांनी कुंथलगिरी येथे तपश्चर्या करून मोक्षप्राप्ती करून घेतली. पूर्वभव व वर्तमान भवातील चरित्रलेखन असे या चरित्रग्रंथाचे स्वरूप असून शेवटच्या अध्यायात 'आचार्य शांतिसागर महाराजांचे संक्षिप्त चरित्र आले' आहे. धर्मप्रभावना व्हावी व प्राचीन परंपरा लक्षात यावी या हेतूने कवीने सुबोध व सरळ भाषेमध्ये हे चरित्र लिहिले आहे.

ब्र. नेमिदत्तकृत 'प्रीतिंकर चरित्र'चा मराठी ओवीबद्ध अनुवाद (१९७६) धनपाल उपाध्ये यांनी केला आहे. एकूण १० अध्यायांत ८५८ श्लोकांचे हे काव्य मूळ संस्कृत भाषेत ब्र. नेमिदत्त कवीने लिहिले आहे. याचे मराठी भाषांतर जिनदास फडकुले यांनी १९३१ साली केले होते. हेच काव्यात कुंथुसुत यांनी लिहिले आहे. यात प्रीतिंकर कुमाराची कथा आलेली आहे.

'मराठी चिन्मय चिंतामणी' (१९६८) हा एक अनुवाद ग्रंथ धनपाल उपाध्ये यांच्या नावावर मिळतो. हा अनुवाद त्यांनी मूळ कन्नड ग्रंथावरून केला आहे. हा मूळ कन्नड ग्रंथ आचार्य कल्याणकीर्ती यांचा असून याचे प्रथम भाषांतर

१९४८ साली आचार्य देशभूषण यांनी केले होते. त्याचेच काव्यमय रूपांतर धनपाल उपाध्ये यांनी केले आहे. मुमुक्षुंचे मन अध्यात्माकडे वळावे या हेतूने संसाराची असारता स्पष्ट करण्याच्या हेतूने हा ग्रंथ कल्याणकीर्ती यांनी लिहिला आहे.

याखेरीज मुनिपूजा व आहारदान विधी (१९४१), जैनेंद्रपंचांग (१९५२), पुण्यपुरुषांची व मुनींची चरित्रे, तीर्थंकर स्तोत्रावली, आरत्या, पदे, पाळणे, पूजापाठ इ. रचनाही त्यांच्या नावावर आढळतात.

भालचंद्र श्रीधर क्षीरसागर (१९२९)

स्वतःस जैन कविमंडळातील 'बालकवी' म्हणविणारे भालचंद्र क्षीरसागर हे एक शीघ्रकवी आहेत. हे 'चंद्रहंस' या नावाने कविता करीत असत. यांच्या नावावर लहान-मोठ्या सुमारे शंभर स्फुट रचना मिळतात. हे मूळचे करकंब (जि. सोलापूर) येथील निवासी. आजन्म ब्रह्मचारी राहून यांनी आपले संपूर्ण आयुष्य जैन कवितेसाठी वेचले आहे. यांच्या रचना सरळ, सुबोध पण भावपूर्ण अशा आहेत.

क्षीरसागर यांनी अनेक लघुकविता, पूजा-भजने, चरित्रकाव्ये लिहिली आहेत. त्यांच्या काही प्रमुख रचना याप्रमाणे आहेत – 'श्री वीर वर्धमान व विद्यासागर पूजा व पोवाडे', 'भ. शीतलनाथ व श्रेयांसनाथ चरित्र', 'आर्यनंदी पूजा', 'ऋषिमंडल स्तोत्र' (मराठी), '३० चोवीसी तीर्थंकर पूजा', 'श्रमणसम्राट कुंदकुंदाचार्य व संगीत पद्यावली'. याखेरीज त्यांनी 'संपत्ती विश्वाची' या नावाने तत्त्वार्थसूत्रावर विवेचनात्मक लेखन केले आहे. तसेच शुभचंद्राचार्य कृत 'ज्ञानार्णव' या ग्रंथाचे 'ज्ञानसूर्य'या नावाने मराठी भाषांतर केले आहे.

पद्मश्री सुमतिबाई शहा

जैन स्त्रियांच्या उन्नतीसाठी व त्यांच्या शिक्षणासाठी ब्रह्मचारी राहून निष्ठापूर्वक कार्य करणाऱ्या पद्मश्री सुमतिबाई शहा एक थोर समाजसेविकाही होत्या. जैन स्त्रियांच्या शिक्षणाची सोय व्हावी या उद्देशाने त्यांनी सोलापूर येथे श्राविकाश्रमाची स्थापना करून आपले संपूर्ण आयुष्य या संस्थेसाठीच अर्पण केले. त्यांच्या या समाजकार्याची दखल घेत भारत सरकारने त्यांना 'पद्मश्री' ही पदवी देऊन सन्मानित केले होते. समाजकार्य करता करताच सुमतिबाईंनी मराठी जैन साहित्याचीही मोठी सेवा केली आहे. सुरस ग्रंथमाला, सोलापूर यांच्या वतीने

त्यांचे काही ग्रंथ प्रकाशित झाले आहेत. जैन साहित्याचा व तत्त्वज्ञानाचा त्यांचा गाढा अभ्यास होता. आपल्या अध्ययनातून अनेक ग्रंथ सारांशरूपाने व कथारूपाने मराठीत आणण्याचे महत्त्वपूर्ण कार्य सुमतिबाईंनी केले आहे. अशा ग्रंथांपैकी त्यांचा पहिला ग्रंथ 'महापुराण'(१९५९) हा होय. संस्कृत, प्राकृत, अपभ्रंश, कन्नड या चार भाषांमधील कथांचा आधार घेत सुमतिबाईंनी हे 'महापुराण' लिहिले आहे. भ. वृषभदेवांनी जी कथा सम्राट भरताला सांगितली ती ही कथा आहे. अनेक पौराणिक संदर्भांच्या आधारे व जैन परंपरांशी जोडणारे संदर्भ यात आले आहेत.

'भावगीता' (१९६०) हे भक्तिरसाने भरलेले काव्य सुमतिबाईंनी लिहिले आहे. सम्यग्दर्शन, सम्यग्ज्ञान व सम्यक्चारित्र या जैन तत्त्वांची अनुभूती भावपूर्ण भाषेमध्ये सुमतिबाईंनी या ग्रंथामध्ये शब्दबद्ध केली आहे. 'नियमसार' या ग्रंथातील तत्त्वांच्या आधारे ही कविता लिहिली गेली आहे. हे काव्य म्हणजे एक खंडकाव्य असून या भावगाथेत एकूण १८७ श्लोक आले आहेत. संपूर्ण काव्य जैन तत्त्वज्ञानावर आधारित असून विद्वज्जड तत्त्वज्ञान सोप्या व सुलभ रीतीने भावमय रीतीने प्रस्तुत केले आहे.

मराठीमध्ये 'जैन रामायण'ची स्वतंत्र कथा (१९६५) सुमतिबाईंनी लिहिली आहे. ही मूळ रचना

'पद्मपुराण' या नावाने संस्कृतात रविषेण आचार्यांची आहे. सुमतिबाईंनी या रामकथेसाठी पद्मपुराणाचा आधार घेतला असला तरी ती त्यांची स्वतंत्र संक्षिप्त रचना आहे. जैन रामायणानुसार राम जीवनाच्या अंती सुव्रत मुनींपाशी दीक्षा घेऊन तप करून मोक्षास जातो. सीता आर्यिका बनून तप करून स्वर्गास जाते. कर्तव्य व कर्मफल कुणासही चुकत नाही हा रामायणाचा संदेश या रचनेतून सुमतिबाईंनी स्पष्ट केला आहे. यातील सर्वच पात्रांची वैराग्यभावना प्रबळ ठरते. हा आदर्शवाद व मानवी प्रवृत्ती जैन रामायणातून स्पष्ट होते.

'समयसाराची चिंतनिका'(१९६६) हा सुमतिबाईंचा चिंतनपर ग्रंथ आहे. समयसाराच्या आधारे हे चिंतन केले गेले आहे. जीव, पुद्गल, कर्म, कर्मविमुक्ती, नय, भाव, परिणाम, आत्म्याची शक्ती अशा अनेक तत्त्वांचे विवेचन यात आले आहे. या ग्रंथात एकून २९५ चिंतनिका असून त्यांतून सुमतिबाईंचा जैन ग्रंथांचा अभ्यास आणि चिंतन व्यक्त होते. अनेक उदाहरणे, दृष्टांत, दाखले, मार्मिक विवेचन, तत्त्वचर्चा यांच्या माध्यमातून सुमतिबाईंनी आपले चिंतन व्यक्त केले आहे.

महापुराणासारखीच सुमतिबाईंची आणखी एक रचना म्हणजे 'आदिर्गीता' होय. ही गीता १४ खंडामध्ये लिहिली गेली आहे. भ. आदिनाथांपासून भ. महावीरांपर्यंतची परंपरा, आदिनाथांचा भरतास उपदेश, तत्त्वदर्शन, रामायण व महाभारत या सर्वांची एकत्रित मांडणी या ग्रंथात केली गेली आहे. गीतमय मांडणी करण्यासाठी हा ग्रंथ लिहिल्याचे दिसते.

चिंतनात्मक काव्यलेखन आणि भावानुवाद ही सुमतिबाईंच्या लेखनाची वैशिष्ट्ये आहेत. 'अमृतकलश' हे आणखी एक काव्यचिंतन सुमतिबाईंनी लिहिले आहे. कुंदकुंदाचार्यांच्या समयसार, प्रवचनसार व नियमसार या ग्रंथांवर श्रीमद् अमृतचंद्राचार्यांनी टीका लिहिल्या आहेत. या टीकाग्रंथांच्या आधारे सुमतिबाईंनी मराठीत मुक्त चिंतन केले आहे. ''आचार्यांच्या संस्कृत टीकेचा भाव माझ्या हृदयात प्रतिबिंबित झाला आहे, त्यामुळे माझ्या जीवनात क्रांती घडून आली आहे'' (शहा सुमतिबाई, अमृतकलश, प्रस्ता.) असे त्यांनी स्वतःच ग्रंथाच्या प्रस्तावनेत म्हटले आहे. हा ग्रंथ म्हणजे वरील ग्रंथावरील स्वतंत्र चिंतन आहे. या चिंतनात्मक रचना मुक्त छंदात्मक रीतीने मांडल्या आहेत.

याखेरीज सुमतिबाईंनी दोन आत्मचरित्रे लिहिली आहेत. ही आत्मचरित्रे म्हणजे त्यांचे जीवनविषयक चिंतनच आहे. श्रीमती, पंडिता ते पद्मश्री सुमति शहा इथपर्यंतचा जीवनप्रवास या आत्मचरित्रात ग्रंथित झाला आहे. लोकोत्तर तपश्चर्या, त्यागपूर्ण जीवन, समाजसेवा, स्वातंत्र्य चळवळीतील योगदान, शिक्षणकार्य, धर्मसेवा यांतील योगदान याबद्दल त्यांनी आपल्या आत्मचरित्रात लिहिले आहे. 'हे गीत जीवनाचे' या आत्मचरित्रात एकूण ३२ प्रकरणे आहेत. हे लालित्यपूर्ण व अनुभवसंपन्न लेखन आहे.

'माझी जीवनगाथा'(१९७१) हे दुसरे आत्मचरित्र सुमतिबाईंनी लिहिले आहे. ही दोन्ही आत्मचरित्रे फ्लॅशबॅक म्हणजे विलोम पद्धतीने लिहिली आहे. यातही बालपणापासूनच्या आवडी, सवयी, समाजकार्य, श्राविकाश्रम, चळवळ इ. गोष्टींचे विवेचन आले आहे. सुबोध व सुलभ भाषेमध्ये ही दोन्ही आत्मचरित्रे लिहिली गेली आहेत.

याशिवाय 'षट्खंडागम' या ग्रंथाचा मराठी अनुवाद, 'ज्ञानगीता' हा चिंतनपर स्वतंत्र मराठी ग्रंथ, 'हृद्गंध' हा गद्यात्मक काव्य कन्नड ग्रंथाचा अनुवाद, 'भावपल्लवी' हे भगवंतांचे स्तवन, 'सुवर्णरेखा' हे समयसार ग्रंथावरील गद्यकाव्य, 'चावुंडराये करवियले' हे भगवान बाहुबलींचे चरित्र, 'सुमतिप्रज्ञा' हा सुविचारांचा

खजिना, 'अमरभारती' हे आदिगीतेचे रूपांतर इ. अनेक रचना सुमतिबाईंनी केल्या आहेत.

सुमतिबाईंची सर्वात महत्त्वाची रचना म्हणजे त्यांनी संपादित केलेला 'पूर्णार्घ्य' हा जैन ज्ञानकोश होय. जैन धर्म, जैन तत्त्वज्ञान, भूगोल, साहित्य इत्यादींविषयी महत्त्वपूर्ण माहिती देणारा हा ग्रंथ म्हणून या ग्रंथाकडे पाहता येईल.

जयकुमार नेमिनाथ (ज. ने.) क्षीरसागर

जैन साहित्यातील 'जैन मयूर' ही उपाधी लाभलेल्या व संस्कृत भाषेचे प्रकांड पंडित असलेल्या ज. ने. म्हणजेच जयकुमार नेमिनाथ क्षीरसागर यांनी मराठीत विपुल प्रमाणात काव्यरचना केली आहे. मोरोपंतांसारखी काव्यशैली व आर्यावृत्त हाताळण्याच्या प्रभुत्वामुळे त्यांनी 'जैन मयूर' ही उपाधी लाभली आहे. त्यांनी मराठीत अनेक खंडकाव्ये लिहिली आहेत. कथाकाव्ये, खंडकाव्ये, आख्यानकाव्ये, पाळणा, पुराणकथा, चंपूकाव्य आदि अनेक साहित्यप्रकार त्यांनी समर्थपणे हाताळले आहेत.

भ. महावीरपाळणा (१९५५) व पाळणे (१९६१) या बहुधा त्यांच्या प्रारंभिक रचना असाव्यात. यांपैकी भ. महावीर पाळणा त्यांनी स्वतः लिहिला आहे. भ. महावीरांच्या विशेषांचे वर्णन, त्यांचे पूर्वभव, जीवनातील काही प्रसंग असे हे ५० कडव्यांचे काव्य आहे. ही गेय आणि यमकबद्ध रचना आहे. वीर ग्रंथमाला, सांगली या प्रकाशन संस्थेद्वारे क्षीरसागरांनी अनेक जैन कवींच्या पाळणेसंग्रहाचे संकलन व प्रकाशन केले आहे. यामध्ये महावीरांचा पाळणा पुन्हा समाविष्ट झाला आहे. तसेच यामध्ये कवी कालचंद्र व कवी जीवराज यांनी लिहिलेले पाळणेही समाविष्ट झाले आहेत.

'यशोधर' (१९६०) हे चरित्रकाव्य क्षीरसागरांनी मराठीत लिहिले आहे. श्री वादिराज कवीच्या मूळ संस्कृत काव्याच्या आधारे हे काव्य लिहिले गेले आहे. हा वादिराज कवी ११ व्या शतकात तामिळ प्रांतात होऊन गेला. हे काव्य एकूण चार सर्गांमध्ये असून अनुक्रमे चंद्रकांत, उपजाती, द्रुतविलंबित, वंशस्थ वगैरे वृत्तांमध्ये ही रचना आहे. धर्मकथेबरोबरच यशोधराची रम्य कथा, स्त्रीमनाची कुटिलता, जैन मुनींची निर्भयता व जन्मांतरीची अद्भुतता इ. गोष्टी सुरम्यपणे यात चित्रित झाल्या आहेत. १९५७ साली गजपंथ मुक्कामी हे काव्य लिहिल्याचे कवीने सांगितले आहे. यापूर्वी ही कथा मराठीत पंडित मेघा, गुणनंदी यांनी

लिहिली आहे. हे काव्य तसे पुन्हा पुन्हा लोकप्रिय असल्याचे दिसते. संस्कृत भाषेत हे काव्य सोमदेवसूरी यांनी 'यशस्तिलकचंपू' या नावाने लिहिले आहे.

'भक्तितरंग' (१९६५) हा विविध संस्कृत कवींच्या काव्यांतील कवितांचा अनुवाद ज. ने. क्षीरसागरांनी केला आहे. यामध्ये एकूण ११ स्तोत्रे १० तरंगांमध्ये विभागली गेली आहेत. प्रातःकाली शुचिर्भूत होऊन गाण्यासाठी ही पदे लिहिली गेली आहेत. आचार्य पद्मनंदी, मानदेवसूरी, कुमुदचंद्र, श्री वादीभसूरी, श्री यशोविजय इत्यादी कवींच्या कवितांचे अनुवाद यात आहेत. ही सर्व पदे मुळात अर्धमागधी व संस्कृत भाषेतील आहेत. या ग्रंथाला प्र. के. अत्रे यांची प्रस्तावना लाभली आहे.

महाकवी जिनसेन आचार्यांच्या मूळ संस्कृत महापुराणाच्या आधारे क्षीरसागरांनी १९७१ मध्ये 'आर्या महापुराण'या ग्रंथाचा पूर्वार्ध (आदिपर्व) भावानुवादित केला आहे. ही रचना खंडकाव्यात्मक असून हे महापुराण १३ अध्यायांत लिहिले आहे. श्रद्धाळू, तात्त्विक, काव्यरसिक, आध्यात्मिक, चिकित्सक, पुण्यापुण्याविषयी कदर बाळगणाऱ्यांना यातील प्रत्येक अध्याय आहे. या ग्रंथाला ना. बाळासाहेब भारदे यांची प्रस्तावना लाभली आहे. हे काव्य आर्या वृत्तात असून सुरस व सुंदर भावरचना आहे. प्रत्येक आर्येत ६ ते ७ अक्षरांची ओळ व एकूण २० अक्षरांची रचना आहे. या ग्रंथाची भाषा संस्कृतनिष्ठ व प्रौढ असली तरी सर्वसामान्यांच्या दृष्टीने सुबोध व सुगम्य अशी आहे.

पाळणासंग्रह, पाळणा ही कविता क्षीरसागरांची आवडती कविता दिसते. 'युवराज महावीर' (१९७९) ही आणखी एक पाळणागीती क्षीरसागरांच्या नावे मिळते. वीरध्वज आणि महावीरांचा पाळणा अशी दोनच गीते या संग्रहात आहेत. ही शिखरिणी वृत्तातील रूपकात्मक रचना आहे.

क्षीरसागरांनी काही आख्यानकाव्येही लिहिली आहेत. महापुराणातील आदिपुराणात 'चतुराख्यान' ही कथा येते. या चतुराख्यानाचे कथाकाव्य (१९७९) क्षीरसागरांनी लिहिले आहे. मुंबई विद्यापीठाच्या अभ्यासक्रमातही या आख्यानाचा समावेश झालेला होता. या आख्यानात चार जन्मांच्या कथा आलेल्या आहेत. हे काव्य आर्या वृत्तात लिहिले गेले आहे.

'भरत बाहुबली धर्मयुद्ध '(१९८१) हे खंडकाव्य महाकवी जिनसेनाचार्यांच्या संस्कृत महापुराणावरून लिहिले गेले आहे. त्यागापुढे भोगाचे महत्त्व हीन आहे हे यातील कथ्य आहे. हे काव्यही आर्या वृत्तातच लिहिले गेले आहे.

याशिवाय 'सीतासंदेश' हे वसंततिलका वृत्तातील दीर्घ काव्य क्षीरसागरांनी लिहिले आहे. 'कथाकुसुमावती'व 'कथाकौमुदी'हे दोन कथासंग्रहही क्षीरसागरांनी लिहिले आहेत. क्षीरसागरांच्या नावावर एकूण १२ रचना आढळतात. यांपैकी बहुतेक सर्व काव्ये त्यांनी आर्या वृत्तात लिहिली आहेत. क्षीरसागर संस्कृतचे व्यासंगी अभ्यासक होते. त्यामुळे त्यांच्या समस्त काव्याचा आधार संस्कृतातील कथाग्रंथ आहेत. या सर्व मूळ रचना संस्कृतात असल्या तरी त्या कथा जशाच्या तशा भाषांतरित न करता त्यांचा भावानुवाद क्षीरसागरांनी केला आहे. भावानुवाद असल्याने क्षीरसागरांनी ही काव्ये स्वैर रूपात लिहिली आहेत. यासाठी त्यांनी पारंपरिक छंदांचा व वृत्तांचा उपयोग केला आहे. या पारंपरिक काव्याचा संबंध वर्तमान स्थितीशी जोडण्याचा प्रयत्न क्षीरसागरांनी केला असल्याने त्या समकालीन बनल्या आहेत.

माधव श्रीधर रणदिवे

हे सातारा येथे अर्धमागधी व पाली या विषयांचे प्राध्यापक होते. विद्यापीठातील अभ्यासक्रमास उपयुक्त अशा काही प्राकृत ग्रंथांचे अनुवाद रणदिवे यांनी केले आहेत. जैन मुनी आम्रदेवसूरी यांनी लिहिलेल्या 'अभयक्खाणं' या प्राचीन प्राकृत काव्याचा अनुवाद रणदिवे यांनी केला आहे. आम्रदेवसूरी १२ व्या शतकात होऊन गेले. या आख्यानामध्ये अभयकुमार राजाच्या कुमारावस्थेतील पारिणामिक बुद्धीचे दर्शन घडविणारे कथानक आहे. अभयकुमार हा श्रेणिक राजाचा मुलगा होता. त्याचा भ्रातृभाव, अहिंसावृत्ती व उत्कृष्ट आचरण या ग्रंथात मांडण्याचा प्रयत्न केला आहे. या ग्रंथात एकूण २७८ गाथा असून त्यांचे मराठी अर्थ या ग्रंथात दिले आहेत.

'अंजणा-पवणंजयवुत्तंतु'(१९७१) या पुस्तकात स्वयंभूदेव या प्राकृत कवीच्या 'पउमचरिउ' या ग्रंथातील १८ व १९ या दोन संधींचा अनुवाद आहे. जैन पद्मपुराणामध्ये हनुमानाचे माता-पिता अंजना व पवनंजय यांची रसाळ कथा आलेली आहे. तिचाच हा अनुवाद आहे. यामध्ये अंजना व पवनंजय यांच्या बारा वर्षांच्या विरहाची कथा आलेली आहे. या कथेतून आचार्यांनी कर्म सिद्धांताची पुष्टी केली आहे.

'नलकहा' ही एक सुंदर जैनकथा रणदिवे यांनी मराठीत अनुवादिली आहे. १२ व्या शतकात सोमप्रभ आचार्यांनी 'कुमारपाल प्रतिबोध' हा कथात्म ग्रंथ लिहिला आहे. या कथासंग्रहात सोमप्रभ आचार्यांनी कुमारपाल राजास ५४

कथा सांगितल्या, त्यांपैकी ही एक कथा आहे. द्यूतव्यसनामुळे नल राजास आपली पत्नी दमयंती हिच्यासह वनात जावे लागले. दमयंतीचे पातिव्रत्य व जैन धर्मावरची श्रद्धा यामुळे ती संकटमुक्त झाली. कर्मसिद्धांतावर आधारित ही कथा असून संकटे, सुटका, चमत्कार, योगायोग अशा अनेक घटनांनी भरलेली आहे.

रणदिवे यांनी अनेक प्राकृत ग्रंथांचे अनुवाद केले आहेत. यांत 'पाइयपुप्फावली, सिरीउत्तरज्झयणसुत्त, पउमचरिउ, पाइयरयणावली, समरादित्यकथा, उषानिरुद्धकथा' इ. ग्रंथांचे अनुवाद केले असून 'गहिवर माणुसकीचा'(१९७०) हा एक स्वतंत्र कथासंग्रहही लिहिला आहे. या संग्रहात एकूण आठ कथा असून या सर्व नीती शिकविणाऱ्या आहेत. या कथांमधून श्रमण संस्कृतीची ओळख आणि धार्मिक विचार सांगितले आहेत. प्रत्येक कथेच्या शेवटी एक कविताही आहे. या सर्व कथा हिंदी, प्राकृत इ. भाषांतील मूळ कथांवरून रूपांतरित केलेल्या आहेत.

यांखेरीज 'सिरीउत्तरज्झयणसुत्त, कहाणयतिगं, शृंगारमंजिरी, (स्वयंभूदेवकृत) पउमचरिउ, (विमलसूरीकृत) पउमचरिय, पाइयपुप्फावली' इ. प्राकृत ग्रंथांचे संपादनही केले आहे.

'हृदयाचे वैभव' या पुस्तकात श्री विनयचंद्रजी महाराज यांची उद्‌बोधक प्रवचने संकलित केली आहेत. 'नंदादीप' हा लघुकथासंग्रह, 'समरादित्यकथा', 'उषानिरुद्ध' इ. ग्रंथाचे लेखनही माधव रणदिवे यांनी केले आहे.

वर्धमान पार्श्वनाथ शास्त्री

वर्धमान शास्त्री सस्कृत-प्राकृत भाषेचे प्रकांड पंडित होते. जैन साहित्य व तत्त्वज्ञान यांचा त्यांचा प्रचंड व्यासंग होता. 'जैन व्रतकथासंग्रह' (१९७०) हा त्यांचा ग्रंथ चार आवृत्त्यांतून प्रकाशित झाला आहे. पाच अणुव्रते, सम्यग्ज्ञान, जैन धर्मोपदेश, माहात्म्य इ. संबंधी या व्रतकथा आहेत. या कथांतून जैन धर्माचे आचार, तत्त्वज्ञान, संस्कृती आदी पैलू व्यक्त झालेले आहेत. यापूर्वी हिराचंद नेमचंद दोशी यांनी हे पुस्तक प्रकाशित केले होते. त्यात आणखी काही कथा वाढवून व आधीच्या कथांवर संस्कार करून वर्धमान शास्त्री यांनी हे पुस्तक प्रकाशित केले.

वर्धमान शास्त्री यांची प्रसिद्ध कृती म्हणजे 'भरतेश वैभव' (१९७०) ही होय. ही मूळ रचना कन्नड कवी रत्नाकर यांची असून तिच्यात पाच कल्याण

(विभाग) असून ८० संधी (अध्याय) व ९९६० श्लोक आहेत. देवचंद्रांच्या 'राजावली' या कथेवरून ही कथा घेतली असावी. ही अत्यंत सुंदर कथा एकाच वेळी धर्म, कर्म, शृंगार, प्रेम, नीती, बोध अशा अनेक अंगांनी व्यक्त झाली आहे. वर्धमान शास्त्री यांनी ही कथा अत्यंत आकर्षक रीतीने मांडली आहे.

वर्धमान शास्त्री यांनी रावजी सखाराम दोशी यांच्या प्रेरणेने सोलापुरात कल्याण पॉवर प्रिंटिंग प्रेसची स्थापना करून त्यातून अनेक जैन ग्रंथ छापले आहेत. त्यांनी अनेक वर्षे जैन समाजाचे मुखपत्र असलेल्या 'जैनबोधक' या मासिकाचे संपादन–मुद्रण केले आहे.

सुभाषचंद्र उर्फ रायाप्पा तिप्पाण्णा अक्कोळे

प्राचीन मराठी जैन साहित्याचे संशोधक व जैन धर्म–तत्त्वज्ञानाचे व्यासंगी अभ्यासक म्हणून सुभाषचंद्र अक्कोळे महाराष्ट्रास सुपरिचित आहेत. अक्कोळे यांचे महाविद्यालयीन शिक्षण सोलापूर येथे दयानंद महाविद्यालयात झाले. त्यानंतर तिथेच काही काळ त्यांनी जैन गुरुकुलामध्ये अध्यापकाचे कार्यही केले. त्याचवेळी त्यांनी जैन संस्कृति संरक्षक संघात जैन साहित्याच्या संशोधनाचे कार्य सुरू केले. तिथेच त्यांनी आपला पीएच्. डी. चा प्रबंधही पूर्ण केला. 'प्राचीन मराठी जैन साहित्य'या पीएच्. डी. साठीच्या शोधप्रबंधामध्ये १५ व्या शतकापासून १८५० पर्यंतच्या ५५ मराठी जैन कवींची माहिती नव्याने मांडली आहे. यांपैकी काही कवींनी रचलेल्या चरित्रांचे, कथांचे संपादनही त्यांनी केले आहे. काही कथा–चरित्रे नव्याने लिहिल्या आहेत. यांमध्ये सर्वप्रथम त्यांनी 'सुदर्शन चरित्र'(१९५५) हा चरित्रग्रंथ लिहिला. जैन संस्कृति संरक्षक संघाच्या जीवराज जैन ग्रंथमालेचे हे दुसरे पुस्तक होय. यामध्ये सुदर्शन मुनींच्या शीलाची व तपश्चर्येचे वर्णन आहे. ब्रह्मचर्य, एकपत्नीत्व, पावित्र्य हेच अंतिमतः श्रेष्ठ असते ही गोष्ट बिंबविण्याचा प्रयत्न या कथाग्रंथातून केला गेला आहे.

मराठी जैन साहित्याचे मोरोपंत म्हणून ज्यांचा उल्लेख केला जातो त्या पं. जिनदास पार्श्वनाथ फडकुले यांचे चरित्र 'प. जिनदास पार्श्वनाथ फडकुले : जीवन आणि साहित्य'(१९५५) अक्कोळे यांनी लिहिले आहे. जैन संस्कृति संरक्षक संघामध्ये अक्कोळे यांना फडकुले शास्त्रींचा प्रत्यक्ष सहवास लाभला होता, त्यामुळे या चरित्रग्रंथाकडे फडकुले यांचे प्रामाणिक चरित्र म्हणून पाहता येते. पूर्वजांकडून लाभलेली विद्वत्ता व जन्मजात प्रतिभा यामुळे फडकुले शास्त्रींनी जैन तत्त्वज्ञान व साहित्य यांच्या अभ्यासातून विपुल लेखन केले आहे. कथा–

कादंबरीलेखनापेक्षा संस्कृत व प्राकृत भाषांतील ग्रंथांचे अनुवाद व पंडिती लेखनच फडकुले शास्त्रींनी केले आहे. अक्कोळे यांनी पंडितजींच्या साहित्याचा समग्र आढावा या चरित्रग्रंथातून घेतला आहे.

'महाराष्ट्रातील जैनधर्म व साहित्यपरंपरा'हे अक्कोळे यांचे पुस्तक म्हणजे त्यांनी प्राचीन व मध्ययुगीन जैन धर्म व साहित्यपरंपरा यावर दिलेल्या व्याख्यानांचा संग्रह आहे. संक्षेपाने व वस्तुनिष्ठ पुराव्यांसह विश्वसनीय रूपात दिलेले दाखले यांमुळे हे पुस्तक एक संदर्भग्रंथ म्हणून उपयोगी आहे.

अक्कोळे यांनी साहित्यसंशोधन करीत असतानाच उपलब्ध झालेल्या प्राचीन मराठीतील काही काव्यग्रंथांचे संपादनही केले आहे. या सर्व संपादित ग्रंथांना लिहिलेल्या अभ्यासपूर्ण प्रस्तावना, अनेक प्रतींमधील पाठांतरे, अर्थबोधक टीपा व विशेष प्राचीन शब्दांचे अर्थ यांमुळे ही सर्व संपादने अभ्यासपूर्ण झाली आहेत. यांपैकी 'जसोधररास'(१९५९) हे यशोधर राजाचे चरित्र व मराठीतील पहिला रासग्रंथ आहे. या ग्रंथाच्या तीन दुर्मिळ प्रतींवरून अक्कोळे यांनी या ग्रंथाचे संपादन केले आहे. बहामणी काळातील ही मराठी जैन रचना मेघराज या कवीने लिहिलेली आहे.

अक्कोळे यांनी संपादन केलेला दुसरा ग्रंथ म्हणजे पं. सूरिजन विरचित 'परमहंसकथा'(१९६०) होय. १५ व्या शतकातील हे चंपूकाव्य एक आध्यात्मिक रूपककथा आहे. परमविशुद्ध अवस्थेला पोहोचलेल्या साधूस परमहंस म्हणतात. उच्चकोटीचे आत्मतत्त्व कथन करणारी ही कथा आहे. जैन साहित्यामध्ये चूर्णिका, चंपू व रूपककाव्ये विपुल प्रमाणात आढळतात, त्यांपैकीच ही एक आहे.

अक्कोळे यांनी संपादित केलेला एक अन्य ग्रंथ 'श्रीपालचरित्र' हा आहे.

त्यांनी अनेक प्राचीन पौराणिक कथा त्यांनी मराठीमध्ये रूपांतरित केल्या आहेत. या कथा म्हणजे त्यांनी निवेदन पद्धतीने लिहिलेल्या कथा-कादंबऱ्याच आहेत. 'चक्रवर्ती सुभौम'(१९६१) ही अशीच एक कथा आहे. राजा सुभौम त्रेसष्ट शलाकापुरुषांमधील आठवा चक्रवर्ती होता. भट्टारक रत्नचंद्र यांनी १७३९ मध्ये संस्कृतमध्ये हे चरित्र लिहिले. त्यानंतर 'जैनमित्र' या पत्रिकेतून हिंदीत रूपांतरित होऊन छापले गेले. त्याचाच आधार घेऊन अक्कोळे यांनी ही चरित्रकथा लिहिली आहे. हे चरित्र 'सन्मति' या मासिकातून क्रमशः प्रकाशित होत होते. तेच पुढे पुस्तकरूपाने प्रकाशित झाले. वैदिक कथासाहित्यातील परशुरामाची कथा या जैनकथेत येते. या कथेनुसार परशुरामाचा सुभौमाकडून पराभव होतो.

हरिषेणांच्या बृहत्कथाकोशामध्ये व गुणभद्रांच्या उत्तरपुराणातही ही कथा आली आहे. यज्ञमार्गाने जीवन नीचगतीस जाते आणि क्रोधामुळे नरकप्राप्ती होते हे या कथेद्वारे सूचित केले गेले आहे.

'सम्यक्त्वकौमुदी' (१९५७) या धर्मकथा, बोधकथा व लोककथात्मक असलेल्या कथांचे अनुवाद अक्कोळे यांनी स्वैर रूपाने केले आहेत. या मूळ संस्कृत ग्रंथाचा कर्ता अज्ञात आहे. या मूळ संस्कृत ग्रंथात आठ मुख्य कथा व उपकथा अशा २२ कथा संग्रहीत आहेत. सम्यक्त्व म्हणजे सत्य धर्मावरील अढळ श्रद्धा. या श्रद्धेचे स्वरूप व महत्त्व सांगणाऱ्या या कथा आहेत. आचरणश्रेष्ठत्व, शील, बुद्धी, सदाचार हे विषय या कथांमधून लेखकाने मांडले आहेत. कथा व कथांतर्गत उपकथा अशी ही रचना आहे. ब्र. राजकुमार यांनी या ग्रंथाचे कर्ते 'मदनपराजय' या ग्रंथाचे लेखक नागदेव असावेत असे सांगितले आहे. १९२९ मध्ये कल्लाप्पा भरमाप्पा निटवे यांनी हा ग्रंथ संपादित केला. नंतर १९३५ मध्ये या ग्रंथाची दुसरी आवृत्ती प्रकाशित झाली आणि अक्कोळे यांनी प्रस्तावनेसह ही तिसरी आवृत्ती प्रकाशित केली आहे. महिचंद्र याभट्टारकांनी या कथा १७ व्या शतकात लिहिल्या आहेत.

'पांडवकथा'(१९५५) ही अक्कोळे यांची आणखी एक रचना संस्कृतातील शुभचंद्र यांच्या 'पांडवपुराण' या पुराणग्रंथाच्या आधारे रचलेला कथाग्रंथ आहे. जैन कथासाहित्यात कौरव, पांडव यांना गौरवपूर्ण स्थान आहे. बलराम, कृष्ण व जरासंध यांचा समावेश जैनांच्या त्रेसष्ठ शलाकापुरुषांमध्ये झाला आहे. जैनांचे २२ वे तीर्थंकर भ. नेमिनाथ हे कृष्णाचे चुलत बंधू होते. त्यामुळे या सर्वांचा समावेश जैन कथासाहित्यामध्ये झाला आहे. एवढेच नव्हे तर जिनसेन आचार्यांनी हरिवंशाचे –यादववंशाचे वर्णन करणारे 'हरिवंशपुराण' नावाचे एक बृहत् पुराण लिहिले आहे. यातच पांडवांची कथा येते. जैन साहित्यात एकूण चार पांडवपुराणे मिळतात. अक्कोळे यांनी ग्रंथाच्या प्रस्तावनेत याविषयी विस्तृत व अभ्यासपूर्ण चर्चा केली आहे.

याखेरीज आपल्या समग्र शोधसाहित्यावर आधारित अशा २० कवींच्या महत्त्वपूर्ण ४० रचना अक्कोळे यांनी 'धवलगान' या संशोधन ग्रंथात संकलित केल्या आहेत. या सर्व रचनांमधून तत्कालीन समाजजीवनाचे, लोकजीवनोचे, लोकसंस्कृतीचे दर्शन घडते. यामध्ये गाऱ्हाणे, टिपरी, बालकघाटी, चेंडूफळी, क्षेत्रवंदन, भूपाळी, धावा, कयको, पिंगा, अहिराणी गीत, वऱ्हाडी, फाग गीत

अशा अनेकविध लोककाव्याची स्वरूपे संकलित झाली आहेत. मध्यकालीन जैन समाजाचा सामाजिकदृष्ट्या अभ्यास करणाऱ्या अभ्यासकांच्या दृष्टीने हा ग्रंथ अत्यंत उपयोगी बनला आहे.

अक्कोळे यांची आणखी एक महत्त्वपूर्ण रचना म्हणजे २० व्या शतकातील जैन 'संतश्रेष्ठ आचार्य शांतिसागर यांचे चरित्र'(१९८७). आधुनिक मराठीत अनेकजणांनी अनेक पद्धतीने शांतिसागर महाराजांची चरित्रे लिहिली आहेत. ती गद्य व पद्य अशा दोन्ही स्वरूपांमध्ये आढळतात. पण अभ्यासपूर्ण व चिकित्सक दृष्टीने लिहिलेले चरित्र म्हणून अक्कोळे यांनी लिहिलेल्या या चरित्राकडे पाहता येईल. २० व्या शतकात आपल्या लोकोत्तर कार्याने जैन धर्माचे पुनरुत्थान करून जागृती उत्पन्न करणारे ज्ञानी, विरक्त, संयमी, निष्काम कर्मयोगी म्हणजे आचार्य शांतिसागर होत. त्यांच्या जन्मापासून ते समाधीपर्यंतचा अलौकिक प्रवास विशद करणारे हे विस्तृत व परिपूर्ण असे चरित्र आहे.

याखेरीज अक्कोळे यांनी प्राचार्य जी. के. पाटील यांनी 'प्रगति आणि जिनविजय' चे संपादक असताना लिहिलेल्या निवडक संपादकीय लेखांचे संपादन केले आहे. जैन साहित्याखेरीज 'नामदेवकृत संतचरित्रे', 'तुकाराम : व्यक्ती आणि व्यक्तित्व' हे ग्रंथही लिहिले आहेत.

अक्कोळे यांची संशोधनात्मक महत्त्वपूर्ण रचना म्हणजे 'प्राचीन मराठी जैन साहित्य'(१९६२) ही होय. पीएच्. डी. साठी लिहिलेल्या या प्रबंधग्रंथामध्ये अक्कोळे यांनी १५ व्या शतकापासून १८५० पर्यंतच्या जैन मराठी साहित्यिकांची माहिती व त्यांच्या ग्रंथांचे अनुशीलन केले आहे. या कालखंडातील जैन साहित्यिकांनी हाताळलेले रचनाप्रकार, तत्त्वज्ञान, आचारधर्म, त्यांची ऐतिहासिकता, वाङ्मयीन परिशीलन अशा दृष्टीने अभ्यासपूर्ण मांडणी केली आहे. प्राचीन मराठीतील सुमारे १०० हस्तलिखित व ३० मुद्रित ग्रंथांच्या आधारे सुमारे ५५ ते ६० ग्रंथकारांची माहिती या प्रबंधात पाहायला मिळते. चिकित्सक वृत्तीने आणि संशोधनातील बारकावे यांतून एका प्रदीर्घ कालखंडाची मांडणी करणारा हा ग्रंथ आहे. अक्कोळे यांच्या संशोधनामुळे मराठी साहित्यात दुर्लक्षित असलेले जैन साहित्याचे दालन संशोधकाना खुले झाले आहे. मराठी साहित्यात दुर्लक्षित असलेला एक वेगळा वाङ्मयप्रवाह मराठी साहित्यजगताला त्यांनी परिचित करून दिला आहे.

विद्याधर जोहरापूरकर

प्राचीन मराठी जैन साहित्याचे अभ्यासक व संशोधक म्हणून २० व्या शतकातील विद्वानांमध्ये सुभाषचंद्र अक्कोळे आणि विद्याधर जोहरापूरकर यांचे कार्य अनन्यसाधारण आहे. ते संस्कृत, प्राकृत, हिंदी व मराठी भाषांचे उत्तम ज्ञाते होते. जोहरापूरकरांचा पिंडच मुळी संशोधकाचा आहे. त्यांनी पीएच्. डी. च्या पदवीसाठी 'भट्टारक संप्रदाय' या विषयावर संशोधन केले. मध्यप्रदेशात अनेक ठिकाणी शासकीय महाविद्यालयांमध्ये प्राध्यापक व प्राचार्य म्हणून कार्य केले.

अक्कोळे यांच्याप्रमाणेच जोहरापूरकर यांनीही काही प्राचीन मराठी ग्रंथांचे अभ्यासपूर्ण संपादन केले आहे. त्यामधे १८ व्या शतकातील कवी जिनदासकृत 'जीवंधर पुराण'हा महत्त्वाचा ग्रंथ आहे. कवी गुणभद्र यांनी उत्तरपुराणाच्या ७५ व्या पर्वात जीवंधराची कथा निरूपिली आहे. त्यास आधारून वादीभसिंहसूरी यांनी काव्यरूपाने 'क्षत्रचूडामणि' व चंपूरूपाने 'गद्यचिंतामणि' हे ग्रंथ लिहिले आहेत. तसेच ब्रह्मजिनदास या कवीने गुजराथीमध्ये 'जीवंधररास' या ग्रंथाची रचना केली आहे. त्यास आधार मानून मराठीमध्ये जिनसागरांनी 'जीवंधर पुराण'या ग्रंथाची रचना केली आहे. विद्याधर जोहरापूर यांनी या ग्रंथाचे अभ्यासपूर्ण संपादन केले आहे. १९०५ साली जिनदास चवडे यांनी हा ग्रंथ वर्धा येथून छापला होता. त्याच्या साहाय्याने जोहरापूर यांनी हा ग्रंथ संपादित केला आहे.

जोहरापूरकर यांची अन्य संपादित रचना म्हणजे आचार्य गुणकीर्तिविरचित 'धर्मामृत' ही होय. गुणकीर्ती हा कवी १५ व्या शतकात होऊन गेला. १३ व्या शतकात पं. आशाधर यांनी 'धर्मामृत' नावाचा ग्रंथ लिहिला आहे. हा संस्कृत ग्रंथ सागार (गृहस्थ) व अनगार (मुनी) यांच्या आचरणाचे स्वरूप कथन करणारा आहे. पण गुणकीर्तिकृत मराठी 'धर्मामृत' या ग्रंथाचा त्याच्याशी काहीही संबंध नसल्याचे जोहरापूरकर म्हणतात. जोहरापूरकरांनी या ग्रंथाची अत्यंत सूक्ष्म चिकित्सा केली आहे. पाठचिकित्सेचा एक उत्कृष्ट नमुना म्हणून या ग्रंथाकडे पाहता येईल. ग्रंथाच्या सुरुवातीला जैन वाङ्मयाचा परिचय, हस्तलिखितांचे उल्लेखनीय पाठभेद, धर्मजिज्ञासा, धर्मक्षेत्रे, साहित्यिक, शेवटी परिशिष्टे, टिपणे, सूची, शब्दसूची इ. तपशीलवार चिकित्सा मांडलेली आहे.

७ व्या शतकातील प्राकृत कवी उद्योतनसूरी याच्या 'कुवलयमाला' या प्राकृत ग्रंथाचा मराठी अनुवाद (१९७२) जोहरापूरकरांनी केला आहे. धर्मकथा सांगण्याच्या हेतूने हा ग्रंथ लिहिला गेला आहे. गंगास्नानाचे महत्त्व नाकारण्यासाठी

ही कथा सांगितली गेली आहे. पापाचे क्षालन गंगास्नानाने नव्हे, तर मुनिदीक्षा घेतल्याने होते आणि त्यामुळेच मोक्षप्राप्ती होत असते हे सांगण्याचा प्रयत्न या कथेमध्ये केला आहे. प्रेम, संसार आणि दीक्षा असा घटनाक्रम या कथांमध्ये केला गेला आहे. समवसरण आणि तेथे सांगितलेल्या कथामालिका यात आलेली आहे.

'भ. महावीर : उपदेश आणि परंपरा' (१९७५) हे उपदेशपर चरित्र जोहरापूरकरांनी लिहिले आहे. अतिप्राचीन अशी जैनधर्माची परंपरा, साधूंची वर्णने, भ. महावीरांचे पूर्वभव आणि त्यानंतरची त्यांची जीवनरेखा व केवलज्ञानप्राप्ती असे हे चरित्र असून अनेक ग्रंथांतील पुरावे ह्या पुस्तकात जोहरापूरकरांनी वापरले आहेत. त्यामुळे हे चरित्र विश्वसनीय व अभ्यसनीयही बनले आहे.

गुणकीर्ती विरचित 'विवेकविलास'(१९७८) या गुजराथी पद्यग्रंथाचे गद्य रूपांतर जोहरापूरकरांनी केले आहे. गुणकीर्ती यांचा काळ १४५० ते १५०० असा असावा. गुणकीर्तीच्या अनेक रचना मराठीत आढळतात. या ग्रंथातील पहिल्या भागात १०६ पदे व दुसऱ्या भागात १०८ पदे आहेत. जीवदया, सदाचार, श्रावकधर्म, अहिंसा, दशधर्म यांची माहिती या ग्रंथात आहे.

याखेरीज जोहरापूरकर यांनी 'जैन साहित्य का बृहद् इतिहास'या ग्रंथासाठी त्यांनी मराठी जैन साहित्याचा इतिहास लिहिला आहे. प्राचीन मराठी जैन साहित्य व अर्वाचीन मराठी जैन साहित्यिकांचे कार्य व परिचय या ग्रंथात दिले गेले आहेत. या बृहद् ग्रंथामध्ये समस्त भारतीय जैन साहित्याचा इतिहास सात खंडात लिहिला गेला आहे. जोहरापूरकर यांनी 'जिनसागरांची समग्र कविता'या ग्रंथामध्ये जिनसागरांच्या समग्र साहित्याचे संपादन व संकलन केले आहे. त्याचे साक्षेपी पद्धतीने संपादन केले आहे. तसेच त्यांच्या विविध साहित्यप्रकारांचे स्वरूप उत्तम रीतीने उलगडून सांगितले आहे.

सुभाषचंद्र अक्कोळे व विद्याधर जोहरापूरकर यांचे मराठी जैन साहित्याच्या संशोधनातील योगदान अत्यंत महत्त्वाचे आहे. एखाद्या प्राचीन साहित्यकृतीचे संशोधन व पाठचिकित्सा कशी करावी याचा आदर्श वस्तुपाठ या दोन संशोधकांनी भावी संशोधकांना घालून दिला आहे.

विजयमाला सतीशचंद्र पांगळ

तात्या नेमिनाथ पांगळ यांच्या स्नुषा यांनी 'राजुल' (१९६५) ही पुराणकथा लिहिली आहे. भ. नेमिनाथ व राजुल यांची ही कथा जैन साहित्यात अत्यंत

प्रसिद्ध आहे. श्रीकृष्ण व नेमिनाथ यांच्या संदर्भाने येणारी ही नेमिनाथ आणि राजुल यांच्या विवाहाच्या तयारीची आणि त्या निमित्ताने त्यांच्या विरक्तीची कथा यात आली आहे. तात्या पांगळ यांच्या पुण्यतिथीचे औचित्य साधून ही कथा लिहिली असल्याचे लेखिकेने नमूद केले आहे.

कुमार मृत्युंजय मालगावे

प्राचीन जैन कथांच्या आधारे नाट्यलेखन करणारे नाटककार म्हणून कुमार मृत्युंजय मालगावे यांचे नाट्यलेखन महत्त्वाचे आहे. 'वीरवर भामाशाह'(१९६३) हे त्यांचे गाजलेले नाटक आहे. हे नाटक स्त्रीपात्रविरहित असून मेवाडचा महाराणा प्रतापसिंह याच्या कर्तृत्वाचा व त्याच्या राजघराण्याचा इतिहास यामध्ये चित्रित झाला आहे. नाटकाच्या शेवटी भामाशाह हा जैन सरदार अमरसिंहाला वाचवितो व राजमुकुट अमरसिंहास अर्पण करतो असे याचे कथानक आहे. हे नाटक वीररसपूर्ण आहे.

अतुल्य बलिदानाची ऐतिहासिक नाटिका म्हणून 'दीवाण अमरचंद' (१९६५) हे दुसरे नाटक मृत्युंजय मालगावे यांनी लिहिले आहे. जयपूरच्या राजकीय कामकाजात अमरचंदांनी जैनत्वाची अमर साधना केली. अमरचंदांचा अलौकिक प्रभाव, आध्यात्मिक वैभव व स्वदेशहितास्तव त्यांनी केलेले स्वतःचे कारुण्यपूर्ण बलिदान याचे हृदयस्पर्शी चित्रण या नाटकात आहे. देशनिष्ठा व धर्मनिष्ठा हा या नाटकाचा विषय आहे. वातावरणाचे गांभीर्य कमी करण्याच्या दृष्टीने नाटककाराने अधूनमधून विनोदी प्रसंगांचीही पेरणी केली आहे. ही दोन्ही नाटके तीन अंकी असून त्यांचे अनेक प्रयोग झाले आहेत.

याशिवाय मृत्युंजय मालगावे यांनी 'वीर वर्धमान'(१९७४) हे चरित्रही लिहिले आहे. ही तीर्थंकरांचा परिचय करून देणारी लहानशी पुस्तिका आहे.

'कहाणी ही श्रेणिकाची' (१९९२) ही चरित्रात्मक कादंबरी मृत्युंजय मालगावे यांनी लिहिली आहे. अनेक वर्षे श्रेणिकपुराणाचे अध्ययन करून ही कादंबरी लिहिल्याचे लेखकाने प्रस्तावनेत सांगितले आहे. भ. महावीरांचा समकालीन व त्यांचा शिष्य राजा श्रेणिक व महाराणी चेलना, राजपुत्र कुणाल यांची ही कथा आहे. राजा श्रेणिक हा महावीरांच्या समवसरणातील प्रमुख श्रोता. त्याच्या प्रश्नांस अनुसरूनच महावीरांचा उपदेश होत असल्याचे जैन पुराणांत उल्लेख मिळतात.

देवेंद्रतनय

यांनी 'श्री शांतिसागराचार्य'(१९२४) हे एक पद्यमय चरित्र लिहिले आहे. या पुस्तिकेच्या शेवटी

'जैन धर्माचे तुकडे' या प्रकरणामध्ये जाती-पोटजातींचे वर्गीकरण आले आहे. एकूण १०२ जातींची नावे यात आली आहेत. हा कवी सीमाभागातील शमनेवाडी (जि. बेळगाव) इथला रहिवासी होता.

सखाराम जिनाप्पा मिठारी

'मुनिरत्न श्रीमत् शांतिसागर महाराजांचा जयजयकार'(१९२४) हे एक छोटेखानी काव्य सखाराम मिठारी यांच्या नावावर आढळते.

क्षुल्लक धर्मदासजी

'सम्यग्ज्ञानदीपिका -पूर्वार्ध आणि उत्तरार्ध'हा धर्मविषयक तात्त्विक विवेचन करणारा ग्रंथ धर्मदासांनी लिहिला आहे. ब्रह्मज्ञान व सम्यग्ज्ञान यांची तुलना, सहा द्रव्ये, न्याय, व्याकरण, तर्क, छंद, कर्म, जीव-अजीव अशा अनेक तात्त्विक संकल्पनांची या ग्रंथात चर्चा आली आहे.

माणिक गोविंद कटके

सोलापुरात वास्तव्य करून असलेल्या माणिक गोविंद कटके यांच्या नावावर 'मराठी पद्यात्मक आत्मधर्मप्रकाश'(१९२८) ही एक स्वतंत्र मौलिक रचना आढळते. जैन धर्माची तत्त्वे, भावना, रत्नत्रय, दशलाक्षणिक धर्म इ. गोष्टींसंबंधी पद्यमय रचना यात आल्या आहेत. कवी माणिक गोविंद कटके यांनी हे काव्य कुंथलगिरी येथे लिहिल्याचे सांगितले आहे. हा ग्रंथ स्वतंत्र रचना असून त्यावर पूर्वाचार्यांच्या विवेचनाचा स्पष्ट प्रभाव परिलक्षित होतो.

माणिक कटके यांच्या नावावर 'संगीत पंचपूजा व पद्यसंग्रह'(१९५९) ही एक पद्यमय रचनाही आढळते. ही भावमय रचना असून पूजेचे फल, पूजेचे प्रकार, स्तोत्रे, गुरू, तीर्थंकर, अरिहंत यांची पूजा तसेच शांतिमंत्र, शांतिपाठ यात संकलित झाले आहेत. याखेरीज त्यांच्या नावावर 'काव्यकुसुमकुंज' हा एक काव्यसंग्रहही आढळतो.

शांतिनाथ गोविंद कटके

माणिक गोविंद कटके यांचे बंधू असलेल्या शांतिनाथ गोविंद कटके यांनी

'चोवीस तीर्थंकर पूजा' (१९२९) हे पूजापर काव्य लिहिले आहे. देवपूजेसाठी लिहिलेली ही काव्ये जैन धर्मीयांमध्ये अजूनही अत्यंत प्रसिद्ध आहेत व नित्य पूजेमध्ये ती म्हटली जातात. देवपूजा हे श्रावकांच्या सहा नित्यक्रियांपैकी एक आहे. भगवंतांना अष्टद्रव्ये अर्पण करताना म्हणावयाची पद्ये अत्यंत प्राचीन काळापासून संस्कृत, प्राकृत, हिंदी, गुजराथीमध्ये लिहिली गेली आहेत. मराठीमध्येही अनेक कवींनी असे पूजापाठ लिहिले आहेत. पूज्यपादस्वामी, अकलंकस्वामी, नेमिचंद्र, आशाधर, पद्मनंदी आदि विद्वानांनी संस्कृतमध्ये व बनारसीदास, दौलतराम, वृंदावनदास, द्यानतराय आदि अनेक कवींनी हिंदी मध्ये पूजापाठ लिहिले आहेत. मराठीत आधुनिक काळामध्ये शांतिनाथ कटके, हिराचंद अमोलीख यांनी लिहिलेले असे पूजापाठ प्रसिद्ध व प्रचलित आहेत.

शांतिनाथ व माणिक कटके हे बंधू मूळ कोपरगावहून सोलापुरात आले आणि तेथेच स्थायिक झाले. तिथेच त्यांची प्रतिभा लेखनात आणली.

सीताराम सखाराम पाटील

कोल्हापूर येथील या कवीच्या नावावर 'जैन नित्य भक्त्यमृत श्लोक'(१९३२) ही एक रचना उपलब्ध होते. या कवीच्या नावावर सुमारे २८ पुस्तके मिळतात, पण त्यांपैकी जैनधर्मविषयक अगदीच थोडी आहेत.

श्री १०५ स्वस्तिश्री सूरिसिंह क्षुल्लकजी

'आत्मावबोध'(१९३३) हे जैन धर्मविषयक संकीर्ण माहिती देणारे पुस्तक क्षुल्लक सूरिसिंह यांनी लिहिले आहे. हा ग्रंथ हुक्केरी (जि. बेळगाव- कर्नाटक) येथे लिहून छापला आहे. याचे स्वरूप प्रश्नोत्तर चर्चात्मक आहे. यात १५० प्रश्न व त्यातून आत्मा, द्रव्य, ज्ञान याविषयी चर्चा आहे.

भाईचंद नेमचंद गांधी

हा लेखक फलटणनिवासी असून याच्या नावावर 'जिनगुणसंपत्तिव्रतकथा' (१९३३) हा कथाग्रंथ उपलब्ध होतो. यात जिनगुणसंपत्ती व्रत केल्याने सुमती नामक श्रेष्ठीचे दारिद्र्य कसे नष्ट होऊन त्यास इह व पारलौकिक संपत्ती कशी प्राप्त झाली याचे वर्णन आहे. या कथेसोबतच अरहंताष्टक, जयमाला, षोडशकारण पूजा या रचनाही संकलित केलेल्या आहेत.

रामगोंडा (नेमगोंडा ?) पाटील

हा कवी समडोळी (जि. सांगली) इथला असावा. रामगोंडा किंवा नेमगोंडा पाटील या दोघांपैकी कुणी तरी एकाने 'जैन स्तोत्रसंग्रह' (१९३०) हा ग्रंथ प्रकाशित केला आहे. यात पद्यमय स्तोत्रे असून संस्कृत स्तोत्र व त्याचा मराठी अर्थ असे याचे स्वरूप आहे. सुप्रभात स्तोत्र, अरिहंत स्तोत्र, अष्टक स्तोत्रे, धर्म, अनुप्रेक्षा, दर्शनपाठ इ. चे यात संकलन आहे. छंद, कानडी--राग, पदे, अभंग, जैन गायत्रीमंत्र, व्याख्यान अशा बहुविध रचना या संकलनात आहेत. वाग्भटाचार्य, माघनंदी आचार्य या संस्कृत कवींच्याही रचना यात आहेत. १९३८ च्या करवीरच्या लिलावात काढलेले हे पुस्तक रामगोंडा पाटील यांनी पुन्हा लिहून काढले.

आदिनाथ शांतिनाथ बोपलकर

हा कवी मूळचा सौंदाणे (ता. केज, जि. बीड) इथला. वैद्यकीचे शिक्षण सातारा येथे पूर्ण केल्यानंतर काही दिवस म्हसवड (जि. सातारा) येथे वैद्यकी केली आणि नंतर ते मुरूड (जि. लातूर) येथे स्थायिक झाले. म्हसवड येथे असताना शहा धनजीभाई नेमचंद जैन ग्रंथमालेचे पहिले पुष्प म्हणून बोपलकरांनी लिहिलेला 'जिनभक्ती' (१९३७) हा भक्तिपूर्ण कवितांचा संग्रह प्रकाशित झाला आहे. अनेक श्रावकांना मंदिरात गेल्यानंतर कोणता भाव व्यक्त करावा हा प्रश्न पडतो. त्यांच्यासाठी सोप्या भाषेत जिनभक्ती हे काव्य लिहिले आहे.

नथ्थूसा पासूसा

एलिचपूर (अचलपूर) येथील नथ्थूसा पासूसा यांनी अनेक मराठी रचना केल्या आहेत. कारंजा येथील भट्टारक स्वामींच्या मठाच्या सहवासात राहून त्यांनी आपले लेखन केले आहे. सिद्धक्षेत्र मुक्तागिरी संस्थानातर्फे यांचे काही ग्रंथ प्रकाशित झाले आहेत. ओवीबद्ध ग्रंथरचना हा त्यांच्या ग्रंथरचनेचा विशेष आहे. 'जैन व्रतकथा संग्रह' (१९३६) हा त्यांचा ओवीबद्ध ग्रंथ प्रसिद्ध आहे. निरनिराळे सण व विविध कारणांमुळे केल्या जाणाऱ्या व्रतांमागच्या कथा यात सांगितल्या आहेत. या ग्रंथात एकूण आठ कथा पद्यमय रूपात ग्रथित झाल्या असून शेवटची ९ वी कथा गद्य भाषेत रचली आहे. सुबोध भाषेत ओवीबद्ध असलेला हा ग्रंथ आहे. हा कवी नागपूर प्रांतातला असून ओवी छंदाची माहिती असलेला व तत्कालीन ग्रामनामांसह कालाची माहिती देणारा हा ग्रंथ आहे.

गोपाळ दत्तात्रय सराफ

पुणे येथील प्रसिद्ध गायनपटू म्हणून प्रसिद्ध असेलेले गोपाळराव सराफ यांचा 'जैन संगीत पद्यावली' (१९२८) हा कवितासंग्रह उपलब्ध झाला आहे. ही पदे गायनकलेच्या अनुषंगाने आली आहेत. धार्मिक उत्सवप्रसंगी भजनोपयोगी अशी ही पदे आहेत. या रचना यमकप्रधान आहेत. ग्रंथास कवी द. भि. रणदिवे यांची प्रस्तावना लाभली आहे.

अनंततनय

कवी अनंततनय यांचे पूर्ण नाव कल्लाप्पा अनंत उपाध्ये असे असावे. यांच्या नावे 'श्री भद्रबाहू पुराण' नावाची रचना आढळते. श्री रत्ननंदी विरचित पद्यात्मक भद्रबाहुचरित या ग्रंथाच्या आधारे ही रचना लिहिली गेली आहे. ग्रंथाच्या प्रारंभी भद्रबाहुकालीन परिस्थितीचे चित्रण आले असून श्वेतांबर व दिगंबर आम्नायांची माहिती या ग्रंथातून मिळते. दिगंबरी वृत्तीमुळे जैन धर्मावर अनर्थ ओढवू लागले व त्यामुळे श्वेतांबरी वृत्ती धारण करावी लागली. अशी ऐतिहासिक महत्त्वाची माहिती यातून मिळते. पुढे हे भद्रबाहुपुराण आर्या वृत्तात पद्यात्मक रीतीने आले आहे. काही ठिकाणी संवादात्मक रचना ही या ग्रंथात वैशिष्ट्यपूर्ण रीतीने आढळते. या ग्रंथास तात्या नेमिनाथ पांगळ यांची प्रस्तावना आहे.

अनंततनय यांच्या नावे 'सप्ततत्त्वविचार' ही एक छोटीशी पुस्तिका सापडते. १९१२ साली भूपाल जिरगे यांनी ती प्रकाशित केली आहे. 'जीवाजीवास्रवबन्धसंवरनिर्जरामोक्षास्तत्त्वम्' या तत्त्वार्थसूत्रातील सूत्रास अनुसरून जैन धर्मातील सात तत्त्वांचा विचार या ग्रंथात संक्षिप्त रूपाने केला गेला आहे.

'रामायणसार'ही एक रचना अनंततनय यांच्या नावावर उपलब्ध होते. गुणभद्र आचार्यांनी लिहिलेल्या ४६ ते ७६ या पर्वांतील ६७ व्या व ६८ व्या पर्वांमध्ये रामकथा येते. ग्रंथाच्या पहिल्या खंडात तीर्थंकर मुनिसुव्रत भगवंतांचे चरित्र आले असून नंतर हरिषेण चक्रवर्ती व राम-लक्ष्मण यांच्या पूर्वजन्माची हकीकत आली आहे. यज्ञाची व वेदोत्पत्तीची कथा, रावणवृत्त, सीताविवाह, वनविहार, स्त्रीनिंदा, सीताहरण, हनुमान व सुग्रीव यांची भेट व शेवटी राम-रावण युद्ध व लक्ष्मणाकरवी रावणाचा वध आणि रामाचे वैराग्य मोक्षप्राप्ती अशी ही कथा आली आहे. यातील काव्यरचना अत्यंत सुंदर झाली आहे.

आदिनाथ भाऊराव (आ. भा) सोनटक्के गुरुजी

मूळचे पुसद (जि. यवतमाळ) येथील असलेले आ. भा. सोनटक्के सोलापुरातील जैन गुरुकुलचे संचालक व मुख्याध्यापक होते. यांनी स्वतःस शिक्षणकार्यास वाहून घेतले होते आणि त्यासाठी ते अविवाहितही राहिले. मराठी, हिंदी, इंग्रजी, संस्कृत, प्राकृत भाषांवर त्यांचे चांगलेच प्रभुत्व होते. १९५१-५२ या वर्षी सोलापुरातून प्रकाशित होणाऱ्या 'सन्मती' या मासिकातून त्यांनी अनुवादिलेली 'मुक्तिदूत' ही कादंबरी प्रकाशित झाली. मूळ कादंबरी हिंदी भाषेत वीरेंद्रकुमार जैन यांनी लिहिली आहे. स्वतः लेखकाने या कादंबरीस 'महान पौराणिक रोमान्स' असे म्हटले आहे. त्यावरून ही प्रेमकथा आहे हे सिद्ध होते. महापतिव्रता अंजना व वीरश्रेष्ठ पवनंजय यांच्या पौराणिक आख्यानावर आधारित ही कादंबरी आहे. पुरुषाला अहंकाराच्या अंधकारातून उज्ज्वल आत्मसमर्पणाकडे, मुक्तीच्या प्रकाशाकडे घेऊन जाणारी ही अंजनेची प्रेमकथा आहे.

जैन तत्त्वज्ञानाच्या अंगाने जाणारी ही कादंबरी म्हणजे कल्पित गद्यकथा आहे. जैन तत्त्वज्ञानाचे सार कथन करणारा ग्रंथ म्हणून सोनटक्के गुरुजींनी अनुवादलेल्या 'कुंदकुंदांची तीन रत्ने'या ग्रंथाकडे पाहता येईल. या मध्ये कुंदकुंदाचार्यांच्या पंचास्तिकाय, प्रवचनसार व समयसार या ग्रंथाचा विस्तृत परिचय करवून दिला आहे. यावरून सोनटक्के यांचा तत्त्वज्ञानाचा अभ्यास स्पष्ट होतो.

याखेरीज सोनटक्के यांनी मार्क ट्वेन या इंग्रजी कथालेखकाच्या 'टॉम सॉयर अँड हिज अॅडव्हेंचर्स' या संग्रहातील काही कथांचे अनुवाद करून ते सन्मतीमधून प्रकाशित केले होते.

विकास शहा

जाज्वल्य देशभक्तीने प्रेरित होऊन वयाच्या केवळ १२ व्या वर्षी देशाच्या स्वातंत्र्यलढ्यात भाग घेऊन सोलापुरातील टिळक चौकात इंग्रजांविरुद्ध भाषण केल्याप्रकरणी दोन वर्षे विकास शहा यांची तुरुंगात रवानगी झाली. तिथे राजकीय कैद्यांप्रमाणे बंदिशाळेत कामे केली. याच कालावधीत चित्रकलेच्या दोन परीक्षा दिल्या. त्यानंतर जी. डी. आर्ट ही पदविका प्राप्त केली. व्ही. शांताराम यांच्यासोबत राजकमल पिक्चर्समध्ये काम केले. त्यांनी त्यांच्या 'शकुंतला' चित्रपटाचे आर्ट डायरेक्शन केले. त्यानंतर सुमारे २५ चित्रपटांचे आर्ट डायरेक्शन केले. त्यानंतर सोलापूर जिल्ह्यातील आपल्या टाकळी या मूळ गावी परतून गावगुंडांशी दोन

हात करून शेती व्यवसाय सुरू केला. अनेक सामाजिक उपक्रम पार पाडीत दुसरीकडे आपले कवितालेखनही चालू ठेवले. एक कलावंत, चित्रकार, शेतकरी, समाजसेवक अशा विविध भूमिकांतून विकास शहा यांनी आपले जीवन व्यतीत केले.

विकास शहा यांच्या नावे एकूण चार कवितासंग्रह उपलब्ध होतात. त्यांपैकी दोन संग्रह सामाजिक आशय असलेले आहेत, तर दुसरे दोन संग्रह जैन धर्मविषयक विचार मांडणारे आहेत. यांपैकी 'शाल' आणि 'लहान तोंडी मोठा घास'या संग्रहात सामाजिक आशय प्रतिबिंबित झाला आहे. तत्कालीन सामाजिक जाणिवांचे कवीचे भान 'शाल' या संग्रहातून व्यक्त होते तर 'लहान तोंडी मोठा घास' हे मराठीतील एक उपरोधिक व विडंबनात्मक काव्य असून तत्कालीन सामाजिक विरोधाभासावर भाष्य करणारी ही कविता आहे.

विकास शहा यांची जैन साहित्यविषयक कामगिरी म्हणजे त्यांनी लिहिलेले 'मोक्षगंध' व 'अभिषेक कलश' हे काव्यसंग्रह आणि कुंदकुंदविरचित समयसाराचा काव्यानुवाद हे ग्रंथ होत. यांपैकी 'मोक्षगंध' ही कविता भ. महावीरांच्या जीवनकार्यातील व्यक्तिमत्त्वाचे दर्शन घडविते. 'मोक्षगंध' हे एक रूपक असून मोक्षगंध म्हणजे 'आत्मा धुण्याचा साबण' अशी ही प्रतीकात्मक रचना आहे. जैनत्वाचे आदर्श, धर्मप्रियता, महावीरगौरव, महावीरांचे जयगान, धर्म आणि संस्कृती, भगवान महावीरांचे भजन-पूजन, वीरस्तुती, महावीराष्टक इत्यादी २६ कविता या संग्रहात आल्या आहेत. साध्या सोप्या भाषेत महावीरांच्या २५ व्या निर्वाण महोत्सवानिमित्त लिहिलेले हे काव्य आहे. ''एका युगंधर व्यक्तित्वाचे जवळून दर्शन देणारी आणि भावना हर्षकंपित करणारी ही एक कलावती कविता आहे'' असे या कवितेविषयी निर्मलकुमार फडकुले यांनी म्हटले आहे.

'अभिषेक कलश' या संग्रहात एकूण २४ कविता संग्रहीत झाल्या असून भ. गोमटेश्वरांच्या विविध रूपांना मुक्तछंदात आकार देण्याचा प्रयत्न या कवितांमधून कवीने केला आहे. गोमटेश्वराच्या प्रचंड मूर्तीकडे विविध अंगांनी पाहात भक्तिपूर्ण रचना यात समाविष्ट झाली आहे. गझल, मुक्तछंद आणि गेय अशा या कविता आहेत. भ. बाहुबलींच्या मूर्तीच्या सहस्राब्दीनिमित्त श्राविकाश्रमाच्या संचालिका ब्र. विद्युल्लता शहा यांच्या आग्रहाखातर या कविता लिहिल्याचे कवीने नमूद केले आहे.

विकास शहा यांनी आचार्य कुंदकुंदांच्या 'समयसार' या ग्रंथाचा काव्यानुवादही केला आहे. समयसार हा योगदीप आहे. ज्ञानाचा प्रकाश देणारा हा ग्रंथ मराठीमध्ये काव्यरूपाने विकास शहा यांनी आणला आहे. यात आठ अधिकार –प्रकरणे असून 'ध्रुव अचल अनुपम अशा सिद्धा। सकल त्या वंदुन मी। सांगतो श्रुतकेवलींचे समयप्राभृत धन्य मी।' असे श्रुतकेवलींचे स्मरण शहा यांनी केले आहे. जैन तत्त्वज्ञानाचा अर्थपूर्ण आविष्कार करणारा हा काव्यानुवाद आहे. विकास शहा उर्दू भाषेचेही जाणकार होते. त्यांच्या काही उर्दू रचनाही आढळतात.

जयकुमार ज्ञानोबा आळंदकर

१८ जून १९२७ रोजी आळंद (जि. गुलबर्गा –कर्नाटक) येथे जन्मलेले जयकुमार आळंदकर एक उत्कृष्ट शिक्षक, शिक्षणशास्त्री, प्रभावी वक्ता, स्वतंत्र चिंतक, प्रतिभाशाली साहित्यकार व अनागताचा वेध घेणारे उत्तम ज्योतिर्विदही होते. त्यांचे माध्यमिक पासून एम्. ए., एम्. एड्. पर्यंतचे सर्व शिक्षण सोलापूर येथे जैन गुरुकुलमध्ये अध्यापन करीत करीतच पूर्ण झाले.

जयकुमार आळंदकर यांनी विपुल व बहुविध साहित्यनिर्मिती केली आहे. साहित्याच्या बहुधा सर्वच विधांना त्यांनी स्पर्श केला आहे. पाच कादंबऱ्या, तीन कथासंग्रह, एक नाटक, शिक्षणशास्त्रविषयक सात पुस्तके व फलज्योतिषविषयक ३ पुस्तके व अनेक लेख असे त्यांचे विपुल साहित्यलेखन आहे.

जैन साहित्याला आळंदकरांचे योगदान म्हणजे त्यांची 'जीवंधर' (१९५४) व 'भगवान वृषभदेव' (१९५४) ही चरित्रे व 'सोनेरी द्वारका' (१९८४) ही लघु कादंबरी होय. आळंदकरांनी लिहिलेल्या 'जीवंधर' या चरित्रामध्ये कामदेव जीवंधर यांची सुरस व रम्य कथा चित्रित झाली आहे. या कथेत शृंगार व वैराग्य या भावनांचा सुंदर संयोग झालेला आहे. ही कथा वादीभसिंहसूरिकृत 'क्षत्रचूडामणी' या संस्कृत काव्यावर आधारित आहे, तर 'भगवान वृषभदेव' मध्ये आदि तीर्थंकर भगवान वृषभदेवांचे चरित्र अंकित झाले आहे.

आळंदकरांची 'सोनेरी द्वारका'ही लघु कादंबरी पौराणिक कथाबीजावर आधारित आहे. हिचा मूळ आधार जिनसेन आचार्यांचे हरिवंश पुराण आहे. द्वैपायन मुनींच्या क्रोधामुळे द्वारकेचे दहन व मद्यपानामुळे यादवकुलाचा नाश झाला ही कथा पुराणमान्य आहे. तसेच विवाहप्रसंगी वऱ्हाडी मंडळीच्या

जिव्हालौल्यासाठी पशुहत्येचे आयोजन झालेले पाहून नेमिनाथ भगवंतांना वैराग्य उत्पन्न होऊन त्यांनी दीक्षाग्रहण केली ही पुराणमान्य कथा आहे. या कथेस आधुनिक संदर्भ देऊन आळंदकरांनी ही लघुकादंबरी लिहिली आहे.

अ. जि. हुपरे

'गीत मैनासुंदरी'या काव्यामुळे जैन साहित्यात प्रसिद्ध झालेले कवी म्हणून अजित जिन्नाप्पा हुपरे प्रसिद्धीस आले. मैनासुंदरीची कथा जैन साहित्यात विविध प्रकारांतून व माध्यमांतून लिहिली व रचली गेली आहे. ही 'श्रीपालचरित्रावर आधारित सती मैनासुंदरीची अमर कथा' आहे असे कवीने म्हटले आहे. विशेष म्हणजे या कवितेचे रसग्रहण कवी गिरीश यांनी केले आहे. या गीतकाव्यावर ए. एन्. उपाध्ये यांनीही अभिप्राय दिला आहे. मैनासुंदरीचे हे गीतरूपातील चरित्र म्हणजे एक खंडकाव्य आहे. साधारणतः ४ ते ८ कडव्यांची ही गीते आहेत. ताल, लयबद्ध अशी ही गीते भावनोत्कट प्रसंग निर्माण करण्यासाठी लिहिली गेली आहेत. प्रसंगवर्णन आणि संवाद यांतून उठावदार प्रसंग निर्माण करण्याचे प्रयत्न हुपरे यांनी केले आहेत.

हुपरे यांनी इतरही अनेक कविता लिहिल्या आहेत. राष्ट्रभक्तिपर व स्फूर्तिगीतांबरोबरच 'गीतमहावीर' भाग – १ व २, 'गीतबाहुबली'ही गीतेही हुपरे यांनी लिहिली आहेत. 'गीतमहावीर'या काव्याचे अनेक गेय कार्यक्रमही हुपरे यांनी केले आहेत. ग. दि. माडगूळकरांच्या 'गीत रामायण'च्या धर्तीवर जैन साहित्यातील कथांचा व चरित्रांचा गीतमय रचना करण्याचा प्रयत्न हुपरे यांनी केला आहे.

बलवंतराय खोत –जैन

श्रावक आणि मुनींसाठी आचरणविषयक असा एकमेव ग्रंथ 'मुनींची आणि श्रावकांची नित्य–नैमित्तिक क्रिया' (१९६७) बलवंतराय खोत यांनी लिहिला आहे. आसनापासून प्रतिक्रमणापर्यंत अनेक लहान–मोठ्या क्रियाकर्मांची व आचरणविषयक माहिती देणारा हा ग्रंथ आहे. हा ग्रंथ मुख्यतः 'क्रियाकल्प' या ग्रंथाच्या आधारे लिहिला गेला आहे.

भा. भ. मालगावे

मालगावे यांनी 'भ. बाहुबली चरित्र'(१९६७) नावाचे एक काव्य मराठीत लिहिले आहे. हे काव्य त्यांनी म्हैसूर येथील कन्नड विद्वान शांतिराज शास्त्री

यांच्या उपर्युक्त नावाच्या चरित्रग्रंथाच्या आधारे लिहिले आहे. भरत, बाहुबली व भ. आदिनाथ यांच्याविषयीची यथायोग्य माहिती या ग्रंथात आली आहे. यामध्ये अनेक ठिकाणी असलेल्या बाहुबली मूर्तींची माहिती आली आहे. शेवटी बाहुबली भगवंतांचे चरित्र ४७ कडव्यांमध्ये 'बाहुबली पाळणा' या नावाने आले आहे. अनेक पुरावे व संदर्भ यांमुळे चरित्रामध्ये अनेक ठिकाणी विषयांतर झाले आहे. त्यामुळे हे चरित्र काव्यापेक्षा अधिक चरित्रवजा माहिती असल्याचा भ्रम उत्पन्न होतो. पाळणा ११ व १२ अक्षरांच्या एकेका ओळींचा आहे.

गंगाराम दादा सगरे

सीमाभागातील निपाणी परिसरातील लेखकाच्या काही रचना उपलब्ध होतात. त्यांचे लेखन ललित नसले तरी मराठी भाषेत यांनी काही रचना केल्या आहेत. त्यांपैकी 'भारत तीर्थवैभव'(१९६५) या पुस्तकात जैन तीर्थक्षेत्रांसंबंधी पूर्ण माहिती देण्यात आली असल्याचे लेखक सांगतो. महाराष्ट्रीय यात्रेकरूंसाठी आसेतुहिमाचल म्हणजेच संपूर्ण भारतातील सिद्धक्षेत्रे व अतिशयक्षेत्रे, या क्षेत्रांची उत्पत्ती, क्षेत्राचे महत्त्व, क्षेत्रावरील मंदिरे, प्रतिमा, धर्मशाळा, क्षेत्रांमधले अंतर, त्यांच्यासंबंधीचे दृष्टांत, स्वप्ने, आख्यायिका याबद्दलची साद्यंत माहिती या पुस्तकात दिली गेली आहे. सर्व क्षेत्रांची वर्णनात्मक माहिती देणारे हे पुस्तक आहे.

'भरतेश वैभव सार'(१९६७) हा ग्रंथ म्हणजे सगरे यांनी प. पू. देशभूषण महाराजांच्या संघाच्या निपाणी येथील चातुर्मासातील वास्तव्यात महाकवी रत्नाकर याच्या 'भरतेश वैभव'या ग्रंथावर महाराजांनी केलेल्या प्रवचनांचा सार होय. हा मूळ ग्रंथ कन्नड भाषेत असून ते महाकाव्य आहे. हा प्रदीर्घ ग्रंथ तीन भागांत असून या ग्रंथात आदिसम्राट भरत याच्या चरित्रकथेबरोबरच जैन धर्म, तत्त्वज्ञान, आचार, अध्यात्म नीतिविचार यांचा ऊहापोह केला आहे. उपदेशपर अशी रसाळ कथा यात असून ऐतिहासिक, सामाजिक व पौराणिक कथा यात आल्या आहेत. काही कथा दैनंदिन जीवनावर आधारलेल्या आहेत. देशभूषण महाराजांचे मराठी, हिंदी, कन्नड, संस्कृत, प्राकृत भाषांवर प्रभुत्व असल्याने या सर्व भाषांतील सुवचने या ग्रंथात उद्‌धृत झाली आहेत. कोणत्याच वाङ्मयप्रकारात न बसणारे, पण वाङ्मयीन दृष्ट्या गुणसंपन्न असलेले हे पुस्तक आहे. देशभूषण महाराजांनी निरूपिलेली आणि सगरे गुरुजींनी लेखणीबद्ध केलेली अशी ही रचना आहे.

'भरतेश वैभव'प्रमाणेच सगरे यांची 'धर्मामृतसार' ही आणखी एक रचना आहे. श्री नयसेनाचार्य

या कन्नड कवीच्या 'धर्मामृत' या ग्रंथावरील श्री देशभूषण आचार्यांनी बेळगाव येथे १९६८ साली दिलेल्या प्रवचनांचा हा संग्रह सगरे यांनी संपादित केला आहे. यात सम्यग्दर्शनाची आठ अंगे व त्यासंबंधीच्या कथा निरूपिल्या गेल्या आहेत. याचेही स्वरूप व शैली 'भरतेश वैभव' सारखेच आहे.

याशिवाय सगरे गुरुजी यांच्या नावे अन्य अनेक रचना आढळतात. 'पद्मपराग', 'भगवान महावीर प्रभू', 'भाव सुमनांजली'ही काही काव्ये सगरे यांनी लिहिली आहेत. 'अहिंसा आणि विश्वशांती' हे त्यांचे अनुवादित पुस्तक आहे.

'जैन धर्म परिचय'(१९७४) या ग्रंथात जैन संस्कृती व तिचे प्राचीनत्व, जैनांचे सण, इतिहास व सांस्कृतिक परंपरा यांची माहिती दिली आहे. सन्मार्गदर्शक जैन धर्म आणि पर्व, तीर्थंकर, पंचकल्याणके, महापुराणाचा आधारे तीर्थंकरांचे वंश, जन्मादींची माहिती, प्रत्येक तीर्थंकराने केलेले कार्य वगैरे अनेक चिकित्सक दृष्टिकोणातून बारीक सारीक तपशीलासह केलेले लेखन या ग्रंथात आहे.

सगरे गुरुजींनी काही चरित्रेही लिहिली आहेत. यांमध्ये 'श्री मुनिवर पायसागर महाराजांची जीवनगाथा' (१९८२) विशेष महत्त्वाची आहे. श्री पायसागर मुनींचा जीवनपरिचय, त्यांची वंशावळ, त्यांचे पालनपोषण, कर्मशत्रूंशी झुंज, नाटक कंपनीत प्रवेश, दुष्ट संगतीचा परिणाम, स्वगृही परत येऊन मुनिदीक्षा ग्रहण, आध्यात्मिक उन्नती व त्यांनी केलेले धर्मप्रसाराचे कार्य इ. बारीक सारीक तपशीलासह हे चरित्र लिहिण्याचा प्रयत्न सगरे गुरुजी यांनी केला आहे. पतित जीव पवित्र बनतो आणि मूढात्माही ज्ञानात्मा व धर्मात्मा बनतो याची प्रचीती या चरित्रातून येते. साधी, सोपी, प्रासादिक भाषा, अनेक स्थळांची व पायसागर महाराजांच्या प्रशंसनीय कार्याची माहिती यात येते.

सगरे गुरुजी यांचे महत्त्वाचे साहित्यिक कार्य म्हणजे त्यांचे नाट्यलेखन हे होय. संगीत 'माता न तू वैरिणी' (१९७७) व 'बाहुबली वैराग्य'हे पौराणिक नाटक सगरे गुरुजींनी लिहिली आहेत. यांपैकी 'माता न तू वैरिणी'ही संगीत नाटके धार्मिक नव्हे, तर नैतिकतेचा विजय कथन करणारे नाटक आहे. एका सावत्र आईने आपल्या प्रणयलालसेने आपल्याच सावत्र पुत्राशी केलेल्या प्रणयप्रसंगावर आधारित असे हे नाटक सत्य, संयम, इंद्रियविजय, ब्रह्मचर्य,

एकनिष्ठता आदी जैन धर्मातील तत्त्वांचा व गुणांचा पुरस्कार करणारे नाटक आहे. २० व्या शतकाच्या अखेरीसही संगीत नाटक लिहिण्याचे रचण्याचे कौशल्य सगरे गुरुजी यांनी दाखविले आहे.

सगरे गुरुजींची दुसरी नाट्यकृती 'बाहुबली वैराग्य'ही आहे. हे तीन अंकी पौराणिक नाटक असून भरत-बाहुबलीच्या हृदयस्पर्शी कथानकावर आधारलेले हे नाटक आहे. चक्रवर्तित्व अबाधित राखण्यासाठी भरताने आपल्याच भात्राशी केलेला संघर्ष, चक्रवर्ती भरताचे गर्वहरण आणि उत्कट बंधुप्रेम व मनोमिलन यांची ही भावपूर्ण कथा आहे. भरत-बाहुबली यांच्यातील नेत्रयुद्ध, मल्लयुद्ध व जलयुद्ध या युद्धांच्या वर्णनातून हे उत्कंठावर्धक नाटक पुढे सरकत जाते. पौराणिक काळास अनुसरून संस्कृतप्रचुर भाषा, आलंकारिकता, नादमयता, चपखल अर्थवाही संवादशैली, उत्कंठावर्धक प्रसंग या गुणांमुळे हे नाटक जैन तत्त्वज्ञानावर जबरदस्त भाष्य करून जाते.

याखेरीज सगरे गुरुजी यांनी धर्मामृतसार, परमात्मप्रकाशप्रभा, अहिंसा आणि विश्वशांती हे तीन अनुवादित ग्रंथही लिहिले आहेत. आचार्य पद्मनंदीविरचित श्रावकाचाराचे मराठी श्लोक व अर्थ सांगणारे पुस्तकही त्यांनी लिहिले आहे. अशी विविध रचना करणारे व वयाच्या ८१ व्या वर्षीही नाट्यरचना करणारे हे लेखक व त्यांचे साहित्यविषयक कार्य कौतुकास्पद म्हणावे लागेल.

शांताराम भालचंद्र देव

डेक्कन कॉलेज ऑफ रिसर्च इन्स्टिट्यूटमधील प्राध्यापक व प्राचीन इतिहासाचे संशोधक डॉ. शां. भा. देव यांनी 'जैन संप्रदाय आणि संस्कृती : काही विचार'(१९६३) हा ग्रंथ लिहिला आहे. जैन धर्माच्या अभ्यासकांच्या दृष्टीने हा ग्रंथ अत्यंत उपयुक्त असा आहे. ऐतिहासिक दृष्ट्या वास्तववादी मूल्यमापन करणारा हा ग्रंथ आहे. श्रमणांची उत्पत्ती, भ. महावीरांची शिकवण, जैन धर्म, मुनी, साहित्य, शिलालेख, कला व जैन समाजाच्या काही समस्या अशा अनेक विषयांवर हा ग्रंथ प्रकाश टाकतो. संदर्भ ग्रंथ म्हणून हा ग्रंथ अत्यंत उपयुक्त आहे.

कवी मकरंद उर्फ जिनदास तात्या जबडे

महाराष्ट्र जैन कविमंडळातून काव्यलेखन करणारे कवी मकरंद उर्फ जिनदास तात्या जबडे हे जज्ज होते. यांच्या नावे 'स्तुतिसुमने' (१९४६) हा एक काव्यग्रंथ मिळतो. महाराष्ट्र जैन कविमंडळात ३० कवी होते. त्यांमध्ये जबडे यांनी मकरंद

या नावाने काव्यलेखन केले आहे. त्यांनी आपल्या कवितांमधून जैन तत्त्वांचे महत्त्व निरूपण करीत सत्य, अहिंसा, समतेचा झेंडा फडकविला आहे. त्यांनी काव्यरूपाने जैन तीर्थंकरांची नामावली गुंफली आहे. मराठीतील पहिले राष्ट्रगीत जबडे यांनी लिहिल्याचे सांगितले जाते.

जबडे यांनी 'भक्तामर स्तोत्र अर्थ व टीका'(१९६०) हे समश्लोकी भाषांतर केले आहे. ग्रंथाच्या प्रारंभी काही तात्त्विक विवेचनही आले आहे. कवी स्वतःस मकरंद समजत असला तरी त्याने मराठी भक्तामर स्तोत्रावर टीका लिहिली आहे. या ग्रंथाला कवी गिरीश यांची प्रस्तावना लाभली आहे.

चंचलाबाई रावसाहेब शहा

ब्र. हिराचंद अमोलिख यांच्या घराण्यातील या लेखिका आहेत. 'मनीषा' (१९६२) हे त्यांचे पुस्तक म्हणजे कथा आणि लेख अशा स्वरूपाचे आहे. नवकथेनंतरही मराठी कथेत मध्यवर्गीय जाणीवा व्यक्त करणाऱ्या काही कथा लिहिल्या जात होत्या. पारंपरिक मध्यवर्गीय व बोधप्रधान कथा चंचलाबाई यांनी लिहिल्या आहेत. राष्ट्रीय भावना, भूतदया, पशुहत्यानिषेध, व्यसनमुक्ती, अहिंसा ही जैन तत्त्वे त्यांच्या एकेका कथेतून व्यक्त होतात. जैन धर्मातील आचार, हुंडा आदी सामाजिक विषय त्यांनी हाताळले आहेत. 'दिव्याखाली अंधार' या लेखातून जैन समाजावर होणारे वैचारिक हल्ले यांवर उत्तरे लिहिली आहेत. मध्यमवर्गीय साधीसोपी भाषा, संवादशैली, वर्णनपरता हे गुण या कथांमधून व्यक्त होतात.

कुलभूषण महाराज

'पंचस्तोत्रादिसंग्रह' (१९७०) या नावाने प्राचीन पंचस्तोत्रांचा पद्यानुवाद कुलभूषण महाराज यांनी केला आहे. 'स्याद्वादवनकेसरी स्वस्तिश्री आर्यव्रती कुलभूषण' या नावाने संपादन व लेखन केले आहे. जिनस्तुती, आरत्या व नंतर भक्तामर स्तोत्र, कल्याणमंदिर स्तोत्र, एकीभाव स्तोत्र, विषापहार स्तोत्र, भूपाल स्तोत्र या पाच स्तोत्रांचा अनुवाद, तसेच पं. अनंततनयकृत भवाब्धिनौकास्तोत्र, चैत्यवंदना, महाशांतिमंत्र, बारा अनुप्रेक्षा, माणिक कटके कृत १२ भावना व इतरही काही लहान-मोठ्या रचनांचा समावेश या संग्रहात करण्यात आला आहे.

वृषभसेन महाराज (बळवंत धुळाप्पा गिरमल) अब्दुल लाट

स्वस्तिश्री १०५ वृषभसेन यांनी क्षुल्लक अवस्थेत असताना काही रचना

केल्या आहेत. 'समाधिमरणोत्सव आणि समाधिमरणोपयोगी पाठसंग्रह'(१९७२) हा गद्य-पद्य असा संकीर्ण संग्रह महाराजांनी लिहिला आहे. जीवनकल्याणासाठी समाधिमरणासंबंधी आचार्यांनी लिहिलेल्या व काही हिंदी ग्रंथांवरून आपण ही काव्यरचना केल्याचे कवीने सांगितले आहे. मृत्यू, समाधिमरणोत्सव, सल्लेखना व तिचे महत्त्व, विधी, कर्तव्ये, प्रकार, भेद इत्यादीचे वर्णन यात केले गेले आहे. अनेक संस्कृत, प्राकृत, हिंदी, कानडी या भाषांमधील या विषयीचे ग्रंथ आधारासाठी घेऊन हा गूढ विषय महाराजांनी अतिशय प्रभावीपणे मांडला आहे.

कथासंग्रह १ ते ४ -'प्रेरणा व बोधप्रद कथासंग्रह' या नावाने लहान-मोठ्या कथा महाराजांनी लिहिल्या आहेत. प्राचीन जैनाचार्यांच्या दृष्टांत व उदाहरणांच्या साहाय्याने अज्ञानी जीवांना कथेच्या साहाय्याने बोध देऊन अंधश्रद्धा, अहंभाव व मानसिक संघर्ष अशा आशयाच्या या कथा आहेत. हिंदी व इतर साहित्यातील कथांचा अनुवादही यात आहे. नणंद-भावजय, अतृप्त तृष्णा, सीमेची भिंत, श्रीमंताची सून या शीर्षकांवरून कथेचे विषय लक्षात येऊ शकतात. सांसारिक आशय व बोध हे सूत्र आहे.

सुरुवातीस सन्मति मासिकातून व नंतर पुस्तकरूपाने प्रकाशित झालेल्या 'तीन एकांकिका व चार एकांकिका' हे एकांकिकांचे संग्रह (१९८१)ही वृषभसेन महाराजांनी लिहिले आहेत. व्यवहारात घडणाऱ्या घटनांमधून सत्याची उकल करण्याच्या हेतूने या एकांकिका लिहिल्या आहेत. सावत्र मुलगी, इच्छा परि ते येई घरा, पापाचा बाप इ. एकांकिका प्रसिद्ध झाल्या आहेत, तर काहींचे प्रयोगही झाले आहेत.

श्री वृषभसेन महाराजांच्या नावे एकूण १७ पुस्तके उपलब्ध आहेत. नाट्यलेखनाचा छंद त्यांना त्यागी होण्यापासूनच असावा. गाव काँग्रेस कमिटीचे अध्यक्ष असताना त्यांनी तीन अंकी 'अहिंसेचा विजय' (१९७५) हे सामाजिक नाटक लिहिले आहे. मिथ्या देव आणि हिंसेच्या मार्गाने जाणाऱ्या लोकांचा शेवटी पराभवच होत असतो असे कथानक यात येते. १९५४ साली या नाटकाचा पहिला प्रयोग झाला होता. हे नाटक 'अहिंसेसु जय' या नावाने कानडीतही रूपांतरित झाले आहे. २२ पात्रांचे नाटक ११ पात्रांच्या साहाय्याने बसविण्याचे कौशल्य या नाटकात केले आहे.

एस्. एस्. (श्रीपाल शिवराया) चौगुले

जयसिंगपूर येथील या लेखकाने शिक्षकी पेशात असताना काव्य, बाल वाङ्मय, कादंबरी, चरित्र या प्रकारचे लेखन केले आहे. हे सर्व वाङ्मयप्रकार या लेखकाने हाताळले असले तरी त्यांमध्ये जैन धर्म व साहित्याशी संबंधित अशी दोनच पुस्तके यांच्या नावावर आढळली. यांपैकी त्या काळात बरेच गाजलेले आणि अनेक प्रयोग झालेले नाटक 'जय राज–नेमी' हे नाटक (१९६४) उपलब्ध झाले आहे. जैन आचार्य गुणभद्र यांच्या उत्तरपुराणातील नेमिनाथ तीर्थंकरांच्या चरित्राच्या आधारे लेखकाने ही अमर कथा नाट्यरूपाने चित्रित केली आहे. तीर्थंकर नेमिनाथ व त्यांची वाग्दत्त वधू राजुल यांच्या महान त्यागाची कथा या नाटकात अंकित झाली आहे. १९६४ साली सांगली येथे या नाटकाचा प्रथम प्रयोग झाला.

एस. एस्. चौगुले यांचे जैन धर्मविषयक 'ओळख ही जैन धर्माची'(१९८०) हे पुस्तक उपलब्ध झाले आहे. जैन संस्कृतीची प्राचीनता, तत्त्वज्ञान, साहित्य, पंथभेद, पर्व, जैनांची कलाप्रियता असे अनेक विषय या पुस्तकात आले आहेत. चौगुले यांनी कवी कांचन या नावाने काही लेखन केल्याचे आढळते. त्यांनी काही कवनेही लिहिली आहेत. 'जैन धर्माचे कर्तबगार नेते'(१९८८) हे आणखी एक चरित्रपरिचयात्मक पुस्तक चौगुले यांनी संकलित केले आहे.

हेमचंद्र रतनसा वैद्य

१९७० च्या दशकात लेखन करणारे हेमचंद्र वैद्य यांनी काही ग्रंथांची भर जैन साहित्यात घातली आहे. त्यांच्या नावावर विशेषतः कथा आणि नाटक हे दोन वाङ्मयप्रकार आढळतात. 'कैलासकाका' (१९७०) ही कादंबरीवजा चरित्रकथा हेमचंद्र वैद्य यांनी लिहिली आहे. कैलासकाका व त्यांच्या जीवनाची कथा सांगताना या कादंबरीत तात्त्विक चर्चाही अनुस्यूत झाली आहे. आधुनिक जीवनपद्धती व प्राचीन आचारपद्धती यांचा रम्य संगम या कादंबरीवजा चरित्रात झाला आहे. यानंतर हेमचंद्र वैद्य यांनी काही बोधकथा व संस्कारकथा लिहिल्या आहेत. 'सद्‌बोध दृष्टांतमाला'भाग १ ते ३ (१९७१) कथा–सारांश–दृष्टांत व तात्पर्य अशी कथांची मांडणी करण्यात आली आहे. दंतकथा, लोककथा, जनश्रुती यांना एकत्र करून अपेक्षित रंग देऊन नीतिप्रधान कथा मांडण्याचा प्रयत्न केला आहे. १९६३ पासून या कथा सन्मती मासिकातून क्रमशः प्रसिद्ध

झाल्या आहेत. 'सद्बोध दृष्टांतमाला' –भाग २ (१९७९) ही प्रसिद्ध झाला आहे. सहज व सोप्या भाषेत नीतितत्त्व व जीवन यांची सांगड घालण्याचा प्रयत्न या कथांमध्ये केला गेला आहे.

वैद्य यांच्या भद्रकथाकुंज –भाग १ (१९८२) व भाग २ अशा दोन भागांमध्ये समंतभद्र महाराजांच्या वाणीतून बाहेर पडलेल्या १०४ कथा संकलित झाल्या आहेत. सुभाषितरूपी उद्बोधन करण्यासाठी या कथा लिहिल्या गेल्या आहेत. कथा आणि त्यांचे तात्पर्य असेच याही कथांचे स्वरूप आहे. याही कथा सन्मती मासिकातून क्रमशः प्रसिद्ध झाल्या आहेत.

हेमचंद्र वैद्य यांनी नाट्यलेखनही केले आहे. सन्मती मासिकामध्ये प्रकाशित झालेल्या 'तीन एकांकिका' नंतर १९८८ साली पुस्तकरूपाने प्रकाशित झाल्या. या संग्रहात 'एकाच माळेचे मणी', 'अंधेर नगरी' आणि 'महासती मैनासुंदरी'या तीन एकांकिका आहेत. पौराणिक व ऐतिहासिक कथाबीजावर या एकांकिका आधारलेल्या आहेत.

'राजा यशोधर'(१९९२) हे आणखी एक पौराणिक कथेवर आधारलेले नाटक हेमचंद्र वैद्य यांनी लिहिले आहे. दहाव्या शतकातील हरिषेणाचार्य यांच्या बृहत्कथाकोशातील कथेवर आधारलेले हे नाटक असून अनेक प्राचीन कथांच्या संदर्भाने वैद्य यांनी हे नाटक लिहिले आहे.

याखेरीज 'शीलसम्राज्ञी'हे नाटक व 'श्री समंतभद्र नाटक'व 'अमरकुमार व चक्रवर्ती वज्रदंत'ही बालनाट्येही वैद्य यांनी लिहिली आहेत. 'चार एकांकिका' नावाचा आणखी एक एकांकिकासंग्रह वैद्य यांच्या नावावर आढळतो.

'शीलसम्राज्ञी' या नाटकात जैन रामायणातील सीता व तिचे चारित्र्य यावर हे नाटक आधारले आहे. राम–सीतेचा वैचारिक वाद आणि शेवटी सीतेची आर्यिकादीक्षा, आपल्या शीलाने संयमधारणा व दीक्षा असे कथानक येते. जिनदासशास्त्री फडकुले यांनी रचलेले रामायण डोळ्यासमोर ठेवून या नाटकाची रचना केल्याचे नाटककाराने सांगितले आहे.

ब्र. माणिकचंद शिवलाल शहा, मोहोळकर

मा. शि. शहा हे बाहुबली विद्यालयाचे मुख्याध्यापक होते. ते मोहोळकर गुरुजी या नावाने अधिक प्रसिद्ध होते. 'आरतीशतक' (१९७०) या नावाचा एक संग्रह मोहोळकर गुरुजींनी प्रसिद्ध केला होता. ग्रंथाच्या नावावरूनच हे सिद्ध

होते की यामध्ये शंभर आरत्यांचा संग्रह आहे. रोज आरतीच्या समयी म्हणण्यासाठी आरत्या यामध्ये संग्रहीत केल्या गेल्या आहेत.

वासंती पानाचंद शहा (पुणे)

'भगवान महावीर'(१९६४) हे तीर्थंकर चरित्र वासंती शहा यांनी लिहिले आहे. सोलापूर येथील श्राविका ज्ञानपीठ यांच्या सहवासात वासंती शहा यांनी जैन साहित्याविषयी काही लेखन केले आहे. भ. महावीरांविषयी ऐतिहासिक माहिती लिहिण्याच्या हेतूने हे चरित्र लिहिले आहे. पुराणाच्या आधाराने यात महावीरांच्या पूर्वभवाच्या कथा येतात.

याखेरीज वासंती शहा यांनी 'भारतीय संस्कृतिगंगा'या पुस्तकात यांनी प्राचीन भारतीय कर्तृत्ववान स्त्रियांची चरित्रे लिहिली आहेत. यामध्ये ब्राह्मी, सुंदरी, अंजनासुंदरी, सीता, मंदोदरी, राजुलमती, त्रिशलादेवी, चेलना राणी, चंदनबाला इत्यादी जैन परंपरेतील कर्तृत्ववान स्त्रियांची चरित्रे अंकित झाली आहे. आधुनिक स्त्रियांसमोर आदर्श ठेवण्याच्या दृष्टीने हे पुस्तक लिहिले गेले आहे.

याशिवाय 'पंचकल्याण संगीतिका'नावाचे एक पद्यही वासंती शहा यांनी लिहिले आहे.

सिद्धचक्राचे माहात्म्य स्पष्ट करणारे व श्रीपाल-मैनासुंदरी यांच्या जीवनावर आधारित 'महासती मैनासुंदरी' नावाचे एक नाटकही लिहिले आहे.

'ज्ञानशलाका' या नियतकालिकाचे संपादनही वासंती शहा करीत होत्या.

प्राचार्य सुमेरचंद जैन

जवळ जवळ शंभरेक मराठी ग्रंथांची रचना करणारे व आपल्या अखंड लेखनाद्वारे २० व्या शतकात जैन तत्त्वज्ञान साध्या सोप्या भाषेत लोकांपर्यंत पोहोचविण्यासाठी प्रयत्नशील असलेले प्राचार्य सुमेरचंद जैन यांचे कार्य मराठी जैन साहित्यामध्ये अत्यंत मोलाचे आहे. कथा, बोधकथा, प्राचीन कथांचे पुनर्लेखन असे त्यांच्या लेखनाचे स्वरूप आहे. याखेरीज चरित्रे, धर्मचिंतन, जैन तत्त्व, प्रवचने यांचे संग्रहणही सुमेरचंद जैन यांनी केले आहे.

'अशोकाची पाने' (१९६७) हा त्यांपैकीच एक बोधकथासंग्रह होय. जवळ जवळ दोन ते तीन हजार वर्षे या कालखंडातील या पौराणिक कथा समकालीन जीवनाशी व पात्रांशी जुळवून बोधकथा व रूपककथा या स्वरूपात लिहिल्या

आहेत. संस्कृत, पाली, प्राकृत भाषांतील कथांना नव्या स्वरूपात ऊर्जितावस्था प्राप्त करवून दिली आहे. या संग्रहात एकूण २२ कथा आहेत. आचार, विचार, व्यवहार, वर्तन यांसंबंधीच्या या कथा आहेत.

कथामालिकांमध्ये अमरकथा-भाग १ ते ४ अशा कथा सुमेरचंद जैन यांनी लिहिल्या आहेत. या संग्रहांमध्ये सामान्यतः बालकथा व बोधकथा आहेत. तीर्थंकर, राजे, राजकुमार, त्रेसष्ट शलाका पुरुष व पुराणातील पात्रे यांच्यासंबंधीच्या नीतिकथा, शौर्यकथा असे या कथांचे स्वरूप आहे. यांखेरीज सुमेरचंदांनी धर्मकथा, पर्वकथाही लिहिल्या आहेत. नावीन्यपूर्ण ललितकथा, बोधकथा, कल्पित आणि वास्तवाची सरमिसळ करीत लिहिलेल्या कथा असे या कथांचे स्वरूप आहे. यांतील बहुतेक कथा भ. महावीरांच्या समवसरणात सांगितल्या गेलेल्या आणि पुराणांतरी असलेल्या आहेत.

कथांच्या बरोबरीनेच अनेक चरित्रकथा व चरित्रेही सुमेरचंदांनी लिहिली आहेत. आदिसम्राट भरत-बाहुबली युद्ध (१९७२) ही चरित्रकथा सुमेरचंद यांनी लिहिली आहे. हे पौराणिक चरित्र महापुराणात येते. याच्या आधारे ही कथा लिहिली आहे.

अहिंसासम्राट भगवान महावीर(१९७२) हे दुसरे चरित्र सुमेरचंद व महावीर कंडारकर यांनी मिळून लिहिले आहे. अनेक पौराणिक संदर्भांच्या साहाय्याने लिहिलेले हे चरित्र आहे. महावीरांच्या जीवनातून जैन तत्त्वज्ञान प्रभावी रीत्या प्रसारित करण्याच्या प्रयत्नातून महावीरांच्या व्यक्तित्वाचे अनेक पैलू यातून व्यक्त केले आहेत.

आचार्यश्रेष्ठ श्री नेमिचंद्र यांची जीवनगाथा (१९७२) या चरित्रात १० व्या शतकातील एक उच्चतम विभूती आचार्य नेमिचंद्र यांचे जीवनचरित्र उलगडून सांगण्याचा सफल प्रयत्न केला आहे. १० व्या शतकातील जैन समाज, राजकारण, जैन कवी व आचार्य, सेनापती चामुंडराय, कवी रन्न या सर्वांचे दर्शन या जीवनगाथेतून स्पष्ट होते. गोमटेश्वरांच्या मूर्तीच्या निर्मितीची कथाही यातून स्पष्ट होते.

पौराणिक चरित्रांप्रमाणेच समकालीन 'लक्ष्मीसेन भट्टारक यांचे चरित्र' (१९९१) ही सुमेरचंद यांनी लिहिले आहे. या चरित्रात जैन मठांचा इतिहास, कोल्हापूर येथील लक्ष्मीसेन मठाचा २००० वर्षांचा इतिहास यांची माहिती

मिळते. ऐतिहासिक माहिती, दैनंदिनी, वैचारिक मीमांसा आदींचे मूल्यमापन या चरित्रग्रंथात झाले आहे.

याशिवाय 'मुनिश्री आर्यनंदी यांचे चरित्र व कार्य' हे मुनिचरित्रही सुमेरचंद यांनी लिहिले आहे.

'वृषभसंस्कृती' (१९९३) हा जैन धर्माची व परंपरेची माहिती सांगणारा लहानसा ग्रंथ सुमेरचंद यांनी लिहिला आहे. वृषभनाथांपासून भ. महावीरापर्यंतच्या एका तेजस्वी परंपरेचा वर्तमानाला परिचय करवून देण्याच्या उद्देशाने हा ग्रंथ लिहिला असल्याचे लेखक सांगतो. प्रामाणिक संदर्भांमुळे हा ग्रंथ विश्वसनीय आणि ऐतिहासिक म्हणून महत्त्वाचा आहे.

'भ. महावीरांचे तत्त्वज्ञान' (१९७१) हा ग्रंथ म्हणजे महावीरांनी पुनरुज्जीवित केलेल्या व त्यांनी निरूपण केलेल्या तत्त्वज्ञानाचे सार सांगणारा ग्रंथ आहे. पं. टोडरमलजी यांच्या 'मोक्षमार्गप्रकाशक' हा ग्रंथ समोर ठेवून सुमेरचंदांनी हा ग्रंथ लिहिला आहे. जैन धर्माचे व भ. महावीरांचे तत्त्वज्ञान साररूपाने सांगणारे हे पुस्तक आहे.

'चैतन्य रसाचा प्रवाहो(६ भाग)' ही समयासारावरील भाष्ये म्हणजे सुमेरचंदांच्या तत्त्वज्ञानविषयक चिंतनाचे सार आहे. समयसाराच्या एकेका गाथेवर सुमेरचंदांनी जे भाष्य केले आहे ते त्यांच्या परिणत प्रज्ञेचे प्रतीक आणि सार आहे. अनेक उदाहरणांच्या व दृष्टांताच्या साहाय्याने यात जे विवेचन केले गेले आहे ते वर्तमानास अनुसरून आणि वर्तमानासाठी मार्गदर्शक असे आहे. त्यामुळे ही सर्व भाष्ये अत्यंत उपादेय बनली आहेत. यांमध्ये तत्त्वज्ञान, अध्यात्म आणि व्यवहार यांचा सुरेख संगम पाहावयास मिळतो. अत्यंत ललित आणि सुबोध भाषेमध्ये ही भाष्ये लिहिली गेली आहेत.

अनुप्रेक्षा हा ग्रंथ म्हणजे अध्यात्मचिंतन आहे. गो. बा. बीडकर 'बालसुत' यांच्या सौजन्याने या ग्रंथाची मांडणी गीतरचनेसह झाली आहे.

सुमेरचंद जैन यांनी नाटक हा वाङ्मयप्रकारही अत्यंत समर्थपणे हाताळला आहे. कदाचित् सुमेरचंदांच्या लेखनायुष्याची सुरुवातच नाट्यवाङ्मयाने झाली आहे. त्यांचे रत्नाची पारख हे नाटक १९५१ साली प्रकाशित झाले आहे. यात धनलोभाने असत्यभाषण आणि त्याचा परिणाम म्हणून दुर्गती, अपमान असे याचे कथानक आहे. हे तंत्रदृष्ट्या एक सफल नाटक आहे.

याखेरीज सुमेरचंद यांनी हिंदी-मराठी, मराठी-हिंदी असे शब्दकोशही तयार केले आहेत.

विदर्भातील चांदूर येथून सोलापुरात येऊन स्थिरस्थावर झालेल्या सुमेरचंदनी एक शिक्षणशास्त्री व मुख्याध्यापक-संस्थासंचालक म्हणून सोलापुरात लौकिक प्राप्त केला आहे. सुमेरचंद व त्यांच्या सुविद्य पत्नी लीलावती जैन यांचे मराठी जैन साहित्यास अत्यंत मोलाचे योगदान आहे.

हा प्रबंध पूर्ण करीत असतानाच सुमेरचंद यांना साहित्य अॅकेडमी, दिल्ली यांचा पुरस्कार प्राप्त झाल्याचे वृत्त हाती आले आहे.

लीलावती सुमेरचंद जैन

सुमेरचंद जैन यांच्या बरोबरीनेच त्यांच्या सुविद्य पत्नी लीलावती जैन यांनीही मराठी जैन साहित्याच्या अभिवृद्धीस मोठे योगदान दिले आहे. विसाव्या शतकाच्या अखेरीचे त्यांचे लेखन असून सुमेरचंद जैन यांच्या बरोबरीने त्यांनी लेखन केले आहे. अगदी प्राथमिक स्वरूपाचे माहितीवजा लेखन असे त्यांच्या लेखनाचे स्वरूप आहे. 'जिनतत्त्वमाला भा. १ व २' (१९९४) या ग्रंथात जैन तत्त्वज्ञान, इतिहास व आचारधर्माची प्राथमिक माहिती येते. धार्मिक शिक्षगाच्या उद्देशाने ही पुस्तके लिहिली आहे.

आचार्य पूज्यपाद देवनंदी यांच्या 'समाधिशतक' (१९९६) या ग्रंथाचा अनुवाद लीलावती जैन यांनी केला आहे. पूज्यपादविरचित समाधिशतक, अमितगतिकृत भावनाद्वात्रिंशतिका, बुधजनकृत बारह भावना, कवी सूरचंद लिखित समाधिभावना इ. ग्रंथांतील श्लोकांचा व दोह्यांचा अनुवादही या ग्रंथात केला आहे.

आचार्य उमास्वामी कृत 'श्रावकाचार' (१९९८) या ग्रंथाचा अनुवाद त्यांनी केला आहे. श्रावकांच्या व्रतसंपन्नतेसाठी मार्गदर्शन यात येते. 'कथासौरभ' (१९९७) हे लहान मुलांसाठी नीती, सत्य, चारित्र्य, प्रामाणिकपणा इत्यादी बोधप्रद गोष्टी सांगण्यासाठी लिहिलेले हे पुस्तक आहे. 'जिनवंदना' (१९९५) या पुस्तकात पूजा, स्तुती, आरत्या, सामायिकपाठ, भूपाळी, भजने इत्यादींचा संग्रह यात केला आहे. 'प्राचीन जैनाचार्य' (१९९७) व प्राचीन जैनाचार्यांची यशोगाथाया दोन ग्रंथांत जैन आचार्यांच्या कार्यकर्तृत्वाची ओळख परिचयरूपाने करून दिली आहे. जैन संस्कारसंहिता, जैन सण, जिनभारती, जिनतत्त्वमाला भा. १, २ अशा आणखी काही रचनाही लीलाताईंच्या नावावर दिसून येतात.

श्रीमंधर बाबाजी उपाध्ये

निपाणी परिसरातील हा सीमाभागातील लेखक असून 'हुतात्म्याचा संदेश' (१९७५) हे गाजलेले जैन पौराणिक नाटक त्यांनी लिहिले आहे. जैन आणि बौद्ध मतांचा संघर्ष यात चित्रित केलेला असून जैन धर्मासाठी बलिदान देणाऱ्या निष्कलंकाचे चरित्र नाट्यरूपात येते. या नाटकाचे अनेक प्रयोग झाले असून संगीत पदांचा वापर यात केला आहे.

'वीर यशोधर' (१९९३) हे चरित्र उपाध्ये यांनी लिहिले आहे. भ. महावीर यांच्या समकालीन झालेल्या एका कर्तव्यदक्ष राजाचे हे चरित्र आहे. राजा कालस्य कारणम् या विधानाप्रमाणे भ. महावीरांच्या काळातला हा राजा आहे. जून १९४८ ते मार्च १९५१ या काळात सुप्रभात मासिकात हे चरित्र क्रमशः प्रकाशित झाले आहे.

विशल्यादेवी गंगवाल

'भ. महावीर व्यक्तित्व व चिंतन' (१९७४) हे आचार्य रजनीश यांच्या 'भ. महावीर : मेरी दृष्टि में' संक्षिप्त अनुवाद व रूपांतरण विशल्यादेवी यांनी केले आहे. भ. महावीर यांचे व्यक्तित्व आणि वक्तव्य हे सार्वकालिक आहे. त्यांचा दृष्टिकोण विज्ञानवादी आहे, त्यांचा पौरुषीय मार्ग, त्यांची मग्नता, क्षमता, विवेक, व्यवहार, अहिंसेचे रहस्य, आत्मविकास इ. महत्त्वाच्या तत्त्वांची चर्चा या चरित्रात आली आहे.

विद्युल्लता शहा

सन्मति ज्ञानप्रसारक मंडळाच्या अंतर्गत लेखन आणि प्रबोधन करणाऱ्यांमध्ये विद्युल्लता शहा यांचा सहभाग आहे. 'धर्मप्रबोधनासाठी पर्वकथा' (१९७१) विद्युल्लता शहा यांनी लिहिल्या आहेत. पर्युषण पर्वातल्या दशधर्मकथा यात असून संस्कार, बोध, नीती या तत्त्वांची मांडणी या कथासंग्रहात आली आहे.

नतालिया गुसेवा

सोवियत संघ (रशिया) राज्यातील एक विदुषी भारतीय विद्याभ्यास, मानववंशशास्त्र यांचा अभ्यास करण्यासाठी भारतात आल्यानंतर १९७० ला 'जैनिझम' हा ग्रंथ लिहिला. जैन रामायणाचे रशियन भाषेत नाट्यरूपांतर केले. 'जैन धर्म : उद्‌गम आणि विकास' या त्यांनी लिहिलेल्या रशियन भाषेतील

ग्रंथाचा अनुवाद यशवंत रेडेकर यांनी केला व त्याचा मराठी अनुवाद जी. पी. कुलकर्णी यांनी केला आहे. बौद्ध धर्माच्या तीन दशके आधी भारतीय संस्कृतीला निर्णायक वळण देण्याचे कार्य जैन धर्माने केले. बौद्ध आणि जैन धर्मविषयक अनेक प्रश्नांचा उलगडा या ग्रंथातून होतो. आठ प्रकरणांतील या ग्रंथात जैन तत्त्वज्ञान, इतिहास, परंपरा यांची मांडणी करण्यात आली आहे.

विलास संगवे

समाजशास्त्राचे आणि जैन संस्कृतीचे अभ्यासक म्हणून संगवे महाराष्ट्राला परिचित आहेत. जैन तत्त्वज्ञानाविषयी व साहित्याविषयी ग्रंथांचे संपादन त्यांनी केले आहे. द. भि. रणदिवे यांच्या कवितांचे 'मोहनवीणा'(१९९५) या नावाने त्यांनी संपादन केले आहे. रणदिवे यांची 'कविता भा. १ व २' (१९३१) व १९४९ या दोन्ही पुस्तकांचा समावेश यात आहे. जैन संस्कृती :परंपरा आणि प्रभाव या जैन संस्कृतीविषयीच्या ग्रंथामध्ये ४० लेखांचा समावेश असलेल्या ग्रंथाचे संपादन व प्रस्तावनालेखन संगवे यांनी केले आहे. जैन साहित्य, तीर्थक्षेत्रे, आचार्य, जैन नेतृत्व इत्यादी विषयांचा समावेश यात आहे. 'वीर गीतांजली भा. १(१९६९)' हा तत्कालीन जैन कवींच्या कवितांचा संग्रह संगवे यांनी संपादित केला आहे. यात कवी मकरंद, द. भि. रणदिवे, पी. बी. पाटील, वि. म. कुलकर्णी, सूर्यकांत खांडेकर, कटके, बालसुत, वासंती शहा, श्रीपाल शहा यांच्या कवितांचा समावेश यात आहे. महाराष्ट्र जैन साहित्य परिषदेची स्थापना व सन्मती मासिकाचे संपादकीय कार्यही त्यांनी केले आहे. याशिवाय समाजशास्त्र आणि इतिहाससंशोधनाविषयी ३५ हून अधिक ग्रंथ संगवे यांनी लिहिले आहेत. 'राजर्षी छ. शाहू महाराजांचे यांचे जीवन कार्य' याविषयीचे संशोधन संगवे यांनी नऊ बृहद् खंडांमध्ये लिहिले आहे.

माणिकचंद जयवंतसा भीसीकर

'सन्मती' मासिकाचे संपादक व सन्मती मासिक सोलापूरहून बाहुबली येथे आणण्याचे कार्य भीसीकरांनी केले. समंतभद्रांच्या सहवासात राहून जैन गुरुकुलाची सेवा करता करता त्यांनी साहित्यसेवाही केली आहे. कारंजा, सोलापूर ते बाहुबली या त्यांच्या जीवनप्रवासात त्यांनी काही ग्रंथरचना व संपादनाचे कार्य केले आहे. 'मंगलनिनाद' (१९६५) या प्रार्थनापर गीतांचे संपादन भीसीकरांनी केले आहे. टागोरांपासून सानेगुरुजींपर्यंत अनेकांच्या कव्तै यात कविता आहेत.

जय महावीर हा गीतसंग्रह त्यांनी प्रसिद्ध केला. 'भ. महावीरः व्यक्तित्व व देशना भा. १, २ व ३' या पुस्तकांचे संपादन व त्याचबरोबर भ. महावीरांचे जीवनदर्शन, तत्त्वज्ञान यासंबंधी लेखांचे संपादन यात आहे. गुरु-शिष्यातील धर्म व संस्कृतिविषयक वार्तालाप व उद्‌बोधक विचार हा संवादरूपी तात्त्विक चर्चा करणारा ग्रंथ भीसीकरांनी संपादित केला आहे. आचार्य समंतभद्र व आचार्य विद्यानंद या दोघांचा संवाद, सुभाषिते, मांडणी, धार्मिक-तात्त्विक विवेचन या ग्रंथात मांडले आहे.

पत्रपीयूष भा. १ ते ४ (१९९१) हे पत्रात्मक वाङ्‌मय भीसीकरांनी संपादित केले आहे. कारंजा येथील विद्यार्थिवृंदास उपयुक्त अशी विचारसंपदा व प्रोत्साहन देणारी पत्रे यात लिहिली आहेत. छोटीशी पण सुंदर मार्मिक पत्रे यात आहेत.

बाहुबली विद्यापीठाच्या सुरुवातीपासून अधिष्ठाता म्हणून ते जीवनाच्या अंतापर्यंत कार्यरत होते.

कुलभूषण लोखंडे

सोलापूर येथून प्रकाशित होणाऱ्या 'दिव्यध्वनी' या अनियतकालिकाचे संपादक व लेखक म्हणून लोखंडे यांचे कार्य महत्त्वाचे आहे. या अनियतकालिकातून त्यांनी जैन इतिहास, संस्कृती, तत्त्वज्ञान व साहित्यविषयक अनेक लेख प्रकाशित केले आहे. श्रीमद् असग महाकविविरचित वर्धमान चरित्रातील ७ व्या अध्यायावर आधारित 'वर्धमान चरित्र' (१९७३) हे सेनानी वंशाची माहिती व सामनीतीचे महत्त्व सांगणारे छोटेखानी पुस्तक लोखंडे यांनी लिहिले आहे. 'जैन संस्कृतीचे मर्म' (१९७३) हे आणखी एक लहानसे पुस्तक त्यांच्या नावावर उपलब्ध होते. जैन, बौद्ध, निवृत्ति-प्रवृत्ती समन्वय-संघर्ष इत्यादीची चर्चा यात आहे. याशिवाय छहढाला, विश्वसमस्या व नीतिशास्त्र, मदालसा स्तोत्र इत्यादी ग्रंथरचनाही लोखंडे यांच्या नावावर आढळतात.

विद्याधर उमाठे

मूळचे वर्धा-नागपूर जिल्ह्यातून आलेले उमाठे एक थोर शिक्षणशास्त्रज्ञ होते. उमाठे यांनी साहित्यिक कारकीर्द सन्मती मासिकातून सुरू केली. 'भद्रदास' या नावाने त्याच्या अनेक रचना उपलब्ध आहेत. 'भावनाबत्तीसी' (१९७७) या अमितगतिकृत काव्याचा भावानुवाद त्यांनी केला आहे. संस्कृत श्लोकांच्या हिंदी अनुवादाचा हा मराठी अनुवाद आहे. 'संजीवन पत्रावली' (१९८१) हे

समंतभद्र महाराजांनी आपल्या शिष्यांना लिहिलेले पत्रामृत उमाठे यांनी संपादित केले आहे. सफल जीवनासाठी आचरण्याच्या गोष्टी, स्वतःचे अंतर्निरीक्षण, मन–काया–वाचा यांची शुचिता, ब्रह्मचर्य–वाक्संयम–परोपकार या गोष्टींची चर्चा यात आली आहे. याशिवाय 'साररूप कार्तिकेयानुप्रेक्षा' (१९८४) हा भ. महावीरांच्या नंतर झालेले कार्तिकेय मुनी उर्फ स्वामिकुमार यांचा ४९१ गाथांचा प्राकृत ग्रंथ याचे सारांशलेखन उमाठे यांनी केले आहे. या ग्रंथावर अनेक संस्कृत व हिंदी टीका असून अज्ञातांची मराठी टीका आहे. बारा अनुप्रेक्षा, मुनिधर्म व गृहस्थधर्माची माहिती या ग्रंथात येते.

सुरेखा चंद्रगुप्त शहा

'तीर्थंकर महावीर' (१९७५) ही बालकादंबरी सुरेखा शहा यांनी लिहिली आहे. पारंपरिक महावीर चरित्राप्रमाणे १६ स्वप्ने, दिव्यात्मा महावीर, त्यांचे कार्य, निर्वाणपदप्राप्ती अशी या चरित्राची रचना आहे. बालवाचकांसाठी ही पुस्तिका केल्याचे लेखिका म्हणते. या लेखिकेने अन्य अनेक वाङ्मयप्रकार हाताळले आहे. त्यांची 'जोहड' ही राजेंद्रसिंह यांच्या जीवनावरची चरित्रात्मक कादंबरी अत्यंत प्रसिद्ध आहे. या शिवाय त्यानी अनेक कादंबऱ्यांचे व कथांचे लेखन केले आहे.

मधुकर गडेकर

नागपूर येथील मोखाड गावचे हे कवी. यांना आर्यनंदी मुनींनी 'काव्यभूषण' या उपाधीने सन्मानित केले होते. हिंदी आणि मराठी भाषेत या कवीने रचना केली असून 'महावीरायण' (१९७८) हे खंडकाव्यही त्यांनी लिहिले आहे. महावीरांच्या जीवनातील अनेक प्रसंगांना निरनिराळ्या गीतातून काव्यबद्ध केले आहे. जन्मकल्याणक ते मोक्षकल्याणक असे प्रसंग या खंडकाव्यात चित्रित झाले आहेत.

हिराचंद तलकचंद शहा

कवी अज्ञात, जिनदास फडकुले, ज. ने. क्षीरसागर यांच्या परंपरेत आर्यावृत्तात लेखन करणारे कवी म्हणून हिराचंद तलकचंद यांची दखल घ्यावी लागेल. या कवीने आपले साहित्यनिर्मिती १९३६ पासून सुरू केली असली तरी त्याचे प्रकाशन मात्र फार उशीरा –शतकाच्या अखेरीस झाले. 'पंचस्तोत्राचा समश्लोकी अनुवाद' हा प्राचीन पंचस्तोत्रांवरील 'श्लोकबद्ध पद्यानुवाद' आहे. यांच्या नावे

श्लोकबद्ध पद्मपुराणही आहे. स्वतंत्र अनुवाद असलेले समश्लोकी पद्मपुराण अशी वैशिष्ट्यपूर्ण रचना आहे. या शिवाय 'आत्मप्रबोधन' या ग्रंथात प्राचीन अष्टपाहुड, प्रवचनसार, इष्टोपदेश, स्वरूपसंबोधन, तत्त्वसार, आत्मानुशासनइ. ग्रंथांचे अनुवाद त्यांनी केले आहेत. या शिवाय 'तत्त्वसार' हा ग्रंथही त्यांनी अनुवादला आहे. याशिवाय 'जीवंधर' हे काव्यमय चरित्रही त्यांनी आर्या वृत्तात लिहिले आहे.

रतिकांत तलकचंद शहा

हिराचंद तलकचंद यांचे बंधू रतिकांत यांचे कार्य जैन साहित्यात नोंद घेण्यासारखे आहे. मराठी साहित्यात अनुवादित ग्रंथांची मोलाची भर त्यांनी घातली आहे. 'जैन दर्शनातील निश्चयनय' व व्यवहारनय, 'देववाणी', 'आध्यात्मिक ज्योती', 'आगमपथ', 'जैन धर्म आणि दर्शन', 'जैन तत्त्वविद्या', 'सर्वार्थसिद्धी', 'षट्खंडागम' हे त्यांचे उल्लेखनीय अनुवादग्रंथ आहेत.

राजेंद्र बीडकर

एक सव्यसाची कथालेखक व चरित्रलेखक म्हणून आधुनिक साहित्यात राजेंद्र बीडकर यांचे नाव आवर्जून घ्यावे लागेल. त्यांच्या काही कविताही व वैचारिक लेखही प्रकाशित झाले आहेत, पण त्यांचे मोलाचे कार्य कथा व चरित्रलेखक म्हणूनच आहे. १९७९ मध्ये प्रकाशित झालेली 'महासती चेलना' ही त्यांची पौराणिक कादंबरी. यात एक निष्ठावान श्राविका व राजा श्रेणिकाची पत्नी म्हणून राणी चेलनेचे चरित्र अभिव्यक्त झाले आहे. त्यांची 'यात्री जनमांगल्याचा' व 'कहाणी एका नंदादीपाची' ही आधुनिक व्यक्तिचरित्रे म्हणून मोलाची आहेत. श्री पार्श्वसागर महाराज व कवी बालसुत या व्यक्तींची ही अनुक्रमे चरित्रे आहेत. यात राजेंद्र बीडकरांचा वास्तविक घटनांचा अभ्यास, त्यांच्या तटस्थ पण भावुक दृष्टीने पाहण्याचा दृष्टिकोण व्यक्त झाला आहे. अत्यंत वस्तुनिष्ठ पण काव्यात्म रीतीने लिहिलेली ही चरित्रे कुंथलगिरी क्षेत्राचा जीवंत इतिहास आहेत.

महावीर कंडारकर

महावीर कंडारकर यांचे 'पद्मपुराण', 'मदनपराजय', 'सुदर्शन चरित्र', 'वीर वर्धमान चरित', 'पार्श्वनाथ चरित' हे अनुवादग्रंथ प्रकाशित झाले आहेत. परंतु या ग्रंथांखेरीज 'महापुराण', 'हरिवंशपुराण', 'शांतिनाथ पुराण', 'चंद्रप्रभ चरित्र'

या ग्रंथाचा त्यांनी अनुवाद केला आहे. हे ग्रंथ लिखित रूपात असले तरी अद्याप त्यांचे प्रकाशन व्हायचे आहे. यांमध्ये 'महापुराण' हा अत्यंत महत्त्वाचा ग्रंथ आहे.

कंडारकरांनी अनुवादलेल्या तत्त्वज्ञानात्मक ग्रंथांमध्ये 'तत्त्वार्थसूत्रावरील टीकाग्रंथ', 'सर्वार्थसिद्धी, 'धवला' ग्रंथाच्या काही खंडाचे अनुवाद महत्त्वाचे आहेत.

याखेरीज कंडारकरांनी महतिसागरांच्या '२४ तीर्थंकर पंचकल्याणिकोत्सव' कथा, महतिसागरविषयक ग्रंथांच्या लेखांचे संपादनही केले आहे.

महाराष्ट्रात जागोजागी असलेल्या हस्तलिखितांच्या सूच्या बनविण्याचे कार्यही कंडारकरांनी केले आहे.

अशा रीतीने एक सफल अनुवादक व संपादक, संशोधक व संशोधन मार्गदर्शक म्हणून कंडारकरांची दखल आधुनिक मराठी जैन साहित्यास आवर्जून घ्यावी लागेल.

समारोप

इ. स. १८५० ते २००० या कालखंडातील अर्वाचीन मराठी जैन साहित्याचा आढावा प्रस्तुत विभागात घेण्यात आला आहे. गेल्या दीडशे वर्षांतील जैन लेखकांचा परिचय व त्यांच्या लेखनकृतींचा थोडक्यात परिचय या येथे देण्यात आला आहे. सुभाषचंद्र अक्कोळे यांनी १८५० पर्यंतच्या प्राचीन मराठी जैन साहित्याचा इतिहास लिहिला आहे. १८५० च्या दशकात झालेले धरणाप्पा कळंत्रे यांच्या साहित्यकृतींनी प्रस्तुत अभ्यासविषयाची सुरुवात झाली आहे. हिराचंद अमोलिख ते कल्लाप्पा निटवे, कंकूबाई ब्रह्मचारी यांच्यापर्यंत १९ व्या शतकातले साहित्य पाहायला मिळते. त्यानंतर बा. भु. पाटील, आ. भा. मगदूम यांच्यापर्यंत २० व्या शतकाचा पूर्वार्ध व नीलम माणगावे, सुरेखा शहा यांच्यापर्यंत २० व्या शतकाचा उत्तरार्ध अशा तीन टप्प्यात मराठी जैन साहित्य उपलब्ध होते. हिराचंद अमोलिख नंतर आण्णाप्पा वाडकर, रावजी सखाराम, हिराचंद नेमचंद, चवडे बंधू, नथ्थूसा पासूसा, पांगळ बंधू, धर्मसागर मुनी, तात्यासाहेब चोपडे, सन्मतिदास, बालसुत, कुंथुसुत, कालचंद्र व दादातनय, जिनदासशास्त्री फडकुले आणि अज्ञात, ज. ने. क्षीरसागर, हिराचंद तलकचंद, अक्कोळे, जोहरापूरकर, सुमेरचंद जैन इत्यादी अनेक महत्त्वाच्या लेखकांची पिढी जैन

साहित्यात आपल्या लेखनाने महत्त्वाचे योगदान देणारी ठरली आहे. यासह जवळजवळ दीड-दोनशे लेखकांचा उल्लेख व त्यांच्या कर्तृत्वाचा आढावा येथे घेण्यात आला आहे. गेल्या दीडशे वर्षांत मराठी साहित्यात लेखन करणारे व ज्यांची नोंद मराठी साहित्याने घेतलेली नाही, अशा लेखकांचा व त्यांच्या साहित्यकृतींचा आढावा या विभागात घेण्यात आला आहे.

◆

विभाग–२

१८५० ते २००० या मराठी जैन साहित्यातील वाङ्मयप्रकारांचे स्वरूप

प्रस्तावना

१९ व्या शतकापासून अर्वाचीन साहित्याचा कालखंड सुरू होतो. इंग्रजी राजवटीचा कालखंड या पार्श्वभूमीवर महाराष्ट्रात झालेली सामाजिक स्थित्यंतरे व सांस्कृतिक स्थित्यंतराचा परिणाम प्रत्यक्ष–अप्रत्यक्षपणे साहित्यविश्वावरही झाला. इंग्रजी शिक्षणाचा परिणाम, पाश्चात्य संस्कृतीचा प्रभाव आणि पाश्चात्य साहित्याच्या प्रभावामुळे मराठी साहित्य अनेक बदलांना सामोरे गेले. परिणामतः मराठीमध्ये भाषांतरयुग सुरू झाले. पाश्चात्य साहित्यप्रकारांच्या परिचयातून मराठी साहित्यात अनेक नव्या साहित्यप्रकारांचे अवतरण झाले. कथा, कादंबरी, चरित्र, आत्मचरित्र, निबंध, नाटक आणि आधुनिक कवितेसारखे नवे साहित्यप्रकार उदयास आले. प्राचीन भारतीय परंपरेतील पंडिती आणि शाहिरी वळणाची कविता मागे पडली आणि नव्या युगाचा प्रारंभ झाला. परंतु याच काळातही जैन धर्मातील काही लेखक पारंपरिक पंडिती वळणाची कविता लिहीत होते. १९ व्या शतकाच्या अखेरीपासून ते २० शतकाच्या ८० च्या दशकापर्यंत जैन कवी व लेखक आपले पंडिती वळणाचे साहित्य लिहीत असलेले दिसतात. त्याचबरोबर हे जैन कवी व लेखक आधुनिक साहित्यप्रकारांनाही सामोरे जात असलेले दिसतात. विशेषतः २० व्या शतकात कथा, कादंबरी, नाटक व पारंपरिक काव्याबरोबरच आधुनिक काव्यप्रकारांनाही हे लेखक सामोरे गेलेले दिसतात. मध्यवर्ती साहित्याचे भाषांतरयुग १९ व्या शतकात संपले, परंतु जैन लेखक मात्र २० व्या शतकाच्या अखेरीपर्यंत भाषांतरित साहित्य लिहिताना दिसतात. भाषांतराबरोबरच विविध भाषांमधील साहित्यकृतींचे अनुवाद, रूपांतरण जैन

लेखक करताना दिसतात.

कादंबरीसारखा साहित्यप्रकारही जैन लेखकांनी अर्वाचीन काळात हाताळला आहे. अर्वाचीन काळातील संगीत नाटकापासून एकांकिकेपर्यंत नाट्यवाङ्मयही हाताळले आहे. चरित्रवाङ्मय हा तर जैन लेखकांचा आवडता वाङ्मयप्रकार आहे. तीर्थंकराची चरित्रे ६३ शलाका पुरुषाची चरित्रे या चरित्रांबरोबरच समाजासाठी काम करणाऱ्या समाजसेवकांनी आत्मचरित्रेही लिहिली आहेत. कथासाहित्य हे तर जैन लेखकांचे भांडार आहे. गेल्या दीडशे वर्षांत संबंध भारतीय भाषांमधील जैन साहित्यातील लेखकांनी अनेक कथा अनुवादित आणि रूपांतरित केल्या आहेत.

पद्यरचनेचे जैन कवींनी हाताळले आहे. आधुनिक मराठी कविता, पाश्चात्य काव्यप्रकार आणि मुक्तछंदादी काव्यप्रकारांत आविष्कृत होत असताना जैन कवींची काव्यरचना मात्र प्राचीन पद्यरचनांच्या प्रकारां मध्ये अविष्कृत होताना दिसते. वृत्त-छंदादी रचनांबरोबरच महाकाव्य आणि खंडकाव्ये यांतही रंगलेली दिसते. त्यामुळे अर्वाचीन मराठी साहित्यातील जैन साहित्यपरंपरा प्राचीन काव्यपरंपरेला न सोडता ती आधुनिकतेला सामोरी गेली आहे. ग्रामीण, दलित, आदिवासी, वास्तववादी आणि अस्तित्ववादी जाणिवेपासून ही कविता फारच दूर आहे. कारण, संपूर्ण मराठी जैन साहित्य हे एका विशिष्ट परिघामध्ये व एका विशिष्ट तत्त्वज्ञान, आचारधर्माच्या विचारधारेत सीमित असल्याने या साहित्याचे वेगळेपण, तिचा परीघ हा मध्यवर्ती साहित्यधारेपेक्षा वेगळा आहे. आधुनिक काळात या साहित्यप्रवाहाने अनेक साहित्यप्रकार हाताळले आहेत.

या साहित्यप्रकाराचे वेगळेपण तिने जपले आहे. १८५० ते २००० या कालखंडात जैन साहित्याचे प्रकार व त्यांचे स्थूल स्वरूप पुढीलप्रमाणे आहे.

मराठी जैन चरित्रवाङ्मय

आधुनिक मराठी जैन साहित्यामध्ये चरित्रवाङ्मय हा साहित्यप्रकार मोठ्या प्रमाणात दिसतो. एकूणच जैन साहित्यात चरित्रांना खूप महत्त्वाचे स्थान आहे. विशेषत: तीर्थंकरांची चरित्रे, ६३ शलाका पुरूषांची चरित्रे, आचार्य आणि मुनींची चरित्रे, जैनधर्मातील पुण्यपुरुष, सम्राट, वीर स्त्रिया, राजे, समाजसुधारक अशा विविध चरित्रांचा समावेश चरित्र वाङ्मयातून करता येईल. जैन साहित्यात ही चरित्रे समाजाला आदर्श म्हणून लिहिली गेली आहेत. जैन धर्मामध्ये व्यक्तिपूजेला महत्त्व नाही अथवा ईश्वराचे अस्तित्वही महत्वाचे नाही. तर स्वत:च्या कर्तृत्वाने सिद्धपदाला पोहचलेल्या व मोक्षमार्गी जीवांना आदर्श मानून

आपण त्याप्रमाणे बनण्याचा प्रयत्न करणे असे जैन तत्त्वज्ञान सांगते. 'वंदे तद्गुणलब्धये' म्हणजे कोणत्याही व्यक्तीला वंदन नसून व्यक्तीच्या गुणांना वंदन करणे महत्वाचे मानले जाते. यातूनच जैन धर्मातील तीर्थंकर, नारायण, प्रतिनारायण, आचार्य, मुनी, चक्रवर्ती, सम्राट यांचे आदर्श लोकांपर्यंत पोहोचावेत म्हणून या तीर्थंकरांविषयी चरित्रे लिहिली गेली आहेत.

१) तीर्थंकर चरित्रे–

आधुनिक मराठी जैन चरित्र वाङ्मयात विशेषत: तीर्थंकरांची चरित्रे संख्येने अधिक आढळतात. १९०९ साली तात्या नेमिनाथ पांगळ यांनी 'तीर्थंकर चरित्रे' नावाचा ग्रंथ लिहिला. त्यात जिनसेन आणि गुणभद्र यांच्या अनुक्रमे 'महापुराण' व 'उत्तरपुराण' यात आलेल्या चरित्रांवरून तीर्थंकर चरित्रे लिहिली. ''या दोन्ही ग्रंथात अवसर्पिणी काळातील अवतारी पुण्य पुरुषांची, –६३ शलाका पुण्यश्लोकी क्षत्रिय वीरांची– ऐतिहासिक चरित्रे लिहिली असून त्यात जैन धर्माच्या श्रेष्ठत्वाचे तसेच त्यातील तत्त्वांचे आणि युगांचे प्रारंभापासून ते इ.स. पूर्व ५०० ते ६०० वर्षे अगोदर होऊन गेलेल्या महावीर तीर्थंकर पावेतो सुरस कथांद्वारे चरित्रांचे वर्णन केले गेले आहे. त्यांचा स्वत:स तसेच साधर्मीय बंधू भगिनींस आणि महाराष्ट्र भाषाभिज्ञांस परिचय व्हावा म्हणून गीर्वाणवाणीचे सार महाराष्ट्र भाषेत ग्रंथित करण्याचा हा अल्प प्रयत्न केला आहे. ६३ शलाका पुण्य पुरूषांची समग्र चरित्रे महाराष्ट्र वाङ्मयात गुंफण्याची माझी इच्छा आहे.'' यावरून चरित्रे लिहिण्याचा हेतू जैन साहित्यात काय होता हे प्रारंभीच स्पष्ट होते. (पांगळ तात्या, तीर्थंकर चरित्रे, प्रस्ता. १९०९)

तीर्थंकर, चक्रवर्ती, नारायण, प्रतिनारायण, बलिभद्र यांचीच चरित्रे पुढे शतकभर लिहिताना जैन लेखक दिसतात. पांगळ यांनी या चरित्रात अठरा तीर्थंकर, सात चक्रवर्ती, सात नारायण, सात प्रतिनारायण आणि सात बलिभद्रांची चरित्रे लिहिली आहेत. शतकाच्या सुरुवातीला लिहिलेले हे आधुनिक मराठीतील जैन साहित्यातील पहिले चरित्र असावे. यामध्ये भ.महावीरांचे चरित्रही आले आहे.

भ.महावीरांची चरित्रे:

भ.महावीर हे जैन साहित्याचे प्रेरणास्रोत आहे. साहजिकच त्यांच्याविषयी प्राचीन भाषांपासून आधुनिक भाषांपर्यंत अनेक भाषांत चरित्रे लिहिली गेली आहेत. या चरित्रांचे सातत्य प्राकृत, संस्कृत आणि प्रादेशिक भाषांपर्यंत चालत

आलेले आहे. मराठीतील काही चरित्रे पुढीलप्रमाणे:

१) आधुनिक मराठीतले पहिले महावीरांचे चरित्र : श्री.महावीर चरित्र

१९०६ साली 'महावीर चरित्र' हिराचंद नेमचंद दोशी यांनी छापले आहे. जैन ग्रंथांची मुद्रित प्रकाशने सुरू करण्याचे काम हिराचंद नेमचंद, निटवे शास्त्री, चवडे बंधू यांनी केले. २० व्या शतकाच्या प्रारंभी जैनांचे मुद्रित ग्रंथ प्रकाशित होऊ लागले. या प्रारंभीच्या काळातच हिराचंद नेमचंद यांनी अनुक्रमे 'पार्श्वनाथ चरित्र' आणि 'महावीर चरित्र' छापून प्रसिद्ध केले. यापैकी महावीर चरित्र हे छोटेखानी चरित्र हिराचंद नेमचंद यांनी छापले आहे. या चरित्राची सुरुवात पुरूरवा भिल्लाच्या जन्मापासून झाली आहे. पुरूरवा, दधीची, विश्वनंदी आणि सिंह या पूर्वभवांची माहिती देत, नंतर भ.महावीरांचा जन्म येथून भ.महावीरांच्या मोक्षकल्याणापर्यंत हे चरित्र आले आहे. महावीर चरित्राची ही कथा श्रेणिकराजाच्या आगमनापर्यंत व महावीरांच्या समवसरणापर्यंत आली आहे. या ग्रंथाच्या नंतर आवृत्त्या निघाल्या. पौराणिक पद्धतीने लिहिलेले हे चरित्र आहे.

२) वर्धमान चरित्र (जिनदास पार्श्वनाथ फडकुले)–

श्रीमद् असग महाकवी विरचित 'वर्धमान चरित्र' फडकुले शास्त्री यांनी मराठीत गद्यभाषेत लिहिले आहे. मूळ संस्कृत काव्यभाषेत लिहिलेल्या 'महाकवी असग' यांच्या चरित्राचा अनुवाद फडकुले यांनी केला आहे. असग कवींनीही पूर्वाचार्यांनी लिहून ठेवलेल्या ग्रंथांच्या आधारे हे चरित्र लिहिल्याचे सांगितले आहे. त्यामुळे या चरित्राचे प्राचीनत्व लक्षात यावे.

भ.महावीरांच्या पूर्वभवांपासून त्यांच्या जीवनाविषयी अनेक महत्त्वपूर्ण माहिती या चरित्रात आली आहे. सुरुवातीला फडकुले शास्त्री यांनी काव्यमय आर्यावृत्तात चरित्राची प्रस्तावना केली आहे व नंतर असग कवींच्या संस्कृत ओवींचा अर्थ व नंतर भावार्थ अशी या चरित्राची रचना आहे. फडकुले हे २० व्या शतकातील उत्कृष्ट अनुवादक होते; याचे प्रत्यंतर हे चरित्र वाचताना आपल्या लक्षात येते. १८ सर्गामध्ये हे चरित्र लिहिले आहे. शेवटी पुरुरवाच्या भवापासून वीरजिनाच्या भवापर्यंत ३३ भवांचे ज्यात वर्णन केले गेले आहे असे हे ''श्री महावीर जिनाचे चरित्र स्वत:ला व इतर भव्यांना बोध व्हावा म्हणून लिहिले आहे असे असग कवी म्हणतो.'' (फडकुले जि.पा.वर्धमान चरित्र, पृ.३८६)

३) भगवान महावीर (वासंती पानाचंद शहा, १९६४)

फडकुले यांच्या चरित्रानंतर अनेक वर्षांनी वासंती पानाचंद शहा यांनी महावीरांचे चरित्र लिहिले आहे. १९६४ साली प्रकाशित झालेले भ.महावीरांचे

हे चरित्र शहा यांनी लिहिले. चरित्राच्या प्रस्तावनेमध्ये आर.सी.जैन यांनी भ.महावीरांविषयी असणारा समज-गैरसमज यांचा ऊहापोह केला आहे. सोप्या भाषेमध्ये हे चरित्र वासंती शहा यांनी लिहिले आहे. त्रिशला राणीच्या सोळा स्वप्नांपासून जन्म, तपश्चर्या, ज्ञानप्राप्ती, महावीरांचे जीवितकार्य, महावीरांचे शिष्य ते शेवटी महावीरांचे पूर्वभव आणि निर्वाण अशा विभागात हे चरित्र लिहिले गेले आहे, पूर्वभवांतून जैनांचा कर्मसिद्धांत आणि त्यानुसार महावीरांचे कार्य या चरित्रातून लक्षात येते.

४) अहिंसा सम्राट: भ.महावीर (सुमेर जैन, १९७२)

अनेक ग्रंथांचा संदर्भ घेऊन भ.महावीरांचे हे चरित्र सुमेर जैन यांनी लिहिलेले आहे. पारंपारिक पद्धतीनेच हेही चरित्र लिहिले गेले आहे. भ.महावीरांचे जीवन व तत्त्वज्ञान असे या ग्रंथाचे स्वरूप असून यातही महावीरांच्या प्राचीनत्वाबद्दल काही पुरावे त्यांच्या समकालीन घटनांच्या चित्रणातून या चरित्रात आले आहेत.

५) तीर्थंकर महावीर (सुरेखा चंद्रगुप्त शहा) १९७५

भ.महावीरांच्या अडीच हजाराव्या निर्वाण महोत्सवानिमित्त बालवाचकांकरीता 'तीर्थंकर महावीर' ही छोटी पुस्तिका सुरेखा शहा यांनी लिहिली आहे. महावीरांच्या जीवनातील छोटे-मोठे प्रसंग आणि पराक्रमाचे प्रसंग यात आले आहेत.

६) वीर वर्धमान(मृत्युंजय मालगावे)

मृत्युंजय मालगावे यांनी लिहिलेले हे आणखी एक बालवाचकांसाठी लिहिलेले चरित्र आहे. चरित्राच्या शेवटी भ. महावीरांचे सचित्र जीवनदर्शन कवितेतून केले आहे.

७) भ.महावीर (सुबलसागर महाराज व श्रुतमती माताजी)

भ. महावीरांच्या अडीच हजाराव्या जन्मजयंतीनिमित्त हे चरित्र लिहिले आहे. अनेक महान लोकांच्या जैन धर्मविषयक विचारांचे संदर्भ आणि अनेक ग्रंथांतील सुभाषितांचा वापर करीत भ.महावीरांचा संदर्भ देत लिहिलेले हे चरित्र आहे. संपूर्ण जैन तत्त्वज्ञानच यात संदर्भाने आले आहे. भ.महावीर हे शास्त्र असून जैनशास्त्राचा उलगडा जैनत्रिलोक, जैन कालखंड, ६३ शलाका पुरुष अशा अनेक गोष्टींचा संदर्भ देत जैन धर्माच्या प्राचीनतेपासून, आदिनाथांपासून या ग्रंथात संदर्भ दिले गेले आहेत. भ.महावीर असे ग्रंथाचे नाव असले तरी हे चरित्र न होता सुंदर माहितीचे पुस्तक म्हणून या चरित्र ग्रंथाकडे पाहता येईल.

८) भ.महावीर– उपदेश व परंपरा (विद्याधर जोहरापूरकर)

२५०० व्या जयंतीनिमित्त हे पुस्तक छापले असून पूर्वार्ध आणि उत्तरार्धामध्ये हा ग्रंथ छापला आहे. पूर्वार्धामध्ये भ.महावीरांचे चरित्र आले आहे. उत्तरार्धामध्ये जैनांची, जैन परंपरेची गौरव केंद्रे या अनुषंगाने, जैन परंपरेच्या ठिकाणांची वर्णने आली आहेत. हा ग्रंथ चरित्रापेक्षा जैन तत्त्वज्ञानाची आणि परंपरेची माहिती देणारा वाटतो.

९) भ.महावीर: व्यक्तित्व आणि चिंतन (विशल्यादेवी गंगवाल)

भ. महावीरांच्या २५०० व्या निर्वाण महोत्सवानिमित्त हा ग्रंथ लिहिला असून पारंपारिक चरित्रांमधून मिळणाऱ्या माहितीपेक्षा ''भ.महावीरांचा सांप्रदायिक आणि अपंथीय विचार व्हावा असे वाटले. नवीन पिढीला भगवंताच्या विचारांचा वारसा मिळावा, व तोही कसलेही लेबल न लावता''(प्रस्तावना) या उद्देशाने हे चरित्र लिहिले आहे. आचार्य रजनीश यांच्या 'भ.महावीर मेरी दृष्टि में' या ग्रंथाच्या आधारे हे पुस्तक लिहिल्याचे चरित्रकर्त्री सांगते.

भ.महावीरांचा पौरूषीय मार्ग, दृढसंकल्पनेतून आत्मप्राप्ती, त्यांचे नग्नत्व, त्यांची क्षमता, संयम, विवेक, व्यवहारसत्य, कारूण्य, अहिंसेचे रहस्य अशा जैन तत्त्वज्ञानातील गंभीर तत्त्वांची चर्चा चरित्रकर्तीने केली आहे. म्हणूनच आधुनिक जगाच्या व्यवस्थेत भ.महावीरांचे तत्त्वज्ञान कसे लागू पडते याचे विवेचन या ग्रंथात केले आहे. याशिवाय

१०) भ.महावीर (सन्मती प्रकाशन)

२५०० व्या निर्वाण महोत्सवानिमित्त संपादित केलेला भ.महावीरांविषयी, विविध लेखांचे संपादन असणारे हे चरित्र आहे.

या शतकाच्या अखेरीस शांतिलाल भंडारी यांचे एक गद्यचरित्र पहावयास मिळाले. समकालीन भाषा आणि भ.महावीरांच्या विचारांची आधुनिक युगातील गरज या अनुषंगाने लिहिलेले हे चरित्र आहे.

११) श्री वीर वर्धमान चरित (प्रा.महावीर कंडारकर यांचा अनुवाद) १९९६

१४ व्या –१५ व्या शतकात आचार्य सकलकीर्ती यांनी लिहिलेल्या श्री वीर वर्धमान चरिताचा अनुवाद महावीर कंडारकर यांनी केला आहे. यात पुरुरवा भिल्लाच्या भवापासून ते महावीरापर्यंतच्या ३३ भवांचे अत्यंत विस्तृत व रसाळ वर्णन आले आहे. या विषयी आपल्या अनुवादकीयामध्ये महावीर कंडारकर

यांनी म्हटले आहे की, ''पुरुरवा भिल्लाचा महावीर बनणे ही आध्यात्मिक उन्नतीची प्रक्रिया आहे आणि ही उन्नती श्रद्धा, ज्ञान व चारित्र यांच्या साहाय्यानेच प्राप्त होत असते..... पुरुरवा भिल्लापासून महावीरत्वापर्यंतचा प्रवास म्हणजे कर्माच्या विचित्रतेचा, शुभाशुभ परिणामांचा, पुरुषार्थाचा एक उत्कृष्ट आदर्श आहे.'' (प्रस्ता.)

शिवाय महावीरांच्या जन्मापासून ते मोक्षगमनापर्यंतचा घटनाक्रम विस्तारपूर्वक आला आहे. हे चरित्र म्हणजे भगवान महावीरांच्या चरित्राचा केवळ घटनाक्रम नव्हे. ह्या कथा-घटनाक्रमास एक निश्चित अशी तत्त्वज्ञानात्मक बैठक आहे. या चरित्राच्या माध्यमातून आचार्यांनी संपूर्ण जैन तत्त्वज्ञान उत्तम रीतीने घटविले आहे. आहे. महावीरांच्याविषयी हे एक अत्यंत प्रामाणिक चरित्र आहे. या ग्रंथास श्रीधर हेरवाडे यांची विस्तृत प्रस्तावना लाभली आहे.

भ. पार्श्वनाथांची चरित्रे

१) भ. पार्श्वनाथ चरित्र

२३ वे तीर्थंकर भ.पार्श्वनाथ यांची चरित्रेही मराठीत आढळतात. यापैकी आधुनिक मराठीतील मुद्रित चरित्रांमध्ये 'जैनबोधक' च तत्कालीन संपादक हिराचंद नेमचंद शहा यांचे चरित्र प्रारंभी आढळते. १९०६ पूर्वी हे .पार्श्वनाथ चरित्र लिहिले असावे.

सोप्या भाषेत जैन लोकांना चरित्र समजावे म्हणून ही चरित्रे लिहिली गेली आहेत. ''भ.पार्श्वनाथ व भ.महावीर हे नुसते पुराणपुरुष नव्हते तर ते ऐतिहासिक पुरुषही होते. त्यांच्या अगोदरचे म्हणजे भ. नेमिनाथ हेही ऐतिहासिक पुरूष होते हे आता मान्य होत आले आहे. त्यामुळे ३-४ हजार वर्षांपूर्वीचा जैन धर्माचा प्राचीन इतिहास आता उभा आहे.'' प्रस्तावनेतील या विधानावरून जैन तीर्थंकरांचे ऐतिहासिक महत्त्व सांगण्यासाठी हे चरित्र लिहिले आहे. असे प्रस्तावकाराने म्हटले आहे.

या चारित्राच्या अनेक आवृत्त्या प्रसिद्ध झाल्या आहेत. हे चरित्रही पौराणिक स्वरूपाचेत असून पार्श्वनाथांचे भवांतरांची माहिती यात येते. पार्श्वनाथांचे चरित्र 'कविवर भूधरदास'यांनी हिंदुस्थानी भाषेत कवितेत केले होते; त्याचे भाषांतर असल्याचे लेखक सांगतो.

२). भ.पार्श्वनाथ (आप्पा भाऊ मगदूम)

१९३९ ला आप्पा भाऊ मगदूम यांनी पार्श्वनाथांचे चरित्र लिहिले आहे.

मराठी भाषेत ऐतिहासिक दृष्टीने लिहिलेले चरित्र नसल्यामुळे पौराणिक चरित्राऐवजी ऐतिहासिक चरित्र लिहिण्याच्या उद्देशाने आप्पा भाऊ मगदूम यांनी हे चरित्र लिहिलेले आहे.

अनेक संदर्भ ग्रंथांचा आधार घेऊन हे चरित्र लिहिल्याचे आप्पा भाऊंनी प्रस्तावनेत सांगितलेले आहे. महावीरांपूर्वी जैन धर्माचे प्रवर्तक असणारे पार्श्वनाथ यांची ऐतिहासिक माहिती व त्याचे जीवन या चरित्रात आले आहे. उपोद्घात भ.पार्श्वनाथ चरित्र, जन्मांतरीचे वैर, पार्श्वनाथांच्या जीवनातील महत्वाच्या घटना, त्यांचा धर्मप्रचार आणि निर्वाणलाभ, त्यांची शिष्यपरंपरा इ. महत्त्वपूर्ण माहिती या चरित्रातून आपणांस मिळते.

३) श्री पार्श्वनाथ चरित्र (प्रा.महावीर कंडारकर यांचा अनुवाद)

अगदी अलीकडे २० व्या शतकाच्या अखेरीस आचार्य श्री सकलकीर्तीविरचित 'श्री.पार्श्वनाथ चरित्रा'चा अनुवाद महावीर कंडारकर यांनी केला आहे. सकलकीर्ती यांनी संस्कृतमध्ये १४ व्या-१५ व्या शतकात हे चरित्र लिहिले आहे. त्याचा मराठी अनुवाद म्हणजे हे चरित्र होय. एकूण २३ सर्गामध्ये व २८५० श्लोकांमध्ये लिहिलेल्या या ग्रंथाचा अनुवाद कंडारकर यांनी केलेला आहे. पौराणिक आशय सांगणारे हे चरित्र आहे. अनेक साहित्यगुणांनी नटलेल्या या चारित्राविषयी कंडारकर म्हणतात, "महाकाव्यासाठी आवश्यक असलेल्या शृंगार, वीर, करुण, अद्भूत, हास्य, भयानक, बीभत्स, रौद्र व शांत या नऊही रसांचा उत्कृष्ट परिपोष श्रीपार्श्वनाथ चरित्रामध्ये झाला आहे. पण या सर्वांची परिणतीमात्र शांत -वीतराग रसातच झाली आहे." (कंडारकर महावीर, पार्श्वनाथ चरित्र, प्रस्तावना, २००१) कंडारकर हे उत्कृष्ट अनुवादक आहेत. त्यांच्या अनुवादाचा प्रत्यय या ग्रंथात येतो. या ग्रंथाचे वैशिष्ट्य म्हणजे भारतातील अनेक तीर्थस्थळांवर असलेल्या पार्श्वनाथांच्या बिंबांची चित्रे यात छापली आहेत.

भ.वृषभदेवांची चरित्रे

जैनांचे प्रथम तीर्थंकर भ.वृषभदेव यांची काही चरित्रे मराठीत सापडतात. 'महापुराण' हा ग्रंथ म्हणजे वृषभदेवांचे पौराणिक चरित्रच आहे. महापुराणातील अनेक उपकथा अनेक भाषेतील जैनांच्या साहित्यात सापडतात. महापुराणाचा मराठीत अर्थ लावण्याच्या प्रक्रियेतून हा प्रत्यय येतो. वृषभदेवांची चरित्रे मराठीत लिहिली गेली आहेत. ती खालीलप्रमाणे -

१) कल्लाप्पा भ.निटवे व रावजी नेमचंद शहा यांनी लिहिलेली वृषभनाथांची चरित्रे

आधुनिक मराठीत जैन साहित्याच्या प्रकाशनात कल्लाप्पा निटवे यांचे योगदान महत्त्वाचे आहे. १९०५ च्या दरम्यान कल्लाप्पा निटवे यांनी महापुराणाचे मराठी भाषांतर केले. या महापुराणातून भ.वृषभदेव आणि प्रथम चक्रवर्ती भरत यांचे चरित्र पहावयास मिळते. महापुराण या ग्रंथाची बहुजन समाजाला गोडी लागावी या हेतूने हे महापुराण भाषांतरित करून छापले आहे. याच महापुराणाचे विस्तारपूर्वक भाषांतर पुढे ''जैनधर्मादर्श व समाधीशतक''कर्ते रावजी नेमचंद शहा यांनी १९१५ साली मराठीत भाषांतर करून भ.वृषभदेव व प्रथम चक्रवर्ती भरत यांचे चरित्र लिहिले आहे. हे महापुराण भगवद् जिसेनाचार्य व त्यांचे शिष्य भगवद्गुणभद्र आचार्य यांनी लिहिले आहे. ग्रंथाच्या सुरूवातीची प्रस्तावना अत्यंत महत्वाची असून शंभर पानांच्या प्रस्तावनेत या दोन आचार्यांच्या चरित्राची माहिती व त्यांचे ग्रंथकर्तृत्व अभ्यासपूर्ण रीतीने रावजी नेमचंद शहा यांनी मांडले आहे. त्याचबरोबर या महापुराणात येणारे पूर्वीचे जैन कवी आणि आचार्य यांची माहितीही दिली आहे. एकूण ४७ पर्वात हा विस्तृत ग्रंथ असून पहिल्या १५ पर्वांध्ये भ.आदिनाथांचे चरित्र व काळ येतो. हे चरित्र पौराणिक असले तरी जैनांच्या परंपरेची ऐतिहासिक माहिती देणारे हे पुस्तक आहे. त्याचबरोबर जैनधर्माची अंगे, जैन तत्त्वज्ञानाची ओळख या चरित्रात वेगळी माहिती यात आली आहे. या चरित्राविषयी 'ज्ञानप्रकाश' या नियतकालिकात- 'जैनधर्म, बौद्धधर्म व ब्राह्मणधर्म यांच्यामधील संबंध काय? त्याचप्रमाणे निरनिराळ्या दर्शनांचा जैनधर्माशी कितपत संबंध पोहचतो? जैन धर्माचा खरा संस्थापक कोण? कित्येक पाश्चात्य पंडितांचे त्याचप्रमाणे, कित्येक हिंदी लेखकांचे जैन धर्मासंबंधी कसे गैरसमज आहेत; जैनधर्म किती प्राचीन आहे' वगैरे प्रश्नांची चर्चा लेखकाने निरनिराळ्या क्रमाने घेऊन केली आहे. भिन्न मतवादी लोकांनाही ती विचारणीय झाली आहे. या ग्रंथाविषयी अनेक विद्वानांनी आपली मते मांडली आहेत. ओघवती भाषा, तात्विक विवेचन हे व सोप्या मराठी निवेदनामुले जैन साहित्यात अत्यंत महत्त्वाचे आहे. (मराठी ज्ञानप्रकाश, सप्टें. १९१२)

२) भ.वृषभदेव (जयकुमार आळंदकर) १९५४

मराठीतील हे दुसरे चरित्र अनुवादित असून पंडित कैलाचंद्रजी यांच्या हिंदी पुस्तकाचा मराठीत अनुवाद जयकुमार आळंदकर यांनी केला आहे. १९ छोट्या-छोट्या प्रकरणांमध्ये वृषभदेवांचे हे चरित्र आले आहे. ऐतिहासिक आणि पौराणिक

अशा प्रकारचे हे चरित्र आहे. या चरित्रात संवाद, घटनाप्रसंग आल्यामुळे हे चरित्र कथात्मकही वाटते. वृषभदेवांच्या पुर्वभवापासून त्यांचे जीवन पुढे भरत चक्रवर्तीचे जीवनही आळंदकरांनी लिहिले आहे.

३) वृषभदेव चरित्र (सुमेरचंद जैन)

प्राचार्य सुमेरचंद जैन 'वृषभ संस्कृती' नावाचे एक चरित्र लिहिले आहे. भ. वृषभनाथांची ऐतिहासिकता वेदपूर्वकालीन साहित्यातील वृषभनाथांचा स्वीकार व वृषभदेवांची ऐतिहासिक माहिती देणार हे चरित्र आहे.

भ.नेमिनाथांची चरित्रे

भ.नेमिनाथ हे जैनांमधील चोवीस तीर्थंकरांपैकी २२ वे तीर्थंकर होत. भ.नेमिनाथांच्या जीवनासंबंधी संस्कृत, अपभ्रंश, कन्नड व हिंदी भाषेत विपुल वाङ्मय आढळते. मराठीत मात्र मोजक्या प्रमाणात त्यांच्या जीवनावर चरित्रे आढळून येतात. यातील काही ग्रंथांच्या अनेक आवृत्त्या निघाल्या आहेत.

१) जीवराज गौतमचंद दोशी यांचे 'भगवान नेमिनाथ'

आपल्या पुण्यप्रद आयुष्याचे सार्थकपण शोधणारे जी. गौ. दोशी हे मोठे साधक होते. तसेच ते अनुवादकही होते. जैन संस्कृति संरक्षण संघाच्या माध्यमातून त्यांनी 'भ. नेमिनाथ' चरित्र मराठीत प्रसिद्ध केले.

भ.श्रीनेमिनाथ जिनांचे पूर्वभव वर्णन, श्री.नेमिनाथ जिनांचे गर्भावतरण, श्रीनेमिनाथ भगवंताचा जन्म-महोत्सव, भगवंताचा तप:कल्याणोत्सव, केवलज्ञानप्राप्ती व समवसरण रचना या प्रकरणांमधून नेमिनाथ चरित्र उभे केले आहे. ओघवती भाषाशैली व तत्कालीन स्थळ, काळाचे संपन्न दर्शन घडते. पूर्वभव, वैराग्य, केवलज्ञान प्राप्ती व कृष्णादी जीवांना उपदेश, मोक्षप्राप्ती हा भाग यात अचूकपणे आला आहे. त्याचबरोबर जिनतत्त्वांचे उत्तम दर्शनही नेमकेपणाने या चरित्रात येते. या चरित्राची मांडणी पौराणिक आहे, या चरित्राच्या ५ आवृत्त्या प्रसिद्ध झाल्या आहेत.

२) भगवान नेमिनाथ: (लालचंद हरिश्चंद्र जैन, मानवत, १९९५)

नेमिनाथ हे जैन धर्मातील २२ वे तीर्थंकर होत. नेमि, नेमिनाथ व अरिष्टनेमी या तीन नावांनी हरिवंशपुराण, महापुराण, प्रभासपुराण, स्कंदपुराण या हिंदू पुरणात सापडणारे नेमिनाथ यांचे चरित्र जैन धर्माच्या दृष्टीने महत्वाचे आहे. अहिंसेचा पुरस्कार करणाऱ्या या तीर्थंकरांचे कथात्मक चरित्र मानवत यांनी लिहिलेले आहे.

चंद्रप्रभू चरित्र: (१९९३) (लालचंद जैन, मानवत)

लालचंद हरिश्चंद्र जैन, मानवत यांनीच हे चरित्र लिहिले आहे. पूर्वपरंपरेनेच सांगितलेले हे चरित्र आहे. कथात्मक पद्धतीने लिहिलेले हे चरित्र असून चंद्रप्रभूंचे पूर्वभव, त्यांचे जीवन व जीवन च्रदंप्रभू ते मुनिराज चंद्रप्रभु अशी जीवनकथा यामध्ये येते.

भ.बाहुबली चरित्र (भा.भ.मालगावे, १९६७)

भ.बाहुबली यांचा २४ तीर्थंकरात समावेश होत नाही. परंतु कामदेव म्हणून त्यांचे जीवन, कथा व साहित्य जैन साहित्यात विपुल प्रमाणात आहे. विशेषत: कन्नड भाषेत भ.बाहुबली यांचेविषयी साहित्य अधिक आढळते. मराटीतील कल्लाप्पा निटवे यांनी जिनसेन आचार्य यांनी लिहिल्या बाहुबली चरित्राचा ओवीबद्ध अनुवाद केला आहे. अशा अनेक कन्नड आणि मराठी ग्रंथांवरून मराठीत भा.भ.मालगावे यांनी चरित्र लिहिले आहे. या चरित्रात वृषभदेवांपासून कथा सुरू होते. दुसऱ्या भागात गोमटेश्वर या मूर्तीची कथा सांगता सांगता बाहुबलीचे चरित्र सांगितले आहे. या चरित्रात शेवटी ‘‘बाहुबली स्वामींचे चरित्र’ या नावाने पद्यात्मक पाळणा लिहिला आहे.

२. बाहुबली पूजा चरित्र (प्रभावती धन्यकुमार शहा १९८१)

प्रभावती धन्यकुमार शहा यांनी लिहिलेले हे छोटेसे कथात्मक चरित्र आढळते.

सीमंधर चरित्र व गीतमाला (कवी चंद्रहास, करकंब) १९९२

केवळ शास्त्राधारे ह्या चरित्राचे लेखन झालेले आहे. चरित्रलेखनामधून तीर्थंकर ही संकल्पना स्पष्ट केली आहे. तीर्थंकर, तीर्थंकरकाल व कार्य याविषयी माहिती मिळते. भव्यात्म्याचे भवांतरेही सांगितली आहेत. माहितीवजा हे चरित्र आढळते.

वरीलप्रमाणे मराठीत तीर्थंकर चरित्रे आढळतात. या चरित्रांमध्ये विशेषत: भ.महावीरांची चरित्रे अधिकाधिक सापडतात. २४ तीर्थंकरांपैकी महावीर, वृषभनाथ, नेमिनाथ यांचीच चरित्रे मराठीत लिहिली गेली असून इतर तीर्थंकरांची फारशी चरित्रे सापडत नाहीत.

मराठी जैन साहित्यातील पौराणिक चरित्रे

जैनांच्या प्रथमानुयोग साहित्यामध्ये पौराणिक कथासाहित्य मोठ्या प्रमाणात आहेत. जैनांची पुराणे, महाकाव्ये व पौराणिक आख्यानसाहित्य यांमध्ये येणाऱ्या काही पौराणिक पात्रांवर मराठी साहित्यात लेखन झाले आहे.

१) चंपावती चरित्र (प्रका. रघुनाथराव मारुती देशमाने) १८९१

शीलवती चंपावती या पुराणातील स्त्रीचा गौरव काव्यामधून या चरित्रात गायला आहे. जिनदत्त शेट्टी या व्यापाऱ्याच्या घरची चंपावती शीलवान होती. तिच्या प्राप्तीसाठी माणिकचंद तळमळतो. तिचा विवाह होतो परंतु पती दुराचारी होतो. यासंबधी चंपावतीची भूमिका व कर्मोदयाने तिच्या जीवनात आलेली स्थित्यंतरे, तिने केलेले स्वत:चे शीलरक्षण यासंबंधी काव्यात्म भाषेत हे चरित्र आले आहे. शेवटी तिच्या प्राप्तीसाठी तळमळणारेच तिचे दर्शन होईल तेव्हा, धन्य झाले अशी ही कथा येते

या पुस्तकाच्या शेवटी सिद्धस्तुती, शांतिसागर पदे, बाहुबलींवर कविता हा भागही आला आहे.

२) श्री अकलंक व निष्कलंक चरित्र (रावजी खेमचंद शहा) १९४७

जैन साहित्यातील एक आदर्श म्हणून या घटनेकडे पाहावयास हवे. त्यामधील अकलंक व निष्कलंक या दोघा बंधूंचा आदर्श वाखाणण्याजोगा अहे. मान्यखेट नगरातील हो दोघे भाऊ बौद्ध शाळेत ज्ञानार्जनासाठी जातात व तेथे एकदा बौद्ध गुरूला पडलेल्या प्रश्नाचे उत्तर गुप्तपणे देतात. त्यामुळे हे जैनन असल्याची शंका बळावते व त्यांचा शोध सुरू होतो. जैन असल्याचे समजताच त्यातील एकाचा बळी जातो. त्याला धर्मासाठी हौतात्म्य येते. पुस्तकाच्या उत्तरार्धात अथ अंकलकस्तोत्र म्हणून संस्कृत श्लोक व त्याचा मराठी अर्थ असे हे चरित्र येते.

३) हनुमान चरित्र (मुनी सुवंद्यसागर)

रविषेणाचार्याच्या प्रसिद्ध 'पद्मपुराणात' हे चरित्र लिहिले आहे. हनुमान उपाख्यानाच्या आधारे मुनीसुव्रतनाथांच्या काळातील राम, रावण, हनुमान, सुग्रीवादी महामानव होऊन गेले. मुनिसुव्रत हे वीसावे तीर्थंकर आहेत. त्याकाळात हनुमान हा वानर नसून मनुष्य होता या विधानाची सत्यता दर्शविणारे हे चरित्र आहे. त्यासंबंधी या चरित्रग्रंथात अंजनापवनांजय यांच्या विवाहाची कथा इथून प्रारंभ होतो. अंजनेचा वनवास, हनुमानाचा जन्म, पराक्रम व अनंगकुसुमेशी (रावणाच्या चंद्रनखा नामक बहिणीची मुलगी) विवाह, हनुमानाकहून राम-रावणाचा दोघांत समेट घडवून आणण्याचा केलेला प्रयत्न, रावणाचा अंत, जैनधर्माची दीक्षा व निर्वाण इथपर्यंतचा भाग सुंदर भाषेत वर्णन करण्यात आला आहे. हनुमानाला झालेली मोक्षप्राप्ती एवढा भाग आला आहे.

पौराणिक चरित्रे म्हणून जैन साहित्यात वरील चरित्रांचा समावेश होतो. पौराणिक ग्रंथात छोट्या-छोट्या उपकथा, पद्यचरित्रे यामधून ही चरित्रे आलेली

आहेत. या चरित्रांमधून त्यांच्या (महामानवांच्या) आदर्श गुणांचा उहापोह करण्यात आलेला आहे.

ब) पुण्यपुरुषांची चरित्रे

जैनांच्या प्रथामनुयोग साहित्यामध्ये तीर्थंकर आणि ६३ शलाका पुरूषांशिवाय आणखी काही पुण्यपुरूषांची माहिती मिळते. जैन धर्मातील या पराक्रमी, अहिंसा धर्माचे पालनकर्ते व मोक्षगामी पुरूषांची चरित्रे लिहिली गेली आहेत. प्राचीन संस्कृत महाकाव्यांच्या बरोबरीने जैन साहित्यातही काही महाकाव्ये लिहिली गेली आहेत. अशा महाकाव्यांमध्ये जैन साहित्यातील हे पुण्यपुरूष व त्यांची प्रेरणादायी जीवन आख्याने लिहिली गेली आहेत. या महापुरुषांचा निश्चित कालखंड साहित्यात ठरवता येत नाही. तरीही या महापुरुषांच्या जीवनावरचे साहित्य भारतीय भाषांमध्ये आपणांस पहावयास मिळते. जैन धर्मातील ही पुरुषरत्ने जैन तीर्थंकरांच्या काळात झाल्याचे कथांमध्ये येते. भ.महावीरांच्या वेळी दहा अंतकृत केवली झाले. यामध्ये काही श्रेष्ठ पुरुषरत्ने होऊन गेली. 'अंतकृद्दशांग' या ग्रंथात ८ व्या अंगात या चरित्रांचे दर्शन होते. प्रत्येक तीर्थंकराच्या काळात १०-१० मुनी उत्पन्न होऊन, तपश्चरण करून व तीव्र उपसर्ग सहन करून ते पंचानुत्तरांत उत्पन्न होतात. हे १० मुनी पूर्वाश्रमीचे कामदेव, राजे असतात. यातील पुण्यपुरुषांच्या चरित्रांमध्ये सुदर्शन, सुकुमार, जीवंधर, धन्यकुमार, वरांग, यशोधर, प्रीतींकर ही चरित्रे प्राचीन भाषेत आजली आहेत ती नंतर मराठीमध्ये आणण्याचे कार्य मराठीतील जैन लेखकांनी केले आहे. यामध्ये विशेषतः जिनदास पार्श्वनाथ फडकुले यांनी ही चरित्रे मराठीत गद्यात आणली आहेत. याशिवाय पद्यभाषेतही ही चरित्रे विपुल प्रमाणात आहेत.

१) जीवंधर चरित्र (जिनदास पार्श्वनाथ फडकुले)

फडकुले यांनी अनेक प्राचीन चरित्रांचे अनुवाद केले आहेत. त्यांमध्ये गद्य आणि पद्य अशा दोन्ही विभागात त्यांनी हे अनुवाद केले अहोत. या मधीलच फडकुले शास्त्री यांनी 'क्षत्रचूडामणी'नावाचे जीवंधराचे गद्य चरित्र लिहिले अहे. जीवंधर हा भ.महावीरकालीन पुण्यपुरूष होय. तो नंतर मोक्षास गेला. मराठी, कानडी, संस्कृत भाषांमध्ये याची चरित्रे पहावयास मिळतात. विशेषतः उत्तरपुराण, जीवंधरपुराण, जीवंधरकाव्य, क्षत्रचूडामणी, गद्यचिंतामणी, जीवंधरचरित्र, यशस्तिलकचंपू इ. प्राचीन जैन साहित्यात जीवंधराची कथा येते. या कथांवरून मराठीत जीवंधराची चरित्रे लिहिली गेली आहेत. यापैकी क्षत्रचूडामणी या ग्रंथावरून मराठीत 'क्षत्रचूडामणी' हे गद्य चरित्र फडकुले यांनी लिहिले आहे.

अनेक उपसर्गांना सहन करीत शेवटी मोक्षास जाणाऱ्या राजपुत्राची कथा या चरित्रात येते. ११ लंबामध्ये फडकुले यांनी हे चरित्र लिहिलेले आहे.

२) जीवंधर (जयकुमार आळंदकर) १९५४

जयकुमार आळंदकर यांनी १९५४ साली 'जीवंधर' हे कादंबरीवजा चरित्र लिहिले. ही कथा त्यांनी वादीभसिंहांच्या क्षत्रचूडामणी या काव्याच्या आधारे लिहिली आहे. यात आळंदकरांनी जीवंधराचे चातुर्य, पराक्रम, शृंगार आदींचे अत्यंत सुंदर वर्णन केले आहे. या कथेच्या लालित्यपूर्ण भाषेमुळे ही कथा हृद्य बनली आहे.

३) वीर जीवंधर (श्रीमंधर बाबाजी उपाध्ये, १९९३)

'वीर जीवंधर' हा भ. महावीर कालीन कर्तव्यदक्ष थोर राजा होय. या राजाचे हे चरित्र असून त्याच्याबरोबर यापाठीमागे त्याच्या मातोश्री विजयादेवीचे वीरकन्या, वीरमाता, वीरभगिनी, वीरपत्नी व विश्वमाता या रूपांचा लौकिकार्थाने शोध या चरित्रात घेतला आहे. 'प्रपंचात चिरसौख्य नाही'या वचनास साध्य मानून जीनघराने अंतर्यामी स्फूर्तीने देशाला गुलामीतून मुक्त केले. वैभवाच्या शिखरावर असतानाही प्रजावत्सल, दानशूर व जिनधर्मप्रेमी म्हणून जीवंधराने ख्याती प्राप्त केली. ऐहिक व पारमार्थिक जीवनात कर्तव्यदक्षता बाळगून शेवटी मोक्षास तो जातो. स्वत:चा मोक्ष साधतो, इथपर्यंतची कथा यात आली आहे. लेखकाने वीर जीवंधराचे स्मरण करा व तुम्ही सर्वजण वीर जीवंधर व्हा असे आवाहन केले आहे. प्रकरणांना स्वतंत्र शीर्षके दिली आहेत.

४) श्रीसुदर्शन चरित्र (जिनदास पार्श्वनाथ फडकुले, १९२७)

न्यायतीर्थ म्हणून प्रसिद्ध असलेल्या फडकुले शास्त्री यांचे 'श्रीसुदर्शन चरित्र' हे सखाराम नेमचंद दि. जैन ग्रंथमालेअंतर्गत छापलेले चरित्र आहे.

सुदर्शन हे प्रत्यक्ष कामदेव होते. त्यांच्या रूपावर मोहित होऊन कित्येक स्त्रिया कामातुर होत, पण सुदर्शन श्रेष्ठी हे १६९ जीवांपैकी एक महापुरूष असल्याने त्यांनी कोठेही आपला शीलभंग होऊ दिला नाही. अनेक प्रसंगांतून त्यांनी व्रतरक्षण केले व आत्मकल्याण साधून मोक्षप्राप्ती करून घेतली. मूळ संस्कृत श्लोक व त्याचा मराठी अर्थ अशी या ग्रंथाची रचना आहे. एकूण आठ परिच्छेदा(प्रकरणां) मधून ही चरित्रगाथा आकाराला येते.

५) महामानव सुदर्शन (संपा. सुभाषचंद्र अक्कोळे)

जीवराज जैन ग्रंथमाला, सोलापूरच्या वतीने प्रकाशित करण्यात आलेले,

मराठी विभागाचे हे द्वितीय पुष्प आहे. अत्यंत लालित्यपूर्ण शब्दात एकूण १५ प्रकरणांमधून महामानव सुदर्शनाची ब्रह्मचर्य रक्षणाची कथा वर्णिली गेली आहे. चंपापुरीच्या वृषभदास श्रेष्ठींचे सुदर्शन हे एकुलते एक अपत्य. पण उपसर्गातून आत्मशुद्धी साधून मोक्षपद प्राप्त करतात हीच कथा पुन्हा अधोरेखित करण्यात आली आहे.

६) श्री सुदर्शन चरित (अनु.महावीर कंडारकर)

महावीर कंडारक यांच्या पद्म प्रकाशनाच्या प्रथमानुयोग प्रकाशनमालेतील सातवे पुष्प म्हणजे हे 'सुदर्शन चरित' होय.

पंचनमस्कार व शीलव्रताचे महात्म्य सूचित करणारे हे चरित्र आहे. मुनिश्री विद्यानंदिविरचित ग्रंथाचा हा अनुवाद आहे. मूलग्रंथ १३५४ श्लोकसंख्येचा आहे. एकूण बारा अधिकारां (प्रकरणां)मध्ये हे संपूर्ण चरित्र जन्म, मुनिर्दीक्षा, केवलज्ञानप्राप्ती व मोक्षप्राप्ती इथपर्यंतचा भाग यात आला आहे.

पूर्वसुरींच्या चरित्रापेक्षा अत्यंत वस्तुनिष्ठपणे या चरित्राची मांडणी करप्यात आली आहे. सुभग नामक गवळ्याने णमोकार मंत्रारधना केली व तो श्रेष्ठीपुत्र ते पाचवा केवली झाला अशी ही कथा आहे.

७) चक्रवर्ती सुभौम

सुभौम हे ऋषभपुत्र भरत या पंचम काळातील प्रथम चक्रवर्तीनंतरचे आठवे चक्रवर्ती होत. अरनाथ तीर्थंकरांच्या शासनकाळातील ते होत. जैन शालेय विद्यार्थ्यांना उपयुक्त व्हावे असे हे चरित्र आहे. सहस्रबाहू हा अयोध्येचा राजा असून कृतवीर्य हा त्याचा मुलगा होय. त्या दोघांनी कामधेनूचे हरण केल्यामुळे परशुरामाने त्यांचा नि:पात केला. पण सहस्रबाहूची राणी चित्रमयी हिच्या उदरात सुभौमाचा जीव वाढत होता तोच पुढे चक्रवर्ती झाला. इतकेच नव्हे, तर त्याने परशुरामाचा पराभव केला व पुढे मरण पावला इथपर्यंतचा भाग आला सात आहे.

८) धन्यकुमार चरित्र (१९०१)

हे मराठीतील एक जुने चरित्र आहे. भ.महावीरांच्या समकालीन असणाऱ्या धन्यकुमार श्रेष्ठी यांची कथा यात आहे. दानफलाचे महत्त्व सांगणारे हे कथानक असून विद्यादानोपदेशी प्रकाशनाने १९०१ साली हे चरित्र छापले आहे. धनपाल शेटी आणि प्रभावती यांचा मुलगा धन्यकुमार याला धनलाभ होतो. नंतर तो या धनाचा उपयोग दानासाठी करतो. त्याच्या आयुष्यात अनेक उपसर्ग येतात परंतु,

दानाच्या महात्म्याने त्याची सुटका होते. शेवटी तो मोक्षास जातो. अशी छोटेखानी कथा छापली गेली आहे.

९) सुकुमार चरित्र (जि. पा. फडकुले)

आचार्य सकलकिर्ति विरचित सुकुमार चरित्राचा मराठी गद्यानुवाद जि. पा. फडकुले यांनी केला आहे. सकलकीर्ती हे पद्मनंदी भट्टारकांचे शिष्य होते. इ.स. १५४६ हा त्यांचा कालखंड. आदिनाथपुराण, मल्लिनाथ, शांतीनाथ, पार्श्वनाथपुराण, सुदर्शनचरित्र, श्रीपालचरित्र अशा अनेक प्रथमानुयोग व सर्वच अनुयोगात संस्कृतमध्ये कथा लेखन करणारे हे आचार्य होऊन गेले. प्रस्तुत कथा त्यांच्या प्रथमानुयोग रचनेतीलच असून वर्धमान तीर्थंकरांच्या काळात उपसर्ग सहन करणारे जे दहा मुनी होऊन गेले त्यापैकी सुकुमार हे एक मुनी होते. त्याप्रमाणे मुनिसुव्रतांच्या काळात किंवा त्याच्याही अगोदर हे मुनि झाले असावेत. अत्यंत कोमल शरीराचे हे मुनी. कोल्हिणीने यांचे सर्व अवयवांसह यांना खाऊन टाकले. तरीही संयम धारण करून उपसर्ग सहन केला. महासद्पुरूषांच्या ठिकाणी अत्यंत उपभोग घेण्याचे सामर्थ्य असते तसेच तीव्र दुःख देणारे उपसर्ग सहन करण्याचे देखील सामर्थ्य असते. पराक्रमी पुरुष साधुत्व स्वीकारल्यानंतर संयमाने अत्यंत दुःख सहन करतात ही कथा सांगून पुढील भव आणि मागील भव यांची कथा या चरित्रात येते. अत्यंत हृदयस्पर्शी असणारे हे चरित्र फडकुले शास्त्री यांनी तितक्याच सामर्थ्याने मराठीत आणले आहे.

१०) नागकुमार चरित्र (जिनदास पार्श्वनाथ फडकुले,१९२७)

श्री मल्लिषेण आचार्यांनी या ग्रंथाची रचना केली आहे. यामध्ये नागकुमार राजाची हकीकत आलेली आहे. पूर्वभवामध्ये हा राजा धनदत्त नावाच्या व्यापाराचा नागदत्त या नावाचा मुलगा होता. त्याने त्या भवांतही पंचमीव्रत केले होते. या व्रताच्या प्रभावाने त्यांचा सौधर्म स्वर्गात जन्म झाला. व्रतधारण करणाऱ्याला इहलोकी व परलोकी अनेक सुखांची प्राप्ती होते. २२ वा कामदेव म्हणून नागकुमार प्रसिद्ध आहे. प्रथम सर्ग ते पंचम सर्ग यामध्ये हे समग्र चरित्र आले आहे. या संस्कृत कथेचा मराठी अनुवाद जि. पा. फडकुले यांनी केला आहे.

११) श्रीवरांगचरित (जिनदास पा. फडकुले, १९२७)

इ.स.१७२८ साली धरणीपंडित कवीने कानडीभाषेत 'वरांगनृपचरित' लिहिले आहे. तसेच या ग्रंथाची हिंदी भाषेतही रचना झाली आहे. परंतु हा मूळ ग्रंथ संस्कृतमधील श्रीवर्धमान कवीने रचला आहे. त्याचा अनुवाद म्हणजे हा ग्रंथ होय.

कानापुरचा राजा धर्मसेन याचा मुलगा वरांग. याने नेमिनाथ तीर्थंकराचे मुख्य गणधर वरदत्ताचार्य यांच्याजवळ सम्यकत्वासहीत पाच अनुव्रते धारण केली. पुढे हा पराक्रमी राजा झाला. त्याच्यावर अनेक संकटे आली. शेवटी त्याने वरदत्त गणधराजवळ दीक्षा घेतली. तपश्चर्या करून सर्वार्थसिद्धीस गेला. असे या ग्रंथाचे कथानक आहे. हा ग्रंथ प्राचीन आहे. केवळ २० प्रकरणांमधून रेखाटण्यात आलेले हे चरित्र आहे. हरिवंश पुराणकर्ते जिसेनाचार्य यांनीही या कथेचे कौतुक केले आहे. हरीवंश रचनेचा काळ शके ७०५ आहे. यावरून या ग्रंथाची प्राचीनता लक्षात येते. वरांग हा नेमिनाथकालीन पुण्यपुरुष असावा.

१२) श्रीप्रीतिंकरचरित्र (अनु. जिनदास पार्श्वनाथ फडकुले, १९३१)

१७ व्या शतकातील ब्र. नेमिदत्त कवीने हे चरित्र संस्कृत भाषेत लिहिले होते. त्याचा अनुवाद फडकुले शास्त्री यांनी करून तो श्री सखाराम नेमचंद जैन ग्रंथमालेकडून प्रसिद्ध करविला आहे. श्रीनेमिदत्त कवींनी श्रीगुणभद्राचार्यांच्या उत्तरपुराणांतर्गत प्रीतिंकरचरित्राच्या आधारे रचला आहे.

एका कोल्ह्यास जातिस्मरण झाल्यामुळे (त्याने मुनींच्या मुखातून धर्मोपदेश ऐकला होता) त्याने रात्री भोजनाचा त्याग करण्याचे व्रत घेतले. रात्री कोल्हा शुभध्यानाने मरतो व कुबेरदत्त श्रेष्ठीच्या धनमित्राच्या पोटी जन्मतो. गृहस्थावस्थेत कामगिरी करतो व मोक्षास जातो. तोच हा भ.महावीरकालीन सत्पुरुष होय. प्रस्तुत ग्रंथ तीन अधिकारात प्रकटला आहे. संस्कृत श्लोक व श्लोकांना शीर्षकांतर्गत मराठी अनुवाद असे हे चरित्र आहे. कथा, भवांतरे, अनेक प्रसंग व धर्मविचार असे एकूण याचे स्वरूप आहे.

१३) श्री यशोधरचरित्र (हिराचंद अमीचंद शहा,१९१३)

जैन धर्माच्या 'अहिंसा परमो धर्मः' या तत्त्वाला अनुसरून लिहिले गेलेले हे पुण्यपुरूषाचे चरित्र आहे. जीवहिंसेपासून काय होते यासाठी भवांतराची व कर्मगतीची कल्पना या कथेत जोडली आहे. जंबुद्वीपातील मारिदत्त राजाची मिथ्यामार्गाची गोडी त्याला कशी कुमार्गावरून भोगाकडे नेते. ब्रह्मचर्यास दिलेला उपसर्ग यामुळे ओढावलेला अनर्थ कळतो व शेवटी राजाला पश्चाताप होतो. या चरित्रांर्गत इतर भवांतर कथा व धर्मतत्त्वज्ञान आले आहे. शेवटी यशोमती राजा दीक्षा धारण करतो व मरणोत्तर निरनिराळे शुभ पर्याय धारण करतो. एकूण ८ भागात हे चरित्र प्रकटले आहे. यशोधर राजाने मातेच्या सांगण्यावरून पिठाच्या कोंबड्याचा कुलदेवतेला बळी दिला होता; त्यामुळे पापबंध झाला.

१४) श्री धन्यकुमार चरित्र (१९०१)

अवंती देशात उज्जयनी शहरात धनपाल शेटी राहत होता. त्याला सहा पुत्र होते; सातवा हा धन्यकुमार होय. त्यांच्या आयुष्यात घडलेल्या विविध घटना यात व्यक्त करण्यात आल्या आहेत. एकूण ७ अधिकारांमध्ये चरित्राची मांडणी करण्यात आली आहे. सुकृतपुण्याच्या क्षेत्राला गेलेल्या अकृतपुण्याची ही गोष्ट आहे. यात पूर्वभवकथन आहे. हा अकृतपुण्यपुरुष म्हणजे धन्यकुमार होय. याच्या या भवाची कथा सांगितली आहे. शेवटी हा मोक्षास जाईल असे कथन केले आहे. प्रवाही निवेदन कौशल्यामुळे या कथेला वेगळी उंची प्राप्त होते.

जैन तत्त्वज्ञानातील कालगणनेमध्ये चोवीस तीर्थंकर हे पंचमकाळीपर्यंत होतात. या प्रत्येक तीर्थंकरांच्या काळात दहा-दहा पुण्य पुरुष म्हणजे पराक्रमी पुरुष होतात. हे पराक्रमी पुरुष ऐश्वर्य भोग भोगल्यानंतर अनेक उपसर्गांना सहन करतात व शेवटी दीक्षा घेऊन मोक्षाला जातात. अशा पुण्यपुरूषांची चरित्रे जैन पुराणांमध्ये आली आहेत. ही चरित्रे नंतर अनेक भारतीय भाषांमध्ये स्वतंत्र रीतीने लिहिली आहेत. विशेषत: संस्कृत आणि कन्नड साहित्यात ही चरित्रे लिहिली गेली आहेत. मराठी साहित्यातही ही चरित्रे गद्य व पद्यात लिहिलेली आहेत. मराठी भाषेतील गद्य भाषेत लिहिलेली ही वरील चरित्रे आहेत. यापैकी जिनदास फडकुले यांनी लिहिलेली चरित्रे ही अनुवादित आहेत. प्रस्तुत घटकात केवळ गद्य चरित्रांचा परामर्श घेतला आहे.

जैन सम्राटांची चरित्रे

जैन धर्माचा इतिहास हा पराक्रमी पुरूषांचा इतिहास आहे. भ.महावीरांनी 'अहिंसा' तत्त्व सांगितल्यामुळे जैन लोक दुबळे आहेत असा समज पसरवणारे जैनद्वेष्टे तत्त्ववेत्ते जैनांची बदनामी करू लागले याला प्रत्त्युतर देण्याच्या हेतुने भारतीय परंपरेतील जैन सम्राटांची चरित्रे जैन व जैनेतरांना उपलब्ध व्हावीत या हेतूने जैन सम्राटांची चरित्रे आधुनिक मराठीत लिहिली गेली आहेत. खुद्द लेखकांनीच याविषयी प्रस्तावनेत आपले मत मांडले आहे. ''जैनांच्या अहिंसावादामुळे हिंदुस्थान स्त्रैण बनला नाही. उलट जैनधर्मियांनी राज्यविस्तार व धर्मप्रसार साधण्यासाठी रणांगणावर तलवारी परजल्या आहेत असेच भारत वर्षाच्या गतकालीन इतिहासाकडे दृष्टिक्षेप केल्यास दिसून येते.'' (प्रस्ता. सप्तसम्राट, आ. भा. मगदूम, १९३३)या इतिहासातील पराक्रमी पुरूषांची चरित्रे लेखकांनी लिहिली आहेत, या सम्राटांमध्ये राजा श्रेणिक उर्फ बिंबिसार, चंद्रगुप्त, अशोक, बिंदुसार, सम्राट खारवेल, कुमारपाल याचप्रमाणे दक्षिण भारतातील

राष्ट्रकूट, होयसाळ, गंग वंशाचे राजे यांचा इतिहास व पराक्रम सांगितला गेला आहे.

१) सप्तसम्राट–आ.भा.मगदूम (१९३३)

आधुनिक जैन सम्राटांच्या चरित्रामध्ये सप्तसम्राट हे आ.भा.मगदूम यांनी लिहिलेला छोटासा चरित्रग्रंथ आहे. यामध्ये भरत, श्रेणिक, चंद्रगुप्त, बिंदुसार, अशोक, खारवेल व कुमारपाल या सात सम्राटांची परिचयात्मक माहिती आ.भा.मगदूम यांनी दिली आहे.

२) सम्राट चंद्रगुप्त–आ.भा.मगदूम (१९३४)

आ.भा.मगदूम यांनीच पुढे चंद्रगुप्ताचे विस्तृत चरित्र लिहिले आहे. पुण्यास्रव पुराणामध्ये चंद्रगुप्ताविषयी माहिती येते. चंद्रगुप्त हा जैन सम्राट होता. त्याचप्रमाणे तो भारतसंरक्षक राजाही होता. चंद्रगुप्त हा दासीपुत्र नसून तो क्षत्रिय वंशाचा होता. या राजाबद्दल गैरसमज नाहीसे व्हावेत म्हणून आ.भा.मगदूम यांनी हे चरित्र लिहिले आहे.''चंद्रगुप्त मौर्य हा हीनकुलोत्पन्न नसून तो क्षत्रियकुलोत्पन्न होता, तो वैदिक धर्मानुयायी नसून जैनधर्मी होता, स्वपराक्रमाने तो रंकाचा राव बनला व शेवटी सम्राटपदाचा त्याग करून त्याने जिनदीक्षा घेतली आणि श्रवणबेळगोळ येथे समाधिमरण साधले. अंतिम श्रुतकेवली भद्रबाहु स्वामींच्याबरोबर तो दक्षिणेत आला. श्री भद्रबाहूंच्या निर्वाण काळानंतर बारा वर्षे घोर तपश्चर्या करून ज्या डोंगरावर त्याचे प्राणोत्क्रमण झाले, त्यास चंद्रगिरी नावाने संबोधले जाऊ लागले'' (प्रस्ता.) ही चंद्रगुप्त सम्राटाविषयीची ऐतिहासिक सत्य माहिती आ.भा.मगदूम यांनी या चरित्रात दिली आहे. चंद्रगुप्ताचे जैनत्व आणि चंद्रगुप्तांविषयी जागतिक विद्वानांची मते यामुळे हे चरित्र सत्याकडे पोहोचते.

३) सम्राट खारवेल – आ.भा.मगदूम (१९४१)

ऐतिहासिक जैन सम्राटांची ऐतिहासिक सत्य माहिती चरित्रातून लिहिण्याचे महत्त्वाचे कार्य आ. भा. मगदूम यांनी केले आहे. सम्राट खारवेल यांना भारतीय इतिहासकारांनी ''भारतीय नेपोलियन'' असे संबोधले आहे. प्राचीन शिलालेखांच्या द्वारे या सम्राटाचे चरित्र प्रकाशात आले. सम्राट अशोकाच्या कलिंग युद्धानंतर ओहोटीस लागलेल्या कलिंग राज्याची पुनर्स्थापना सम्राट खारवेल यांनी केली. आपला पराक्रम, सहिष्णुता आणि कुशल प्रशासनाने पुन्हा हे राज्य भरभराटीस आणले. जैन मुनींना राजाश्रय दिला व कुमारी पर्वतावर केलेल्या अपूर्व धर्मोत्सवामुळे खारवेल अजरामर झाला. असे हे ऐतिहासिक सत्यावर अधारलेले चरित्र आ. भा. मगदूम यांनी लिहिले आहे.

याशिवाय आ.भा.मगदूम यांनी 'राजा श्रेणिक' हे एक ऐतिहासिक चरित्र लिहिले आहे. राजा श्रेणिक उर्फ बिंबिसार हा भ.महावीरांच्या काळात होऊन गेलेला सम्राट होय. भ.महावीरांच्या समवसरणातील गौतम गणधराने राजा श्रेणिकास सांगितले. या घटनेवर आधारित जैन साहित्य विपुल प्रमाणात आहे. या श्रेणिक राजाची माहिती या चरित्रात लिहिली आहे.

आचार्य चरित्रे

समग्र भारतीय साहित्यामध्ये जैन साहित्याचे लेखन, संवर्धन, अनुवाद, भाषांतर आणि संकलनाचे कार्य जैन आचार्यांनी मोठ्या प्रमाणात केले आहे. किंबहुना जैनाचार्यांची परंपरा म्हणजेच जैन साहित्याची परंपरा होय.भारतीय जैन साहित्याची चारीही अनुयोगात रचना करण्याचे कार्य जैन आचार्यांनी केले आहे. आचार्य कुंदकुंदांपासून २१ व्या शतकात असणाऱ्या आचार्य विद्यानंद, विद्यासागर व समकालीन आचार्यांपर्यंत आजही साहित्य पुनर्लिखित व नवनिर्मित होत आहे. या सर्व आचार्यांची चरित्रे जैन धर्मीयांना, लेखकांना प्रेरणास्रोत व मार्गदर्शक म्हणून उपयुक्त आहेत. प्राचीन आचार्यांपासून समकालीन आचार्यांपर्यंतची अनेक चरित्रे मराठीमध्ये पहावयास मिळतात.

प्राचीन आचार्यांची चरित्रे

१) प्राचीन जैनाचार्य (प्रियंकरकुमार जैन, १९४२)

यांनी अनेक प्राचीन जैनाचार्यांची चरित्रे संक्षेपाने लिहिली आहेत. आचार्यांचे वाङ्मय, जीवनवैशिष्ट्ये, जीवनकार्य, जीवनातील ठळक घटना इ. बाबींकडे लक्ष पुरवून माहिती दिली आहे. प्रत्येक आचार्यांचे वैशिष्ट्य शब्दबद्ध केले आहे. आचार्य चाणक्य, आचार्य शिवकोटी, श्रीमानतुंगाचार्य, श्रीवीरसेनाचार्य, स्याद्वादपति विद्यानंदि स्वामी, सिद्धांतचक्रवर्ती श्रीनेमिचंद्राचार्य, श्रीसोमदेवसूरी, आचार्य वादीभसिंहसूरी इ. आचार्यांच्या चरित्रांनी हा चरित्रग्रंथ संपन्न झाला आहे. साधार संदर्भांच्या आधारे हे चरित्र लिहिले आहे.

२) प्राचीन जैनाचार्य व प्राचीन जैनाचार्यांची यशोगाथा (लीलावती सुमेरचंद जैन)

'प्राचीन जैनाचार्य' ही छोटीशी पुस्तिका लीलावती जैन यांनी छापली आहे. आचार्यांचे समग्र चरित्र असे या ग्रंथाला म्हणता येणार नाही. परंतु जैनागम ग्रंथाची रचना करणारे पुष्पदंत व भूतबली यांच्यापर्यंत आचार्य भट्टकेसरी त्याचप्रमाणे 'प्राचीन जैनाचार्यांची यशोगाथा'या पुस्तकात १० व्या शतकातील

आचार्य गुणभद्र यांच्यापासून १२ व्या शतकातील आचार्य नयनंदी यांच्यापर्यंत २० आचार्यांची थोडक्यात माहिती या दोन ग्रंथ पुस्तिकांत मिळते. जैन ग्रंथाच्या धर्माच्या अभ्यासकांना वाटाड्या ठरावीत अशी ही दोन पुस्तके आहेत.

३) पंचम श्रुतकेवली श्री भद्रबाहू चरित्र (श्रीमती रजनी विजयकुमार शहा, २०१२)

आचार्य श्री रत्ननंदीजी उर्फ रत्नकीर्तीजी विरचित 'भद्रबाहू चरित्र' हे रजनी वि. शहा यांनी अनुवादित केले आहे. भ.महावीरांच्या नंतर १६२ वर्षांनी श्री भद्रबाहू हे अंतिम श्रुतकेवली झाले. १२ वर्षे दुष्काळ पडणार हे जाणून दक्षिणेत विहार केला. येथे त्यांनी यमसल्लेखना साधली. त्यांचा शिष्य राजा चंद्रगुप्त होय. या कालातच श्वेतांबर पंथाचा उदय झाला. याची सविस्तर कहानी या ग्रंथात रेखाटली गेली आहे.

भद्रबाहू संदर्भात अनेक कथा, घटना या कालखंडात घडलेल्या आढळतात. अगदी अलीकडच्या काळातील हे महत्त्वाचे चरित्र होय. छोटेखानी पण महत्त्वाच्या घटनांचा उल्लेख यामध्ये आढळतो.

४) आचार्य कुंदकुंददेव (एम.बी.पाटील, अनु.यशपाल जैन,१९८३)

एम.बी.पाटील यांनी कन्नडमध्ये लिहिलेल्या 'आचार्य कुंदकुंददेव' या चरित्राचा अनुवाद मराठीत यशपाल जैन यांनी केला आहे. आचार्य कुंदकुंददेव यांनी जैन तत्त्वज्ञानाला व साहित्याला फार मोठी देणगी दिली आहे. शक संवत्सर ३८८ म्हणजे कुंदकुंदांचा कालखंड व अनुयायांचा/अन्वयाचा कालखंड हे इ. सनाचे ४ थे, ५ वे शतक येते. कुंदकुंदांनी आपल्या जीवनकालात ८४ ग्रंथांची रचना केली. त्यापैकी आज केवळ १२ ग्रंथ उपलब्ध आहेत. परंतु या १२ ग्रंथांमध्ये जैन धर्माचे तत्त्वज्ञान ओतप्रोत भरले आहे. या महान विभूतीमुळेच जैन धर्माचे तत्त्वज्ञान आजपर्यंत टिकून राहिले आहे. अशा या आचार्यांची ऐतिहासिकता, त्यांची तात्त्विक प्रामाणिकता व भावात्मक वास्तविकता या चरित्रात सापडते. ऐतिहासिक पुरावे देऊन हे चरित्र लिहिण्याचा प्रयत्न केला गेला आहे. जैन धर्मीयांसाठी हे चरित्र अत्यंत उपयुक्त आहे.

५) आचार्यश्रेष्ठ श्री नेमिचंद्र यांची जीवनगाथा (प्राचार्य सुमेर के.जैन, १९७२)

आचार्य श्री नेमिचंद्र म्हणजे १० व्या शतकातील महान विभूती. त्यांचे जीवनचरित्र अनेक वास्तु-शिल्पांमधून समजते. या संपूर्ण चरित्रात १० व्या

शतकातील राजकर्ते, समाज, समाज-जीवन यांचे दर्शन घडते. तसेच नेमिचंद्रांच्या जीवनात आलेली स्थित्यंतरे विविध घटनाप्रसंगाद्वारे प्रत्ययास येतात. त्यांच्या जीवनात आलेली कारूण्याची वृत्ती, यातून घडत गेलेल्या घटना, पुढे मुमुक्षू जीवनात त्यांनी कवी रन्नास दिलेला दृष्टांत व त्याला झालेली काव्यस्फूर्ती, सेनापती चामुंडराय यास सांगितल्याप्रमाणे लागलेला मूर्तीचा शोध व त्यानंतर झालेले निर्वाण या सर्वच घटनांचे वर्णन अतिशय प्रवाही व प्रभावी झाले आहे. मोजक्याच पण प्रभावी वर्णनशैलीने आदर्शाचा वस्तुपाठ उभा केला गेला आहे. हे एक उत्तम चरित्र आहे.

६) महतिसागरांचे चरित्र (प्रका. सखाराम नेमचंद दोशी,१८११)

मराठी जैन साहित्यातील 'तुकाराम' असे ज्याना म्हटले जाते ते जन्मजातच असामान्य बुद्धिमत्ता असलेला मुरारी म्हणजेच महतिसागर होय. वयाच्या सातव्या वर्षापासून त्यांच्या ज्ञानाची चमक लक्षात आली. त्यांच्या जीवनात आलेले चढउतार (दीक्षा घेण्याविषयीचे) खूपच जिज्ञासायोग्य झालेले आहेत. त्यांचा विविध स्थळांशी आलेले संपर्क व विविध प्रसंग यांनी युक्त असे चरित्र. त्यांच्या ज्ञानसंपादनासाठीच्या कार्याची व ब्रह्मचर्यत्वाची महती सांगणारे हे सरळ कथानक लाभलेले चरित्र होय. अल्प पृष्ठांसंख्येत बरीच माहिति या चरित्रात मिळते.

७) आचार्य शांतिसागर महाराज यांची चरित्रे

१) आचार्य शांतिसागर महाराज यांचे चरित्र (शांतिनाथ यशवंत नांद्रे, १९३५) :

२० व्या शतकातील प्रथमाचार्य शांतिसागर याचे हे चरित्र हाय. या चरित्रात. प्रारंभी तत्त्वज्ञानयुक्त प्रस्तावना, हृद्‌गत आणि त्यानंतर उपोद्‌घात येतो. पुढे प्रकरण १ ते २३ यामधून आचार्य शांतिसागर यांचे चरित्र आकाराला आले आहे. विवेचनाच्या ओघात संस्कृत, प्राकृत श्लोक-सुभाषिते, मराठी ओव्या-अभंग यांचाही खुबीने वापर या चरित्रात केला आहे. भोज गावापासूनचा महाराजांचा दिव्य प्रवास यात कथन केला आहे. त्यांनी कोणकोणत्या गावी चातुर्मास केले. त्यांच्या विहार, उपदेश यासंबंधीची महत्त्वाची माहिति मिळते. फार चांगल्या माहितीद्वारे लिहिले गेलेले हे चरित्र आहे. त्यांच्या जीवनातील अगदी अनेक घटनांचा उहापोह येथे केला गेला आहे.

२) संतश्रेष्ठ आचार्यश्री शांतिसागर चरित्र (सुभाषचंद्र अक्कोळे, १९८७)

आचार्य शांतिसागर हे अलीकडच्या काळातील पूजनीय व जैन श्रावकांमध्ये सर्वात लोकप्रिय आचार्य होत. आचार्यश्रींच्या जीवनातील सर्व विशेष-विविध

प्रसंग, त्यांनी प्रवचनांमधून प्रकट केलेले विचार, संत संस्कृतीचे स्वरूप, साधुपरंपरा, अध्यात्म जीवनाचा विकास, दीक्षा, भारत-विहार, व इतर महत्वाच्या घटना, निर्वाण भूमीच्या शोधात व सल्लेखना, व्यक्तिमत्वाचा वेध आणि अखेरीस सिंहावलोकन असे या चरित्राचे स्वरूप आहे. जैन मंदिरात अजैनांना प्रवेश करण्याचा कायदेशीर अधिकार नाही हा मुंबई न्यायालयाचा निर्णयही छापलेला आहे. आचार्यश्रींच्या वर्षायोगांची पवित्र स्थानेही दिलेली आहेत. विवेचनाच्या ओघात संस्कृत वचने, सुभाषितांचा वापर यात केला गेला आहे. अगदी मुद्देसूद व प्रवाही भाषाशैलीद्वारे हे चरित्र आकाराला आले आहे. आचार्य श्रेष्ठ शांतिसागर यांच्या जीवनावरील सर्वात मोठा व शास्त्रशुद्ध दृष्ट्या महत्वाचा आणि सर्वांगीण चर्चा करणारा हा ग्रंथ आहे. महावीर कंडारकरांनी या ग्रंथाचा हिंदी भाषेत अनुवाद केला आहे.

३) आचार्य श्री (विष्णुकुमार देशमाने)

प्रतिवर्षी सोलापूरला आचार्य श्री शांतिसागर यांच्या पुण्यतिथी निमित्त वक्तृत्व स्पर्धा होत असते. त्यानिमित्त एक विषय म्हणून आचार्यश्रींच्या जीवनावर विविधांगी भाष्य करून त्यांच्या चरित्राचे विविधपैलू व गुणाविशेष व त्यांच्या तेजस्वी जीवनाचा परिचय घडवून आला आहे. त्यांनी श्रावक जनांना केलेला उपदेश, विहारादरम्यान केलेला उपदेश उदाहरणांसह कथन करण्यात आला आहे. अतिशय प्रवाही काव्यमय भाषा, विविध उदाहरणे, अवतरणे यासह हे चरित्र उजळले अहे.

४) चरित्र चक्रवर्ती श्री १०८ आचार्य शांतिसागर महाराज यांचा स्मृतिगंध (मोतीचंद रेवचंद गांधी, १९७३)

आचार्य श्री शांतिसागर महाराज यांच्या निर्वाणानंतर २१ वर्षांनी हे चरित्र प्रकाशित झाले आहे. हे चरित्र आठवणी पजा आहे. उपजत जैनत्व लाभलेल्या महाराजांच्या व्यक्तिमत्त्वाचे विविध पैलू (धार्मिकता, सहजता) त्यांची आचार पद्धती, वाणीवैभव, तत्त्वज्ञान यासंबंधी भाग आला आहे. त्यांनी घेतलेल्या यससल्लेखनेस विषयी 'इथे थबकला निसर्ग' असे भावपूर्ण वर्णन केले आहे.

५) आचार्यवर्य शांतिसागर महाराज

परमपूज्य, योगींद्र चूडामणी, धर्मसाम्राज्यनायक श्री १०८ चरित्रचक्रवर्ती आचार्यवर्य शांतिसागर महाराज यांचे हे चरित्र. त्यांच्या जीवनाचा प्रथम परिचय व नंतर क्रमाक्रमाने विकास पावलेले जीवन/व्यक्तीमत्व आणि तत्त्वज्ञान यांचा सुरम्य संगम घडविते. 'आचार्यश्री' या पुस्तकाची ही पुनरावृत्ती वाटते.

८) मुनिवर्य श्री नेमिसागर महाराज यांचे चरित्र (वीरानुयायी आ.भा.मगदूम,१९३५)

समडोळी येथे महाराजांचे सान्निध्य लाभले त्यावेळी वेळोवेळी मिळालेल्या सत्य माहितीच्या आधारे हे चरित्र लिहिले गेले आहे. महाराजांचा करारी स्वभाव, निश्चल वैराग्य, गांभीर्य, शांतवृत्ती, व्रताचरण यांची ओळख येथे होते. जन्म, गुरूभक्ती, चातुर्मास, ८८ वर्षे वयाची प्रकृती आदींविषयी प्रामुख्याने माहिती दिली आहे. यानंतर मुनिवर्य श्री नेमिसागर पूजा, हा पद्यभाग, जपमाला हा भाग आला आहे. अगदी आटोपशीर, मोजक्या शब्दात हे चरित्र विरानुयायी लिहिले आहे.

९) श्रीपायसागर निर्ग्रंथ महामुनि चरित्र (भाग१) आणि मुनिपूजेसह संगीत पद्ये (दादातनय, बालकवी उर्फ जिनदत्त दादा उपाध्याय, १९३७)

आधुनिक काळातील स्वस्तिश्री १०८ आचार्य शांतिसागर यांचे शिष्य श्री १०८ पायसागर दिगंबर मुनी महाराज यांचे चरित्र अतिशय परिश्रमाने माहिती एकत्र करून लिहिले आहे. महाराजांची जन्मभूमी, जनकजननी, जन्मसमय आणि त्यात आजपर्यंत घडलेल्या सर्व घटना व त्यांची सम्यक् दृष्टी यांचे वर्णन, तसेच महाराजांना लाभलेला वक्तृत्वगुण, चातुर्मास यासह विहारस्थळे यांची माहिती यात येते. शेवटी श्रावक जनांना उपदेशपर अशी सुरम्य पदे यात दिली आहेत. शास्त्राधार घेऊन हे चरित्र लिहिले आहे. परिसरातल्या आदर्श आचार्यांचे चरित्र हे होय.

१०) आचार्य आर्यनंदी महाराजांची चरित्रे

१) निर्जरा (अशोक माणिकलाल धोंगडे, १९८३)

परमपूज्य १०८ श्री आर्यनंदी महाराज यांचे हे चरित्र महाराजांच्या अमृतमहोत्सवानिमित्त प्रसिद्ध केले आहे. आचार्यांनी कर्माची निर्जरा केली म्हणून 'निर्जरा' असे शीर्षक दिले आहे. महाराजांच्या सान्निध्यात राहून, अनेक व्यक्तींशी संपर्क साधून, माहिती संकलन करून हे चरित्र लिहिले आहे.

दिगंबर दीक्षा घेतल्यापासून त्यांनी केलेल्या तीर्थवंदना, भारतीय तीर्थ क्षेत्रांची नामावली, महाराजांनी केलेला प्रवास, केशलोच, जैन पंचांग, चातुर्मास व स्वाध्याय या सर्वांचा परिशिष्टामध्ये समावेश आहे. ललित्यपूर्ण भाषा यामुळे चरित्र उठावदार झाले आहे.

२) वात्सल्य

आचार्य श्री आर्यनंदी यांचे हे चरित्र. त्यांच्या आदर्श जीवनाचा आदर्श

सदैव जपला जावा या हेतूने हे चरित्र लिहिले आहे. वयाच्या ९३ व्या वर्षी मृत्युमहोत्सव संपन्न झाला. प्रस्तुत ग्रंथात जवळपास १७ लेखकांनी त्यांच्याविषयीच्या आठवणी जागविल्या आहेत. त्यांच्या विविधांगी व वात्सल्यपूर्ण जीवनाचा वेध येथे घेतला आहे. त्यांच्या विषयी विविध व वैशिष्ट्यपूर्ण लेख आढळतात.

११) स्व.क्षु.शांतमतीबाईंचे चरित्र व श्री महाबल राजाचे समाधिमरण (संपा. रावजी सखाराम दोशी, १९३८)

शांतमती बाईंचे थोडक्यात चरित्र वर्णन, जन्म, बालपण, विद्याभ्यास, विवाह व गृहस्थाश्रम, वैराग्यवृत्ती, दीक्षा, कार्य व प्रभाव, आजार, गुण, समाधीसरण व स्वर्गारोहण (२५ व्या वर्षी) आदी भाग आला आहे. धर्मकार्यात ही मोठी स्त्री होऊन गेली.

या चरित्राला जोडून समाधिमरणाचे महत्त्व सांगणारे महाबल महर राजांचे चरित्र आले आहे.

विद्याधरराजा-महाबलांचे समाधिमरण काव्यरचना या चरित्रातच समाविष्ट केलेली आहे. अवधिज्ञान जाणणारे, कैवल्य जाणणारे योगी, मुनी व समाधिमरणाचे महत्व सांगितले आहे. कषायविरहित राहतो तो मुनी, ही वृत्ती ज्या राजाने अंगी बाणवली तो महाबल राजा. पण पुढे समाधिमरण साधले. छोटेखानी पण चांगल्या अर्थाने प्रेरणा देणारे चरित्र ठरले.

मुनिचरित्रे

जैनधर्मामध्ये मुनिआचरणास विशेष महत्त्व आहे. मुनिआचरण हे मोक्षासाठी तसेच सामाजिक, धार्मिक क्षेत्रात महत्त्वाचे आहे. मुनीं ज्या ज्या वेळी धर्मोपदेश करतात तो महत्त्वाचा असतो. धर्माचरण, धर्मपरायणता या चरित्रांमध्ये प्रभावीपणे दिसून येते. कर्मकांड, व्रतवैकल्ये, मुनीपूजा या बरोबरच मुनींच्या चरित्रामधून धर्मकार्याचा विविध ठिकाणचा आढावा घेतलेला आढळतो. विविध तीर्थस्थळांना दिलेल्या भेटी यात आलेल्या आहेत. जैन साहित्यामध्ये विविध मुनींची, भट्टारकांची चरित्रे आढळतात.

१) १०८ विद्यासागर महामुनि चरित्र (धनपाल कुंतापा उपाध्ये, १९५४)

अनंतकीर्ती मुनींचा अल्प परिचय प्रारंभी विद्यासागर महामुनी यांचे चरित्र यात आले आहे. विद्यासागर मुनिपूजा, स्तोत्र, जयमाला, जाप्यमंत्र, आरती, विधी, स्तोत्रे (वीतराग, नेमिनाथ), णमोकार मंत्र प्रभाव व विद्यासागर महाराज

यांचेविषयी पौराणिक उल्लेख आहे. गद्य आणि पद्य मिश्रित असे हे चरित्र आहे. स्तोत्र हा पद्यभाग आहे. कुरूंदवाड क्षेत्रासंबंधी महत्वाचा उल्लेख यात आहे. काही दुर्मिळ फोटो, पादुका व उत्खननासंबंधी माहिती यात आहे.

२) श्री १०८ आचार्य वीरसागरचरित्र (पूज्य आर्यिका ज्ञानमती माताजी, १९६६)

आचार्यश्रींच्या पुण्यातिथीनिमित्त प्रकाशित करण्यात आलेले हे चरित्र होय. महाराजांचा जन्म, धर्मप्रेम, विहार करीत असतानाच्या काही घटना व शिष्यसमुदाय आणि जयपूर येथे झालेले महानिर्वाण. तसेच श्री आचार्य वीररसागरस्तुती ही पद्यरचनाही आलेली आहे.

३) श्री मुनिवर १०८ पायसागर महाराज (जीवनगाथा) (श्री गं.दा. सगरे, १९८२)

पू. १०८ श्री महाबल महाराज व श्री १०८ श्री जयकीर्ती महाराज यांच्या आज्ञेवरून हे चरित्र लिहिले अहे. पायसागर महाराजांच्या विषयी पूरक माहिती (अर्थात जन्म, त्यांच्या हातून घडलेले कार्य), चातुर्मास, त्यांचे आचार-विचार, पंचकल्याणक महोत्सव त्यांची लक्षणीय उपस्थिती व इतर धर्मकार्य व निर्वाण याविषयी व माहिती देण्यात आली आहे. विविध ठिकाणच्या चातुर्मासांचा उल्लेखही आहे.

४) महास्वामी (प्रा. सुमेरचंद जैन, सोलापूर, डिसेंबर १९८१)

प्रस्तुत चरित्र हे बृहद आहे. कोल्हापूरच्या भट्टारक लक्ष्मीसेन महाराजांचे हे चरित्र आहे. जैन मठांचा इतिहास व परंपरा, जैन मठांचे अलौकिक कार्य, भट्टारक पीठे, परंपरांची माहिती, विविध महोत्सव, महत्त्वाच्या घटना, साहित्य संमेलने, विहार यांची माहिती यात दिली आहे. ललित्यपूर्ण भाषा, वैचारिक मीमांसा व ओघवती निवेदनशैली असल्यामुळे हा ग्रंथ उठावदार झाला आहे. बृहद पण माहितीयुक्त असा हा चरित्रग्रंथ हा साकारला आहे. एक संदर्भग्रंथ म्हणूनही याकडे पाहता येईल.

५) यात्री जनमांगल्याचा (प्रा.डॉ. राजेंद्र बीडकर, २००२)

यात्री जनमांगल्याचा हे प.पू.ब्रह्मचारी पार्श्वसागर महाराज यांचे चरित्र आहे. कुंथलगिरी या सिद्धक्षेत्राला आकार देणाऱ्या आणि तेथे विद्यार्थ्यांच्या शिक्षणासाठी आश्रमशाळा उभारणाऱ्या पार्श्वसागरांच्या वैचारिक कर्तृत्वाची, त्यांच्या व्यक्तित्वाची, कार्याची ही गाथा. अनेक तपशील ललितरम्य भाषेत

सांगितले आहेत. शीर्षके सुद्धा ललित्यपूर्ण आहेत. ध्येयनिष्ठेची, अपार कष्टाची ही कहाणी अत्युत्तम झाली आहे. शेवटी काही परीक्षणे, अभिप्राय यामुळे या चरित्राची उंची आणखी वाढली आह. बारीक सारीक घटना, सनावळ्या यांमुळे या चरित्राची वस्तुनिष्ठता अधिक गडद झाली आहे.

संकीर्ण चरित्रे

जैन वाङ्मयात आचार्यांवी, मुनींची, समाजसेवक-सेविकांची, वीर स्त्रियांची चरित्रे, आत्मचरित्रे आढळतात. त्याचप्रमाणे काही संकीर्ण चरित्रेही आहेत. त्यामध्ये पुराण वाङ्मयातील उपेक्षित पुरूष, काही स्त्रिया यांची चरित्रे आहेत. त्या चरित्रांमधून त्यांचे आदर्श जीवन, आचारविचार, तत्कालीन परिस्थिती यांचा ऊहापोह होतो. त्यांच्या कार्यकृर्तत्वाचा उत्तम आलेख रेखाटला आहे.

१) जैन महाराष्ट्र लेखिका (सौ. सुलोचनाबाई आण्णासाहेब भोकरे, १९४०)

हे चरित्र म्हणण्योवजी चित्रपरिचयांसहित असलेला लेखसंग्रह होय. जवळपास ४८ जैन स्त्रीर्यि लेखिकांनी विविध विषयांवर लिहिलेले लेख आहेत. या लेखिकांचा परिचय चरित्र रूपाने प्रारंभी लिहिला गेला आहे. त्याचबरोबर आर्यिका संघांची व इतर आर्यका यांची छायाचित्रेही आहेत. या स्त्रियांच्या लेखांमधून विविध विषयांवर (उदा. व्यसनमुक्ती, मांसाहारत्याग, पूर्वकालीन स्त्रियांचा आदर्श, तिचं सुख, घटस्फोट, चातुर्मास अशा अनेक) लेख उत्तम शैलीमध्ये लिहिले आहेत. पण एकूण आशय हा सनातनी विचारांवर आधारित वाटतो. परंतु प्रस्तुत संपादिकेचा स्त्रियांना एकत्र आणण्याचा उपक्रम स्तुत्य वाटतो. (त्या काळाचा विचार करता) यामुळे हे चरित्रवजा लेखसंग्रहाचे पुस्तक उत्तम झाले आहे.

२) कर्णाटक जैन- कविकुल (पियंकरकुमार ब. शिरढोणकर,१९४१):-

'कर्णाटक कविचरिते' या कन्नड पुस्तकाचा कर्णाटक जैन कवि असे हिंदीत भाषांतर झाले आहे. यावरून हे पुस्तक मराठीत भाषातरित झाले आहे. हे लेख क्रमशः जैनबोधकातून प्रसिद्ध झाले. स्वामी समंतभ्रद ते कविराज नागराज यांच्यापर्यंत एकूण ५२ कवींची संक्षिप्त चरित्रे यामध्ये आली आहेत. त्यांचे कार्यकर्तृत्व, जीवन परिचय, वाङ्मयीन व धर्मकार्य आले आहे. शेवटी कन्नड वाङ्मय हे परिशिष्टही जोडलेले आढळून येते. कविसूचिही दिलेली आहे. छोटेखानी पण संदर्भासाठी म्हणून बरे पुस्तक आहे. ऐतिहासिक कालखंडाची चिकित्सा केलेली आहे.

३) संस्कृती गंगा (वासंती पानाचंद शहा, १९७०)

लघुकथा असणाऱ्या या पुस्तकामध्ये भारतीय परंपरेच्या वारसा सांगणाऱ्या, नीतिमूल्यांवर निष्ठा असणाऱ्या १० पौराणिक स्त्रियांची चरित्रे आली आहेत. भारतीय स्त्रीची वैशिष्ट्ये, तिच्या असीम तेजाचा परिचय करून दिला आहे. या कथामालेत आदिनाथ कन्या ब्राह्मी ते चेलना-चंदना पर्यंतच्या निरनिराळ्या कालखंडातील स्त्रियांचा परिचय करून देण्यात आला आहे.

४) गहिवर हा माणुसकीचा (मा. श्री. रणदिवे, १९७०)

नैतिक उपदेश करणाऱ्या या कथांमधून ऐतिहासिक व्यक्तिरेखांचे/स्त्रीयांचे चरित्र रेखाटण्यात आले आहे. संपूर्ण चरित्र न सांगता त्यांच्या जीवनातील एखादी घटना सांगून त्या व्यक्तिरेखेच्या जीवनातील उदात्त गुणांचे दर्शन घडविले आहे. अत्यंत साध्यासोप्या शब्दात बोधात्म-नीतीवान अशी मूल्ये या चरित्रात सांगितली आहेत. एकूण ७ चरित्र कथा या पुस्तकात आहेत.

५) श्रावकोत्तम ब्र.जीवराज गौतमचंद दोशी (डॉ. सुभाषचंद्र अक्कोळे, १९९४)

या चरित्रात जीवराज गौ. दोशी यांचे जीवन व कार्य रेखाटले आहे. कुलवृत्तान्त, अध्यात्मिक जीवनाची उभारणी, धर्मसेवा, साहित्यसेवा, जीवनसाधना, स्वर्गवास, संस्मरणीय वैशिष्ट्ये व काही स्मृतिरेषा या प्रकरणांद्वारे जीवन कार्याचा आढावा घेतला आहे. स्मृतिरेषा मध्ये त्यांच्याविषयी सुहृदांनी आठवणी जागवल्या आहेत. एका काळाचाच आलेख यात अधोरेखित झालेला आढळून येतो. जीवराज बाबा यांच्या व्यक्तिमत्त्वाचे प्रभावी गुण येथे वर्णन करण्यात लेखकाने दाखवले आहेत. अनेक घटना नमूद केल्या आहेत. शेवटी जीवराज जैन ग्रंथमालेच्या प्रकाशित पुस्तकांची सूची जोडली आहे.

६) जीवनज्योत

'क्षु. राजुलमती अम्मा यांचे चरित्र' जीवनज्योत या नावाने विद्युल्लता हिराचंद शाह यांनी लिहिलेले आहे. सुरुवातीस जेष्ठ कवी प्रो. द.रा.बेंद्रे यांनी आश्रमात १० व्या दिवशी वाहिलेली श्रद्धांजली दिलेली आहे. पुढे अतिशय सुरम्य शब्दात शीर्षकांतर्गत त्यांची जीवनगाथा व्यक्त केली आहे. आठवणीवजा सर्व व्यक्तिमत्त्व-चरित्र उलगडून दाखवले आहे. अनेक घटना प्रसंग अनेक व्यक्तींनी सांगून त्यांची स्मृती चिरस्थायी ठेवण्याचा प्रयत्न केला आहे. ललितमधुर भाषेत हे लिहिले आहे. चरित्रामध्ये प्रसंगोपात्त छायाचित्रेही छापलेली आढळून येतात. अनेक आश्रमवासी श्राविका व इतरांनी त्यांच्या स्मृतीला जागे ठेवले आहे. अनेक आठवणींमधून हे चरित्र साकारले आहे.

६) डॉ. ए. एन्. उपाध्ये : जीवन–साहित्य सौरभ (संपा. आर. एन. बेडकिहाळे, २००८)

जैन समाजाला २० व्या शतकात लाभलेले डॉ. ए. एन. उपाध्ये म्हणजे अनमोल रत्न होय. अनेक ग्रंथ, शोधनिबंध, परीक्षणे, व्याख्याने, प्रस्तावना आदींवर वैविध्यपूर्ण लेखन त्यांनी केले आहे. या चरित्रात प्राकृत प्रबंधावर त्यांनी डी–लिट् पदवीचा प्रारत केलेली बहुमान, त्यांच्या अद्वितीय कार्याचा, साहित्यिक कर्तृत्वाचा, जीवनाचा आढावा यात घेतला आहे. अनेक अंगांनी डॉ. उपाध्ये यांच्या विषयी अनेक विद्वानांनी, सुहृदांनी लिहिलेले लेख आहेत. शुभ संदेश आहेत. सामाजिक, शैक्षणिक, साहित्यिक, काही नियतकालिकातीलही आढावा या चरित्रात आहे. त्यांच्या जन्मापासून जन्मशताब्दीपर्यंतचा प्रवास यात अंकित केला आहे. वेगवेगळे संदर्भ, घटना, उतारे, त्यांचे साहित्य यांचा तारखांसह आलेख रेखाटला आहे. विविध प्रकरणे (इंग्लिश, हिंदी, कन्नड) अनुवादित करुन छापली आहेत. अगदी संग्राह्य असा हा चरित्र ग्रंथ आहे. त्यांची धर्मनिष्ठा व साहित्यनिष्ठा या चरित्रात प्रकर्षाने व्यक्त होते.

समाज सेवकांची चरित्रे

समाजसुधारणा, राष्ट्राचे संवर्धन, व्यापर–विषयक कार्य करता–करता जैन धर्माच्या उन्नतीचे प्रयत्न करणारे काही समाजसुधारक जैन समाजात होऊन गेले. समाज सुधारकाला कोणतीही जात–धर्म नसतो. हे जरी खरी असले तरी सामाजिक काम करताना आपण जो धर्म स्वीकारला आहे त्या धर्म व समाजसुधाणेविषयी विशेषत्वाने काही कामगिरी केली आहे. १९ व्या शतकात महाराष्ट्रात समाजसुधारणेच्या चळवळी सुरु झाल्या. त्या अगोदरच संत–महंतांनी समाजसुधारणेची कामे केली आहेत. परंतु सामाजिक चळवळी/सुधारणा १९ व्या शतकात सुरु झाल्या. याचाच परिणाम म्हणून इथल्या धर्म, समाज यात सुधारणा व्हाव्यात म्हणून जैन धर्मातील विद्वान लोकांनी, उद्योजकांनी कार्य केले व समाजातील अनिष्ठ प्रथा–परंपरांना फाटा देवून समाजामध्ये काही परिवर्तन घडवून आणले. १९ व्या शतकात हिराचंद अमोलिक यांनी फलटण परिसर तील समाजातील अनिष्ठ प्रथा परंपरा व मिथ्या धर्माच्या नादी लागलेल्या समाजाला व अज्ञान अंधश्रद्धेच्या मागे लागलेल्या समाजाला सुधारणेसंबंधी काही प्रयत्न केले. अशा काही समाज स धारकांची चरित्रे पुढील प्रमाणे–

धर्मवीर शेठ रावजी सखाराम दोशी यांचे चरित्र –शांतिनाथ यशवंत नांद्रे, १९३५

याशिवाय १९ व्या शतकाच्या अखेरीस जैन धर्मातील उद्योजक हिराचंद नेमचंद दोशी यांनी समाज सुधारणेचे कार्य हाती घेतलेले दिसते. जैन बोधकाचे संपादक व जैन उद्योजक, दानवीर म्हणून त्यांनी आपले कार्य समाजासाठी केले. त्यांच्या कार्याविषयी दि. बा. मंगळूरकर म्हणता, ''जैनातील घातक चालींचा नायनाट झाला पाहिजे, वृद्ध-विवाह, बाल विवाह यांना आळा बसला पाहिजे. स्त्रीया सुशिक्षित झाल्या पाहिजेत. हाताने शास्त्रे लिहिण्यापेक्षा ती छापली तर त्यांचा प्रसार अधिक होईल व शास्त्रे छापणे अथवा परदेशगमन करणे यात पाप नाही. संस्कृत, प्राकृत भाषेबरोबरच इंग्रजी ज्ञानाचाही आमचे समाजात प्रसार झाला पाहिजे. इत्यादी कल्पना जैन समाजास पटवून देण्याचे कार्य जर आमच्या महाराष्ट्रात प्रामुख्याने कोणी केले असेल तर दानवीर हिराचंद नेमचंद शेठ यांनीच.'' (नांद्रे शां. य., धर्मवीर शेठ रावजी सखाराम दोशी यांचे चरित्र, प्रस्ता.,१९३५) या विधानवरून शेठ हिराचंद नेमचंद यांचे कार्य लक्षात येते.

शेठ हिराचंद नेमचंद व वलचंद हिराचंद

हिराचंद नेमचंद यांचे बृहद् चरित्र अलिकडे प्रसिद्ध झाले आहे. ते अनेक खंडात प्रकाशित झाले आहे. परंतु याआधी सोलापूर निवासी विठ्ठल नरसाप्पा जवकल यांनी हिराचंद नेमचंद यांचे चरित्रप्रकाशित केलेले आहे. या छोट्याशा चरित्रात हिराचंद नेमचंद यांच्या जीवनकार्याचा आढावा घेतला आहे. हिराचंद नेमचंद यांनी जैन समाजासाठीच नव्हे तर सोलापूर शहराच्या औद्योगिक, सामाजिक उन्नतीसाठी प्रयत्न केले आहेत. त्याची प्रचीती या चरित्रावरून येते.

हिराचंद नेमचंद यांच्याप्रमाणेच त्यांचे कार्य पुढे त्यांचे चिरंजीव वालचंद हिराचंद व पुतणे रावजी सखाराम यांनी सामजसुधारणेचे काम पुढे चालविले आहे. यापैकी मराठीत 'शेठ रावजी सखाराम दोशी यांचे चरित्र' (१९३५) शांतीनाथ यशवंत नांद्रे यांनी लिहिलेले आहे. (या चरित्राला दि. बा. मंगुडकर यांची प्रस्तावना लाभली आहे.) रावजी सखाराम यांचे पूर्वज गुजरातेतून महाराष्ट्रात आले. महाराष्ट्रात येऊन त्यांनी अनेक उद्योगधंदे-व्यवसाय केले व दोशी घराणे महाराष्ट्रात व जैन धर्मात प्रस्थापित केले. रावजी सखाराम उद्योगशील व व्यापारी दृष्टीचे होते. त्याचबरोबर धार्मिक वृत्तीचेही होते. औद्योगिक आणि व्यापारक्षेतात त्यांनी मिळविलेलेला नावलौकिक, माणिकचंद प्रशाला मुंबई, श्राविकाश्रम, जैन बोर्डींग, जैन औषधालय, जैन पाठशाला सोलापूर आणि त्यांनी शांतिसागर महाराजांचे सोबत केलेला विहार, धर्मकार्य याबाबतची माहिती या चरित्रात पहायला मिळते.

शांतिनाथ नांद्रे यांनी आणखी एक लिहिलेले चरित्र म्हणजे 'कर्मवीर भाऊसाहेब कुदळे' यांचे चरित्र होय. भाऊसाहेब कुदळे हे दुधगावचे. सांगली जिल्ह्यामध्ये त्यांनी केलेले जैन समाजाविषयी कार्य, शैक्षणिक कार्य या चरित्रात आले आहे. विवेचनात इंग्रजी वाक्ये, काही छायाचित्रे आणि ओव्या आहेत. या चरित्रात त्यांची दानत या विषयी लिहिले आहे. त्यांनी अनेक समाजोपयोगी कामे केलेली आहेत.

जैन आत्मचरित्रे

आत्मचरित्र म्हणजे मानवी जीवनाच्या कृतार्थतेची एक लक्षणीय ठेव होय. एखाद्या व्यक्तीची सामाजिक, शैक्षणिक, मानसिक आणि इतर कला व रुचीच्या अंगाने झालेली वृद्धी हे एक परिमाण या लेखनाच्या केंद्रबिंदूशी कारणीभूत ठरते. व्यक्तीच्या कर्तृत्वात आलेले चढउतार यांचा एक आलेख इथे प्रकट होतो.

जैन समाजामध्येही अशा काही कर्तृत्ववान व्यक्ती झाल्या. आरंभापासून त्यांनी आपल्या कर्तव्याचे वस्तुनिष्ठ वर्णन व उत्तरोत्तर वृद्धिंगत होत जाणारा आलेख आपल्या आत्मचरित्रात रेखाटला आहे. स्व शी निगडित व संदर्भित असंख्य घटना-प्रसंग, व्यक्ती, स्थळे, व आपल्या हातून घडलेले कार्य यासंबधी व वाङ्मयीन कर्तृत्वाविषयी पुरेपुर मांडणी या आत्मचरित्रात केलेली दिसून येते.

जैन समाजातील कर्तृत्ववान व्यक्ती व समाजाप्रती असलेले त्यांचे ऋण. या ऋणातून उतराई होण्यासाठी त्यांनी दातृत्वभावाने केलेले समाजकार्य, शैक्षणिक कार्य हे अशा आत्मचरित्रातून शब्दबद्ध करण्यात आले आहे. मोजकीच आत्मचरित्रे या कालखंडात सापडतात. पण ती निश्चितच संबंध समाजापुढे एक अस्सल आदर्श ठेवणारी आहेत.

१) हे गीत जीवनाचे (पद्मश्री - सुमतीबाई शहा, १९७१)

पद्मश्री सुमतिबाई शहा यांनी हे आत्मचरित्र लिहिले आहे. या त्यांच्या आत्मचरित्रात त्यांनी समाजाप्रती ऋण ठेवून त्या ऋणातून उतराई होण्यासाठी केलेल्या धडपडीची प्रांजळ कथा लिहिली आहे. त्यांनी स्वत: लोकोत्तर तपश्चर्येला का लागले व ती करताना अडचणी कशा आल्या; पण त्यांवरही मात करून कार्य कसे उभे केले याचा लेखाजोखा रेखाटला आहे.

प्रारंभी आपल्यावर झालेले संस्कार, उपजत लाभलेली कनवाळू वृत्ती व त्याआधारे त्यानी अंगीकारलेले देशसेवा व धर्मसेवेचे व्रत त्यानी स्त्री शिक्षणाचे

केलेले कार्य (श्राविकाश्रम) आणि त्या कार्याचा केलेला गौरव यासंबंधीही मांडणी केली आहे. काही विशिष्ट प्रसंगी काढण्यात आलेली छायाचित्रेही जागोजागी प्रसिद्ध केली आहेत. कादंबरीसदृश एक ते बत्तीस या प्रकरणांमधून आत्मचरित्राची मांडणी केली आहे. अतिशय लालित्यरम्य भाषाशैलीमुळे हे आत्मचरित्र उठावदार झाले आहे. आत्मचरित्राची सुरुवातच मुळात दिल्लीच्या राजभवनाच्या परिसर वर्णनाने झाली आहे. निमित्त होते पद्मश्री पुरस्काराचे. इथून त्यांच्या स्वः च्या आठवणी जाग्या होतात. जीवनातील असंख्य घटना लालित्यपूर्ण रीतीने सांगत उत्तरोत्तर रंगतदार होते. इतर तत्कालीन घटनांचीही प्रभावी शब्दांत नोंद घेतली आहे. इतर स्थळांना दिलेल्या भेटीगाठीसह शेवटी समारोप केला आहे. विचारप्रवृत्त करणारी अनेक वाक्ये, सुभाषिते यांनी हे लेखन ललितरम्य झाले आहे.

२) माझी जीवन गाथा (पं. पद्मश्री सुमतीबाई शहा, १९८९)

हे गीत जीवनाचे या पहिल्या आत्मचरित्राच्या प्रकाशनानंतर जवळजवळ सतरा वर्षांनी हे आत्मचरित्र त्या काळातील महत्त्वपूर्ण घटनांच्या संदर्भात प्रकाशित करण्यात आले आहे. व्यासंगातील सातत्यपूर्णतेमुळे आणि थोरामोठ्यांच्या संपर्कामुळे त्यांच्या व्यक्तिमत्वातील एक प्रगल्भ वैचारिकतेचे दर्शन आपल्याला घडते. आपणासंबंधीची जडण-घडण पूर्वार्ध चरित्रात सांगितली आहेच. या खंडात अनेक साधु-पुरुषांचा लाभलेला सहवास, केलेल्या कार्याबद्दल करण्यात आलेला सुमतीबाईंचा मान-सन्मान व इतर काही घटना यात अधोरेखित करण्यात आलेल्या आहेत. वस्तुनिष्ठ लेखनामुळे या लेखनाला एक मूल्य प्राप्त झाले आहे. अनेक संवाद, सुलभ शब्दयोजना यामुळे प्रभावी व प्रवाही लेखन झाले आहे. आत्मचरित्राच्या पानापानांमधून त्यांच्या वैचारिकतेचे प्रांजळ दर्शन घडते.

जैन साहित्यामध्ये स्त्रियांचीच नव्हे तर एकूण आत्मचरित्रेच अगदी हाताच्या बोटावर मोजण्याइतपत आहेत. या मोजक्या आत्मचरित्रांपैकी स्त्रियांच्या आत्मकथनामध्ये ही दोनच आत्मचरित्रे आढळतात. अतिशय प्रांजळपणे सुमतिबाईंनी आपली जीवनगाथा रेखाटली आहे.

३) स्व. श्री नाना रामचंद्र नाग (आत्मचरित्र) १९७४

स्व. श्री. नाना रामचंद्र नाग यांनी स्वत: लिहिलेले हे 'आत्मचरित्र' त्यांच्या मृत्यूनंतर प्रसिद्ध केले आहे. त्यांच्या शिष्याने मागाहून हे प्रसिद्ध केले आहे. स्वर्गीय नाग यांनी शीर्षके देऊन त्यानुसार लेखन केले आहे. (उदा. माझे मूळ निवासस्थान - ते जैन तत्त्वाचा एक झरा म्हणजेच दक्षिण महाराष्ट्र जैन सभा)

अशा शीर्षकांतर्गत त्यांनी केलेले कार्य, धर्मकार्य, देशकार्य आढळते. मूर्तिपरीक्षा व मराठी जैन साहित्यसेवा, स्वत:ची शरीरप्रकृती याविषयीही त्यांनी लिहिले आहे. त्यांच्याविषयी काही आठवणी इतर लोकांनी लिहिलेल्याही आहेत. सोलापूर समाजातर्फे जाहीरपणे देण्यात आलेले मानपत्रही छापण्यात आलेले आहे. त्यामध्ये त्यांच्या विद्वत्तेचा, जैनधर्मप्रसारकत्वाचा, पुरोगामित्वाचा आढावा घेण्यात आला आहे. अगदी वस्तुनिष्ठपणे लिहिलेल्या या आत्मचरित्राला ऐतिहासिक महत्त्व प्राप्त झाले आहे.

४) कथा ही जीवनाची (बी. बी. चौधरी, १९७८)

वयाची सत्तरी गाठलेल्या व आत्मिक कृतार्थता लाभलेल्या एका व्यक्तीची जीवनगाथा म्हणजे हे आत्मचरित्र होय. हा फक्त एका व्यक्तीचा इतिहास नसून तो एका घराण्याचा, एका गावाचा, एका जिल्ह्याचा इतिहास आहे. इतका तो व्यापक आहे. जिल्ह्याचा एक सामान्य वकील, शेतकरी, छोटा कारखानदार म्हणून विकसित केलेले व्यक्तिमत्वाचे विविध पैलू प्रकटले आहेत. मांद्रे, तासगाव येथील शेतकरी कुंटुंबे, ब्रह्मनाळचा मठ, गांधी हत्येनंतरची अवस्था, वाले घरण्याशी आलेला संबंध, दत्तक प्रकरण, द. भारत जैन सभेची निष्ठापूर्वक केलेली सेवा, स्वत:ला असलेली शेतीची आवड, जडलेली मधुमेहाची व्याधी व अनेक सामाजिक स्थित्यंतरे यासारख्या बारीक सारीक घटना यामुळे तत्कालाचा संदर्भ म्हणून हे आत्मचरित्र उपयुक्त ठरते.

व्यक्तीच्या मनावर घराण्याचे संस्कार कसे प्रभावी ठरतात. वकीलीचे शिक्षण घेतानाचे अनुभव व सर्वात महत्वाचे म्हणजे इ. स. १९४३ च्या सुमारास रत्नाकर बँकेची स्थापना ही महत्वाची घटना त्यांच्या सामाजिक जबाबदारीची जाणीव करुन देते. सावकारशाहीला त्यांनी केलेला विरोध, गरीब मजुरांसाठी, शेतकऱ्यांचे लढलेले दावे यातून त्यांचा विचार दिसतो. दक्षिण भारत जैन सभा (कोल्हापूर) च्या या संस्थेमार्फत त्यांना मिळालेली संधी त्यांच्या जैन समाजाप्रती व संस्कारांप्रती असलेल्या निष्ठेची साक्ष देतात. अनेकांच्या समस्या सोडविण्यास त्यांनी निस्पृहपणे वकिली व्यवसायाचा उपयोग केला यावरुन त्यांच्यावरील जैन संस्काराची साक्ष मिळते.

प्रकरणांना शीर्षके देऊन त्यांनी संपूर्ण लेखन केलेले आढळते. आत्मचरित्रात एकसलगता नसली तरी अनेक प्रसंगांनी हे संकलित केले गेलेले आत्मचरित्र आहे.

५) माझे जीवनचक्र (ना. हि. शाह, १९८०)

आपला भोवताल सर्जक दृष्टीने पाहणाऱ्या एका ऐंशी वर्षाच्या पत्रकार,

समीक्षक, समाजसेवक या भूमिका निभावणाऱ्या व्यक्तिमत्त्वाची गाथा म्हणजे हे आत्मचरित्र होय. जीवनातील मजेशीर प्रसंगांचे वर्णन हुबेहूब साकारले आहे. स्वत:च्या छंदाविषयी अतिशय जागरूक असणाऱ्या शाह यांनी समाजसेवेचे व्रतही निष्ठेने सांभाळले. ब्राह्मणेत्तर चळवळीशी स्वत:ची पोषक विचारधारा जाणीवपूर्वक जोपासली. वेळोवेळी स्वत:च्या हातून धर्मोन्नतीसाठी कार्यरत राहिले. यासंबंधी अक्कलकोट विलीनीकरणाच्या प्रसंगी त्यांनी दाखविलेली सच्चाई, गाढव या प्राण्याची हेटाळणी टाळण्यासाठी व आजारी-पंगू गाढवांना औषधोपचार या साध्या प्रसंगातूनही त्यांच्यातील अहिंसा, प्राणिदया, सत्य या व्रताचे दाखले मिळतात. सामाजिक, राजकीय चळवळींशी त्यांचा संबंध आला. त्याचेच द्योतक म्हणून हुम्मड जमातीतले असूनही स्वत:च्या लग्नात हुंडा घेतला नाही.

सच्चे पत्रकार, लेखक, समाजसेवक याद्वारे समाज आणि धर्मोन्नतीस बळकटी दिली. आपल्या लेखणीचा वापर त्यासाठीच केला. पुस्तकाच्या प्रारंभी स्वत:विषयीचा त्यांचा लेख आहे. पुढे अक्कलकोट तालुक्यातील जिनमंदिरांचा इतिहास, लक्ष्मीचंद खुशालचंद कुलवृत्त, फडकुलेंनी केलेले गुणगान, व त्यांच्याविषयी सुभाषचंद्र अक्कोळे, सुमेरचद, निर्मलकुमार फडकुले यांच्या सारख्या अनेक प्रसिद्ध विचारवंतांनी लिहिलेले लेख आढळतात. गौरवपूर्ण व सात्विक आनंद त्यांच्या लेखनामधून साकारतो. सोलापुरात हे स.से. (समाजसेवक) ना. हि. शहा म्हणून ओळखले जात होते.

शब्दांकन केलेली आत्मचरित्रे

या प्रकारच्या आत्मचरित्रांत काही मोजकी पण महत्त्वाची आत्मचरित्रे आढळतात. त्यांमधून त्यांच्यावरील संस्काराचे उच्चारण, इतर हकीकती, कार्यकर्तृत्व यासंबंधी लिहिले आहे.

१) माझं सासर माझं माहेर (श्रीमती ललिताबाई लालचंद)

प्रस्तुत आत्मचरित्र ललिताबाई लालचंद यांचे असून त्याचे शब्दांकन श्रेणिक अन्नदाते यांनी केले आहे. जैन सामाजातील गुजर हुंबड समाजाचे चित्रण आढळणाऱ्या या आत्मचरित्रात धार्मिकता, शिक्षण यांसंबंधीही भाष्य केले आहे. वालचंद उद्योग समूहाच्या शेठ लालचंद हिराचंद यांच्या त्या धर्मपत्नी. रूढी, प्रथा, तीर्थयात्रा व गुजर समाजाची स्थिती या बरोबरच स्वातंत्र्यपूर्व काळातील सामाजिक, सांस्कृतिक, औद्योगिक चित्र आले आहे. ललिताबाईंच्या माहेरापेक्षा सासरची औद्योगिक प्रगती ही वाखाणण्यासारखी होती. त्याविषयी त्यांनी लिहिले आहे.

२) लिलावती सावंताप्पा

लीलावती दुगे यांच्या आत्मचरित्रातून बहुतांश १९१० ते १९७० वर्षाच्या कालखंडातील घटना आल्या आहेत. स्त्री शिक्षणासाठी कार्य करणाऱ्या स्व. सावंताप्पा दुगे यांच्याविषयी लिहिले आहे. स्वातंत्र्यपूर्व काळात महाराष्ट्र-कर्नाटक येथे त्यांनी आपल कार्य केले. कौटुंबिक जीवनाबरोबरच समाजाचा संसार करणारे हे आदर्श दांपत्य होय. स्वत: दुगे यांनी शिक्षक, व्यवस्थापक, संचालक, हिशोबनीस, शिपाई या भूमिका पार पाडल्या. बेळगावला त्यांनी केलेली श्राविकाश्रम संस्थेची स्थापना ही अतिशय बोलकी घटना आहे. स्वातंत्र्यपूर्व काळात महाराष्ट्र-कर्नाटक या प्रदेशात जैन स्त्री शिक्षणासाठी महत्वाचे केलेले कार्य या आत्मचरित्रात आहे.

सारांश

मराठी साहित्यामध्ये आधुनिक मराठीत जैन साहित्याचा एक स्वतंत्र प्रवाह प्रवाहित होता याकडे बहुतांश लोकांचे लक्ष नव्हते. जैन साहित्यात कथा, कविता, नाटक, कादंबरी या वाङ्मयप्रवाहातून हे साहित्य लिहिले गेलेले आढळते. यामध्ये चरित्रे, आत्मचरित्रेही लिहिली गेली आहेत. चरित्र नायकांच्या आदर्श जीवनाचा बोध या आत्मचरित्रांमध्ये दिसतो. सत्य घटना कथन हा गुण ठेवून आठवणी, दैनंदिनी, पत्रे यांच्याद्वारे यांचे लेखन झालेले आढळून येते. हा वारसा पुराणपुरुषांच्या द्वारे इकडे घडून येतो. अव्वल इंग्रजी काळात इंग्रजीच्या वाचनामुळे आत्मचरित्राची संकल्पना समजू लागली. त्यानुसार जैन वाङ्मयातही आत्मचरित्रे-चरित्रे याचा एक प्रवाह सुरू झाला.

चरित्ररचनेमध्ये तीर्थंकर चरित्रे, ६३ शलाका पुरुषांची चरित्रे, पुण्यपुरुष, सम्राट, पौराणिक पुरुष, आचार्य, चक्रवर्ती मुनी समाजसेवक समाजसुधारक यांची चरित्रे व संकीर्णचरित्रे आदि प्रकारची अनेक चरित्रे त्यामध्ये सापडतात. त्यामध्ये तीर्थंकर महावीर, आदिनाथ, वृषभनाथांची विपुल चरित्रे आढळतात. प्रत्येक लेखकाने वेगवेगळ्या दृष्टीकोनातून लिहिलेली आहेत. त्याचबरोबर आत्मचरित्रांमध्ये काही लक्षणीय अर्थाने आत्मचरित्रे लिहिलेली आढळतात. यामध्ये हे गीत जीवनाचे, माझी जीवनगाथा ही सुमतीबाई शहा यांची आत्मचरित्रे उत्तम झाली आहेत. नाना रामचंद्र नाग, बी. बी. चौधरी, ना. हि. शाह यांची आत्मचरित्रे महत्वाची आहेत माझं सासर माझं माहेर(ललिताबाई लालचंद), लीलावती सावंताप्पा (लीलावती दुगे) या आत्मचरित्रांचासुद्धा समावेश यात होतो. भ. महावीरांची, अर्थात ६३ शलाका पुरुषांची चरित्रे ही महत्वाची चरित्रे

जैन साहित्यात आहेत. आधुनिक काळातील चरित्र आत्मचरित्रांमध्ये जैन धर्माचे तत्वज्ञान, आचारविचार, यांच्याबरोबर कौटुंबिक जीवन, सामाजिक कार्य, धर्मकार्य, जैन संस्कारांनी युक्त मन अनेक वृत्ती-प्रवृत्तींचा निर्देश केला जातो. तत्कालीन समाजजीवनाचा, धर्मजीवनाचा निर्देश यात आलेला आहे. स्वातंत्र्य संग्राम काळातील काही आठवणी इथे आल्या आहेत. वेगवेगळ्या विचारांनी प्रभावित होऊन चळवळीकडे वळणारेही काही चरित्र नायक आढळतात. विशिष्ट मूल्यभाव घेऊन जगणारी, झुंजणारी आणि ही माणसे समाजापुढे आदर्श घेऊन उभी आहेत. शिक्षणामुळे परिवर्तन घडते यावर विश्वास ठेवणारी आहेत. अनेक प्रसंग उठावदाररित्या, प्रसन्न शब्दकलेने अभिव्यक्त झाले आहेत. जीवनाचा अर्थ कळलेली ही चरित्रे नेहमीच समाजापुढे आदर्श म्हणून राहतील एवढे निश्चित.

जैन समाजातील स्त्रिया आणि त्याकाळातील काही रुढी, संकेत यांचेही दर्शन इथे घडते. २० व्या शतकातील जैन साधूंचा जीवनाचार कसा होता, विविध राजे-संस्थानिक यांच्या काळातील समाज कसा होता, धर्मवृत्ती आणि एकूण जीवनाविषयीची दृष्टी याचीही माहिती मिळते.

नैतिकता हीच मानवी जीवनाची एक पायरी आहे. आपल्या धर्मतत्वांना अंगीकारणे हीही एक महत्वाची बाजू आहे. त्यामुळे ही संपूर्ण चरित्रे व आत्मचरित्रे आपल्या वेगळ्या वैशिष्ट्याने अवतरली आहेत.

त्यागशील वृत्ती व नैतिक आचरण व अध्यात्ममूलक, आत्मविकासात्मक वृत्ती यांचेही उत्कट दर्शन घडते. चरित्र असो किंवा आत्मचरित्र असो यांना कोणतीही जात नसते, धर्म नसते. त्याचप्रमाणे व्यक्ती ही समाजात व्यक्ती म्हणूनच वावरत असते. ना धर्म, ना जात घेऊन वावरते. माणूस म्हणून समाज प्रगतीच्या वाटेवर आपण किती टिकतो. हे सर्व वर्तनावर, कर्तृत्वावर अवलंबून असते. या सर्व व्यवहाराला एक नैतिक, अध्यात्मिक आणि प्रगतीशील पाठबळ मिळते. या सर्वांसंबंधी ही आत्मचरित्रे-चरित्रे आपले वेगळेपणे घेऊन प्रकटली आहेत.

आधुनिक मराठी जैन कथा

आधुनिक मराठी कथेचा इतिहास हा हरि नारायण आपटे यांच्या कथेपासून सुरू होतो. करमणूक कालखंड, मनोरंजन कालखंड, फडके खांडेकरांचे युग, सत्यकथा, अभिरुची इ. कालखंडानुसार मराठी कथा विकसित व विस्तारत गेली. नवकथा, साठोत्तर कथा, ८० नंतरची कथा याच बरोबर मध्यमवर्गीयांची कथा, नागरकथा, ग्रामीण-दलित, आदिवासी कथा, वास्तववादी-अस्तित्ववादी

कथा इ. कथांचे अनेक प्रकार आणि प्रवाहांनी आधुनिक मराठी कथा समृद्ध केली. परंतु या प्रवाहात कुठेही समाविष्ट नसलेली व नोंद न घेतलेली कथा म्हणजे मराठी जैन कथा. या जैन साहित्यातील कथा आधुनिक काळात लिहिल्या गेल्या खरे परंतु या कथांचा विषय हा बहुतेक वेळा पौराणिक असल्याचा दिसतो. अगदी अलीकडे समकालीन मराठी जैनकथा या कथांमध्ये समकालीन जीवनाचे चित्रण दिसते. यातील विषय लक्षात घेतल्यास आख्यानकथा, व्रतकथा, पर्वकथा याचबरोबर जैनधर्म, तीर्थंकर, राजे, सम्राट व पौराणिक ऐतिहासिक वीरपुरुष जैनांचे त्रेसष्ट शलाकापुरुष, पौराणिक काळातील गोष्टीरूप पात्रे अशा कथांचा विषय येतो. कथांचा आशय हा जैनधर्म, तत्वे, आचार यांच्याशी संबंधीत येतो. कथेतील पात्रे जैनधर्माची तत्त्वे बोलतात. जैनव्रतांचे अहिंसा, ब्रह्मचर्याचे पालन करतात. सदाचार, सद्‌बोध, सद्‌विद्या यांचा पाठपुरावा करतात. व्रतकथांमध्ये ही पात्रे व्रतांचे आचरण करतात व पुण्य प्राप्त करुन घेतात. धनदौलत संपत्ती यांचा त्याग करतात. शील व धर्म पाळतात असे विषय आणि आशय घेवून या कथा आधुनिक काळात येतात.

आत्यंत्यिक आदर्शवाद, धार्मिक विचारांचे प्रकटीकरण व साध्या संयत भाषेमुळे या कथा जास्तीत जास्त बोधहेतू व रंजनहेतू पर्यंत पोहचतात. समाजातील भयावहता, भ्रष्टाचार, वासनाविकार, गरीबी, शोषण या समकालीन विषयापासून व अस्तित्ववाद-वास्तववाद, महानगरीय जाणीवा व स्त्रियांचे प्रश्न यांपासून खूपच दूर असलेल्या या कथा आहेत. तरी परंतु या कथाचे आशयविश्व व विषयातील विविधता यामुळे त्या साहित्यिक विशेषांना लागू पडतात. आधुनिक काळातील दीर्घकथा, कथागुच्छ, कथामालिका इ. कथाप्रकार या प्रवाहाने हाताळले आहेत.

या कथेची स्वत:ची म्हणून काही वैशिष्ट्ये आहेत. पौराणिक, ऐतिहासिक, व्रतवैकल्ये, आख्यानकथा, कीर्तन, कथामालिका याचबरोबर या कथेची काही आविष्कारतंत्रेही स्वतंत्र आहेत. कथांचे निवेदन आधुनिक मराठी भाषेतून झाले असले तरी कथांचा विषय आणि आशयाच्यादृष्टीने या कथा पुराण, इतिहास व चरित्रामध्ये अडकतात. आधुनिक काळात या कथा आपल्या तर मध्यमवर्गीय व उच्चवर्गीय अभिजन वर्गाच्या विश्वात रमतात. अशा या आधुनिक काळातील मराठी जैन विश्वातील व जैनसमुदायाच्या संस्कृती परिघामध्ये घडणाऱ्या कथांचा तपशील पुढीलप्रमाणे पाहता येईल.

मराठी जैन कथांचे स्वरूप व प्रकार

आख्यान कथा –

आख्यानकथांची परंपरा प्राचीन मराठी साहित्यात दिसते. आधुनिक काळातही जैन लेखकांनी कीर्तनासाठी आख्याने लिहिली आहेत. या कीर्तन गोपाळ बालाजी बीडकर यांनी लिहिलेल्या आख्यानांमध्ये काही कथा येतात. या आख्यानकथा पूर्वरंग, उत्तररंग अशा दोन भागात लिहिल्या गेल्या आहेत. पूर्वरंगामध्ये आख्यानाचे अंग व उत्तरंगामध्ये आख्यानाची कथा अशा या कथा रचल्या गेल्या आहेत. सम्यग्दर्शन व नि:कांक्षित अंग यासाठी 'अनंतमतीचे आख्यान' सांगितले आहे. अनंतमतीची कथा ही जैन साहित्यातील लोकप्रिय कथा आहे. बालपणी ब्रह्मचर्यव्रत स्वीकारून त्याचे जीवनभर पालन करून अनंतमनी आपल्या शील रक्षणाने जन्माचे साफल्य करुन घेते. अशी ही पहिली कथा. दुसऱ्या कथेचे सम्यक्‌दर्शन व अमूढदृष्टी अंग सांगितले असून उत्तररंगात रेवतीराणीचे आख्यान सांगितले आहे. रेवतीराणी हिने प्राचीन जैन धर्मात जैन धर्मावरची श्रद्धा कायम ठेवून त्या काळातील मिथ्या विचारांचा अंगीकार केला नाही. ती जैन धर्मावर श्रद्धा ठेवून गुप्ताचार्य साधूच्या अनेक मायावी रूपावर न भाळता खऱ्या जैन धर्मावर, सम्यक्‌दृष्टीवर विश्वास ठेवते आणि शेवटी वैराग्य स्वीकारून आर्यिकेची दीक्षा ग्रहण करते. शेवटी समाधिमरण घेते. त्यामुळे रेवती राणी स्त्री असून तिचा जीव स्त्रीलिंग छेदतो व ब्रह्मस्वर्गात देव होतो. अशी ही सम्यक्‌दर्शनाच्या माहात्म्याची कथा लिहिली आहे.

शीलव्रत हे सांगण्यासाठी 'नीलीआख्यान' सांगितले आहे. शीलवंत असणारी नीली खरी पतिव्रता कशी आहे हे या कथेत सांगितले आहे. तिचा पती बौद्ध साधूंच्या नादी लागतो. त्यांच्या अविचाराने तो जैन धर्म स्वीकारण्यास तयार होत नाही, तेव्हा कोणताही चांगला आचार नसलेल्या बौद्ध साधूंना भोजनसमयी त्यांना पादत्राणे खायला घालते. नीलीच्या शीलाची परीक्षा शेवटी होते. तिच्या धर्मनिष्ठेमुळे व शीलव्रतामुळे शेवटी तिच्या सासरचे लोक जैनधर्म स्वीकारतात.

शीलव्रत श्रेष्ठ आहे. मिथ्याधर्माच्या सेवनाने मोक्षप्राप्ती होत नाही. सम्यग्‌दर्शन श्रेष्ठ आहे. या दर्शनाने मोहनीय कर्माचा व अनंत अनुबंधी कर्माचा नाश होतो. ब्रह्मचर्य श्रेष्ठ आहे हे जैन तत्वज्ञान कथारूपाने सांगण्यासाठी ही आख्याने लिहिले आहेत. विविध रूप छंदामध्ये या आख्यानातील पदांचा वापर केला गेला आहे. या आख्यानाच्या पूर्वरंगाची रचना धर्मवीर रावजी सखाराम दोशी यांनी केली आहेत. तर बालसुत उर्फ गोपाल बालाजी बीडकर यांनी आख्याने

लिहिली आहेत. यातील आख्यानातील काही पदे दिवाकर मास्तर यांनी लिहेली आहेत.

गद्य आणि पद्यात्मक अशी ही आख्याने आहेत. त्यामुळे या आख्यानांचा गद्यकथात समावेश केला गेला आहे.

व्रतकथा

कथासहित्य हा जैन साहित्याचा गाभा आहे. जैन साहित्यातील प्रथमानुयोग म्हणजे कथा साहित्याचे भांडार असून कथांचे विविध प्रकार जैन साहित्याने हाताळले आहेत. आपले तत्त्वज्ञान लोकांपर्यंत पोहोचवणे व तत्वज्ञानाप्रमाणे आचार करण्यास सांगणे, त्यासाठी कथा हे माध्यम मोठ्या प्रमाणात जैन साहित्यात वापरले गेले आहे. आचारधर्म हा तत्वज्ञानाला पूरक असतो. कोणतेही तत्त्वज्ञान आचरणातून सिद्ध होते. हे आचरण सांगण्यासाठी व्रतकथांचा एक मोठा प्रदेश जैन साहित्यात पाहायला मिळते. नैतिक आचरण, आत्मिक बल, अहिंसा, सत्य, शील, ब्रह्मचर्य इ. जैन धर्मातील तत्वे आचरणातून साधली जातात. या तत्वांचे समाजमनावर परिणाम करण्यासाठी जैन साहित्यात व्रतकथा सांगितल्या आहेत. प्राचीन प्राकृत, संस्कृत, शैरसेनी, अर्धमागधी व अपभ्रंश भाषांमध्ये हे प्राचीन जैन साहित्य निर्माण झाले. त्यातही व्रतकथांचा भाग मोठा आहे. जैन श्रावकांचे व साधूंचे नित्य नैमित्तिक आचार कसे असावेत हे सांगण्यासाठी या व्रतकथा लिहिल्या गेल्या आहेत.

व्रतकथांचा मोठा भाग जैन साहित्यात येतो. जैन तत्त्वज्ञान आचारातून अंगीकारले जाते. आचरणासाठी व्रतवैकल्ये, उपास, इंद्रियनिग्रह, अहिंसा, ब्रह्मचर्य व शील इ. गोष्टींचे पालन करणे आवश्यक असते. अशा गोष्टींचे पालन करण्यासाठी प्राचीन काळापासून विविध राजे, राजकन्या, व्यापारी, श्रीमंत स्त्रिया, राजकुमार इ. मुनी, साधू यांच्या कथा आल्या आहेत. याच पुन्हा मराठीत समकालीन भाषेत लिहिल्या गेल्या आहेत. याचबरोबर जैन धर्मात येणारे पर्वकाळ आणि त्या अनुषंगाने येणारी व्रतवैकल्ये हा ही भाग या कथांमध्ये

आधुनिक मराठीमध्ये लिहिल्या गेलेल्या जैन साहित्यातील विविध प्रकारांमध्ये व्रतांचे आचरण तत्त्वज्ञानाचा भाग येतो. कथा, कादंबरी आणि महाकाव्यातील पात्रे, नाटक, चरित्रातील व कथेतील पात्रे अनेक व्रतांचे आचरण करतात. परंतु छोट्या–छोट्या कथांतही जैन साहित्यात व्रताचा महिमा, व्रताचे आचरण, व्रताचे फळ या गोष्टींची चर्चा झालेली दिसते. अशा व्रतकथांचे स्वरूप खालीलप्रमाणे आहे –

१) दरिद्री हलिक शेतकऱ्याची कथा उर्फ नैवेद्यपूजेचा महिमा

जैन कथेत परंपरेने चालत आलेली ही कथा कल्लाप्पा भरमाप्पा निटवे यांनी १९०४ ला पुनर्मुद्रित केली आहे. या कथेत नैवेद्यपूजेचा महिमा व उपवास व्रताचे माहाम्य सांगितले आहे. कथेतील शेतकरी मुनिश्रींच्या उपदेशामुळे चरू (नैवेद्य) अपर्ण करतो. यासाठी तो उपवास करतो. त्याच्या व्रताची परीक्षा होते. यासाठी तो उपवास करतो. त्याच्या व्रताची परीक्षा यक्ष घेतो. शेतकरी व्रतभंग करीत नाही त्याचेच फळ म्हणून एके दिवशी राजकन्या गरीब हलिक शेतकऱ्यास वरमाला घालते व शेवटपर्यंत व्रत करून तो राजा मोक्षास जातो. व्रताच्या प्रभावाने माणसाचे इहपरलोकी कल्याण होते हे या छोट्याशा कथेतून सांगितले आहे.

२) जैन व्रतकथा भाग १ व २

श्रीमती कंकूबाई यांनी जैन व्रतकथा दोन भागांत प्रसिद्ध केल्या आहेत. त्यांपैकी पहिल्या भाग आज उपलब्ध होत नाही. जैन व्रतकथा भाग दोन (१९२१) यामध्ये श्रुतस्कंदव्रतकथा, पुरंदरव्रतकथा, लब्धिविधान व्रतकथा व कवलचांद्रायण मध्ये चार व्रतकथा आल्या आहेत. यांपैकी श्रुतस्कंदव्रतकथेमध्ये बारा वर्षांपासून बारा दिवसांपर्यंत या व्रताच्या आचरणाचा काळ सांगितला आहे. या कथेचे फळही सांगितले आहे. ब्रह्मजिनदास यांनी गुजराती भाषेत सांगितलेली ही कथा मराठीमध्ये लिहिली गेली आहे. पुरंदरविधान या व्रतकथेत देवपूजा, गरुसेवा, स्वाध्याय, संयम, तप:क्रिया, दानक्रिया या षट्क्रिया सांगितल्या असून त्या षट्क्रियामचे पालन करीत व्रत करणारा विष्णुभट ब्राह्मण सिद्धपदाला पोहोचतो. लब्धिविधानव्रतकथेत पूर्वजन्मीच्या पापाची कथा सांगितली आहे. पूर्वजन्मी उच्च राणीला बहुरुप्याचा मोह झाल्यामुळे तिचा पुढच्या जन्मात हीन योनीत जन्म होतो. या पूर्व पापातून सुटण्यासाठी हे व्रत सांगितले आहे. या व्रतात महावीरप्रभूंच्या मूर्तीची स्थापना, पंचामृत अभिषेक, अष्टद्रव्याची पूजा, व्रताचा विधी वगैरे सांगून शेवटी व्रताचा महिमा सांगितला आहे. कवलचांद्रायणव्रतकथा ही कथा जैन साहित्यात सर्वश्रुत असून एका एका घासाने उपवास चंद्राच्या कलेने वाढवत जाणे व कमी कमी करत येणे यासंबंधी व्रतमहिमा सांगितला आहे.

३) रक्षाबंधन व्रतकथा (नथ्थूसा पासूसा, १९३०)

या कथासंग्रहाचा पूर्वभाग व्रतकथाच असून त्या मूळ पद्यात आहेत. या पद्यकथा पोडशकारण (षोडश भावना), निर्दोषसप्तमी, निशल्याष्टमी (रुक्मिणी

अष्टमी), दशलाक्षणिक सुगंध दशमी, पुष्पांजली, मेघमाला इ. व्रतकथा आल्या आहेत. पुढे गद्यात रक्षाबंधन व्रतकथा येते. पुढे विविध व्रतकथा संग्रह (भाग १) या भागामध्ये लब्धिविधान, आकाशपंचमी, षोडशकारण, जेष्ठ जिनवर, रविवार, मुकुटसप्तमी, मेघमाला, पुष्पांजली, रक्षाबंधन, कलशदशमी (अक्षयदशमी) या व्रतकथा प्रामुख्याने आढळतात.

रुढार्थाने या व्रतकथांचे माहात्म्य, त्यांचा प्रभाव व फलप्राप्ती या अनुषंगाने श्रावक-श्राविकांना बोध अनुबोध मिळतो. व्रत केव्हा घ्यावे, केव्हा करावे, काय करावे, कोणी करावे व त्यांना काय फळ मिळाले ही माहिती मिळते. शास्त्र-पुराणांतून पद्यात असणाऱ्या या कथांचे मराठी भाषांतर अत्यंत सोप्या व सरळ भाषेतून केलेले आहे. अत्यंत उत्तमरीत्या व्रतमाहात्म्य सांगणाऱ्या कथा म्हणून या कथांकडे पाहता येईल. मोक्षप्राप्ती, स्वर्गप्राप्ती याची फलप्राप्ती व्रतांमूळे होते तसेच. अहिंसा पालन, ब्रह्मचर्यपालन ही आचरण पद्धती यामध्ये आल्या आहे.

४) जिनगुणसंपत्ती व्रतकथा

एकच छोटीसी ही व्रतकथा असून १९३३ साली भाईचन्द नेमचंद गांधी यांनी ही कथा अनुवादित केली आहे. जिनगुणसंपत्ती हे त्रेसष्ट दिवसाचे उपवासाचे व्रत असून हे व्रत कसे करावे हे सांगून या व्रताची कथा सांगितली आहे. नागदत्त आणि सुमती या दोघांची ही कथा असून या व्रतामुळे सुमती नावाच्या सेठाणीला मोक्षपद लाभते हे सांगितले आहे.

५) वालाचा उपवास अर्थात कर्महाराष्टमी व्रत

ही कथा वालचंद जीवराज शहा यांनी १९१७ ला ही लिहिली आहे. कन्नड प्रदेशात केले जाणारे हे व त्याची ही कथा मराठीत लिहिली आहे. प्रत्येक वर्षाच्या आषाढ शुद्ध अष्टमीला वालाचा उपवास केला जातो. या दिवशी वाल चढवण्यात येतात. या व्रताच्या शेवटी ''हे व्रत रोगी, वृद्धी, तरुणी, गार्भिणीजन, प्रसूतजन, वांझ असलेले जन व सात वर्षांचे बालक यांनी करावे.'' (प्रस्ता.) असे सांगितले आहे. कर्महाराष्टमी व्रतकथा ही सुनंदा या प्रतिव्रतेची व तिची मुलगी मंगलागौरी यांची कथा आहे. या मंगलागौरीला पूर्वजन्माची आठवण येते व तिने केलेले व्रत ती सांगते. अशी ही कथा असून शेवटी व्रताचे फळ सांगितले आहे.

६) श्री जैनेंद्रव्रतकथा संग्रह (कविकुंजर कालचंद्र जिनदत्त शास्त्री, जिनदत्त दादा उपाध्याय, १९५४)

श्री जिनसेनादि पूर्वाचार्यविरचित पुराणग्रंथांच्या आधारे एकत्रित असा हा व्रतकथा संग्रह होय. याचा मराठी अनुवाद वरील लेखकद्वयांनी केला आहे. जैन

वाङ्मयामधील व्रतकथा संदर्भातला बृहद् कथाग्रंथ होय. आत्मकल्याणाचा उदात्त हेतू ठेवून श्रावक-श्राविकांसाठी ही ग्रंथरचना उपयुक्त आहे. मूळ कानडी ग्रथांचा हा मराठी अनुवाद आहे.

जवळपास तीनशे पंचावन्न व्रतकथा यात आहेत. प्रथमत: कथारंभ पीठिका, नंतर व्रतविधी जाप्यमंत्रासह, मग कथा याप्रमाणे रचना आढळते. दान, पूजा, व्रतोपवास, शील या गृहस्थाश्रमांच्या कर्तव्याला अनुसरुन कथांचा आशय आला. चौऱ्याशी लक्ष योनींच्या त्रासातून मोक्षप्राप्ती व्हावे यासाठी पुण्यसंपादन करावे यासाठी ही व्रते केली जातात.

प्रदीर्घ अशा या खंडात जैन धर्मातील सर्व व्रतकथा आल्या आहेत. त्याचबरोबर मास व तिथीनुसारही यांचे वर्गीकरण (व्रतकथा व दान) केलेले आहे. शेवटी कोणत्याही महिन्यात करता येणारी व्रतेही दिलेली आहेत. प्रारंभी कथारंभपीठिका, तात्पर्य, खंडविभागणी, कोणी सांगितली, कोणी ऐकली, त्यापासून झालेली फलप्राप्ती व कथामाहात्म्य आले आहे.

जैन मुनींनी, श्रावक-श्राविकांनी करावयाची कर्मे, तत्कालीन रीती-रुढी, कालमापन, राजकीय, सामाजिक, सांस्कृतिक अंगांवरही या कथांतून प्रकाश पडतो. समवसरणे, मुनींची-श्रावक-श्राविकांची आचार-आचरणपद्धती समजते. षट्कर्मे, अणुव्रते, सूत्रे, धर्म, तत्त्वज्ञान व असंख्य प्रसंग यात आले आहेत. उदा. ''एके दिवशी सुगुप्ताचार्य नावाचे महाज्ञानी मुनीश्वर मासोपवसानंतर पारणे करीता नगरात चर्येनिमित्त येत असताना त्यांना पाहून त्या सोमदत्ता या पुरोहित कन्येने त्या मुनीश्वरांच्या अंगावर ग्लानी करुन थुंकिले... इकडे त्या सोमदत्तेची वाचा मुनीश्वरांच्या अंगावर थुंकता क्षणीच एकदम बंद झाली. हे पाहून माता पितांना आश्चर्य वाटून त्याविषयी मोठी चिंता लागली. त्यावर पुष्कळ औषधोपचार केला पण त्याचा काही उपयोग झाला नाही.'' (पृ. १८५, बृहत्श्रुतस्कंध व्रतकथा) असे अनेक प्रसंग सापडतात.

हा बृहत् कथासंग्रह आहे. कानडी, हिंदी, मराठी भाषेत छापल्या गेलेल्या कथा यात संकलित केलेल्या आहेत. पूजा, दान, व्रत, उपवास, शील ही सद्गृहस्थांची मुख्य कर्तव्ये व त्याला अनुसरून या कथा आलेल्या आहेत. चैत्रापासून फाल्गुनापर्यंत क्रमाने प्रत्येक दिवशी केल्या जाणाऱ्या व्रताच्या विधी व त्या अनुषंगाने आलेल्या कथा यात आहेत अक्षयतृतीया, पंचमी पासून ते चैत्र पाडव्यापर्यंत या कथा लिहिलेल्या आहेत. प्रत्येक कथेच्या सुरुवातीला व्रतविधी व नंतर त्या व्रताची कथा आहेत. या सर्व कथा जंबूद्वीपातील भरत क्षेत्रामधील

असणाऱ्या आर्यखंडात घडतात. यातील काही कथा महाभारतातील पात्रांवर आधारित आहेत. कथेचे नायक हे पौराणिक कथेतील आहेत. या कथांमध्ये अनेक विषय हाताळले असून प्रत्येक सणाचे एका दिवशी केलेल्या व्रताचे महत्त्व सौंदर्य, संरक्षण, दारिद्र्य, हास्य, शोक, दु:ख, जुगुप्सा या विषयासह तीर्थंकर व अनेक जैन धर्मातील चरित्रे, जयसेन, हरिषेण, सुभौम, पद्मदत्त, जंबूस्वामी, जिनदत्त, ज्ञानकुमार, सुकुमार यापासून पंच पांडवांपर्यंत येणारे कथानायक व त्यांनी आचरण केलेली जैनधर्मतत्त्वे व जैन धर्मानुसार आचरण व त्यानंतर त्यांना प्राप्त झालेले फल, मोक्ष, सिद्धपद यांची चर्चा प्रत्येक व्रताच्या शेवटी आहे. श्रेणिक राजा, महासती चेलना, यांचे संदर्भ या कथेत पुन:पुन्हा आढळतात. या सर्व कथा पौराणिक आशयाच्या असून जैन धर्मतत्त्व आणि आचारांचे प्रकटीकरण करतात.

७) सप्तपरमस्थान कथा व पूजा (पं. जिनदास पार्श्वनाथ फडकुले)

ही मूळ कथा श्री श्रुतसागाराचार्य यांची असून त्याचा अनुवाद जिनदास फडकुले यांनी केला आहे. या व्रताचे महात्म्य म्हणजे त्याच्या आचरणाने पातकांचा नाश होवून पुण्य लाभते. वारिषेण राजाची ही कथा आली आहे. श्रावण महिन्यातील हे व्रत होय. स्थानव्रताचा महिमा व त्याचे फल कथन केले आहे. श्री शुभचंद्रकृत सप्तपरमस्थानापूजा मंत्रांसह दिलेली आहे.

आचार्य श्रुतसागर विरचित कथेचा अनुवाद जिनदास पार्श्वनाथ फडकुले यांनी केला आहे. सुरुवातीला व्रताचा विधी सांगून कथेमध्ये नेपाळ देशातील ललितपूरच्या भूपाल राजाची ही कथा आहे. पूर्वजन्म, पूर्वभव यावर आधारित ही कथा असून सप्तपरमव्रताचा महिमा यात सांगितला आहे.

८) रात्रिभोजनत्याग व्रतकथा (जि. पा. फडकुले)

जिनदास फडकुले यांनीच 'रात्रिभोजन त्याग' ही कथा अनुवादित केली आहे. ही कथा मूळची नेमिचंद्र कवीने लिहिलेली असून १६ व्या शतकात झालेल्या कवींनी संस्कृतमध्ये लिहिलेली आहे. मूळची पद्यातील ही कथा गद्यरुपात सांगितली आहे. मेवाड देशात चित्रकूट नगरीत ही कथा घडते. या कथेतील मांगीण रात्री भोजनाचा त्याग करते, त्यानंतर या व्रतामुळे तिचा नवरा कोपतो व 'जागरा' नावाच्या त्या मांगिणीला तो मारतो. मांसाहार वर्ज्य केल्यामुळे व रात्रिभोजनत्याग केल्यामुळे मांगीण पुढच्या जन्मी धनमतीची कन्या होते. तिचा नवरा पुरंग मांग पुढच्या जन्मात कुत्रा होतो. पुढे ती राजकन्या होते व जैन धर्माप्रमाणे आचरण करते. अशी ही कथा पुढे चालू राहते. एका कथेतून दुसरी

कथा व प्रत्येक कथेत जैन धर्माच्या आचरणाचा प्रभाव, पुनर्जन्म अशीही कथा येते. रात्रिभोजनत्यागाचे महत्त्व सांगण्यासाठी कथा लिहिली गेली आहे. याच संग्रहात पुढे संपत शुक्रवार व्रतकथा येते. या कथेतील अत्यंत दरिद्री व्यापाऱ्याची रूपावती पत्नी जैन धर्माच्या आचरणाने पुढे अत्यंत श्रीमंत होते. शुक्रवारचे व्रत करते. या व्रताचा विधीही या कथेत सांगितला आहे.

९) व्रतशीलकथा व जैन व्रतकथासंग्रह (वर्धमान पार्श्वनाथ शास्त्री)

वर्धमान पार्श्वनाथ शास्त्री यांनी व्रतकथेचे हे दोन संग्रह संपादित केले आहेत. त्यांपैकी व्रतशीलकथा ही हिराचंद्र अमीचंद शहा यांनी लिहिलेली आहे. व्रतशीलकथेमध्ये (१९६८) सतरा कथा असल्या आल्या असून सतरा व्रते व त्या व्रताची एक कथा अहिंसा, सत्य, अचौर्य, ब्रह्मचर्य, परस्त्रीत्याग, अपरिग्रह, लोभ या व्रतांवर प्रत्येकी दोन दोन कथा तसेच आहार, औषध, शास्त्र, अभयदान या व्रतांवर प्रत्येकी एक कथा अशा कथा आढळतात. यमपाल चांडाळ, मृगसेन धीवर, धनश्री, धनदेव श्रेष्ठी, तापस चोर, जय राजपुत्र, पिन्याकगंधाची कथा अशा कथांच्या शीर्षकावरून प्राचीन कथांची आशयसूत्रे यात आढळतात. पाच अणुव्रते आणि चार दाने यांवर आधारलेल्या या कथा हिंसादी पंचपातकांमुळे झालेल्या अनर्थाची प्रचीती देतात. या कथा प्राचीन काळाच्या पार्श्वभूमीवर बोलतात. एक होता राजा ही निवेदनपद्धती येते. उदा. ‘‘प्राचीन काळी लाट देशातील भृगुगुच्छ नावाच्या एका शहरात लोकपाल नावाचा कोणी एक राजा राज्य करीत असे. त्याच शहरात धनपाल नावाचा कोणी एक श्रेष्ठी राहत असून त्यास धनश्री नावाची एक स्त्री होती.’’ अशा निवेदनातून या सर्व कथा येतात. शहा हिराचंद, व्रतशीलकथा, पृ. ३२)

वर्धमान पार्श्वनाथ शास्त्री यांचाच दुसरा कथासंग्रह म्हणजे जैनव्रतकथासंग्रह होय. पुष्कळ आहे. व्रताचा महिमा व त्यांची फलश्रुती सांगण्यासाठीही या कथा लिहिल्या गेल्या आहेत. जैनव्रतसंग्रह (वर्धमान पार्श्वनाथ शास्त्री, १९७०) या कथासंग्रहात, व्रताचे दोन प्रकार सांगितले आहेत. पहिले नित्य (यमव्रत), दुसरे नैमित्तिक (नियमव्रत). सप्तव्यसन त्याग, अष्टमूलगुणधारण, पंचपापत्याग वगैरे नित्यव्रतांमध्ये येतात. कारण त्यांचे यावज्जीवन पालन करणे आवश्यक असते. अष्टान्हिका, दशलक्षण, षोडशकारण वगैरे नैमित्तिक व्रते आहेत. बत्तीस छोट्या छोट्या कथांचा हा संग्रह आहे. आदित्यवार व अष्टान्हिक दाक्षलक्षणिक व्रत, आकाशपंचमी, गरुडपंचमी, निर्दोषसप्तमी, सुगंधदशमी, रत्नत्रय, द्वादशी, पुरंदरविधान, लब्धिविधान, सर्वतोभद्र ही सर्व व्रते जैन धर्मात केली जातात.

विशिष्ट काळात केलेल्या या व्रतांचे फलित मिळते. याशिवाय गुरुदत्त म्हणून द्वीपायनमुनी, यमपाल मातंग, भद्रबाहू, सप्तालमुनी या मुनींच्या कथा आलेल्या आहेत. दानपद, होळी अशा विषयावरही या कथा येतात. पूर्वीच्या या कथा असून बहुतेक कथांची सुरुवात ''पूर्वी एका देशात'' या वाक्याने, कथेतील पात्रे आर्थातच पौराणिक विषयावर आधारलेली आहेत. व्रत सांगणे व त्याचे फलित सांगणे व व्रताचे महात्म्य व उदात्तीकरण करणे हा या कथांचा हेतू दिसतो.

१०) रोहिणीव्रत कथा

आत्म्याचा विकास, मनोसंयम यासाठी व्रत आणि उपवास हा या कथांचा हेतू आहे. ''करा व्रते उपवास मनुजा तरेल भवपाश'' या लेखकाच्या उक्तीनुसार या कथांची रचना झाली आहे. रोहिणी व्रतावर दोन कथा सापडतात. त्यापैकी कस्तुरबाई गुलाबचंद शहा यांनी संपादित केलेल्या रोहिणीव्रत व वर्धमान पार्श्वनाथ शास्त्री यांनी संग्रहीत केलेल्या रोहिणीव्रतोद्यापनम् या दोन कथा लिहिल्या गेल्या आहेत. दोन्ही कथा एकच असून व्रतविधीसह या छापल्या आहेत. रोहिणी व्रतकथेची आचारपद्धती व नंतरही कथा आली रोहिणी व्रताच्या प्रभावाने झालेल्या पुण्यप्राप्तीचे विवेचन या कथेत पात्रांकरवी केले आहे.

११) श्रुतस्कंध व्रत, पूजा व कथा (प्रका. गौतमचंद जी. दोशी, १९७९) –

राजा श्रेणिकाने 'श्रुतस्कंध विधान कसे करावे आणि हे व्रत कोणी करावे?' असा प्रश्न केला तेव्हा ही कथा त्याला सांगितली गेली. जो कोणी मुनिधर्म पाळतो तो मोक्षास जातो हा आशय व्यक्त करतो. धर्मध्यान हे सिद्धपद प्राप्त करुन देण्यास सहाय्य करते हा आशय या कथेमध्ये अभिव्यक्त झाला आहे. या कथेचा समारोप सरस्वतीच्या आरतीने झाला आहे.

१२)रविवार व्रतविधी पूजा (विजयकुमार शहा १९८९)

श्री णमोकार महामंत्र, पूजा, आरती, शांतिपाठ, स्त्रोत्र यांसह गद्य व पद्यामधील श्री रविवार व्रतकथा सांगितली गेली आहे. पद्यकथा व गद्यकथा मिळून गुणव्रते, शिक्षाव्रते यांची माहिती, पूजाविधी यांची माहिती मिळते. या व्रताच्या प्रभावाने दरिद्री शेतकऱ्याला सोन्याचे दिवस आले. त्याच्या दुःखाचे परिमार्जन झाले.

१३) रविवारव्रतकथा (सचित्र) स्व. हिराचंद ने. दोशी

महामंत्र, व्रतविधी, स्थापनाविधी, तीर्थंकर पूजा, जयमाला, आरती, स्तोत्र व सचित्र रविवार व्रतकथा कथिली आहे. हे व्रत कधी व कसे करावे याची

माहिती दिली आहे. अतिशय सुंदर चित्रांद्वारे ही कथा दृश्यात्मक रीत्या चांगला परिणाम साधते.

१४) नि:शंकित (कुलभूषण लोखंडे, १९८६)

पं. सुमेरचंद दिवाकर यांच्या 'सम्यक्त्वदीपिके' च्या आधारे लिहिलेला हा कथासंग्रह आहे. पुराणकथांच्या द्वारे गुरुप्राप्ती, स्वाध्याय, संयम, धर्माचार, जैन धर्मातील काल-लब्धीचे महन्मंगल माहात्म्य सांगणारी पवित्र आत्म्याविषयीची अनंतमतीची 'नि:कांक्षित' कथा, विवेकी सम्यक्त्व अंगी बाणवून व्रत, दान, पूजा इ. षट्कर्मात अनुरक्त राहणारा उद्दायन राजा, कर्मठ व अमूढदृष्टी चंद्रप्रभू, जिनवाणीवर श्रद्धा ठेवल्याने रत्नत्रयाचे-जीवनाचे साफल्य होणे पूर्व जन्मातील कर्मविपाकामुळे त्यांच्या जीवनात निर्माण झालेली अस्थिरता, मित्यात्वी भाव, राग, द्वेष, मोह इ. शरीराचे ममत्व सोडून प्राप्त झालेली कर्मफळे वात्सल्य या कथेतून प्रकटली आहेत. तत्त्वदर्शी विष्णुकुमार मुनी, धर्मप्रभावना करणाऱ्या सम्यगदृष्टी मुनिराजांचे उदाहरण आदि आशय विषयांनी युक्त ही कथा उत्तम व प्रवाही शब्दकळेने युक्त आहे.

१५) रक्षाबंधन कथा (सन्मती भरतकुमार शहा, १९८८)

प्रतीकात्मक रीत्या प्रभावीपणे निर्माण झालेली ही कथा होय. या कथेमध्ये बली, नमुची, बृहस्पती व प्रल्हाद हे चार मंत्री अंतरंगातील क्रोध, मान-माया व लोभ या कषायचतुष्ट्याची प्रतीके आहेत. राजा पद्मराय हा आत्म्याचे प्रतीक होय. आचार्य अकंपन हे अविचल, अकात्य निष्ठेचे प्रतीक होत. त्यांच्या संघातील सातशे मुनी भक्ती, संकल्प, धैर्य, मंत्री, क्षमा व माध्यमभाव आदि सात गुणांची प्रतीके होत. आत्मशक्ती (महामुनी विष्णुकुमार), विष्णुकुमाराची तीन पावले हे रत्नत्रयाचे प्रतीक समजावे.

या पौराणिक कथेमधून समाज व देशबांधवांच्या आत्मरक्षेसाठी कटिबद्ध होण्यास बळ मिळते. नैतिकतेबरोबरच आध्यात्मिक जीवनमूल्यांचेही संस्कार करणारी कथा होय. ही पुराणकथा एका राजाची कथा असली तरी आत्मशक्तीची सशक्त अभिव्यक्त करणारी आहे. एका राजाच्या रूपातून घडणारी ही समृद्ध आचार विचार देणारी कथा होय.

पुराण कथा

जैन साहित्यामध्ये आदिपुराण, महापुराण, पद्मपुराण इ. पुराणे आहेत. भ. आदिनाथांपासून भ. महावीरांपर्यंत चोवीस तीर्थंकरांच्या कथा, या तीर्थंकरांच्या

काळात झालेले राजे, त्रेसष्ठ शलाका पुरुष आणि या काळात घडलेले रामायण आणि महाभारत या सर्वांचा समावेश या पुराणांमध्ये होतो. या पुराणांवर आधारित कथा रामायण–महाभारतातील व्यक्तींवर आधारलेल्या कथा पुराणकथेवर पहायला मिळतात. रामायण आणि महाभारत यांवर आधारित कथा पुराणकथेमध्येच सनाविष्ट करता येतील. पुराणकथांचा विषय अर्थातच पौराणिक आहे. जैन साहित्यातील पुराणकथांचे विषय हे जैन तत्त्वज्ञान आणि आचारधर्माशी संबंधित आहेत. या कथेतील पात्रे जैन तत्त्वज्ञान बोलतात, जगतात आणि आचरणातही आणतात. रामायण आणि महाभारत यातील कथाह्या जैनकथा वैदिक रामायण–महाभारतापेक्षा स्वतंत्र आणि वेगळ्या आहेत. या पुराणकथांचा तपशील खालीलप्रमाणे :–

१) बृहत्कथाकोष (हरिषेण) –मो. हि. गांधी 'अज्ञात'

प्राचीन काळात गुणाढ्य या कवीने बृहत्कथाकोष लिहिला. नंतर या कथा अस्तगंत झाल्या. नंतर या कथा हरिषणाचार्य यांनी दहाव्या शतकात लिहिल्या. यांचा अनुवाद मराठी जैन साहित्याचे अभ्यासक अज्ञात उर्फ मो. हि. गांधी यांनी केला आहे. या कथांची श्लोकसंख्या १२ हजार असून यात १५७ छोट्या–मोठ्या कथा आहेत. हा कथासंग्रह अलीकडे प्रकाशित झाला असला तरी याची रचना १९५० ते ७० व्या दशकात झाली असावी. अज्ञातांनी प्रचंड कष्टाने या कथा संकलित करून त्यांचा अनुवाद केला. या कथांमध्ये आशय पौराणिक येतो. भ. आदिनाथांच्या सम्राट भरताच्या भरतक्षेत्रामध्ये या कथा घडतात. कथेतील पात्रे व शीर्षके पाहिल्यास याचा प्रत्यय येतो. विष्णुदत्त, रेवतीराणी, चेलनाराणी, विष्णुकुमार, वज्रकुमार, सोमदत्त मुनी, नागदत्त, शूरसेन, बलिवर्धन इ. पात्रे जैन पुराणात वेगवेगळ्या तीर्थंकरांच्या काळात झालेली आहेत. या कथासंग्रहात प्राणी, पशू, पक्ष्यांच्याही कथा येतात. घुबड आणि हंसाची गोष्ट, करकंडी, नंदकासव, अशा कथाही येतात. याशिवाय अवेळी अध्ययन करणाऱ्याची गोष्ट, अवेळी शास्त्रपठण करण्याची कथा, असत्य, भाषणे, संघवी अशा कथाही येतात. रोहिणी व्रतकथेसारखी एखादी व्रतकथाही येते. या कथा गोष्टीरूप आहेत. कथांची सुरुवात ''एका गावात एक साधू राहत होता किंवा अभिनंदन नावाचा साधू एका गावात राहत होता किंवा प्राचीन काळी सौराष्ट्र देशातील नगरीत राजा वासुदेव राज्य करीत असे. यावरून कथांची आशयसूत्रे लक्षात येतात. बहुतेक सर्व कथा जंगलात, पर्वतावर, राजवाड्यावर अशा ठिकाणी घडतात. पारंपारिकता, कथांची धाटणी अशी येते. या कथा आधुनिक काळात लिहिल्या असल्या तरी पौराणिक विश्वात आपणास घेऊन जातात. प्राचीन राजे, सरदार, मांडलिक यांच्या या कथा आहेत.'' (अज्ञात –बृहत्कथाकोश)

२) पांडवकथा (सुभाषचंद्र अक्कोळे)

या कथेला कथा म्हणता येईल की नाही असा प्रश्न पडतो. जैनांचे महाभारत छोट्या छोट्या कथांमध्ये सलगपणे सांगितले आहे. सुभाषचंद्र अक्कोळे यांनी हा ग्रंथ लिहिला. ''जैन महाभारतामध्ये त्रेसष्ट शलाका पुरुषांची चरित्रे येतात. यामध्ये बलराम, कृष्ण, जरासंध, नेमिनाथ ही पात्रे आहेत. कृष्ण हा नारायण आहे. भ. नेमिनाथ या बावीसाव्या तीर्थंकरांचा या महाभारताशी जवळचा संबंध आहे. जैन महाभारताची माहिती देताना अक्कोळे म्हणतात. ''जैन कथासाहित्यात चार पांडव पुराणे विशेष प्रसिद्ध आहेत. शुभचंद्र, यशोकीर्ती, श्रीभूषण, वादीभचंद्र यांनी पांडवपुराण रचले आहे. शिवाय ही कथा हरिवंशपुराणात आली आहे. इतर पुराणात अत्यंत थोडक्यात महाभारताची कथा येते. देव प्रभूसूरि या श्वेतांबर आचार्याने पांडवपुराण लिहिले आहे. हेमचंद्राने ती त्रिषष्ठी चरित्रातही या कथा सांगितल्या आहेत.'' प्रस्तावना : अक्कोळे सुभाषचंद्र पांडवकथा) भीष्म प्रतिज्ञेपासून मोक्षप्राप्तीपर्यंत २८ कथात्मक प्रसंग यात अक्कोळे यांनी लिहिलेले आहेत. तशी ही अखंड, पूर्ण कथा अहे. कथामालिका सदृश्य यांची रचना आहे.

३) उपमितिभव प्रपंच कथा (अनु. अज्ञात, १९६२)

मूळ संस्कृतात सोळा हजार श्लोकसंख्येचा हा ग्रंथ असून याचा अनुवाद अज्ञातांनी केला आहे. प्रारंभी कथासार सांगून प्रथम विभाग, द्वितीय प्रस्ताव (प्रकरणे १०), तृतीय प्रस्ताव (प्रकरणे ३४) अशी विभागणी केली आहे.

दृष्टांत कथा, तिर्यंच गती, संसारी जीव, भवप्रपंच आणि मानवधर्म दुर्लभता, अष्टमूलगुण, सम्यगदर्शन यासंबंधी जैन धर्माचे आणि संस्कृतीचे खूप मोठे संस्कारत्व या कथेने स्वीकारले आहे. मनुष्यगती, सदागम, श्रोत्यांचा प्रकार, बोधकार यासह असंख्य विषय त्यांच्या या कथांमधून डोकावताना दिसतात. मानवी जीवनासंबंधी तसेच भवांतरांसंबंधी आणि जैन तत्वज्ञान, आचार धर्म याविषयी प्रामुख्याने बोलणारी ही कथा होय. अनेक पात्रे, असंख्य प्रसंग व यांच्याकडून प्रपंचासंबंधी कथा सांगितल्या आहेत. अध्यात्म, दृष्टांत आणि तत्वज्ञान यांचा सुरेख संबंध यामध्ये साधलेला आहे. जैन विचारधारा हीच याच्या मूळाशी पायाभूत आहे. इतर कथासंग्रहापेक्षा दीर्घ/बृहद् खंड आहे.

४) कथामंदिर (मगदूम बी. जे.)

कथामंदिर हा बी. जे. मगदूम यांनी प्रकाशित केलेला कथासंग्रह आहे. या मूळ कथा पौराणिक आशयाच्या आहेत. पौराणिक कथांना आधुनिक भाषेत पौराणिक आशय न बदलता समूहात्मक आधुनिक भाषेत या कथा लिहिलेल्या

आहेत. या कथांचे नायक पौराणिक आहेत. यामध्ये धन्यकुमार, अनंगकुमार, सुदर्शन, शीलसुंदरी, सुमंत, तुकारी, सूर्यमित्र, मणिमाली, वरांग, चंद्रगुप्त अशी पात्रे येतात. कथा पौराणिक असल्या तरी लेखकाने त्या स्वत:च्या भाषेत अभिव्यक्त केल्या आहेत. कथेमध्ये नाटकाप्रमाणे येणारे संवाद हे कथेतील वैशिष्ट्यपूर्ण प्रयोग म्हणावे लागतील. प्रथमानुयोगातील या कथा असून यामध्ये अनेक कथांचा समावेश होतो.

५) कथाकौमुदी (शांतिनाथ यशवंत नांद्रे, १९३६)

शांतिनाथ य. नांद्रे यांचा बावीस कथांचा हा संग्रह होय. जैन धर्मग्रंथातील अंजनचोर, अनंतमती, यमपाल, वारिषेण, नीली वगैरे पौराणिक व्यक्तिरेखांच्या जीवनाचा बोध देणाऱ्या या कथा आहेत. पंचाणुव्रताचे महत्व बिंबवणाऱ्या या कथा सगुणोपासनेचे महत्त्व प्रतिपादन करतात. धंदेवाईक यमपाल मातंगाची कथा अहिंसाणुव्रतावरील श्रद्धा व सम्यक् तत्त्वज्ञान सांगते. जीवहिंसा करू नये ही कथा महाबळ राजाच्या कथेवरून मिळते. राजाज्ञेपेक्षा धर्माज्ञा अधिक महत्वाची. दयाधर्माचा पुरस्कार, गुन्हे, स्वार्थत्याग याविषयी भाष्य करणाऱ्या या कथा आहेत. जैन धर्मातील धर्मसंस्कृती, पंच अणुव्रते, पंच पापे, चार दाने यावियी तसेच व्रत, वात्सल्य, प्रभावना, परस्त्रीत्याग यांविषयी काही महत्त्वाची मांडणी लेखक या कथांमधून करतो.

६) पट्टराणी उपरंभा (शांतिनाथ यशवंत नांद्रे, १९६७)

अवघ्या तीनच पुराणकथांचा हा संग्रह आहे. पट्टराणी उपरंभा या कथेत रावणाला गड हस्तगत करावयाचा असतो. त्यासाठी तो डाव टाकतो. पट्टराणी उपरंभा गडविध्वंसकारिणी विद्या रावणाला देऊन टाकते. अशा आशयांची ही कथा येते. धन्यकुमार ही दुसरी कथा आहे. तिसरी कथा शिकाऱ्याची आहे. नीतिमत्ता, अचौर्य व अहिंसा या गुणांचे दर्शन घडते. हा छोटेखानी पण उत्तम कथासंग्रह असून पुराणातील पात्रांना पुन्हा एकदा चैतन्यरूप दिले आहे. 'शिकार' या कथेच्या शेवटी, ''तो शिकारी अजूनही आहे. तसलीच साधना, तसलेच परिश्रम व तसलीच तन्मयता त्यांच्या कामांत आहे. पण अंतर असं आहे. आता तो पशूपक्षांची नाही शिकार करीत, तर ज्या पशू-प्रवृत्तींनी त्याला शिकारी बनविलं त्या पशुप्रवृत्तींची तो शिकार करीत आहे!'' (नांद्रे शा. य. पट्टराणी उपरंभा, पृ. २४, १९६७)

७) भद्रकथाकुंज (भाग-१) हेमचंद्र रतनसा जैन, १९८२

अनेक सुभाषिते आणि दृष्टांत, प्रेरक प्रसंग, घटनाविशेष व दृष्टांतकथा यांच्या द्वारे साकार झालेला हा कथासंग्रह होय. व्याख्यान-प्रवचन-चर्चा या

निमित्ताने प्रसंगानुरूप कथारूपे घेऊन या कथा संपन्न झाल्या आहेत. प्रत्येक कथा ही नैतिक, धार्मिक आणि व्यावहारिक अधिष्ठानावर आधारलेल्या आहेत. अंत:करण, आत्म्याचे उन्नयन साधणाऱ्या या कथा परममंगलदायी आहेत. छोटी छोटी वाक्ये, वर्ण्य विषय हा बोधगम्य आहे. एकूण अकरा कथांचा गुच्छ जिनेशाच्या चरणी विसावला आहे म्हणावे वाटते. 'एकदा एक राजा दानशूर म्हणून बराच प्रसिद्धीला आला होता.' (पृ. १) किंवा 'तो एक भारतातील सुप्रसिद्ध कवी होता' (पृ. ३६) अशा निवेदनाने सुरू होणाऱ्या या कथा येतात. त्याचबरोबर अचौर्य, अपरिग्रह, ब्रह्मचर्य, धर्मसाधना, चारित्र्य इ. गुणांची वृद्धी करणाऱ्या या अशा आशयाच्या या कथा होत. आत्मकल्याण सांगणाऱ्या या कथा आहेत. 'संकटकाळी संपत्ती राखून ठेवावी (पृ.२), संचित देखील क्षणभरात नष्ट होते (पृ.४), जोडलेले धन हे केव्हाना केव्हा नष्ट होणारच, पण जोडलेले पुण्य' पुढच्या काळात निश्चित उपयुक्त ठरेल व पुण्यकाळात आत्मकल्याणाची सामुग्री जोडता येईल (पृ. ६) अशा सुविचारांची या कथांधून पख़रण झाली आहे.

८)दर्शनकथा (हिराचंद अमीचंद शाह, १९५७)

जैन साहित्यातील अनेक भाषांमध्ये आलेल्या या पौराणिक कथा वाचणाऱ्या प्रत्येकाला पुण्यबंध होण्याच्या दृष्टीने आदर्श म्हणून या आठ दर्शनकथांची निर्मिती केली आहे. अंजनचोर, सती अनंतमती, राजा उद्दायन, रेवती राणी, जिनेंद्रभक्त श्रेष्ठी, वारिषेणकुमार, विष्णुकुमार मुनी, वज्रकुमार राजपुत्र या आठ सर्वोत्तम व्यक्तिरेखा नि:शंकित, निष्कांक्षित, निर्विचिकित्सा, अमूढदृष्टि, उपगूहन, स्थितीकरण, वात्सल्य आणि प्रभावना या आठ अंगांनी प्रकटल्या आहेत. अतिशय छोट्या छोट्या प्रसंगातून उन्नत अवस्थांचे दर्शन घडते. संस्कृत श्लोक, वेगवेगळे प्रसंग याद्वारे सम्यक्त्व साकार करावे अशा कथा आहेत.

दीर्घ कथा

पुराणकथेतीलच त्रेसष्ट शलाका पुरुष यांच्या जीवनावर आधरलेल्या बऱ्याच दीर्घ कथा मराठीत लिहिल्या गेल्या आहेत. या बहुतेक कथा चरित्रकथा आहेत. त्यांच्यातील कथात्मक परिघामुळे यांना कथा या विभागात समाविष्ट केले गेले आहे. दीर्घकथांमध्ये पौराणिक आशय आहे. त्याचबरोबर काही ऐतिहासिक कथाही यात येतात. दीर्घकथांमध्ये राजुल, सती चंपावती, गिरनार (राजुल–नेमी दीर्घकथा), महासती मैनासुंदरी, राजपुत्र कनककुमार, कोटिभट श्रीपाल अशा पौराणिक कथा आहेत. समरादित्य कथा, याशिवाय गुर्जर केसरी वनराज यासारख्या ऐतिहासिक कथा सुद्धा यात येतात.

१) राजुल (विजयमाला स. पांगळ, १९६५)

'सती राजुल' ही भरत वर्षातील श्रेष्ठ अशी प्रतिव्रता होय. उदात्त, आदर्श धर्मनिष्ठ असे नेमिकुमार हे पती लाभले. त्यांच्या विवाहाची घटनाच अवघ्या जीवनाला कलाटणी देऊन गेली. विवाहप्रसंगी शेकडो निरापराध प्राण्यांच बळी जाणार होता. तो हिंसक प्रयत्न रोखला गेला पण नेमिनाथांस विरक्ती प्राप्त झाली. त्यानंतर त्यांनी त्यागमयता सच्छीलपणे धारण केली. भ. नेमिनाथांच्या निर्वाणापर्यंतचा भाग या कथेत येतो व कथेचा शेवट होतो. सात प्रकरणांमधून साकारलेली ही कथा प्रवाही भाषाशैली, अल्प पण ललितरम्य वर्णने यामुळे ही दीर्घकथा परिणामकारक झाली आहे. या दीर्घकथेची सुरुवातच फारच लाघवी झाली आहे.

२) सती चंपावती (शांतिनाथ यशवंत नांद्रे, १९६३)

'अंतरंगात पवित्रता नि मंगलमयता येण्याकरिता शीलव्रत पालन करावे लागते.' या मध्यवर्ती आशयाला लागू पडावी अशी पवित्र कथा होय. चंपावती ही या खंबायत शहरातील श्रेष्ठीची कन्या. योगायोगाने उज्जैन शहरातल्या सागरदत्त या श्रेष्ठीचा माणिकचंद हा मुलगा वाममर्गाला लागतो. त्याला सन्मार्गावर आणण्याचे महत्वाचे कार्य चंपावती करते. सोंग घेऊन त्याला वठणीवर आणते. शेवटी माणिकचंदाचीच परीक्षा घेऊन ती मात्र सत्त्व राखते. तत्पूर्वी तिचीही तिघे-चौघे परीक्षा पाहतात. पण ती त्यांच्यापासून स्वत:च्या चारित्र्याचे रक्षण करते. पुराणकाळात आपल्या चारित्र्याचे रक्षण करून सत्त्व राखणारी ही आदर्श सती होय. 'शीलं परं भूषणम्' हे तत्त्व मंगलकारी आहे, हा सद्बोध या चरित्रकथेतून मिळतो. संवाद व इतर वर्णने ही फारच महत्वाची ठरतात.

३) श्री विश्वशांति महायज्ञ (श्री १००८ सिद्धचक्र विधान महापूजा, १९६८)

संसारांतील व्याप-ताप-व्याधींनी ग्रस्त मनांना सिद्धचक्रविधान पूजा उपयोगी पडते. सिद्धयक विधानाचे महत्वसांगणारी ही कथा त्या अंतर्गत 'मैन सुंदरी' ची कथा यात येते. क्रोधाने महाराज आपल्या मुलीचा विवाह महारोगाने ग्रस्त श्रीपाल राजाशी लावून देतात.

मैनासुंदरीच्या पातिव्रत्याची परीक्षा पाहिली जाते. पण त्या मापसाशीही ती समर्पित होते. सेवाभावी होते. अखेरी त्याचा कुष्ठरोग बरा होतो. दुर्धर व्याधीतून मैनासुंदरीने श्रीपालाची सिद्धचक्रविधानाद्वारे मुक्तता केली. पतिनिष्ठा काय साध्य करु शकते याचे आदर्श उदाहरण म्हणून ही कथा श्रेष्ठ वाटते. दुर्दम्य इच्छाशक्तीचे वर्णन यात घडते.

४) महासती मैनासुंदरी (प्रतिमा शहा)

अष्टान्हिक पर्वात मैनासुंदरीची कथा वाचावयाची आहे. त्या अनुषंगाने या कथेची निर्मिती रूढार्थापेक्षा वेगळ्या पद्धतीने विविध पात्रे घेऊन केलेली आहे. सुरसुंदरी (मैनासुंदरीची ज्येष्ठ भगिनी), महीपाल राजे, महीपाल राजाची राणी, उज्जैनी नगरीचा नागरिक, मैनासुंदरीची सखी, राजे श्रीपाल, वीतरागी निर्ग्रंथ मुनिमहाराज, श्रीपालांचे प्रधानजी, मैनासुंदरी, महीपाल राजाचे प्रधान या पात्रांद्वारे ही पुराणकथा व्यक्त झाली आहे. अतिशय साधी-सोपी मांडणी, शब्द व जिनत्वाचे अतिशय सुरम्य दर्शन घडविले आहे.

५) गिरनार -राजुल-नेमि दीर्घकथा (विष्णुकुमार देशमाने)

गिरनार हा पुण्यपर्वत आहे. या पर्वतावर कित्येकजण मोक्षास गेले. मुक्ती साधली. प्रथमानुयोगातील ही कथा तत्त्वज्ञान व आत्मभान देणारी झाली आहे. टोक पाहिले ते टोक नववे या प्रकरणांमधून भ. नेमिनाथ व राजुल यांची कथा आली आहे. नेमिनाथांच्या संबंधीच्या अनेक घटनांनी युक्त असे चरित्र सांगत असतानाच त्यांच्या आचार-विचारांचे दर्शन घडते व राजुल च्या त्यागमय वृत्तीचे अतुलनीय महत्त्वही कळते.

विवाहप्रसंगी आणलेले पशू पाहून राजूल नेमि यांना विरक्ती प्राप्त होते. त्यामुळे ते स्वैराचारविरोधिनी जिनदीक्षा घेतात. तेव्हा राजुलही दीक्षा घेते. पतिसुख हेच जीवन मानणारी राजुल ही आदर्श स्त्री होय.

६) राजपुत्र कनककुमार (श्रीपाल शि. शहा, १९८६) -

गुजरातमधील 'जीतडी' या काव्यप्रकाराचा हा अनुवाद आहे. श्री कनककुमाराचे चरित्र हे गुजरातीतील वैशिष्ट्यपूर्ण काव्य आहे.

श्रावस्ती नगरीचा राजा कनककेतू हा पराक्रमी होता. त्याचा मुलगा कनककुमार हा अल्प वयाचा असतानाच जिनदीक्षा घेतो. त्याच्या या निर्णयावर त्याची आईच साशंकता व्यक्त करते. पण शरीराचे ममत्व सोडून त्यांनी तपश्चर्या केली. घोर तप:साधनेने दिगंबरत्व दृढ झाले. अखेरी कनककुमारास मारले जाते. त्याचे प्रायश्चित्त म्हणून त्या नगरीचा राजा पुरुषसिंहसुद्धा दिगंबरी दीक्षा धारण करतो. तपश्चरण करुन पापक्षालन केले व आत्मकल्याण साधले. धर्मनिष्ठा ही कल्याणाप्रत जाते याचे हे उत्तम उदाहरण होय.

७) गुर्जर केसरी वनराज (आ. भा. मगदूम, १९४५)

गुजरातच्या इतिहासातील वनराज गुर्जर केसरी हे उपेक्षित राजे.

त्यांच्यासंबंधीचा उल्लेख थोडाच पण नमुन्यादाखल आढळतो; त्या आधारे हे चरित्र लिहिले गेले आहे. वनराजाच्या पित्याचे राज्य बळकावले गेले. त्याची गर्भवती जयशिखरी राणी वनवासात राहिली. वनात जन्मलेला वनराज. पुढे स्वपराक्रमाने भिल्लांना संघटित करून त्याने राज्य स्थापन केले. गेलेले राज्य पुन्हा मिळविले. शीलगुणसूरी या मुनींच्या उपदेशाने जगत्कल्याण व सद्धर्मप्रतिपालन केले. ५९ वर्षे राज्य करुन सल्लेखना घेतली. इथपर्यंतचा भाग रोमहर्षक शब्दांतून मांडलेला आहे. वनराजाची प्रभावी व्यक्तिरेखा उभी केली आहे. अल्प पण ऐतिहासिक दृष्ट्या सत्यार्थाधारे हे चरित्र रेखाटले आहे. त्याच्या जीवनात त्याची झालेली मुनींची भेट जीवनाला कलाटणी देऊन गेली हा महत्वाचा प्रसंग आहे.

अत्यंत उपेक्षित पण पराक्रमी, धर्मशील राजाचे हे चरित्र उत्कट झाले आहे. हा राजा आठव्या शतकात होऊन गेला.

८)समरादित्य कथा (दुसरा जन्म) बाळासाहेब भगरे (१९९९)

अर्धमागधी आणि प्राकृत साहित्यातील निवडक कथांचा अनुवाद यात केला आहे. त्यापैकी समरादित्य कथा ही पौराणिक कथा भाषांतरित केली आहे. गुणसेन आणि अग्निशर्मा यांच्या प्रथम भवाचे वर्णन समरादित्य कथेच्या प्रथम भागात आले आहे. दुसऱ्या भवात ते दोघे सिंहकुमार आणि आनंद नावाने पिता-पुत्र म्हणून जन्म घेतात. तो वृत्तांत येथे आला आहे. हरिभद्रसूरी यांनी ही कथा रचली आहे. पूर्वी केलेल्या दोषाचे फळ सांगण्यासाठी ही कथा लिहिली गेली आहे.

९) कोटिभट श्रीपाल (जिनदास पार्श्वनाथ फडकुले, १९७७)

श्रीपाल हा चंपापुरीचा राजा महामुनिचारित्रधारकांना तो हसतो. त्यांची त्याने निंदा केली म्हणून त्याला कुष्ठरोग होतो. कर्मसिद्धांताचे महत्व सांगते सिद्धचक्राची प्राप्ती होऊन अथवा त्या सिद्धचक्रविधानामुळे श्रीपाल राजास वैराग्य प्राप्ती होते व मुक्ती प्राप्त होते. श्रीपालाच्या जन्म, दैन्य, युद्ध आणि सम्यग्दृष्टी ते सिद्धचक्रामुळे प्राप्त झालेला मोक्ष हा याचा विषय आहे. महासती मैनासुंदरीची कथाही यात अनिवार्यपणे येते.

१०) श्रीभक्तामरकथाकौमुदी (शांतिनाथ यशवन्त नांद्रे १९६७)

श्री मन्महाकविराज मानतुंगाचार्यविरचित 'श्री भक्तामरकथाकौमुदी' म्हणजे जैन साहित्यातील एक अमृतकुंभच आहे. पुण्यसंपादनासाठी या कथा लिहिल्या आहेत. श्लोकाच्या जप, तप, पूजेपासून कोणता लाभ कोणा कोणाला कसा कसा मिळाला याविषयी माहिती दिली आहे. आराध्य, आराधक, आराधना व

आराधनाफल या भक्तीच्या या चार अंगांचा विचार केला आहे. हेमदत्त श्रेष्ठी, सुमती श्रेष्ठी ते गुरुदेव श्रीमानतुंगाचार्यांची कथा इथपर्यंत एक ते अठ्ठेचाळीस या श्लोकाधारे या कथा लिहिल्या आहेत.

जैन तत्त्वाला अनुसरून शील, दान, तप, सत्य या व्रतांचे पालन यातील व्यक्ती करतात. आचरण शुद्धी, तपश्चरण शुद्धी याने आत्मिक बळ लाभते. भक्तामर स्त्रोत्रांतील मंत्र, यंत्रे, विधान, अष्टके याचाही भाग येतो.

११) अशोकाची पाने (प्राचार्य सुमेरजी, १९६७)

पुराणकाळाचा संदर्भ घेऊन अवतरलेल्या ह्या कथासंग्रहातील कथा वर्तमानालाही लागू पडतील इतक्या प्रभावी आहेत. भूतकाळातील अनेक व्यक्ती, समाधीस्थळे/स्थाने, मूर्ती आणि मंदिरे यांच्या व्यथा, बोधकथा वाटतील अशा कथा, वर्तमानाच्या व्यथा प्रकट करणाऱ्या या कथा. धार्मिक जीवनाचार, मनाचे मोठेपण, तत्कालीन समाजाची अभिरुची, 'जीव' आणि 'शिव' यांचे ऐक्य साधणारे व्यक्तिरेखांचे वर्तन, व्रताचरण, कषायवृत्ती, दुर्गुणास लाभणारी दुर्गती, नीती आदि आशय प्रभावी कथनशैलीने मांडला आहे. व्यक्तिपरत्वे (उदा. सेवक, भिल्ल) बदलणारी भाषा व कथेतून चिंतनास वाव यामुळे कथा उत्कट झाल्या आहेत. काही कथा मात्र बोधकथेच्या वाटेने जातात.

अलीकडच्या काळातील या उत्तम कथा आहेत. 'अनोखे बलिदान' ही श्रेष्ठ मनाच्या राजाची कथा. एकूण बावीस कथांनी संपन्न असा हा संग्रह वाटतो. भारदस्त शब्दकळा, उदा. ''पुरुषश्रेष्ठ रामचंद्र आणि लक्ष्मण ज्या काळी झाले त्या काळची गोष्ट. कालाच्या प्रवाहात अनेक गोष्टी नष्ट होतात. पण पाणी वाहून गेलं तरी ओहळ जसा शिल्लक राहतो, त्याप्रमाणे 'कुंथलगिरी' नावाचं एक पवित्र स्थान आजही डोकं उंचावून उभं आहे.'' (पृ. १३७ – न घडलेलं दर्शन)

१२) पांडवकथा (सुभाषचंद्र अक्कोळे, १९८२) –

'सद्गुणांचा विकास आणि दुर्गणांचा नाश' या तत्त्वाला अनुसरून या कथांचा अर्थ प्रकटतो. हिंदू महाभारतापेक्षा जैन पांडवपुराण हे वेगळे आहे. मूळ ग्रंथ हा भ. शुभचंद्रांनी लिहिला असून तो २५ पर्वात आहे. डॉ. आकोळे यांनी २८ कथांत हे पुराण पूर्ण झाले आहे. कौरव–पांडव या दोघांनाही या कथेत गौरवपूर्ण स्थान आहे. रूपकात्मक अर्थाने हे घेतले आहे. बलराम, कृष्ण व जरासंघ यांना ६३ शलाका पुरुषांत स्थान आहे. कृष्ण हा नारायण व जरासंध हा प्रतिनारायण आहे. प्रतिनारायण हा नारायाणाकडून मारला जातो अशा या घटना आहेत. येथे मात्र पांडव कथेशी यादव वंशाचा विशेष संबंध असल्याने भ. नेमिनाथांचाही या पुरुषांशी संबंध येतो.

कृष्ण व नेमिनाथ हे एकाच घरातील होते.

धार्मिक दृष्टीनेच पाहाव्या अशा या अठ्ठावीस कथा वाचनीय आहेतच परंतु सत्कार्यास प्रेरित करणाऱ्यासुद्धा आहेत. संवादात सहजता, कथानकात गती, तीव्र भावनावेग व नाट्यपूर्ण घडामोडी यामुळे या कथा वेगळ्या उंचीला पोहचल्या आहेत.

लौकिक पातळीवर व्यापक अर्थाने या कथा महत्त्वाच्या आहेत. जैन तत्त्वांना अधोरेखित करणाऱ्या या कथा अत्यंत लोकप्रिय झाल्या आहेत.

१३) दशधर्म-पर्वकथा (शब्दांकन : विद्युल्लता शहा, १९९१)

मानवी जीवनाला परिपूर्णता लाभण्यासाठी काही आचारधर्म हवा या तत्त्वातून या पर्वकथा आल्या असाव्यात. दशधर्म हा तर जैन आचरणाचा पायाच होय. क्षमा, मार्दव, आर्जव, शौच, सत्य, संयम, तप, त्याग, आकिंचन्य, ब्रह्मचर्य यावर आधारलेल्या लघुकथा आहेत.

आचरणाबरोबर धर्मतत्त्वेही या कथेत येतात. मोजक्याच संवाद व प्रसंगावर आचरणविषय व्यक्त होतो. विविध प्राणी, राजे लोक, शहरं (राजधान्या) या संदर्भांनीयुक्त विषयात प्रवेश केला आहे. शेवटी संदेश दिला आहे. काही उपयुक्त दाखलेही दिलेले आहेत.

कथामालिका

मराठीत कथामालिकांची परंपरा दीर्घ आहे. बालवाचकांसाठी, जेष्टांसाठीसुद्धा कथामालिकांची निर्मिती झालेली आढळते. पौराणिक-धार्मिक कथा, बोधकथा, साहसकथा व शिकारकथा यांच्या काही मालिका तयार झाल्या. विशेषत: मराठी कथा वाङ्मयाला जातककथांची, चातुर्यकथांची, लोककथांची समृद्ध परंपरा लाभली आहे. व्रतकहाण्या व उपवासकथा या सुद्धा स्त्रीमनावर अधिराज्य गाजवत राहिल्या आहेत. कथा मालिकांनी काहीसा प्रयोग केला. जैन कथामालिका हा यातलाच एक समर्थ प्रयोग. जैन श्रावक-श्राविका यांच्याबरोबरच मुलांसाठी कथामालिका निर्माण झाल्या. यामध्ये अनेक आवृत्त्या निघाल्या इतकी लोकप्रियता लाभली. अनेक भागामध्ये प्रकाशित झालेल्या या संग्रहातील कथांचे विषयही बोधात्मक, तत्त्वज्ञानात्मक व भावी पिढीस प्रेरणादायी ठरावे असे आहेत. ज्येष्ठांसाठी असलेल्या कथांनी धर्माचे, आपल्या आचार-विचारांचे सम्यक दर्शन घडविले आहे.

१) सम्यकत्व कौमुदी (संपा. पं. अभयकुमार शास्त्री, १९०७)

प्रचंड लोकप्रियता लाभलेली ही कथा होय. सम्यक्त्ववर्धक, नीतिमत्ता

बांधणी, सत्यधर्मावरील दृढश्रद्धा या आशयांना वृद्धिंगत करणाऱ्या या कथा आहेत. पौराणिक-ऐतिहासिक संदर्भ असलेल्या या कथा वर्तमानाला सुद्धा लागू पडतात. तात्त्विकदृष्ट्या संपन्न अविष्कार या कथांमध्ये घडतो. अहिंसा, सत्य इ. पंचाणुव्रताचा भावार्थ, मुनिदीक्षा व धर्म, अर्थ, काम, मोक्ष या सर्वच पुरुषार्थाचा सुयोग्य वापर, धर्मध्यान, पूजाविधी, सत्ता, संपत्ती, पद, पैसा, प्रतिष्ठा याची उपयुक्तता व इतर अर्थ याविषयीही सखोल चिंतन आहे.

उदाहरणे, संस्कृत श्लोक व त्यांचे अर्थ या आधारे बोध दिलेला आहे. आठ अध्यायांमध्ये तत्त्वज्ञानच ओतप्रोत भरलेले आहे. कथा अशी एकसलग न राहता उपकथा, व्याख्या, अर्थ व इतर दृष्टांत याच द्वारे खुलवत ठेवली आहे. प्रकर्षाने वैविध्यता जपणारा हा संग्रह होय.

२) सम्यकत्व कौमुदी (सुभाषचंद्र अक्कोळे, १९५७)

प्राचीन भारतीय लोककथाच म्हणाव्या अशा या कथा. धर्मामधील नीतितत्वे, सत्य धर्मावरील अढळ श्रद्धा (सम्यक्त्व), मूळ तत्व याविषयाच्या या कथा आहेत.

मूळ ग्रंथात आठ कथा व इतर उपकथा घेऊन या कथा रचल्या असाव्यात.

धर्म, आचार-विचार, नीतिमत्ता व इतर गोष्टी आहेत. स्त्रीपात्रांच्या भोवतीच फिरणाऱ्या या कथा होत. सुबोध आणि सरळ वाक्यरचना, भारदस्त शब्दशैली, प्रसंगावधान राखून निर्माण केलेले प्रसंग यामुळे या लक्षणीय कथा होत.

रचनाबंधाच्या दृष्टीने या कथांची रचना ही वैशिष्टपूर्ण आणि वेगळी वाटते. आतापर्यंतच्या जैन कथा वाङ्‌मयात वेगळा ठरणारा रचना / रुपबंध मौलिक वाटतो, मोलाचा वाटतो.

बालकथा

अत्यंत मोजक्याच लेखकांनी जैन बालकथा लिहिल्या. बालवाचकांसाठी समृद्ध असा विभाग म्हणजे या कथांचा होय. शौर्य, धैर्य, पराक्रमाच्या, भुता-खेतांच्या, मौजेच्या, सुट्टीच्या, सवंगड्यांच्या, चातुर्य, जादू, परीकथा यासारख्या अनेक कथांनी युक्त हा विभाग आहे. परंतु मराठी जैन कथेमधील बालकथा या आशय, विषयाच्या दृष्टीने समृद्ध व वेगळी वाट चोखाळणारा आहे. संस्कारशील, उत्तम गुणवर्धन व जैन तत्त्वज्ञान शिकविणारा आहे. जैन संस्कारकथा म्हणूनही या कथामालिका तयार झाल्या आहेत. उत्तम, सहज सोपी रचना व जैन वाङ्‌मयातील तत्वज्ञान यावर आधारीत या कथांमध्ये कथाबंध आढळतो.

१) अमरकथा (भाग एक)

सुमेरचंद जैन यांचा हा कथासंग्रह बोधप्रद आहे. 'सिंह जातक', 'श्रेणिकाचे बालपण', 'संघ संरक्षक सती चेलना', 'शिष्योत्तम गौतम महर्षी', 'महावीरांच्या जन्माने पावन झालेली वैशाली', 'महासाध्वी अनघा' या कथांनी युक्त अमरकथा हा संग्रह नीती, शील, मोक्षासाठी केलेले सम्यक् प्रयत्न होय. सरळ, साध्या शब्दांनी युक्त तत्वज्ञानात्मके कथा होत. या कथांमध्ये पुराणकाळाचे चित्रण, भव्य व्यक्तिरेखा प्रकट झाल्या आहेत.

२) अमरकथा (भाग दुसरा) सुमेर के. जैन, १९७३

बालवाचकांसाठीच्या या चित्ताकर्षक कथा. या कथामालिकाचे अनेक भाग प्रकाशित झाले. पौराणिक संदर्भ असणाऱ्या या कथा पुराणपुरुषांना नायकत्व बहाल करतात. श्रीकृष्ण आणि तीर्थंकर नेमिकुमार, भ. पार्श्वनाथांचे बालपण, प्रेमाने द्वेष जिंकला, अभयकुमाराची चातुर्यकथा, भाग्यवंत आहे जगती पुत्र मानवाचा, केवळ रत्नहारामुळे या एवढ्याच ६ कथा आहेत.

आखीव रेखीव भाषाशैली, भारदस्त प्रसंग व लेखन शैली यामुळे हे आचार-विचार, तत्वज्ञानाची मांडणी यांनी या कथा प्रकट झल्या आहेत.

वर्ण्यविषय अगदी प्रभावीपणे आला आहे. उदा. ''अयोध्येचा राजा खजील झाला. त्याने मथुरेच्या राजाची क्षमा मागितली. दोघेही मित्र झाले. वाजत गाजत ते दोघे शहारात आले. मथुरेच्या लोकांनी या मैत्रीचे स्वागत केले. उत्तमातली उत्तम कथा म्हणजे ही कथा होय. साधी, सोपी रचना झाली आहे. द्वारपाल, दूत व जिनदत्त व इतर पात्रे ही अधिक रंगतदार झाली आहेत. जिनत्वाची शिकवण अधिक दृढ करणारी ही कहाणी होय.''

३) अमरकथा (भाग ३ रा) प्राचार्य सुमेर के. जैन, जाने. १९७३

मूलतः या कथा भ. महावीरांच्या समवशरणांत जन्मल्या. आधुनिक साज दिलेल्या या कथांमधून भ. महावीरांच्या तत्त्वज्ञानाची पेरणी आहे. मुळात या कथांचा उद्देशच संस्कार हा आहे.

प्रकृती अन् पुरुष, कुमार जंबू, आत्म्याची हाक, सिंहराज, विलक्षण योग, पराजय, सती चेलना या कथांमधून नीतिमत्ता, शीलव्रत, कषायविरहित जगणे, विकारी मोहाचा पाश तोडावा व कर्मरहित रहावे. यासारख्या तत्त्वज्ञानात्मक बाबींनी युक्त अशी ही कथा आहे. त्यामुळे संपूर्ण कथाच एका तत्त्वज्ञानाची मांडणी करते. शब्दांना भारदस्तपणा आला आहे. उत्तम शब्दकळा आहे.

दृष्टांत व बोधकथा

जिनदास पा. फडकुले यांनी ही कथा मराठीत अनुवादित केली आहे. आचार्य सकलकीर्ती यांनी ही मूळ कथा लिहिली आहे. स्वत: फडकुले या कथेला दृष्टांतकथा असे म्हणतात. 'दृष्टान्ते हि स्फुटा मति: दृष्टांतांनी बुद्धि विशद व प्रगल्भ होते व सदाचाराकडे प्रवृत्त होऊन असदाचारापासून दूर राहते. हे सिद्ध करण्यासाठी आपण कोटिभट श्रीपालाचे चरित्र सांगितले. (पृ.३) असे फडकुले म्हणतात. सकलकीर्ती आचार्य यांनी विक्रमाच्या १५ व्या शतकात भट्टारक पदावर असताना अनेक ग्रंथ लिहिलेले आहेत. त्यापैकी श्रीपाल चरित्र ही दीर्घकथा जिनदास फडकुले यांनी अनुवादित केली आहे. कोटिभट श्रीपालाची कथा जैन साहित्यात सर्वपरिचित आहे. मुनींच्या उपदेशाने श्रीपालाचा कुष्ठरोग मैना सुंदरीच्या जैन धर्मावरील श्रद्धेमुळे बरा होतो. ही कथा दीर्घकथा असली तरी लेखकाने या कथेचा हेतू बोधकथा असा सांगितला आहे. त्यामुळे याचा समावेश बोधकथेत केला आहे.

१) सद्‌बोध दृष्टांतमाला (भाग १, १९७८, हेमचंद्र वैद्य)

'घी निकलता है लेकिन टेढी उंगली से' या उक्तीला अनुसरुन दृष्टांत दिला असता बुद्धी अधिक विशुद्ध होते. त्याप्रमाणे मानवाला सद्‌बोध करण्याकरीता दृष्टांतकथा सांगितल्या गेल्या आहेत. या संग्रहातील दंतकथा, लोककथा, जनश्रुती यांना अपेक्षित रंग देऊन लिहिलेल्या दृष्टांतकथा आहेत. धर्म व नीतीतत्वे यांचा बोध यातून घडतो.

आदिसागर महाराजांनी जी प्रवचने दिली त्यावेळी दृष्टांतकथा सांगितल्या. त्यांच्या या मध्यवर्ती कल्पनेला उचलून भाषा व शैलीचा साज चढवून या कथा अवतरलेल्या आहेत. पंचाणुव्रते धर्मनिष्ठा जैन तत्त्वज्ञानावर गाढ श्रद्धा, व्यसनांपासून परावृत्ती, मुमुक्षुता, संसारसुख, अहिंसा, विकारादी द्वेषांचे खंडन, सत्य आणि सम्यकत्व आदि विषयांचे महत्त्व दृढ करणाऱ्या आहेत. जिनेशाचे वसतिस्थान ओळखण्यास भाग पाडणाऱ्या या कथांमधून धर्म-तत्त्वज्ञानाचे सत्य समजते. निवेदन भावणारे साधे, सरळ आहे. अल्प मर्यादाशील अशी ही कथा आहे. लौकिक दृष्ट्या माणूस आचरणशील होण्यास या कथा उपयुक्त आहेत. निवृत्ती-ज्ञानदेव-सोपान-मुक्ताबाई या कथेचे तात्पर्य केवळ वैराग्यप्रवण आणि संत महात्म्यांची ही नावे आहेत. म्हणून अंधभक्तीने त्यांना आळविण्यापेक्षा त्यात मुक्तिमार्गाचे रहस्य कसे ठासून भरले आहे हे लक्षात घेणे अधिक श्रेयस्कर आहे. तर शिकार हा खेळ आहे काय? यासारख्या कथेमधून शिकार हा खेळ नव्हे ते

महापाप आहे व दुर्गतीचे, नरकाचे तिकीट आहे असे समजते. त्याचबरोबर हिताहित-विवेक नसेल तर आपल्या ध्येयशून्य व दृष्टिशून्य धनार्जनाचा परिणाम दुर्गती प्राप्ती हाच आहे. अशा आशयाच्या अनेक कथा आहेत.

२) सद्बोध दृष्टान्तमाला (भाग दुसरा) हेमचंद्र वैद्य, १९७९

आदिसागर महाराजांच्या प्रवचनावरून या दृष्टांतकथा संस्कार करून लिहिल्या आहेत. जैन तत्त्वज्ञानातील बहुमोल सिद्धांतांना सोप्या भाषेत सांगून कथारूपात दृष्टांत म्हणून सांगितले आहेत. शारीरिक व्यथांऐवजी चिरकाल टिकणाऱ्या सनातन मूल्यांचा बोध या कथांद्वारे घडतो. व्यवहारचातुर्य; शुचिता, सत्यता, शीलादिव्रते, परोपकार, आत्म्याचे अस्तित्व यावर वैचारिक पण दृष्टांतामधून बोध केला आहे. पुराणकाळातील घटना-विषय असले तरी वर्तमानाला लागू पडणारे आहेत. जैन धर्मातील तत्त्वज्ञानाला या कथांमधून पुन्हा एकदा उजाळा देण्याचा स्तुत्य प्रयत्न वाटतो. साधे, सरळ कथानक पण बोधपूर्ण आहे. प्राकृत व संस्कृत श्लोकांचे संदर्भ अधूनमधून आढळतात. नैतिक दृष्ट्या या कथा अत्यंत महत्त्वाच्या आहेत. सदाचार आणि अनाचार यासारख्या कथेमधून सम्यक्त्वसहित सदाचारच मुक्तीचे खरे साधन आहे. राजा आणि भिकारी सारख्या कथेमधून प्रत्येक आत्मा हा परमात्मा होण्यास पात्र आणि बहुमोलच आहे. मुमुक्षु जीवांनी ही पातके सोडल्याशिवाय त्यांना आत्मकल्याण साधता येणार नाही. अशा अनेक विषयांनी युक्त ही कथा सद्बोध आणि सन्मार्गाला लागा असे सांगते. आपला आत्मा अमर आहे. मायादिक व्यवहार, मिथ्यात्व यांचा त्याग करावा. असा या कथांचा संदेश आहे.

३) नैतिक कथासंग्रह (प्रकाश खडके)

या प्रकाश खडके लिखित या कथासंग्रहामधून नैतिक आचार-विचार या संदर्भात कथा आलेल्या आहेत. जिनमतीची जिनभक्ती, भक्ती ही फार मोठी शक्तीच, खरी श्रद्धा, काट्यांचे झाले फूल, निंदेचे फळ यासारख्या कथा अनेक आहेत. श्रद्धेशिवाय भक्ती अपूर्ण आहे. जो सत्य धर्माचरण करतो, तोच खरा साधू-संत होय. जो सतत आत्मा महिमा गातो तो महंत, आणि जो आत्म्यात रमण करतो तो भगवंत होय. प्रत्येक माणसाने प्रत्येक गोष्ट स्वत: विचार करुन केली पाहिजे, कोणाच्याही सांगण्यावरुन करू नये. आत्मदर्शनालाच सम्यक्त्व म्हटले आहे. संयम हा महत्त्वाचा आहे हेच ही कथा सांगते. जिनमती ही स्वत: जिनभक्तीने, धर्मसंस्कारामुळे अग्निपरीक्षा पास होते. शहरभर पसरलेला वणवा ती विझवते. जिनभक्ती ही संसारसागरात बुडणाऱ्याला वाचविणारी नौकाच होय

(जिनमतीची जिनभक्ती पृ. १ ते ७), भक्ती ही फार मोठी शक्ती होय. सुख-दु:ख एकाच नाण्याच्या दोन बाजू होत. त्यामुळे दु:खाचे दिवस आले तरी वाममार्ग पत्करू नये. श्रद्धेशिवाय भक्ती अपूर्ण आहे. अशा अनेक नैतिक गोष्टी या कथा सांगतात.

४) प्रेरणा व बोधप्रद कथासंग्रह (भाग ४ था) श्री १०५ क्षु. वृषभसेन महाराज (अ. लाट)

संसारातील क्षणभंगुरता दर्शविण्यासाठी तत्त्वज्ञान आचरावे यासाठी दृष्टांत आणि उदाहरणांसह हा भाग सांगितला आहे. अध्यात्मवाद सांगितला आहे. धार्मिकवृत्ती प्रबल केली जाईल इतका तत्त्वज्ञानाचा भाग या कथांमधून आला आहे. अंधश्रद्धा, अहंभाव आणि मानसिक संघर्ष यावर भावशुद्धी हीच खरी भक्ती आहे, शक्ती आहे. सदाचार या वृत्तीला पूरक ठरतो. राजेशाही थाटाचे चित्रण, तत्कालीन समाजरीतीचे, कौटुंबिक पार्श्वभूमीचे चित्रण आढळते. अध्यात्मवाद सांगणारी ही कथा तीर्थंकरांच्या तत्त्वज्ञानाला पूरक आहे. विवेकाचे प्राबल्य असल्यामुळेच विवेकाचाच विजय होतो. आत्मपरीक्षणाने स्वत:स सुधारणे आवश्यक असते. छोट्या छोट्या कथांमधून व्यापक आशय व्यक्त झाला आहे.

आधुनिक कथा

मराठी कथासाहित्यातला आधुनिक कथेचा प्रवाह हा अनेकांगांनी समृद्ध झालेला आहे. जीवनाच्या शक्यता आधिकाधिक प्रकट होत आहेत. समकालीन कथा धारेत विविध क्षेत्रातील विविध स्थळ-प्रदेशांतून अनेकजण लिहिणारे आढळतात. ग्रामीण, स्त्रीवादी, दलित, आदिवासी, रहस्य, साहस, भयकथा, ऐतिहासिक, विनोदी, विज्ञान, वास्तववादी, अस्तित्ववादी नागरकथा इ. कथाप्रकारांबरोबरच जैन साहित्यातील कथाप्रकारही आधुनिक अंगाने बहरतो आहे. तत्त्वज्ञान, संस्कार, आचरणपद्धती, संस्कृती व सम्यक् ज्ञान याद्वारे बीजविकास साधणारी ही कथा आहे. आधुनिक जीवनशैलीला शब्दांत पकडणारी ही कथा मात्र म्हणावी त्या अर्थाने मात्र विकास पावली नाही.

१) भाग्यरेषा (नलिनी शहा, १९६२)

आधुनिक या अर्थाने गद्य जीवन-शैलीतील जीवनधारणा, जाणीवा प्रकट करणारा हा कथासंग्रह आहे. कौटुंबिक वळणाच्या, नातेसंबंध दृढ करणाऱ्या, नात्या-नात्यांमधील गुंते उकलणाऱ्या या कथा आहेत प्रथम पुरुषी व तृतीय पुरुषी निवेदन पद्धतींचा या कथांमध्ये वापर केला आहे. मनात भाबडेपणा घेऊन

जगणाऱ्या नीतिमान, सोज्वळ पात्रांद्वारे शहा यांनी जगण्यातील ताणेबाणे रेखाटले आहेत. धारधार पण गतिशील संवाद व वर्णनपरता यांमुळे आणि स्वगतशील अशी भाषा, यामुळे ही कथा आपली स्वत:चीच भाग्यरेषा उजळत निघाली आहे.

शहा यांनी काही कथांची शीर्षके ही ग्रामीण बाजाची (उदा. जातकुळी, झाकण) ठेवली हेही एक वैशिष्ट्य होय. उत्कट सहानुभावाने ही कथा साकारली आहे. कथांना कौटुंबिक पार्श्वभूमी लाभलेली आहे.

२) मनीषा (चंचलाबाई शहा, १९६२)

कथा आणि लेख या दोहोंचा समन्वय साधून हा कथासंग्रह अवतरला आहे. अगदी बालबोध शीर्षके वाटत असली तरी कथांमधून कुटुंब, समाज आणि व्यक्ती यांच्या भोवतीच कथा गुंफली आहे. उदा पुष्पा नावाची गरीब घराण्यातील मुलगी पतिनिष्ठा बाळगून ती पतीच्या आदरास पात्र होते. सर्वच कथा या नायिकाप्रधान आहेत. विविध स्त्री नायिकांच्याद्वारे हा कथाविषय फुलवत ठेवला आहे. पण चाकोरीबद्ध विषयच पुन्हा मांडले आहेत.

या संग्रहाचा उत्तरार्ध हा विविध लेखांनी मांडला आहे. जैन धर्म व तत्त्वज्ञान हा या कथांचा विषय असल्याने स्त्री, व्रतवैकल्ये, परमात्मप्रचीती, जुनाट रोग, हुंडा, महावीर जयंतीचे स्त्रियांच्या दृष्टीने महत्त्व इ. लेख महत्वाचे झाले आहेत. स्त्रियांच्या लेखनातले हे विषय महत्त्वाचे वाटतात. लालित्यपूर्ण भाषा ही लेखनाची जमेची बाजू होय. परंतु आवर्त भेदण्याचे सामर्थ्य मात्र दिसून येत नाही. काही ठिकाणी विधानांची सुसंगती कशी लावायची हाच संभ्रम होतो.

३) जैनकथा सुमनांजली (जनगौंडा दरगौंडा पाटील, १९८१)

जैन तत्त्वांची साक्षात्कारी बांधणी मांडणारा हा कथासंग्रह होय. या कथांना आधुनिक जीवनशैलीचा स्पर्श लाभला असला तरी यामधून धर्मविवेचन आणि तत्त्वज्ञानाचाच अंश प्रभावी वाटतो. त्यागमय जीवनावर आधारलेल्या व अंतिम आत्मकल्याणाचा मार्ग दाखविणाऱ्या या सिद्धहस्त कथा होत.

विशुद्ध प्रेमभाव, धर्मावरील अपार निष्ठा, श्रद्धा, सहविचार, सदाचार, नैतिक बळ व दृढ जिननिष्ठ, त्याचबरोबर प्रसन्नतापूर्ण व्यक्तिरेखा व शांत-संयमी प्रसंग यांची उत्कट पेरणी समतोल शैलीने शब्दबद्ध करण्यात लेखकाला यश लागले आहे. अंत:करण हेलावून सोडणारे ही काही प्रसंग आढळतात.

ऐतिहासिक, पौराणिक व आधुनिक या तीन काळातील बेमालूम मिश्रणाने

साकारलेली ही कथा आहे. चित्रदर्शी, लालित्यपूर्ण व उठावदार शैलीचा या कथांमध्ये येतो. पण, आधुनिक कथेत दखल घेण्यासारखी अपवादानेच कथा या आहेत.

४) पुनीत (संपा. श्रेणिक अन्नदाते, एप्रिल १९९७)

समग्र जैन कथा संग्रहामध्ये आपल्या लक्षणीय जाणिवेने / वैशिष्ट्याने महत्वाचा कथासंग्रह म्हणजे पुनीत हा होय. समकालीन मराठी जैन सिद्धहस्त लेखकांच्या लेखणीतून अवतरलेल्या या कथांचे संपादन श्रेणिक अन्नदाते यांनी केले आहे.

रंजनाबरोबरच डोळ्यात अंजन घालणाऱ्या अशा प्रातिनिधिक रूपातील नऊ कथाकारांच्या एकवीस कथांचा हा संग्रह आहे. सर्वच कथांमधून जैन जीवनपद्धतीचे, संस्कृतीचे आणि विचारांचे गुणविशेष आले आहेत. संमिश्र भावभावना व गुंतवणूक यांच्या द्वारे तसेच धर्म व तत्त्वज्ञान, आचरण पद्धती (पूजा पद्धती, शांतिमंत्र, अभिषेक, मानस्तंभ, व्रते व उपवास, मुनी–आर्यिका यांचा आहार), जैन धर्म व संस्कृती, तत्त्वे यांसंबंधी जाणीवपूर्वक दखल घेतली आहे. विषण्णता व आनंद यांचा प्रत्यय, सामाजिक, सांस्कृतिक व वैचारिक भान देतानाच जाणीवा उत्कट व वस्तुनिष्ठपणे रेखाटल्या आहेत. धर्मतत्त्वं व नीतितत्त्वं यांनी युक्त कथा आधुनिक जीवनव्यवहाराचा आविष्कार जपणारी ही कथा आहे.

कथासंग्रहाचे शीर्षकच मुळात पुनीत अर्थात पावन या अर्थाने आले आहे. उत्तम अभिव्यक्ती, अतिशय चपखलपणे आलेली उदाहरणे, बहारदार वर्णने, सूक्ष्म पण धर्मप्रभावित निरीक्षणे या आधारे लक्षणीय ठरणारी ही कथा होय.

'पुनीत'च्या प्रभावाने जैन मराठी कथेला काही अंशी चांगले दिवस येतील असे वाटते. असे निर्मलकुमार फडकुले म्हणतात, ''वास्तवाच्या पायावर उभ्या असलेल्या यातल्या व्यक्ती आणि घटना वाचकांच्या मनावर आपल्या अस्तित्वाची आणि सामर्थ्याची एखादी तरी स्पष्ट खूण करतात. ही कथा आपल्याच मनाची, आयुष्याची कहाणी सांगते असा सबल प्रत्यय या संग्रहानं आणून दिला हे त्याचं लक्षणीय श्रेय. या विधानांचा हुबेहूब प्रत्यय येतो. म्हणून हा कथासंग्रह महत्वाचा वाटतो.''

५) रथवादळ (नीलम माणगावे, एप्रिल २००९)

आजच्या पिढीतील कथालेखिका नीलम माणगावे यांचा नऊ कथांचा हा संग्रह होय. आधुनिक जीवन जाणिवा पौराणिक–ऐतिहासिक व्यक्तिरेखा, प्रसंग

घेऊन त्यांनी रेखाटलेल्या या कथा होत. मानवी जीवनाला दिशा देणाऱ्या या आहार–विचार या पातळीवर तत्त्वज्ञान घेऊन अवतरणाऱ्या या कथा होत. यामध्ये आलेले हे विषय आधुनिक जीवनाशी स्पर्श करणारे आहेत. जिनदर्शन हे महादर्शन होय याचा विचार ही कथा करते. परित्यक्ता स्त्रीची व्यथा चितारणारी 'जन्मोत्सव' ही कथा, स्त्रियाच स्त्रियांच्या वैरी कशा आहेत हे 'प्रायश्चित' मधून समजते. तर 'भूक, नवे मंदिर, प्रसाद, रथवादळ' या विचारशील, जैन धर्मादर्श सांगणाऱ्या कथा होत. धर्म, मानवता, शिक्षण, वैचारिक संघर्ष, मानसिक प्रलोभने याद्वारे उत्तम शब्दकळा वाटणाऱ्या या कथा. आधुनिक जीवनशैलीला साजेशा होत. यातील जवळपास सर्वच कथांची नायिका स्त्री या आहेत.

समारोप

अर्वाचीन मराठी जैन कथा ही आपल्या स्वतंत्र वैशिष्ट्याने / सामर्थ्याने व्यक्त झाली आहे. याचे कारण असे की, या कथा नैतिक आचरण, धर्म, तत्त्वज्ञान, समाजजीवन व तत्कालीन रूढी–रिवाज यांवर आचार–विचार व सुधारणेच्या दृष्टीने या कथा उभ्या राहतात. आशयकथा, व्रतकथा, पुराणकथा, दीर्घकथा, आधुनिककथा, कथा–मालिका, बोधकथा, बालकथा, लघुकथा इ. कथा प्रकारांमध्ये या कथांचे वर्गीकरण करता येते. प्रत्येक कथाप्रकारामध्ये विविध विषय आणि वेगळी मांडणी आढळते. व्रतकथा या वाङ्मयीन गुणवत्तेच्या दृष्टीने वेगळ्या आहेत. धर्म–तत्त्वज्ञान हा मुख्य विषय या कथांचा आहे. व्यक्तीची नैतिक, सामाजिक जबाबदारी व तो करत असलेले आचरण या दृष्टीने ही कथा साकारते. पशु–पक्षी, प्राणी व एखाद्या व्यक्तिरेखेच्या माध्यमातून प्रभावी आत्मतत्त्वाला जागृत करणाऱ्या या कथा आहेत.

आजच्या वर्तमान समाजाच्या दुखण्यापेक्षा या कथाकारांनी पुराणाचा आधार घेऊन या कथा लिहिलेल्या होत. जैन समाजाच्या अभिरुचीला वृद्धिंगत करणाऱ्या व त्या समाजाच्या घडणीतून साकारलेल्या या कथा आहेत. आशय, विषय, रचना, पात्रविषय याबाबतीत पूर्वसूरींची री आढळते. मात्र समाजाच्या ज्या घडणीचा या कथांवर प्रभाव पडला ती कथा या मुशीतून अजून निर्माण झाली नाही असे वाटते. प्रचलित वाङ्मय व्यवहारामध्ये आपल्या मूळ वैशिष्ट्यांनी प्रकटणारी ही कथा मूळ धर्मकथांचे द्रव्य, मूल्ये आणि सामाजिकता यांचा वर्तमान जीवनाच्या संदर्भात धर्ममूल्यांवर पोसणारा सत्त्वशील भाव जपणारी आणि नीतितत्वे, पुराणांतील पुण्यप्रद आणि पुराणपुरुषांविषयी कृतज्ञता ठेवणारी आहे. आधुनिक काळातील जीवनाला विशिष्ट मूल्य प्राप्त करविणारी कथा

म्हणून याकडे पाहिले पाहिजे. ग्रामीण, दलित, जनवादी, मार्क्सवादी, स्त्रीवादी, आदिवासी साहित्य या प्रवाहांमध्ये जैन साहित्याचा प्रवाहही आपली विशिष्ट मूल्यधारा घेऊन प्रवाहित झाला आहे. सम्यक् दृष्टी ठेवून शाश्वत परिवर्तनाच्या दिशेचा शोध हाच या कथांचा गाभा आहे. आपल्या पुराण ग्रंथांमधून प्रकट झालेल्या रूपांचा पुनर्शोध घेण्याचाही प्रयत्न झाला आहे.

समाजाच्या विविध अंगांनी चालवलेला कहर, भ्रष्टाचार याविषयीचा संतापही ही कथा संयतपणे पार पाडते. आचारशील, विचारशील आणि तत्त्वशील दृष्ट्या ही कथा आपला स्वतंत्र मूल्यभाव जपणारी आहे. स्थळ, काळ, समाज आणि इतर जी पंचाणुव्रते या चाकोरीत वावरताना ती व्यक्ती, प्रसंग यांच्याद्वारा आत्मभान देते. सामाजिक, पर्यावरणशील आणि इतर बाजूने प्रथमानुयोगातील या कथावस्तू यात येतात.

मराठी कथेच्या दीर्घ आणि विस्तारशील प्रयत्नातून आपला स्वत:चा स्वतंत्र चेहरा जपणारी ही कथा मराठी कथा परंपरेत उभी आहे.

जैन मराठी कांदबरी

आधुनिक मराठी साहित्यात इंग्रजी साहित्याच्या परिचयातून अनेक साहित्यप्रकारांचे अवतरण झाले. वसाहतवादी समाजरचना आणि मध्यवर्गीय समाज मानसिकतेची गरज म्हणून कादंबरीसारख्या वाङ्मय प्रकाराचा उगम झाला. १९ व्या शतकात ज्या अनेक साहित्य प्रकारांचे अवतरण झाले, त्यांपैकी कादंबरी हा एक महत्वाचा साहित्य प्रकार होता. भारतीय पारंपरिक कथात्मक साहित्य प्रकार व आधुनिक पाश्चात्य 'नॉवेल' सारखा साहित्य प्रकार या दोहोंच्या समन्वयातून कादंबरीसारखा साहित्यप्रकार उदयास आला. यमुना पर्यटन यासारख्या कादंबरीतून तत्कालीन समाजजीवनातील वास्तवाचे चित्रण करणाऱ्या कादंबरीचा जन्म झाला. पण याच वेळी भारतीय परंपरेतल्या पुराणकथा, कथामालिका, कथागुच्छ आणि रंजनप्रधान कथांचा कथांच्या प्रभावातून मराठीत अद्‌भुत-रंजनप्रधान कादंबऱ्यांचा उगम झाला. याचवेळी भारतातील अनेक महाकाव्ये, पुराणे, इतिहास यांच्या संदर्भाने प्राचीन कथांचे पुनरुज्जीवन करून काही कादंबऱ्यांचा उगम झाला. मराठी कादंबरीच्या सुरुवातीच्या काळात तीन प्रवृत्ती निर्माण झाल्या व त्या वाढीस लागल्या. याचवेळी प्राचीन पुराणकथा, ऐतिहासिक चरित्रे यांच्या परिघात नव्याने काही कादंबऱ्यांचा उगम झाला.

मराठी जैन साहित्यात आधुनिक काळात अनेक प्राचीन भाषांमध्ये महापुराणे, कथा, चरित्रे यांची भाषांतरे आणि रूपांतरे झाली. याच काळात भाषांतर,

रूपांतर, अनुवाद प्रक्रियेमध्ये प्राचीन भारतीय भाषांमध्ये महाकाव्ये, पुराणकथांना संक्षिप्त करून त्यांची कादंबरीमय रचना करण्याचे प्रयत्न मराठी जैन साहित्यात झाले. पुराणांचा संक्षेप करून त्याला कादंबरीचे रूप देणे, प्राचीन चरित्रांची मांडणी कादंबरीरूपाने करणे, ऐतिहासिक वीर पुरुषांची चरित्रे, कादंबरीरूपाने देणे, त्याचबरोबर प्राचीन काळातील धार्मिक संघर्ष कादंबरीतून मांडणे, त्याचबरोबर आधुनिक काळातील जीवनाचे स्वरूप मांडताना त्यामध्ये जैन तत्त्वज्ञान यांची मांडणी करण्यासाठी आधुनिक काळात जैन लोकांनी कादंबरी हा प्रकार आपलासा केल्याचे दिसते.

काळाबरोबर लवचिकपणा हा जैन साहित्याचा विशेष. जैन साहित्याने सर्व भारतीय भाषांमध्ये आपले साहित्य लिहिले आहे व काळानुरूप त्या-त्या भाषेतील सर्व साहित्यप्रकार आपलेसे केले आहेत. आपले तत्त्वज्ञान लोकांपर्यंत पोहचणे हा उद्देश जरी जैन साहित्याचा असला तरी त्या-त्या काळातील भाषा आणि साहित्यप्रकार यामध्ये आपले तत्वज्ञान व आचार चपखल बसवणे हा जैन साहित्याचा महत्वाचा विशेष म्हणता येईल. जैन साहित्य आणि साहित्यिकांच्या या कौशल्यामुळेच जैन साहित्य हे काळाबरोबर आहे. आधुनिक मराठी जैन साहित्यातील जैन लेखकांनी आपल्या महाकाव्यातील, पुराणातील चरित्रांना, कथांना, आशयांना कादंबरीरुप दिले आहे. याचबरोबर जैन इतिहासामध्ये पराक्रम करणाऱ्या पराक्रमी पुरुषांची चरित्रे कादंबरीमय करण्याचा प्रयत्न केलेला आहे.

कादंबरी या वाङ्मयप्रकाराला कोणताही विषय वर्ज्य नाही. कोणत्याही कलावकाशात ती संचार करू शकते व कोणताही कलावकाश ती कवेत घेऊ शकते. यामुळे जैन कादंबरीकारांनी हजारो वर्षांचा कालखंड एकाच कादंबरीत बंदिस्त केला आहे. अलिकडे निर्माण झालेल्या 'हिंदू' या भालचंद्र नेमाडे यांच्या कादंबरीचा प्रत्यय या जैन धर्मीयांच्या कादंबरीतून येतो.

१) पौराणिक व महाकाव्यसदृश कादंबऱ्या

१. हरिवंश पुराण (१९१७) जीवराज गौतमचंद दोशी

जिनसेनाचार्यांच्या मूळच्या हरिवंश पुराणाशी संक्षिप्त कादंबरीरुप म्हणजे जीवराज गौतमचंद दोशी यांचे हरिवंश पुराणही कादंबरी होय. या हरिवंशपुराणाला कादंबरी म्हणण्याचे कारण म्हणजे यात कादंबरीसारखे निवेदन, संवाद व छोटी छोटी उपकथानके येतात. ही महाकादंबरीच म्हणता येईल. बाबू ज्ञानचंद जैनी यांच्या हिंदी हरिवंशपुराणाच्या आधारे दोशी यांनी हिला कादंबरीरूप केले आहे. जैन साहित्यातील सर्व कथांप्रमाणेच भ. महावीरांच्या समवसरणात

श्रेणिकराजाच्या प्रश्नोत्तराने या कादंबरीची सुरुवात होते. भ. वृषभनाथांच्या नंतर चक्रवर्ती भरत याच्या राजवटीपासून ही कादंबरी सुरू होते. हे हरिवंशपुराण म्हणजे जैनांचे महाभारत आहे. चक्रवर्ती भरतानंतर बावीस तीर्थंकर होऊन गेले. बावीसावे तीर्थंकर नेमिनाथ हे महाभारतकालीन होते. या महाभारताची कथा या कादंबरीत येते. या कादंबरीत जरासंध, वसुदेव, कंस, देवकी, नेमिनाथ, कृष्ण, बळीभद्र, रुक्मिणी, पांडव, संजय अशी महाभारतातील सर्व पात्रे येतात. द्वारका, गोकुळ यांची वर्णने येतात. कादंबरीमध्ये कृष्णाचा चुलतभाऊ नेमिनाथ आणि राजुल यांची कथा येते. पांडवांची कथा येते. रुक्मिणी, सत्यभामा यांची कथा येते. या काळात झालेले अनिरुद्ध, प्रद्युम्न, शंबुकुमार, सुभानुकुमार, गजकुमार, जरत्कुमार या सर्वांच्या उपकथाही येतात. कौरव-पांडवांचे युद्ध, कृष्णाचा अंत, पांडवांचे पूर्वजन्म, पांडवांचे निर्वाण आणि शेवटी बलिभद्राचे निर्वाण अशी कथा येते. या कथेतील सर्व प्रमुख पात्रे शेवटी दीक्षाग्रहण करतात व मोक्षाला जातात. अशा प्रकारे हे महाकाव्य जैन तत्त्वज्ञानाकडे वळवले जाते.

कादंबरीत वैदिक महाभारताचे सर्व संदर्भ येतात ते जैन तत्त्वज्ञानाच्या संदर्भाने. त्या काळातील राजघराणी, सामाजिक संदर्भ, वंश उत्पत्ती, भववर्णने, भवांतरे, राजकीय बदल, चढाओढ यांचा व्यापक पट कवेत घेतलेला दिसतो.

प्रचंड मोठा कालावकाश, ६३ शलाकापुरुष, जैन तत्त्वज्ञानातील भवांतर, प्रश्नोत्तरे अशा अनेक जैन तत्वज्ञानातील गोष्टींची गुंफण या कादंबरीत येते.

२. महापुराण -सुमतिबाई शहा. (१९७०)

१९६० साली सुमतीबाई शहा यांनी वरील विषयावरच महापुराण ही कादंबरी लिहिली आहे. महाकवी जिनसेन आणि पुष्पदंत यांनी लिहिलेल्या कथांमधून सुमतीबाईंनी ही कथा कादंबरीरुपाने लिहिलेली आहे. संस्कृत, अपभ्रंश, प्राकृत आणि कानडी या चार भाषेतील महापुराणांच्या आधरे ही कादंबरी लिहिल्याचे लेखिका म्हणते. महापुराणातील केवळ पहिला भाग या कादंबरीत येतो. भ. वृषभदेव आणि भरत-बाहुबली यांच्या युद्धाची कथा शेवटी भरत आणि बाहुबली या दोघांचे वैराग्य इतपर्यंतची कथा यात आली आहे.

३. आदिसम्राट भरत-बाहुबली युद्ध -प्राचार्य सुमेरचंद जैन (१९७२)

महापुराणातील भरत आणि बाहुबली यांची कथा अनेक जैन कादंबरीकारांना आकर्षित करून घेते. महापुराणातील या विषयावर प्राचार्य सुमेर जैन यांनी १९७२ साली ही कादंबरी लिहिली आहे. जैन साहित्यातील अत्यंत लोकप्रिय अशी ही कथा आहे. भरतेश्वराने वृषभनाथांच्या सन्मानानंतर राज्यकारभार

जनतेच्या कल्याणाकरता कल्याणकारकरित्या चालवला. परंतु षट्खंडांना जिंकून जेव्हा भरतेश्वर आयोध्येला परतले तेव्हा चक्ररत्नाने शहरात प्रविष्ट होण्याचे नाकारले. तेव्हा बाहुबलीशी युद्ध झाले त्या युद्धाची ही सुरस कथाकादंबरीरुपात गुंफली आहे. ते एकूणच कथासूत्र असे येते – भ. ऋषभदेवांनी आपले राज्य आपल्या सर्व पुत्रांना वाटून स्वतः संन्यास धर्म स्वीकारला. इकडे अयोध्येत भरतेश्वराने पिताजींच्या पावलावर पाऊल टाकून राज्यकारभार चोखपणे चालविला. राज्याची उन्नती केली. या काळातच भ. ऋषभदेवांना कैवल्यप्राप्ती झाली. राजवाड्यात पुत्ररत्न प्राप्त झाले आणि शस्त्रगारातून सुदर्शन चक्र नावाचे दिव्य शस्त्र बाहेर पडले. या शुभदायक वार्ता भरताच्या दृष्टीने अत्यंत आनंददायक होत्या. त्या आनंदाप्रित्यर्थ हत्तीवरुन गावोगाव साखर वाटण्यात आली आणि भरत राजा दिग्विजयास गेला. सहा खंड जिंकले. त्यावरती विजय मिळवून तो परत अयोध्येस परतला. पण महाद्वारालाच गोपुराच्या तोंडाशी चक्ररत्न अडखळले . तेव्हा सेनापतीने खुलासा केला की, सर्व राजांनी आपले मांडलिकत्व स्वीकारले असले तरी आपल्या नव्वद बंधूंनी व दक्षिणेश्वर बाहुबलींनी ते नाकारले आहे आणि तिथे मग बाहुबली या बंधूशी द्वंद्वयुद्धाची घोषणा होते. दोघेही युद्धास तयार होतात. उभयता बंधूंमध्ये द्वंद्वयुद्ध होते. जल, मुष्टी, गदायुद्ध व शेवटी मल्लयुद्ध होते. यामध्ये बाहुबलीचा विजय होतो. पण सद्वृत्ती व विवेकशील बाहुबलीने संयम ग्रहण केला. अत्यंत क्रोधाच्या क्षणी बाहुबली निघून गेले. ते दूर वनात गेले. तीन रात्री आणि तीन दिवस शोकमग्न अवस्थेत गेले. भरताने व त्यांच्या साध्वी बहिणीने त्यांची समजूत काढली. बाहुबलीच्या मनातली अढी निघाली. त्यानंतर त्यांनी महातपास आरंभ केला. त्यांना कैवल्यप्राप्ती झाली. संबंध भारतभर महात्मा म्हणून त्यांची कीर्ती झाली. वडिलांच्याही आधी सर्व कर्मबंधातून स्वतःला सोडवून घेतले. त्या महान आत्म्याची ओळख रहावी म्हणून शुभ्र दगडाची मूर्ती उभी केली आहे.

या कथेतून विवेक व अविवेकाचे द्वंद्व व आत्मोन्नतीचा मार्ग याविषयी अध्यात्मिक दृष्टीने बोलते. लोकमानसात परंपरेने चालत आलेली ही अत्यंत लोकप्रिय कथा होय. आदर्श कथा रेखाटणारी ही उत्तम कादंबरी होय.

४) गोमटेशगाथा (नीरज जैन, अनु. सन्मती भ. शहा, १९८७)

भारतभूमीला सुवर्णांकित करणारा एक महान आत्मा म्हणजे बाहुबली होय. गोमटेश्वराच्या महिमेचे यामध्ये दर्शन होते. नीरज जैन यांचो संशोधक विद्वान व मान्यवर लेखक म्हणून ख्याती प्राप्त केली असली तरी त्यांचा खरा

नावलौकिक ऐतिहासिक कादंबरीकार म्हणून झाला धार्मिक व ऐतिहासिक स्वरूपाची गोमटेश गाथा ही त्यांची अनुपम कादंबरी भारतीय ज्ञानपीठ च्या लोकोदय ग्रंथमालेचे ४१३ वे पुष्प म्हणून १९८१ साली भगवान बाहुबली सहस्राब्दी महामस्तकाभिषेक महोत्सव प्रसंगी प्रकाशित झाली असून त्या निमित्ताने मोठ्या प्रमाणावर प्रसिद्ध झालेल्या विविध प्रकारच्या ललित साहित्यामध्ये ही कादंबरी महत्त्वपूर्ण समजली जाते. श्रवणबेळगोळ येथील विंध्यगिरी पर्वतावरील श्री गोमटेश महामूर्तीच्या एक हजार वर्षांपूर्वीच्या प्रतिष्ठापनेच्या इतिहासावर आधारलेली ही एक समर्थ व श्रेष्ठ साहित्यकृती आहे. अशी मान्यता मिळण्याचे भाग्य गोमटेश गाथा या अलौकिक कादंबरीला प्राप्त झाले आहे. (शहा सन्मती, गोमटेशगाथा, पृ. ६, १९८७)

चक्रवर्ती भरत व वीर बाहुबली यांची पौराणिक कथा, पौराणिक कथा-प्रसंगावर अतिक्रमण न करता आणि ऐतिहासिक वस्तुस्थितीचा विपर्यास न होऊ देता ही कादंबरी लिहिली गेली असल्याने संस्कृती व इतिहास यांचा मनोज्ञ संगम या कादंबरीत पहावयास मिळतो. धार्मिक, सांस्कृतिक, अध्यात्मिक, पुरातत्वविषयक, शिल्पशास्त्रसंबंधित व ऐतिहासिक स्वरुपाची माहिती देणारी गाथा होय. हिंदीमधील श्रेष्ठ कलाकृतीचे मराठीतले हे सुरेख, भावयुक्त व अर्थपूर्ण झाले आहे. सांस्कृतिक दृष्ट्या ही महत्वाची कादंबरी होय. तितकेच या कादंबरीचे ऐतिहासिक महत्त्व आहे. पोदनपुरी बाहुबली मूर्तीच्या शोधार्थ निघालेली तीन पात्रे-चामुंडराय, त्यांची माता व आचार्य नेमिचंद्र आजवर इतिहासाला ज्ञात आहेत. परंतु लेखकाने चामुंडराय पुत्र जिनदेवन, पुत्रवधू सरस्वती, पौत्र सौरभ यांच्या निमित्ताने एक परिपूर्ण राजपरिवार आणि पंडिताचार्य व इतर साधुगण यांच्या निमित्ताने एक परिपूर्ण यात्रासंघ सजीव केला आहे. सौरभ आपल्या बालक्रीडांनी तर जिनदेवन्, सरस्वती व पंडिताचार्य ही पात्रे आपल्या प्रबंधकुशलतेने संपूर्ण कथानकभर व्यापून राहिली आहेत. त्यांची सजीवता व अनिवार्यता लेखकाने सहजसिद्ध केली आहे. (पृ. ११)

बाहुबलीचा राज्यत्याग, रूपकाराचा पारिश्रामिक त्याग, चामुंडरायाचा शस्त्रत्याग, पंडिताचार्यांचा संसारत्याग इ. घटनामालिकांतून दिव्यत्व वा देवत्व हे जन्माने नसते तर विवेकाच्या कुशीतून पुरुषार्थाने जन्मते. याचा खोलवर ठसा वाचकांच्या मनावर उमटतो.

जैन रामायणे व कादंबऱ्या

महापुराणातील एक भाग म्हणजे जैन रामायण आहे. महापुराणाचे आदिपुराण

व उत्तरपुराण असे दोन भाग आहेत. आदिपुराणामध्ये भगवान आदिनाथांचे व प्रथम चक्रवर्ती सम्राट भरत यांचे समग्र चरित्र मोठ्या विस्ताराने आले आहे. तर उत्तरपुराणामध्ये उरलेल्या त्रसष्ट शलाका पुरुषांची चरित्रे आली आहेत. महापुराण जिनसेनाचार्य यांनी लिहिले तर उत्तर पुराण त्यांचे शिष्य गुणभद्राचार्यांनी लिहिले. उत्तर पुराणात नऊ बलभद्र, नऊ नारायण व प्रतिनारायणांची चरित्रे आहेत. राम हा नऊ बलभद्रांपैकी एक आहे. या रामाची कथा जैन साहित्यात पद्मपुराण या नावानेही ओळखले जाते. या जैन रामायणावर आधुनिक मराठीत काही कादबऱ्या लिहिल्या गेल्या आहेत.

रामायणसार (संपा. अनंततनय) १९१७

याच श्रीगुणभद्राचार्य लिखित ४६ ते ७६ या ३१ पर्वामध्ये समाप्त केलेल्या उत्तरपुराणात ६७ व ६८ व्या पर्वामध्ये राम-रावणाची कथा आली आहे. त्याच कथेचे पंडित अंनततनय यांनी दोन पर्वाचे भाषांतर करुन रामायणसारही ग्रंथवजा कादंबरी लिहिली आहे. सध्या कादंबरी वाचनाची लोकांमध्ये प्रवृत्ती वाढल्यामुळे या पुराणकथेला कादंबरीवजा रूप देण्याचा प्रयत्न लेखकाने केला आहे. शके १८२० (इ.स. १८९८) साली लिहिलेल्या या कथेचे शब्दश: भाषांतर असल्याने भाषांतरित कादंबरी असे त्याचे स्वरुप आहे. यात राम-रावण, हनुमान यांच्यात पारंपरिक कथा असली तरी जैन रामायणातील राम मोक्षाला जातात. सीता आर्यिकेची दीक्षा घेते असा जैन रामायणाचा शेवट आहे. जैन रामायणातील रावण हा दुष्ट नसतो. परंतु त्याच्या विपरीत बुद्धीमुळे त्याला सीतेची अभिलाषा लागते. रावण मदोन्मत्त होतो. रावणास समजुतीचे शब्द सांगितले जातात. पुढे युद्ध सुरु होते, महायुद्ध होते. युद्ध जिंकून आल्यानंतर सुव्रत मुनींचा उपदेश होतो. रामचंद्रास वैराग्य प्राप्त होते व शेवटी शीलव्रताचे पालन करणारी सीता आर्यिकेची दीक्षा घेते. अशी ही वैदिक रामायणापेक्षा वेगळी कथा असणारी जैन रामायणाची कथा आहे.

श्री मुनिसुव्रत तीर्थंकर व श्री हरिषेण चक्रवर्ती यांच्यापासून प्रारंभ झालेली ही कथा संपूर्ण रामायण सांगते. रावणाची कानउघडणी होऊनही शेवटी महायुद्धास आरंभ होतो. रामचंद्र सीतेस भेटतात. रामचंद्रास वैराग्यप्राप्ती होते व ते मोक्ष साधतात. एकूण २१ प्रकरणांमध्ये ही चरित्रात्मक कादंबरी ऐतिहासिक धर्मक्रांतीच घडवून आणते.

प्रारंभीच्या दोन पर्वात तीर्थंकर, च्रकवर्ती, नारायण, प्रतिनारायण व बलिभद्र यांचे वर्णन केले आहे. कथाप्रसंगाला अनुसरुन विषयसंबंधाने आपले विचार

प्रकट केले आहेत. ते मननीय आणि शास्त्रानुकूल आहेत, असे प्रस्तावनाकार जि. पा. फडकुले म्हणतात. भरत क्षेत्रातील राज्य करणाऱ्या राजांच्या कहाण्या यात आहेत. तत्कालीन राजघराण्यांच्या घडामोडींच्या, राजवंशाच्या, सामाजिक परिस्थितीच्या घटना, निसर्ग वर्णन, युद्धभूमी (पार्श्वभूमी) आणि अनेक घटनांनी युक्त अशी ही कथा श्लोकाश्लोकागणिक पुढे सरकते. तीर्थंकरांच्या जीविताचे झालेले मोक्षकार्य, समाजात फुलविलेली चेतना व पुण्यबंधाने निर्माण झालेले श्रेष्ठ कुळ. श्रेष्ठ कुळात झालेला जन्म या अनुरोधाने ही मांडणी होते. प्रत्यक्ष संवाद, पंचकल्याण, अणुव्रते व कषायविरहित वृत्ती यामुळे तत्कालीन परिस्थितीत त्यांनी काढलेले उत्तर याचा ऊहापोह होतो. भाषाशैली ही आदर्श वाटते. वर्णने, भाषाविशेष, कथासूत्र हे मोहमयी शब्द वर्णनाने रंगलेले आहे. प्रचंड कालावकाश आपल्या कवेत घेणारे आहे. चारी आश्रम, तत्कालीन वर्णव्यवस्था व पूर्वापर चालत आलेली आचरणपद्धती यावरती भाष्य होते आहे. रामायण कथेतील एक महत्वाची घटना अत्यंत मोजक्या शब्दांत वर्णन केली आहे. यात कादंबरीची बीजे व घटक दिसतात, म्हणून हिला कादंबरी म्हटले आहे.

''दैवयोगाने त्या दिवशी पुष्कळ लोक त्या ठिकाणी घर बांधणीसाठी जागेचा शोध करीत होते. त्यावेळी ती जागा नांगरीत असता नांगराच्या टोकाला लागून ती पेटी वर आली. ती पाहून जन्मलेल्या लोकांनी राजाला वर्दी दिली आणि सांगितले की, ही आश्चर्य करण्यासारखी पेटी आम्हास मिळाली आहे.'' (पृ. ९१) यासारख्या घटनांमधून बहुजन समाज कसा वागत होता याविषयी माहिती मिळते. अचौर्य अणुव्रताचे पालन करणारा हा समाज होय. प्रसंग उत्कट शब्दकळेने सजले आहेत. उदा. ''तो हरीण पळतां पळतां आपली मान मागे करुन पाहत होता. तो कित्येक वेळा दूर अंतरावर राहत असे, तर कित्येक वेळा ओरडत पळत असे. कित्येक वेळा निर्भय होऊन गवताचे अंकुर खात राही तर कित्येक वेळा हाताने धरता यावा इतक्या जवळ येऊन झटकन फार लांबवर जाऊन राहत असे.'' (पृ. १२२-१२३) अशी सुंदर वर्णने यात येतात.

तत्त्वज्ञान, अध्यात्माचा भाग म्हणून यातील अनेक उतारे यांच्या दाखल देता येईल. मूळ कथा ही धर्मकथाच होय. यात सिद्धावस्था-मोक्षवस्था साधली जाते त्याविषयीही माहिती आढळते. सर्वोत्तम प्रसंग आढळतात.

अशी ही उत्तमात्तली उत्तम अशी दीर्घ कादंबरी होय. की जेणेकरून प्रचंड काल सामावलेली आहे.

२) जैन रामायण (पद्मश्री पं. सुमतिबाई शहा, १९९३)

दूरदर्शनवर लागणाऱ्या रामायण मालिका पाहून मानवी जीवनाला लाभलेली संजीवनी म्हणजे रामायण-कथा या विचाराने प्रेरित होऊन ही कादंबरी लिहिली गेली आहे.

रूढार्थाने मानवी जीवनात राम आणि रावणाची प्रवृत्ती ही वेगवेगळी असते. परंतु संपूर्ण कथानकातून रामाची प्रवृत्ती जागृत करण्याचा प्रयत्न केला आहे. रावणाची प्रतिमा आजतागायत मलीन झाली आहे. मात्र या कादंबरीतून सद्गुणी रावणाची प्रतिमा उभी केली आहे. जिनेंद्र भक्तीसंबंधी, कर्तव्यनिष्ठेसंबंधी तत्त्वज्ञान व प्रतिमा यांच्याद्वारे मांडणी केलेली आहे. जैन रामायणात अशा प्रकारे रावणाचे उदात्तीकरण आहे. हे या कादंबरीत दिसते.

कौशल्या राणीला तीन स्वप्ने पडतात. तेव्हा दशरथ तिला सांगतात, तू भारताला नवा नेता देणारी आई होणार आहेत. इथून या कथानकाची सुरुवात होते. परंपरागत चालत आलेली रामायण कथा इथे मात्र जैन तत्त्वज्ञान व आचरणावर बेतलेली आहे. श्रीरामाचे वर्णन करताना लेखिका,
लालित्यपूर्ण भाषेची ठळक उदाहरणेही या कादंबरीत सापडतात. भाषेला भारदस्तपणा प्राप्त झाला आहे. वर्णने प्रवाहित राहतात आणि कथेचा ठसा मनावर पूर्ण अंशी उमटतो. प्रसंगांबरोबर तत्त्वज्ञानाचा वापर ही या कादंबरीतील जमेची बाजू होय. संपूर्ण कथाच एका अर्थाने धर्मकथा वाटते आणि त्याचबरोबर प्रतीकात्मक रीत्या तत्त्वांची, विचारांचीही मांडणी करते. अंतर्बाह्य मांगल्य, वात्सल्य निष्ठ, प्रेम सामवलेली ही कथा होय. श्री. संजय आ. गोपलकर प्रस्तावनेत या कथेविषयी असे उद्गार काढतात, ''लेखिका पं. सुमतिबाईंनी रामायण ज्या पद्धतीने सादर केले आहे ती वाखाणण्याजोगी आहे. कारण हे रामायण वृद्धांना पुराण म्हणून वाचता येईलच, पण नव्या पिढीला हे कथानक कांदबरीप्रमाणे रोचक, आकर्षक आहे. मूळ कथा सादर करीत असतानाच त्याची भाषा अलंकृत आहे. नव्या जमान्याशी नाते जोडण्याचा प्रयत्न कालानुसार साधला आहे. अनेक प्रसंगातून मानवी जीवनातील मानसिक छंद संपवण्याला कारणीभूत ठरणारे सुयोग्य असे सुंदर विचार खूपच ठिकाणी पेरले आहेत. विविध प्रसंगाच्या वेळी अनेक विषयांवर प्रकट केलेले विचार जीवनाला दिशा देणारे आहेत.'' (प्रस्तावना, जैन रामायण)

३) जैन पद्मपुराण -जिनदास पार्श्वनाथ फडकुले

जिनदास फडकुले शास्त्री यांनी जैन पद्मपुराणाची रचना केली आहे. जैन

आणि वाल्मीकी रामायणात सादृश्यता ही अजिबात नाही. प्राकृत पद्मपुराण हे वाल्मीकी रामायणापेक्षा खूप जुने आहे. पद्मपुराण हा ग्रंथ १८ हजार श्लोकांचा आहे. प्राकृत पद्मपुराण हे सर्वात जुने रामायण जैनांच्या मध्ये आहे. त्यानंतर रविषेणाचार्य यांचे पद्मपुराण, त्याआधारे लिहिलेले चंद्रकीर्ती आचार्यांचे पद्मपुराण व त्याच्यानंतर जिनदास नावाच्या कवीने लिहिलेले रामचरित अशी विविध रामायणे जैन साहित्यात आढळतात. या जैन रामायणांच्या आधरे जैन पद्मपुराणावरुन कादंबरी वजा रामायण जिनदास फडकुले शास्त्री यांनी मराठीत लिहिलेले आहे. जैनांच्या मध्ये ६३ शलाका पुरुष झाले. त्यापैकी राम आणि लक्ष्मण हे बलिभद्र आणि नारायण आहेत. या ६३ शलाका पुरुषांच्या कथा गौतम गणधरांनी राजा श्रेणिकास सांगितल्या आहेत. त्यातीलच रामकथा रविषेणाचार्य यांनी सांगितली आहे. फडकुले यांनी वाल्मिकीच्या रामायणाशी जैन पद्मपुराणाची तुलना केली आहे. हिंदू रामायणामध्ये हनुमान हा वानर होता. त्याला लांब शेपटी होती. पण पाश्चात्य विचारवंतांनी अनार्य लोकांना राक्षस, दस्यू, वानर असे म्हटले आहे. या रामायणात हनुमान, रावण यांचेविषयी अनुकूल भूमिका मांडली आहे. हनुमान हा जैनधर्मी होता व अहिंसा व्रताचे पालन करणारा होता. आदि तीर्थंकर ऋषभ देवापासून इक्ष्वाकू वंशाची उत्पत्ती झाली. भगवान आदितीर्थंकराचे इक्ष्वाकू असे नाव होते....(पृ.१) इथून सुरू होणारी ही कथा दशरथोत्पत्ती, नारदाचे आगमन अशा शीर्षकांतर्गत तयार होत होत अनेक स्थित्यंतरासह रामचंद्र सीतेस अग्निदिव्य करावयास सांगतात. या परीक्षेत सीता उत्तीर्ण होते. त्यानंतर सीता दीक्षा घेते. हनुमानाचे वैराग्य व निर्वाण व लक्ष्मणाचा मृत्यू इथपर्यंतच्या शीर्षकामधून रामायण उलगडले जाते. शेवटी कोणाला कोठे व कशी मोक्षप्राप्ती झाली याविषयी विवेचन आढळते. पाप–पुण्यातील अंतर, दुर्गती, रामचंद्राचे आयुष्य व इतर घटना यासंबंधी आत्मचिंतनामुळे प्राप्त झालेली मोक्षप्राप्ती सांगते. हे रामचरित्र जीवाला यथार्थ मार्गदर्शन करणारे आहे. त्याचे पठन करून जीवाने आपले आत्मकल्याण करुन घ्यावे. असा संदेशही दिला आहे. प्रभू रामचंद्र यांच्याविषयी –प्रभू रामचंद्राचे आयुष्य एकूण १७ हजार वर्षाचे होते. त्यांच्या शरीराची उंची १६ धनुष्य होती. प्रभू रामचंद्र शेवटी तुंगीगिरीवर चार अघाती कर्माचा नाश करून मोक्षास गेले असे विवेचन येते. त्यामुळे जैन रामायणाचे वेगळेपण व प्राचीनत्व येथे लक्षात घ्यायला हवे.

पौराणिक आशय मांडणाऱ्या इतर कादंबऱ्या

महापुराण, हरिवंशपुराण यातील रामायण, महाभारतातील पौराणिक

काव्यांच्या नंतर इतर काही कल्पित पौराणिक कादंबऱ्या लिहिल्या गेल्या आहेत. प्राचीन काळातील काही कल्पित कथानके, अनुवादित कथानके यांच्या आधारावर या कादंबऱ्या लिहिल्या गेल्या आहेत. अशा प्रकारच्या कादंबऱ्यांतून धार्मिक तत्त्वज्ञान आणि धर्मप्रभाव हेच विषय आलेले आहेत. विधीचे विधानही एक रुपकात्मक कादंबरी म्हणून येते. यात विधिचक्र व कर्मगती मानवाला कसं बोटावर नाचवते. त्यावेळी आपण सावरून कसं भाग्याचा विधाता बनलं पाहिजे हे सांगते. चंद्रशीला ही कादंबरी भोगाकडून त्यागाकडे जाणाऱ्या तत्वज्ञानाला आकर्षित करते. ती शिकवण देते. विष्णुकुमार देशमाने यांच्या विपुलाचलाकडेही भ. महावीरांच्या समवसरणातील कथा मगध देशातील कालिभक्ताच्या सांगण्यावरुन धर्माच्या नावाखालची हिंसा आणि भ. महावीरांची अहिंसा या विषयावर प्रकाश टाकते. जीवनरंग ही कल्पित पण पौराणिक आशयाकडे झुकणारी कादंबरी आहे. या अर्थाने जैन कादंबरी या वाङ्मय प्रकाराची ओळख नव्याने या कादंबऱ्यांच्या द्वारे होते.

१) अहिंसेचा विजय (आ.भा. मगदूम, १९३९)

अहिंसेचा विजय ही आप्पा भाऊ मगदूम यांनी लिहिलेली कादंबरी आहे. या कादंबरीमध्ये पद्मनाभ महाराजांच्या मल्लिपूर राज्यातील हकीकत आहे. माणिकदेव या पाखंडी भोंदूच्या नादाला लागून पद्मनाभ महाराज कालीमातेचे मंदिर उभारतात. तिथे दरवर्षी हजारो पशूंचा बळी दिला जातो. संपूर्ण राज्य अध:पतनाला लागलेले असतानाच आचार्य अमरकीर्ती या राज्यात येतात. जैन धर्मीय असणाऱ्या या आचार्यांची अहिंसा व जैन तत्त्वज्ञानावर प्रवचने होतात. या उपदेशामुळे नगरीतले लोक सुधारतात. त्यांची मने बदलतात व एकदा रोहित माणिकदेवाचे पितळ उघडे पडते. मिथ्यामार्गाचे आचरण कसे अध:पतनाकडे नेते याचे दर्शन घडते. शेवटी अहिंसेचाच विजय होतो हे याद्वारे दर्शविले आहे. अहिंसा तत्त्वाची मांडणी या दृष्टीने ही कादंबरी रेखाटलेली आहे.

पुराणांपासून चालत आलेला विषय व धर्मभोळेपणातून होणारे नुकसान, अनिष्टांमुळे होणारे अध:पतन याविषयी भाष्य करते. अहिंसा तत्त्व हे जैन धर्मामधील प्रमुख तत्व होय. या आधारे जीवनातील कर्मठ विचारांना तिलांजली देता येते आणि आत्म्याची उन्नत अवस्था गाठता येते याविषयीही ही कादंबरी बोलते.

नाट्यमय प्रसंग, मोजकेच पण लक्षवेधी संवाद, तत्त्वज्ञानाची निरामय सफर आदि वैशिष्ट्यांसह तत्कालीन सामाजिक परिस्थितीचे उत्कट जीवन दर्शन घडविणारी ही कादंबरी महत्वाची कादंबरी असल्याचे दिसून येते.

२) विधीचे विधान (अनु. डी. एस. हजारे, १९८८)

एक ही रुपककथा आहे. उदयभान आणि वीरभान हे दोघे राजकुमार संकटाशी सामना करणारे तसेच सज्जनाचं प्रेम संपादन करणारे शूर आणि बुद्धिमान असे वीर आहेत. त्यांची सदाचार, सत्चरित्र, सज्जनपणा, साहस व बुद्धीची परीक्षा होत असते. अनेकदा त्यांच्यावर संकटे कोसळतात. भीती पर्वतासारखी उभी राहते. परंतु आत्मा हाच कर्ता, हा आपल्या भाग्याचा कर्ता होय. विधिचक्र व कर्मगती मानवाला आपल्या बोटावर कसं नाचवते. त्यावेळी आपणच आपल्या भाग्याचा विधाता बनला पाहिजे. त्याग व पवित्रता यांच्या आधारावर एका एका सद्गुणावर–ध्येयावर सामाजिक – सांस्कृतिक आदर्श उभा करणाऱ्या दोघा राजकुमाराची ही कथा.

जैन धर्म–तत्त्वज्ञान पानापानांतून या कादंबरीत अधोरेखित झाले आहे. पूर्वजन्मांविषयी व कर्मसिद्धांताविषयी विचार या कादंबरीत व्यक्त झाले आहेत.

३) चंद्रशीला (माधव श्री. रणदिवे, १९८९)

गुजराती लेखक स्व. वैद्य मोहनलाल चुनीलाल धामी यांच्या कथेचे चंद्रशीला या कादंबरीचे रुपांतर म्हणजे ही कादंबरी होय. जीवनाकडे पाहण्याचा रसमय व निकोप दृष्टिकोन ठेवणारी, दुःख, समस्या यांच्याद्वारे रूढ मनाचे प्रत्ययकारी चित्रण या कादंबरीत आढळते. एका कलासंपन्न लावण्यवती नर्तकीच्या तरुण मनातला भावनांचा व विचारांचा कोलाहल व त्यातून तिने शोधलेली वाट हा या कादंबरीचा मध्यवर्ती विषय.

भावस्पर्शी वाक्यरचना, व्यक्ती व घटना यांना अर्थपूर्णता देणारी यांची सुदंर व वेधक आहे. वर्णनचित्रणात उत्तानतेऐवजी संयतपणे आणि सत्त्वयुक्त चित्रणे आढळतात. काव्यमय शब्दशैलीचा प्रत्यय येतो. वर्णने ही वस्तुनिष्ठ वाटतात. ही पुराणकादंबरी शाश्वत मूल्यांवर श्रद्धा ठेवणारी आहे. प्रवाही व उत्कट शब्दकळेने ही सजली आहे. अंतरंगभेदी माणसाच्या मनातील सुप्त गोष्टींचा शोध घेते. शेवटी महासती चंद्रशीला विरक्त होते. सर्वसंगपरित्याग हाच कल्याणकारी मार्ग होय. परमात्मप्रकाशी होण्यासाठी, संयम धर्माला शरण जाण्यास ही कादंबरी सुचवते.

४) विपुलाचलाकडे (प्राचार्य विष्णुकुमार देशमाने, १९७४)

विपुलाचलाकडे (१९७४–७५) ही लघु कादंबरी देशमाने यांनी लिहिली आहे. विपुलाचल हे भ. महावीरांच्या समवसरणाचे ठिकाण. भ. महावीर यांचे चरित्र, जीवन व घटना या कादंबरीत येतात. या कादंबरीत ११ मंडले आहेत.

या अकरा मंडलांतून भ. महावीरांचे चरित्र उलगडत जाते. एकेका मंडलातून भ. महावीरांच्या जीवनातील एकेक कथा उलगडत जाते.

भ. महावीरांच्या जीवनातील अनेक प्रसंग उद्‌बोधक व प्रेरणादायी आहेत. ही निर्भयता, अहिंसकता या गुणांद्वारे जीवनाची प्रेरक कहाणी आहे. ११ मंडलाद्वारे (प्रकरणांना ही नावे) ही कादंबरी उभी राहिली आहे.

५) गिरनार (विष्णुकुमार देशमाने)

अशाच प्रकारची दुसरी लघु कादंबरी गिरनार ही होय. राजुल आणि नेमी यांची ही दीर्घकथा गिरनारचे रहस्य उलगडत जाते. गिरनार ही भ. नेमिनाथांची निर्वाणभूमी या भूमीच्या वर्णनातून ही कथा चरित्र कथा घडत जाते. चरित्र आणि तीर्थवर्णनातून कथानक गतिमान होत जाते. त्यामुळे हे चरित्र संक्षिप्त झाले आहे.

६) सोनेरी द्वारका (जयकुमार आळंदकर)

ही हरिवंश पुराणातील कथाबीजावर आधारित एक समस्यात्मक लघुकादंबरी आहे. यादवांच्या मद्यप्रेमामुळे त्यांना द्वैपायन मुनींच्या क्रोधास पात्र व्हावे लागले आणि त्यामुळे द्वारकेचे दहन झाले. तसेच नेमिनाथ तीर्थंकरांना त्यांच्या विवाहाच्या निमित्ताने आयोजिलेल्या पशुहत्येच्या निमित्ताने वैराग्य प्राप्त झाले ही हरिवंशपुराण मान्य कथा जैन धर्मीयांमध्ये अत्यंत प्रसिद्ध आहे. नेमके हेच कथाबीज घेऊन आळंदकरांनी या कथेस आधुनिक व्यसनाधीनतेचा संदर्भ देऊन या कादंबरीची रचना केली आहे. तत्कालीन यादवांच्याप्रमाणे आधुनिक समाजात व्याप्त जिगीषा, युयुत्सू वृत्ती, भोगांची आकांक्षा, विलासी वृत्ती, मदिरा, मदिराक्षी, सत्तामद, भोगविलास यांमध्ये कसा मग्न झाला आहे आणि त्यामुळे त्याचा विनाश कसा अवश्यंभावी आहे या समस्येवर आळंदकरांनी या कादंबरीत नेमके बोट ठेवले आहे. प्रौढ भाषा, वेधक वर्णनशैली यामुळे ही कांदबरी रंजक तसेच बोधप्रदही बनली आहे.

७) जीवनरंग (केवलमुनि, अनु. माधव श्रीधर रणदिवे, १९८२)

जीवनरंगही कादंबरी जीवनातील वास्तवाला व यथार्थतेला भिडणारी आहे. पूज्य श्री. केवलमुनींच्या जीवन के रंग या हिंदी कादंबरीचा स्वैर मराठी अनुवाद आहे. जीवनरंग ही नवलकथा सुख-दुःखाच्या, गुलाबी रंगाच्या, कष्टाच्या, ओबडधोबड काळ्या रंगाच्या, संकट आणि चिंतेच्या रंगानी युक्त अशी ही कादंबरी आहे. मात्र वास्तवाच्या दर्शनात आणि आदर्शवादात रमणारी आहे.

ही नवलकथा –कादंबरी मंजुळा या नायिकेभोवती फिरताना आढळते. तिच्या जीवनाचे धागे गुलाबी आणि निळ्याकाळ्या रंगांनी विणले गेले आहेत. स्त्रीचं सर्वस्व म्हणजे तिचं शील होय. ते महत्त्वाचे असते. त्यालाच सतीत्व असं म्हटलं गेलं आहे. मात्र याला अनेक संकटांनी ग्रासलेलं आहे. तिच्यावर शीलभंगाचे अनेक प्रसंग येतात पण त्या प्रसंगांना न घाबरता ती सामोरे जाते. संकटांशी सामना करताना हिंमत आणि धैर्य तिच्या अंगी एकवटलेले असते. पण ती वनवासी होऊन अनंत यातना सहन करू लागली. रानावनात ठोकरा मारू लागली. एकदा तर या धैर्याच्या बळावर ती वैतरणी नदीही पार करते. मोठ्या रोमांचकारी आणि अनेक चढउताऱ्याच्या वाटेवरची ही हृदयद्रावक कहाणी आहे. नदी पार करणारी ही नायिका बागेतील तळ्यात बुडणार काय? म्हणजे प्रेमाच्या तळ्यात ती फसणार की काय असेच वाटते. परंतु संकटंच तिच्या जगण्याला साहसी बनवतात त्याप्रमाणे दुर्घटना सहन करुन ती एखाद्या यात्रेकरुप्रमाणे जीवनाचा घाट आत्मोन्नतीकडे वळविते. म्हणजे जीवनाच्या विशिष्ट ध्येयालाच ती प्राप्त करते. तिची सासू व कुमारी अवस्थेतील नणंद पद्मा संसारविरक्त होतात. साध्वीची दीक्षा घेतात आणि त्या घटनेचा मोठा परिणाम मंजुळेच्या मनावर होतो. ती सुद्धा मग संसार विरक्त होऊन संन्यास पत्करते. शेवटी तिचा पतीही मात्र तिच्या मागोमाग आत्मोन्नतीच्या वैराग्यपथाचा प्रवासी बनतो. आणि तिचा युवराज (मुलगा)देखील संसारविरक्त मुनी बनतो. पण संपूर्ण कहाणी ही वेगळ्या अर्थघटितांच्या माध्यमातून आपल्यासमोर उभी राहते. श्रीपूर हे उच्च प्रतीचं शहर आणि त्या शहरातील राजदरबारातील घडामोडी यामुळे या कादंबरीला वेगळे रूप प्राप्त झालेले आढळते. धर्मशील हाच स्त्रीचा दागिना होय. हा ठसा उमटवणारी ही कादंबरी तात्त्विक प्रश्नांच्या रूपानेही आपणास विचार करावयास भाग पाडते.

शिलादित्य (भाग १ व भाग २ – शंकर मोरो रानडे, १८९०) जैन बौद्ध व जैन हिंदू संघर्षाची कादंबरी

शंकर मोरो रानडे या कादंबरीकाराने लिहिलेली व नाट्यकथार्णव या मासिकामधून क्रमशः छापण्यात आलेली ही कादंबरी होय. या कादंबरीचे दोन भाग पडतात. पहिला भाग एकूण वीस प्रकरणांचा आहे. दुसरा भाग चौदा प्रकरणांचा आहे. कादंबरी ऐतिहासिक विषयावर आधारलेली आहे. शके ७०१ सालची ही चोल देशात घडलेली कथा होय.

शके ७०१ साली चोल देशांत पुनमल्ली नामक शहरात एके दिवशी सकाळी

दोन जैन यती सुळावर चढवावयाचे म्हणून बातमी पसरली होती. इथून या कादंबरीची सुरुवात होते. हा अतिशय भयंकर प्रसंग ओढवल्यानंतर झालेल्या घडामोडींचे चित्रण या कादंबरीत आढळते. जैन व्यक्तींचे व तत्त्वांचे सम्यक दर्शन घडविण्यात लेखकाने चतुराई केली आहे. एका राजघराण्याचा इतिहास आणि त्या काळातील घटना, धर्ममार्तंडांनी केलेले उलटे प्रयोग, अर्हद्धर्मास देण्यात आलेला त्रास, धर्मरक्षणासाठी केलेल्या शर्थीच्या प्रयत्नांची कहाणी, हिंदूधर्म आणि जैनधर्म यांच्यातील संघर्षाला लाभलेले वळण, मग सरकारी अंमलात घडलेल्या पूजा आणि या अनुषंगाने घडलेल्या स्थित्यंतराच्या- घडामोडीच्या घटना अशा काही चक्रांमध्ये अडकत चाललेली ही कथा आहे. शिलादित्यासारखा धैर्यवान पुरुषाच्या असीमतेची सरहद्द ओलांडणे कठीण वाटते. सामाजिक आणि धार्मिक कट्टरतेचा संघर्ष यामध्ये येतो. हिंदू-बौद्ध-जैन या धर्मसंघर्षावर आधारलेली ही कादंबरी अपूर्ण असतानाच शंकर मोरो रानेडेंचे निधन झाले. त्यामुळे लोकमान्य टिळकांच्या सांगण्यावरुन खाडिलकरांनी ती कादंबरी पूर्ण केली. कादंबरीतील आशयाला असलेल्या आधारभूत ग्रंथांची माहिती लोकमान्य टिळकांनी लेखकाला पुरविली असल्याचा उल्लेख टिळक चरित्रात आहे. (The Story of Native Chris-tian Life, Oxford University Press, Calcutta, Chennai, Mumbai -1898, pp. 16)

शिलादित्य कादंबरीमध्ये जैन व बौद्धांची श्रमणसंस्कृती आणि वैदिक संस्कृती यांच्यातील संघर्षाच्या पार्श्वभूमीवर कथानक उभे केले आहे. हिंदू लोक जैन लोकांचा छळ करीत. त्यांना तुरुंगात डांबणे, वध करणे, सुळावर देणे यांसारख्या घटनांमधून आढळते. त्याकाळात जैन साधकांना आश्रय देणाऱ्या लोकांनाही कोतवाल पकडून न्यायचा व शिक्षा करायचा. अशा प्रकारचे वातावरण आठव्या शतकात असतानाही शिलादित्य आणि त्रिवेणी यांनी ते दिवस काढले. अन्याय करणाऱ्या हिंदू राजाचा राजवाडा दारुगोळ्याने उडवून द्यावा असा काही कट जैन तरुण रचतात. या कटात (कादंबरीचा नायक) शिलादित्यही सहभाग नोंदवतो. पण असे वर्तन करणे हे अहिंसा तत्त्वाला धरुन नाही असे कटकारस्थान करू नका अशी सूचना त्रिवेणी देते. परंतु तिच्या या बोलण्याकडे दुर्लक्ष होते. पण काही लोक फितूर झाल्यामुळे हा कट उघडकीला येतो. शिलादित्याला अटक होते पण, तो सहकाऱ्यांची नावे उघड करीत नाही. याचे पर्यवसान म्हणून शिलादित्याची रवानगी तुरुंगात होते आणि इतर जैन तरुण पुन्हा एकत्र येऊन धर्मासाठी लढा चालूच ठेवतात. कार्तिक शंभू, वस्तुभद्राचार्य आणि शिलादित्य यांच्यातील त्रिवेणीबद्दलच्या प्रेमभावनेचे आणि त्रिवेणी-शिलादित्य यांच्यातील

विवाहात परिणत होणाऱ्या संबंधाचे कथानक कादंबरीत आहे. परंतु हा भाग गौण आहे. जैन आणि हिंदू यांच्यातील संघर्ष हा प्रधान संघर्ष येथे आला आहे. धर्मप्रेरणा ही मानवी मनातल्या क्षोभाला कशी कारणीभूत होते व धर्मतत्त्वांचा विरोध मानवास काम करावयास लावतो. याचे चित्रण या कादंबरीत आढळते. वैदिक आणि अवैदिक यांच्यातील संघर्ष हा इतिहास काळापासून घडणारा संघर्ष आहे. त्यासंबंधी प्रकाशझोत टाकणारी ही सामाजिक-धार्मिक भावना प्रकट करणारी ऐतिहासिक कादंबरी होय.

अनेक पात्रे, प्रसंगांची गुंतागुंत, प्रचंड काळाचे दर्शन याआधारे ही कादंबरी लिहिली गेली आहे. प्रसंगवर्णने, पात्रे यांचे प्रदीर्घ दर्शन घडविते.

चरित्रात्मक कादंबरी

आधुनिक मराठी जैन कादंबरीच्या इतिहासामध्ये नोंद करण्यासारखा प्रकार म्हणजे चरित्रात्मक कादंबरी हा होय. ऐतिहासिक पुरुषांच्या, पुराणपुरुषांच्या, साध्वी-सती, सत्वशील स्त्रिया यांच्या जीवनातील पराक्रमाचे, त्यांच्या कार्यकर्तृत्वाचे तसेच त्यांच्या आदर्श गुणयुक्त जगण्याचे एक माहात्म्य अशा कादंबऱ्यांमधून वाचकांच्या मनावर ठसवले जाते. दुसरे एक विशेष असे की, या कादंबऱ्यांमधील संवादांमध्ये एक प्रकारे सत्यता आणि कल्पितता मिश्रित अनुभवाची प्रचीती येते. पौराणिक व्यक्तिरेखांच्या जीवनानुभवाचे आजच्या जगण्याला लागू पडणारे धागेदोरे यांचाही सूत्रबद्ध आविष्कार या कादंबऱ्यामधये घडतो. घटना, प्रसंग याद्वारे व्यक्तीच्या व्यक्तिदर्शनाला अधिक महत्व प्राप्त झाले आहे.

अर्वाचीन मराठी वाङ्मयाच्या इतिहासातील कादंबरी ही इंग्रजी प्रभावातून प्रकटली. मात्र मूळच्या कथनपद्धतीमध्ये मात्र कोणताही बदल न करता जैन मराठी साहित्यातील ही कादंबरी आपल्या धर्मनिष्ठा, समाजनिष्ठा आणि तत्वज्ञान व आदर्श घेऊन उभी आहे. पौराणिक व ऐतिहासिक कालखंडातील एका आदर्श व्यक्तीच्या चरित्राचा आदर्श वस्तुपाठ उभी करणारी आहे.

१) अहिंसा सम्राट महावीर (वालचंद नानचंद शाह, १९४८)

सम्राट अशोक, छत्रसाल, उषा, प्रणयी युवराज इ. प्रसिद्ध कादंबऱ्या लिहिणारे कादंबरीकार वा. ना. शाह यांची ही कादंबरी होय. जैन धर्मातील एका तीर्थंकरांची उज्ज्वल कहाणी म्हणजे ही कादंबरी होय. या कादंबरीची पार्श्वभूमी म्हणजे भारतीय राजकारणातील व एकूणच समाज जीवनाला दिशा देणारे महान व्यक्तिमत्त्व व महान विचार म्हणजेच म. गांधी होत. त्यांनी व्यक्तिमात्राची अथवा उभ्या राष्ट्राची उन्नती अहिंसेच्या मार्गानीच साधता येईल. हा आपला सिद्धांत खरा

करून दाखविला. महात्माजींच्या सल्ल्याने अहिंसेच्या जोरावर हिंद राष्ट्र संघटित झाले. जोमदार झाले आणि शेवटी स्वतंत्रही झाले. अहिंसेच्या रोपट्याची लागण महात्माजींनी जगाच्या अंत:करणात केली. अहिंसेचे वृक्ष सर्वत्र मोठे होतील आणि त्यांना सत्य, त्याग, शांतता व सुख अशी मधुर फळे लागतील आणि हे पाहण्याकरीता आपण वयाची १२५ वर्षांपर्यंतही जगू असा महात्माजींचा केवढा थोर विश्वास! (प्रकाशकाचे चार शब्द, १९४८) परंतु अघटित घडले. इ. स. १९४८ साली महात्मा गांधीजींची हत्या झाली. या तीव्र दु:खाच्या झळांनी लेखक व्यथित झाला आणि त्यातून त्यांनी ही कादंबरी लिहिली गेली आहे. महात्माजींनी प्रारंभिलेल्या अहिंसेच्या नव्या युगांत लोकशिक्षणाच्या कार्यास अहिंसा–सम्राटांची मदत होते अशी मी आशा प्रदर्शित करतो. असेही लेखकाने म्हटले आहे. याला नवी ऐतिहासिक कादंबरी असेही म्हटले आहे. महावीर प्रभूच्या आयुष्याशी निगडीत एक मनोवेधक कथानक या कादंबरीत आढळते. जैनधर्मातील अहिंसा तत्त्वाविषयी तसेच धर्माविषयीचा अभिमान त्यांनी व्यक्त केला आहे. अहिंसा सम्राट या पदवीने एका काळाबरोबर नव्हे, तर एका युगाची कहाणी त्यांनी सांगितली. सम्राट महावीर हे हृदयस्थ सम्राट होत. मानवी जीवनाच्या कल्याणासाठी आपल्या आयुष्यातील मांगल्य सार्थकी लावले. स्वत: जी तत्त्वे जमली तीच तत्वे त्यांनी जनमानसात रुजवली.

वैशाली नगरी ही वैभवशाली नगरी होय. या नगरीचा युवराज महावीर होय. त्यांच्या जीवनात आलेल्या स्थित्यंतरांचे, घटनांचे यामध्ये लालित्यपूर्ण भाषेत वर्णन या कादंबरीत करण्यात आले आहे. यामध्ये स्वातंत्र्यासाठी झगडणारा एक सम्राट दिसतो. राजधानी–देशाची स्वातंत्र्याची प्राप्ती ही एक स्वातंत्र्यप्राप्ती आणि आत्मकल्याण साधून मोक्षप्राप्ती ही स्वातंत्र्यप्राप्ती. या दोन्ही स्वातंत्र्यप्राप्तीसाठी त्यांनी आयुष्यात मंगलदायी, प्रेरणादायी कार्ये केली. जीवनाच्या मांगल्याची प्रदीर्घ पहाट उजळवणारी ही कादंबरी सिद्धार्थपदाला पोहचलेला आत्मा हा स्वतंत्र आत्मा असतो. त्याचे आयुष्य, कर्म हे सात्विक, शुद्ध आणि पवित्र आहे. राजांचे प्रजेशी असणारे वागणे, राजदरबारी नीतितत्त्वाचे पालन करणारे धर्मनिष्ठ राजे होत. अशा उदात्त व्यक्तिमत्त्वाचे दर्शन प्रस्तुत कादंबरीत घडते.

२) महासती चेलना (राजेंद्र बीडकर, १९७९)

राजेंद्र बीडकर या सिद्धहस्त लेखकाच्या लेखणीतून अवतरलेली ही कादंबरी. सती चेलनेच्या जीवनातील घटनांना एक अर्थघटित प्राप्त करुन देणारी ही कथा. महासती चेलना म्हणजे पातिव्रत्याचा मूर्तिमंत आदर्श. ती म्हणजे दोन विरोधी

विचारांचे झालेले थैमान. पती-पत्नीच्या वैचारिक संघर्षातून सत्य, शिव व सुंदर जे असेल तेच चिरस्थायी होते. याचे प्रतीक म्हणजे सती चेलनेचे दिव्य व भव्य जीवन. प्राचीनकाळी मगध साम्राज्याच्या इतिहासातील जैन व बौद्ध धर्माच्या संघर्षकाळी विधर्मी दांपत्याच्या जीवनातील रोमहर्षक प्रसंग या ग्रंथात मोठ्या कुशलतेने चित्रित केले आहेत. ''तेजस्वी व निष्ठावंत महिला आपल्या असत्यनिष्ठ व ढोंगबाजीवर विश्वास ठेवणाऱ्या पतीला कशा प्रकारे सत्यधर्मात व सत्प्रवृत्तीत स्थिर करू शकतात याचे महासती चेलना हे उत्कृष्ट उदाहरण होय.'' (पृ.१, प्रस्तावना, वालचंद देवचंद शहा)

भारतातील अनेक राज्यांपैकी एक सत्वाचा अभिमान असणारी राजगृह नगरी होती; विशाल नगरी. या शोभायमान नगरीचा राजा चेटक हा अत्यंत राज्यकार्यधुरंधर होता. चेटक राजाने आपल्या जेष्ठा, चेलना व चंदना या तीन मुलींवर विद्या व कला आणि जैन संस्कार केले. चेलनेने तर पाकशास्त्र, शरीरशास्त्र, गणित, भाषा, व्याकरण, छंद, इतिहास, भूगोल, चित्रकला, शिल्पकला, शिशुसंगोपन, गायन, वादन, नृत्य, पुरुषपरीक्षा, रत्नपरीक्षा, वाहनारोहण, जलतरण, शस्त्रविद्या इ. कलांतही पटुता प्राप्त केली होती. याच समयास चित्रकार भरतराजा चेलनेचे चित्र राजा श्रेणिकास दाखवतो. ती ही प्रेमाच्या जाळ्यात ओढली जाऊन (फसवली जाऊन) ती श्रेणिकाच्या दरबारी येते. पण श्रेणिक हा जैन नसून बौद्ध धर्मीय होता. पण चेलनेच्या मनात बौद्ध धर्माबद्दल अथवा गुरूबद्दल द्वेष नव्हता परंतु त्याच्या सत्यासत्याविषयी मात्र शंका होती. जो धर्म खरा होता. श्रेष्ठ होता तर त्याच्यापासून मोक्ष मिळावयास हवा. हा मात्र तिचा हट्ट होता. मात्र बौद्धगुरूमध्ये व तिच्यामध्ये वैचारिक संघर्ष घडतो. बौद्ध गुरूला फसविल्यामुळे चेलना-श्रेणिकात संघर्ष घडतो. असत्य बोलून चेलनेची फसवणूक झालेली असते. तिचा राग हा त्याबद्दल असतो. पुन्हा एकदा ती बौद्ध गुरूंच्या मंडपास आग लावून त्याची परीक्षा पाहते. त्याचा वचपा म्हणून श्रेणिक मेलेला साप मुनींच्या गळ्यात अडकवून उपसर्ग करतो. तेव्हा ती मुनींचा उपसर्ग दूर करते. शेवटी श्रेणिक जैनधर्म स्वीकारतो. त्यांना कुणाल नावाचा मुलगा प्राप्त होतो. श्रेणिक या पुण्यवान राजाकडून भ. महावीरांच्या समवशरणाला जायला मिळते. पण श्रेणिक हा सद्भावनेने दीक्षा घेतो व राज्यकारभार कुणालकडे येतो. अखेरी चेलना खडतर तपश्चरण करून समाधिमरण साधते. तिचा जड देह मातीत मिसळतो. अग्नी भस्मसात करतो. मात्र तपाच्या प्रभावाने पुनीत झालेला आत्मा स्वर्गात महान् ऋद्धिधारक देव म्हणून अनुपम सुख भोगत आहे. अशी कथानक असणारी एकूण तेरा प्रकरणांमध्ये ही कादंबरी साकारली आहे.

३) त्यागमूर्ती जंबूकुमार (हजारे सर)

जम्बूकुमाराचा जन्म –राजगृह नगरीमध्ये ऋषभदत्त शेठच्या पोटी पुत्ररत्न जन्माला आहे, ते म्हणजे जंबूस्वामी होत. त्याच्या बालपणाविषयी, तारुण्य विषयी अनेक गोष्टी जमतात. त्याच्यावर झालेल्या संस्काराविषयी माहिती दिली आहे. संस्कृत श्लोकांनी युक्त ही कथा पुढे पुढे जात त्यांच्या त्यागाचे, कर्तृत्वाचे व शास्त्रविलोकन करून आलेल्या विरक्तीचे हे सुंदर रूप आहे. मनुष्य कर्माने मोठा होतो हा आशय जपणारी ही कथा जंबूकुमाराने आपल्या आणि समाजाच्या प्राणिमात्रांच्या उद्धारासाठी काही प्रश्न विचारून धर्मावर उपकार केले. जंबूस्वामी सोळा वर्षापर्यंतच गृहस्थाश्रमात राहिले. नंतर आठ बायकांचा त्याग करुन नव्यान्नव कोटी मोहरांचा त्याग करून मुनिव्रत धारण केले. तीव्र तपस्या आणि मुनिव्रताचे पालन केल्यानंतर त्यांना दिव्यज्ञान प्राप्त झाले. त्यामुळे ते भूत-भविष्य जाणू लागले. ऐंशी वर्षांचे वय झाल्यावर या अनित्य व शुद्ध शरीराचा त्याग करुन परलोकी गेले. जंबूस्वामी या अवसर्पिणी कालखंडाचे शेवटचे महापुरुष होते. त्यांच्यानंतर कुणीही दुसरा महापुरुष निर्माण झाला नाही. एवढेच नाहीतर त्यांच्या महानिर्वाणानंतर त्याच्या मतांचे १० भागात विभाजन झाले. (मन:पर्ययज्ञान, परमावधिज्ञान, पुलाकलब्धि, आहारक शरीर, केवलज्ञान, क्षायिक क्षमकत्व, जिनकल्प, परहार विशुद्धी चारित्र्य, सूक्ष्म सम्पराय चारित्र्य, यथाख्यात चारित्र्य) याप्रमाणे महापुरुष जंबूस्वामींनी या अवसर्पिणी कालखंडातील शेवटचे दीप होते. अशी ही जम्बूस्वामींचे चरित्र सागणारी कादंबरी येते.

४) कहाणी ही श्रेणिकाची (मृत्युंजय मालगावे, १९९२)

महाराष्ट्रीय कवी श्री जनार्दनकृत मराठी ओवीबद्ध श्रेणिक पुराणाचे कादंबरी रूपातील संस्करण म्हणजे ही कादंबरी होय. माणसाला नित्य बदल हवा असतो, नवे ते हवे असते. धर्मापेक्षा धनाकडे अधिक ओढ असते. परिणामी धर्म तारक असतो, धन मारक असते हे भव रोगी जीवाला नीट ध्यानात येत नाही. अशासाठी पूर्वाचार्यांनी नानाविध माध्यमातून धर्मोपदेश केला आणि धर्म गळी उतरविण्याचा प्रयत्न केला. सम्राट श्रेणिकाच्या चरित्राधारे पुराणाच्या ओळीबद्ध ओळीतून अनेक विध शब्दचित्रे उभारून त्यायोगे इथे चरित्र, चारित्र्य व धर्माचे पावित्र्य यात संघर्ष निर्माण करून पुराणाच्या पोळीतून जशी गोळी न कळत गळी उतरते तशी या पुराणाच्या ओळीतून धर्माची गोळी लागावी व धर्माचे पावित्र्य पटावे म्हणून कवी जनार्दन यांनी प्रयास केला आहे. (माझे मनोगत - मृत्युंजय मालगावे, लक्ष्मीसेन दि. जैन ग्रंथमाला) म्हणूनच श्रेणिक या महासम्राटाची

कहाणी पुण्यशील आहे. हाच कादंबरीचा कथानायक आहे. यामध्ये राजा उपश्रेणिक, चेलना व जिनदत्त ही प्रमुख पात्रे होत. यामध्ये जैन व बौद्ध धर्माची उद्‌बोधक तुलना आहे. कादंबरीची (कहाणीची) सुरुवात मगधचा राजा उपश्रेणिक याच्यापासून होते. जैनत्वाच्या सुसंस्कारात वाढलेली चेलना बौद्ध धर्मीय राजा श्रेणिकालाही जैन धर्मीय कसे बनविते याचे दर्शन विविध घटना प्रसंगांतून येते. कादंबरीचा उर्वरित भाग बौद्ध साधू व चेलना यातील वाद, विवाद, संवाद यांनी व्यापलाय. यावेळी बौद्ध भिक्षूच्या प्रश्नांना चेलना उत्तर देऊन मात करते. शेवटी श्रेणिक राजालाही बौद्ध धर्मातील मिथ्यात्व कळून चुकते व तोही पुढे जैन धर्म स्वीकारुन भ. महावीरांच्या समवसरणात जातो.

जैन धर्माचे तत्त्वज्ञान, जैन धर्माचे महत्त्व आणि प्रभावना करणारी ही कादंबरी पुराणकथेच्या आधारे लिहिलेली आहे. कादंबरीच्या शेवटी श्रेणिक राजा उत्सर्पिणी चतुर्थ काळात महापद्म नावाने प्रथम तीर्थंकर म्हणून जन्मणार असल्याचेही कादंबरीकाराने नमूद केले असल्याचे म्हटले आहे.

५) कलिंग नरेश सम्राट खारवेल (अनु : आर. एन्. बेडकिहाळे, २००४)

भ. महावीरांच्या मातोश्री (मातामह) चेटकराजांचे वंशज कलिंग नरेश सम्राट खारवेल याच्याविषयीची ही ऐतिहासिक कादंबरी होय. मूळ कादंबरी कन्नडमध्ये जी. ब्रह्मप्पा (म्हैसूर) यांनी लिहिली आहे. खारवेल, (इ. स. पू. पहिले शतक) हा प्राचीन कलिंग देशाच्या चेदिवंशातील चक्रवर्ती राजा. अशोकाच्या कारकिर्दीतील कलिंग देश मौर्य साम्राज्यात समाविष्ट झाला होता. पण अशोकाचे वंशज दुर्बल झाल्यामुळे तो त्यांच्या अंमलाखाली फार काळ राहिला नाही. महामेघवाहन नामक चेदिवंशातील राजाने अशोकाच्या निधनानंतर लवकरच आपले स्वातंत्र्य पुकारले आणि खारवेलने तर मोठे राज्य निर्माण केले. खारवेल हा जैनधर्मीय होता.

पण हा राजा आकस्मिक मृत्यू पावला. दुसऱ्या शतकात होऊन गेलेला हा राजा शुगांचा समकालीन होता. सम्राट खारवेलच्या जीवनातील अनेक प्रसंग रोमांचकारी आहेत. प्रजाहितदक्ष या राजाने आपल्या राज्यात कालवे बांधून पाण्याची सोय केली. याचा अर्थ असा की सम्राट खारवेल हा आज्ञाधारक पुत्र, कर्तव्यदक्ष पिता, प्रजाहितदक्ष सम्राट, आदर्श जिनभक्त होता. त्यांनी आपल्या कारकीर्दीविषयक एक शिलालेख उदयगिरी-खंडगिरी पर्वतावरील हाथीगुंफा येथे खोदविला आहे. लोकोपयोगी, कृषिविकासविषयक व लोकानुरंजनाचे कार्य पाहून त्यांनी कलिंग साम्राज्याची समृद्धी वृद्धिंगत केली. त्यासाठी त्यांनी काढलेल्या

लष्करी मोहिमा, यवनराजा डिमिट्रियसचे स्वदेशी पलायन, त्याचबरोबर उन्मत्त मगध सम्राट बृहस्पती मित्राची खारवेल पुढील शरणागती. त्यांनी भरविलेले मुनिसंमेलन असा हा महापराक्रमी जैन राजा होय. कलिंग राज्याचा पूर्व इतिहास ते मगध देशावर स्वारी, कलिंगजिन परत व आगमाचे संकलन व सम्राज्ञीचा अंत इथपर्यंतचा इतिहास १५ प्रकरणांमधून रेखाटण्यास लेखकाला यश आले आहे. ऐतिहासिक कालखंड कादंबरीच्या पानोपानी दृश्यरूपात उभा राहतो, इतक्या तारतम्य व उत्कटपणे ही कादंबरी निर्माण झाली आहे. ऐतिहासिक व्यक्तिरेखा, तत्कालीन समाजजीवन, कर्म कर्तृत्व यावरती ही कादंबरी लक्षात राहणारी आहे.

आख्यानात्मक कादंबरी

आख्यानात्म कादंबरी ही जैन मराठी साहित्यातील वैशिष्ठपूर्ण कादंबरी आहे. एखाद्या आख्यानाद्वारे अथवा रुपकाद्वारे कथा सांगितली जाते. एखादे सूत्र गोवलेले असते. यामधून धर्म, तत्वज्ञान आणि संस्कार यांचा मिलाप साधला जातो. रूपकाच्या आधारे किंवा आख्यानाच्या आधारे व्यक्तीसह धर्म, तत्त्वज्ञान यांचे दर्शन घडते.

१) मुक्तिदूत (अनु. आ. भा. सोनटक्के, १९६३)

एक प्रसिद्ध पौराणिक आख्यानात्मक कादंबरी म्हणून पाहता येईल अशी ही कादंबरी होय. अंजना आणि पवनंजयाची ही एक प्रेमकथा होय. यामध्ये चिरनवीन पौराणिक आशय प्रकटला आहे. ऐतिहासिक घटना आणि भौगोलिक सीमां आणि कल्पना अशा तिन्हींचा मेळ या कादंबरीत साधला आहे. पुरुषाला अहंकाराच्या अंधारातून आपल्या उज्ज्वल आत्मसामर्थ्याने मुक्तीच्या प्रकाशाकडे नेणाऱ्या वीर अंजनेची ही हृदय हलवून सोडणारी प्रणयकथा आपल्या हाती आहे. घटनांचे सूक्ष्म नि अविरल तारतम्य, पवनंजयाला वाटणारे अंजनेच्या सौंदर्याचे प्रबल परंतु चिर आकर्षण; अंजनेकडून अप्रत्यक्ष रीत्या पवनकुमाराचा झालेला अवमान व अनादर, पवनकुमाराने स्वतःच तशी करून घेतलेली चुकीची धारणा; तरीहि झालेला दोघांचा विवाह सोहळा; पहिल्याच रात्री अनपेक्षित नि अकारण जीवन वैफल्याचा अंजनेला आलेला अनुभव; परित्याग, अविरत स्मृती, मीलन, विच्छेद, युद्ध, निष्क्रमण, शोध, हनुमान-जन्म आणि पुनर्मिलन इत्यादी प्रसंगांचे सूक्ष्मातिसूक्ष्म वर्णन नि अत्यंत हळुवारपणे पात्रांच्या भावनांची उकल नि त्यांच्या सूक्ष्म छटा अनन्यसाधारण रीतीने चितारण्यांत लेखकाने जे कौशल्य दाखविले आहे ते प्रत्ययास आल्यावाचून राहात नाही. या सर्वांगीण चिर-परिचित प्रणय-कथेत वाचकांच्या मनोरंजनाची विपुल सामग्री आहे. मुक्तिदूत

या कादंबरीची मोहक कथा, सरस रचना, अनुपम शब्दसौंदर्य आणि काव्य कल्पना यापेक्षा तीत काहीतरी आगळं नि वेगळं असं विशेष आहे. या कथेतून मिळणारा मुक्तीचा अमूल्य संदेश वाचकांशी स्वत: हित-गुज करु लागतो. मुक्तिदूत ही पवनंजयाच्या आत्म-विकासाची व आत्मसिद्धीची एक अमर कथा आहे. स्त्रीने आपल्या आत्मसमर्पणानं पुरुषाला अहंकाराच्या अंध:कारांतून मुक्त केलं आहे.

प्रस्तुत कादंबरीद्वारे स्त्री म्हणजे मुक्तिमार्गातील धोंड असा जो आजपर्यंत कलंक लावण्यात आलेला आहे तो पुसून काढण्याचा प्रयत्न केला आहे. स्त्री हे रूपक घेऊन तिलाच मुक्ती म्हटले गेले आहे. या रूपकातूनच ही कादंबरी साकारली आहे. एक ब्रह्म-माया, प्रकृति-पुरुष, विरह-मीलन, त्याग-स्वीकार, दैहिक कोमलता-आत्मिक मार्दव, ब्रह्मचर्य, अखिल विश्वाशी समरसता अशा आध्यात्मिक मूल्यांची गुंफण हेच या कथानकाचे सूत्र आहे. सजीव सृष्टीची ललित्यरम्य, बहरदार वर्णने, ओळीओळीत दाटून राहिलेला गहन आशय एकच वाक्यात सापडतो.

अत्यंत विस्तारलेली, प्रदीर्घ कथानकाची गुंफण सुयोग्य रीतीने केलेली, संपूर्ण मानवतेला अर्थबोध देणारी ही उत्तम कादंबरी होय. पौराणिक विषय अत्यंत लालित्यपूर्ण भाषेत उत्तमपणे हाताळला आहे. एकूण ३५ प्रकरणांमधून प्रचंड सामर्थ्याने रूपकाचा उपयोग करणारी ही जातिवंत कादंबरी आहे. संपूर्ण सृष्टीच बोलल्याचा भास होतो.

२) मदन पराजय (कवि नागदेवकृत. अनु. महावीर कंडारकर)

प्रथमानुयोगातील कथात्मक व आख्यानात्मक कादंबरीचा महत्त्वाचा उद्देश हाच आहे की, ज्यांच्या कर्मांचा नाश होतो त्यांनाच मुक्ती मिळते. याच सूत्राला मध्यवर्ती ठेवून एका स्वयंवराख्यानाच्या माध्यमातून महावीर कंडारकरांनी ही कथा आविष्कृत केली आहे.

अमूर्त पारिभाषिक संज्ञा आणि संकल्पना यांच्या माध्यमातून रंगलेली ही कथा आहे. मोक्षपुरच्या सिद्धसेनच्या मुक्तीच्या स्वयंवराची ही कथा आहे. जो कोणी कर्मधनुष्याचा भंग करणार त्यालाच ही वरणार आहे. भवनगरीचा राजा मकरध्वज रती व प्रीती या राण्यांसह सत्ता उपभोगतो आहे. मोह हा त्याचा प्रधान आहे. त्याच्याकडून मुक्तिकन्येच्या स्वयंवराची माहिती त्याला लागते. पण मकरध्वजाला प्रतिस्पर्धी म्हणून जिनराज आहे. मकरध्वजाला वाटत असते की स्वत: रतीनेच मुक्तिकन्येकडे दूती म्हणून जावे. तो तिला तशी गळ घालतो.

हे पाहून मोहालाही वाईट वाटते. शेवटी राग-द्वेष या दूतांना जिनराजाकडे पाठवले जाते. इथे जिनराज मकरध्वजाचा आदेश झिडकारतात. समस्त सैन्याला युद्धासाठी सज्ज ठेवले जाते. मकरध्वज मोहाच्या साक्षीने जिनराजाला पराभूत करण्याची प्रतिज्ञा करतो. बहिरात्मा मकरध्वजाचा निर्वाणीचा इशारा घेऊन येतो. पण त्याचे नाक कापले जाते. या घटनेनंतर दोन्ही पक्षात तुंबळ युद्ध होते. यासमयी जिनराजाकडील धर्मध्यान-योद्ध्याकडून मोहाचा संहार केला जातो आणि जिनराजही मकरध्वजाला पराभूत करतात. मकरध्वजाच्या राण्या जिनराजाजवळ मकरध्वजाच्या प्राणांची भीक मागतात. जिनराजही दयावान होऊन मकरध्वजाला क्षमा करतात व एक सीमा-पत्र देऊन त्याचे उल्लंघन केल्यास त्याला प्राणदंड देण्यात येईल असे निक्षून सांगतात. रती-प्रीती यांनी विनंती केल्यावरून सीमेपर्यंत सुरक्षित पोहचवण्यासाठी म्हणून जिनराजाच्या आज्ञेवरुन शुक्लध्यान त्याच्यासोबत जातो, पण शुक्लध्यानाच्या प्रामाणिकपणाबद्दल मकरध्वज संशय येतो व सुटकेसाठी स्वत:च आत्महत्या करतो. पाहता पाहता अनंग होऊन तो अदृश्य होतो. मात्र यानंतर या घटनेने प्रसन्न झालेला इंद्र दया देवी द्वारा मोक्षपुरातील सिद्धसेन राजाला मदन पराजयाची शुभवार्ता कळवितो. इंद्राच्या आज्ञेनुसार कुबेर मुक्तिकन्येच्या स्वयंवरासाठी सुंदर अशा समवशरण मंडपाची रचना करतो. या मंडपात एक कर्म-धनुष्य आणून ठेवण्यात येते आणि घोषणा होते. हे औचित्य साधून जिनराज कर्मधनुष्य भंग करून टाकतात. तेव्हा मुक्तिश्री अत्यानंदित होते व जिनराजाच्या कंठात तत्त्वमय माला अर्पण करते. देवसुद्धा त्यानिमित्त मोठा उत्सव करतात व मुक्तिश्रीने अलंकृत जिनराज मोक्षपुराला जातात. (पृ. ८)

मकरध्वज, मोह, जिनराज, मुक्तिकन्या, रति-प्रतीति, राग-द्वेष, संवेग-निर्वेद यांचे मानवीकरण, रती, प्रीती, दया या स्त्रीयांचे चित्रण, मुक्तिकन्येचे सौंदर्य आणि मनोभूमी आणि युद्धभूमी इथले दर्शन तसेच पंचतंत्र, हितोपदेश, सुभाषितत्रिशतक, ज्ञानर्णव, सुभाषिते, नीतिपर श्लोक यांनी युक्त अशी ही रुपकात्मक आख्यान कथा आहे. पंचम परिच्छेद (पाच प्रकरणे) यामधून ही कथा साकारली आहे.

आधुनिक कादंबरी

मराठी जैन साहित्यात आधुनिक काळातील कथानक व आशय मांडणाऱ्या कादंबऱ्याही लिहिल्या आहेत. गेल्या दीडशे वर्षात आधुनिक मराठी कादंबरी विविध प्रवृती प्रवाहांनी समृध्द झाली आहे अनेक समकालीन विषय, समस्या

आणि मानवी जीवन या कादंबरीने कवेत घेतले आहेत. अशा या प्रचंड कवस्तृत मराठी कादंबरीच्या प्रवाहात अजूनही प्रथमदर्शनी व प्रारभीच्या कथानक विश्वात रमणाऱ्या जैन कादंबऱ्यांचा एक क्षीण प्रवाह मराठी कादंबरी परंपरेत प्रवाहीत झाला आहे.

जैन मराठी साहित्यामध्येही आधुनिक कादंबरीचा विचार करत असताना असे दिसते की, यांनी हाताळलेले विषय हे विविध धर्म-तत्त्वज्ञानाशी निगडित आहेत. आजच्या जगण्यातील काही पूरक बाबी त्यांनी उचलून त्याआधारे कथानक गुंफलेले आढळते. अशा अनेक कादंबऱ्यांचा विचार आपणास या निमित्ताने करावयास मिळतो. जैन समाज आणि त्यासंबंधीची धारणा याचाही ऊहापोह येथे करण्यात आला आहे. त्यादृष्टीने आधुनिक मराठी जैन कादंबरीची मांडणी महत्वाची वाटते.

१) कैलासकाका (डॉ, हेमचंद्र वैद्य, १९७०)

समाज आणि संस्कृती ही अविभाज्य अंगे आहेत. पण त्याचबरोबर संस्कृतिसंक्रमणही होत असते. प्राचीन तत्वज्ञान व संस्कृतीची परंपरा यांच्यासंबंधीचा तात्त्विक विचार आणि व्यवहार यांची सांगड घालून आचारपद्धती-जीवनपद्धती याद्वारे ही कादंबरी फिरते. आत्म्याचे स्वरूप, आत्मौपम्य बुद्धी, कर्मसिद्धांत, पुनर्जन्म, ईश्वर, अहिंसा, धर्मसंस्था, संयमवृत्ती, वैवाहिक जीवन इत्यादी अनेक विषय या कादंबरीच्या ठिकाणी आहेत. मी कोण आहे? कोठून आलो? कशाकरिता आलो? नंतर माझे काय होणार? त्याचे भवितव्य काय? विश्वाचा आणि माझा संबंध काय? मनात बरेवाईट विकार उत्पन्न का होतात? अशा अनेक तत्वांची चर्चा हिच्यात होते. यामध्ये भारतीय तत्त्वज्ञान आणि भारताबाहेरील तत्त्वज्ञान अशीही चर्चा करण्यात आली आहे. ईश्वर, आत्मा, विश्वाची उत्पत्ती याही विषयी सांगते आहे. तत्वज्ञानाचा गुरू (ग्रंथातील) हा अधिकारी आहे आणि शिष्य श्रद्धावंत जिज्ञासू आहे. शिष्याला अधिक चिकित्सक, प्रश्नशील आणि विरुद्ध मताचा आग्रही दाखवून एखाद्या प्रश्नाची सांगोपांग चर्चा या कादंबरीत होते.

काका हे तत्त्वज्ञानातील अधिकारी, सदाचारी, त्यांच्याबद्दल अनेकांना आदर आहे; ते त्यांच्या व्यासंगाच्या, सदाचाराच्या आणि त्यांच्या संयमशीलतेच्या, अध्यात्मविद्येच्या, आत्मकल्याणाच्या बाजूशी संवादशील आहेत. विवेकाशी त्यांची रोज चर्चा घडते. आत्मतत्त्वाला बाधा न येता आपले कार्य करत रहावे, मर्यादांचाही विसर पडतो, सुख हे भोगात नसून त्यागात आहे.

जीवनात नैतिकतेला खूप मोठे स्थान आहे. वर्गात येणारी उत्तरे ही जीवनाच्या उत्तरापेक्षा महत्वाची नसतात. इच्छाशक्ती, विवेक, महत्वाकांक्षा, पुरुषार्ध ही सर्व उच्च आत्मबलाला अनुगामी असतात अशा अनेक चर्चा या कादंबरीत घडतात. शेवटी, कैलासकाका हे कैलासस्वामी बनून कुटी सोडून कुठेतरी विहारासाठी प्रस्थान करते झाले येथे ही कादंबरी थाबते.

२) सत्याचा शोध (डॉ. हुकमचन्द भारिल्ल २००८)

समकालीन काळात ही कादंबरी महत्वाची ठरणारी आहे. सामाजिक, धार्मिक कुरीतींच्या विरुद्ध उभी राहणारी ही कादंबरी आहे. विदिशानगरी ही विविधतेने नटलेली आहे. अर्हत्‌दास श्रेष्ठी या शांत, सरळ आणि संसारापासून उदार, अनुरागी पुरुष आहेत. त्यांच्या पत्नीचे नांव जिनमती. परंतु तारुण्याची अर्धी वाट सरली तरी त्यांना पुत्रप्राप्ती नव्हती. त्यासाठी कोणताही गंडा, दोरा त्यांनी बांधला नाही. अगर कोणताही उपाय केला नाही. पण कर्मधर्म संयोगाने त्यांना पुत्रप्राप्ती झाली. विवेवकुमार हे त्याचे नाव. तो अल्पकाळातच व्याकरण, साहित्य, गणित, न्याय सिद्धांतादी शास्त्रांचा सर्वांगीण अभ्यास करतो त्याचा रुपमतीशी विवाह होतो. रुपमती व विवेक यांचा वादविवाद म्हणजे ही कादंबरी आहे. राग-वीतरागता यांच्यामधला विरोधाभास या कादंबरीत येतो. संपूर्ण कादंबरीभर चर्चा, विमोचने, दृष्टांत, दाखले, उदाहरणे आहेत. धर्मचर्चा ही या कादंबरीच्या केंद्रस्थानी आहे.

एकूणच ही कादंबरी आपल्या धर्मचिंतनाने आध्यात्मिक चेतना निर्माण करणारी आहे. म्हणूनच या कादंबरीमध्ये कथेच्या माध्यमाने खऱ्या देव-गुरु-शास्त्राचे स्वरूप, अनेकांत, स्याद्‌वाद, भेदविज्ञान इ. महत्त्वपूर्ण सैद्धांतिक विषय तसेच आत्मानुभूतीचे स्वरूप आणि प्रक्रिया तसेच ज्ञानी जीवाची भूमिका इत्यादी प्रायोगिक विषयाचे बोधगम्यं चित्रण केलेले (आढळते) आहे. उद्देश हाच की, आत्म्याची शुद्धता ही सर्वात महत्वाची आहे, तेच जीवनाचे तत्त्व आहे.

३) मृत्युदंड (नीलम माणगावे, जून २००६)

अलीकडच्या काळातील लेखिका नीलम माणगावे यांची मृत्युदंड ही कादंबरी आहे. विमलाबाई नावाची स्त्री एका मानसोपचारतज्ज्ञ डॉक्टरला आपली कहाणी सांगताना आपल्या जीवनातील अनेक घटना सांगते. वयाच्या साठाव्या वर्षी नवऱ्याच्या जाचाला कंटाळून आपल्याच घरातील आाऊट हाऊस्मध्ये वेगळे राहण्याचा निर्णय तिने घेतलेला असतो. कमलाकर हा नवरा हुकूमशहाच वाटतो. दोघा नवरा-बायकोच्या जीवनातील बारीक सारीक प्रसंग जैनत्वाच्या चाकोरीत

बसवून प्रस्तुत कादंबरी लिहिली आहे.

या कादंबरीमधील दोघेजण (कमलाकर आणि विमलाबाई) जैन संस्कारात वाढलेले आहेत. कमलाकर हा रिटायर झालेला आहे. परंतु नेहमी त्याचा जाच सहन करावा लागतो. तिच्यावर तो अनेक निर्बंध आणू इच्छितो. त्यामुळे त्या सतत अस्वस्थ राहतात. विमलाबाईचा आनंद हिरावून घेण्याचा प्रयत्न होतो. त्याला उत्तर म्हणून घरातीलच आऊट हाऊसमध्ये त्या वेगळे राहण्यास लागतात. या घटनेने मात्र पती कमलाकर तिला कुष्ठरोग झाला आहे अशी सगळीकडे आवई उठवतो. मात्र या घटनेमुळे तिच्यावर अनेक मानहानीचे प्रसंग येतात. जैन मंदिरातील स्त्रिया तिच्यापासून दूर पळतात. या पाठीमागचे कारण जेव्हा विमलाबाईंना समजते तेव्हा त्या प्रचंड अस्वस्थ होतात. तेव्हा त्यांचा एक निर्णय होतो की, कुष्ठरोग्यांची सेवा करण्यासाठी, त्यांच्या वसाहतीत जायचे, त्यांनी त्यांच्या जीवनात मैनासुंदरीचे आख्यान ऐकलेले असते. ही एक आदर्श स्त्री आपल्या कुष्ठरोगी पतीला सेवा करून पुन्हा सुस्वरूपात आणते. ही एक जैन वाङ्मयातील पुराणकथा हा उपकथेचा धागा याही कादंबरीत आढळतो. याच सेवाभावाने वसाहतीत काम सुरू करतात. पण अखेरी त्यांचा मृत्यू होतो. शेवटी वसाहतीतील लोकांचे विमलाबाईंविषयी असलेले मत ऐकून कमलाकरांना पश्चाताप होतो. असा या कादंबरीचा शेवट करण्यात आलेला आहे. ज्यावेळी कुष्ठरोग्यांची सेवा करताना त्यांना जीवनाचा खरा अर्थ समजतो. फक्त मूर्तिपूजा आणि जपाची माळ घेऊन देवऽदेवऽ करण्यापेक्षा बाबा आमटेंसारख्या पुरुषाचा आदर्श हाच मोक्षाचा मार्ग होय. त्यांची कृती ही आदर्श होय. या विचारधारेतून ही कादंबरी अवतरली आहे.

जैनत्वाचे संस्कार असून ते उपयोगाचे नाहीत तर ते कृतीतून प्रकट झाले पहिजेत. कृती हीच विचारांची आराधना असते. माणसाचे माणूसपण केवळ धर्मावर अवलंबून असते असे नाही त्याच्या अंत:करणातील उज्ज्वल विचारांवर असते. हा आधुनिक विचार देणारी जैन वाङ्मयातील आधुनिक म्हणावी अशी एकमेव कादंबरी होय.

४) विजय शेठ – विजया शेठाणी (१९६९)

नेहमीच्या रचनेपेक्षा थोड्याफार वेगळ्या फरकाने रचण्यात आलेली ही कादंबरी होय. ब्रह्मचर्य व्रतावर आधारीत ही कादंबरी जीवनातील आदर्श जीवनाबद्दल बोलते. जीवाच्या कल्याणासाठी आगमामध्ये अनेक क्रिया सांगितल्या आहेत. त्यामध्ये ब्रह्मचर्य व्रत हे प्रमुख आहे. या एका व्रतामध्ये सिद्धावस्था

प्राप्त करवून देण्याचे सामर्थ्य आहे.

गृहस्थाश्रमामध्ये ब्रह्मचर्यव्रताची प्रतिज्ञा घेऊन पालन करणारे विजय शेठ व विजया शेठाणी यांच्या जीवानतील व्रत स्वीकार, विवाह, विचित्र आणि आदर्श पती-पत्नी, वैराग्य स्वरूप, दीक्षा ग्रहण इ. प्रकरणांमधून त्यांच्या जीवनाचा आदर्श ऊहापोह केलेला आढळतो. दोघा पती-पत्नीच्या तात्त्विक चर्चा आणि यादृष्टीने व्रतपालन केले. वैराग्य हे मृगजळ असले तरी आत्मिक बळाच्या आधारेच मोक्ष साधला जातो. हा आशय व्यक्त करणारी ही कादंबरी होय.

सारांश

मराठी साहित्य व्यवहारामध्ये कादंबरी हा वाङ्मयप्रकार तसा महत्त्वाचा वाङ्मयप्रकार होय. मानवी जीवनाच्या अनेककेंद्री अनुभवाचा एक व्यामिश्र प्रभाव त्यावरती जाणवतो. अनेकार्थाने आशयसूचक असे दर्शन या साहित्यप्रकारातून घडते आहे. जीवनाच्या अनेक शक्यता तो व्यापकार्थाने मांडत असतो. गुंतागुंतीच्या प्रक्रिया आणि आयुष्यातील अनेक शक्यता वर्तवीत असतो. मराठी कादंबरीमध्ये जैन मराठी कादंबरीचा एक वेगळा प्रवाह कार्यरत आहे. एकूणच जैन मराठी कादंबरी ही आपल्या अंगभूत सामर्थ्याने पौराणिक, ऐतिहासिक, आधुनिक, आध्यात्मिक, चरित्रात्मक आदि कादंबऱ्यांचा विषय घेऊन वावरते आहे. पौराणिक विषयाला धरुन या कादंबऱ्या धर्मचिंतन, धर्मतत्वज्ञान आणि मौलिक आचरणाचा निर्देश करतात. दुसरे असे की, रुपबंधाचा विचार करता या कादंबऱ्यांमध्ये फारसा बदल जाणवत नाही. कथानकातच उपकथानक हे एक चांगले वैशिष्ट्य या संदर्भात म्हणता येईल.

तत्वज्ञानाला अंगीकारून मराठी कादंबरीत आपले वेगळे वैशिष्ट्य या कादंबरीत येते. प्रचंड उलथापालथी, गुंतागुंत अशी मांडणी आढळत नाही. तर सरळ, साधे व सरधोपट कथानक आढळते. व्यक्ती, प्रसंग आणि संवाद यामध्ये विचारपूर्वक योजना आढळते. मात्र मराठी कादंबरीमध्ये स्वत:ची स्वतंत्र नाममुद्रा उमटविणारी घटना मात्र या कादंबरीने घडली नाही याचे वैषम्य वाटते. तरी सुद्धा हाताळण्यात आलेले विषय आणि इतर प्रभाव यामुळे मराठी कादंबरीमध्ये आपले वेगळेपण मात्र या कादंबरीने जोपासले आहे हे निश्चित सांगता येते. भाषिक दृष्ट्या वेगवेगळ्या प्रतिमा, अलंकार आणि भाषेची विशिष्ट ढब प्रकट होते. विषयांच्या बाबतीत काही अपवाद वगळता फारसे हाती काही लागत नाही. विवेक आणि विधायकता यांच्याद्वारेच उन्नतीचा मार्ग गवसू शकतो या तत्त्वास अधोरेखित करताना या कादंबऱ्या आढळतात. तसेच आचार-विचार,

शील व्रत-वैकल्ये, उपवास, चातुर्मास, वर्तमान विचारांचा अट्टाहास , पौराणिक-ऐतिहासिक व्यक्तिरेखा याद्वारे आढावा घेतला आहे. घटना या घटित-असतात या विधानास पुष्टी देताना कादंबऱ्या आढळतात. दुसरे असे की, प्रतिमा-प्रतीके, म्हणी, वाक्प्रचार, गुरुभक्ती, जैन तत्त्वज्ञान, वैराग्य भावना, त्रिलोक, आठवणी, मनोरंजन, आदर्श जीवन व समाज याचा आलेख चितारणारी ही उत्कट कादंबरी होय. सामाजिक, धार्मिक जीवनाचा ऊहापोह या कादंबरीत सर्रास आढळून येतो.

हिंदू धर्मामध्ये महाभारत हा पुराणग्रंथ मानण्यात येतो, त्याचप्रमाणे महाभारत म्हणजे एक प्रकारे महाकादंबरीच होय. ती कादंबरी आहे या मतापर्यंत आज समीक्षक येऊन पोहोचले आहेत. त्याचप्रमाणे जैन धर्मातील हरिवंश पुराण या पुराण ग्रंथांचा त्याच्या रचनेवरुन (रुपबंधावरुन) इतर अनेक केंद्री जाणिवा, अनेक व्यक्तिरेखा, प्रसंग यावरून याची नोंद कादंबरीमध्ये घेतलेली आहे. पुढे रामायणसारची नोंद कादंबरी म्हणूनच केलेली आहे. दुसरे असे की, सुमतीबाई शहा यांनी महापुराणची रचना केली आहे ती कादंबरी म्हणूनच. जैन रामायण, आदिसम्राट भरत-बाहुबली युद्ध, गोमटेश गाथायांसारख्या कादंबऱ्या पौराणिक विषयाला लिहितात. त्याचबरोबर विधीचे विधान सारखी रुपककथा मोक्षार्थाची नवी संकल्पना मांडते. अशा अनेक विषयाच्या संदर्भात वेगळ्या अर्थाने पौराणिक, ऐतिहासिक, चरित्रात्मक, आख्यान आणि आधुनिक कादंबरी यामध्ये लिहिल्या गेलेल्या कादंबऱ्या आढळतात. या सर्व कादंबऱ्या प्रस्तुत विषयासंर्भातील काही ठोस विधाने करतात. जीवनाविषयीचा एक गुढानुभव व्यक्त करतात. तसेच व्यक्तीरेखा या जैनत्वाच्या संदर्भात वर्तन-व्यवहार करताना आढळतात. अध्यात्मिक मूल्यांची गुंफण आणि कर्मक्षय, मोक्षप्राप्ती व अध्यात्मचिंतन यासंदर्भात फार चिंतनीय बाब म्हणून विचार करावा लागतो. प्रकृती-पुरुष, जीव-अजीव आणि मोक्ष-सिद्धपद याविषयी विशेष अशी माहिती मिळते. संवाद, प्रसंग, वाङ्मयीन मूल्यांविषयी या कादंबऱ्या फार सरस ठरत नसल्या तरी मराठी कादंबरीमध्ये आपल्या स्वतंत्र अभिव्यक्तीने क्षीण का होईना परंतु आपले अस्तित्व जतन करणारी ही कादंबरी होय. जीवराज गौतमचंद दोशी ते आजच्या नीलम माणगावे यांच्यापर्यंत ही धारा सलग प्रवाहित होत आहे.

सामाजिक, राजकीय, शैक्षणिक दृष्टच्या विशेष अशी माहिती या कादंबऱ्यांमध्ये क्वचितच आढळते. तत्कालीन जीवनशैलीचे तसेच राजकीय घडामोडींचेही प्रतिबिंब यामध्ये आहे. विचारशील आणि एका अर्थाने चांगली मांडणी आढळते. मराठी कादंबरीमध्ये आपला स्वतंत्र आवाज जपणारी ही कादंबरी आहे.

मराठी जैन नाटक

आधुनिक मराठी जैन साहित्यामध्ये नाटक हा साहित्यप्रकारही जैन लेखकांनी हाताळला आहे. अर्थातच या नाटकांचा विषय जैन तत्त्वज्ञान व जैन परंपरांशी निगडित आहे. जैन तत्त्वज्ञानावरची निष्ठा, जैन आचारावरील निष्ठा. प्राचीन काळातील जैन पराक्रमी पुरुष, ऐतिहासिक जैन वीर असे विषय या लेखकांनी हाताळले आहेत. अगदी मराठी नाटकांच्या सुवर्णकाळापासून या लेखकांनी आपली नाटके लिहिली आहेत, संगीत नाटक, सामाजिक नाटक, चरित्रपर नाटक, संघर्षनाटक, पौराणिक नाटक, ऐतिहासिक नाटक असे अनेक नाटकांचे प्रकारही या नाटक परंपरेत दिसतात. अगदी प्रारंभीच्या काळात नाटकांमध्ये पौराणिक विषय लेखकांनी हाताळले आहेत. ही पौराणिक नाटके त्या काळातील परंपरेनुसार गद्य–पद्यात्मक संगीत नाटके आहेत. या नाटकांची संख्या जरी अल्प असली तरी नाटकांची प्रयोगशीलता व वाङ्मयीन मूल्ये या दोन्ही अंगांनी ही नाटके महत्त्वाची आहेत. पुढे मराठी नाटकांचा सुवर्णकाळ संपला व काही काळ नाट्यरचना व प्रयोग मागे पडले. मराठी सिने युगात नाटकांची चलती मुख्य नाट्य परंपरेतही क्षीण झाली. परिणामत: जैन लेखकांची नाट्य रचनाही १९५० पर्यंत अत्यल्प झाल्याची दिसते. पुढे काही लेखकांनी विशेषत: ७० च्या दशकानंतर जैन साहित्यिकांनी पुन्हा आपली रचना सुरू केल्याची दिसते. परंतु संख्येने ही नाटके कमीच असल्याचे जाणवते. काळानुसार संगीत नाटकानंतर केवळ गद्य नाटके मराठी जैन लेखकांनीही लिहिली आहेत.

जैन धर्म प्रसार व जैन तत्त्वज्ञानाचे प्रबोधन इतकाच मर्यादित विषय या नाटकांचा आहे. त्यामुळे आधुनिक काळातील सामाजिक उलथापालथी, राजकीय घडामोडी व सांस्कृतिक अभिसरणाचे प्रतिबिंब या नाटकात दिसत नाही. धार्मिक पुरुषांची चरित्रे, पौराणिक चरित्रे हेच विषय यात असून शील, सदाचार, धर्मनिष्ठा, त्याग ही जैन धर्माची तत्त्वेच पुन्हा सांगण्यासाठी या नाट्यरचना केल्या आहेत. काही क्वचित नाटकांमध्ये व्यसनमुक्ती, दारूबंदी, व्यसनाचे वाईट परिणाम अशा विषयांची नोंद नाटकांनी घेतली आहे. काही नाटकांमध्ये तर कर्मवाद व कर्मकांडाचे प्रकटीकरण झाले आहे. उदा. पूजा, पंचकल्याणक, आचार, व्रतवैकल्ये यांच्या दिग्दर्शनार्थ नाटके लिहिली गेली आहेत.

नाटकांचे वरील विषय असले तरी वाङ्मयीन दृष्ट्या तयारीचे नाटककार होते हे नाटकातील आविष्कार शैलीतून जाणवते. संगीत नाटकातील विविध संगीतप्रकार व काव्यप्रकारांची रचना, प्रसंगवर्णन, नाटकातील संघर्ष आणि

जैनसाहित्य म्हणून वेगळी वैशिष्ट्यपूर्ण शब्दरचना हे या नाटकांचे वाङ्मयीन विशेष म्हणूनही सांगता येतील. मराठी नाटकाच्या सुवर्णकाळात ही संगीत नाटके लिहिली गेल्यामुळे निश्चितच यांचाही दर्जा विशेष आहे. या नाटकारांपैकी बहुतेक नाटककार हे बहुश्रुत, साहित्य अभ्यासक व प्रतिभावंत होते.

जैन साहित्यातील संगीत नाटकांची परंपरा

आधुनिक मराठी नाटकांची परंपराच मुळात संगीत नाटकांतून झाली आहे. प्रारंभीची पौराणिक नाटके व नंतर पौराणिक संदर्भ असणारी सामाजिक नाटके ही सर्व नाटके संगीत नाटकेच होती. प्रारंभीची प्रहसने, बुकिश नाटके, मेळे, दशावतार या महाराष्ट्रीय परंपरेत असणाऱ्या नाटकांची चालती संगीत नाटकाद्वारेच १९ व्या शतकाच्या उत्तरार्धापासून साधारण १९२० पर्यंत होती. किर्लोस्कर, देवल, खाडिलकर, गडकरी, कोल्हटकर या मंडळींनी मराठीतील संगीत नाटक शिखरावर नेले. पौराणिक-सामाजिक आशयाबरोबरच हृदयस्पर्शी व वाङ्मयीन दृष्ट्या दर्जेदार नाटकांची निर्मिती केली व त्यांची चलतीही झाली. या नाटककारांच्या प्रभावळीत पुढे अनेक नाटककार उदयास आले. अनेक नाटककार प्रभावित झाले. जैन परंपरेतील साहित्यावरही समकालीन साहित्यिकांचा प्रभाव व पगडा दिसून येतो. या प्रभावातूनच कदाचित जैनांची संगीत नाटके लिहिली गेली असावीत.

पश्चिम महाराष्ट्रात व विदर्भातही जैन समुदायाचे अधिक्य दिसून येते. परंतु संगीत नाटकांची परंपरा विदर्भात सुरु झाल्याचे दिसते. विदर्भात सैतवाळ समाज अधिक आहे. आचार्य शांतिसागर आणि त्यांनी सुरू केलेली धर्मप्रभावना पश्चिम महाराष्ट्रात पुढे झाली. पश्चिम महाराष्ट्रात सोलापूर, कोल्हापूर, सांगली, फलटण, बेळगांव ही ठिकाणे जैन समूहाची अधिक्य असणारी होती. पश्चिम महाराष्ट्रात जैनबोधकसारख्या नियतकालिकाने मराठीत जैन साहित्य मुद्रण सुरू केले होते. परंतु यामध्ये फक्त धार्मिक ग्रथांचे मुद्रणच होत असे. जुन्या ग्रंथातील कथा, चरित्रे, पद्यांचे मुद्रण व काही भाषांतरे मुद्रित होत होती. औरवाड येथील आर्यभूषण छापखान्यातही काही जुन्या ग्रथांचे मुद्रण होत होते. याचवेळी विदर्भात वर्धा येथील चवडे बंधूंनी केलेले कार्य महत्वाचे आहे. जैन मेळ्याची पदे, भजनी, अभंग आणि संगीत नाटके इ. सर्जनशील रचना व पुराणकथांचे पुनर्मुद्रण याबाबत चवडे बंधूचे कार्य महत्वाचे ठरते.

जिनदास, गणपत व नेमचंद नारायण चवडे या बंधूंनी नाट्यक्षेत्रात केलेले कार्य १९ व्या शतकाच्या अखेरीस महत्वाचे आहे. यामध्ये नेमचंद चवडे यांनी

लिहिलेले 'संगीत सुशील मनोरमा नाटक', गणपत चवडे यांनी लिहिलेले 'संगीत नेमिनाथ विवाह' अथवा 'राजमती विलाप' व 'संगीत गर्वपरिहारअथवा महामुनी नंदीवर्धन संगीत नाटक' या नाटकांचा समावेश करता येईल. या तीन बंधूंपैकी नेमचंद हे जेष्ठ असावेत त्यांनी लिहिलेले 'संगीत सुशील मनोरमा' हे नाटक पातिव्रत्यावर लिहिले आहे. ५ अंकाचे हे नाटक असून तत्कालीन श्रावकांच्या संगीत नाटकाच्या अभिरुचीसाठी व त्यांच्या मागणीवरून हे संस्कृतमध्ये मूळ कथानक असलेले नाटक लिहिले आहे. सुशील मनोरमा आणि कमलाकर यांची ही कथा आहे. राजपुत्राला मनोरमा आवडते. तिला वश करण्याचा प्रयत्न करतो तिला बदनाम करतो, कमलाकर मनोरमाची ताटातूट होते मात्र मनोरमा पातिव्रत्य सोडीत नाही. शेवटी कमलाकर-मनोरमाची पुनर्भेट होते. अधुनमधून संगीत पदे उत्कृष्ट संवादातून हे नाटक साकारले आहे. नाटकाचा हेतू सांगताना नाटककार म्हणतो, ''एखादे नाटक करावे असा विचार झाला. तो जैनधर्माला अनुसरून त्यातीलच कथाभाग असावा, की जेणेकरून वाचणारास व ऐकणारास दोघांसही सद्‌बोध होईल आणि स्त्री पुरुषांचे आचरण सुधारेल. एवढा मानस करुन शीलकथा संस्कृत व हिंदी ग्रंथाच्या आधाराने त्यातील सारासार व योग्य मतलब घेवून ह्या कथानकांतील मुख्य नायिका मनोरमा ही असल्यामुळे ह्या नाटकास सुशील मनोरमा नाटक हे नाव दिले आहे.'' (प्रस्तावना) संगीत नेमिनाथविवाह अथवा राजमती विलाप हे संगीत नाटक नेमचंद यांचे बंधू गणपत नारायण चवडे यांनी लिहिले आहे. राजमती-नेमिनाथ यांची कथा जैन साहित्यात प्रसिद्ध आहे. शीलवती राजमती व चारित्र्यवान विरक्त नेमिनाथ यांच्या विवाहाचे वर्णन यात येते. नेमिनाथ हा कृष्ण व बळीरामाचा भाऊ. राजमतीशी त्याचा विवाह ठरतो. पण मूळच्या विरक्त वृत्तीमुळे तो लग्नास तयार होत नाही. अखेर बऱ्याच मनधरणीने विवाहास तयार होतो. लग्नात त्याच्या विवाहानिमित्त लाखो पशू कत्तलीसाठी आणलेले पाहून नेमिनाथास विरक्ती येते व तो आईकडे गिरनार पर्वतावर तपश्चर्येसाठी परवानगी मागतो व जातो. शेवटी संसाररूपी समुद्राचा वीट येवून राजमतीही पतीच्या पाठोपाठ साध्वी होते. अशा आशयाची कथा येते. नाटककाराचा संगीताचा अभ्यासही दिसतो. अनेक वृत्तरचना, राग यातून संगीत पदे आली आहेत. कृष्ण, बळीराम व नेमिनाथ यांची चर्चा येते. नेमिनाथ पशुहत्येबाबत केलेला प्रश्न आणि त्याची विरक्ती हा प्रसंग सांगताना -

काय कारण ते सांग कृष्ण राया।
बंदिमाजी कोंडिले पशु जीवा या।

जीव सर्वांचेहि एकमय असोनी।
कार्य केले गैर गांजिता म्हणोनी।।

अशी पदरचनाही येते. महाभारतकालीन कथानकात आलेली ही जैन कथा महाभारताच्या व कृष्णकथेच्या न उलगडलेल्या पैलूवर प्रकाश टाकते.

'गर्व परिहार अथवा महामुनी नंदीवर्धन नाटक हे दुसरे नाटक' श्री गणपत चवडे यांनी लिहिले आहे. चार अंकी नाटकामध्ये सूत्रधार नाटक कथन करतो हे या नाटकाचे वैशिष्ट्य आहे. नाटकाअंतर्गत नाटक असा प्रयोग या नाटकाचा आहे. नाटकरूपाने समुदेशन करण्यासाठी नाटकातील पात्रेच नाटक बसवतात व त्यामध्ये नंदीवर्धन राजाचे नाटक सांगतात. नंदीवर्धन राजा चारित्र्याने शुद्ध श्रेष्ठ दर्जाचा पुरुष आहे. नंदीवर्धन पुढे मुनी होतात व त्यांचा नंतर खून करण्याचा प्रयत्न होतो. वाद विवादात हरल्याने शस्त्राने जिंकण्यासाठी त्यांच्यावर वार करण्याचा प्रयत्न होतो परंतु तो प्रयत्न नंतर फसतो. ब्राह्मण आणि जैन या दोन तत्त्वातील वादविवाद व संघर्ष या नाटकात येतो. नाटक नंदीवर्धन स्वामींचे असले तरी नाटकामध्ये नाटक हा प्रयोग त्या काळात महत्वाचा आहे. मराठीतील प्रायोगिक नाटक खानोलकरांच्या एक शून्य बाजीराव या नाटकापासून होतो असे म्हटले जाते. हे नाटकही नाटकातील नाटक अशा कथानकातूनच येते. त्या आधीच हा प्रयोग मराठी साहित्यात नोंद घेण्यासारखा आहे. मराठी संगीत नाटकांनतर गद्य नाटकाची परंपराही जैन साहित्यात आढळते. या गद्य नाटकाचे विषयही जैन तत्वज्ञान आणि परंपराशी संबंधित आहेत. गद्य कथा व पद्य वाङ्मयाप्रमाणेच चरित्र नाटकांची संख्या अधिक आहे. त्याचप्रमाणे व्यसनमुक्ती, पौराणिक कथा, पौराणिक व ऐतिहासिक वीर पुरुष यांची चरित्रे असे विषय नाटकांमध्ये हाताळले आहेत.

मराठी जैन नाटकांमध्ये संगीत नाटकांची संख्या अत्यल्प असली तरी वाङ्मयीन दृष्ट्या ती मुख्य नाट्यधारेच्या नाटकांच्या तोडीची आहेत हे मान्य करावे लागेल. केवळ जैन तत्त्वज्ञान व विचारधारेच्या परिघात ती वावरत असल्याने ती प्रसिद्धी पासून दूर राहिली आहेत हे मान्य करावे लागेल. हाताच्या बोटावर मोजण्याइतपत असलेली ही संगीत नाटके क्वचित आहेत पण २० व्या शतकाच्या अखेरपर्यंत ती चालू आहेत असे दिसते.

'संगीत शीलवती अनंतमती' (१९३३) हे वालचंद जीवराज शहा यांनी लिहिलेले नाटक संगीत नाटक म्हणून सापडते. या नाटकात अगदी अल्प संगीत पदे आहेत. या नाटकाचे काही प्रयोगही झाले आहेत. दोन अंकाचे व १३

प्रवेशाचे हे नाटक आहे. लहानपणी खोटेखोटे ब्रह्मचर्यव्रत वडिलांनी अनंतमतीला दिले. पण भविष्यकाळात तिला तेच व्रत घ्यावे लागते. नंतर अग्निदिव्याप्रमाणे तिच्या शीलाची कसोटी लागते. विद्याधर पळवून नेतो. जंगलात सिंहराज तिला विकत घेतो. तिच्या बळजबरी करताना वनदेवता तिला सोडवते. पुन्हा ती घरी येते व शेवटी पित्याची भेट होते. योगायोग, संघर्ष आणि सुटका असे नाटकाचे सूत्र आहे. या नाटकानंतर मात्र काही क्वचित नाटके सापडतात.

विदर्भातील कवी व नाटककार नथ्थूसा पासूसा यांनीही एक संगीत नाटक लिहिले आहे.

अशी ही अगदी अल्प परंतु वैशिष्ट्यपूर्ण संगीत नाटकाची परंपरा मराठी जैन साहित्यात दिसून येते. अगदी अलीकडेही अशा एका संगीत नाटकाची रचना बबन जामदार यांनी केली आहे. क्षात्रवीर जीवंधार अर्थात संगीत साक्षात्कारअसे हे संगीत नाटक आहे. पारंपरिक कथानक या नाटकाला असून वीर जीवंधराची कथा चरित्र, पुराण, काव्य, कादंबरी इ. वाङ्मय प्रकारात आली आहे. याचेच नाट्यीकरण या नाटकात आहे. ३ अंकांचे आणि १३ प्रवेशाचे हे नाटक असून पौराणिक विषय यात येतात. १९७५ च्या दरम्यान हे संगीत नाटक लिहिले असून १८ पात्रांचे हे नाटक आहे.

या संगीत नाटकांमध्ये बहुतेक विषय हे जैन धर्मातील वीर स्त्री-पुरुष, सत्य, शील, नीती, सदाचाराच्या जोरावर विजयी झालेली पात्रे या नाटकांमध्ये आली आहेत. जैन तत्त्वज्ञान आणि आचार यांचीच पुनर्मांडणी या नाटकांमधून केली गेली आहे. संगीत नाटकासाठी आवश्यक असणाऱ्या पदरचना प्रारंभीच्या नाटकात विविध वृत्तछंदात आहे तर नंतरच्या काही नाटकांमधील पदरचना या आधुनिक काव्य प्रकारात आल्या आहेत. जीवन व जीवनातील महत्त्वाचे प्रसंग संवादरूपाने व नाट्यरूपाने सादर करण्यासाठी लिहिलेली ही नाटिका आहे.

तीर्थंकर चरित्रांवर आधारित नाटके

जैन साहित्यात तीर्थंकरांची चरित्रे प्रेरणादायी व प्रेरक आहेत. तीर्थंकरांच्या जीवनावरील साहित्य विविध साहित्य प्रकारात लिहिले गेले आहे. नाटक हा वाङ्मयप्रकारही यात हाताळला गेला आहे. यामध्ये विशेषत: भ. महावीर व भ. नेमिनाथ यांच्या जीवनावर काही नाटके आढळतात. यांपैकी भ. नेमिनाथ यांच्या जीवनावरचे 'जय राजनेमी' (१९६४) हे नाटक श्री. एस्. एस्. चौगुले यांनी लिहिले आहे. आचार्य जिनसेनांच्या हरिवंश पुराणातील नेमिनाथ व राजमती यांच्या उदात्त जीवनाची कथा म्हणजे हे नाटक आहे. या विषयावर नेमंचद

नारायण चवडे यांचे ‘संगीत नेमिनाथ विवाह’ हे संगीत नाटक यापूर्वी आपण चर्चिले आहे. महाभारतकालीन ही कथा जैन संस्कृतीच्या माध्यमातून प्रकट करण्याचा प्रयत्न श्री. चौगुले यांनी केला आहे. प्रवृत्ती आणि निवृत्ती यांची ही संघर्षकथा शेवटी शोकांतिका होते. श्रीकृष्ण, बलराम, नेमिनाथ, राजमती यांच्या व्यक्तिरेखा व नेमिनाथ, राजमती यांची निवृत्तिकथा व उदात्त प्रेमाची कथा यात आली आहे. काही ठिकाणे नाट्यपदेही यात आली आहेत.

भ. नेमिनाथांच्यानंतर भ. महावीर यांच्या चरित्रावर दोन नाटिका सापडतात. नाटिका अणि एकांकिका असे दोन प्रकार जैन साहित्यात आढळतात. पैकी नाटिकांमध्ये समावेश करता येईल अशा भ. महावीरांच्या जीवनावरच्या तीन नाटिका अलीकडेच प्रकाशित झाल्या आहे. भ. महावीरांच्या जयंती उत्सवानिमित्त या रचना केल्या आहेत. प्रभावती धन्यकुमार शहा यांनी ‘ध्येयवादी महावीर’ (१९८४) तर सुमतिनाथ कुरमुडे यांनी ‘विचारक्रांती’(१९८४) या दोन नाटिका महावीरांच्या जीवनावर लिहिल्या आहेत. ध्येयवादी महावीर या नाटिकेमध्ये भ. महावीरांना स्वतंत्र गणतंत्र असलेले राज्य अपेक्षित होते व ते करण्यासाठी केलेला प्रयत्न या नाटिकेचा विषय आहे. भ. महावीरांच्या प्रयत्नाने शेजारील मल्लराष्ट्रही गणतंत्र झाले. यासाठी मल्लकन्या वसुंधरेस भ.महावीरांनी केलेली मदत या विषयावर ही नाटिका आहे. एकच अंकाची व तीन प्रवेशाची ही नाटिका आहे.

विचारक्रांती या दुसऱ्या नाटिकेमध्ये त्या काळात पुरोहित वर्गाने सुरू केलेली हिंसा, पशुहत्या व प्राण्यांच्या कत्तली या विरोधातील विचार सांगणारी नाटिका आहे. यज्ञात कत्तल होणाऱ्या प्राण्यांची हिंसा भ. महावीर उपदेशाने रद्द होते व भ. महावीरांचे मारेकरीही त्यांच्या तेजस्वी दर्शनाने हतबल होतात अशी ही कथा आहे.

‘भ. महावीर जयंती नाटिका’(१९८९) ही शोभना शहा यांनी (१९८९) लिहिलेली महावीरांच्या जीवनावरची नाटिका आहे. भ. महावीरांचे संपूर्ण जीवन या नाटकामध्ये आहे हे नोंद घेण्यासारखे आहे.

‘भ. महावीर पंचकल्याणिक नाटिका’(१९९७) ही लालचंद हरिश्चंद्र जैन, मानवत यांनी लिहिलेली नाटिका आहे. पंचकल्याणके हे प्रत्येक तीर्थंकरांच्या जीवनातील प्रसंग आहेत. गर्भ कल्याणक, जन्मकल्याणक, राज्याभिषेक कल्याणक, दीक्षाकल्याणक व निर्वाण कल्याणक ह्या पाच अवस्था तीर्थंकरांच्या जीवनात येतात. याविषयी जैन धर्मात विधीही केल्या जातात. पंचकल्याणक ही

प्रतीकात्मक तीर्थंकरांच्या जीवनाची प्रतिकृती असते. हे पंचकल्याणक संवादरूपाने भ. महावीरांच्या जीवनावर आधारित लिहिले आहे. तीर्थंकरांचे जीवन व चरित्र लोकांसमोर यावे या उद्देशाने तीर्थंकरांची चरित्रे विविध वाङ्मय प्रकारातून सांगितली आहेत. या नाटिका म्हणजे तीर्थंकरांची नाट्यचरित्रे आहेत. प्रस्तुत नाटिकेमध्ये भ. महावीरांचे पंचकल्याण संवादरूपाने साकारले आहे. तीर्थंकरांचे जीवन हे सामान्य माणसाच्या जीवनापेक्षा वेगळे असते. प्रत्येक तीर्थंकरांच्या जीवनात ही पंचकल्याणिके येतात. पाच दृश्यांमध्ये पाच कल्याणके आली आहेत.

जैन राजे सम्राट यांच्या जीवनावरील पौराणिक नाटके

तीर्थंकरांप्रमाणेच जैन सम्राट, राजे व थोर पुरुष यांच्या जीवनावरही नाटके लिहिली गेली आहेत. जैन सम्राटांपैकी पुढे मुनिदीक्षा घेतलेले अनेक सम्राट होऊन गेले. त्यांपैकी भरत आणि बाहुबली यांची कथा भारतीय भाषेतील जैन साहित्यात संपूर्ण भारतभर पहावयास मिळते. यांपैकी बाहुबलीची तपसाधना व मोक्षप्राप्ती या विषयी प्रसिद्ध असलेली कथा नाट्यरूपाने गं. दा. सगरे गुरुजी या सीमाभागातील नाटककाराने नाट्यरूपात आणली आहे. 'बाहुबली वैराग्य'(१९८१) या पौराणिक नाटकामध्ये बाहुबली-भरताची अथवा गर्वहरणाची कथा सांगितली आहे. भरत आणि बाहुबली यांच्यात चक्रवर्तीपदावरून झालेल्या जलयुद्ध, मल्लयुद्ध व दृष्टियुद्धाचे प्रसंग दोघांमधील हृद्य संवाद, राजनीती, धर्मनीती व युद्धनीती यांतून हे नाटक सगरे गुरुजी यांनी लिहिले आहे. वयाच्या ८१ व्या वर्षी लेखकाने हे नाटक लिहिले आहे.

'राजा यशोधर' हे एक पौराणिक राजाचे (१९८२) नाटक अलीकडच्या काळात लिहिले गेले आहे. हे चरित्रपर नाटक असून राजा यशोधराची कथा जैन साहित्यात अनेक साहित्यप्रकारात आली आहे. आचार्य हरिषेण यांच्या बृहत्कथाकोषांत सापडणारी ही कथा पुढे अनेक कवींनी ही वेगवेगळ्या भाषेत व प्रकारांत लिहिली आहे. एकूण एकोणतीस रचना या कथेवर झाल्याचे नाटककार हेमचंद्र वैद्य सांगतात. यशोधराची ही कथा अत्यंत रमणीय व विचार करायला लावणारी कथा आहे. यशोधर पत्नीचा व्यभिचार, कुटिलपणा आणि यशोधराच्या आईने नकळत केलेली हिंसा या दोहोवर प्रकाश टाकणारी कथा नाट्यरूपात अधिक परिणामकारक होते. नाटकाचा तथ्यांश सांगताना नाटककार म्हणतो ''प्रत्येक जीवात्म्याच्या ठायी एक अमरत्व आहे. शाश्वत तत्व आहे. शरीरे बदलतात पण आत्मा कायम राहतो. स्वतःच्या सुकृत-दुष्कृतानुरूप कर्मबंध

करून घेतो व फलस्वरूप पुण्य-पापरूप परिणाम भोगतो. त्याअर्थी अहिंसादी व्रतांचे पालन करून त्याने सद्‌गती प्राप्त करावी व त्याद्वारे शाश्वत सुखोन्मुख व्हावे.'' (प्रस्तावना) या उद्देशाने हे नाटक लिहिल्याचे नाटककार म्हणतो. जैन साहित्यातील अत्यंत प्रसिद्ध असलेली ही कथा पौराणिक व नाट्यमय असल्याने ती रसिकाला सुखावते. यातील कुबडा महारोगी आणि राणी अमृताराणी यांच्यातील संवाद स्त्री-पुरुष जातीतील लैंगिक आसक्ती आणि याउलट राजा यशोधर आणि त्याच्या आईच्या संवादातील विरक्ती अशा आसक्ती आणि विरक्ती या दोन टोकांवर आधारलेले हे नाटक आहे.

'भाग्योदय अर्थात सिद्धचक्र माहात्म्य' हे वासंती शहा यांचे पौराणिक श्रीपाल राजाचे चरित्र सांगणारे नाटक आहे. महासती मैनासुंदरी व राजा श्रीपाल यांच्या पूर्वकर्माच्या उदयाची कथा जैन साहित्यात प्रसिद्ध आहे. जैन धर्मात सिद्धचक्रविधान हे एक विधान अथवा पर्व साजरे केले जाते. विश्वशांतीकरिता हे विधान केले जाते. या विधानात व्रत, उपवास, अणुव्रतांचे पालन, शिक्षाव्रते, महाव्रते यांचे पालन केले जाते. यामुळे आत्मशांती व विश्वशांती मिळते या विधानाच्या समर्थनार्थ कोटिभट श्रीपाल या कुष्ठरोगी राजाची कथा मैनासुंदरी आपल्या तपश्चर्येच्या बळावर कुष्ठरोग बरा करते व आपल्या पिता पहुपाल राजाचा अहंकार नाहीसा करते असे कथानक असलेले हे नाटक संगीत नाटकही आहे. सिद्धचक्रामुळे मैनासुंदरीचा भाग्योदय होतो. याच नाटकाचा काही भाग घेऊन पुढे 'महासती मैनासुंदरी अर्थात सिद्धचक्र विधान माहात्म्य' या शीर्षकाचे नाटक बापूसाहेब तेरदाळे यांनी (१९८४) लिहिले आहे. अप्रकाशित असणाऱ्या या नाटकाचे शंभरेक प्रयोग झाले आहेत. मूळ नाटकातील काही पदे वगळून व नवी विनोदी पात्रे घालून हे नवे नाटक लिहिले आहे.

पौराणिक विषय असणाऱ्या नाटकांमध्ये जैन रामायणावरील एकमेव नाटक म्हणजे 'शीलसम्राज्ञी' (१९७०) हे डॉ. हेमचंद्र वैद्य यांनी लिहिलेले नाटक आहे. हिंदू रामायणापेक्षा जैन रामायणाची कथा वेगळी आहे. या कथानकात अनेक व्यक्तींचा समावेश आहे. जैन रामायणात वैशिष्ट्यपूर्ण व आदर्श व्यक्तिरेखांची निर्मिती ही वेगळी रचना आहे किंबहुना जैन रामायणात रावणासह कोणतीही व्यक्ती दुष्ट नाही. मानवी जीवनाचे उदात्तीकरण हा हेतू या रामायणाचा आहे. हिंदू रामायणात सीतेचा मृत्यू धरतीमध्ये होतो. पण जैन रामायणात सीता साध्वी होते. भरताचे कर्तृत्वाचे तेज फिक्के होवू नये म्हणून राम वनवासात जातो. रावण सीतेचे हरण करतो. बंदिवासात सीता अन्न ग्रहण करीत नाही. शेवटी सीतेची सुटका होते, पण एक परीट तिच्या शीलाविषयी संशय घेतो व सीतेला अग्नीदिव्य

पार करावे लागते. जैन रामायणात अग्नीचे पद्मसरोवरात रूपांतर होते. सीता जिनमंदिरात जाऊन आर्यिका बनते. शेवटी राम सम्यग्दर्शनसंपन्न संयम धारण करतात. सीतेच्या शीलाचे माहात्म्य सांगण्यासाठी ही कथा येथे सांगितली आहे. नाटकाच्या सुरुवातीलाच हे नाटक का लिहिले हे सूत्रधार सांगतो. धर्मलाभ, नीतिमूल्यांचे जतन आणि मनोरंजन हे तीनही हेतू नाटकरुपात साध्य होवू शकतात हे कोणालाही मान्य व्हावे. सूत्रधार कथा सांगतो व पुढे त्याचे नाट्य सादरीकरण होते. राजा दशरथही मुनिदीक्षा घेवून वनात जातो व हे नाटक सुरू होते.

ऐतिहासिक राजे व पराक्रमी पुरुष यांच्या जीवनावर आधारित नाटके –

जैन साहित्यातील पुराण कथेतील राजे व सम्राट यांच्यानंतर ऐतिहासिक काळात होवून गेलेले पराक्रमी राजे व जैन धर्म अनुयायी राजांच्या जीवनावरील नाटकांचा एक भाग पहायला मिळतो. अशा नाटकांमध्ये आप्पा भाऊ मगदूम यांनी लिहिलेले 'चामुंडराय' हे नाटक (१९४२) प्रथम सापडते. १० व्या शतकामध्ये होवून गेलेल्या या राजाचा पराक्रमाचा इतिहास कर्नाटक प्रांतात सर्वश्रुत आहे. म्हैसूर प्रांतातील गंगवशीय राजा मारसिंह सल्लेखना घेतो. राजकुमार राजमल्ल लहान असल्याने परकीय आक्रमणे सुरू होतात. यावेळी पराक्रमी पुरुष चामुंडराय हे राज्य वाचवतो. त्याला रणरंगसिंह पदवी दिली जाते. पुढे फितुरीने चामुंडरायाला कैद करण्याचा कट होतो. चामुंडराय यात्रेला जातो. चंद्रगिरी पर्वतावर आईच्या सांगण्यावरुन व त्याचा दृष्टांत झाल्यामुळे बाहुबलीची मूर्ती निर्माण करतो. शेवटी राजमल्लाला चामुंडरायाचा खरा पराक्रम लक्षात आल्यानंतर क्षमा मागून पुन्हा दरबारी आणतो व त्याला राजा ही पदवी बहाल करतो. तीन अंकी व तेवीस प्रवेशाचे हे नाटक मोजक्या प्रसंगातून मोठा ऐतिहासिक कालखंड मांडणारे नाटक आहे. मोठा काळ आणि अवकाश मोजक्या प्रसंगात पकडून हे नाटक मांडण्याचे कौशल्य नाटकाराजवळ असून नाटककाराचा अभ्यास यातून दिसून येतो.

'खरा स्वार्थत्याग' (१९३६) हे गोपाल बालाजी बीडकर उर्फ बालसुत यांचे नाटक जैन धर्मासाठी आपले जीवन पणाला लावणाऱ्या त्यागी प्रधानपुत्रांचे हे नाटक आहे. ९ व्या शतकातील शुभतुंग राजाच्या काळातील ही घटना आहे. बालपणीची खोटी व्रतधारणा खरी मानून ब्रह्मचर्य व्रताचा निश्चय करुन पुढे खरेखुरे व्रतस्थ राहून हिंदू व बौद्ध मतातील मिथ्यामताचे खंडन करण्यात घालवणाऱ्या अकलंक व निष्कलंक याच्या त्यागाची ही दिव्य कथा आहे. बौद्ध मताचे खंडन करताना शेवटी हे जैन असल्याचे उघड होते. निष्कलंक-अकलंकांवर मारेकरी धावतात. धर्मरक्षणासाठी प्रतिभाशाली व बुद्धिमान अकलंक तरी वाचला

पाहिजे म्हणून निष्कलंक यांनी मोठ्या युक्तीने प्राणार्पण केले. अकलंकाने पुढे बौद्धमताचे खंडन करुन राजा व जनतेला वश करुन घेतले. अशी ही अत्यंत संघर्षमय नाट्यमय कथा आली आहे. वात्रटराव, शिपाई, गुरुजी, मुलगा अशी आधुनिक व विनोदी पात्रेही या नाटकात नाटककाराने आणली आहेत. नाटकात अधून-मधून काही संगीत पदे आली आहेत. परंतु हे संगीत नाटक वाटत नही.

अकलंक आणि निष्कलंक यांचें जीवन म्हणजेच एक नाट्य आहे. त्यामुळे या विषयावर अनेक प्रकारात साहित्याची निर्मिती झाली आहे. मराठी, कानडी, हिंदी, संस्कृत अशा अनेक भाषांमध्ये चरित्रे लिहिली गेली आहेत. अशाच प्रकारे या विषयावर श्रीमंधर बाबाजी उपाध्ये यांनी हुतात्मा निष्कलंकहे नाटक लिहिले. हुतात्म्याचा संदेशया नावाने छापले आहे. जैन आणि बौद्ध मताचा संघर्ष यात असून बौद्ध महाविद्यालयात मुख्याध्यापक कोंदडाचार्य व अकलंक, निष्कलंक यांच्या संघर्षाची कथा वरीलप्रमाणे आली आहे. खरा स्वार्थत्याग व हुतात्म्याचा संदेश या दोन्ही नाटकांचा विषय एकत्र आहे. परंतु मांडणी मात्र स्वतंत्र व वेगळी आहे. बौद्धमताचा प्रसार व राज्यविस्तार या राक्षसी महत्वाकांक्षेतून निष्कलंकांचा बळी जातो या विषयावर हे नाटक केंद्रित झाले आहे. या नाटकांतही संगीत पदांचा वापर करण्यात आला आहे. संवाद, प्रसंग व नेटकी भाषा यामुळे हे नाटक उठावदार होते.

वीर पुरुषांची चरित्र नाटके

चरित्र नाटक आणि पौराणिक नाटकांच्या नंतर जैन धर्मासाठी पराक्रम करणाऱ्या काही वीर पुरुषांच्यावर चरित्रात्मक नाटके लिहिली आहेत. यामध्ये 'वीरवर भामाशाह' हे नाटक (१९८५) मृत्युंजय मालगावे यांनी लिहिले आहे. मेवाडचे राजे प्रतापसिंह व त्यांच्या राजघराण्याच्या कर्तृत्वाचे हे नाटक आहे. वीरवर भामशाह हे प्रतापसिंगाचे सरदार आहेत. मानसिंग कडून प्रतापसिंगाचा पराभव होतो. अशावेळी भामाशाह व ताराचंद २० हजार सुवर्ण मुद्रा राजा प्रतापसिंगाला मिळवून देतात. अमरसिंह हा प्रतापसिंग राजाचा मुलगा फितुरीने तो भामाशाहशी वाईट वागतो. परंतु ऐनवेळी भामाशाहच्या मदतीमुळे राज्य वाचते. प्रतापसिंग भामाशाहला आपला मुकुट देतो. परंतु कर्तव्यभावनेने भामाशाह अमरसिंहाच्या डोक्यावर राजमुकुट ठेवतो. आपल्या कर्तव्यासाठी व राज्यासाठी बलिदान व त्याग करणाऱ्या एका जैन सरदाराचे हे नाटक आहे. वीररस पूर्ण असे हे नाटक आहे. हे ऐतिहासिक नाटक असून इतिहास काळात झालेल्या कर्तृत्ववान जैन पराक्रमी पुरुषाची ही कथा आहे. राज्यपद हाती आल्यानंतरही केवळ

राज्यासाठी त्याग करणाऱ्या पराक्रमी वीराची ही कथा. चुकलेल्या माणसास आपली चूक लक्षात आल्यास त्याला क्षमा करावी. 'क्षमा वीरस्य भूषणम्' हे वाक्य सिद्ध करणारे हे नाटक आहे.

अशाच प्रकारच्या क्षमा तत्वावर आधारित नाटकापैकी दुसरे नाटक म्हणजे गंगाराम दादा सगरे लिखित 'माता न तू वैरिणी' होय. तीन अंकाचे ऐतिहासिक नाटक आहे. एका सम्राज्ञीची प्रणयलालसा किती खालच्या पातळीवर जाऊ शकते हे या नाटकात सांगितले आहे. सम्राट अशोकपुत्र कुणाल या आपल्या सावत्र मुलावर तिष्यरक्षिता ही रात्री भाळते. तेव्हा साधुतुल्य कुणाल या सम्राज्ञीला सावत्र असेना का आपल्या मातृत्वाची जाणीव करुन देतो तिचा निषेध करतो. सूडाने पेटलेली माता आपल्या दुष्ट बंधूच्या सहाय्याने राजकुमाराला अंधत्व आणते. पण नंतर या कारस्थानाचा स्फोट होवून सम्राट तिला स्थानबद्ध करतो. शेवटी युवराजाचे अंधत्व नष्ट होते व तो आपल्या मातेला क्षमा करतो. यातील क्षमातत्त्व महत्वाचे आहे कुकर्मी माणूस कुकर्माने मरतो. शेवटी सत्तेचा विजय होतो. सत्य, ब्रह्मचर्य, एकनिष्ठता या गुणांचे महत्व येथे कथन केले आहे. नाटककाराने संगीत नाटकाचा प्रयोग करण्याचा प्रयत्न केला आहे. पण पूर्णतः हे संगीत नाटक होऊ शकत नाही. क्षमा, ब्रह्मचर्य, त्याग, कर्मवाद इ. तत्वांचा पुरस्कार हे नाटक करते.

'दिवाण अमरचंद' (१९६५) हे मृत्युंजय मालगावे यांचे पहिले नाटक. जयपूरच्या राजकीय कामकाजात त्यांनी जैनत्वाची अमर साधना केली. या नाटकामध्ये अमरचंद हा आध्यात्मिक वृत्तीचा अहिंसा वृत्तीचा नायक आहे. सत्य घटनेवर अधारित या व्यक्तिचित्राची थोरवी सांगण्यासाठी हे नाटक लिहिले आहे. अमरचंद सिंहाला बर्फी चारतो; इतरांना थांबा म्हटल्यानंतर ती थांबतात. दुष्काळातील लोकांना अमरचंद धान्य वाटप करतात. स्मिथ हा कंपनी सरकारमधील कप्तान याला मारले जाते. अमरचंदाने सांगूनही स्मिथ बाहेर जातो. त्याचा खून होतो. त्याच्या खुनाचा आरोप अमरचंद स्वतःवर घेतो व राजघराण्यातील भाईला वाचवतो. शेवटी अमरचंदाला फाशी होते. फाशीवर जातानाही तो ध्यानस्थ बसतो व समाधिमरण साधून पुण्य प्राप्त करुन घेतो. अहिंसा, दान, त्याग, क्षमा व राज्यासाठी बलिदान या गोष्टी या नाटकातून सांगितल्या आहेत. १८०२ ते १८३५ हा दीवाण अमरचंद यांचा काळ होता.

इतर विषयावरील नाटके

'अहिंसेचा विजय' हे बळवंत गिरमल उर्फ वृषभसेन महाराज यांनी लिहिलेले

नाटक आहे. वृषभसेन महाराज यांनी अनेक नाटके व एकांकिका लिहिल्या आहेत. जैन तत्त्वज्ञानातील अनेक विषय त्यात आले आहेत. अहिंसेचा विजय या नाटकामध्ये साहजिकच हिंसा विरुद्ध अहिंसा असा संघर्ष आहे. माणिकदेव नावाचा ढोंगी माणूस राज्यामध्ये पशुहत्येचे सत्र चालवतो. राजाही त्याच्या आहारी जातो. शेवटी राज्यकन्येला बळी देण्याचे षडयंत्र रचतो. परंतु याचवेळी अमरकीर्ती नावाचे जैन साधू येतात व माणिकदेवाचे पितळ उघडे पडते. शेवटी राजकन्येचा बळी थांबला जातो व तिचे लग्न युवराजाशी होते. हिंसा व मिथ्या धर्माला विरोध करणारे हे नाटक आहे. १९५४ साली या नाटकाचा पहिला प्रयोग झाला होता. अहिंसेचे महत्त्व सांगणारे हे नाटक आहे.

अशाच प्रकारे अपरिग्रहाचे तत्त्व सांगणारे व सत्याचा डांगोरा पिटणाऱ्या ढोंगी पुरुषाची पोल खोलणारे 'रत्नाची पारख' हे सुमेर जैन यांनी लिहिलेले नाटक पैशाच्या व धनाच्या लोभासाठी आपले सर्वस्व गमावलेल्या सत्यघोष या पुरोहिताचे नाटक आहे. धनलालसेपोटी धनदेव या सद्गृहस्थाचे मोतीहार सत्यघोष दडवून ठेवतो. अनेकांचे धन स्वत: लाटतो व लोकांना फसवतो. परंतु त्याचा पुत्र बापाच्या धनलोभाला कंटाळून घराबाहेर पडतो. इकडे सत्यघोष राजाची जवळीक करतो. परंतु शेवटी धनदेव त्याची चोरी उघडी पाडतो व त्याला विजय मदत करतो. खरे रत्न हे विजय आपला मुलगा असतो परंतु खोट्या धनाच्या मागे लागलेल्या माणासाची ही कथा नाटकातून येते. अपरिग्रहाचे तत्व सांगणारे हे नाटक आहे.

एकांकिका

संगीत नाटकापासून विविध विषयातील नाटकांपर्यंत जैन नाटककारांनी नाट्यरचना केल्या आहेत. त्याच बरोबर एकांकिका हा नाट्यप्रकारही जैन नाटककारांनी समर्थपणे हाताळला आहे. एकांकिका व लघुनाट्य हे दोन्ही प्रकार या नाटककारांनी हाताळले आहेत. अर्थात या एकांकिकाही जैन तत्वज्ञानाशी आणि विचारांचे प्रकटीकरणासाठी लिहिल्या आहेत. या एकांकिकाची संख्या अत्यल्प आहे. परंतु ती नोंद घेण्यासारखी आहे. अगदी अलीकडच्या काळात एकांकिका हा रचनाप्रकार आलेला आहे. त्याचप्रमाणे अलीकडेच जैन नाटककारांनी हा साहित्यप्रकार हाताळला आहे. यात वृषभसेन महाराज उर्फ बळवंत गिरमल यांनी बहुतेक एकांकिका लिहिल्या आहेत. त्याचबरोबर हेमचंद रतनसा वैद्य यांनी काही एकांकिका लिहिल्या आहेत. हेमचंद्र वैद्य यांनी 'तीन एकांकिका' हे पुस्तक प्रसिद्ध आहे. यामध्ये 'एकाच माळेचे मणी', 'अंधेरी

नगरी' व 'महासती मैनासुंदरी' या एकांकिका लिहिल्या आहेत. या तीनही एकांकिकांचा विषय पौराणिक कथांवर आधारलेला आहे. एका सौंदर्यवतीच्या सौदर्याची भुरळ पडून मानवी गिधाडे तिच्याशी लगट करतात. तिचा पती परदेशी गेल्यानंतर तिच्यावर भुरळ पाडण्याचा प्रयत्न अनेकजण करतात पण ती शीलभ्रष्ट होत नाही. तिच्या पतीचा सर्व माल लुटला जातो. शेवटी ही पतिव्रता सत्ता संपत्तीचा त्याग करते व संन्यास घेते.

अंधेरनगरी मध्ये लहरी राजा चोर सोडून संन्याशाला फाशी देण्याचा प्रयत्न करतो. राजाला इंद्रपदाचा मोह होतो. परंतु नंतर पश्चातापाने स्वत: राजाच फाशी जाण्याचा विचार करतो.

महासती मैनासुंदरीही जैन साहित्यातील सर्व परिचित कथा आहे. आपल्या पतिव्रत्याच्या जोरावर ती नवऱ्याचा कुष्ठरोग बरा करते. सिद्धचक्र विधानाचे व्रत करते व पती बरा होतो. जैन धर्मावरची श्रद्धा तिला संकटातून वाचवते. अशा विविध विषयाच्या या एकांकिका आहेत. पातिव्रत्य व शील, अन्याय पश्चाताप व शेवटी पुन्हा धर्मावरील श्रद्धा आचरण व पातिव्रत्य असे विषय या एकांकिकामध्ये येतात.

वृषभसेन महाराज यांच्या तीन एकांकिकां मध्ये 'बोधप्रद व प्रेरक एकांकिका' या संग्रहात सावत्र मुलगी, 'इच्छा परि ते येई घरा' व 'पापाचा बाप' या तीन एकांकिका येतात. सावत्र मुलगी या एकांकिकेत सावत्र आईची सावत्र मुलीबद्दलची मत्सरता दिसून येते. पोटची मुलगी सावळी असूनही अपत्य प्रेमात आंधळी झालेली आई सावत्र मुलीला मागणी घालणाऱ्या मुलाला खोटेनाटे सांगून आपली मुलगी देते. पण नंतर सावत्र मुलीला राजाच आपली राणी बनवतो. सावत्र मुलीचा छळ करणाऱ्या आईचे खलपात्र उठावदार करण्याचा प्रयत्न नाटककरांनी केला आहे.

'इच्छा परा ते येई घरा' या एकांकिकेत कुसंगतीने घरातून वीस हजार घेवून जाणारा मुलगा स्टेशनमास्तर त्याला कुसंगती लावून वीस हजार काढून घेण्याचा प्रयत्न करतो दुर्देवाने स्टेशनमास्तरचा मुलगाच कुसंगतीने बिघडतो व शेवटी स्टेशनमास्तर वेडा होतो.

'पापाचा बाप कोण?' आपल्याच बायकोचा प्रश्न काशीतून शिकून आलेल्या पंडिताला देता येत नाही. शेवटी एका वेश्या या पंडिताला मुस्काटीत मारते व पंडिताच्या लक्षात आपल्या पत्नीचा मोठेपणा येतो. अशी कुमार्गाला लागलेल्या पंडिताची ही कथा आहे.

अशा या तीन एकांकिकांमध्ये आंधळे अपत्यप्रेम, चोरीचा व खोट्या धनाचा परिणाम व कुमार्गाला लागलेल्या विद्‌वानाची कथा असे विषय येतात. सदाचार व सद्‌विचार यांचा पुरस्कार करणाऱ्या या तीन एकांकिका आहेत.

वृषभसेन महाराज यांनी लिहिलेल्या आणखी दोन एकांकिका म्हणजे 'व्यसनमुक्ती आणि स्वाभिमानी मुलगी'(१९९३) व्यसनमुक्तीया एकांकिकेमध्ये व्यसनाधीन झालेला देवकुमार मित्रांच्या सहवासात व्यसनात बुडतो. वडिलांनी सांगितलेल्या गोष्टी तो विसरतो परंतु वीर सेवा दलाच्या व्यसनमुक्ती रॅलीतील हृदयद्रावक दृष्ये पाहतो व व्यसनमुक्त होतो.

स्वाभिमानी मुलगीया एकांकिकेत आपल्या वडिलांनी मिळवलेल्या हरामाच्या पैशाच्या वस्तू नाकारते व आपला स्वाभिमान दाखवून देते.

याशिवाय मोतीचंद रेवचंद गांधी यांनी लिहिलेले संवादात्मक लघुनाट्य ही एक छोटी नाटिका (१९८४) पाहायला मिळते. 'आचार्य शांतिसागर महाराज दर्शन' असे या लघुनाट्याचे नाव असून आचार्य शांतिसागर यांच्या जीवनावरील संवाद व या संवादांतून त्यांच्या जीवनातील नाट्यमय प्रसंग सादर केले आहेत. त्रिशल्या व विशल्या या दोघी हा संवाद करतात व त्यातून मधेच नाट्य सादर होते.

एकांकिका हा साहित्यप्रकार जैन साहित्याने हाताळला असला तरी तो अत्यंत अल्प आहे. या एकांकिका अहिंसा, पातिव्रत्य, शील, सदाचार, व्यसनमुक्ती, अपरिग्रह इ. विषय हाताळताना दिसतात. जैन धर्मातील तत्त्वे एकांकिकेच्या रूपाने मांडताना सद्‌बोध, सदाचार व बोध हा हेतू या एकांकिकांमागे दिसतो. अहिंसा, व्यसनमुक्ती, पातिव्रत्य हे सामाजिक विषय आहेत. परंतु या एकांकिकांमधून समस्याप्रधानता दिसत नाही. घटना, प्रसंग, प्रेम, शोक इ. विषयावर व सामाजिक इतर ज्वलंत विषय हाताळणे हा या एकांकिकांचा हेतू नाही. जैन विचार व धर्म प्रभावना हा हेतू असल्याने त्या केवळ जैन साहित्यासाठी लिहिल्या आहेत असे वाटते.

सारांश

जैन नाट्य वाङ्‌मयाचा परामर्श घेताना मराठी जैन नाट्य वाङ्‌मयाने आधुनिक मराठी साहित्यातील मध्यवर्ती धारेबरोबर आपले नाट्यलेखनही केले आहे. असे दिसून येते १८८० ते १९२० हा मराठी नाटकांचा सुवर्णकाळ मानला जातो. संगीत नाटकांची परंपरा आणि त्यांचे सादरीकरण या काळात विशेषत्वाचे झाले. मराठी जैन नाटककारांची संगीत नाट्याची परंपरा याच काळात निर्माण झालेली दिसते. विशेषत: विदर्भातील चवडे बंधूंनी ही जैन संगीत नाट्याची

परंपरा सुरू केली. नंतर पुढील काळात साधारणत: १९५० पर्यंत जैन नाट्य परंपरा खंडित झालेली दिसते. पुढे आ. भा. मगदूम यांच्या चामुंडराय नाटकाने पुढची जैन नाट्य परंपरा कायम झालेली दिसते. या सर्व नाटकांमध्ये जैन प्रथमानुयोगातील कथा साहित्यावर आधारित या नाटकांचे विषय आहेत. जैन साहित्यातील पौराणिक आशय व्यक्त करणारी ही नाटके पौराणिक चरित्रे व त्यांचे आदर्श मांडतात. शीलवती अनंतमतीसारख्या एखाद्या नाटकात रामायणातील कथा येते तर जयराजनेमी, नेमिनाथ विवाह, राजमती विलापइ. नाटकातून महाभारतातील संदर्भ येतात. हे संदर्भ जैन रामायण व हरिवंशपुराण यातून येतात. बहुतेक नाटकांचे रुपांतरण झाले आहे. या नाटकाच्या मूळ कथा गद्यात अथवा पद्यात आहेत. उदा. राजमती विवाह, अनंतमती, जयराजनेमी, राजा यशोधर, अकलंक-निष्कलंकइ. विषय असलेल्या नाटकांच्या कथा मूळ प्राकृत, संस्कृत व प्रादेशिक भाषांमध्ये गद्यात आहेत. याचे रुपांतरण नाट्यात केले गेले आहे.

जैन साहित्यातील बहुतेक नाटके ही चरित्रात्मक आहेत. जैनधर्मातील तीर्थंकर, वीर पुरुष, ऐतिहासिक कर्तबगार पुरुष यांची चरित्रे नाट्यरूपात लिहिली गेली आहेत. थोर पुरुषांची चरित्रे ही सामान्यांसाठी आदर्श असतात. सामान्यांनी यांच्यापासून बोध घ्यावा व त्यांच्याप्रमाणे वागावे यासाठी तसेच वाईट वागण्याचे वाईट परिणाम सांगणारी ही नाटके आहेत.

जैन तत्त्वज्ञानाची मांडणी करणे व जैन तत्त्वांचा प्रसार करणे हा या नाटकाचा उद्देश आहे. राजमती विलाप, जयराजनेमी या नाटकांतून अहिंसा, ब्रह्मचर्य व त्याग इ. तत्वाचा विचार मांडला आहे. क्षात्रवीर जीवंधर, शीलवती अनंतमती ही नाटके शील या तत्त्वाचा प्रसार करतात. राजा यशोधर, शील सम्राज्ञी, भाग्योदय ही नाटके पुन्हा शील, त्याग, ब्रह्मचर्य, क्षमा इ. तत्वांचे समर्थन करतात. चामुंण्डराय, वीरवर भामाशाह, दीवाण अमरचंद, खरा स्त्रार्थत्याग इ. नाटके देश धर्मासाठी त्याग, अहिंसा, बलिदान या तत्वांचा पुरस्कार करतात. जैन एकांकिकांमधूनही वरील तत्त्वांचाच प्रत्यय आपणास येतो.

जैन मराठी कविता

आधुनिक मराठी जैन साहित्यामध्ये पद्यरचनेचे अनेक प्रकार आढळतात. अगदी पौराणिक काव्यांपासून आधुनिक मराठीतील समकालीन काव्यरचनापर्यंत बहुतेक सर्व काव्यप्रकार आणि प्राचीन वृत्त-छंदांपासून मुक्तछंदापर्यंतचे अनेक रचनाप्रकार जैन कवींनी हाताळले आहेत. जैन साहित्याने प्रत्येक काळातील रचनाप्रकार व प्रत्येक भाषेतील साहित्यप्रकार ताकदीने हाताळले आहेत. बहुतेक

जैनकवी हे व्युत्पन्न, अभ्यासू व भाषाभ्यासक असल्याने प्राचीन प्राकृत-संस्कृत भाषांबरोबरच आधुनिक प्रादेशिक आणि पाश्चात्य भाषांचे ते जाणकार आहेत. परिणामत: एकाच वेळी प्राचीन काव्य रचनाप्रकारांबराबेरच आधुनिक रचनाप्रकारांची निर्मिती त्यांच्याकडून झाली आहे.

खरे तर जैनधर्म हा मुमुक्षू साधकांचा, त्यागी तपस्व्यांचा धर्म होय. संगीत अथवा पद्य हा त्यांचा लौकिक जगण्याचा भाग नव्हे. तरीही जैन साहित्यात संगीत व पद्यांची प्रचंड रचना दिसते. अर्थात ही पद्यरचना सौंदर्यवादी पद्य नसून अभिजात रचना आहे. पुराणकाव्ये, चरित्रकाव्ये, कथाकाव्ये, भजन, पूजाकाव्ये, पाळणा, शाहिरी या सर्व रचनाप्रकारांतून जैन तीर्थंकरांची चरित्रे, जैन पुराणपुरुषांची जीवनचरित्रे, चक्रवर्ती व त्रेसष्ठ शलाकापुरुष व वीर पुरुषांची चरित्रे, त्यांच्याविषयी कथा, पोवाडे या सर्वातून चरित्रकथा व स्तुतिकाव्येच रचली गेली आहेत. इहवादी व सौंदर्यवादी रचनांपेक्षा भक्ती, सद्‌गुण व आदर्श जीवनाचे प्रतिबिंब अनुयायांपुढे रहावे या कारणाने ही काव्ये लिहिली आहेत. आपल्या काव्याचे प्रयोजन सांगताना कवी कालचंद्र उपाध्याय म्हणतात, ‘‘मोठमोठ्या प्राचीन विद्‌वान आचार्यांनी देखील वीतराग परमेश्वराच्या सद्‌गुणांचे स्तवन, भजन व पूजन यांच्यामध्ये संगीताचा पद्यरूपाने उपयोग केला आहे. यावरून या मनोहर विद्येच्या लहरीत अनंत गुणानिधी अशा वीतराग परमात्म्याच्या सद्‌गुणांच्या भक्तीत मानवी प्राण्याचे अंत:करण काही काळ तल्लीन व्हावे हाच त्याचा मुख्य उद्देश असावा असे आम्हास वाटते.’’ आधुनिक काळातील कवी, नाटककारांचे व रसिकांचे हेच प्रयोजन असल्याचेही श्री उपाध्याय यांनी सांगितले आहे. जैन कविंच्या काव्य रचनेमागचा हा हेतू काव्यसौंदर्य प्रकट करणे अथवा वास्तवाचे चित्रण करणे अथवा संसारातील समस्या मांडणे हा नसून भक्ती, आदर्श चरित्रांचे लेखन, वीतरागांच्या गुणनिधींचे प्रकटीकरण करणे असेच दिसून येते. जैन तत्वज्ञानातील विचारांचे व सद्‌गुणांच्या आचारांचे प्रकटीकरण करणारी ही कविता दिसते. अगदी प्राचीन काळातील पुराण काव्ये आणि चरित्रे यातून प्रकट झालेले विचार समकाळातील प्रादेशिक भाषेत आणण्याचे कार्य आधुनिक जैन पद्य रचनाकारांनी केल्याचे दिसते.

आधुनिक मराठी साहित्यात जैन पद्यरचना व कवितांचा प्रदेश पाहिल्यास त्यात विविध रचनाप्रकार आढळतात. यात पौराणिक काव्ये, चरित्रकाव्ये, कथाकाव्ये, अनुवादित काव्ये, रूपांतरित व भाषांतरित काव्ये, शाहिरी रचना, वृत्त छंदात्मक रचना, ओवी व अभंगातून केलेल्या रचना, पाळणे, भजन संग्रह, पूजाकाव्ये, व्रतकथात्मक काव्ये, तात्त्विक पद्य रचना, समकालीन मुक्त छंदातील

रचना अशा अनेकविध पद्य रचनांचा परिचय होतो. यांपैकी विविध प्रकारच्या पद्यरचना खालीलप्रमाणे –

१) पौराणिक काव्य

भारतीय साहित्य परंपरेत पौराणिक काव्यांची परंपरा मोठी आहे. भारतीय महाकाव्यांची रचना अनेक भाषेत, पंथात, धर्मात वेगवेगळ्या प्रकारे केली गेली आहे. प्रत्येक धर्म, पंथ, परंपरा व लोकसाहित्य यात रामायण महाभारतादि कथा, पौराणिक कथांचा आविष्कार विविध प्रकारे झाला आहे. जैन साहित्यातही आदिपुराण, महापुराण, रामायण, महाभारत, भगवद्गीता यांची रचना त्यांच्या पद्धतीने झाल्या आहेत. जैनांच्या आदिपुराण व महापुराणात रामायण महाभारताच्या कथा आल्या आहेत. विशेषत: मुनिसुव्रतांचा काळ हा रामायणाचा काळ तर भ. नेमिनाथांचा काळ हा महाभारताचा काळ म्हणून जैनांच्या इतिहासामध्ये येतो. तीर्थंकरांच्या चरित्ररचनेत रामायण, महाभारताच्या कथा आल्या आहेत. पद्मपुराण हे जैनांचे रामायण आहे. जैन साहित्यात राम हा अवतारी पुरुष नसून तो त्रेसष्ट शलाका पुरुषांमधील नारायण आहे. रामायणातील रावण हाही थोर पुरुष आहे. कर्मगती व पूर्वभव यांच्या कालचक्रात राम व रावण यांच्या पूर्वकर्माचा उदय होतो व ही पात्रे बरे–वाईट वागतात. अशा रामायणांच्या रचना जैन साहित्यात अनेकांनी अनेक भाषेत केल्या आहेत. मध्ययुगीन मराठी साहित्यात ही गुणकीर्तीच्या रामायणासह एक दोन रामायणे आढळतात. यापैकी इ. स. १८५० साली लिहिलेले गुजराथी–मराठी भाषेतील रामायण हे हिराचंद अमोलिख यांनी लिहिले आहे. रविषेणाचार्यांनी संस्कृतमध्ये लिहिलेल्या पद्मपुराणाच्या आधारे दौलतराम यांनी हिंदुस्थानी भाषेत रचलेल्या रामायणावरून भुवनकीर्ती यांचे शिष्य ब्रह्मजिनदास यांनी लिहिलेल्या गुजराथी भाषेवरून त्यांचे शिष्य गुणकीर्ती यांनी रचलेल्या रामायणावरून महाराष्ट्री भाषेत ओवीबद्ध केले. ''हिराचंद निमित्त याला। माळी जसा गोवत पुष्पमाला।।'' असे हे छांदिक रामायण असून जैन परंपरेतील रामकथा सांगून ग्रंथाच्या शेवटी

> **''व्याख्यान हे पढेल ऐकिल ऐकवी जो।।**
> **लिहिल लिहविल शीकल शीकवी जो।।**
> **शोधोनि शुद्ध करि याचि करी प्रवृत्ती।।**
> **तो इंद्रचक्री पद भोगुनि अंत मुक्ती।।''**

अशी फलश्रुती सांगितली आहे. संवत १९१७ व शके १७८२ ला हा ग्रंथ पूर्ण केल्याचे कवि सांगतो.

पौराणिक काव्यांमध्ये जैनांची जी स्वतंत्र पुराणे आहेत त्यामध्ये आदिपुराण, महापुराण, हरिवंशपुराण ही पुराणे महत्वाची आहेत. या पुराण ग्रंथांवरही मराठीत काही रचना झाल्या आहेत. संस्कृत प्राकृतमधील या पुराणांवर मराठीत छंदोबद्ध रचना केल्या आहेत.

महापुराणावरील 'महापुराणामृत' अथवा 'प्रथम तीर्थंकर श्री वृषभनाथ अथवा प्रथम चक्रवर्ती भरत यांचे चरित्र' (१९१५) ही रावजी नेमचंद शहा यांची पद्यरचना सापडते. महापुराण हा जैनांचा पूज्य ग्रंथ. हा ग्रंथ जसा कथात्मक आहे तसेच तो तत्त्वज्ञानाची मांडणी करणाराही आहे. सहा द्रव्ये, नऊ पदार्थ, जगाची उत्पत्ती व नाश याच बराबेर जैनांच्या ६३ शलाका पुरुषांची चरित्रे सांगणारा हा ग्रंथ आहे. भगवत् जिनसेनाचार्यांनी या ग्रंथाची रचना केली आहे. या ग्रंथाचा पद्यानुवाद म्हणजे हा ग्रंथ होय.

आधुनिक मराठीत लिहिलेली सर्वात जुनी रचना म्हणजे 'धर्मविलास पुराण' ही होय. या पुराण काव्याचा रचनाकार माहीत नसल्याचे प्रकाशक सांगतो. औरवाड, जि. कोल्हापूर येथे जैन भूषण छापखान्यात हे पुराण छापले गेले आहे. जैन धर्माचे तत्त्व, तीर्थ, मोक्ष, गुरू, कर्म, धर्म, लोक, अलोक, पदार्थ, जीवस्वरूप, तीनलोक, शून्य अशा अनेक वस्तु, पदार्थ, द्रव्य, काल, अवकाश यांची माहिती देणारी ही पद्यरचना आहे. गुरुशिष्य संवाद रुपाने हा ग्रंथ असून

''सत्य असत्य स्तापित झाले। परि काही निवडु नव्हेचि।।
तरि कवणु हा धर्म सांगावा।। कवणे मार्गी चालावे।।
कैचा आचरु पाळावा।। कवण शास्त्र पठावे।।
कवण तत्व जाणावे।। कवण मंत्र जपावा।।
कवण तप करावे।। कवण ध्यान धरावे।।
कवण पदार्थ समजावा।। कवण धर्मे कवण गती पाविजति।।
जगतु कवणे कवणे भाव ते कैसे।। संसार स्वरुप ते कैसे।।
उत्पत्ती प्रलयो तो कैसा।।''

असे अनेक प्रश्न उपस्थित केले असून या अनेक प्रश्नांची उत्तरे सांगणारा हा ग्रंथ आहे. अत्यंत महत्त्वपूर्ण चर्चा व विवेचन प्रश्नोत्तरे आणि अनाकलनीयतेचा उलगडा करणारा हा ग्रंथ जैन धर्मीयांना अभ्यासनीय असा आहे. कवीने याला पुराण म्हटले आहे. परंतु ही कोणाची कथा नसून तत्त्वज्ञानाचे व जैन तत्त्वांचे विश्लेषण करणारा हा परमसुंदर ग्रंथ आहे.

श्री आदिगीता (१९७०) हे पौराणिक काव्य सुमतीबाई शहा यांनी लिहिले

आहे. १४ खंडात (अध्याय) छोटे छोटे अध्याय लिहिले आहेत. हे काव्य म्हणजे महाकाव्य नसून चिंतनयात्रा म्हणावी लागेल. भ. आदिनाथांपासून भ. महावीरांपर्यंतचा कालखंड या अल्पकवितेत मुक्तचिंतन रूपाने चित्रित केला आहे. पौराणिक काव्य म्हणण्यापेक्षा याला पौराणिक काव्यावरील मुक्तचिंतनिका म्हणणे अधिक योग्य ठरेल. आदिनाथांपासून महावीरांपर्यंत चरित्र-गुणवर्णने यात आली असली तरी मुक्तचिंतन करताना-

सरोवरातील पाणी घेतले। सरोवरामधी सोडून दिधले।।
सरोवराचा नफा न तोटा।। जन्ममृत्युचा खेळ करंटा।।
अशी स्वतंत्र विचारांची कविताही आली आहे किंवा
परमात्म्याची ओळख होता
जुळे मनातील सर्व अहंता
रुते अहंता दु:ख कर्दमी
कळे न जीवा नित्य मुक्त मी

अशी काही जैन तत्वज्ञान सांगणारी पद्यरचनाही येते. पौराणिक काव्याच्या आधारे जैन तत्त्वज्ञान गीतमय रीत्या सांगितले आहे.

ज. ने. क्षीरसागर यांनीही 'चतुराख्यान' (१९७९) हे त्यांचे रूपांतरित पौराणिक काव्य मराठीत अभ्यासक्रमासाठी लिहिले होते. मुनिवर्य जिनसेनाचार्यांच्या महापुराणातील व आदिपुराणातील चतुराख्यानही कथा आहे. भ. वृषभदेवाच्या पूर्व जन्माच्या चार कथा म्हणजे चतुराख्यान.श्री महाबल अभ्युदय, ललितांगदेव, वज्रजंघ व भोगभूमीत आर्ययुगल अशी चार आख्याने यात आली आहेत. प्रत्येक जन्मात वृषभदेवांनी आंशिक विशुद्धी साधून घेतली आहे. अहिंसेवरील श्रद्धा पाळण्यासाठी कवितेत अनेक पंक्ती आलेल्या आहेत. सल्लेखना, आहारवर्जना, मुनिचंद्रदर्शनाची आस इ. धार्मिक आचरणाच्या गोष्टीही कवी काव्यमय रीतीने सांगतो. मोरोपंताच्या आर्यांचा प्रभाव, संस्कृत-मराठी काव्याचे संचित, उपमा, उत्प्रेक्षा, दृष्टांतामधून तत्त्वज्ञान प्रकटले आहे.

आर्या रचना ही आधुनिक जैन कवींची आवडती वृत्तरचना आहे. जिनदास पार्श्वनाथ फडकुले यांच्यानंतर मराठीत क्षीरसागरांनी आर्या रचना रचल्या आहेत. संस्कृत काव्यांचा भावानुवाद आर्या रचनेत केला आहे. जिनसेनाचार्यांच्या संस्कृत महापुराणावरुन खंडकाव्यात्मक आर्या वृत्तातील 'आर्या महापुराण' - पूवार्ध व उत्तरार्ध अशी प्रदीर्घ रचना केली आहे. मूळ ग्रंथांतील भाव आणि अर्थ जसेच्या तसे ठेवण्याचा कवीचा प्रयत्न महत्वाचा आहे.

उदा. जिनसेनाचार्यांनी परमत खंडन करताना
मी मी म्हणणाऱ्यांच्या हुकले सद्बुद्धिचे जिथे डाव
लौकायतिकादींचा होणार न तेथ काय पाडाव?
झाले आस्तिक सारे धर्मचिकित्सा करून म्हातारे
मग काय शून्यवादी अकलेचे तोडणार हो तारे।।

अशी रचना अर्थ न बदलता मराठीत आणली आहे. महापुराण म्हणजे समग्र जैन तत्त्वज्ञान व जैन कथा साहित्याच्या समग्र माहितीचा हा स्रोत आहे.१४ अध्यायातील या ग्रंथात ६३ शलाकापुरुषांपासून महापुरुषांची चरित्रे, मृत्युलोक ते जीवद्रव्याच्या चर्चेपर्यंतचे अनेक विषय यात आले आहेत. शब्दालंकार, अर्थालंकार, रसपरिपोष इत्यादी सर्व साहित्यगुणांचा आविष्कार करीत असताना सत्संस्कार घडवावेत हे या कथाकाव्याचे गमक आहे. अवतारी पुरुषांचे चमत्कार, नवरसाचा आविष्कार, शांतरसाचा साक्षात्कार आणि चारित्र्यनिर्मितीचा संस्कार अशा चतुर्विध गुणांनी पुराणकथाकाव्य बहरलेले असते. आर्या महापुराणात या चतुर्विध काव्यगुणांचा परिपोष झाला आहे. असा या काव्याचा गौरव तत्कालीन मंत्री बाळासाहेब भारदे यांनी केला आहे.

'धर्मयुद्ध' (१९८१) हे आर्या वृत्तातील पौराणिक क्षीरसागर यांचे भावकाव्य होय. भगवत् जिनसेनाचार्यांच्या महापुराणाच्या आधारानेच केलेली ही रचना आहे. यावरून क्षीरसागर यांचा जिनसेनाचार्यांच्या साहित्याचा गहन अभ्यास लक्षात येतो. भरत बाहुबली यांची कृतयुगातील ही कथा असून युद्धातील संहार टाळून अहिंसक युद्धात बाहुबलीचा विजय व नंतर आलेले वैराग्य ही जैन धर्मातील प्रसिद्ध कथा यात येते. अहिंसा, त्याग, धर्म, वैराग्यवृत्ती यांचा प्रत्यय या काव्यात येतो. कवी परमेश्वर यांनी गद्य-पद्यात लिहिलेल्या 'पुरुदेवचंपू' या चरित्राधारे जिनसेनाचार्यांनी आपल्या आदिपुराणात ३४, ३५, ३६ सर्गात भरत बाहुबलीची युद्धकथा सांगितली आहे. पुढे १० व्या शतकात पुष्पदंत कवीने अपभ्रंश भाषेतही ही कथा सांगितली आहे. क्षीरसागरांनी जिनसेनाचार्यांच्या कथेवरून आर्या वृत्तात ही कथा मराठीत आणली आहे. संस्कृत शैली व मोरोपंताच्या आर्येची छाप, विविध म्हणी व जाणीवपूर्वक शब्दशैली यामुळे पांडित्यपूर्ण रचना झाली आहे.

ज. ने. क्षीरसागर हे एक अलीकडील जैन साहित्यातील महत्त्वाचे कवी आहेत. स्वातंत्र्योत्तर काळात मुक्तछंद, वास्तववाद, अस्तित्ववाद इ. कवितांची रचना मुख्य मराठी साहित्याच्या प्रवाहामध्ये होत असताना अत्यंत क्लिष्ट व

जटिल अशा वृत्त–छंदात्मक रचनेचे कौशल्य प्राप्त करून मराठीत आर्या वृत्तात रचना करणारा हा कवी वैशिष्ट्यपूर्ण म्हणावा लागेल. स्वातंत्र्योत्तर काळात मराठी काव्यक्षेत्रात बऱ्याच मोठ्या उलथापालथी होत असताना औद्योगिकीकरण, आधुनिकीकरण व जागतिकीकरणाच्या धामधुमीत समाज व भोवताल असताना स्वत: आत्ममग्न होऊन सौदर्यवृत्तीने अभिजात साहित्यात रममाण होणारा हा कवी आणि त्याचे काव्य मराठी साहित्यात दखल घेण्यासारखेच आहे.

पुराणकाव्यांतर्गत आणखी एक पुराणकथा 'भद्रबाहुपुराण'(१९२१) ही पद्यकथा अनंततनय यांनी लिहिली आहे. या कथेला पुराण असे नाव दिले असले तरी ही एक ऐतिहासिक कथा आहे. मूळचे रत्ननंदी मुनिविरचित संस्कृत 'भद्रबाहूचरित्र' पद्यात्मक महाराष्ट्र भाषेत रचले आहे. चार परिच्छेदात हा ग्रंथ असून ४९८ आर्यांमध्ये याची रचना झाली आहे. मूळ ग्रंथ या ग्रंथातच छापला असून भद्रबाहू व सम्राट चंद्रगुप्त उत्तरेतील बारा वर्षाच्या दुष्काळानंतर दक्षिणेत श्रवणबेळगोळ येथे आले. दुष्काळामुळे दिगंबरत्व व मुनिधर्म धारण करणे कठीण झाल्यानंतर श्वेतांबर मताची स्थापना झाली. श्वेतांबर पंथाने निरनिराळी मते मांडली या मतांचे खंडन दिंगबर मताने केले. अशी अनेक प्रकारची माहिती पद्यातून रचली आहे.

मुक्तिचा मार्ग नव्हे केवळ हा मार्ग उदरभरणाचा।
तेव्हा कित्येकांनी केला स्वीकार मुक्तिमार्गाचा।
त्याचा कोप भयंकर आला कित्येक साधुवर्गाला।
जाज्वल्यरूप येते शीत जलाने ही ताज तैलाला।।

या आर्यांवरून तत्कालीन मुनिवर्गाची दशा झालेली दिसते.

'पार्श्वपुराण' (१९३९) हे भ. पार्श्वनाथांचे चरित्र पुराण अनंतराज आबाजी बोपलकर यांनी लिहिले आहे. अनेक वृत्तांत लिहिलेले हे पुराण मूळचे हिंदी भाषेत कवी भूधरदास यांनी ९ अध्यायात लिहिले होते. त्यावर मराठीत २५ अध्यायात कवी बोपलकरांनी भाष्य केले आहे. जैन धर्मात तीर्थंकर पार्श्वनाथांची कथा उपसर्ग व पूर्वभवासह सर्वपरिचित आहे. यातील भववर्णन, नरकवर्णन, तप, अनुप्रेक्षा, दशधर्म, परीषह यांचे सविस्तर वर्णन आहे. २० ते २३ अध्यायात जैन तत्त्वज्ञान रुजविण्याचा प्रयत्न केला आहे. दीर्घ अध्ययन करून दहिगाव येथे या ग्रंथाचे वाचन झाले, पण प्रकाशनापूर्वीच कवीचे निधन झाले. कविता वृत्त–छंदोबद्ध असली तरी सोप्या व रसाळ मराठी भाषेत रचली गेली आहे.

वीराब्द शतक चोवीस, अठ्ठावन वीर गणि वर्ष।

अश्विन शुक्ल सप्तमीला, परिपूर्ण ग्रंथ हा झाला।

म्हणजे वीर संवत्सर २४५८ (इ.स. १९३२) हा ग्रंथ पूर्ण केल्याचे कवी सांगतो. बोपलकरांच्या मराठीत अन्य पद्यरचनाही आहेत. विशेषत: त्यांनी लिहिलेले अभंग महत्वाचे आहेत.

जिनदास पार्श्वनाथ फडकुले यांनी महापुराणातील उत्तर पुराणामधील काही भागाचे अनुवाद करून त्यास 'अजितनाथपुराण व सगर चक्रवर्ती चरित्र' असे शीर्षक दिले आहे. (१९७१) जिनसेनाचार्यांचे शिष्य गुणभद्र यांनी त्यांच्या पश्चात 'महापुराण' पूर्णत्वास नेले व 'उत्तरपुराणात' अजितनाथ तीर्थंकरांपासून महावीर तीर्थंकरांपर्यंत पुराणे लिहिली. यापैकी उत्तर पुराणाची सुरुवात अजितनाथ तीर्थंकरापासून होते व अजितनाथ तीर्थंकरांच्या काळात सगर हे चक्रवर्ती मुनी झाले. या दोघा समकालीनांचे चरित्र प्रस्तुत पुस्तकात आले आहे. अत्यंत छोटेखानी असे हे पुराण असून नेहमीप्रमाणेच फडकुले यांनी आर्या वृत्तात हे पुराण लिहिले आहे. सुरुवातीला पद्यरचना असून त्याचे गद्य रुपांतर पुढे केले आहे. 'तीर्थंकरांची व चक्रवर्तींची चरित्रे हा जैन साहित्यातील प्रथमानुयोगाचा भाग आहे. प्रथमानुयोगाचा स्वाध्याय करा म्हणजे जैन धर्माचे प्रवर्तक अशा महापुरुषांची माहिती होऊन त्यांचा आदर्श मन:चक्षुपुढे उभा राहील व आपल्या श्रद्धागुणांचा विकास होईल. सम्यग्ज्ञान होऊन आपले सदाचार-सम्यक् चारित्र वाढेल'. इ. ग्रंथलेखनाचा हेतू फडकुले यांनी प्रस्तावनेत केला आहे. जैन साहित्य व विशेषत: प्रथमानुयोगातील साहित्य हेच खरे जैन साहित्यातील ललित साहित्य आहे. त्यामुळे चरित्रे व पुराणे यांचे महत्त्व लक्षात येईल.

जिनदास फडकुले यांनी अनेक चरित्रकाव्ये मराठीत लिहिली आहेत. मूळच्या प्राकृत व संस्कृतमधील पुराणकाव्यांच्या आधारे पौराणिक कथा व तीर्थंकरांच्या कथा लिहिल्या आहेत. यांपैकी सम्भवनाथ तीर्थंकर पुराणहे (१९६७) चरित्र काव्य पुष्पदंत कवीच्या तिसट्ठिमहापुरिसगुणालंकारया अपभ्रंश भाषेतील पुराणाआधारे त्रेसष्ट पुरुषांमधील एक तीर्थंकर सम्भवनाथाचे चरित्र पद्यात लिहून त्याची गद्य कथाही सांगितली आहे. आर्या व चंद्रकांत या दोन वृत्तांत ही पद्यरचना आहे. मूळच्या गुणभद्राचार्यांनी लिहिलेल्या महापुराणातील ही कथा पुष्पदंतानी अपभ्रंश भाषेत लिहिली आहे. हे संभव जिनेश्वर पहिल्या भवात विमलवाहन नामक मुनी होते. यानंतर ते पहिल्या सुदर्शन नामक ग्रैवेयकांत अहमिंद्र देव झाले. नंतर तेथून च्युत होऊन सूर्याप्रमाणे उज्ज्वलकांतीचे संभवनाथ तीर्थंकर झाले. या प्रभूंची गर्भादि पंचकल्याणे झाली. या पंचकल्याण लक्ष्मीला

मिळवून त्यांनी तिला अलिंगिले. हे संभवनाथ जिनराज आमचे कल्याण करोत. या विधानावरून ही कथा जैन धर्मीय कशी होते हे लक्षात येते.

रुपचंद आहाळे हे विदर्भातील एक कवी आहेत. त्यांनी 'बाबजी प्रभू आदिजिनेंद्र पूजन' (१९५६) हे चरित्रकाव्य लिहिले आहे. भक्तिकाव्य लिहिण्याच्या हेतूने हे आदिनाथ तीर्थकरांच्या मूर्तीकडे पाहून काव्य लिहिले आहे. याला तीर्थंकर चरित्रकाव्य म्हणता येणार नाही, परंतु भ. आदिनाथांविषयी हे काव्य आहे.

श्री 'हनुमच्चरित्र' हे एक पुराणकाव्य कालचंद्र जिनदत्त शास्त्री उपाध्याय यांनी रचले आहे. 'पद्मपुराण' म्हणजे जैन रामायण या रविषेण आचार्यांनी रचलेल्या ग्रंथावरून हे चरित्र लिहिले आहे. जैन रामायणात हनुमान म्हणजे विद्याधर राजे होते. त्या काळचा कामदेव म्हणजे सुंदर राजा होता. निरनिराळ्या वृत्त-छंदांत हे चरित्र रचले गेले आहे. शार्दूलविक्रीडित, आर्या, वसंततिलका, इंद्रवज्रा, मालिनी, भुजंगप्रयात, चामर, वंशस्थ, साकी, ललित, शालिनी गीती, पृथ्वी इ. वृत्तांमध्ये हे पौराणिक चरित्र लिहिले आहे. माणगांव येथील चंद्रनाथ मंदिरात ही कथा लिहिल्याचे कवी सांगतो.

''श्री नृपशालिवाहन शके सिद्धार्थी संवत्सरी, शरदमासी, शुद्ध पक्षी, चतुर्दशी श्री चंद्रनाथालयी केली ही परिपूर्ण मारुती कथा म्या कालचंद्र स्वयी।।'' असा काल व ठिकाण कवीने सांगितले आहे. ग्रंथाच्या शेवटी फलश्रुतीही सांगितली आहे. मूळ पद्मपुराणातील ही कथा कवीने मोठ्या कौशल्याने मराठीत रचली आहे.

चरित्र काव्ये

पुराण काव्यानंतर चरित्रकाव्येही अनेक प्रकारे मराठी जैन साहित्यात लिहिली गेली आहेत. चरित्र रचना हा जैन साहित्याचा एक महत्त्वाचा विशेष मानला पाहिजे. तीर्थंकरांपासून प्राचीन पौराणिक चरित्रे, आचार्य चरित्रे, जैन राजे, जैन वीर व समाज सुधारक, जैनमुनींची चरित्रे गद्य व पद्यात लिहिली आहेत. यातील पद्यात्मक चरित्रे खालीलप्रमाणे -

तीर्थंकरांची पद्यचरित्रे

जिनदास पार्श्वनाथ फडकुले यांचे मराठी जैन साहित्यातील पद्यरचनेचे योगदान महत्वाचे आहे. अनेक संस्कृत-प्राकृत ग्रंथाचे पद्यानुवाद त्यांनी केले आहेत. यापैकीच श्री भगवद् गुणभद्राचार्य विरचित 'श्री पार्श्वनाथ चरित्र' (१९७३) फडकुले यांनी लिहिले आहे. पार्श्वनाथ हे जैनांचे महापुरुष होते. यांचे चरित्र आर्यावृत्तात लिहिले आहे. ज्यांनी आपल्या जीवनात अनेक उपसर्गांवर मात

करून केवलज्ञानाची प्राप्ती करुन घेतली. अशा पार्श्वनाथांचे हे चरित्र. पार्श्वनाथ हे बासष्टावे शलाकापुरुष होते. या महापुरुषाच्या पूर्वाभवाचे व जीवनाचे कथन या कवितेत आले आहे. आलंकारिक भाषेत व वृत्त रचनेतील हे चरित्र सोप्या मराठी भाषेत आले असून याचे पुन्हा गद्य रूपांतरण फडकुले यांनी केले आहे. पद्य अनुवाद व पुन्हा गद्य रूपांतरण असे या पुस्तकाचे स्वरूप आहे.

कवी हिराचंद तलकचंद शहा यांनी रचलेले श्री असग कवीकृत 'महावीर चरित्र' मराठीत आर्या वृत्तात लिहिले आहे. आपल्या काव्यलेखनाचा हेतू सांगताना ते म्हणतात, 'आचार्यांचे समृद्ध मौलिक विचारधन काव्याच्या माध्यमातून मराठीत आणताना मनन-चिंतनामुळे परिणाम विशुद्ध होऊन आत्मिक उन्नतीचे व मनोमन धर्म प्रभावनेचेही सद्भाग्य लाभेल या निरपेक्ष हेतूने अनुवादाचे कार्य हाती घेतले. अर्थवाही नादमधुर शब्दातील आर्या मनोवेधक व कंठस्थ होतात म्हणून आर्या मात्रा वृत्ताची निवड केली आहे'. यावरून कवीची भूमिका व रचनेची भूमिका दिसून येते. १८ सर्गात हे काव्य असून

वीरजिनाचे चरित्र मंगल पुण्यप्रद सुखवी।
प्रयत्न यास्तव, आशावंता दुष्कर काय भवी?।।

अशी भूमिका कवी सांगतो. भ. महावीरकालीन स्थिती, राजवैभव, महावीरांचा त्याग, तपश्चर्या मोक्षप्राप्ती इ. गोष्टींची काव्यमय मांडणी सुलभ मराठी भाषेत लिहिली आहे.

तीर्थंकरांच्या चरित्र काव्यामध्ये आणखी काही चरित्रात्मक पद्यरचना आढळतात. यामध्ये कवी अज्ञात उर्फ मोतीलाल हिराचंद गांधी यांनी लिहिलेले 'मुनिसुव्रतकाव्य' हे भ. मुनिसुव्रतांचे पद्यचरित्र आढळते. कवी अर्हद्दास यांची ही मूळ रचना आहे. कवी १३ व्या शतकात झाला असावा मूळचे संस्कृतमधील हे काव्य कवी अज्ञातानी अनुवादित केले आहे. दहा सर्गाचे हे काव्य श्लोकबद्ध रूपात लिहिले आहे. यात शृंगार, हास्य, करुण, वैराग्य रसांचा परिपोष असल्याचे कवी सांगतो. कवी कांचन यांनी यावर पुन्हा 'काव्यरत्न' नावाची टीका केली आहे. 'काव्यरत्न उर्फ मुनिसुव्रतकाव्य' हे श्रीपाल शिवराया चौगुले उर्फ कवी कांचन (१९४१) यांची आ. अर्हद्दास यांच्या काव्यावरची मराठी पद्यमय टीका आहे. उपजाती वृत्तात ही मराठीत कविता आहे. इंद्रवज्रा व उपेंद्रवज्रा वृत्तांतही काही काव्यरचना यात आहे. पद्यमय मराठीतील हे रूपांतर केल्याचे कवी सांगतो.

वर्धमानचरित्र (१९७३) हे कुलभूषण लोखंडे यांनी लिहिलेले महावीर

तीर्थंकरांचे पद्यचरित्र आहे. महाकवी असग यांच्या वर्धमान चरित्रातील ७ व्या अध्यायातील निवडक पद्ये निवडून हा ग्रंथ केल्याचे कवी सांगतो. हा सातवा अध्याय सेनानी वंश या नावाने लिहिला आहे. क्रोधापेक्षा व गर्वापेक्षा क्षमेचे व नम्रतेचे माहात्म्य या कवितेत असून भ. महावीरांची जीवनगाथा यात चितारली आहे. मूळचे संस्कृतमधील हे काव्य मराठीत सुरस करण्याचा प्रयत्न कवीने केला आहे.

चरित्रकाव्याचाच आणखी एक प्रकार म्हणजे भ. महावीरांच्या जीवनावरील अनेक प्रसंगांना निरनिराळया गीतात काव्यबद्ध करण्याचा प्रयत्न 'महावीरायण'(१९८७) या काव्यात केला आहे. भ. महावीरांच्या जीवनातील अत्यंत हृदय प्रसंग या ग्रंथात काव्यमय केले आहेत. मरीचीच्या भवापासून सुरू झालेले भ.महावीरांचे जीवन शेवटी समूहगीताने समाप्त केले आहे.

कुंथुसुत उर्फ धनपाल कांताप्पा उपाध्ये यांनी पूजा काव्यातून भ. पार्श्वनाथ व पद्मावतीचे थोडक्यात चरित्रकाव्य लिहिले आहे.

पंडित कुंथुसुत जो धनपाल त्याने
श्री पार्श्वनाथ स्तुतीही रचि मंदधीने
गाता मुखे सकल विघ्न हरून जाई
लाभेल सौख्य भवसागर पार होई।।

अशी भक्तिपूर्ण रचना यात येते.

पुराण पुरुषांची (मुनींची) चरित्र काव्ये

जैन इतिहासात अनेक पुराणपुरुष होऊन गेले आहेत. २४ तीर्थंकरांचा काळ आणि या काळात हे पराक्रमी पुरुष झाले आहेत. यातील काही राजे आंहेत, राजकुमार आहेत तसेच सुंदरपुरुष (कामदेव) आहेत. या सर्वांनी आपल्या जीवनात कोणत्या तरी कारणानी वैराग्यभाव स्वीकारून नंतर ते जिनधर्मानुयायी होऊन उत्तम मुनी झाले आहेत. प्रत्येक तीर्थंकरांच्या काळात दहा मुनी उपसर्ग सहन करून तपश्चर्या करतात व नंतर ते मोक्षाला जातात. अशा मुनींमध्ये जीवंधर, नागकुमार, विष्णुकुमार, धन्यकुमार, गजकुमार, सुदर्शन, प्रीतिंकर, चारुदत्त, सुकुमाल इ. मुनींची चरित्रे लिहिली गेली आहेत. प्राचीन आचार्यांनी यांची चरित्रे लिहिली आहेत ही चरित्रे संस्कृत व प्राकृत भाषेत आहेत. त्यांची मराठी भाषांतरे, रूपांतरे व अनुवाद मराठीत केले गेले आहेत. ती खालील प्रमाणे पद्यरचनेत आहेत.

आधुनिक मराठीतले 'श्रीपाल चरित्र' (१८८३) हे एक मराठीतले जुने पद्यात्मक चरित्र आण्णाप्पा आप्पा वाडकर यांनी लिहिलेले दिसते. अनेक वृत्त छंदातील ही सुंदर रचना असून ही जिनधर्मप्रवर्धक नृपतीचा चरित्रभाग असल्याचे कवी सांगतो. मूळ मागधी भाषेतील हे चरित्र असून मूळ कवीचा उल्लेख मात्र कवीने केला नाही. मैनासुंदरी आणि कुष्ठरोगी श्रीपालराजा यांची ही कथा असून उपोद्घातात ह्या श्रीपालचरित्रात स्वत:च्या नशीबाची परीक्षा, रंकाचा राजा व राजाचा रंक, लज्जा, कुलीनपणा, दुष्टांस शिक्षा, दुष्ट बुद्धीचा उदय व अखेर वाईट परिणाम, स्वहितार्थ परघात, संकटात पातिव्रत्य संरक्षण, उत्साह, मातृभक्ती, पुत्रप्रीती, स्त्रीप्रीती, विपरीतकाळी हतवीर्य होणे, कपट, अखेर प्रपंचाचा त्याग, मोक्षप्राप्ती वगैरे विषय या काव्यात योजिले आहेत. यावरून कथेतील विषय लक्षात यावेत. ओवी, श्लोक, दिंडी, आर्या, अभंग अशा अनेक वृत्त–छंदांत ही पद्यरचना आली आहे.

आप्पाख्या स्वपिता जिचा सुजननी बच्चा असे मावळा।।
नागेशाख्यही इष्ट सुष्ट बरवा कल्लाप्पाख्यही लाभला।।

ग्रंथरचनेस आप्पा व जिजा आई वडील आणि नागेश दीक्षित व कल्लाप्पा अष्टेकर या दोघा मित्रांचे ऋणही शेवटी व्यक्त केले आहेत. अत्यंत सुंदर असे कवीचे काव्यकौशल्य असून ही मराठीतील एक सुंदर रचना म्हणावी लागेल.

हिराचंद अमोलिख यांची 'नलचरित्र' (१८६८) ही रचना आधुनिक मराठीतील पहिली पद्यरचना असावी. नल राजाचे चरित्र ही आख्यानकथा वैदिक परंपरेत संस्कृत आणि मराठीत येते. परंतु अवैदिक जैन परंपरेत हीच कथा जैन तत्वज्ञानाची आणि आचरणाची मांडणी करणारी कथा म्हणून येते. कवी हा गुजराती परंपरेतील असल्याने मराठी वृत्तछंदाच्या रचनेबरोबरच ठुमरी, सोरठा, सवैय्या, दोहा इ. गुजराथी हिंदी रचनांही यात केल्या आहेत. कवीचा संगीताचा अभ्यास व रचनाकौशल्य प्रत्येक पदागणिक दिसून येते. कवी स्वत:ला महतिदास म्हणवतो. ''महतिदास हिराचंद गाय।। नळनृप जाय।। तेथुन हो।।'' अशी रचना येते.

शेवटी कवीने आपला परिचय दिला असून ज्ञाती हुंबड उत्तरेश्वर गोत्र सांगून ग्रंथ रचनेचा काळ व फलश्रुतीही सांगितली आहे. कथेच्या शेवटी नळ आणि दमयंती जैन धर्माप्रमाणे मुनिव्रत स्वीकारतात व जंगलात तपश्चर्या करतात. मूळच्या वैदिक परंपरेतील ही कथा कलात्मक रीत्या जैन तत्त्वज्ञानात बसविली आहे.

वीर जीवंधर यांची दोन पद्यचरित्रे मराठीत सापडतात. 'क्षत्रचूडामणी' हे काव्य संस्कृतमध्ये श्री वादीभसिंहसूरी यांनी लिहिले आहे. या नीतिप्रधान व सुरस संस्कृत काव्याचे मराठी रूपांतरित खंडकाव्य कवी बालसुत यांनी 'जीवंधरचरित्र' या नावाने तर 'क्षत्रचूडामणी' या शीर्षकाने हिराचंद तलकचंद शहा यांनी याच काव्याचे मराठी रूपांतर केले आहे. 'कथाकाव्याचे हे रूपांतरण असून रचनेची प्रसन्नता व अगदी सहजपणे केलेली प्रासात्मकता, प्रसन्नता, सात्त्विक विचार म्हणजे हे चरित्र आहे. हे मानवी जीवनावरील भाष्य आहे. या कवितेत कवीच्या कल्पकतेची व रचना सुभगतेची साक्ष देणारी अनेक आनंदकारक स्थळे विखुरली आहेत'. असे बालसुत यांच्या चरित्राविषयी निर्मलकुमार फडकुले यांनी अभिप्राय दिला आहे. एकूण या काव्याचे अकरा लंब असून दोन्ही कवींनी अकरा लंबात हे काव्य लिहिले आहे. यापैकी बालसुत यांनी शेवटी अकरा लंब पूर्ण झाल्यावर १२ अनुप्रेक्षा लिहिल्या आहेत. जैन प्रथमानुयोगातील ही एक सुंदर आणि सुरस कथा आहे. बालसुत यांनी याला खंडकाव्य म्हटले आहे. धर्मसंदेश देणारी ही कथा विवेकनिष्ठ, धर्मनिष्ठ तरुणाची कथा आहे. भौतिक वैभवाची किंमत किती व इंद्रिय सुखांना जीवनात किती स्थान द्यावे हे या कथेतून दिसते असे फडकुले म्हणतात.

'गजकुमार चरित्र' हे एक सुंदर काव्य कवि द. भि. रणदिवे यांनी लिहिले आहे. हरिवंश पुराणात कवी जिनदास यांनी कथन केलेले

जिनप्रणित हरिवंशपुराणी कथिले जे साचे
चरित्र करुणाजनक मनोरम गजकुमार मुनिचे

हे काव्य रणदिवे यांनी मराठीत लिहिले आहे. वासुदेव आणि देवकी राणीचा पुत्र नेमिनाथांची कथा ऐकून वैराग्य स्वीकारतो. गर्भवती पत्नीला सोडून मुनिदीक्षा घेतो. गर्भवती पत्नी त्याचा सूड घेते. ध्यानस्थ गजकुमाराला चिता रचून जाळते. तरीही तो तिला क्षमा करतो व मोक्षास जातो अशी ही करुणाजनक कथा या कवितेत येते. छोटेसे पण सुंदर काव्य रणदिवे यांनी रचले आहे.

सकलकीर्ती भट्टारक विरचित 'धन्यकुमार चरित' (१९७७) हे पद्यरचनेत जिनदास फडकुले यांनी लिहिले आहे. भ. महावीरांच्या समकालीन असलेले धन्यकुमार श्रेष्ठी यांनी मुनींना आहार दिल्यानंतर त्यांना वैराग्य उत्पन्न होते. मुनी झाल्यानंतर जंगलात त्यांना वाघाने गळा दाबून मारुन खाल्ले अशी ही करुण कथा आहे. राज्य लाभ झालेला कर्तृत्ववान पुरुष नंतर आहारदानामुळे मोक्षाला जातो अशी ही कथा आहे. साकी छंदात ही रचना केली असून सात अध्यायात

मराठीत अनुवादित केली आहे.

कवी कुंथुसुत उर्फ धनपाल कांताप्पा उपाध्ये यांनी ब्र. नेमिदत्त यांनी संस्कृत मध्ये रचलेल्या 'प्रीतिंकर चरित' (१९७६) या काव्याचा मराठी अनुवाद केला आहे. ओवी छंदात हा ग्रंथ लिहिला गेला आहे. गौतम गणधरांनी समवशरणात महावीरांनी सांगितलेली ही कथा राजा श्रेणिकाला सांगितली आहे. कुमार प्रीतिंकर नंतर मुनी होतात व आपल्या तेजाने प्रकाशमान होतात. त्यांना मारण्यासाठी त्यांच्यावर तलवार चालविली जाते. परंतु ती तलवार चालविणाऱ्यावरच परत उलटते अशी ही प्रीतिंकर मुनींची कथा येते. ११ अक्षरसंख्या असलेल्या ओवीत ही रचना आली आहे. ही दहा अध्यायात सांगितली आहे.

याशिवाय कविवर्य खुशालचंद कोदरजी गांधी यांनी 'विष्णुकुमारादि काव्यचरित्रे' (१९६६) लिहिली आहेत. विष्णुकुमार, सुदर्शनश्रेष्ठी, चारुदव, सुकुमालचरित्र अशी चार मुनींची चरित्रे विविध वृत्तात लिहिली आहेत. शीलप्रभाव, पंचनमस्काराचा प्रभाव, शांतिनाथ स्तुतीचा प्रभाव सांगण्यासाठी ही मुनींची चरित्रे लिहिली आहेत.

जिनदास फडकुले यांनी मूळच्या संस्कृत मधल्या ग्रंथावरून लिहिलेल्या चरित्राचा पद्यानुवाद 'वरांगचरित्र' (१९२७) या नावाने केला आहे. वरांग नावाच्या राजाने इहलौकिक आणि परलौकिक उन्नती कशी करून घेतली हे सांगणारी ही कथा आहे. नेमिनाथ तीर्थंकरांच्या काळात झालेल्या या पराक्रमी पुरुषाने नंतर अनेक संकटांचा सामना करीत राज्याचे ऐश्वर्य भोगले व शेवटी वरदत्त मुनींजवळ दीक्षा घेवून तपश्चरण करून सर्वार्थसिद्धी स्वर्गास गेला. आर्या वृत्तात लिहिलेली ही पद्यरचना उत्तम प्रकारचा भावानुवाद आहे.

११ व्या शतकात तामिळ प्रांतात होऊन गेलेल्या वादीभसूरी या कवीने 'यशोधर' हे काव्य लिहिले त्याचा भावानुवाद ज. ने. क्षीरसागर यांनी यशोधर (१९६०) या नावाने पद्यात केला आहे. क्षीरसागर यांना आधुनिक मराठीतील पंडित कवी म्हटले पाहिजे. आदिपुराणांपासून चरित्रकाव्यांपर्यंत त्यांनी मराठीत केलेली वृत्त-छंदोबद्ध रचना कौतुकास्पद आहे. राजा यशोधराची ही कथा असून वैदिक परंपरेत दुर्गाष्टमीच्या सणाच्या प्रसंगाने पशुबळी व नरबळी दिला जातो. त्यावर ही कथा प्रकाश टाकते व अहिंसेचे महत्त्व पटवून देते. यशोधर राजाची पत्नी चारित्र्यहीन वागते. माहूतास वश होते व राजा यशोधर आणि तिच्या आईस विषप्रयोगाने मारते. पुढे यशोधर यशोमती या आपल्या पुत्राच्या

उदरी जन्म घेतो. तोही एका साधूवर ५०० कुत्री सोडतो व त्याचा शिरच्छेद करण्यास जातो पण साधुचे तेज पाहून परावृत्त होतो. त्याचा पुत्र अभयरुची हाही वैराग्य प्राप्त करतो. नरबळीसाठी त्याला नेले असता तेजस्वी पुत्राची हकीगत कळते व तो आपली कथा सांगतो अशी तीन पिढ्यांची ही कथा काव्यमय रीतीने क्षीरसागर यांनी लिहिली आहे. काव्यात एकूण चार सर्ग असून अनुक्रमे चंद्रकांत, उपजाती, द्रुतविलंबित, वंशस्थ अशा वृत्तांमध्ये ही रचना केली आहे.

कवी बालसुत यांनी 'श्री कुलभूषण काव्यसुमन' (१९६८) हे आणखी एक चरितकाव्य लिहिले आहे. अत्यंत सुरस असलेल्या या काव्याच्या सहा आवृत्त्या प्रसिद्ध झाल्या आहेत. प्रत्यक्ष चरितकाव्य असे म्हटले असेल तरी यात कुलभूषण देशभूषण, बाहुबली, देवशास्त्र गुरुपूजा, शांतिसागर पूजा, समंतभद्र पूजा व पद्यसंग्रह अशा विविध कवितांचा संग्रह आहे. या पद्यसंग्रहात अनेक विषय असून यातील काही कविता हिंदी कवितांचा अनुवाद आहेत.

'जैन वीर स्त्रिया' (१९३६) हा पद्यसंग्रह प्राचीन जैन वीर स्त्रियांच्या कर्तृत्वाची कविता असलेला संग्रह आहे. या संग्रहात पाच जैन वीर स्त्रियांची चरित्रे गुंफली आहेत. हिंदी पुस्तकात छापून आलेल्या मूळ चरित्रावरून कवीने या काव्यरचना केल्याचे सांगितले आहे. या छोट्याशा काव्यकोंदणात महापराक्रमी व तेजस्विनी अशा वीरांगनांची-संग्रामदेवतांची-स्फूर्तिदायक, प्रेरक, उत्साहदायक व चैतन्यवर्धक चरित्रे-स्मारके भरली आहेत. काव्यात सर्वत्र वीररस, जैनधर्माभिमान, स्वदेश प्रेम, प्रजास्नेह वगैरे सद्गुणांचा परिपोष कवीने उत्तम रीतीने केला आहे. जैनांची अहिंसा जनतेस नामर्द बनवते असे म्हणणाऱ्यांनी हे काव्य वाचून पहावे. रणरागिणी धूषीदेवी, वीरकांता जक्कमव्वा, वीरांगना सवियव्वा, राणी भैरवदेवी, वीरकुमारी वीरांदेवा या वीर स्त्रियांच्या या गाथा आहेत.

सुदर्शन मुनींची अनेक चरित्रे गद्यपद्यात लिहिली आहेत. यांपैकी कवी जीवराज देवचंद दोशी यांनी 'सुदर्शन चरित्र' हे पद्य चरित्र लिहिले आहे. शीलव्रताचे महात्म्य सांगण्यासाठी हे चरित्र लिहिल्याने कवी सांगतो ''पूज्य सुदर्शन चरित्र कथितो भवसागर तरण्या त्वरित।'' दासी व राणी यां इर्ष्येपोटी सुदर्शनाला वश करण्याचा प्रयत्न करतात. सुदर्शनावर आळ घेतला जातो. त्याला मृत्युदंडाची शिक्षा होते. पण चमत्काराने तलवारीचे हार बनतात व राणी दुष्ट असल्याचे सर्वांना कळते अशी ही पुरुषाचे शील सांगणारी कथा काव्यमय रीतीने दोशी यांनी लिहिली आहे. सुदर्शन निर्वाण दिन १९७० ला हे काव्य लिहिल्याचे कवी सांगतो. 'गीतसुदर्शन' हे (१९८४) एक अलीकडे लिहिलेले

काव्य होय. महामानव सुदर्शनाचे जीवन कथारूप करुन या पुस्तकात गीतरूपाने मांडले आहे. यापूर्वी ११ कवींनी हे काव्य प्राकृत-संस्कृत भाषेत लिहिल्याचे कवी सांगतो. काम वासनेपेक्षा वैराग्य आणि आत्ममग्नता कशी श्रेष्ठ ठरते हे सुदर्शनाच्या निग्रहावरून लक्षात येते. चंपापुरात घडलेली ही कथा आहे. कामदेव सुदर्शनाला वश करणाचा प्रयत्न करणाऱ्या स्त्रिया व त्यातून अत्यंत मनोनिग्रहाने सुटून गेलेले सुदर्शन अशी ही काव्यमय कथा व तिचे गद्य भाषांतर विजयकुमार बेळंके यांनी लिहिले आहे.

पौराणिक स्त्रियांची काव्यचरित्रे

जैन धर्मात पौराणिक मुनींची चरित्रे जशी पद्यात आहेत तशाच प्रकारे काही साध्वी व सत्वशील स्त्रीयांची चरित्रेही पाहायला मिळतात. यामध्ये दोन छोटी काव्यचरित्रे असून महासती अंजना व 'चंपावतीचरित्र' अशी ही दोन छोटी चरित्रे आहेत. यांपैकी महासती अंजना हिचे चरित्र कवी अ. जि. हुपरे या कवीने लिहिले आहे. अंजना-पवनांजय यांची ही विरहकथा आणि प्रेमकथा आहे. ओवी छंदात लिहिलेले हे एक लघुकाव्य आहे. रचनेचा काळ व कवीचा उल्लेख काव्यात आढळत नाही.

कवी धर्मसागरकृत 'चंपावतीचरित्र' हे एक सुंदर कथाकाव्य आढळते. शाहीरीसाठी पोवाडा छंदात लिहिलेले हे चरित्र असून चंपावती आणि माणिकचंद यांची ही कथा आहे. दोन भागात ही कथा आली असून

''ब्रह्मचर्य शील, धरा नौका। भवभय राहिल का।।
माता चंपावती रमा, शीलवान तिचा महिमा,
श्रवण केल्याविना तुम्हा नाही सुटका।
आणि दोन घटिका।''

अशी शील आणि ब्रह्मचर्याचे महत्त्व सांगणारी ही कथा आहे. 'पवित्र कथा परमार्थाची, शृंगार परमार्थाची, धर्मसागर स्वामीची ही रसिक टीका।' असल्याचे कवी सांगतो. धर्मासागर महाराजांनी ही १९३० च्या दरम्यान कविता लिहिली असावी.

'गीत मैनासुंदरी' (१९७३) ही रचना अ. जि. हुपरे यांनी लिहिलेली असून श्रीपालचरित्रावर अधारित मैनासुंदरीची ही अमरकथा आहे. श्रीपालचरित्र ही कथा जैन साहित्यात लोकप्रिय व्रतकथा, पातिव्रत्य कथा, धर्मनिष्ठेची कथा म्हणून प्रसिद्ध आहे. ही कथा बहुतेक भारतीय भाषेतील जैन साहित्यात येते. गीतरूपात ही कथा हुपरे यांनी लिहिली आहे. गदिमांच्या गीतरामायणाचा

आदर्श समोर ठेवून जैन साहित्यातही गीतकाव्ये लिहिली गेली आहेत. 'गीत महावीर', 'गीत सुदर्शन', 'गीत मैनासुंदरी' अशी गीतकाव्ये लिहिली गेली. चार ते आठ कडव्यांची ही गीते असून श्रीपाल, मैनासुंदरी यांच्यातील संवादात्मक गीते आहेत. मैनासुंदरीची कठोर तपश्चर्या, पातिव्रत्य, सहनशीलता आदर्श गुण व संकटांवर मात करीत धर्मावर श्रद्धा ठेवीत श्रीपाल राजाचा कुष्ठरोग बरा करणे अशी ही कथा काव्यात अ. जि. हुपरे यांनी रेखाटली आहे.

मुनी व आचार्य चरित्रकाव्ये (साधुचरित्रे)

चरित्र काव्य रचनेत जैन मुनी, साधू व आचार्य यांचीही चरित्रे लिहिली गेली आहेत. यांमध्ये सर्वात जास्त पद्यचरित्रकाव्ये आचार्य शांतिसागर यांच्याविषयी लिहिली गेली आहेत. शांतिसागर यांच्या पूर्व काळातील आणखी एक जैन मुनी म्हणजे महतिसागर होत. या महतिसागरांची चरित्रकाव्येही लिहिली गेली आहेत. याचबरोबर 'सिद्धसागर मुनी यांचे ओवीबद्ध चरित्र'(१९०९) हे द्वारपाल जिन्नाप्पा जडी यांनी लिहिलेले ओवीबद्ध चरित्र हे सर्वात जुने मुनीचरित्र असावे.

जिनसुत द्वारपाल या नावाने लिहिलेले सिद्धसागर मुनि यांचे ओवीबद्ध चरित्र हे चरित्र साध्या सोप्या भाषेत ओवीबद्ध केले आहे. शके अठराशे एकतीस साली हे चरित्र लिहिल्याचे कवी सांगतो. ''इति सिद्धसागरस्वामी चरित्रे जिनसुत द्वारपालक विरचिते'' असे प्रत्येक अध्यायाच्या शेवटी कविने आपले नांव सांगितले असून दहा अध्यायात हे चरित्र लिहिले आहे. कोल्हापूर करवीर संस्थानातील हा कवी नांदणी मठाचे जिनसेनाचार्य यांच्याकडून शिष्यत्व पत्करतो

तेथे राज्य करी शाहूभूपती। गुण सिंधूसम दया शांती
स्वापत्यवत प्रजा पाळि तो। भूप शिरोमणी

यावरुन हे काव्य शाहूंच्या काळात म्हणजे १९०९ साली पूर्ण केल्याचे कवी सांगतो. आचार्य शांतिसागर यांच्यापूर्वी हे सिद्धसागर मुनी होऊन गेले. कवीने यांचा जन्मशक 'जन्म शके सतराशे पन्नास' असे सांगितले आहे. महतिसागरांच्या समकालीन हे मुनी असावेत. या चरित्रात मुनीचा विचार त्यांनी केलेला दिगंबरत्वाचा स्वीकार व तपसाधन, उपसर्गविजय इ. गोष्टीची चर्चा केली आहे. मुनींनी केलेले काही चमत्कारही कवीने सांगितले आहेत. २० व्या शतकातील प्रथमाचार्य शांतिसागर महाराजपूर्व या मुनींचे जीवन व चरित्र आहे.

मुनींच्या चरित्रामध्ये २० व्या शतकाच्या पूर्वार्धात लिहिलेले चरित्र म्हणून 'महतिसागर चरित्र भाग १ व २' हे अनंत आबाजी बोपलकरांनी लिहिलेले दोन भागातले चरित्र महत्वाचे आहे. १९३४ साली या कवितेचा पहिला सर्ग लिहिला

असून १९३५ म्हणजे वीरसंवत २४६१ ला हे काव्यचरित्र पूर्ण केल्याचे कवी सांगतो.' हे काव्य म्हणजे तत्कालीन सामाजिकतेचे चित्रण करणारे काव्य आहे.

प्रथम क्षत्रिय तेज निमाले तये विभव लोपले ।।
वैभवच्युत जन बनले खुळे ।।
खुल्या वर्तने जनमत दुबळे सम्यग्ज्ञानही मळे ।।
त्रिरत्नाराधने पडले लुळे ।।
वैदिकधर्मी पगडा बसुनि स्वधर्मवृत्ती चळे ।।
श्रावका जिनवरबोध न मिळे ।।

अशी सामाजिक अवस्था व जैनधर्माची अवस्था झाल्याचे कवी सांगतो. महतिसागरांच्या जीवनातील महत्त्वाचे टप्पे व घडामोडी सांगताना मिथ्या धर्माच्या मागे लागलेल्या ब्रह्म महतिसागरांपासून मुनी महतिसागरांचे चरित्र अकरा अध्यायांत रचले गेले आहे.

२० व्या शतकातील जैन साहित्यात सर्वाधिक चरित्रे गद्य व पद्य स्वरूपात लिहिली गेली ती आचार्य शांतिसागर चरित्रे आहेत. केवळ पद्यामध्ये शांतिसागर महाराजांची सहा छोटी मोठी चरित्रे लिहिली गेली आहेत. याशिवाय पोवाडे, पूजाकाव्ये वेगळी आहेत. यामध्ये कवी सखाराम जिन्नाप्पा मिठारी यांनी लिहिलेले 'मुनिरत्न श्रीमत शांतिसागर महाराज यांचा जयजयकार(१९२४)' कवी देवेंद्रतनय यांनी लिहिलेले 'शांतिसागराचार्य चरितसुधा'(१९२५), कवी खुशालचंद कोदरजी गांधी यांनी लिहिलेले 'शांतिसागर चरित्र' (१९५७) 'शांतिसागर पूजा आणि पद्यावली' कवी बालसुत रचित चरित्र काव्य व अगदी अलिकडे कवी विजय बेळंके रचित 'गीत शांतिसागर'(१९९७) ही सहा पद्यचरित्रे आढळतात. शांतिसागर महाराजांच्या जीवनातील महत्त्वाचे प्रसंग, त्यांचा विहार, त्यांच्यावरील उपसर्ग व धर्म प्रभावनेसाठी त्यांनी केलेले अतुलनीय कार्य या सर्व चरित्रकाव्यातून मांडले गेले आहे. यापैकी सरस्वती विद्यालय, कोल्हापूर येथील मेळ्यासाठी कवी मिठारी यांनी छोटेसे 'जयजयकार चरित्र' काव्य लिहिले आहे. अत्यंत छोटेसे हे काव्य आहे. परंतु मेळ्यासाठी लिहिलेले काव्य असल्याने याचा उल्लेख येथे केला आहे. 'शांतिसागराचार्य चरितसुधा'हे असेच दुसरे छोटेसे काव्य कवी देवेंद्रतनय यांचे आहे. सीमाभागातील हा कवी असून बालपणापासून ते आचार्य पदापर्यंतचे चरित्र यात आले आहे. कवी खुशालचंद कोदरजी गांधी यांनी लिहिलेले काव्य हे दीर्घ काव्य असून शांतिसागर पद्यावली व 'शांतिसागर चरित्रअसे दोन भागात हे चरित्र' लिहिले आहे. पद्यावलीमध्ये एकूण ४२ पदे

आली आहेत. कवी कुमठेकर यांनीही दीर्घ पद्यचरित्र लिहिले आहे. ६६२ ओळींमध्ये हे काव्य लिहिले आहे. साध्याच भाषेला पद्यरुप देऊन हे चरित्र लिहिले आहे. अखंड काव्यसंपेपर्यंत यमक साधले आहे. कवी बालनुत यांनी रचलेली पूजा व पद्यावली म्हणजे एक प्रकारचे चरित्रकाव्यच आहे.

भवदावानल घेइ पेट हा, भडके दाह तयाचा।
सहन न होई यत्न करि जरी कितीतरी मिटवायाचा।
शांतिसागर ! उपदेशामृत दे प्राशन करण्याते।
जीवा शांती मिळेल अर्पिता चंदन तव चरणाते।

गीतशांतिसागर हे कवी बेळंके यांचे २० व्या शतकातले अखेरचे काव्य म्हणता येईल. प्रथम गीत व त्यावर गद्यात भाष्य असे या कवितेचे स्वरूप आहे. हे खंडकाव्य असल्याचे कवी सांगतो.

'हा संसार, विषय वासनांचा सागर,
धरावा परि जिनधर्म सादर
जिथे उमगते जीवनाचे सार
-- गीत शांति सागर।'

यासाठी कवीची रचना असल्याचे कवी सांगतो. कवितेचे विविध प्रकार हाताळून कवीने हे काव्य सादर केले आहे. याशिवाय 'शांतिसागरपूजन', 'शांतिसागरादिपूजन' अशा काव्य शीर्षकातून पूजा काव्यातून आचार्य शांतिसागरांचे चरित्र आले आहे.

'गीत मैनासुंदरी', 'गीत महावीरायण', 'गीत यशोधर' इ. काव्ये लिहिणारे अ. जि. हुपरे उर्फ जिनभूषण यांनी समंतभद्रांच्या जीवनावर 'गीत संमतभद्रायण'हे काव्य लिहिले आहे. संमतभद्रांचे जीवन व कार्य त्याचे निष्काम समर्पित जीवन, त्यांनी केलेले शिक्षण-विषय कार्य, बाहुबली क्षेत्राचा केलेला विकास इ. गोष्टी काव्यमय रीतीने गुंफल्या आहेत.

पद्यकथा

चरित्रकाव्यानंतर पद्यकथा हा एक महत्त्वाचा पद्यरचनाप्रकार जैन साहित्यात पहावयास मिळतो. जैनांच्या चार अनुयोगांपैकी प्रथमानुयोगामध्ये कथासाहित्य विपुल प्रमाणात आहे. किंबहुना कथेद्वारेच जैन तत्त्वज्ञान लोकांपर्यंत पोहचविण्याचे कार्य प्राचीन काळापासून जैन धर्मात झाले आहे. पुराण काव्ये, चरित्र काव्ये ही त्या-त्या काळातील कथाकाव्येच आहेत. जैनांची ही चरित्रे त्रेसष्ट शलाकापुरुष ,

तीर्थंकर, आचार्य यांच्याविषयी आहेत. परंतु सामान्य जनता, व्यापारी, धर्मावर श्रद्धा ठेवणारे श्रावक यांच्या विषयीच्या कथा पद्यकथा व व्रतकथामध्ये आल्या आहेत. या कथा पिढ्यान् पिढ्या सबंध भारतभर भारतीय भाषांमध्ये विस्तारल्या आहेत. काही कथांचे कर्ते हे अज्ञात आहेत. गुणाढ्यासारखा कथाकार हा जैन कथाकार होता. प्राण्यांच्या-पशु-पक्ष्यांच्या कथाही त्याने लिहिल्या आहेत. याशिवाय 'आराधना कथाकोश', 'यशस्तिलकचंपू', 'धर्मविलास पुराण' इ. प्राचीन ग्रंथामध्ये कथा वाङ्मय विपुल आहे. जैनांच्या श्वेतांबर परंपरेतही अशा कथा लिहिल्या गेल्या आहेत. या सर्व कथा प्रत्येक काळात विविध रूपे घेऊन अवतीर्ण झाल्या आहेत. अशा कथांपैकी काही कथांची पद्यातून गद्यात व गद्यातून पद्यात रचनाही झाल्या आहेत. या कथांमधून आधुनिक मराठीत आलेल्या कथांमध्ये पद्यकथा, व्रतकथांची रचना पुढील प्रमाणे पाहता येतील.

आधुनिक मराठीत जैन पद्य कथांमध्ये प्रामुख्याने प्राचीन कथांची भाषांतरे, रूपांतरे, व्रतकथा इ. कथांचा परिचय होतो. यापैकी पद्यकथांमध्ये आधुनिक मराठीत जिनदास नारायण चवडे यांनी पुनर्लिखित केलेले 'धर्मविलासपुराण'हे एक होय.

जिनदास फडकुले यांनी इतर पद्यरचनांबरोबरच पद्य कथा ही लिहिल्या आहेत. 'जैन पद्यकथाकोष भाग-१ व २' (१९२९) या कथा प्राचीन कथांवरून पद्यरुपात लिहिल्या आहेत. नेमिदत्त आचार्यांचा 'आराधना कथाकोष' व सोमदेवसूरींचा 'यशस्तिलकचंपू' या दोन ग्रंथाच्या आधारे लिहिल्या आहेत. पहिल्या भागात आठ कथांचा संग्रह आहे. मराठी भाषेत कविता करण्याचा हा पहिलाच प्रयत्न असल्याचे कवी सांगतो. श्री वारिषेण मुनिकथा ही पहिली कथा असून या मुनींनी अनेकांना सन्मार्गाला लावले हे सांगणारी ही कथा आहे.

अनुवाद हिचा केला आर्या वृत्तांत पार्श्वतनयाने।।
जिनदास नाम ज्याचे ऐकाना सज्जने प्रमोदाने।।

आर्या वृत्तात या सर्व कथा लिहिल्या असून कवी स्वत:स 'पार्श्वतनय' असे म्हणतो. सनत्कुमार मुनी रोगानी पीडित झाल्यानंतर तपश्चर्येने स्वत: बरे होतात असा आशय सांगणारी ही दुसरी कथा आहे. तिसरी कथा अकलंक देव, चौथी कथा संजयंत्त मुनी, अंजन चोराची कथा, अनंतमतीची व उद्दायन राजाची कथा या कथा यात येतात. जैन धर्मामध्ये पुन्हा पुन्हा येणाऱ्या या कथा आहेत. या कथा पद्यरूपात करण्याचे कौशल्य मात्र कवी पार्श्वतनय यांनी प्राप्त केले आहे. बहुतेक कथा आर्या वृत्तात आहेत तर काही कथांमध्ये इतर वृत्तांचाही

वापर कवीने केला आहे. शील, सदाचार, तपश्चर्या, जैनधर्मनिष्ठा इ. विषय सांगणाऱ्या या कथा आहेत.

पद्यकथांमध्ये व्रतकथांचा एक भागही आधुनिक मराठी पद्यात दिसतो. प्राचीन मराठी जैन साहित्यातही अनेक व्रतकथा लिहिल्या गेल्या आहे. कवी जिनसागरकृत 'अनंतव्रत कथा', कवी महतिसागरकृत 'रत्नत्रयव्रतकथा', 'षोडषकारण व्रतकथा', 'रविवार व्रतकथा', 'दशलक्षणिक व्रतकथा' इ. व्रतकथा लिहिल्या गेल्या आहेत. या सर्व कथा गद्य व पद्य दोन्ही प्रकारच्या रचनेत आहेत. अशाच प्रकारे 'रविवार व्रतकथा', 'कवलचांद्रायण व्रतकथा', 'दशलक्षणिक व्रतकथा', 'चरित्रशुद्धिव्रतकथा' अशा शीर्षकांनी या व्रतकथांचा भाग पद्यरचनेने व्यापलेला आहे. अनेक व्रत कथांपैकी काही प्रातिनिधिक पद्यांचा उल्लेख येथे करता येईल.

व्रतकथांमध्ये हिंदू परंपरेतील व्रतकथांना शह देण्यासाठी जैन धर्मीय अवैदिक परंपरेतही व्रतांचा महिमा वाढत गेल्याचा दिसतो. किंबहुना व्रतवैकल्यामुळे पुण्यप्राप्ती होते. संकट टळते. समृद्धी येते या पारंपरिक समजुतीतून जैन जनसमुदाय वैदिकांच्या देवी-देवता व व्रतवैकल्याच्या मागे लागण्याची शक्यता जैन धर्मीयांना वाटत असल्यामुळे जैनधर्मीयांनाही व्रतवैकल्याचा पाठपुरावा केल्याचे प्रत्येक काळात दिसते. मूलत: जैनधर्म हा वैदिकांच्या अनिष्ट प्रथा, यज्ञयाग व व्रतवैकल्यांना विरोध करून विज्ञान आणि प्रकृतीच्या पायावर उभा असलेला धर्म आहे. भ. महावीरांपासून अनेक आचार्य व मुनींनी या धर्माची वैज्ञानिकता, प्राकृतिक सत्य आणि कर्मकांडाला मूठमाती देण्याचा प्रयत्न केलेला दिसतो. तरीही या धर्मातील अज्ञानी जनसमुदाय आणि वैदिकांचे अनुकरण करण्याच्या वृत्तीमुळे व्रतांना व कर्मकांडाला महत्त्व दिल्याचे दिसून येते. याचाच एक भाग म्हणून व्रतकथाही लिहिल्या गेल्या. प्रत्यक्ष व्रतांच्या आचरणानंतरही कथा लिहिल्या गेल्या व व्रताचा परिणाम म्हणून फलप्राप्ती झाल्याच्या कथाही लिहिल्या गेल्या. या व्रतकथांमध्ये गद्य व पद्य कथा व चित्रकथाही लिहिल्या गेल्या. पद्य कथांमध्ये आधुनिक मराठीत सापडणारी जुनी कथा म्हणजे 'श्री जिनसत्यनारायण'ही कथा होय. १९२२ साली या कथेची दुसरी आवृत्ती छापली गेली व १९०४ ला पहिली आवृत्ती यावरून ही कथा जुनी असल्याची दिसते. पं. जितमलजी यांनी ही कथा संस्कृत व गुजराथी ग्रंथावरून लिहिली आहे. ''जिनसत्यनारायण व्रताची रीती जैनवर्गीय लोकांत फार दिवसांपासून प्रचारात असावी. अंतिम तीर्थंकर महावीर स्वामी ह्यांच्या समवसरणात गौतमस्वामी गणधराने हा कथाभाग राजा श्रेणिकास सांगितला असे दिसते. त्यावरून हे व्रत त्याचे पूर्वी अगर त्याच

सुमारास पार्श्वनाथास मोक्ष झाल्यावर व वर्धमान स्वामी जन्मास येण्याच्या आधी मुनीने हे व्रत एका गृहस्थास सांगितले असावे.''(पं. जितमल, जिनसत्यनारायण, प्रस्ता., १९०४)या विधानावरून या कथेची प्राचीनता व लेखकाचे मत दिसून येते. या कथेच्या सुरुवातीला कथेचा विधी सांगितला आहे. अभिषेक, पूजासाहित्य, यंत्र व सामानाची यादी व व्रतवैकल्य सांगितले आहे. सुरुवातीलाच ही कथा

''सत्यनारायणाची कथा। ऐकोत श्रोते जन सर्वथा।
श्रवण करिता मनोव्यथा।। दूर होईल निश्चये।।''

अशी व्रताची फलश्रुती लांबलचक सांगतली आहे. रत्नप्रभ राजाची ही कथा असून जिनसत्यनारायण कथा कशी ऐकावी हे सांगताना

''कथेची असो आवडी। मुंगीस जशी गुळाची गोडी।
अर्ध तुटे परी न सोडी। ग्रास आपुले मुखीचा।''

अशा आवडीने ही कथा ऐकावी अशी कवीची इच्छा आहे. राजा रत्नप्रभाची ही कथा आहे. सोमकांत ब्राह्मणाच्या नादी लागून तो मिथ्याधर्माच्या नादी लागतो व त्याला दारिद्र्य येते नंतर मुनींच्या सानिध्याने व जावयाच्या जैनधर्मावरील श्रद्धेमुळे त्याला पुन्हा वैभव प्राप्त होते. वैदिक सत्यनारायणाप्रमाणेच ही व्रतकथा जैन लोकांनी करावी यासाठी ही कथा लिहिली आहे.

याच कथेप्रमाणे हिराचंद्र अमोलिख यांनी 'रविवार व्रतकथा'पद्यात लिहिली आहे. शिक्क सप्तदशाणि ब्यासि बरवे रोद्राख्य संवत्सरी इ.स. १८६० साली ही कथा 'इति श्री हिराचंद विरचिता महाराष्ट्र भाषाछंदबंधे' लिहिल्याचे कवी सांगतो. राजा प्रजापाळाची ही कथा मुनि गुणसागरांनी त्याची पत्नी गुणसुंदरीला आदित्यवार व्रताचा महिमा सांगताना सांगितली आहे. परंतु या व्रताची निंदा केल्याने राजाला पुन्हा दारिद्र्य येते. पुन्हा काही वर्षांनी मातापित्याची सेवा व रविवार व्रताचे आचरण केल्याने सौख्य प्राप्त होते अशी ही कथा आहे. ही मूळ कथा

''पुण्य ब्रह्मकृत चित्रकला कथा। ओविबद्ध म्हणुनी ही कृता कथा।
गंगदास महति जिनसागरा। तत्कथाहि अनुसार असे जरा।।

अशी पुण्य ब्रह्मकृत चित्रकथा व महतिसागरांची आदित्यवारकथा पुढे ठेवून ही ओवीबद्ध कथा केल्याचे कवी सांगतो.'' कथेच्या सुरुवातीला या कथेचा आचार विधी पद्यात सांगितला आहे.

'ओवीबद्ध शीलप्रभाव' काव्याचे रचनाकार नथ्थूसा पासूसा या कवीने व्रतकथा ओवीबद्ध केली आहे. 'जैन व्रतकथा संग्रह' या कवितेत नऊ व्रतकथा

रचल्या आहेत. जैन धर्मातील सण-उत्सव व्रताचरणाने साजरे केले जातात. या व्रताचरणाच्या निमित्ताने या कथा ओवीबद्ध रचल्या आहेत. अक्षयदशमीची कथा राजा मेघनादाला पुत्रप्राप्ती होत नाही म्हणून मुनींनी सांगितलेली ही कथा आहे. पूर्वजन्मीच्या राणीच्या चुकीमुळे पुत्रप्राप्ती होत नाही. या व्रताच्या आचरणाने त्यांना पुत्रप्राप्ती होते असे कथानक असलेली ही व्रतकथा आहे. ब्रह्मजिनदास या कवीने गुजराथी भाषेत रचलेली ही कथा मराठीत विक्रम सवत्सर एकोणीसशे एकोननव्वद साली केल्याचे कवी सांगतो.

षोडशकारण (पोडशभावना) व्रतकथेमुळे मोक्षप्राप्तीचे फळ सांगणारी ही दुसरी कथा हेमप्रभ राजाची ही कथा असून १६ भावनांचे वर्णन करणारी ही कथा आहे. षोडशभावना स्वीकारणारे तीर्थंकर होतात अशी शेवटी फलश्रुती सांगितली आहे. शके १८५४ इ. स. (१९३२) साली ही कथा पूर्ण केल्याचे कवी सांगतो.

अशा या व्रतकथा व्रताचा महिमा व्रताचे आचरण व फलश्रुती सांगणाऱ्या कथा आहेत. १९०९ ते १९३६ पर्यंत या सर्व कथा लिहिल्या आहेत.एलिचपूर शुभस्थानी या सर्व कथा लिहिण्याचे कवी सांगतो.

'विदर्भदेशी एलिचपुर। नगर असे की सुंदर।
तयामाजी सुलतानपुर। स्थान विख्यात।।
पासूसा तनु जन्मा।'

अशी माहिती कवीने स्वत:विषयी दिली आहे.

'कवलचांद्रायण व्रतकथा' ही कथा मराठीत पुन्हा पुन्हा छापलेली दिसते. मूळ संस्कृतमध्ये श्रुतसागर यांनी लिहिलेली ही कथा पुढे बहुतेक भारतीय भाषांमध्ये अनुवादित झाली आहे. मराठी, कन्नड, गुजराथी इ. भाषांमध्ये ती आजही उपलब्ध आहे. यापैकी मराठीमध्ये ज्यांनी ज्यांनी हे व्रतधारण केले त्यांनी या व्रतपूर्तीनिमित्त छापलेली ही कथा आहे. कवल म्हणजे घास उपवास करणे, ब्रह्मचर्य पाळणे असा या व्रताचा विधी आहे. पुण्यप्राप्तीसाठी हे व्रत केले जाते. या व्रतामध्ये जीवराज देवचंदकृत कवलचांद्रायण व्रतकथाही विविध वृत्तांत लिहिली आहे. यापूर्वी भट्टारक देवेंद्रकीर्ती यांनी ही कथा संस्कृतमध्ये रचली आहे. किशनसिंह यांनी हिंदीमध्ये रचली आहे. यावरून ही कथा मराठीत रचल्याचे कवी सांगतो. १९३७ च्या दरम्यान ही कथा लिहिली असावी. हीच कथा पुन्हा मराठीत खुशालचंद कोदरजी गांधी यांनी पुन्हा लिहिली आहे. हे व्रत फार प्राचीन काळापासून असावे. बाहुबली भगवानांपासून अंतिम श्रुतकेवली जंबूस्वामींपर्यंत हे व्रत केल्याचे कवी सांगतो. या व्रतामुळे भ. आदिनाथांच्या

कन्या ब्राह्मी व सुंदरी यांनी स्त्रीलिंग छेद करून देवत्व प्राप्त करू शकल्या. अनेकांना मुक्ती मिळाल्याचे कवी सांगतो. पद्यात ही कथा सांगितली आहे. जिनदास फडकुले यांनी याचे गद्य भाषांतरही केले आहे. छंदोबद्ध रचनेतून ही कथा बहुतेक वेळा लिहिली गेली आहे.

श्री १०८ विष्णुकुमार मुनिपूजा व श्री रक्षाबंधन कथाही व्रतकथा जीवराज देवचंद यांनी लिहिली आहे. रक्षाबंधनाचे व्रत या दिवशी का करावे यासाठी ही कथा लिहिली आहे. राखी बांधणे हा उद्देश जैन धर्मात नसून सर्व जीवांचे रक्षण करणे या हेतूने हे व्रत धारण करावे असा हेतू आहे. हजारो वर्षांपूर्वी कुरुक्षेत्राजवळ ७०१ मुनींवर झालेल्या घोर उपसर्गापासून विष्णुकुमार मुनींनी आपल्या सामर्थ्याचा उपयोग करून सर्व मुनींना वाचवले म्हणून हा सण जैन धर्मात करावा यासाठी ही कथा सांगितली आहे.

मुनिरक्षास्तव विष्णुमुनीने स्वार्था सोडोनी।।
तप दुर्धर ते त्याग करी व्रत वात्सल्या स्मरुनी।।
मुनीश्वरांचे रक्षण करि जंव विष्णुकमार ऋषी।।
श्रावण मासीं शुक्ल पौर्णिमा होती त्या दिवशी।।
मुनिरक्षण हो यास्तव रक्षाबंधन पर्व गणी।।
पुण्य स्मृतिस्तव राखि बांधिती करिं जन हर्षानी।। पृ. १८

अशी ही रक्षाबंधनाची व व्रताची कथा 'चोवीस शत नव वीरशक' (१९४३) साली लिहिली आहे.

व्रतांची आचारपद्धती, व्रतविधी सांगण्यासाठी पद्यरचनांचा आधार कवींनी घेतल्याचे दिसते. या कवितेमध्ये काव्य सौंदर्य सापडत नाही पण गेयता आणि छंदोबद्धरचना हे या काव्याचे वैशिष्ट्य आहे. कवी खुशालचंद कोदरजी यांनी 'दशलाक्षणिक व्रताचे अष्टक व कथा'असे काव्य (१९३६) लिहिले आहे. या काव्याचे प्रयोजन सांगताना ''काव्य कीर्तीकरिता, धनाकरिता, पापनाशाकरिता, व्यवहारज्ञानाकरिता, अत्यंत आनंदाकरिता व मधुरशब्दांनी उपदेश करण्याकरिता लिहिले जाते असे अलंकारशास्त्रकारांचे मत आहे. या प्राचीन मताप्रमाणे हे काव्य खुशालचंद कोदरजी यांनी पापनाशाकरिता केले आहे.'' या मोतीचंद कोठारी यांच्या मताप्रमाणे बहुतेक व्रतकाव्ये वरील प्रयोजनांनी लिहिली गेली आहेत.

कथाकाव्यांचा वरीलप्रमाणे विचार करता ही काव्ये जैन धर्मातील प्राचीन प्रथमानुयोगातील कथाकाव्ये असल्याचे दिसतात. बहुतेक पुराणपुरुष, तीर्थंकर, त्रेसष्ठ शलाकापुरुष यांची चरित्रकाव्यांची रचना मोठ्या प्रमाणात दिसते. त्यानंतर

काही पौराणिक कथांची काव्यरूपांतरेही दिसतात. या सर्व कथाकाव्यांमध्ये शील, सदाचार, तपश्चर्या, ब्रह्मचर्य इ. जैन तत्वज्ञानातील गोष्टींच्या समर्थनार्थ ह्या कथा काव्यरूपाने लिहिल्याचे दिसतात. कथाकाव्यांमध्ये व्रतकथा हा भागही मोठ्या प्रमाणात आढळतो. व्रतकथांचे आचरण व आचारविधी सांगण्यासाठी ह्या कथा लिहिल्या आहेत. शारीरिक तप, ब्रह्मचर्य, भक्ती, त्याग, शारीरिक व मानसिक नियमन इ. गोष्टींतून आचरण व्हावे यासाठी या कथा लिहिल्या गेल्या आहेत. व्रत सांगणे, व्रताचे आचरण सांगणे व या व्रताच्या समर्थनार्थ कथा सांगणे व त्या व्रतांची फलश्रुती सांगणे यासाठी या व्रतकथा लिहिल्या गेल्या आहेत. मूर्तिपूजा करताना, व्रताचरण करताना, पूजा करताना गेयता यावी यासाठी या कथा पद्यरूपात सांगितलेल्या दिसतात.

भजने, अभंग, पद्यावली श्लोक

कथा काव्यांच्या नंतर पद्यावली, अभंग, ओवी इ. रचनाप्रकारांमध्येही जैन कवींनी अनेक काव्ये लिहिली आहेत. ही पौराणिक कथाकाव्ये बहुतेक वृत्तबद्ध पद्धतीने लिहिली गेली आहेत. इतर पद्य काव्ये ही भजन, अभंग व गाण्यासाठी रचली गेली आहेत. या काव्यांच्या नावावरून यांच्या रचनेचे स्वरूप लक्षात यावे. पद्यावली, पद्यरत्नावली, स्तवनमाला, पद्यमाला, स्तवनमाला, पद्यमाला, स्तवनावली, अष्टक, भक्ती, श्लोक, मंगलार्चना, भजन सद्बोधमालिका, पाठावली, सुमनावली, पद्यवैजयंती, पद्यसंग्रह, संगीतपद्यावली, पद्यरूपांतर अशा अनेक नावानी ही काव्ये लिहिली गेली आहेत. ही सर्व काव्ये त्रोटक, सुटसुटीत व काही दीर्घही आहेत. या काव्यांमध्ये कथा नाहीत, परंतु भगवंताची स्तुती, पूजा, भजन, अर्चना इ. कारणाने ही सर्व काव्ये लिहिली गेली आहेत. ही सर्व काव्ये सामूहिक गाण्यासाठी, सामूहिक आरतीसाठी, मंदिरात गाण्यासाठी, जैनमेळ्यात गाण्यासाठी इ. कारणांनी लिहिली गेली आहेत. जिनेश्वराची स्तुती, भक्ती, जैन धर्माचे आचरण, सुभाषिते, सुविचार इ. विषय या पद्य रचनांमध्ये आढळतात. ओवी, अभंग, पदे, मुक्तछंद इ. रचनेतही ही पदे लिहिलेली आहेत.

पद्यावली, पदे, पद्यसंग्रह इ.

या शीर्षकाप्रमाणे पद्यावली, पद्यरचना, पदे, पद्यरत्नावली, पद्यवैजयंती, मेळ्याची पदे, पद्यमाला, पद्यसंग्रह, संगीत पद्यावली अशा अनेक रचना जैन साहित्यात सापडतात. १९ व्या शतकात हिराचंद अमोलिक यांनी रचलेली पदे दादा आण्णा घोदे यांनी प्रकाशित केली आहेत. ओवी, अभंग छंदात ही पदे आहेत.

चिंतामणी हाती घेऊनिया त्वरे।

या क्रियेला दूर कागावरी अकारण जन्म केला या परीने। मिथ्या माहामारीने ग्रासीयले

किंवा

वनी पारध्यांनी मृग पडे फाशी कर्णेंद्रियासी गुंतोनीया।।
कामेंद्रियांतर गुंतोनि कुंजर। अकुंशाचा मार सोशितसे।।
जिनभक्ति विणा। सौख्य सापडेना।। करे आठवेना। जिनभक्ती।।
पहा गंगानदी। हिमाचलामदी।। भवरोग व्याधी। दूर करी।।

अशा रचना यात आहेत. १८७० च्या दशकातील या रचना असाव्यात.

जैनोपदेशी संगीत पद्यावली(१८९२) व दुसरी वाढवून (१९०५) अशा दोन पद्य रचना नेमचंद नारायण चवडे यांनी रचल्या आहेत. ''ह्यात जलसा, विनंती व वंदनाही प्रसिद्ध होण्याकरीता पोथ्यांवरील

उतरून छापिली आहेत.'' कामदा, दिंडी, साक्या, गजल, पद व जलसा, कटाव इ. छंदांत ही कविता लिहिली गेली आहे.

जीन भजावा जीन।। सदोदित जीन भजावा जीन।।
सुरनर मुनिवर ध्यान धरितसे होऊनि अंतरि लीन।। सदोदित।।
जीन भजावा जीन।।
असे पद किंवा
विद्येवाचुनि भूषण दूसरे नाही जगति जाणा।।
कृपासिंधु तुम्ही सर्व होऊनी द्यावे विद्या दाना।।
ऐसे केल्याने।। जन हे वंदति बहुमाने।।
अशी साक्या रचना आढळतात.
पंचमकाली धर्म बुडाला, यश किर्तीचा, नाश जाहला,
अहंकार तो उदया आला. दुर्जन छळति व्यर्थ साधुला

अशी कटाव रचना यात येते. पदरचनेतील ही विविधता हे या काव्याचे आणि कवींचे वैशिष्ट्यच होय. याच पदसंग्रहात पुढे काही वाढवून पदे लिहिली आहेत. यात ब्राह्मण, क्षत्रिय, वैश्य, शूद्र कोण? यांची उत्तरे सांगणारी पदे आली आहेत. यात कवी स्वतःला दासानंत असे ही म्हणवतो. 'दासानंत म्हणे' या नावे ही पदे रचली आहेत. हे दासानंत म्हणजे अनंत जोतिबा पांगळ असावेत.

'जैन मेळ्याची पदे' ही कवी फुलचंद केळुसकर यांनी रचलेली पदेही याच

काळातील असावीत. कवी हिराचंद अमोलिख यांच्या समकालीन असलेला हा कवी हिराचंद अमोलिख यांच्याविषयी व त्यांनी केलेल्या साहित्यरचनेच्या गौरवार्थ पदे लिहिली आहेत. ३० पदांचा हा संग्रह असून

'श्वेतवर्णा, मकरचिन्हा।। तारिसी बहुमानवाना।
लालका, पातका, तारका, कृतार्थका।।
देई आम्हा जैनमार्गा।। मोक्ष ऐसी प्रार्थना।।

अशी अर्चना व स्तुती करणारी मेळ्याची लिहिलेली पदे आहेत.'

कवी अनंतराज जोतीबा पांगळ या कवीनेही पद्यरचना केली आहे. 'रत्नत्रयमार्ग प्रदीप पद्यरत्नावली भाग १ व २' अशी दोन पद्यकाव्ये (१९०५) अनंतराज पांगळ यांच्या नावे आढळतात. कवी 'दासानंत' असे कवीचे टोपण नावाने लेखन आढळते. त्या काळातील अनेक गाणी व कवितांच्या चालीवर ही पदे लिहिली गेली आहेत. अधुन-मधून पंजाबी, हिंदी चालीवर हिंदी भाषेतही पदे आली आहेत. 'जैन समूहास उत्थापन देण्यासाठी' ही काव्ये लिहिली आहेत. काही ठिकाणी 'नेमिदास' असेही कवीने आपला उल्लेख केला आहे. प्रारंभी अनेक तीर्थंकरांची स्तुती केली आहे. संसाराची असारता, सद्मार्गाची वाट व आत्ममुक्तीचा संदेश या कवितेत दिसतो.

किती सुख पाहसी।। शेवटी एकला जासी।।
धूप पलंगी गादी पराची तकिया।।
त्यावरी करुनि फुलांची शय्या।।
त्यावरी घेऊनि आपुली भार्या।।
निद्रा करिसी।। परि अंती एकटा जासी।।
अशी क्षणभंगुर संसाराची वर्णनेही अधूनमधून आली आहेत.
'बुडतो भवसागरी जिनेंद्रा मजला तारीरे।। दयाळा मजला तारीरे।।'
दासानंत म्हणे प्रभु मजला पार उतारीरे।।

अशी विनवणीही कवी करतो.

'श्री तीर्थंकर पद्य वैजयंती' ही आप्पाराव तवनाप्पा संगवे यांनी पद्यरचना केली आहे. कवीचा कालखंड मात्र यात आढळत नाही. मात्र २० व्या शतकातील ही कविता असावी यातही त्या काळातील गाण्यांच्या चालीवर पदे रचली गेली आहेत. २४ तीर्थंकरांची ही पदे असून दुःख, विघ्ने टाळण्यासाठी व सुखप्राप्ती व कर्मनिर्जरेसाठी ही पदे आवश्यक असल्याचे कवी प्रथम सांगतो.

''मरण मात्रे विघ्ने पळती। नामोच्चारे दु:खे टळती।।
रवी उगवला आज।। दर्शनयोगे कर्मे जळती।
भक्ती भावे वरसुख मिळते। सफल होती बहुकाज।।''

अशी काव्याची फलश्रुती प्रथम सांगून ही कविता रचली आहे. (आप्पाराव यांचे नावे 'अहिंसा बोध प्रहसन' हे छोटे नाटकही आहे.)

'जैन संगीत पद्यावली' (१९२८) ही गोपाळराव सराफ यांची रचना आहे. वरील पुस्तकांप्रमाणेच यांची रचना असून अनेक संगीत पदांच्या चालीवर या रचना आहेत.

जिनप्रभुला शरण जा जा।।
भवार्णवातुनी तरण्यास्तव या सतचरणाविण उपाय न दुजा।।
प्रभुला शरण जा जा।।

अशी ओढाताण करून कवीने पद्य रचण्याचा व यमक साधण्याचा प्रयत्न केला आहे. तत्कालीन हिंदी मराठी गाण्यांच्या चालीवर ही रचना आढळते.

कवी शांतिनाथ गोविंद कटके या सोलापूरवासी कवीनेही पद्यरचना केल्या आहेत. रोजच्या आरतीसाठी व गाण्यासाठी या पद्यरचना आहेत. 'पद्यकुसुमावली'(१९१९) व 'संगीत पंचपूजा व पद्यसंग्रह'१९५९ ही दोन काव्ये पद्यरचना या नावावर आहेत. अनेक रागांच्या चालीवर दशधर्माची पद्यरचना, बारा अनुप्रेक्षांची पद्यरचना, स्त्रियांकरिता गाणी, संवाद इ. पद्यात्मक रचना यात आहेत. पंचपूजा या काव्यात जिनेंद्र अभिषेक, पंचपूजा व सामाजिक पद्य विभाग अशा रचना आहेत. यात सामाजिक विभागात कवी समकालीन समाजस्थितीचे चित्रण करतो. हा जीव नको, सद्यस्थिती, लक्ष्मीचा बाजार, सामाजिक परिस्थितीचे सिंहावलोकन, ढोंगी गुरूची बुवाशाही, विलासी ब्रह्मचारी या काव्य शीर्षकावरुन कवितेचे विषय लक्षात येतात. सामाजिक मूल्यांच्या घसरणीमुळे व व्याभिचार पापकर्मामुळे कवी व्यथित झालेला दिसतो.

'जरी भासे हा तरुण ब्रह्मचारी। परी तरुणीवर नजर ठेवी भारी।
दिसे त्यागी हा साधु फार भोळा। परद्रव्यावर ठेवितसे डोळा।।'

असे समाजातील ढोंगी ब्रह्मचाऱ्याचे वर्णन कवी करतो.

'जिनार्चा पद्यावली' बालकवी जिन्नाप्पा उपाध्याय, '२४ जिनेंद्र पद्यावली' अशा शीर्षकाने काही संग्रह पाहायला मिळतात.

जैन संगीत पद्यावली (१९३९) या कविता संग्रहात शांतिसागर पद्यावली

हा ४२ कवितांचा पहिला भाग असून जैन संगीत पद्यानुक्रम हा १२० कवितांचा दुसरा भाग अशा दोन भागांत कवी वीरचंद कोदरजी गांधी यांनी आपली पद्यरचना केली आहे.

'पद्य' या शीर्षकाखाली वरीलप्रमाणे अनेक रचना आढळतात. या काव्यामध्ये क्वचितच काव्यसौंदर्य आढळते. अगदी प्राथमिक स्वरूपाची ही कविता असून केवळ छंद म्हणून काहींनी रचना केली आहे. मात्र या सर्व कवींची काव्यविषयक जाण मोठी आहे. मराठी, हिंदी, संस्कृत काव्यांचा अभ्यास असणारे हे कवी रचनेसाठी राग, वृत्त, छंद, अलंकार इ. प्रकारांचा वापर करतात.

आरत्या, स्तोत्रे, भजनसंग्रह आणि भक्तिकाव्ये व पूजा ग्रंथ

पद्यमय रचनानंतर भक्तिकाव्ये, आरत्या स्तोत्रे व भजने यांची रचनाही विपुल प्रमाणात झालेली आढळते. पूजा करण्यासाठी, आरतीसाठी या रचना केलेल्या दिसतात. २० व्या शतकात मराठी भाषेत पूजा, आरत्या व भजनांसाठीच्या कवितांची गरज असल्याचे अनेक कवींनी सांगितले आहे. या गरजेपोटी मंदिरांमध्ये पूजेसाठी ही काव्ये लिहिली गेली आहेत. हल्ली मराठी भाषेतील पूजा ग्रंथांची फारच आवश्यकता समाजास भासत आहे व ही उणीव अंशत: तरी दूर व्हावी या उद्देशाने मी मराठी भाषेत 'चोवीस तीर्थंकर पूजा'हे पुस्तक माझ्या अल्पमतीस अनुसरून केले आहे. या कवीच्या काव्य प्रयोजनाची मते लक्षात घेतल्यास या काव्य ग्रंथांचे स्वरूप लक्षात येते. जैन दिगंबर पंथात पंचामृत अभिषेक व नित्यपूजा तोय, फल, पुष्पांनी केल्या जातात. या पूजांचा विधी करताना म्हणण्यासाठी ह्या पद्यरचना केल्या आहेत. चोवीस तीर्थंकरांची थोडक्यात चरित्रे, त्यांची रूप-गुणवर्णने, त्यांच्यावरील उपसर्ग व त्यातून झालेली सुटका म्हणजेच एकूण चोवीस तीर्थंकरांचे गुणवर्णन या कवितेत दिसते तसेच पूजा केल्याने फलप्राप्ती होते या हेतूने ही काव्ये लिहिली गेली आहेत.

दवना जाती बकुल मालती। सुवर्ण चंपक जुई सेवंती
घेऊनि नानाविध सुमनतती। स्मर पीडा नाशाया।
भावे यजितो। मुनिसुव्रत जिनराया।

या शांतिनाथ गोविंद कटके यांच्या संगीत चोवीस तीर्थंकर पूजाया पद्य संग्रहातील ओळीवरून पूजा भाव लक्षात येतो. जयमाला, साकी, शार्दूलविक्रीडित, भुजंगप्रयात, अभंग, घत्ता, श्लोक, राग अशा अनेक रचनांमधून कवीचे काव्यकौशल्य नजरेस येते. केवळ भक्तिभाव असल्याने काव्यात वर्णने व गुणवर्णने अधिक जाणवतात.

'शांतिदास' या नावानेही कवी शांतिनाथ कटके यांनी काव्यलेखन केले आहे. हीच कविता पुढे दुसऱ्या आवृत्तीमध्ये १९५१ साली पुन्हा प्रकाशित केली गेली आहे. पुस्तकाच्या शेवटी जैन गोत्र व वंशाची माहितीही दिली आहे.

कटके यांच्या पूजा काव्याप्रमाणेच खुशालचंद कोदरजी गांधी यांनी 'पूजा समुच्चय' भाग १ व २ अशी पूजाकाव्ये लिहिली आहेत. स्वधर्माचा उद्धार, भक्ती व परोपकार या उद्देशाने काव्य लिहिल्याचे या ग्रंथाचा प्रस्तावनाकार म्हणतो. हा कवीसुद्धा संस्कृत छंदशास्त्रांचा जाणता असावा अनेक छंदात ही कविता असून.

सुकृतचयविकाशी मोक्षमार्ग प्रकाशी। सकलगुणराशी पापमिथ्यात्व नाशी।।

कुनयकुमाति हारी सर्वकल्याणकारी। जिनकथित कथा ही भव्यसंबोधकारी।। २२ पृ–३

मालिनी छंदातील ही रचना लक्षात घेतल्यास कवीचे काव्य कौशल्य लक्षात येते. नमन, वंदन करण्यासाठी यातील बहुतेक कविता रचल्या आहेत. अष्टक हा जैन मंदिरात म्हटला जाणारा काव्य प्रकार आहे. अष्टक हा एक विधीही आहे. हा विधी करण्यासाठी कविता रचल्या गेल्या आहेत.

'नित्य पूजा प्रभावना संग्रह'हा लीलावती लालचंद यांनी प्रकाशित केलेला संग्रह मराठी, हिंदी, गुजराथी पद्यरचनांचा संग्रह आहे. दोहा, घत्ता, जयमाला, पद, अर्घ्य, पूजा, अष्टक इ. रचना यामध्ये आढळतात. चोवीस तीर्थंकर व शांतिसागर महाराजांविषयी यात पदरचना आहेत.

पंचकल्याण हा विधी जैन धर्मामध्ये मोठ्या प्रमाणात केला जातो. तीर्थंकरांच्या जन्मापासून निर्वाणापर्यंतच्या अवस्था प्रतीकात्मक रूपाने साजऱ्या केल्या जातात या पंचकल्याणामध्ये गर्भकल्याण, जन्मकल्याण, तपकल्याण, ज्ञानकल्याण व निर्वाणकल्याण या तीर्थंकरांच्या जीवनातील अवस्थांचे प्रतीकात्मक उत्सव साजरे केले जातात. या उत्सवासाठी लिहिलेली ही पद्यरचना मराठीत माणिक गोविंद कटके यांनी 'तीर्थंकर पंचकल्याणिक'या नावाने रचली आहे.

गर्भकल्याणिकमहिमा ऐकति। सौख्यसागरी ते जन पोहति।
जग हे प्रभुंचे मंगल गाती। नत माणिक बोले।।१।।

असे कवीने स्वतःचा उल्लेख करुन ही कल्याणके रचली आहेत. पद्यरचना मधुर असून कल्याणकाचा भावार्थ ही दिला आहे.

पूजा काव्यानंतर स्तोत्रकाव्येही जैन कवींनी लिहिली आहेत. स्तोत्रसंग्रहांची

विपुल रचना जैन कवींनी केली आहे. अनेक छोटी छोटी स्तोत्रे (स्तुती काव्ये) अनेक ग्रंथाच्या शेवटी व प्रारंभीही रचली गेली आहेत. यांपैकी काही स्तोत्रसंग्रहांचे स्वरूप लक्षात घेता येईल. 'स्तोत्रसंग्रह' (१९३१) ही दादा आण्णा घोदे यांनी संपादित केलेल्या पुस्तिकेमध्ये जिनेश्वर स्तुती, गुरुस्तुती ही दोन स्तोत्रकाव्ये चोवीस तीर्थंकर स्तुती (महतिसागरकृत) छापली गेली आहेत.

'श्री प्रातर्ध्येयस्तवनमाला' (१९४९) ही स्तवनमाला म्हणजे एक प्रकारचा स्तोत्रसंग्रह आहे. कालचंद्रशास्त्री व जिनदासशास्त्री या दोन कवींनी ही रचना लिहिली आहे. स्तवन म्हणजे स्तुती अथवा स्तोत्र. ''या पुस्तकात तीर्थवंदना, श्रीपंचगुरुमंत्र प्रभाव, ऋद्धिमर्मसहित भक्तामरस्तोत्र यांचा समावेश केला आहे'' असे कवी प्रस्तावनेत सांगतो. तीर्थ, गुरू यांची स्तुती यात येते.

प्रेमे प्रातर्ध्येयस्तवमाला ही धरा स्वकंठात।।
तेणे भाविक जन हो होइल तुम्हास सौख्य अत्यंत।।
श्री कालचंद्र पंडित, समाश्रये ही सुवंद्यनुतिमाला।।
रचुनी दादात्मज हा अर्पितसे पंचपरमदेवाला।।

अशी ही रचना तीर्थंकर, गुरू, मुनी, तीर्थक्षेत्र यांची स्तुती करणारी आहे.

याशिवाय एखादे स्तुतिकाव्य व सामायिक पाठ अशी रचनाही दिसते. प्राचीन कवींनी लिहिलेल्या प्राकृत व संस्कृत स्तुतिकाव्यांचे मराठीकरणही दिसते. उदा. सार्थ सामायिक पाठावली, ऋषिमंडल स्तोत्र, चंद्रप्रभु तीर्थंकर स्तुती, आरतीशतक, शांतिसागर स्तवनावलीइ. नावांनी ही स्तोत्रे व स्तुतिकाव्ये लिहिली गेली आहेत. छोट्या छोट्या काव्यसंग्रहांतून ही मराठी स्तोत्रे व स्तुतिकाव्ये, तीर्थंकर, मुनी, तीर्थक्षेत्रे यांच्यावर लिहिली गेली आहेत. आरती, सामायिक, मनःशुद्धी, वचनशुद्धीसाठी ही काव्ये लिहिली गेली आहेत.

अनुवादित स्तोत्र काव्ये

स्तोत्रकाव्यरचनेमध्ये संस्कृतमधील स्तोत्रांचे मराठी अनुवादही आढळतात. यामध्ये धनपाल कांताप्पा उपाध्ये यांनी 'चतुर्विंशति तीर्थंकर स्तोत्रावली'(१९५७) हे स्तोत्रकाव्य मराठीत लिहिले आहे. संस्कृत भाषेतील रचनांच्या आधारे हे काव्य अनुवादित केले असले तरी ही उपाध्ये यांची मराठीतील स्वतंत्र रचना वाटते. चतुर्विंशती म्हणजे चोवीस तीर्थंकर होत. चोवीस तीर्थंकरांचे स्तुती काव्य असे या कवितेचे स्वरूप आहे. वसंततिलका वृत्तात ही कविता लिहिली आहे. वसंततिलका हे वृत्त शृंगार रसाच्या वर्णनासाठी लिहिले जाते. परंतु कवीने येथे शांतरसासाठी हे वृत्त रचल्याचे प्रस्तावनाकार सांगतात. या पद्यरचनांमध्ये

''स्तुतीमध्ये प्रत्येक तीर्थंकरांची उंची, आयुष्य, वर्ण, लांछन, वंश, मातापिता, मोक्षस्थान इत्यादिकाच्या वर्णनाने संक्षिप्तपणे चोवीस तीर्थंकरांचे चरित्रही लक्षात येण्यासारखे आहे.'' कवी स्वत:स कुंथुसुत म्हणवतो. काव्याच्या शेवटी फलप्राप्तीही सांगितली आहे.

पंडित कुंथुसुत जो धनपाल याने
चोवीस स्तोत्र सुमनावली केली याने
गाईल जो नर मुखे नित आवडीने
नांदेल विघ्न टळुनी जगती सुखाने।।

अनुवादित स्तोत्रकाव्यांमध्ये 'भक्तासमरतोत्रावरील अनुवांदाची संख्या बरीच आहेत.' त्यापैकी जीवराज देवचंद दोशी यांनी 'जैन धर्मप्रभाव' या ग्रंथात (१९५८) भक्तामर स्तोत्राचा अनुवाद केला आहे. मूळ भक्तामर स्त्रोत्रात ४८ श्लोक आहेत. जैन धर्मात या स्तोत्रातील ४८ श्लोकाप्रमाणे ४८ उपवासही केले जातात. या उपवासांनिमित्त हे स्तोत्र मराठीत केले आहे. सुरुवातीस या स्तोत्राचा प्रभाव व त्याची उदाहरणे आली आहेत. कवी मानतुंगाचार्य व राजा भोज यांच्यातील ही कथा आहे. मानतुंगाचार्यांना या जिनभक्तिस्तोत्राने बंदिवासातून मुक्त केले असा या स्तोत्राचा महिमा आहे. स्तोत्रसमाप्तीनंतर शांतिसागर महाराजांचे उपवास व हरिजन जैन मंदिरप्रवेश प्रसंग व अंतिम उपदेश यावर कविता लिहिली आहे.

भक्तामरस्तोत्राचा दुसरा मराठी अनुवाद कविकुंजर दादातनय यांनी केला आहे. ४८ श्लोकांवर १३९ मराठी काव्ये (पदे) कवीने रचली आहेत. ही कविता मात्र शब्दश: भाषांतरित करण्याचा प्रयत्न कवीने केला आहे. मराठीतील अज्ञ जनांना या स्तोत्राचा स्वाद मिळत नाही. या कारणाने सरळ मराठीतील रचना कवीने केल्याचे जाणवते.

दादातनय यानीच 'मराठी सुप्रभात स्त्रोत्र'(१९३७) हे आणखी एक स्तोत्र काव्य लिहिले आहे. संस्कृत काव्याधारे हे स्तोत्रकाव्य लिहिले गेले आहे. अर्थातच सकाळच्या वेळी परमेश्वराचे स्तवन करण्याच्या हेतूने ही काव्ये लिहिली आहेत.

ज्याचा कर्ता न कुणी असे स्वयंसिद्ध एक आत्मा जो ।
रागद्वेषादिक हे विकल्प यांनी विमुक्त आहे जो।।

अशा स्वयंसिद्ध परमात्म्याची कविता कवीने लिहिली आहे. याच कवितेमध्ये पुढे अजितब्रह्म कवीनी लिहिलेली 'कल्याणस्तोत्रना पाठ' ही कविताही मराठीत आणण्याचा प्रयत्न कवीने केला आहे.

स्तुतिकाव्यांमध्ये १९३० पासून लेखन करणारे कवी हिराचंद तलकचंद शहा यांच्या रचनाही नोंद घेण्यासारख्या आहेत. स्वत: वकील, समाजसेवक, अशा भूमिका करतानाही आपल्या काव्यरचनेचे कौशल्य अबाधित राखणारे हे कवी होते. 'स्तुतिदर्शन' (२००४) हे त्याचे काव्य प्रसिद्ध झाले आहे. जैन साहित्यात पंचस्त्रोत्रावरील काव्ये अनेक आहेत. मराठीतही विविध काव्य रचनेमध्ये म्हणजे अभंग, आर्या, श्लोक व विविध वृत्तांमध्ये ही स्तोत्रे लिहिली गेली आहेत. प्रत्येक कवीची रचना व रचनाप्रकार भिन्न आहे. प्रस्तुत कवीने आर्यावृत्तात पंचस्त्रोत्रांची रचना केली आहे. एका स्तोत्र रचनेतून पुढच्या स्त्रोत्र रचनेची प्रेरणा मिळाल्याचे कवी सांगतो.

भक्तामरांस मनि आळविता उदेले
कल्याणमंदिर पुढे मग भव्य झाले।
झाला तये सहज दु:ख विषापहार
आला गुणे गमत गुंफुनि दिव्य हार।
एकी भाव दुणावे हा
मना मिथ्यात्व ना रुचे।
भूपालस्त्रोत्र सांगाती।
संभ्रमाची न साउली।

अशी पंचस्तोत्राची रचना केल्याचे कवी सांगतो. या पंचस्तोत्रांशिवाय अष्टक काव्ये, अध्यात्माष्टक व महावीराष्टक व इतर स्तुतिकाव्येही आर्या वृत्तात लिहिली आहेत. यात जिनचरित्र, जिनेश्वरस्तुती, आदिराय स्तुती, वीतराग स्तुती, मुनि परीषहजयहे काव्य रुपक काव्य आहे. जैन यतींवर केलेले हे रुपक आहे. तीन भागांत हे काव्य आहे.

असा दिगंबर जैन यतीश्वर निर्मलगुणनिकर
सुखकर होवो करो मुक्तिचा पथ माझा सुकर।।

अशी शेवटी पदरचना येते.

हिराचंद तलकचंद यांनी कथा काव्येही लिहिली आहेत. यात 'महासती अंजना व पवनंजय विलाप' ही काव्ये दोन भागात रचली आहेत. अंजना पवन यांची प्रेमकथा, विरहकथा व त्यागकथा जैन साहित्यात प्रसिद्ध आहे. ही कथा आर्यावृत्तात रचली आहे.

स्तुतिकाव्यामध्ये सर्वात जास्त मराठी रचना या पंचस्तोत्रांवर लिहिल्या गेल्या आहे. वर उल्लेख केलेल्या हिराचंद तलकचंद यांच्या पूर्वी व नंतर ही

स्तोत्रांवर मराठी रचना झाल्या आहेत. कवी दासानंत यांचे पंचस्त्रोत्रावरील अभंग या आधी लक्षात घेतले आहेत. याशिवाय पंचस्तोत्रांवर आणखी काही मराठी रचना आहेत. यापैकी सर्वात जुनी रचना म्हणजे दोशीकृत मराठी पंचस्तोत्र (१९२७) ही होय. दोशीकृत या शब्दातील दोशी या कवीचा संदर्भ मात्र लागत नाही. मात्र शेवटी अनंतराज पांगळ यांच्या तनुजाचा सुत अर्हद्दास याने एक आलोचना पाठ लिहिला आहे. अनेक वृत्तांमध्ये ही स्तोत्रे लिहिली आहेत. दादा आण्णा घोदे यांनी या रचना संपादित केल्या आहेत.

पुढे 'कुलभूषणमहाराज' यांनी 'पंचस्तोत्रादि संग्रह' (१९७०) या नावाने पंचस्तोत्रांचे मराठीकरण केलेले आहे. अशा या पंचस्तोत्रावरील रचना मराठीत पुन्हा पुन्हा रचल्या गेल्या आहेत. यातील बहुतेक कवी संस्कृतचे जाणकार आहेत. त्यामुळे प्रत्येकाने आपल्या भाषेत विविध वृत्त छंदात या रचना केल्या आहेत. स्तोत्र रचनांमध्ये सर्वाधिक एकत्रित ११ स्तोत्रांची रचना ज. ने. क्षीरसागर यांनी केली आहे. 'भक्तिरंग' (१९६५) या रचनेमध्ये विविध संस्कृत कवींच्या काव्यरचनांचा अनुवाद केला आहे. इ. स. ६ वे शतकापासून ८ व्या शतकात या जैनसाहित्याच्या सुवर्णकाळातील कवींच्या स्तोत्रकाव्यांचा अनुवाद यात केला आहे. यात पद्मनंदी यांच्या पद्मनंदी पंचविशतितील 'शारदा गौरव', मानदेव सूरींचे 'शांतिस्तव'श्री मानतुंगसूरींचे भक्तामर स्तोत्र, कुमुदचंद्रांचे कल्याणमंदिर स्तोत्र, महाकवी धनंजयाचे विषापहारस्तोत्र, श्री वादीभसूरींचे एकीभावस्तोत्र, महाकवी भूपालचे जिनचतुर्विंशतिका उर्फ भूपालस्तोत्र, महाकवी धनपाल यांचे ऋषभपंचशिका, श्री यशोविजय कवीचे गौडी पार्श्वस्तव व शेवटी भ. महावीरांची स्तुतीअशा दहा रचना यात आल्या आहेत. भक्तितरंग या शीर्षकात दहा तरंगांमध्ये अकरा स्तोत्रे यात आली आहेत. आर्या, वसंततिलका, शिखरिणी, वशंस्थ अशा विविध वृत्तात्मक रचनेत या स्तोत्र कविता लिहिल्या गेल्या आहेत.

आध्यात्मिक कविता

स्तोत्ररचनांनंतर काही आध्यात्मिक कविताही रचल्या गेल्या आहेत. अंतरात्म्याची जाणीव व्हावी या हेतूने या रचना केल्या गेल्या आहेत. यांची शीर्षके लक्षात घेतल्यानंतर आपणास हे लक्षात येईल. स्वात्मानुभव आत्मधर्म प्रकाश, आत्मप्रबोधन, आत्मसिद्धी अशी शीर्षके येतात. यापैकी 'स्वात्मानुभ' वही ब्रह्मयस्वामी यांची रचना आहे. (१९३१) आध्यात्मिक चर्चा करणारी ही पद्यरचना आहे. स्वत:चा शोध घेणे म्हणजे आत्ममग्न होणे होय.

''कर तू निशिदिनी सोहं अभ्यास।।

तुजला होईल आत्मप्रकाश।।
तू सोडूं नको सोहं अभ्यास।।
जन्म मरण करिल काय तुज।।''

असा सोहं अभ्यासाचा मंत्र देणारी ही रचना १६५ पदांची आहे.

आचार्य कुंदकुंदाच्या प्राकृत रचनांवरून हिराचंद तलकचंद शहा यांनी आध्यात्मिक रचना मराठीत अनुवादित केल्या आहेत. कुंदकुंदाच्या 'अष्टपाहुड' व 'प्रवचनसार'या ग्रंथांवर मराठीत विविध छंदात भाष्य केले आहे. तसेच गुणभद्राचार्यांच्या 'आत्मानुशासन', आचार्य देवसेन विरचित 'तत्त्वसार', आचार्य भट्टालंकदेवविरचित 'स्वरूपसंबोधन पंचविशती', आचार्य पूज्यपाद विरचित 'इष्टोपदेश' इ. रचनांवर मराठीत विविध वृत्त छंदात रचना केल्या आहेत. जैन धर्माचे तत्वज्ञान सांगणाऱ्या ह्या प्राचीन रचना असून कवीच्या प्राचीन भाषा व तत्वज्ञानाच्या अभ्यासाचा प्रत्यय देणाऱ्या ह्या रचना आहेत.

कवी 'अज्ञात' यानी मराठीत अनेक रचना अनुवादित केल्या आहेत. मराठी साहित्य, कोशसाहित्य, अनुवादित रचना यात त्यांचे मोठे योगदान आहे. 'आत्मसिद्धी'(१९५५) हा श्रीमद रायचंद यांनी लिहिलेला गुजराथी भाषेतील ग्रंथ मराठीत अनुवादित केला आहे. हे एक आध्यात्मिक प्रकरण असून आपल्या आत्म्यार्थी शिष्याला लिहिलेले हे एक पत्र आहे. थोडक्यात षट्दर्शनांचे स्वरूप या ग्रंथात आले असून सद्गुरूबद्दलची माहितीही या ग्रंथात वारंवार आली आहे. आत्मा, कर्म, जड, चेतन, जीव, मोक्ष, गुरू यांविषयी अनेक ठिकाणी चर्चा आल्या आहेत.

याशिवाय 'आत्मधर्म प्रकाश'(१९३८) हा माणिक गोविंद कटके यांचा ग्रंथही आध्यात्मिक रचना असणारा आहे. प्राचीन आचार्यांनी संस्कृत भाषेत केलेले धार्मिक विषयाचे विवेचन या रचनेत थोडक्यात सांगितले आहे.

आर्या रचनेतील तत्त्वज्ञानविषयक ग्रंथ

मराठी पद्यरचनेत जैन साहित्यात अधिकाधिक पद्यरचना ही आर्या वृत्तात आहे. आर्या हे वृत्त जैन कवींना प्राचीन व आधुनिक काळातही प्रिय आहे. जिनदास फडकुले, अज्ञात, ज. ने. क्षीरसागर इ. कवींनी या वृत्तांत प्रचंड रचना केली आहे. बहुतेक धार्मिक तत्त्वज्ञान व आचार सांगण्यासाठी हे वृत्त कवींना सुलभ व सोयीचे वाटले असावे. आर्या या शीर्षकाने अनेक पद्यरचना आढळतात. उदा. 'आर्याद्रव्यसंग्रह', 'आर्या दशभक्ती', 'आर्यानुवाद', 'आर्या रत्नकरंड' इ. ग्रंथांबरोबरच 'पंचसंग्रह', 'ग्रंथत्रयी', 'श्रावकप्रतिक्रमण' इ. पद्यरचनांमध्येही

आर्या हेच वृत्त वापरून मराठीत रचना केल्या आहेत. अर्थातच हे सर्व ग्रंथ प्राचीन संस्कृत, प्राकृत भाषांमधले आहेत. या प्राचीन ग्रथांचा अनुवाद, रूपांतरण आधुनिक कवींनी केले आहे.

पं. जिनदासशास्त्री फडकुले यांच्या आर्या वृत्तातील रचना यापूर्वीही आपण पाहिल्या आहेत. त्यांनीच आणखी काही आर्या रचनांमध्ये प्राचीन ग्रंथांचे अनुवाद केले आहेत. यामध्ये 'देवसेन सूरीकृत तत्त्वसाराचा आर्यानुवाद' फडकुले यांनी केला आहे. कर्मक्षय, आत्मध्यान, स्वानुभूती, केवलज्ञान अशा जैन धर्मातील तात्त्विक गोष्टींची मीमांसा या संग्रहात केली आहे. या ग्रंथाच्या शेवटी महावीर स्वामींचे संक्षिप्त चरित्रही आर्या वृत्तात लिहिले आहे.

'आर्या रत्नकरण्ड'या ग्रंथाचा पद्य व भावार्थ कवी द. भि. रणदिवे यांनी सांगितला आहे. समंतभद्रांच्या रत्नकरण्ड श्रावकाचार या ग्रंथावर आधारित हा भावार्थ आहे. श्रावकाचाराचे महत्त्व सांगणारा व जैन धर्मातील आचारांचे विवेचन करणार हा ग्रंथ सुलभ मराठीत आणला आहे.

'आर्या द्रव्यसंग्रह'हा कवी नानचंद वालचंद गांधी यांचा ग्रंथ. (१९२६) मूळ ग्रंथ आचार्य नेमिचंद्र यांनी प्राकृतमध्ये रचला आहे. जैन तत्त्वज्ञानामध्ये सहा द्रव्याचे स्थान महत्त्वाचे आहे. या द्रव्यांचे विश्लेषण करणारा हा तत्त्वज्ञानाचा ग्रंथ आहे. सोप्या मराठीत द्रव्याचे वर्णन कवी करतो.

'आर्या दशभक्ती' (१९५३) हा पुन्हा जिनदास फडकुले यांनी लिहिलेला ग्रंथ आहे. धर्मतत्त्वांचे रोज नित्य स्मरण व्हावे यासाठी मराठीत ही रचना केल्याचे कवी सांगतो. मुनींच्या सहा आवश्यक क्रियांमध्ये 'दशभक्ती' चा पाठ ही क्रिया महत्त्वाची असते. त्याचबरोबर श्रावकांनाही या भक्ती उपयुक्त आहेत. तत्त्वार्थ सूत्रावरील अनेक टीकांपैकी राजवार्तिक व श्लोकवार्तिक या दोन टीका ग्रंथावर आधारित हा ग्रंथ असल्याचे कवी सांगतो. दशभक्ती अनेक प्राचीन आचार्यांनी लिहिल्या आहेत. या सर्व प्राचीन प्राकृत व संस्कृत ग्रंथांद्वारे या दशभक्ती जिनदास पार्श्वनाथ फडकुले यांनी लिहिल्या आहेत. कवी स्वत:स पार्श्वात्मज असे म्हणतो.

कवी 'अज्ञात' उर्फ मो. हि. गांधी यांनीही अनेक आर्या रचना केल्या आहेत. स्व. मा. चतुरबाई धार्मिक जैन धर्म ग्रंथ ट्रस्ट या ग्रंथमालेतर्फे प्रकाशित झालेल्या दहा ग्रंथांमध्ये 'अज्ञात' यांनी प्राचीन संस्कृत व प्राकृतमधील रचना अनुवादित व रूपांतरित केल्या आहेत. यांपैकी बहुतेक रचना या आर्या वृत्तात आहेत. 'पंचसंग्रह' (१९५१) हा तीन आचार्यांच्या पाच ग्रंथांचा समावेश

असलेल्या ग्रथांचा मराठी आर्यानुवाद अज्ञात यांनी केला आहे. आचार्य पूज्यपाद यांच्या समाधितंत्र, इष्टोपदेश, योगिन्दुदेव यांचा योगसार आणि परमात्प्रकाश व सामेदेवकृत सूक्तिमुक्तावली अशा पाच ग्रंथांचा मराठी आर्यानुवाद या ग्रंथात आहे. यातील काही रचना या इतर वृत्तातही आहेत.

पंचसंग्रहाप्रमाणेच 'ग्रंथत्रयी' (१९५७) हा शीर्षकावरूनच लक्षात येणारा तीन ग्रंथांचा संग्रह. यात पहिला स्वामी कार्तिकेय यांचा कार्तिकेयानुप्रेक्षा हा प्राकृत भाषेतील ग्रंथ आहे. मुमुक्षूंना उपयुक्त विषयाचे संक्षेपाने वर्णन व संसारविषयक दुःखाचे अगदी सुंदर वर्णन व विरक्त होण्याचा उपदेश यात आहे. दुसरा तत्त्वानुप्रेक्षा हा नागसेन मुनींचा ग्रंथ ध्यानाचे महत्त्व सांगणारा आहे. तर तिसरा 'वसुनंदी श्रावकाचार' हा वसुनंदी यांचा उपासकाध्ययन या शीर्षकाचा ग्रंथ आहे. श्रावकाच्या अध्ययनाचा, आचाराचा, क्रियेचा विचार यात आहे. हे तीनही ग्रंथ प्राचीन असून आचार व तत्त्वज्ञान अशा स्वरूपाचे आहेत. या ग्रंथांचे मराठीकरण अज्ञात यांनी केले आहेत. कवी अज्ञात यांचे जैन तत्वज्ञान मराठीत आणण्याचे अत्यंत मोलाचे व मोठे योगदान आहे.

येवो मरण मला परि होवो माझी न मरुन उत्पत्ती
एकेंद्रियात केव्हां, मानवजन्मांत ती मिळो परती।।

अशा आर्यांवरुन तत्त्वज्ञानाचे स्वरूप कळते. कवी अज्ञात यांच्या इतरही रचना अशाच तत्त्वज्ञानात्मक आहेत. प्राचीन जैन तत्वज्ञान मराठीत तर आपलेच पत्र ते सुलभ करुनही सांगितले आहे. जैनतत्वज्ञानाचा अगाध अभ्यास जैन क्षेत्रांची माहिती व अभ्यास हा त्यांच्या ग्रंथातून क्षणोक्षणी जाणवतो. त्यांनी लिहिलेले जैन ज्ञानकोश ही तर फार मोठी मराठी जैनसाहित्याला दिलेली देणगीच म्हणता येईल.

काही अनुवादित पद्यरचना

प्राचीन साहित्य विशेषतः संस्कृत व प्राकृत रचना घेऊन पंडिती वळणाची मराठी रचना करणे हे २० व्या शतकातही जैन कवींनी केल्याचे दिसते. प्राचीन जैन साहित्यातील तत्त्वज्ञानात्मक ग्रंथरचना व त्यावर मराठी भाष्य करणे, विविध वृत्त व छंदात्मक रचना करणे व प्राचीन ग्रंथ मराठी सुलभ करणे अशा रचना मराठीत आधुनिक काळातही मोठ्या प्रमाणात आढळतात. अशा रचनांची नोंद घेताना प्राचीन आचार्यांचा ग्रंथ व त्यावरील अनुवाद, भाषांतर अथवा रूपांतर अशा रचना पहावयास मिळतात. यामध्ये आर्या वृत्तातील रचना उपरोक्त विवेचनात पाहिल्या आहेतच. याशिवाय विविध वृत्त व छंदोबद्ध रचना काही आढळतात.

त्यांमध्ये सर्वात जुनी रचना म्हणजे वहालचंद कस्तुरचंद गांधी यांनी १८९८ साली प्रकाशित केलेला 'श्री पद्मनंदी पंचविंशती' या ग्रंथाचा अनुवाद होय. आचार्य पद्मनंदी यांनी हा ग्रंथ रचला आहे. यात लहानमोठे पंचवीस विषय असल्याने याला 'पंचविंशती' असे म्हटले आहे. मूळ संस्कृत ग्रंथ त्याचे मराठी पद्यरूपांतर, नंतर त्याचा मराठी अर्थ व पुन्हा हिंदीमध्ये त्याचा अर्थ अशी चार टप्प्यात या ग्रंथांची रचना आहे. त्यामुळे हा ग्रंथ आकाराने व विस्ताराने मोठा झाला आहे. बेळगांव येथे हा ग्रंथ छापला व दुरुस्त केला आहे. ग्रंथाचे विषय विविध असून दानापासून ब्रह्मचर्यापर्यंत यात अनेक विषय हाताळले आहे. लेखकाचे उपमा दृष्टांत व उदाहरण कौशल्य अप्रतिम आहे व त्याचे मराठीकरणही योग्य झाले आहे. सर्व पंचवीस विषय हे जैन तत्त्वज्ञान व आचारधर्माशी संबंधित आहेत.

'रत्नत्रयमार्ग प्रदीप' (१९०६) ही दुसरी रचना अनंतराज जोतीबा पांगळ उर्फ कवी दासानंत उर्फ नेमिदास यांची आहे. दासानंत यांची ही स्वतंत्र रचना असावी कारण यात कवीने तसा कोणताही उल्लेख केल्याचे आढळत नाही. मात्र ही रचना भक्तिमार्गी व अध्यात्मप्रवण असल्याचे जाणवते.

''काळ परम निर्दयी कधी नच सोडी कोणासी।।
श्रेष्ठ पुरुष बलवान महाभट पदवि धारकासी।।
गरुड बिळातुनि जेवि नेतसे काढुनि सर्पासी।।
तेवी देहांतून हरण करी अंतक प्राणासी।।''

बहुतेक रचना ही अभंगसदृश छंदात असून कवीने तत्कालीन गाण्यांच्या चाली लावून कविता रचण्याचा प्रयत्न केला आहे. 'जिनपद्यावली' या शीर्षकाने ही कविता लिहिली आहे.

जिनदास पार्श्वनाथ फडकुले यांनी विविध विषयांवर व विविध प्रकारांतील रचना गेल्या शतकभंर केल्या आहेत. २० व्या शतकात जैन साहित्य समृद्ध करण्यामध्ये फडकुले यांचे योगदान अत्यंत महत्वाचे आहे. त्यांनी लिहिलेल्या व जैन तत्त्वज्ञानावर आधारित असलेल्या 'सुभाषितावली भाग १ व २' (१९२३) या ग्रंथातील रचना विविध छंदांत आणि वृत्तांत रचल्या आहेत. धर्म या विषयापासून समाधिवर्णनापर्यंत या कविता आहेत. ४३ विविध विषय जैन तत्त्वज्ञान व आचरण सांगतात. जिनदास, जिनराज या नावाने ह्या रचना केल्या आहेत. साधू स्नान त्याग का करतात? शोक त्याग का करतात? साधूंचे धैर्य कोणते? संसार वैराग्य कोणते, देहवैराग्य कोणते? अशा अनेक प्रश्नांची जैन

तत्त्वज्ञानातील उत्तरे कवीने पद्यरूपात दिली आहेत. जैन तत्त्वज्ञानातील व आचारातील अनेक गोष्टी समजून घेण्याच्या दृष्टीने ही रचना महत्वाची आहे.

प्राचीन संस्कृत-प्राकृत कवीच्या आध्यात्मिक व जैन तात्त्विक रचनांमध्ये 'श्रावक प्रतिक्रमण' ही रचनाही अनेकनवेळा कवींनी मराठीत अनुवादित केली आहे. यापैकी स्व. नेमचंद वालचंद कृत 'सामायिक पाठ व श्रावक प्रतिक्रमण' (१९६६) ही रचना होय. श्रावकप्रतिक्रमण म्हणजे श्रावकाने प्रमादामुळे घडलेल्या पातकांचा आपल्या मुखाने उच्चार करून पश्चाताप करणे. मुनींना व श्रावकांना सहा आवश्यक क्रिया सांगितल्या आहेत. सामायिक, प्रतिक्रमण, प्रत्याख्यान, स्तवन, वंदना, कायोत्सर्ग या मुनींच्या सहा आवश्यक क्रिया होत. श्रावकांना बारा व्रते, शिक्षाव्रते सांगितली आहेत. ती मराठीत सांगितली आहेत. श्रावकप्रतिक्रमणहा मूळ मागधी भाषेतील ग्रंथ आहे. याचा मूळ कर्ता मात्र सापडत नाही. ही रचनाही अनेक वृत्तांत केली आहे. 'श्रावक प्रतिक्रमण' याच विषयावर दत्तात्रय बागवडे यांनी मराठी अनुवाद केला आहे. जैन श्रावकांना व मुमुक्षूंना आचारधर्म सांगणारा हा ग्रंथ बागवडे यांनी मराठीत अनुवादित केला आहे. जैन श्रावक आचरणात अकरा प्रतिमा सांगितल्या आहेत. क्रमाक्रमाने वर्ज्य केलेल्या गोष्टी कशा कराव्यात याची माहिती येते.

दर्शन प्रतिमा आद्या, द्वितीया व्रत बोलती।
सामायिक तृतीयेस, चौथी प्रोषध सांगती।।
सचित्रत्याग पाचवी, रात्रिभोजन साहवी।
सातवी ब्रह्मचर्या ती, आरंभ त्याग आठवी।।
नववी परिग्रह त्याग, दहावी अनुमोदना।
उद्दिष्टाहार त्यागाते। अकरावी असे म्हणा।।

अशा अकरा प्रतिमांचे आचरण यात येते.

अचार्य कल्याणकीर्ती यांनी कन्नडमध्ये अनेक रचना केल्या आहेत. 'चिन्मय चिंतामणी'हा (१९६८) केवळ १०५ श्लोकांचा ग्रंथ श्रावकांचा व मुनींचा आचार सांगणारा ग्रंथ आहे. श्री आचार्य देशभूषण महाराज यांनी या कन्नड काव्यग्रंथाचे १९४८ साली मराठी गद्यात विवेचन केले आहे. या ग्रंथावरून कवी धनपाल कांताप्पा उपाध्ये उर्फ कुंथुसुत याने काव्यमय पद्यग्रंथ निर्माण केला आहे. शुद्ध आचरण, आत्म्याचे गुणधर्म, देहाचे स्वरुप मुमुक्षू व संसारिकांना सांगणारा हा ग्रंथ आहे.

जन्मदुजा म्हणून देह मिळे तयास

तो रक्तरंग भुलवी सकला जनास
त्या वेष्टेणें विलसतो जणुं शेंगदाणा
होतात मोहित कसे जन ते पहा ना।।

पुनर्जन्माचे हे उदाहरण अत्यंत समर्पकाने दिले आहे. शेंगदाण्यावरचे टरफल हे पुनरपि जन्मास कारण आहे. हे टरफल दूर करणे जीवात्म्याचे कार्य आहे. श्री चक्रधर स्वामींनीही हेच उदाहरण महानुभाव संप्रदायाचे तत्त्वज्ञान सांगताना दिले आहे. जैन आणि महानुभाव यांच्या तत्वज्ञानात बरेच साम्य आहे.

आचार्य समंतभद्र यांचा 'रत्नकरण्ड श्रावकाचार' व आचार्य अमृतचंद्र याचा 'पुरुषार्थसिद्ध्युपाय' (१९८४) या ग्रंथांचे मराठी पद्यानुवादही कवी हिराचंद तलकचंद शहा यांनी केले आहेत. आर्या वृत्तात या रचना असून श्रावकांचे आचार व जैन तत्त्वज्ञानातील पदार्थांचे वर्णन करणारे हे ग्रंथ आहेत. मूळ ग्रंथाचे शब्दशः रूपांतरण व अनुवाद यात आहे.

कवी विकास शहा टाकळीकर यांनीही आचार्य कुन्दकुन्दांच्या 'समयसार' ग्रंथाचा मराठी अनुवाद केला आहे. जैन तत्त्वज्ञानातील पदार्थ, द्रव्य, ज्ञान, मोक्ष इ. घटकांवर चर्चा करणारा हा ग्रंथ आहे. या ग्रंथाचे जीवाजीवाधिकार, कर्तृकर्माधिकार, आस्रवाधिकार, पुण्यपापाधिकार, संवराधिकार, निर्जराधिकार, मोक्षाधिकार असे भाग मराठी पद्यात रचले आहेत.

जैन आचरणात शेवटी समाधिमरण हेही एक आचरण सांगितले आहे. मरणाला उत्सव म्हटले जाते. या 'समाधिमरणोत्सव' (१९७२). ग्रथांचे अनुवाद लिहिला आहे. या ग्रंथात गद्य भाषेत वृषभसेन महाराज यांनी समाधिमरणाची चर्चा केली असून कवी भालचंद्र क्षीरसागर यांनी पं. सूरिजन रचित समाधिमरण या ग्रंथाचा अनुवाद पद्याद केला आहे. सुरुवातीस मृत्यूचे सत्य काव्यात सांगितले आहे. आत्म्याच्या उद्धारासाठी शरीरावरील प्रेम नाहीसे केले पाहिजे. शरीरावरील प्रेमामुळे देहात अनेक समस्या निर्माण होतात. म्हणून या नश्वर शरीराला त्यागण्याच्या पायऱ्या या पद्यात सांगितल्या आहेत. समाधिमरण हा उत्सव असून तो क्रमाक्रमाने कसा साजरा करावा, अन्नत्याग, पाणीत्याग व शेवटी भावत्याग करून समाधिमरण साधावे.'भालविधु' या नावाने ही कविता लिहिली आहे.

श्रावकाचारापासून समाधीपर्यंत आचरण सांगणारे व जैन तत्त्वज्ञानाचे स्वरूप सांगणारे अनेक ग्रंथ प्राचीन आचार्यांनी लिहिले आहेत. हे ग्रंथ बहुतेक भारतीय भाषांमध्ये पुन्हा पुन्हा लिहिले गेले आहेत. मराठीमध्येही या मूळ संस्कृत अथवा प्राकृत ग्रंथांचे भाषांतर, रूपांतरण अथवा अनुवाद झाले आहे. प्राचीन भाषांमध्ये

असलेले जैन तत्त्वज्ञान व आचार्यानी सांगितलेले श्रावक व मुमुक्षूंचे आचारधर्म या ग्रंथांमध्ये दिसून येतात. वाङ्मयीन दृष्ट्या हे ग्रंथ सरस आहेत अधवा या ग्रंथामध्ये लालित्य आहे, रसपूर्णता याबाबत हे ग्रंथ अभावात्मकच आहेत. परंतु समकालीन भाषेमध्ये सामान्य लोकांना हे प्राचीन तत्त्वज्ञान, अध्यात्म आणि आचारधर्म समजावेत हा हेतू या ग्रंथांमागे असल्याचे दिसते. बहुतेक रचनाकारांनी आर्या वृत्त स्वीकारले आहे. इतरही काही वृत्तांचा वापर केला आहे. परतु अर्थ सांगण्याच्या ओढाताणीत आर्यां अथवा वृत्तरचनेतील प्रासादिकता खंडित झाल्यासारखी वाटते.

आणखी काही अध्यात्मिक अनुवादित पद्यरचना

जैन तत्वज्ञान आणि आचारधर्मातून आत्मोद्धाराविषयी मार्गदर्शन करणारे अनेक ग्रंथ प्राचीन कवींनी लिहिले आहेत. सामान्यजनांना हे प्राचीन आचारधर्म व तत्वज्ञानविषयक ग्रंथ समजावेत म्हणून यांचा अनुवाद मराठी भाषेत करण्याचा प्रयत्न झाला आहे. जैनधर्मातील साधक व श्रावक यांना मार्गदर्शन करणारे हे ग्रंथ आहेत. 'क्रियामंजिरी'हा कल्लाप्पा निटवे यांनी संपादित केलेल्या (१९२३) ग्रंथामध्ये श्रावकांच्या आचाराविषयी असणाऱ्या पद्यरचनेमध्ये मराठी पद्यरचना आल्या आहेत. यामधील दृष्टाष्टकस्त्रोत्र, अद्याष्टक स्त्रोत्र, मराठी दर्शन्पाठ इ. रचना श्रावकांच्या नित्य आचरणाविषयी आहेत.

'साधुशिक्षा' (१९२६) ही अज्ञातांनी अनुवादित केलेली मराठी रचना आहे. अध्यात्मकल्पद्रुम नावाच्या संस्कृत ग्रंथातील साधुशिक्षा या प्रकरणावर हा ग्रंथ लिहिला आहे. साधूंचे प्रमाद, साधूंचे आचरण, प्रायश्चित्त इ. गोष्टी या पद्यात सांगितल्या आहेत.

'छहढाला' (१९२६) या पं. दौलतरामजीकृत काव्याचा मराठी अनुवाद जिनदास फडकुले यांनी केला आहे. छहढाला ग्रंथातील प्रत्येक ढालीमध्ये जीवनातून मुक्त होण्याचा एकेक विषय सांगितला आहे. मिथ्याज्ञान, मिथ्या गुरू, देव, असार संसार यांविषयी कवी विवेचन करतो. मराठी जैन साहित्यात छहढाला या ग्रंथावर आधारून अनेकांनी आपल्या रचना केल्या आहेत. त्यापैकी ही पहिली रचना असावी.

सावयधम्मदोहा व सारसमुच्चय

दोहा हा पद्यरचनेचा प्रकार जैन साहित्यानेही हाताळला आहे. कबीराचे दोहे प्रसिद्ध आहेत. परंतु त्यापूर्वीच्या अपभ्रंशमधील या दोहा रचना मराठीत फडकुले यांनी अनुवादित केल्या आहेत. जैन आचरण व तत्त्वज्ञानाचे विवेचन

करणारे हे ग्रंथ आहेत. श्रावक कोणास म्हणावे, धर्म, ज्ञान, दर्शन, चारित्र्य, अकरा प्रतिमा, गुण, उपवास, स्वाध्याय, कषायत्याग, पंचामृताभिषेक इ. विषयांवर ही दोहारचना आहे. 'सावयधम्म दोहा' हा अपभ्रंश भाषेतील ग्रंथ देवसेनाचार्यांनी रचला असून याचा अर्थ श्रावकधर्म असा आहे. तर सारसमुच्चय हा कुलभद्र आचार्यांनी लिहिलेला ग्रंथ आहे. यात ९६ विषयांचे निरूपण आहे. पहिली रचना विविध वृत्तांत असून दुसरी आर्या वृत्तात लिहिली आहे. श्रावकांना उपयुक्त असे सुंदर आचार यात सांगितले आहेत. उदा. 'मद्यनिषेध' ही रचना पहा.

हे मद्यपान करुनी नर धुंद होतो
चित्तातला मग विवेक पळून जातो।
मातेस तो गणितसे रमणी स्वत:ची
भार्येस मानित असे जननीच साची।।
बेहोश होऊनि पडे नर तो पायांत
ते श्वान येउनि मुदें मुतति मुखता।
पीयूषलाभ मजला अजि जाहला हा।
मानी मनी त्याजि न दु:खद महामोहा।।

अशा रीतीने सामान्य जनांसाठी ही उपदेशपर कविता लिहिली आहे. सारसमुच्चाय या ग्रंथामध्ये आत्महित, सम्यग्दर्शनाचे माहात्म्य, मिथ्यात्व, विषयसुखांचे दु:ख, कामविकारामुळे अकल्याण, स्त्रीनिंदा, वैराग्य माहात्म्य, विषयसुख निंदा, दुर्जनांची संगती, शीलाचे महत्त्व, अभिमानामुळे होणारे नुकसान इ. गोष्टी पद्यरूपात सांगितल्या आहेत. सामान्य श्रावकांना सन्मार्गावर आणण्यासाठी झालेल्या या रचना आहेत.

भजने व भक्तिकाव्ये व अभंगरचना

मंदिरातील नित्य पूजापाठासाठी भजने व भक्तिकाव्ये लिहिली गेली आहेत. यांपैकी भक्तिकाव्ये यांची शीर्षके पाहिल्यास त्यांचा उद्देश लक्षात येतो. 'जैन नित्यभक्त्यमृत श्लोक' हे काव्य कोल्हापूर येथील सीताराम सखाराम सर पाटील यांनी लिहिले आहे. यात भक्तामराचा सारांश, सुप्रभाती म्हणण्यासाठी स्त्रोत्रे लिहिली आहेत. भक्ती आणि अद्वैत हा जैन तत्त्वज्ञानातील विचार नाही, तरीही जिनेश्वरांप्रती अत्यंत आदर व तन्मयता दाखविण्यासाठी ही भक्तिकाव्ये लिहिली आहेत.

हे जिनेशा! पाहोनि तुझे रूप।

दंग होती रे! भले भले भूप।।
रूप जयि ते असे मुखि फूप।
मजसि दाखिव तू तुझे सत्यरुप।

अशी भक्ती कवी आदिनाथ शांतिनाथ बोपलकर यांनी जिनभक्ती या संग्रहात (१९३७) केली आहे. 'लघुजिनवाणी संग्रह'(१९६५) हे काव्य आदिसागर महाराज अचलपूरकर यांनी लिहिले आहे. मराठीमध्ये जिनस्तुती अत्यल्प असल्याने मराठीत रचना केल्याचे कवी सांगतो, या संग्रहातील 'समाधिमरण' हे पद्य प्रकरण १०८ आर्यांमध्ये लिहिले आहे. समाधिमरण हा जैन धर्मात उत्सव असतो यावेळी म्हणण्यासाठी ही रचना कवीने केली आहे.

अभंग रचना

भक्तिकाव्यामध्ये अभंगरचनाही जैन कवींनी केली आहे. ही अभंगरचना विविध स्वरूपाची असून भक्तिकाव्ये म्हणून अभंगरचना व स्वतंत्र अभंगरचना अशा अभंगरचना आहेत. आधुनिक मराठीतही अशी पारंपरिक छंदात्मक रचना करणारे कवी आढळतात. यापैकी रावजी नाना कोळेकर यांनी १८७५ साली काही अभंगरचना सोलापुरात असताना केल्या आहेत. या अभंग रचनेच्या चार आवृत्त्या नंतर निघाल्या आहेत. अत्यंत सुंदर या अभंगरचना असून हिंदी व मराठी अशा अधून-मधून हिंदी रचनाही केल्या आहेत. मराठी जैन साहित्यातच नव्हे तर मराठी साहित्यातही दुर्लक्षित झालेला हा कवी म्हणावा लागेल. 'भजनसद्बोध मालिका' (१८७५) हा त्यांचा अभंगसंग्रह नंतर प्रकाशित केला गेला आहे. कवी स्वत:स 'सन्मतिदास' म्हणवतो. अभंगरचनेचे विविध प्रकार कवीने हाताळले आहेत.

सुंदर ते ध्यान त्रयसिंहासनी।। समवसरणी विराजित।।१।।
विराजित चार अंगुल अधर।। शोभे गणधर अग्रभागी।।२।।
अग्रभागी सभाकुंडली द्वादश।। अनुहस्ती घोष परिसति।।३।।
परिसती जैसा भाव ज्याच्या मनी।। तद्रुप ती वाणी खिरतसे।।

शेवटी 'सन्मतिदास म्हणे' असा उल्लेख येतो. ही अभंगरचना भगवंताची भक्ती करण्यासाठी लिहिली गेली आहे. वारकरी संप्रदायाप्रमाणे नाचून गाण्यासाठीही ही रचना केल्याचे जाणवते.

टाळ घोळ वीणा मंडळीचा भार। होतसे गजर भजनाचा।।१।।
भजनाचा थाट नाही स्वर्गलोकी। म्हणोनि कौतुकी देव येती।।

असे कवी म्हणतो. भजनाने ब्रह्मानंदी टाळी लागते असेही कवी म्हणतो.

ब्रह्मानंदी ऐक्य भाव लागे टाळी। देहाते सांभाळी कोण तेथे ।।

अशी अभंगरचनाही येते. यावरून कवीवर वारकरी संप्रदायाचा प्रभाव दिसतो. अभंग जरी वारकरी परंपरेसारखे असले तरी येथे विठ्ठलाऐवजी जिनभक्ती दिसते. कवी ब्रह्ममहतिसागरांच्या नंतर मराठीत इतकी विपुल अभंगरचना सन्मतिदास यांचीच दिसते.

सन्मतिदासाची आणखी एक सुंदर अभंगरचना व रचनेचे कौशल्य म्हणजे कवीने केलेले 'तत्त्वार्थसूत्राचे अभंग' होय. उमास्वामीच्या मूळ संस्कृत तत्त्वार्थसूत्राचा मराठी अर्थ सांगून त्याखाली मराठीत तत्वार्थसूत्राची मराठी अंभगरचना ही वैशिष्ट्यपूर्ण आहे. मराठीत तत्वार्थसूत्र समजून घेण्यासाठी अत्यंत सोप्या भाषेत केलेली ही रचना होय. जैन तत्वज्ञानातील अत्यंत क्लिष्ट व तत्त्वजड ग्रंथाचे मराठीकरण व पुन्हा त्यांचे अभंगीकरण म्हणजे कवीच्या कवित्वाचा खराखुरा कौशल्याच्या आविष्कार होय. दहा अध्यायांतील मोक्षशास्त्र 'महाराष्ट्रतात्पर्य' भाषेत रचले आहे. सूत्र व सूत्राचा मराठी अर्थ व त्यावर अभंग अशी रचना आहे. तत्त्वार्थसूत्राचे इतके मराठी सोपे भाषांतर व रूपांतर दुसरे आढळत नाही. 'म्हणे सन्मतीदास। जाणिजे सन्मतिदास म्हणे।, भेदते सन्मतिदास सांगे।, निश्चय सन्मतिदास म्हणे।, धन्यतो सन्मतिदास म्हणे।', अशी अभंगाच्या शेवटी पदे येतात. मराठीतील इतकी सुंदर रचना क्वचितच म्हणावी लागेल. रचनेचा काळ मात्र येथे उल्लेखिला नाही. मात्र १९ व्या शतकाच्या अखेरीस म्हणजेच १८८० च्या दरम्यानची ही रचना असावी.

अभंगरचनांमध्ये कवी रावजी नाना कोळेकर यांच्यानंतर स्वतंत्र अभंगरचना फारशी दिसत नाही. परंतु रूपांतरित अभंगाची रचना मात्र काही कवींनी केली आहे. कवी दासानंत उर्फ अनंतराज आण्णा पांगळ यांची अभंगरचना उल्लेखनीय आहे. कवी दासानंत यांनी 'पंचस्तोत्रावरील अभंग'(१९२१) रचले आहे. जैन साहित्यात पंचस्तोत्रांची रचना बहुतेक भाषेत झाली आहे. ही पंचस्तोत्रे संस्कृतमध्ये रचली गेली आहेत. यात मानतुंगाचार्य रचित भक्तामरस्तोत्र, कुमुदचंद्रचार्य कृत कल्याणमंदिर स्तोत्र, वादिराजकृत एकीभाव स्तोत्र, कवी धनंजय- नागचंद्रकृत विषापहारस्तोत्र व कवी अनंतकृत भूपाल स्तोत्रावर मराठीत सुंदर अभंग केले आहे. शके अठराशे पंचदश म्हणजे इ.स. १८९३ साली ही रचना केल्याचे कवी सांगतो. अभंगाचे संस्कृत श्लोकातून रूपांतर करताना कवीने त्यातील मूळ अर्थाला व आशयाला कुठेही धक्का लावलेला नाही. मूळ कवीची रचना

शृंगाराकडून शांतरसाकडे नेण्याचे कौशल्य दासानंतानेही तसेच ठेवले आहे. उदा. –

प्रभु तुझ्या जन्मअभिषेका वेळी। इंद्रादि मंडळी भाग्यशाली
नृत्यकले मधी प्रवीण अत्यंत। हर्ष रोमांचित होवोनिया।।
रोमांच हाचि की अति मनोहर। कंचुकी सुंदर घालुनीया।
कायावाचामन त्रिकरण शुद्धीने। प्रीतीने नर्तन करीती झाली।
आणि अप्सरा स्तनाच्या जवळी। धरिली ते वेळी वीणा दंड।
त्यातूनी जो ध्वनि निघाला संपूर्ण। तयाचे वर्णन कोण करी।।
दासानंत म्हणे इंद्रादि सेवक। होऊनि नि:शंक नाचले पै।।

कवी दासानंतकृत हे मराठीतील अभंग म्हणजे श्लोक रूपांतराचा उत्कृष्ट नमुना म्हणता येईल. मराठी अनुवाद साहित्यामध्ये दुर्लक्षित असलेले हे रचनाप्रकार व त्यातील रचनाकौशल्य यांची नोंद मराठी समीक्षेने अवश्य घेतली पाहिजे अशी आहे.

'भजनी अभंग'(१९१७) ही नथु बापू यळवटकार यांची एक अभंगरचना मराठीत आढळते. कवी नथू, बापूसुत अशा नावाने ही कविता नथू यळवटकरांनी रचली आहेत. अलिकडच्या कवींमध्ये कुकवी वाढले असून अध्यात्म पासून दूर गेलेल्या कवींचा समाचार कवी घेतो.

कुकवि ते भले भले। कलयुगी बहु झाले।
लज्जा सोडुनि तत्त्वता। वाढविल्या दंतकथा।
छापे स्त्रीचे अवयव। तेने भुले भोळे जीव।
जणू जगाच्या नेत्रांत। नथु धुळचि झोकत।
जिनराया जिनराया। जिनराया वीतरागा।
अशा रचनेबरोबरच अनेक सुभाषितवजा वचने यात आली आहेत.
'ज्याने केले नाही दान। तोचि जगी थोटा मान।',
'श्वाना अन्न देतो गोड। त्याला हाडाची आवड ।।
क्षत्रिय म्हणावे कोणासी। ज्याने जिंकले रिपूसी।।
मोहमाया पायी बेडी। नारी रूप हातकडी।'

अशी वाक्ये येतात. अधर्म, पाप, व्यसन, दुराचार, दुष्टबुद्धी, मोह, माया, अविचार अशा अनेक विषयांवर नथु बापु यळवटकरांनी भाष्य केले आहे. तुकारामाच्या अभंगाची आठवण यावी इतकी सुंदर रचना यात आहे.

बापुसुत उर्फ नथु यळवटकार यांची यापूर्वीची रचनाही अभंग छंदात केल्या

आहेत. बहुतेक अभंग हे उपदेशपर अभंग आहेत. संसाराची असारता, षडरिपूंमधील गुंता, मिथ्यात्वाची संगत आणि खरा गुरू देव यांची दुर्लभता यावर बापुसुत यांनी अभंग रचले आहेत. मिथ्या मताचे उदाहरण देताना कवी म्हणतो

उपडुनी कल्पवृक्ष। लावी धोतरा प्रत्यक्ष।
जणु काग उडायाला। रत्न फेकुन मारिला।
गज विकुनिया जाणा। खर घेतले वाहना।
हितकारी धर्म त्यागे। नथु मिथ्या मती लागे।
जिनराया जिनराया। जिनराया वीतरागा।।

अशा अनेक बोधप्रदरचना केल्या आहेत.

पूजाकाव्ये व आरत्या

अभंग, स्तोत्रे, अनुवादात्मक काव्ये, यानंतर पूजा काव्यांची रचनाही १९ व्या शतकापासून जैन कवींनी केली आहे. सर्वात जुने पूजा काव्य म्हणजे 'अर्थ पद्मावती पूजा'हे होय. हे काव्य छापले गेले असून १९ व्या शतकातील हे मुद्रण आहे. परंतु यामध्ये कवीचा उल्लेख कोठेही नाही. या काव्याचे विशेष म्हणजे पद्मावतीचे सहस्त्रनाम प्रत्यक्ष लिहिले आहे. पद्मावती शतं, जिनमाता शतं, वज्रहस्ता शतं, कामदा शतं, सरस्वती शतं, भुवनेश्वरी, लीलावती, त्रिनेत्रा, चक्रेश्वरी अशी पद्मावतीची नावे असून प्रत्येक नावाची शंभर नावे यात कवीने कौशल्याने गुंफली आहेत. यानंतर पूजाष्टक, स्तवन यांची रचनाही पुढे कवीने केली आहेत.

पुढे 'नदीश्वर पूजाविधान आणि भक्ती'ही (१९३८) जिनदत्त दादा उपाध्याय उर्फ बालकवी यांची रचलेले पूजा काव्य सापडते. जैन धर्मात सहा क्रिया श्रावकाच्या सांगितल्या आहेत. त्यातील देवपूजा ही पहिली क्रिया आहे. नंदीश्वर हे जैन धर्मातील एक विधान असून सुरुवातीस या पूजेचा महिमा गद्यात लिहिला आहे. पुढे सर्व विधान पूजाकाव्य अभंग छंदात असून आचार्य शुभचंद्रांनी लिहिलेली पूजाही पुढे आलेली आहे. या विधानाची व पूजा वाचनाची फलश्रुती ही अधून-मधून सांगितली आहे.

विदर्भातील अमरावतीचे कवी नथ्थूसा पासूसा यांनी मराठीत अनेक रचना केल्या आहेत. कथा, नाटकाबरोबरच पूजाकाव्यही यांनी लिहिले आहे. 'सोमवार ते रविवारच्या पूजा', 'महावीर स्वामींची आठ अष्टके व इतर तीर्थंकरांची अष्टके', 'शांतिसागर महाराजांचे अष्टक' अशी अष्टके रचली आहे. येथे अष्टक म्हणजे आठ ओळींची रचना नसून तो पूजेचा एक प्रकार आहे. विविध छंदात

या रचना असून 'जयमाला' या वृत्तात ही बऱ्याच रचना आहेत. मनातील विकार नाहीशी होण्यासाठी एकेक कृती व पूजा केली जाते.

उदा. काम बाण हा मना वेधितो हृदयाची धडधड होई,
मत्तगजाच्या नाश व्हावया शक्ति आणि मनीची काही।
मदन केवडा जाई जुईच्या भ्रुंग सुगंधा फसी पडूनी,
आतुरत ही कमी करण्यास्तव प्रभु चरणासी ही रमुनी।

अशा एकेक पूजा यात सांगितल्या आहेत.

पूजाकाव्याचा संग्रह व रचना ही नित्य व नैमित्तिक क्रिया कर्मासाठी रचल्या गेल्या आहेत. विशेषता विदर्भातील कवींनी पूजा व आरत्या अधिक रचलेल्या आहेत. विदर्भातील कवी मधुकर गडेकर पूजा काव्याची पार्श्वभूमी सांगताना म्हणतात, ''जैन धर्माच्या परंपरेत श्री जिनेंद्राच्या पूजेला विशेष महत्व आहे. पूजेत पूज्य, पूजक आणि पूजा या तीन गोष्टी महत्वाच्या असतात. आपल्या आराध्य पूज्य भगवंताच्या चरणी आदर, सन्मान व भक्तिभाव प्रगट करणेच पूजा होय. हा भक्तिभाव मन वचन व शरीराच्या द्वारे प्रगट होतो. पूज्य देवाच्या गुणाचे चिंतन मनाच्या द्वारे होते. त्यांच्या गुणांचे वर्णन वचनांच्याद्वारे होते व त्यांच्यासंबंधीचा आदर शरीराच्या द्वारे प्रगट होतो. मन, वचन कायेला पवित्र बनविण्याचे साधन म्हणजे पूजा होय.'' यासाठीच वरील सर्व पूजाकाव्ये लिहिली गेली आहेत. भगवंताची पूजा अष्ट द्रव्यांनी केली जाते म्हणून या द्रव्यासह केलेली पूजा म्हणजे अष्टक होय. जल, गंध, अक्षत, पुष्प (माला), नैवेद्य, दीप, धूप आणि फळ ही ती अष्ट द्रव्ये होत. अनेक प्राचीन ग्रंथांमध्ये या अष्टद्रव्य पूजेचा महिमा, फलश्रुती, पद्धती, सांगितल्या आहेत. कवी गडेकर यांनी 'जिनेद्र अष्टक'(१९९२) या संग्रहात अनेक पूजाकाव्ये लिहिली आहेत. अत्यंत सुंदर अशी ही काव्ये वाचतानाही मन पवित्र करून जातात. जैन धर्मीयांचे परमेश्वरस्वरूप वैदिक परंपरेतील परमेश्वरापेक्षा अलग आहे. तरीही वैदिकांची परमेश्वर कल्पनेप्रमाणे परमेश्वराचे रूप कवी सांगतो.

उत्पाद-व्यय-धुवात्मक तुझे स्वरूप आहे।
तू आत्मरूप आहे, परवस्तुस्वरूप नाही।।
निजधर्मरूप आहे परधर्मरूप नाही।।
तू सर्वव्यापी निर्भार नित्य आहे।।

असे स्वरूप कवी सांगतो. प्रस्तुत संग्रहात अरहंत, सिद्ध, देवशास्त्र गुरू आणि तीर्थंकर पूजा लिहिल्या आहेत. शेवटी काही आरत्याही लिहिल्या आहेत.

पूजा काव्याबराबेरच आरत्या संग्रहही जैन साहित्यात विपुल प्रमाणात आहेत. या सर्व आरत्या विविध ग्रंथात शेवटी विखुरल्या आहेत. काही आरती संग्रह एकत्रित प्रकाशित झाले आहेत. 'आरती संग्रह' (१९७०) हा माणिकचंद शिवलाल शहा, मोहोळकर (गुरुजी) यांनी स्वत: लिहिलेल्या व अन्य कवींनी लिहिलेल्या आरत्यांचा संग्रह प्रकाशित केला आहे. चोवीस तीर्थंकर व अनेक व्रताच्या आरत्या यात रचल्या आहेत.

संकीर्ण काव्ये

पूजा, भजन, अभंग, आरत्या या काव्यांची रचना मोठ्या प्रमाणात जैन साहित्यात दिसते. कोणतेही सामाजिक परिवर्तन, चळवळी, वाङ्मयीन प्रवाह व आधुनिकता यामध्ये न बसणारे हे काव्य आहे. केवळ भक्ती आणि जैन तत्त्वज्ञान आचरणासाठी हे काव्य लिहिले गेले आहे. . भक्तिभाव व्रतवैकल्ये, शुद्ध आचरण, पवित्र वाणी, इंद्रियनिग्रह व परमेश्वराप्रती आत्यंत्यिक आदरभाव यासाठी ही काव्ये लिहिली गेली आहेत. या कवितांमध्ये आत्मनिष्ठा असली तरी ती भक्तीच्या पलीकडे जात नाही. अशा काव्यानंतर आणखी एक प्रदेश जैन पद्यसाहित्यात मोठ्या प्रमाणात आढळतो. तोही विविध रचनांतून व भावनेतून लिहिला गेला आहे. आधुनिक कवितेतील ही रचना असून यामध्येही काही किरकोळ सामाजिक विषय व इतर वेळी तीर्थंकर, आचार्य, मुनी यांच्या विषयीचा आदरभाव मांडणाऱ्या या कविता आहेत. कविता संग्रहाची नावे पाहिल्यास आपल्या लक्षात येईल. पुष्पगुच्छ, काव्यरत्न, जिनगुणसुमनावली, मंगल लहरी, नाद लहरी, मंगलार्चना, गीतांजली, मंगलनिनाद, धवलगान, अमृतकलश, जिनवंदनाही संग्रहांची नावे लक्षात घेतल्यास यातील काव्याचे स्वरुप लक्षात येईल. या कवितेचे स्वरुप खालीलप्रमाणे –

'पुष्पगुच्छ' (१९०८) ही जुनी रचना गणपत नारायण चवडे यांनी लिहिली आहे. 'जैनी संगीत पुष्प गुच्छ' असे याचे नाव असून त्याकाळातील ठुमरी, गझल, दादरा अशा रचना मराठीत केल्या आहेत. मिथ्यामार्ग सोडावा, सन्मार्ग पत्कारावा, जिनभक्तीचा महिमा गावा, इकडे लोकांनी वळावे असा आदेश कवी करतो. या कवितेत कवीने न्यायासाठी लिहिलेली पदे एकत्र केली आहेत. गर्व परिहार, नेमिनाथ, चंपावती, विक्रम राज्यारोहणया संगीत नाटकासाठी ही पदे कवीने रचली आहेत.

'नादलहरी' हा एकूण ३० कवींचा कवितासंग्रह एकत्र छापला गेला आहे. जैन महाराष्ट्र कविमंडळ नावाचे काव्यमंडळ त्याकाळी जैन लोकांच्या कवींचे

मंडळ होते. या छत्राखाली लिहिणाऱ्या कवींच्या ह्या एकत्रित कविता आहेत यात काही कविता स्वयंभू व काही प्रतिध्वनी स्वरूपाच्या आहेत. या संग्रहाला कवी गिरीश यांची प्रस्तावना आहे. कवितेचे स्वरूप सांगताना ते म्हणतात. ''या नादलहरीत दोन सूर प्रामुख्याने ऐकू येतात. त्यापैकी एक सूर सामाजिक अन्यायाबद्दल चीड आलेल्यांचा आहे व दुसरा सूर जिनवराची व त्याच्या कार्याची धार्मिक महती गाणाऱ्यांचा आहे. मधून-मधून सृष्टिवर्णनपर, शृंगाररसपर किंवा गझलपर सूरही ऐकावयास येतात.'' याच बरोबर काही दोषही गिरीश यांनी दाखवले आहेत. ''क्वचित स्थळी भाषेचा बोजडपणा ओबडधोबडकणा, कल्पनेची अस्पष्टता किंवा अनभ्यस्तांचा नवशिकेपणा दिसून येतो. पण जैन मराठी वाङ्मयाची आजची परिस्थिती पाहिल्यावर हे सर्व क्षम्य वाटते.'' यातील 'आजची परिस्थिती' म्हणजे जैन वाङ्मय अद्यापही २० व्या शतकाच्या प्रारंभी-मध्यापर्यंत प्राथमिक अवस्थेतच असल्याचे दिसते. विविध कवींच्या विविध व वैशिष्ट्यपूर्ण कविता २० व्या शतकाच्या पहिल्या अर्ध शतकातील या कविता आहेत. सौंदर्यवादी, निसर्ग, सामाजिक, बोधप्रद व जैन विषयावरच्या या कविता आहेत.

२० व्या शतकाच्या पहिल्या तीन दशकात होवून गेलेले कवी द. भि. रणदिवे यांच्या कविताही नोंद घेण्यासारख्या आहेत. 'मोहनवीणा' या विलास संगवे यांनी संपादित केलेल्या संग्रहात या सर्व कविता आल्या आहेत. १९३१ साली 'रणदिवे यांची कविता' या नावाने त्यांचा संग्रह प्रकाशित झाला आहे. कादंबरीकार, खंडकाव्य रचनाकार म्हणून रणदिवे यांचे साहित्यिक योगदान महत्त्वाचे आहेच, पण त्याचप्रमाणे मराठीत कविता लिहून मुख्य मराठी वाङ्मयधारेत कवी होण्याचा मानही त्यांना द्यावा लागेल. याशिवाय जैन धर्मावरील त्यांची काव्येही महत्वाची आहेत. जननी जिनवाणी, श्री महावीरस्तवन, प्रभुजन्मोत्सव, जिनेश्वर स्तवन, शिखरजी विलाप, जिनवरदर्शनस्तव, जिना घना, वंदे जिनवरम्, अशा त्यांच्या या कविता आहेत. 'गजकुमारचरित', 'नीलीचरित', 'देशभूषण-कुलभूषण' चरितही त्यांची खंडकाव्येही उल्लेखनीय आहेत.

'मंगल लहरी' (१९५६) हा कवी बालसुत उर्फ गोपाळ बालाजी बीडकर यांचा काव्य संग्रह होय. स्वत:ला संबोधून व समाजाला संबोधून कवीने अनेक कविता लिहिल्या आहेत. हिंदुस्थान व देशप्रेमाच्या कविताही यात आल्या आहेत. कवी आत्मलक्ष्यी अनुभव सांगता सांगता क्वचित जैनतत्वज्ञानाचे सूचन करतो.

जन्ममृत्यूचे चुकतां फेरे।
बालसुतांच्या जयजकारे।
त्रिलोक दुमदुमणार।
शाश्वत सुख मी अनुभवणार।

अशी त्यांची दुर्दम्य भावना आहे.

'जिनगुण सुमनावली' (१९५८) ही भालचंद्र क्षीरसागर यांची कविता जैन धर्मातील विविध विषयावरील कविता असून पूजा, अष्टक, धावा, पाळणा, अहिंसा, परमात्मा इ. विषयांबरोबरच तीर्थंकर, आचार्य, धर्म इ. विषयांवरही लिहिली गेली आहे. काही ठिकाणी बोधपर कविताही आहे.

तरुण गड्यानो सावध व्हावे तरुणी पासून।
कटाक्ष टाकून घालील बेडी, टाकील जखडून।
किंवा
वेश्यान्य स्त्री जुगार दारू, मांसादिक व्यसने।
सेवुनि मिरवी फॅशन दावित, तिरछा नजरेने।

अशा ही रचना आल्या आहेत.

'वीरगीतांजली' (१९६९) ही भ. महावीरांच्या जीवनावर लिहिलेली विविध कवींची कविता आहे. रणदिवे, पी. बी. पाटील, सूर्यकांत खांडेकर, वासंती शहा, माणिक कटके, कवी कांचन, सुभाष अक्कोळे, गं. दा. सगरे, श्रीपाल शहा, कुंतीनाथ करके, जिनदत्त उपाध्याय इ. अनेक कवींच्या रचना यात आहेत. विशेषतः 'महावीर' हा एकच विषय घेऊन रचलेली ही कविता आहे, वीरचरित, वीर प्रार्थना, महावीरांचे पंचकल्याण, वीर वर्णन, अष्टक इ. शीर्षके महावीरांचे दर्शन घडवितात.

'भ. महावीर' याच विषयावर भ. महावीरांच्या २५०० व्या निर्वाण महोत्वानिमित्त विकास शहा यांनी लिहिलेले काव्य म्हणजे 'मोक्षगंध' हे काव्य होय. आधुनिक काळातील काव्याच्या धर्तीवर या कविता आहेत.

थोर ऐशा श्री महावीरापुढे माथा झुके
कवन त्यांचे कंठ माझा गात राहिन कौतुके

ही कवीची इच्छा भ. महावीरांची स्तुती करताना दिसते.

कवी भद्रदास यांची एक रचना आचार विषयक व जीवनसूत्राविषयक अशी लिहिली आहे. 'जीवनदृष्टी' या शीर्षकाचा हा संग्रह असून पाक्षिक श्रावकाची उपयुक्त जीवनसूत्रे व सत्तावीस जीवनसूत्रे कवितेत सांगितली आहेत. चतु:संज्ञाज्वर

त्याग, हुंड्याविना विवाहसंस्कार, सामूहिक विवाहसंस्कार, जीवनात पंचाणुव्रतांचे पालन, जगा व जगू द्या, सत्य, महात्याग, मांसत्याग, मधुत्याग, संयमन, परस्त्री मातेसमान, इच्छासंयमन व शेवटी समाधिमरण अशी २७ सूत्रे पद्यात गुंफली आहेत. 'मंगलार्चना' हा आणखी एक संग्रह याचे नावे आढळतो.

'ओनामासिधम' ही मोतीराम मुळावकर यांची कविता अलीकडे रचली आहे. आशा, सम्यक्त्व, क्षमा, मानवता, चिंतन इ. विषय कवितेत माठ्या कौशल्याने मुळावकरांनी गुंफले आहेत. याशिवाय मुनिराज चंद्रसागर महाराज यांनी लिहिलेली 'भगवान बाहुबली गीतांजली'(१९७२) यात बाहुबली पाळणा, दशधर्म, अनेक स्त्रोत्रे, बारा भावना, पदे, सिद्ध चक्रस्तुती अशा अनेक विषयांवर रचना आढळतात. शोभना शहा यांनी सप्रेम भेट भजनांजली मध्ये काही चित्रपटाच्या गाण्यांच्या चालीवर भजन रचना केल्या आहेत.

आधुनिक मराठी कवितेतील या विविध रचना जैन कवींनी केल्या आहेत. धर्म, तत्त्वज्ञान, आचार, भक्ती, सद्‌बोध, श्रावकांचा आचार अलिकडील भाषेत कवींनी सांगितले आहे. केवळ चांगल्या विचारांना पद्यात गुंफणे हाच हेतू या कवितेमध्ये दिसतो. आध्यात्मिक विचार व धर्म, तीर्थंकर यांच्याप्रती असणारा श्रद्धाभाव यात दिसतो. समाजसुधारणा व व्यसनमुक्ती, जीवनाविषयक सद्‌विचार इ. विषय या कवितेत येतात. शृंगार रसाचा अभाव, दाहक सामाजिक अनुभव, वास्तव जगण्याकडे दुर्लक्ष व इहवादी आधुनिक जीवनाचा परिणाम या कवितेत कोठेही दिसत नाही. म्हणूनच ही कविता अगदी नीरस वाटते. परंतु काही ठिकाणी कवींचे कौशल्य, स्वत:ला आत्ममग्न करण्याची वृत्ती, विविध उदाहरणे व प्राचीन संदर्भांचा अभ्यास यामुळे ही कविता चिंतनीय व विचारप्रवण होते. मनुष्य जन्मामध्ये धर्म आणि विशेषत: जैन धर्म याचे विचार व आचार कसे महत्वाचे आहेत हेच पुन्हा पुन्हा ही कविता सांगते. त्यामुळे ही कविता मध्यमवर्ग, सामाजिक समस्या, सामाजातील प्रश्न, प्रेम, वासना, आधुनिकीकरण, नागरीकरण यांच्यापासून कोसो दूर असल्याचे दिसते.

मराठी जैन पद्यरचनेतील तीर्थवंदना

भारतीय बहुतेक सांप्रदायिक व धार्मिक साहित्यामध्ये तीर्थक्षेत्रावरील भक्ती व त्यावर लिहिलेली काव्ये आढळतात. अगदी मध्ययुगीन मराठी साहित्यातही महानुभाव साहित्यामध्ये ऋद्धिपूर वर्णन, सह्याद्री वर्णन अशी स्थळांचे माहात्म्य सांगणारी काव्ये, वारकरी संप्रदायात तर बहुतेक संतांनी लिहिलेले पंढरीमहात्म्य अशी तीर्थ क्षेत्रांची महती सांगणारी काव्ये आढळतात. मध्ययुगीन मराठी जैन

साहित्यातही ही तीर्थ वंदना साहित्य आढळते. यात जिनसागर, चिमनापंडित, इ. कवींनी जैन तीर्थक्षेत्रासंबंधी काव्ये लिहिली आहेत. मराठी गद्यातही तीर्थक्षेत्रांची माहिती महती सांगणारे ग्रंथ आहेत. आधुनिक मराठी जैन साहित्यातही ही तीर्थवंदना सांगणारी काव्ये आढळतात. ही काव्ये अगदी थोडकी असली तरी यांची नोंद घेणे महत्त्वाचे ठरते.

जैन परंपरेत २४ तीर्थंकर वेगवेगळ्या क्षेत्रावरून मोक्षास गेले. यापैकी पहिले तीर्थंकर कैलासगिरी पर्वतावरून, नंतरचे २० तीर्थंकर सम्मेद गिरीवरून, भ. नेमिनाथ गिरनार पर्वतावरून व भ. महावीर पावापूर येथून मोक्षास गेले. याशिवाय भारतातील अन्य ठिकाणांवरूनही अनेक मुनी, आचार्य व साधू मोक्षास गेले. या सर्व क्षेत्रांना सिद्धक्षेत्र असे म्हणतात. या सिद्धक्षेत्रांची पूजा या काव्यातून केल्याची दिसते.

१९८४ साली जिनदास चवडे यांनी 'निर्वाणक्षेत्र पूजा'हे काव्य लिहिले आहे. तीर्थवंदना काव्ये ही अर्थात पूजा काव्ये व क्षेत्राचे माहात्म्य सांगणारी काव्येच आहेत. अष्टद्रव्यांनी या क्षेत्रांची पूजा या पद्यरचनांमध्ये सांगितली आहे. कैलास, सम्मेदगिरी, चंपापूर, पावापूर, गिरनार, सोनगिरी, तुंगगिरी, गजपंथ, शत्रुंजय शिखर, रेवानदीतीरी सिद्धवरकूट, पावागिरी, द्रोणागिरी, अष्टापद पर्वत, वंशस्थान पर्वत, मेंढागिरी पर्वत, कुंथलगिरी पर्वत, कलिंग, रिसंदगिरी अशी अनेक ठिकाणे व या ठिकाणाहून कोट्यवधी मुनी मोक्षास गेले. याची वर्णने या कवितेत कवीने केली आहेत. 'बालदास' या नावाने ही कविता लिहिली आहे. अनेक वृत्तात ही कविता आहे. या संग्रहाच्या १९२६ पर्यंत तीन आवृत्त्या निघाल्या आहेत.

सम्मेदशिखरजी हे जैनांचे परमश्रद्धा असणारे ठिकाण. सर्वात जास्त म्हणजे २० तीर्थंकर येथून मोक्षास गेले. या शिखरजीचे महात्म्य सांगणारे दोन पद्यसंग्रह आढळतात. यापैकी श्रीमती मैनाबाई खोलापुरे यांनी प्रकाशित केलेले 'श्रीसम्मेदशिखरजी महात्म्य व संगीत पूजा'(१९३८) हे काव्य होय.

'कैलास गिरी चंपापुरी। गिरनारी जिनराय
दास म्हणे जयमालही। महावीर गुण गाय।'

असे 'दास' या कवीने लिहिले आहे. यातही चोवीस तीर्थंकर व त्यांची मोक्षक्षेत्रे यांना वंदन केले आहे. सुरुवातीला प्रस्तावनेत कोणत्या पर्वतावरून किती मुनी मोक्षास गेले याची तपशीलवार मांडणी असून प्रत्येक तीर्थंवंदनेनंतर

सुरनर सारे वंदन करिती दूर कराया भवभय भीती।

दुर्गति माजी कधि नच जाती। दर्शन ज्या झाले।।
नारायण सुत बालदास हा विनवुनी सकला बोले।।

असे म्हटले आहे.

नारायण सुत बालदास म्हणजेच जिनदास नारायण चवडे हा कवी होय. याच कवीची रचना मैनाबाई खोलापुरे यांनी प्रकाशित केली आहे. काव्य रचनेचा काळ हा १९ व्या शतकाच्या अखेरीचा असावा.

विद्वद्वर नेमिचंद्र विरचित सूर्य प्रकाशातील 'श्रीसम्मेदाचल' या ग्रंथावरुन ब्र. जीवंधर पाटील यांनी 'श्री तीर्थराज सम्मेद शिखरजी माहात्म्य व पूजा' हे पद्य रचले आहे. सम्मेद शिखरजीवरील २० तीर्थंकर व मोक्षास गेलेले कूट (पर्वत) अनुक्रमे सिद्धवर, धवलदत्त, आनंद, अविचल, मोहन, प्रभास, पावन, सुप्रभ, विद्युत, सम्मेद, स्वयंभू, संकुल, सुदत्तवर, शांतिप्रभ, ज्ञानधर, नाटक, संकुल, निर्जर, मित्रधर, सुवर्णभद्र अशा वीस कूटांची वंदना यात आली आहे. पुढे या कूटावरुन अनेक कोटी मुनि मोक्षास कसे गेले याची रचना आली आहे. साकी, घत्ता, चौपाई अशा काही छंदांतून या रचना आल्या आहेत.

जैन धर्मात तीन प्रकारची क्षेत्रे महत्वाची मानली जातात. पहिले सिद्धक्षेत्र जिथे तीर्थंकर मुनी मोक्षास गेले. दुसरे अतिशय क्षेत्र जिथे चमत्कार झाले, तिसरे तीर्थक्षेत्र जिथे पवित्र क्षेत्र निर्माण केले गेले. अशा तीन क्षेत्रांचे वंदन तीर्थवंदनेमध्ये होते. अशा अतिशय क्षेत्रामध्ये नेमगिरी हे क्षेत्र आहे. हे नेमगिरी म्हणजे सध्याचे परभणी जिल्ह्यातील जिंतूर हे क्षेत्र होय. या क्षेत्राविषयी मुक्तागिरी जैन यांनी रचना केली आहे. सुरुवातीला हिंदी भाषेत रचना असून नंतर पोवाडा या छंदात रचना केली आहे. नेमगिरीच्या गुंफा त्यावर आलेली संकटे, तेथील चमत्कार, १६ व्या शतकातील इस्लामी आक्रमणे व त्यातून वाचविलेल्या मूर्ती व नावारूपास आलेले क्षेत्र अशी रचना आहे. 'अतिशय क्षेत्र नेमगिरी पूजा व पोवाडा' अशीही रचना आहे.

१९६८ साली धनपाल कांताप्पा उपाध्ये यांची 'श्री कुंथलगिरी माहात्म्य' नावाची तीर्थवंदना प्रसिद्ध झाली आहे. श्री लक्ष्मीसेन दिगंबर जैन ग्रंथमाला, कोल्हापूर यांच्यामार्फत हा ग्रंथ छापला आहे. हे कुथलगिरी माहात्म्य म्हणजे देशभूषण-कुलभूषण यांचे चरित्र आहे. २० वे तीर्थंकर भ. मुनिसुव्रत यांच्या काळी देशभूषण-कुलभूषण या दोन मुनिद्वयांनी कुंथलगिरी येथे घोर तपश्चर्या करून मुक्तिपद प्राप्त केले. दक्षिण भारतामध्ये कुथलगिरी हे एकच सिद्धक्षेत्र आहे. या क्षेत्राची महती पुढे पंचमकाळात झालेले आचार्य शांतिसागर पायसागर,

वीसागर, नेमिसागर यांनी या क्षेत्रावर केलेले कार्य व वास्तव्य यांचेही माहात्म्य आले आहे. ओवीबद्ध असा हा ग्रंथ आहे. यातील चरित्र काव्याचा आढावा चरित्रकाव्य या घटकात घेतला आहे. तरीही या पुस्तकात कुंथलगिरी या क्षेत्राबाबत कवीने विवेचन केले आहे.

पाळणा काव्ये

पाळणा हे जन्माबरोबर लिहिलेला प्राचीन पद्यरचना प्रकार जैन साहित्यात आधुनिक काळातही आढळतो. प्राचीन मराठी जैन साहित्यातही पाळणे संग्रह आहेत तीर्थंकर, मुनी, आचार्य यांच्या चरित्रासाठीही पाळणे लिहिले गेले आहेत. आधुनिक मराठीमध्ये नेमचंद नारायण चवडे, जिनदास चवडे, नथु बापू यळवटकर, धर्मचंद्र, अर्जुनसुत, गंगादास व प्राचीन ब्रह्म महतिसागर व चिमणा पंडित इ. कविंनी लिहिलेल्या पाळण्यांचा संग्रह १९ व्या शतकाच्या अखेरीस प्रकाशित केला आहे. प्रतीकात्मक व रुपकात्मक असे हे पाळणे आहेत. तीर्थंकरांचे गुणवर्णन व त्यांच्या जीवनावरील रूपक या संग्रहात लिहिले गेले आहेत.

लक्ष्य चौऱ्यांशी आयुष्य। पूर्ण आहे ज्याचे।
चौतिस अतिशय शोभती। गुण छत्तीस त्याचे।

अशी तीर्थंकर जीवनाची प्रतिकात्मकता येते.

बालदास, ब्रह्ममहती, अर्जुनसुत सखाराम यांनी ‘आदिनाथांचे पाळणे’ लिहिले आहेत. तर नेमी, चिमणा यांचे ‘नेमिनाथाचे पाळणे’ आहेत. महादेवी म्हणजेच ‘पद्मावती देवी हिचा पाळणा’ बालदास याने रचला आहे. तसेच बापूदास, धर्मचंद्र व आणखी एका कवीनेही पद्मावतीचा पाळणा रचला आहे. पद्मावतीची विविध नावे तिची विविध रूपे व तिचे गुणवर्णन या पाळण्यांमध्ये येते. गंगादास या कविने भरतेश्वराचा पाळणा लिहिला आहे.

या संग्रहानंतर बऱ्याच वर्षांनी ज. ने. क्षीरसागर यांचा ‘भ. महावीर पाळणा’ हे काव्य आढळते. कवी ज. ने. क्षीरसागर यांनी हा पाळणा लिहिला असून महावीर जयंतीसाठी हा संग्रह लिहिला आहे. महावीरांच्या पूर्वभवाचे प्रसंग, प्रभुपदकाळी घडलेले प्रसंग लिहिले आहेत. महावीरांचा इ.स. पू. ५०० च्या पूर्वी झालेला जन्म. प्रभूंच्या विशेषांचे वर्णन, घाती कर्माचा नाश करून केवलज्ञान प्राप्ती झाली. शेवटी मोक्षलक्ष्मी व भारभूमी यांचा संवाद या पाळण्यात येतो.

हाच संग्रह पुढे १९६१ साली पुन्हा मुद्रित केला गेला असून यात शेवटी कवी कालचंद्र यांचा ‘महावीरांचा पाळणा’ व कवी जीवराज यांचा ‘आदि

जिनाचा पाळणा' छापला गेला आहे. पुन्हा हाच पाळणा १९७९ साली 'युवराज महावीर' या नावाने छापला आहे.

श्री चंद्रसागरजी महाराज यांनी लिहिलेला 'बाहुबली पाळणा' हा एक संग्रह (१९७२) पहायला मिळतो. 'बाहुबली गीतांजली' या संग्रहात हे पाळणे आले आहेत. बाहुबली पाळणा, गोमटेश्वर इतिहास, वृषभनाथ पाळणा व महावीर पाळणाअसे चार पाळणे यात आले आहेत. १९३६ साली बाहुबली पाळणा लिहिला असून भ. बाहुबलीचे सर्व चरित्र या पाळण्यात येते. केतकी निमगाव येथे हे पाळणे रचले आहेत. 'जो बाळा जोजो रे जो' हे पालुपद शेवटी प्रत्येक कडव्याच्या शेवटी आले आहे. महावीराचा पाळणा यातही भ. महावीरांचे जीवन सांगितले असून या पाळण्याच्या शेवटी फलश्रुतीही सांगितली आहे.

याशिवाय धर्मसागर महाराज यांनी 'दोन पाळणे' लिहिले आहेत, यापैकी 'भ. महावीरांचा पाळणा' २३ पदांत रचला असून यातही भ. महावीरांचे जीवन सांगितले आहे. पंचस्वरात हा पाळणा लिहिल्याचे कवी सांगतो.

अष्टकर्माचा केला निवांत, अ इ उ ऋ लृ पंच स्वरात
कृष्ण कार्तिक पावापुरात, मुक्त झाले पद्म सरावरात, जो, बाळा।।

शेवटी हा पाळणा गाणाऱ्यास महापुण्य लाभेल असे कवीने फलश्रुतीही सांगितली आहे.

'शांतिनाथ तीर्थंकरांचा पाळणा' हा दुसरा पाळणा कविने केला आहे. शांतिनाथांच्या जन्मसोहळा या सोहळ्यासाठी नटलेल्या नारी इ. वर्णने कवीने सुंदर केली आहेत. शेवटी शांतिनाथ वैराग्य स्वीकारतात.

वैराग्य झाले राज्य पतीला, जेष्ठ वद्य चतुर्दशी मितीला,
दिक्षा घेउन गेले शांती सतीला, जपतसे स्वानंत नीतीला।।

जो बाळा।।

असे दीक्षा कल्याणाचे वर्णन करून शेवटी शांतिनाथांना केवलज्ञान प्राप्त झाले ते मोक्षाला गेले त्यामुळे हा पाळणा जो ध्यानी धरेल तो मोक्षमार्गी होईल. त्याच्यावरील विघ्ने जातील अशी फलश्रुती सांगितली आहे. १९३० च्या दरम्यानच्या या रचना असाव्यात.

चंद्र सागर रमला वीर गुणगुण्यात
महावीर पाळणा वीरानी गावा
भक्तिभरे नित गुणाचा ठेवा

धनसुख सौख्याला नाही हो पर्वा।।
चंद्रसागर म्हणे अक्षय सुख पावा।
जो बाळा जो जो रे जो।।१९।।

याच संग्रहात दश धर्माची कविता व इतर तीर्थंकरांची पदेही आली आहेत.

जैन कीर्तन आख्याने

लोकप्रबोधनासाठी कीर्तनाची परंपरा महाराष्ट्रात आहे. नारदीय कीर्तन परंपरेपासून नामदेवादी संतांची कीर्तने, रामदासी कीर्तने व आख्याने, ख्रिस्ती धर्मीयांची कीर्तनाख्याने व अलीकडे विज्ञान कीर्तन आख्याने इथेपर्यंत कीर्तन आख्यानांची परंपरा महाराष्ट्रात दिसते. मराठीमध्ये जैन धर्मीयांची कीर्तन आख्यानेही १९ व्या २० व्या शतकात लिहिली गेली आहेत. कीर्तन आख्याने लिहिणे व त्यांचे सादरीकरण करणे या दोनही उद्देशाने ही कीर्तन आख्याने लिहिली गेली आहेत. महाराष्ट्रभर फिरून काही कीर्तनकार जैन धर्मातील या आख्यानातून धर्म प्रभावनेचे व प्रबोधनाचे कार्य करीत होते.

पोवाडे व शाहिरी काव्ये

आधुनिक मराठी जैन साहित्याने बहुतेक सर्व प्राचीन आधुनिक साहित्यप्रकार हाताळले आहेत. अगदी पाळण्यापासून समाधिमरणापर्यंत जीवनातील सर्व टप्पे काव्यात सांगितले आहेत. पोवाडा हा काव्यप्रकारही जैन कवींनी हाताळला आहे. अगदी अल्पप्रमाणात हे काव्य असले तरी जैनधर्मीयांच्या प्रबोधनासाठी व काही चरित्रात्मक पोवाडे जैन कवींनी लिहिले आहेत. धर्मसागर मुनींच्या पासून अलीकडे कुंतीनाथ करके यांच्यापर्यंत ही काव्ये लिहिली गेली आहेत. या पोवाडा व शाहिरी काव्यामध्ये शाहिरी रचनेचे बहुतेक सर्व प्रकार हाताळणारे कवी म्हणून धर्मसागर महाराज यांची शाहिरी ही आधुनिक मराठीतील एक सुंदर भांडार आहे.

धर्मसागर हे मराठी जैन साहित्याला लाभलेले महत्त्वाचे कवी, रचनाकार, प्रतिभावंत, प्रबोधनकार आहेत. अगदी अल्प शब्दांत मोठा आशय व विषयांची मांडणी त्यांनी आपल्या काव्यातून केली आहे. 'अल्पाक्षर रमणीयत्व' हा त्यांच्या शाहिरी काव्याचा विशेष म्हणावा लागेल. जवळ जवळ दोनशे बेचाळीस काव्ये, पदे, पोवाडा, लावणी, फटका, कटाव, सवाल-जबाब, साकी, पद, परमत खंडण इ. अनेक काव्यप्रकार मराठी व कन्नड भाषेत हाताळले आहेत. दारुबंदीवरील पदापासून हिंदुस्थानची परिस्थिती इथपर्यंत समाज प्रबोधनात्मक काव्ये व म.

गांधीच्या पोवाड्यापासून, श्रेणिक, गजकुमार या पौराणिक चरित्रांवर पोवाड्यापर्यंत आणि सुधारक मताच्या खंडणापासून भाकड कथा सांगून पटवणाऱ्या माणसांवरील टीकेपर्यंत अनेक विषय कवीने हाताळले आहेत. संगीत आणि पद्यरचनेचा अभ्यास व विविध विषयावर आपल्या प्रतिभेने केलेली काव्ये ही अत्यंत रमणीय व रसपूर्ण झाली आहेत. राग, सूर, काल, ताल यांचाही अभ्यास कवीने केला आहे.

सप्तस्वरांची स्थाने सांगताना कवी म्हणतो

चतुर्थ भादर, त्रिकूट दुर्धर, जलसा छंदर, प्रतिध्वनि सुंदर।

समवशरणातील साडेबारा कोटी वाद्ये, ता धिनधिनाधिन, धिन किट धाधा, साधनी।।

'सिनेमाचे खंडण', 'हिंदुस्थानी परिस्थिती', 'सुधारक मताचे खंडन', 'स्त्रीचरित्राचे खंडन', 'व्यवहार धर्म उपदेश', 'परिस्थितीचा पोवाडा', 'पद दारुबंदीवर', 'दारुबाज दिनकररावाचा पोवाडा', 'एका पुरुषाला दोन बायका', 'पैलवान व दुर्जनसंग पोवाडा' अशा अनेक विषयांतून मुनी धर्मसागर यांनी समाज प्रबोधन, नैतिक मूल्यांची जोपासना, शाकाहार, सदाचार, व्यसनमुक्ती इ. विषयावर पोवाडे लिहिले आहेत. 'भगतसिंगाचा पोवाडा', 'म. गांधीचा पाळणा' अशा काव्यातून त्यांची देशभक्ती ही दिसते. शेतकरी कामकरी पद असे शेतकऱ्यांवरही पद लिहिले आहे.

शेतकरी मुलारे घोंगडीवाला, तू बळिराजा रे कामकरी माझ्या।
शेतकरी बाबाची कशीबशी राहणी, हातात भाकरी पाखरे हाणी।
कल्पवृक्षापरी शेतकरी प्राणी, मोत्याची रास भरितसे गोणी।

अशी अत्यंत सुरस पदे रचली आहेत. स्वत: जैन धर्मातील त्यागी असून आत्मोन्नतीबरोबर समाजोद्धारासाठी धर्मसागर महाराजांनी केलेली रचना नोंद घेण्यासारखी आहे. या वरील सर्व काव्याला जैन साहित्य म्हणता येईल का? हा प्रश्न पडला तरी व्यसनमुक्ती, शाकाहार, दारूबंदी, सदाचार, ही जैनधर्माची तत्त्वेच धर्मसागर यांनी या प्रबोधनातून सांगितली आहेत.

जैन धर्मातील अनेक पुराण कथा पोवाडा आणि शाहिरीतून धर्मसागर महाराज यांनी सांगितल्या आहेत. 'धीवराची कथा', 'हालिक नामक कुणब्याची कथा', 'द्रोपदी हरण पोवाडा', 'अभयदान देणाऱ्या चोराची कथा', 'कुंथलगिरीचा इतिहास' या कथा पौराणिक जैन साहित्यात आल्या आहेत. याशिवाय जैनसाहित्यातील पौराणिक चरित्र कथांवरही काव्ये लिहिली आहेत. 'सीता

शील परीक्षा', 'श्रीपाल चरित्र', 'जीवंधर चरित्र', 'कोल्ह्याची कथा', 'आदिनाथ चरित्र', 'गजकुमार चरित्र', 'आरती धर्मनाथाची', 'विद्यासागर चरित्र', 'अंजना सुंदरी चरित्र' अशा जैन साहित्यातील पौराणिक चरित्र कथा लिहिल्या आहेत. 'नेमिनाथ दीक्षा', 'राजमती शोक', 'कुलभूषण-देशभूषण चरित्र' अशीही कथा पोवाड्यात येते.

दर्शन कविता, गुजर लोकांचा धर्म, व्यवहार व अध्यात्मबोध, अध्यात्म पद, समवशरण रचना, मी मोक्षात घडोघडी रोज रे, पद अध्यात्म, मुळ समक्ताविण जग फसते. अशा रचना जैन धर्माचे तत्वज्ञान आणि अध्यात्म सांगणारी पदे आहेत. या शिवाय अनेक उपदेशपर व रूपकात्मक लावण्या, साकी, पदे, पाळणे असे शाहिरीतले बहुतेक काव्यप्रकारही हाताळले आहेत. अनेक चालीवर म्हणावयाची पदे, पोवाडे, सवाल-जबाब, फटका, कटाव इ. रचनाही केल्या आहेत. धर्मसागर महाराजांचे हे काव्य म्हणजे जैन साहित्याला मिळालेली एक फार मोठी देणगीच म्हणावी लागेल.

शब्दप्रभाकर ग्रंथ व अध्यात्म प्रारंभ (शाहिरी काव्य)

धर्मसागर मुनिनी लिहिलेला 'शब्द प्रभाकर ग्रंथ' म्हणजे २० व्या शतकातील एक दुर्मिळ व वैशिष्ट्यपूर्ण काव्य म्हणावे लागेल. ही रचना करताना शब्द व वर्णांची जुळवाजुळव कवीने प्रचंड ताकदीने केली आहे.

अध्यात्म प्रारंभ कविता ही विविध वृत्तांत असून दोन्ही बाजूनी कविता वाचल्यास कवितेचा शब्दक्रम व अर्थक्रम बदलत नाही.

तु बारे धर्म वर्म धरे बा तु।।
तु नरे कर्म मर्म करे न तु।।७१।।
तपा अनर्थ सार्थ न अपात।।
तशात न जाग जान तशात।।

अशा रचना दोन्ही बाजूंनी वाचल्यास तोच अर्थ व तीच शब्दरचना, अक्षररचना लक्षात येते. मराठीतील सर्वच प्राचीन कवींनी आपल्या कवितांची प्रयोजने सांगितली आहेत. कवी आपल्या कवितेचे प्रयोजन सांगताना म्हणतो

काव्य करी कवी करी काव्य का।
कालोत्री राही तो हिरा त्रिलोका।

या त्रिलोकामध्ये सम्यक्त्वाला अनुसरून जो काव्य करतो तोच या तिन्ही लोकात हिरा समजावा. अशी अध्यात्मिक रचना धर्मसागर यांनी केली आहे.

चमत्कृती पूर्ण

'शब्दप्रभाकर ग्रंथ'ही रचना म्हणजे धर्मसागर महाराजांचे प्रचंड शब्दज्ञान व कौशल्यच होय. एकाच ओळीत उलट वाचल्यास रामायणाची कथा येते तर तीच ओळ सुलट वाचल्यास पांडवप्रताप या ग्रंथाची कथा अशी कौशल्यपूर्ण रचना म्हणजे हा शब्दप्रभाकर हा ग्रंथ होय.

उदा. ते वीरक, तपानी, त्या नेमा रा, जे, नाव रा, ही पां, डवे ,ते त्या।

ते, रिपु, नटपा, मरा, नेम क्षुल्ल, के न जा णे पं, च वीर, त्या।।

किंवा

ही द्रो पदी नेले आ, दरणा, तीस, ते, सु, रेक, ते बा, हे।

ही, सत्या, कर, वेल खु, ष लाखू, सर्वास, ते सु, तासी हे।।

दुसऱ्या पदाचा सरळ अर्थ द्रोपदीस भीम नगराबाहेर नेतो. उलट्या ओळीत नारद लवांकुशास सीता हरणाची कथा सांगतो असा येतो.

धर्मसागर महाराजांच्या सिद्धांत शाहिरीमध्येही अनेक विषय आले आहेत. या सिद्धांत शाहिरीमध्ये अनेक अध्यात्मिक कविता असून अध्यात्मिक बोध, एकीभाव शब्द कवित्व, क्रोध जिंकण्याचे कवित्व, बारा अनुप्रेक्षा, ध्यानाची कविता, पूर्व कर्माचा झेंडा, सिद्धांत भगवती आराधना, गर्भावळ, मिथ्यात्व रहित सम्यक्त्व, आध्यात्मिक कवित्व, आत्मज्ञान कवित्व या कवितांची शीर्षके पाहिल्यास जैन तत्त्वज्ञान अत्यंत सोप्या भाषेत सांगण्याचे व सर्व सामान्य लोकांना जैन तत्त्वज्ञान लोकभाषेत व लोककला प्रकारात सांगण्याचे कवित्व कवीने केले आहे. बऱ्याच वेळा ही कविता रुपकात्मक सुद्धा झाली आहे. जन्म, मरण, कर्मबंध, आस्रव, निर्जरा या जैन तत्त्वांना कवी रूपकात्मक पद्धतीने मांडतो.

दोन शब्द ऐका करून शांत स्वमन। आपण दूर टाकलेले श्वान खाते वमन

कर्माने केले मज त्याच समान। परमहंस दीक्षा घेऊन गेलो मी दमून।

एकशे अठ्ठेचाळिस वैरी आले दमून। ओम अक्षरांचा मंत्र दिला ममता रमण।

सत्तावन्न शिपाई उगीच बसले समान। मग अश्वरुपी चोर गेले गुमान।।

अशी रूपके कवी करतो व यातून अध्यात्म सांगतो. क्रोध जिंकण्याचे कवित्व, पापपुण्य खंडण, अध्यात्म मंडण अशा कवितेतूनही अध्यात्म येते. अभयकुमाराचे चरित्र, सोमदत्ताची लावणी, कटाव, साकी, गौळणी पदे, मिळवणी,

फौजफाटा, चौपाई, कवित्त, दृष्टांतपर उपदेश, लावणीच्या हाटेलाचा पोवाडा, कलगीतुरा योगाची लावणी, विक्रयाची लावणी, गर्भावळ अशा अनेक पद्यरचना धर्मसागरांनी लिहिल्या आहेत. २० व्या शतकात इतके विविध काव्यरचना प्रकार हाताळणारा कवी म्हणजे एक आश्चर्यच म्हणावे लागेल. कवीने केलेली ही सिद्धांत शाहिरी म्हणजे जैन तत्त्वज्ञानाचे लोकभाषेत केलेले रूपांतर म्हणावे लागेल.

बालसुतांचे पोवाडे

धर्मसागर यांच्यानंतर इतकी शाहिरी मराठी जैन साहित्यात आढळत नाही. परंतु त्यांच्यानंतरही काही कवींनी शाहिरी केली आहे. बालसुत उर्फ गोपाळ बालाजी बीडकर यांनीही अभंग, कविता, पद्यरचना हाताळल्या आहेत. पोवाडा हा काव्यप्रकारही त्यांनी हाताळला आहे. 'शांतिसागर स्तवन व पोवाडा'(१९३१) या कवितेत २० व्या शतकात होवून गेलेले प्रथमाचार्य शांतिसागर यांचे स्तवन आले आहे व नंतर शांतिसागरांचा पोवाडा या कवितेत पोवाड्यातून शांतीसागर महाराजांचे जीवन आले आहे. त्यांनी केलेला उपदेश, भ्रमंती, चातुर्मास याचबरोबर त्यांना झालेले उपसर्ग यांची वर्णने पोवाड्यात आली आहे.

शाहीर कृष्णा यांचा देशभूषण महाराजांचा पोवाडा.

कोल्हापूर जिल्ह्यातील नंदगाव येथील शाहीर कृष्णा चव्हाण यांनी 'देशभूषण महाराजांचा पोवाडा' लिहिला आहे. स्वातंत्र्यपूर्व काळात नग्न मुनी होऊन विहार करणे हे मोठ्या जोखिमीचे कार्य होते. शांतिसागर महाराज यांच्यावरही असे अनेक प्रसंग त्यांच्या जीवनात आले होते. शांतिसागर महाराजांचे शिष्य देशभूषण महाराज यांच्यावरही अनेक वेळा विहार करताना संकटे आली. विशेषत: मुसलमान बहुल प्रदेशात, हैद्राबादच्या निजामांच्या परिसरात फिरताना त्यांच्यासमोर तलवारी घेऊन आलेले यवन व त्यांना देशभूषण महाराजांनी केलेला उपदेश यामुळे निजामही त्यांना संरक्षण देतो असे अनेक प्रसंग महाराजांच्या जीवनात आले. अशा प्रसंगावर शाहीर कृष्णा यांनी पोवाडा लिहिला आहे.

महावीरांचे पोवाडे

वैद्य व. गो. रणदिवे यांनी महावीरांचा पोवाडा(१९५०) लिहिला आहे. भ. महावीरकालीन परिस्थिती व त्यावर अहिंसेने केलेली मात या पोवाड्यात आली आहे.

हिंसेला धर्म मानून। खूळ काढून। विश्व फसवून।

पुरोहित धष्टपुष्ट बनले। आपुले मत प्रस्थापिले।
सत्य धर्माला बुडविले। जी जी जी जी

अशा परिस्थितीत बालपणात भ. महावीरांनी केलेले पराक्रम, नंतर दीक्षाग्रहण केले व धर्माचा प्रसार केला. विशेष म्हणजे कवी गौतमबुद्धाचा व महावीरांचा काळ एक असल्याचा सांगतो.

त्यावेळीच गौतम बुद्ध जगी अवतरला। जी जी
रस्त्यात प्रेते पाहून विरागी बनला। जी जी
ना कुणा कळविता लागे वनमार्गाला। जी जी
भेटती साधु जे करि त्यांच्या सेवेला। जी जी
पिहिताश्रव मुनीच्या जाइ झणी सेवेला। जी जी

असे बुद्धही जैन मार्गात येऊन तर त्यांनीही मध्यममार्ग स्वीकारला असा हा पोवाडा आहे. नंतर भ. महावीरांनी दिलेला मार्ग पुढे वर्णन केला आहे. भ. महावीरांच्या काळावर प्रकाश टाकणारा हा पोवाडा आहे.

सोलापूरकवी कुमार कोठावळे यांनीही एक 'भ. महावीरांचा पोवाडा' लिहिला आहे. भ. महावीरांच्या जन्मापासून त्यांना केवलज्ञान प्राप्तीपर्यंत त्यांच्या जीवनाचे चरित्र या पोवाड्यात आले आहे. या पोवाड्यात मधून-मधून निवेदनातून माहिती सांगितली आहे. उदा.

भ. महावीरांच्या संघात ११ गणधर, ७०० केवली, ५०० मनःपर्ययज्ञानी, १३०० अवधिज्ञानी, ३०० पूर्वज्ञानी, ९०० विक्रिया ऋद्धिधारक, ४०० अनुत्तरवादी होते. शेवटी महावीर निर्वाणाचे वर्णनही केले आहे.

याशिवाय पी. बी. पाटील, निमशिरगाव यांनीही 'महावीरांचा पोवाडा लिहिला' आहे. महावीरांच्या जीवानतील काही पराक्रमाच्या प्रसंगावर हा पोवाडा लिहिला.

शाहीर कुंतीनाथ करके यांनीही 'महावीरांचा पोवाडा' लिहिला आहे. अगदी अलीकडे लिहिलेल्या या पोवाड्यांमध्ये भ. महावीरांचे जीवन व कार्य सांगितले आहे.

समारोप

चरित्र, कथा, कादंबरी, नाटक इत्यादी साहित्यप्रकारांचा जैन साहित्याच्या अनुषंगाने परिचय प्रस्तुत प्रकरणात केला गेला आहे. अर्वाचीन मराठी मध्यवर्ती साहित्यधारेबरोबरच मराठी जैन साहित्यही आपली स्वतंत्र परंपरा मराठी साहित्यात

अधोरेखित करते. जैन तत्त्वज्ञान, आचारधर्म यांच्या विशिष्ट परिघात राहून स्वतंत्रपणे आपली विचारधारा मांडण्याचा प्रयत्न या साहित्याने केला आहे. सत्य, अहिंसा आदी पंच अणुव्रतांसह जैन तत्त्वज्ञानातील सहा द्रव्ये, सात तत्त्वे, नऊ पदार्थ, सप्त परमस्थाने, नीती, सदाचार, शील, मानवता, समता, भूतदया आणि प्राणिमात्रांविषयी आत्मीयता इत्यादी विचारांनी हे साहित्य समृद्ध होते. म्हणूनच जैन साहित्य हे समकालीन साहित्यासारखे अस्वस्थ करणारे व समाजातील भीषण, भयाण वास्तव दाखविणारे, तसेच लैंगिक जाणीवा आणि सौंदर्यवादाचा अतिरेक करणारे साहित्य नसून जीवनातील आदर्शांसह शाश्वत मानवी मूल्यांचा आविष्कार करणारे साहित्य आहे. उपदेश, बोध, सद्विचार, विवेक आणि सन्मार्गाचा विचार मांडून प्रत्येक जीवाला आत्मकल्याण आणि मोक्षमार्गस्थ करणारे हे साहित्य आहे.

या प्रकरणातील सर्वच साहित्यप्रकारांमध्ये वरील साहित्यविशेष दिसतात. या साहित्यविशेषांबरोबरच साहित्यगुणांचा प्रत्ययही या साहित्यातून येतो. त्यामुळे वाङ्मयीन दृष्ट्याही हे साहित्य सरसच ठरते.

प्रस्तुत प्रकरणात गेल्या दीडशे वर्षांत जैन साहित्यिकांनी हाताळलेले साहित्यप्रकार व त्या प्रकारांचे उपप्रकार, त्यांची मांडणी क्रमशः केली आहे. या प्रकरणाची मांडणी पाच विभागांत केली आहे. चरित्र, कथा, कादंबरी, नाटक आणि जैन साहित्यातील पद्यरचना असे हे पाच विभाग आहेत.

यांपैकी चरित्रविभागात गेल्या दीडशे वर्षांत लिहिलेली चरित्रे व त्या चरित्रांचे वर्गीकरण केले आहे. त्यांमध्ये तीर्थंकरांची चरित्रे, पौराणिक चरित्रे, पुण्यपुरुषांची चरित्रे, जैन राजे व सम्राटांची चरित्रे, आचार्यांची चरित्रे, मुनींची चरित्रे व संकीर्ण चरित्रांमध्ये काही स्त्रियांची व आदर्श व्यक्तींची चरित्रे आली आहेत. याशिवाय जैन समाजात होऊन गेलेले समाजसेवकांची व समाजसुधारकांची चरित्रे यांचाही आढावा घेतला आहे.

ही सर्व चरित्रे आदर्श आणि थोर पुरुषांची आहेत. माणसांनी या चरित्रनायकांच्या जीवनाकडे पाहावे, त्यांचा आदर्श घ्यावा, त्यांच्याप्रमाणे न्याय-नीतीने वागावे, संकटांना भिऊ नये, संघर्ष आणि पराक्रम करावा व शेवटी सर्वांना क्षमा करावी या हेतूने ही चरित्रे लिहिली गेली आहेत. या सर्व चरित्रांमध्ये तीर्थंकरांची आणि पुण्यपुरुषांची चरित्रे अधिकाधिक आहेत. यांतील काही चरित्रे वाङ्मयीन गुणांचा विचार करता सरस आहेत. २० व्या शतकातील समाजाला या चरित्रांची आवश्यकता असल्याचेही चरित्रकार सांगतात.

चरित्रांप्रमाणेच जैन साहित्यिकांनी आत्मचरित्रेही लिहिली आहेत. या आत्मचरित्रांना जैन आत्मचरित्रे म्हणण्याचे कारण म्हणजे हे सर्व आत्मचरित्रकार जैन आचार-विचारप्रणालीवर व तत्त्वज्ञानावर विश्वास ठेवतात. जैन धर्माचे आचरण करतात. जैन समाजाच्या उन्नतीसाठी प्रयत्न करतात. त्यांना आलेले अनुभव ते कथन करतात, म्हणून त्यांना जैन आत्मचरित्र म्हटले आहे. जैन समाजातील कर्तृत्ववान व्यक्ती, समाजासाठी त्यांनी दिलेले योगदान, त्यांचे दातृत्व या आत्मचरित्रांतून दृष्टोत्पत्तीस येते.

चरित्र-आत्मचरित्रांनंतर कथेसारखा वाङ्मयप्रकार जैन साहित्यात मोठ्या प्रमाणावर दिसून येतो. आधुनिक मराठीतील कथा ही इहवादी जाणिवा, मध्यमवर्गीय जीवन, दलित-ग्रामीण स्त्रियांचे अनुभवविश्व, वास्तववादी आणि अस्तित्ववादी घटनाप्रसंगांत घडतात. जैन साहित्याचे अनुभवविश्व व कथेचे परिप्रेक्ष्य स्वतंत्र आणि मध्यवर्ती कथाजाणिवांपेक्षा वेगळे आहे. या कथेतही स्वतःची अशी काही वैशिष्ट्ये आहेत. पौराणिक आशय, व्रतवैकल्ये, नीतिकथा, बोधकथा, व्रतकथा, कथामालिका, आख्यानकथा व अगदी अलीकडे समकालीन कथा अशा प्रकारांत या कथा येतात. प्रदीर्घ अशा कालखंडातील अनुभवविश्व आणि आशयविश्व या कथांना लाभले आहे. जैन पुराणे, तीर्थंकरांचे कालखंड आणि त्यांच्या जीवनात घडणाऱ्या घटना यांच्या या कथा आहेत. तसेच तत्त्वज्ञान आणि आचारधर्म यांची मांडणी करण्यासाठी व्रतकथा, नीतिकथा, दृष्टांतकथा, बोधकथा, तात्पर्यकथा अशा कथा या साहित्यात येतात. बहुतेक या सर्व कथा पौराणिक कालखंडात घडतात. कथेतील पात्रे अभिजात वर्गातील पात्रे असतात. राजे, व्यापारी, राजपुत्र, राजकन्या, विद्याधर इत्यादी विश्वातल्या पात्रांची उपस्थिती या कथांमध्ये दिसते. तसेच धर्माचरण करणारी, जैन तत्त्वज्ञानाचा पुरस्कार करणारी, जैन धर्म व तत्त्वे यांच्यावर विश्वास ठेवणारी, त्यासाठी संघर्ष करणारी ही पात्रे या कथांमधून येतात. बृहत्कथासारख्या कथांमधून प्राणी-पशु-पक्ष्यांसारखीही पात्रे येतात. बहुतेक व्रतकथा या दृष्टांतकथा, बोधकथा, फलकथा असतात. व्रतांच्या आचरणाने पात्रांना फलप्राप्ती होते. बहुतेक पात्रे सत्य-अहिंसादी पाच व्रतांचे पालन करतात.

काही जैन कथाकारांनी दीर्घकथाही लिहिल्या आहेत. या कथांमध्ये पौराणिक ग्रंथांतील पात्रांच्या दीर्घकथा येतात. या पात्रांच्या जीवनकथा, संघर्षकथा येतात.

पर्वकथा, दशधर्मकथा, व्रतकथा या कथांमधून वर्षामध्ये विशिष्ट कालखंडात येणाऱ्या पर्वदिनांच्या निमित्ताने घडणाऱ्या कथा आहेत. याखेरीज जैन साहित्यिकांनी

बालकथाही हाताळल्या आहेत. बोध, संस्कार, दृष्टांत इत्यादी आशय यात येतात. दृष्टांत बोधकथा, सद्बोध दृष्टांतमाला इत्यादी शीर्षके पाहिल्यास या कथांचे स्वरूप लक्षात यावे.

आधुनिक समकालीन कथा या जैन तत्त्वज्ञानाची नव्याने मांडणी करणाऱ्या कथा वाटतात. पारंपरिक पात्रे, प्रसंग आणि घटना यांपासून बाजूला जाऊन समकालीन युगात व मध्यमवर्गीय शेतकरी, कष्टकरी कुटुंबांत झालेला कहर, भ्रष्टाचार यांची मांडणी, जैन विचारांच्या परिघात राहूनच, या कथा करतात. या स्थितीविषयी या समकालीन कथा संताप, नाराजगी व्यक्त करतात, परंतु तरीही या कथांमध्ये आलेल्या पात्रांच्या मनामध्ये जैन धर्म, संस्कृती विचार यांच्याविषयी आस्था व आपुलकी अवश्य दिसून येते. या तत्त्वज्ञानाचे आचरण त्या अवश्य करतात, परंतु त्यामध्ये आलेल्या असमाजिक विकृतीविषयी मात्र नाराजगी व कधी कधी विरोधही व्यक्त करतात.

अशा अनेक विषयांमध्ये, आशयविश्वामध्ये संचार करणाऱ्या आणि २० व्या शतकातही पौराणिक कालखंडापासून समकालीन आशयविश्वापर्यंत व्यापक काल, अवकाश व्याप्त करणाऱ्या या कथा वाटतात.

कथारचनेबरोबरच आधुनिक साहित्यातील कादंबरी हा साहित्यप्रकारही जैन लेखकांनी हाताळला आहे. १८५७ साली पहिली मराठी कादंबरी लिहिली गेली, तर १८९० साली जैन तत्त्वज्ञानाचा पुरस्कार करणारी 'शीलादित्य' ही पहिली कादंबरी लिहिली गेली. कादंबरीसारखा वाङ्मयप्रकार हा व्यसन असल्याचे सुरुवातीला काही जैन लेखकांनी म्हटले असले तरी या लेखकांनी कादंबरीसदृश महापुराण, आदिपुराण, रामायण, पद्मपुराणसारख्या ग्रंथांचे रूपांतर करून कादंबरीसारख्या रचना केल्या आहेत. 'अहिंसेचा विजय' ही स्वतंत्र कादंबरी १९३९ मध्ये लिहिली गेली. यानंतर मात्र मराठी जैन साहित्यामध्ये कादंबरीलेखनाची परंपरा सुरू झालेली दिसते. परंतु तरीही मराठीमध्ये 'शिलादित्य' वगळता जैन तत्त्वज्ञान मांडणारी स्वतंत्र कादंबरी आढळत नाही. सर्वच जैन कादंबऱ्या पौराणिक आशय असलेल्या व चरित्रात्मक कादंबऱ्या असल्याच्या दिसतात. भाषांतरित व अनुवादित अशा प्रकारच्या कादंबऱ्या जैन लेखकांनी अधिकाधिक लिहिलेल्या आहेत. काही ऐतिहासिक जैन वीर व्यक्तींच्या जीवनावर आधारित चरित्रात्मक कादंबऱ्या लिहिल्या गेल्या आहेत. पौराणिक आशय, महाकाव्यसदृश व भाषांतरित कादंबऱ्या या प्रकारातच बहुतेक कादंबऱ्या आढळतात. जैन लेखकांनी काही लघू कादंबऱ्याही लिहिल्या आहेत.

समकालीन आधुनिक कादंबरीविश्वापासून दूर असलेल्या या कादंबऱ्या आपले एक स्वतंत्र जीवनविश्व व आशयविश्व मांडतात. प्रत्येक कादंबरी जैन तत्त्वज्ञानाचा काल-अवकाश मांडते. प्रत्येक कादंबरीत जैन तत्त्वज्ञानाचे रोपण असते. यातील पात्रे जैन तत्त्वज्ञानाची मांडणी करतात. जैन तत्त्वज्ञानाचे आचरण करतात. या सर्व कादंबऱ्या प्रचंड मोठ्या कालावकाशात घडतात. अलीकडे काही जैन आख्यानकथांच्या आधारेही कादंबऱ्या लिहिल्या गेल्या आहेत. या कादंबऱ्यांचा कालावकाश मात्र अल्प-संक्षिप्त दिसतो. मात्र समकालीन जीवन-जाणिवा व्यक्त करणारी कादंबरी मात्र काही अपवाद वगळता दिसत नाही. अलीकडे नीलम माणगावे, सुरेखा शहा इ. काही लेखिकांनी समकालीन जीवन-जाणिवा व्यक्त करणाऱ्या क्वचित् काही कादंबऱ्या लिहिल्या आहेत. वास्तववाद, अस्तित्ववाद, ग्रामीण, दलित, शोषित, नागर इ. आशयक्षेत्रांपासून मराठी जैन कादंबऱ्या काहीशा दूरच आहेत. कादंबरीसारख्या सर्वव्यापी व सर्वच विषयांच्या मांडणीसाठी उपयुक्त असलेल्या या वाङ्मयप्रकारापासून जैन लेखक दूरच राहिलेले दिसतात, याचा उलगडा होत नाही.

कादंबरीनंतर नाटक हा आधुनिक मराठी साहित्यात असलेला वाङ्मयप्रकारही जैन लेखकांनी हाताळला आहे. १८४३ पासून मराठी नाटकाची परंपरा सुरू होते. १८८० ते १९२० हा मराठी नाटकांचा सुवर्णकाळ मानला जातो. याच काळात जैन नाटककारांची परंपरा सुरू झालेली आहे. आधुनिक संगीत नाटकांची परंपरा जैन नाटककारांनीही जोपासली आहे. विदर्भातील चवडे बंधूंनी प्रारंभी ही संगीत नाटके लिहिली. या संगीत नाटकांमध्ये तत्कालीन नाटकांप्रमाणेच पौराणिक आशय व विषय हाताळले आहेत. जैन पुराण वाङ्मयातील तीर्थंकरांची चरित्रे, पुण्यपुरुषांची चरित्रे या नाटकांमध्ये चित्रित झाली आहेत. सत्य, अहिंसा, शील, सदाचार, व्रते, त्याग, दान इ. जैन तत्त्वज्ञानातील विषयांची मांडणी या नाटकांमधून झाली आहे. काही ऐतिहासिक जैन वीर व्यक्तींच्या जीवनावर आधारित नाटकेही लिहिली गेली आहेत. जैन तत्त्वज्ञानाचा प्रसार, जैन धर्मातील तीर्थंकरादी थोर व्यक्तींचे आदर्श जीवनचित्रण, प्रबोधन इत्यादी विषय जैन नाटककारांनी हाताळले आहेत. याशिवाय व्यसनमुक्ती, शील, पातिव्रत्य, ब्रह्मचर्य, धर्मनिष्ठा इत्यादी जैन धर्मातील तत्त्वांचा पुरस्कार ही नाटके करताना दिसतात. पूजा, पंचकल्याणादी आणि व्रतवैकल्यांविषयीही ही नाटके लिहिली गेली आहेत.

याशिवाय जैन लेखकांनी एकांकिका हा साहित्यप्रकारही हाताळला आहे. या एकांकिकाही जैन तत्त्वज्ञान व आचार-विचारच यांतून प्रकट करतात. सामाजिक, नैतिक अथवा प्रेमविषयक किंवा समाजातील एखादा सनसनाटी

प्रसंग या एकांकिकांमध्ये येत नाही. परंतु व्यसनमुक्ती, शील, अचौर्य, दान, तप इ. गोष्टींच्या अभिव्यक्तीतून सामाजिक आशयच प्रकट करतात.

जैन साहित्यात १९ व्या व २० व्या शतकात फार मोठ्या प्रमाणात आढळणारा साहित्यप्रकार म्हणजे जैन लेखकांची पद्यरचना हा होय. प्राचीन कालखंडापासून आधुनिक कालखंडापर्यंतचे सर्वच वाङ्‌मयप्रकार जैन लेखकांनी हाताळले आहेत. आख्यानकाव्ये, चरित्रकाव्ये, खंडकाव्ये, दीर्घकाव्ये, मुक्तक कविता इ. रचनांबरोबरच प्राचीन वृत्त-छंदादी सर्व प्रकारही आधुनिक काळात हे लेखक रचताना दिसतात. वृत्त-छंदांबरोबर पोवाडा, लावणी, फटके, कटाव, ओवी, अभंग, मुक्त छंदातील काव्यरचनेपर्यंतचे सर्व प्रकार हे कवी लिहितात. महाकाव्यापासून अगदी अलीकडच्या लघुकाव्यापर्यंतच्या सर्व प्रकारच्या पद्यरचना जैन कवींनी २० व्या शतकात लिहिल्या आहेत.

आधुनिक मराठी कवितेचा इतिहास केशवसुतांच्या कवितेपासून होतो. इहवादी जीवनजाणिवा, सामाजिक आशय, प्रेम व सौंदर्यवादी काव्यरचना इत्यादीच्या अनुषंगाने अलीकडील कवी गेल्या शतकभर मध्यवर्ती साहित्यधारेत काव्यरचना करीत असलेले दिसतात. जैन कवींची रचना मात्र याहून वेगळी व पारंपरिक संत-पंतादी काव्यपरंपरेत बसणारी आहे. वृत्त-छंदादी रचना मध्यवर्ती धारेतील कवींनी नाकारली असली तरी जैन कवी मात्र आग्रहाने वृत्त-छंदांत कविता लिहिताना दिसतात. मध्यवर्ती साहित्यधारेतील कवी स्वतःचा अनुभव, समाजातील वास्तव, महानगरीय संवेदना, जागतिकीकरण, महायुद्धे इत्यादी विश्वात आपले कवितालेखन करतात. जैन कवी मात्र या सर्वांपासून दूर असून ते पौराणिक संस्कृत-प्राकृतादी भाषांमधील रचनांची पुनर्मांडणी करतात. प्राचीन पौराणिक काव्यांचे अनुवाद, पौराणिक काव्यातील आख्याने, तीर्थंकरांची चरित्रे, त्रेसष्ट शलाकापुरुषांची, मुनी-साधूंची चरित्रे इत्यादी रचनांना ते महत्त्व देतात. अभिजातवादी असलेले हे साहित्य वास्तव व इहवादी जाणिवांपेक्षा आध्यात्मिक व जैन तत्त्वज्ञानाच्या मांडणीसाठी लिहिले गेले आहे.

यातील काही काव्ये काव्यविषयक साहित्यगुणांनी नटलेली आहेत. रचनाकौशल्य व अभिव्यक्तीच्या अंगाने समृद्ध झाली आहेत. संस्कृत, प्राकृत व भारतीय भाषांमधील बहुतेक काव्यप्रकारांचा अनुवाद या साहित्याने केला आहे. त्यामुळे बहुतेक भारतीय भाषांमधील पद्यरचनांचा अनुवाद मराठी जैन पद्यरचनेत दिसतो.

याशिवाय पूजाकाव्ये, आरत्या, व्रतकथाकाव्ये, स्तोत्ररचना, पंचस्तोत्रे,

पद्यावली, संगीत पदे, मेळ्याची पदे अशा विविध रचनाही जैन कवींनी हाताळल्या आहेत. प्राचीन काव्यांची भाषांतरे, रूपांतरे, अनुवाद हा तर मोठाच भाग या कवितेने व्यापला आहे. यामुळेच २० वे शतक हे जैन काव्यांचे भाषांतरयुग आहे असे म्हणावे लागेल. २० व्या शतकात प्रसिद्ध झालेली ही बहुतेक काव्ये वरील प्रकारात पाहायला मिळतात.

चरित्रांपासून पद्यरचनेपर्यंत आधुनिक मराठीतील बहुतेक सर्व वाङ्मयप्रकार जैन कवींनी हाताळले आहेत. परंतु मध्यवर्ती साहित्यधारेपेक्षा जैन साहित्यिकांची साहित्यदृष्टी व रचना वेगळी आहे. जैन तत्त्वज्ञान आणि आचारधर्माचा प्रसार-प्रचार व जैन धर्मातील प्राचीन भारतीय भाषांमधील साहित्याचा प्रसार-प्रचार हाच मुख्य हेतू यामागे असल्याने मध्यवर्ती धारेपेक्षा जैन साहित्याची परंपरा वेगळी ठरते. साधारणतः ८० च्या दशकानंतर जैन साहित्य, त्यातही विशेषतः कथासाहित्य हे इहवादी व मध्यवर्गीय जीवनविश्व मांडताना दिसते. तरीही मध्यवर्ती साहित्यातद अनेक प्रवाहांपासून दूर असलेले हे साहित्य आहे. त्यामुळे गेल्या दीडशे वर्षांत एक स्वतंत्र विचारधारेचे साहित्य म्हणून या साहित्याकडे पाहता येईल.

◆

विभाग - ३

मराठी जैन साहित्यातील तत्त्वज्ञान व आचारधर्म

जैन तत्त्वज्ञानाचे स्वरूप

भगवान ऋषभदेवांपासून भगवान महावीरांपर्यंत जैन श्रमणसंस्कृती, धर्मपरंपरा वाढीस लागली, वृद्धिंगत होत गेली आहे. भारतातील अतिप्राचीन काळापासून अनेक धर्मपरंपरा, तत्त्वज्ञाने,दार्शनिक अंगांनी भारताच्या तत्त्वज्ञान, विज्ञान, खगोल, भूगोल आणि काल अवकाश या विषयीच्या अनेक दृष्टी दिल्या आहेत. याचबरोबर धार्मिक संकल्पना, आचरण परंपरा, कर्मसिद्धांत, आत्मतत्त्व, मोक्ष इ. विषयीच्या संकल्पनाही यातून वाढीस लागल्या. भारतातील प्रत्येक धर्माने मानवतावादी मूल्ये, विज्ञानाधिष्ठित दृष्टी, पर्यावरणपूरक आचरणाची तत्त्वे, सत्य, अहिंसा, परोपकार, भूतदया ही नीतिमूल्ये दिली आहेत. संबंध मानवजातीच्या कल्याणार्थ, सबंध पर्यावरण व पृथ्वीच्या संरक्षणार्थ सबंध आदर्श सामाजिक जीवनाच्या संदर्भात आपली तत्त्वे, सिद्धांत मांडण्याचा प्रयत्न अनेक धर्म, पंथांनी केला आहे. सृष्टीचा उलगडा, सृष्टीपलीकडचे रहस्य, मृत्यूचे सत्य आणि मृत्यूनंतरचे जीवन यांविषयी अनेक मूर्त-अमूर्त सत्ये उलगडण्याचा प्रयत्न केला आहे. जगातील अनेक प्रश्नांची उत्तरे सापडली नसल्याने अशा प्रश्नांची उत्तरे सांकल्पनिक पातळीवर व अमूर्त स्वरूपात मांडली आहेत. यापैकी नेहमी पडणारा प्रश्न म्हणजे मृत्यूनंतरचे जीवन. या जीवनालाच 'मोक्ष' या संकल्पनेत आणण्याचा प्रयत्न बहुतेक भारतीय धर्म पंथांनी, वैदिक-अवैदिकांनी, जैन-बौद्ध-ब्राह्मणांनी आपापल्या तात्विक विवेचनात केला आहे. बहुतेक प्राचीन विद्वानांनी, संत, महात्मे, परमेश्वर अवतारांनी आपल्या धर्मपंथाच्या तात्त्विक विचाराचा गाभा 'मोक्ष' हेच मानले आहे. मृत्यूनंतरच्या या जगाचे विश्लेषण भारतातील श्रमण आणि ब्राह्मण या दोन्ही परंपरांमध्ये आहे. असे असले तरी श्रमणांच्या (जैनांच्या)

मोक्षाच्या कल्पना, मोक्षविषयीचा तात्त्विक विचार ब्राह्मणांपेक्षा अधिक आहे. किंबहुना मोक्षगामी असणे हेच जीवाचे सार्थक अशा कल्पनेवर आचरण करणे, मोक्ष हेच आपले जन्मजीवित ध्येय ठरवून त्या मार्गाने चालणे, त्यानुसार विचार करणे व त्या आधारे तत्त्वज्ञान, साहित्य आणि संस्कृतीची मांडणी व परंपरा निर्माण करणे हे श्रमण संस्कृतीच्या अनुयायांना महत्त्वाचे वाटते. विशेषतः अभ्यासाचा विषय असणाऱ्या अवैदिक जैन धर्म परंपरेमध्ये याविषयीचे अधिक विश्लेषण शतकानुशतके झाले आहे. कोणत्याही धर्मपरंपरेमध्ये एक ज्ञानमार्ग असतो आणि दुसरा आचारमार्ग असतो. ज्ञानमार्ग आणि आचारमार्ग यांच्या समन्वयातून त्या धर्म-पंथाचा अंतिममार्ग असतो. केवळ मोक्षमार्गी जैन धर्म आहे हे अंतिम व पूर्ण नाही तर याशिवायही अनेक महत्वाच्या सत्याचा उलगडा, शाश्वताचा उलगडा, विश्व तत्त्वांचे विश्लेषण याविषयी जैन परंपरेचे आणि त्यांच्या अनुयायांचे आणि ग्रंथाचे योगदान महत्त्वाचे आहे. जैनांचा ज्ञानमार्ग, आचारमार्ग व अंतिममार्ग याविषयाची व्याप्ती प्रचंड आहे. त्याचबरोबर या मार्गांच्या मर्यादाही आहेत. जैनांच्या तत्त्वज्ञानाचा काळ भारतवर्षातील कालचक्रात उत्सर्पिणी आणि अवसर्पिणी या दोन कालखंडात आहेत. २४ तीर्थंकरासह ६४ शलाका पुरुषांच्या जीवनाशी व्याप्त आहे. मानवी संस्कृतीचा उष:काल उत्सर्पिणीमध्ये तर ऱ्हास अवसर्पिणीमध्ये आहे. काळाचे चक्र आणि निगोतचा अवकाश यामध्ये जैन तत्त्वज्ञान, ज्ञानमार्ग घडतो. काळाबरोबरच या सृष्टितील मूर्त-अमूर्त घटकांचे विश्लेषण जैन तत्त्वज्ञानात महत्त्वाचे आहे. हे विश्लेषण करताना जगातील अनेक विज्ञान, तत्त्वज्ञानांमध्ये नसलेल्या गोष्टींची चर्चा जैन तत्त्वज्ञानात महत्त्वाची आहे. यापैकीच जैन तत्त्वज्ञानातील एक महत्त्वाची गोष्ट म्हणजे त्यांनी केलेल्या विश्वतत्त्वांचे विश्लेषण. भेदविज्ञान हा जैन तत्त्वज्ञानाचा पाया आहे. वैदिकांच्या'सृष्टीरूपी मीच वसे' या अद्वैत तत्त्वज्ञानाच्या नेमके उलटे तत्त्व जैन भेदविज्ञानात आहे. शंकराचार्यांच्या'ब्रह्मसत्यं जगत् मिथ्या' यापेक्षा जगातील कोणतीही गोष्ट मिथ्या नसून ती सत्यच आहे. प्रत्येक वस्तूचे अस्तित्व तिचे पर्याय मग ती वस्तू अथवा गोष्ट अमूर्त असेल, मूर्त असेल याचा विचार जैन तत्त्वांमध्ये आहे. जैनांचे हे भेदविज्ञान आत्मतत्त्वातही आहे आणि परमतत्त्वातही आहे. आत्मतत्त्व आणि परमतत्त्व यातील भेद जैन तत्त्वात आहे. जैनांची'द्रव्य' ही संकल्पना भारतीय तत्त्वज्ञानात अत्यंत महत्वाची आहे. जैन तत्त्वज्ञानात सांगितलेली जीव-अजीव, धर्म-अधर्म, पंचास्तिकाय, किंवा गुण, पर्याय, आस्रव-संवर इ. तत्त्वे आणि त्यांचे विश्लेषण भारतीय तत्त्वज्ञानात महत्त्वाचे घटक आहेत. या विश्लेषणामध्ये जीव, धर्म-अधर्म, आस्रव, संवर इ.

अमूर्त गोष्टींना, त्यातही विशेषत: जीव या घटकाला जैनांनी 'द्रव्य' मानले आहे. ही गोष्ट महत्त्वाची आहे. सृष्टीचा उलगडा व विश्वातील घटकांचे विभाजन हा जैन तत्त्वज्ञानाचा पाया आहे. यामध्ये जीवाचे प्रकार आणि अजीवाचे पुन्हा भेद यातही अजीवांमध्ये पुद्गल, धर्म, अधर्म, आकाश, आणि काल असे विभाजन केले आहे. याचबरोबर जीव-अजीव यांचा संबंधही विश्लेषित केला आहे. 'जेव्हा जीव ही संज्ञा आपण घेतो तेव्हा त्यात पुदगल, धर्म,अधर्म, आकाश आणि काल ही द्रव्ये अंतर्भूत नसतात असे नाही तर ती असतातच. जीवात पुदगल नसेल तर ते अपोद्धारण होईल तसेच धर्म,अधर्म, आकाश आणि काळ हे नसतील तरीही अपोद्धारण होईल. अजीवामधील पुदगल हे द्रव्य घेतले तर त्यात जीव नसेल पण धर्म, अधर्म आकाश आणि काळ ही द्रव्ये त्यात अंतर्भूत असतील. एक द्रव्य दुसऱ्यापासून भिन्न आहे असा शब्दप्रयोग आपण करताना आपल्याला एक गोष्ट ध्यानात घ्यावी लागेल की द्रव्य म्हणजे मराठीतील द्रव्य शब्द नव्हे. (शुद्ध) काळ या द्रव्यात पुद्गल हे द्रव्य येणार नाही पण पुंदगल या द्रव्यात काळ या कल्पनेचा समावेश होईल. काळ हे सगळ्यात शुद्ध द्रव्य आणि जीव हे सगळ्यात पुष्ट द्रव्य अशी ही कल्पना दिसते.' (तगारे ग. वा. प्रवचनसार (प्रस्ता.)१९८३)

सृष्टीतील मूर्तामूर्ताच्या उलगड्यासाठी जैन तत्त्वज्ञानातील जीव, पुदगल, धर्म, अधर्म, आकाश आणि काल ही सहा द्रव्ये अत्यंत महत्त्वाची आहेत.

जैन तत्त्वज्ञानात'द्रव्य' चर्चा यासाठी महत्त्वाची आहे की त्यामुळे जैन तत्त्वज्ञान सृष्टीचा उलगडा करते. द्रव्य हे मूर्तिक (दिसणारे) व अमूर्तिक(न दिसणारे) असे दोन भेदात मांडले आहेत. जीव, पुद्गल, धर्म, अधर्म, आकाश व काल ही सहा द्रव्ये मानली गेली आहेत. यांपैकी पुद्गल हे एकच द्रव्य मूर्तिक असून बाकीची न दिसणारी म्हणजे अमूर्तिक आहेत. द्रव्याच्या अवस्था, त्याचे अस्तित्व याविषयी विवेचन असे. ''गुण व पर्याय असणारे ते द्रव्य. आपापल्या प्रदेशाच्या समूहाच्या द्वारे अखंड वृत्तीने आपला स्वभाव विभाग पर्यायांना प्राप्त होणारा, झालेला, होत असलेला ते द्रव्य. त्याचे सत् हे लक्षण होय. अस्तित्व, वस्तुत्व, द्रव्यत्व, प्रमेयत्व, अगुरूलघुत्व, प्रदेशत्व, चेतनत्व, अचेतनत्व, मूर्तत्व, अमूर्तत्व हे दहा द्रव्याचे सामान्य गुण होत; सत् रूप ते द्रव्य होय. सत् हे द्रव्याचे लक्षण होय. सत्, उत्पाद, व्यय, ध्रौव्ययुक्त असणे गुण व पर्याययुक्त ते द्रव्य होय.'' (अज्ञात, जैन तत्त्वज्ञान कोश)या द्रव्याचे अस्तित्व वेगवेगळ्या प्रकारे आहे. अरूपी ते जीवद्रव्य व अरूपी अजीवद्रव्य. त्यातून रूपी अजीवद्रव्य पुद्गल व शब्दादी आहेत. व अरूपी अजीव द्रव्य चार प्रकारचे आहेत. धर्मद्रव्य,

अधर्मद्रव्य, आकाशद्रव्य, कालद्रव्य होत. अजीव आणि पुद्‌गल ही क्रियावान द्रव्ये तर धर्म–अधर्म, आकाश, काळ ही निष्क्रिय द्रव्ये आहेत. धर्म,अधर्म,आकाश एकस्वरूपी आहेत. कालद्रव्य अप्रदेशी आहे. आकाश क्षेत्रवान आहे. सहा द्रव्याची चर्चा विस्तृतपणे जैन तत्त्वज्ञानात झालेली आहे. या द्रव्यांचे पर्याय, त्यांची लक्षणे, निमित्त, संयोग, परिणाम, प्रदेश, परस्परत्व इ. अंगानी चर्चा झाली आहे. या द्रव्यचर्चेतून अनादि–अनंत, अस्तित्त्ववाचक, उत्पत्ती, स्थिती, लय, दृश्य आणि अदृश्य अस्तित्वाचे स्वरूप प्रकट होण्याचा, करण्याचा महत्त्वाचा प्रयत्न झाला आहे.

खगोल आणि अवकाशातील अस्तित्ववाचक पदार्थांची चर्चा वैदिक परंपरेत मंचमहाभूतांच्या माध्यमाने झाली आहे. पृथ्वी, आप, तेज, वायू, प्रकाश ही पाच तत्त्वे म्हणजेच पाच द्रव्ये मानली गेली आहेत. पंच तत्त्वातील विलिनीकरण आणि पंचतत्त्वापासून उत्पत्ती म्हणजे सृष्टिचक्र मानले आहेत. परंतु जैन तत्त्वात या पाचही महाभूतांना पुद्‌गलात स्थान दिले आहे. यांना अरूपी अजीव तत्त्वांमध्ये समाविष्ट केले आहे. जैन तत्त्वात काळ आणि आकाश ही दोन अजीव द्रव्ये व सचेतन जीवद्रव्य यांची चर्चा महत्त्वपूर्ण आहे.

सहा द्रव्याच्या चर्चेत धर्मद्रव्याची चर्चा ही वेगळी आहे. धर्म हा शब्द गतीचे कारण या अर्थाने वापरला आहे. कर्माचे कारण धर्म आहे. धर्म हा अजीव आहे. अखंड, निष्क्रिय, हालचालरहित आहे. जीव आणि पुद्‌गल यांच्या गमन प्रक्रियेत आश्रय देणारे हे द्रव्य आहे. धर्मासारखेच अधर्म आहे. ते जीवाजीवांनी स्थितीसाठी साहाय्य करणारे आहे.

अजीवातील पुढची द्रव्ये म्हणजे आकाश आणि काल होत. आकाश म्हणजे स्पेस. आकाश म्हणजे जीव किंवा पुद्‌गल ज्याला व्यापू शकतात ते. याला लोकाकाश म्हटले जाते. लोकाकाशाच्या पलीकडे अलोकाकाश मानले जाते. लोकाकाशाच्या शेवटी ऊर्ध्वदिशेला सिद्धशिला असते. सिद्धशिलेच्या पलीकडे अलोकाकाश असते. अर्थात अलोकाकाश ही एक कल्पना आहे. तिच्या अस्तित्वाषियी स्वरूपाविषयी चर्चा नाही. याला निगोद असेही म्हटले आहे. आकाशाच्या (स्पेसमध्ये) पोकळीत व्याप्तीत जीव, पुद्‌गल, धर्म, अधर्म अत्यंत महत्त्वाची आहे. जैनांची कालाची कल्पना, कालचक्राची कल्पना, काल आणि अवकाश यांचा परस्पर संबंध, या काल अवकाश द्रव्याच्या व्याप्तीत इतर द्रव्याची कल्पना या सर्व गोष्टी परस्परावलंबी व परस्परपूरक कशा होतात यांची रचना जैन तत्त्वज्ञानात महत्त्वाची आहे.

आकाशाच्या स्पेस (पोकळीत) मध्ये व्याप्तीत जीव, पुद्‌गल, धर्म, अधर्म असू शकतात. व्यापण्याची शक्यता आकाशात असते. आकाशासह जीव, पुद्‌गल धर्म, अधर्म असू शकतात. मात्र यांच्यापामध्ये समाविष्ट होत नाही. लोकाकाश व आलोकाकाश यांच्या पुढे काय हा मानवाला कायमचा पडलेला प्रश्न येथेही अनुत्तरीत राहतो. वेदांचे अंतिम उत्तर 'नेती' आणि जैनांच्या लोकालोक आकाशाच्या पलीकडे काय हे सृष्टीच्या उलगड्याचे प्रश्न धर्म-तत्वज्ञान, विज्ञान, खगोल आणि ज्योतिष्यातही अनुत्तरीत आहे.

सृष्टीच्या उलगड्याची ही द्रव्य चर्चा संपल्यानंतर जैन तत्वज्ञानातील सात तत्वांची चर्चा महत्वाची ठरते. जीव, अजीव, आस्त्रव, बंध, संवर, निर्जरा व मोक्ष ही तत्वे सांगितली आहेत. सहा द्रव्यात किंवा सृष्टीच्या सहा भेदतत्वातच ही सात तत्वे समाविष्ट, संबंधित आहेत. या सात तत्वांमध्ये पाप-पुण्य ही दोन पदार्थ मिळवले तर नऊ पदार्थ होतात असे म्हटले आहे. तसे पाहिल्यास या सृष्टी, अवकाश, काळात जीव आणि अजीव हे दोनच भेद आहेत. जीव-अजीव हे सहातत्वात समाविष्ट आहेत. जीवाशी संबंधित अजीव, सात तत्वे अणि नऊ पदार्थ यांची चर्चा येते. जीव चेतनायुक्त असते. अजीव चेतनरहित असतात. जीवाची अजीवाशी म्हणजे पुद्‌गल, धर्म, अधर्म, आकाश, काल यांच्याशी संबंध आल्यास आस्त्रव आणि बंध निर्माण होतात. अजीव तत्वाचे स्थूल स्थूल, स्थूल, स्थूल सूक्ष्म, सूक्ष्म स्थूल, सूक्ष्म आणि सूक्ष्म-सूक्ष्म असे भेद करता येतात. यामध्ये जाणवणारे हाताळता येणारे, द्रवरुपात असणारे, दिसणारे पण न हाताळता येणारे, ऐकू येणारे किंवा गंध असणारे, वर्गणा करता येणारे आणि अतिसूक्ष्म असणारे या सर्व अजीव द्रव्यांची हलचाल गति धर्मद्रव्याने होते. फक्त जीव आणि पुद्‌गल स्वत: हलचाल करु शकतात. बाकीचे अजीव धर्म द्रव्यानी गतिमान होतात. धर्म मात्र स्वत: गतिमान अथवा हलनचलनात्मक नसते मात्र जीव पुद्‌गलाच्या गतिचा कारण ठरते. जीवाच्या ठिकाणी अजीवाच्या सहाय्याने 'कर्म' या गोष्टीचे आगमन होते व येथे आस्त्रव होतो. आस्त्रव म्हणजे कर्मांचे आत्म्याकडे येणे. जीवाकडे कर्मे आल्यानंतर ती जेव्हा आत्म्याशी बांधली जातात तेव्हा बंधतत्त्व निर्माण होते. जीव तीन प्रकारचे आहेत. शुद्ध, शुद्धाशुद्ध आणि अशुद्ध यातील अशुद्ध जीव तीन प्रकारचे आहेत. शुद्ध, शुद्धाशुद्ध आणि अशुद्ध यातील अशुद्ध जीव आस्त्रव बंधाला कारण ठरतो. कषाययुक्त म्हणजे अशुद्ध जीव कर्मयुक्त पुद्‌गलांना ग्रहण करतो. जीवाच्या आणि पुद्‌गलाच्या विकारातून दोन प्रकारचे बंध तयार होतात. एक भावबंध व दुसरा कर्मबंध. महानुभाव संप्रदायात जीव मुळात शुद्ध असतो. त्यावर कर्ममळ तयार होतो. हा

कर्ममळ भाताच्या टरफलासारखा असतो. जीवाने शुद्धात्मा होण्यासाठी भोवतालचे टरफलयुक्त कर्ममळ टाकून दिले पाहिजे. या चक्रधरांच्या तत्त्वावर येथील जैन बंधतत्वाचा प्रभाव असल्याचे जाणवते. कर्मबंध नाहीसे करणे, कर्म उत्पन्न न होवू देणे म्हणजे संवर तत्व होय. संवराच्या पुढची पायरी म्हणजे निर्जरा होय.

तपश्चरणाने जीवाचे संचित कार्य गळून जाते, आत्म्याला दु:ख अथवा पीडा देऊन कर्माची स्थिती क्षय झाल्यानंतर ते कर्म आत्म्यापासून विभक्त होते, ती निर्जरा. सविपाक निर्जरा आणि अविपाक निर्जरा हे निर्जरेचे दोन भेद आहेत. तसेच भावनिर्जरा आणि द्रव्यनिर्जरा असेही भेद सांगितले आहेत. यांपैकी अविपाक निर्जरा ही शुभानुबंधी निर्जरा असते. निर्जरेनंतर शेवटचे आणि महत्त्वाचे तत्त्व म्हणजे मोक्ष हे होय. जैन धर्मात मोक्ष तत्त्वाचा विचार महत्वाचा आहे.

संबंध भारतीय परंपरेत मोक्ष ही संकल्पना अनेक धर्मामध्ये दिसते. मोक्ष ही कल्पना भारतीय परंपरेत वैदिक आणि अवैदिकांमध्येही दिसते. परंतु मोक्ष कल्पनेचे गांभीर्य आणि तिची अंतिम चर्चा जैन तत्त्वज्ञानातच अधिक दिसते. निर्वाण व अपवर्ग, कैवल्य, मुक्त जीव, अद्वैतातील द्वैत जाणीव म्हणजे मोक्ष, जीवन्मुक्ती, मृत्यूपूर्व निर्वाण, कैवल्याशी एकात्म असल्याचा साक्षात्कार, प्रकृती आणि पुरुष यांचा वियोग होणे म्हणजे मोक्ष, अद्वैत मताच्यामध्ये ब्रह्मैक्य, बुद्धी आणि पुरुष यांची समानशुद्धी (शुद्धिसाम्य) म्हणजे मोक्ष, चित्रुप सत्त्वाचा रजोमल व तमोमल सर्व नष्ट होऊन जाऊन क्लेशरूप संसारबीजे जळून जातात, सर्व कर्तव्यता समान होते, या अवस्थेत गुण पुरुषाला भोगत्वेकरुन पुन: उपस्थित होत नाहीत. हाच पुरुषाचा मोक्ष. मोक्ष ही आत्म्याची नैसर्गिक अवस्था आहे. अशी अनेक मतमतांतरे वैदिक, बौद्ध, सांख्य, उपनिषद, व्यासभागवत इ. ची मते ग. वा. तगारे यांनी स्पष्ट केली आहेत. निरीश्वरवादी जैनांनी मात्र निर्वाण अथवा मोक्ष कल्पना वेगळी मांडली आहे. 'जीव अजीव, आस्रव, बंध संवर निर्जरा आणि मोक्ष' अशी सात तत्वात क्रमश: येणारी ही गोष्ट आहे. जीव आणि अजीवांच्या परस्परसंबंधाने आस्रव होतो. आस्रवाने बंध तयार होतात. तयार झालेले किंवा आलेले कर्मबंध नाहीसे करून मोक्षप्राप्ती करणे हे जीवाचे ध्येय असले पाहिजे. म्हणजेच प्रत्येक जीवाने या सात तत्त्वांच्या माध्यमातून मोक्षगामी होणे महत्वाचे आहे. सर्व कर्मांपासून संपूर्ण सुटका म्हणजे मोक्ष होय. यासाठी मिथ्या दर्शनादि कारणांनी, पापकर्मानी, अजीवादि व पुद्गलादींच्या संबंधाने येणारे आस्रव थोपवणे, आत्मतत्त्व शुद्ध राखणे, त्यासाठी संवराने प्रतिरोध करणे, बंध नाहीसे करणे, कर्मबंध निर्माण झाल्यास त्याची तपश्चर्येने निर्जरा करणे व शुद्ध आत्मा करण्यासाठी कर्मापासून कायमची सुटका करणे इ.

गोष्टी मोक्षमार्गासाठी सांगितल्या आहेत. जैन तत्त्वज्ञानामध्ये मोक्षचर्चा म्हणजेच त्यामागील सात तत्त्वांची चर्चा होय. या सात तत्त्वांमध्ये पुन्हा पाप आणि पुण्य ही दोन तत्त्वे येतात व या दोन तत्वांपासून आस्रव-बंध निर्माण होतात. पाप-पुण्याची टरफले आत्म्यास चिकटू न देणे म्हणजेच शुद्धात्मा बनवणे. यांपैकी पाप तत्वापासून कर्म निर्जरा होत नाही म्हणून पुण्यबंध वाढवणे म्हणजेच आत्मशुद्धीकडे वाटचाल करणे होय. जैन तत्वज्ञानातील मोक्ष चर्चा म्हणजेच या मागील सहा द्रव्ये, सात तत्त्वे व नऊ पदार्थांची चर्चा होय. मोक्ष ही जैन लोकाकाशातील सिद्ध पुरुषाची जागा आहे. मोक्षगामी जीवाचे शरीर हे पुद्‌गलाशिवायचे शरीर आहे. मोक्ष चर्चा ही सिद्ध पुरुषाची स्थितीची चर्चा आहे. पर्यायाने सिद्ध भूमीची चर्चा आहे. सिद्धभूमीची चर्चा व तिच्या स्थानाची चर्चा म्हणजे जैनांचा लोकाकाश आहे. जैन लोकाकाशाची चर्चा म्हणजे संपूर्ण पृथ्वी अणि अवकाश पोकळीची चर्चा आहे. म्हणजेच जैन तत्त्वज्ञानाने सांगितलल्या भूगोल आणि अवकाश पोकळीसह प्राकृतिक रचनेची चर्चा आहे.

मोक्षस्थित जीव हा केवलज्ञानी आहे. वर्तमान-भूत-भविष्यासह अनादी अनंत कालद्रव्य, आकाशद्रव्य, पुद्‌गलासह सर्व द्रव्य तत्वांचा ज्ञाता आहे. केवलज्ञानी हा अर्हन्त, जीवन्मुक्त, भावमोक्षी, अष्टकर्मांच्या बंधनाला नष्ट करणारा, अष्टगुणांनी युक्त, परम, लोकाग्रात स्थिरावणारा, नित्य, निरंजन, अत्यंत शांतिमय, कृतकृत्य लोकाच्या अग्रभागात निवास करणारा, जन्म, जरा, मरण, भय, संयोग, वियोग, दुःख, संज्ञा व रोगादि नसणारी गती असणारा, लोकाग्रावर रहणारा, निर्दोष अशा अनेक गुणांनी युक्त व दोषरहित असणारा केवलज्ञानी सिद्ध आत्मा असतो. मोक्षस्थित जीवाचे वर्णन अशा प्रकारे केले आहे.

मोक्ष, वैकुंठ, स्वर्ग, निर्वाण, कैवल्य यासाठी प्राचीन काळात भारतीयांना अंतिम सुखाचे ठिकाण वाटत होते. ते मिळवण्यासाठी प्रसंगी अनेक पर्याय आणि मार्ग स्वीकारले गेले. एकदा मोक्ष पदापर्यंत गेल्यानंतर पुन्हा जन्माला यावे लागणार नाही. जरा, जरा मृत्यू यातून सुटका करुन घेणे, कर्मबंधनातून सुटका करून घेणे, अपुनरावृत्ती होणे यासाठी मोक्ष हे तत्त्व प्राचीन भारतीयांमध्ये वैदिक ब्राह्मणी, बौद्ध आणि जैन या तीनही संप्रदाय वा धर्मात अस्तित्वात होती. त्यासाठी शरीर कष्टविण्याची तयारीही दाखविली जात असे. यापैकी जैन श्रमणांचे अंतिम ध्येयही मोक्षच होते. शरीर हे मोक्षसाधनेचे माध्यम आहे. परंतु शरीरावर परिग्रह धरणे हाही एक परिग्रहच आहे. त्यासाठी तपसाधना हा मार्ग महत्वाचा आहे. शरीरस्वास्थ्य मर्यादित व आवश्यक तेवढे ठेवून तपश्चर्येच्या मार्गाने मोक्षाला जाता येते म्हणून शरीर साधनेसाठी शरीराचे महत्त्वही आहे. हे

सर्व साध्य करताना ज्ञानही महत्त्वाचे आहे. मोक्षासाठी ज्ञानमार्गाची उपासना महत्वाची आहे. हे ज्ञान म्हणजे सम्यक्ज्ञान. सम्यक्ज्ञान प्राप्तीसाठी सम्यक्दर्शन व सम्यक्दर्शनाच्या बरोबर सम्यक् चारित्र्याने आचरण व तपश्चर्या अशी मोक्ष मार्गाची वाटचाल जैन तत्त्वज्ञानात सागितली आहे. मोक्ष हा अंतिम पुरुषार्थ वैदिक ब्राह्मणी धर्मातही सांगितला आहे. आत्ममग्न होवून स्वयंप्रकाशित होवून ज्ञान प्राप्तीची कल्पना बौद्धांनी ही सांगितली आहे. एकूणच भारतीय परंपरेतल्या सर्वच धर्मसंप्रदायांनी कमी अधिक प्रमाणात मोक्ष तत्त्वाचे विवेचन केले आहे. जैनांनी मात्र मोक्षही कल्पना तत्त्वामध्ये समाविष्ट करून मोक्ष तत्त्वाचे विस्तृत विवेचन अनेक ग्रथांमध्ये केले आहे.

कर्मसिद्धांताचे आकलन असणे, विश्व तत्त्वांचा उलगडा होणे आणि मोक्षगामी होणे हेच जैन तत्त्वज्ञानाचे सार आहे. प्राचीन भारतीय धर्म संप्रदायांमध्ये मोक्ष हा सर्वसंमत भाग असला तरी त्याला अंतिम मार्ग व अंतिम साध्य मानण्याचे प्रयत्न त्या अनुषंगाने विश्लेषण आणि विस्तृत विवेचन करण्याचे श्रेय जैन तत्त्वज्ञानाला जाते.

ग. वा. तगारे तत्वार्थसूत्राच्या आधारे मोक्षकल्पनेची मांडगी करताना म्हणतात, ''जैनांच्या मते सर्व कर्मापासून संपूर्ण सुटका म्हणजे मोक्ष. पण सर्व कर्माचा नाश करण्यासाठी मिथ्या दर्शनादि नवीन कर्मबंध निर्माण करणाऱ्या हेतूंना किंवा नवीन कर्माची धूळ किंवा मल (पुद्गल) आत्मप्रदेशावर येऊन बसण्याला (आस्त्रवाला) प्रतिबंध करणारे 'झाकण' (संवर) बसवले पाहिजे व नवीन कर्ममल आत्मप्रदेशावर न साठण्याचा पक्का बंदोबस्त करुन पूर्वीच साठलेला कर्ममल तपश्चरणादि मार्गांनी साफ धूऊन काढला पाहिजे. या साफसफाई करण्यास किंवा आत्म्याला कर्ममलापासून स्वच्छ करण्याच्या क्रियेस 'निर्जरा' म्हणतात. अशाप्रकारे कर्म-बंध निर्माण करणाऱ्या नवीन कर्मपुद्गलांना आत्मप्रदेशात प्रवेश करू न देणे व आत्म्यावर साठलेले कर्म पुद्गल संपूर्ण नाहीसे करणे या मार्गांनी सर्व कर्मापासून कायमची सुटका म्हणजे मोक्ष'' मोक्षावस्थेत जीव अनंतज्ञान, अनंतवीर्य, अनंतसुख इ. अनंत चतुष्टयाने युक्त होऊन अनंत काल असतो. मोक्षावस्थेत फक्त 'केवल सम्यक्त्व', 'केवल दर्शन' आणि 'सिद्धत्व यांचे जीवाच्या ठिकाणी अस्तित्व असते.'

स्याद्वाद, अनेकांतवाद यातून जैनांचा सापेक्षतावाद आणि नयवाद ही महत्त्वाची चर्चा जैन सिद्धांतामधून जगाला मिळालेली महत्त्वाची देणगी आहे. कोणत्याही वस्तूकडे पाहण्याचे 'नय' सात आहेत. त्या-त्या दृष्टिकोनातून त्या-त्या वस्तूचे अस्तित्व स्वतंत्र असले तरी अंतिमत: त्या द्रव्याचे वस्तूचे एकत्र

स्वरुपही स्वतंत्र आहे. या विषयीची पुढील विवेचन लक्षात घेता येईल. ''प्रत्येक वस्तू स्वत: सिद्ध आहे त्याअर्थी अनादि अनिधन, स्वसहाय, निर्विकल्प-अखंड अद्वैत आहे. 'सत्' म्हणजे कोणत्या ना कोणत्या स्वरूपाने 'अस्तित्व' शाश्वत राहणे हे सत् मात्र वस्तूचे मूळ लक्षण. सत् उत्पाद-व्यय-ध्रुव यांनी युक्त आहे. ध्रुवांश, द्रव्यात्मक, गुणात्मक शाश्वत आहे. उत्पाद-व्यय हे अंशत्रयानी युक्त आहे. ध्रुवांश-द्रव्यात्मक-गुणात्मक शाश्वत आहे. उत्पादव्यय हे अंश-पर्यायात्मक, अशाश्वत, परिणमनशील आहेत. असत् चा 'उत्पाद' नाही सत् चा नाश नाही. ध्रुवरुपाने अस्तित्व टिकवून परिणमनशील असे 'आम्रेडिन' वस्तुस्वरूपच आहे. परिणमन वस्तूच्या स्वभावभूत शक्तीने होते. अन्य द्रव्य निरपेक्ष असे अव्याहत कार्य परिणमनाचे स्वयंचलित यंत्राप्रमाणे चालू असताना त्यामागे कोणत्याही 'सूत्रधारा' ची गरजच नाही - हा मूळ सिद्धान्त. परिणमन वस्तूमधून, वस्तूमध्येच होत राहते. समुद्राप्रमाणे वस्तु पूर्ण स्वयंसिद्ध आहे. लाटांचे उसळणे वा विरुन जाणे यामुळे समुद्राच्या पूर्णत्वाला बाधा पोहचत नाही. वस्तु अनंतधर्मात्मक आहे. निरूपण करताना स्याद्वाद्व-नयात्मक शैलीचे अवलंबन घ्यावेच लागते.'' (तगारे ग. वा. प्रवचनसार, प्रस्ता. १९८१) एकाच वस्तूकडे पाहण्याची अनेकांत दृष्टी हा या विवेचनाचा सारांश आहे. एखाद्या वस्तूचे अस्तित्व तिच्या पहिल्या पाहण्यात लक्षात येईल. तसेच तिचे पूर्णत: स्वरुप त्या वस्तूकडे अनेक दृष्टीने पाहण्याने लक्षात येईल.

वरील विवेचनावरून जैन तत्त्वज्ञानातील काही महत्वाच्या गोष्टी स्वतंत्रपणे लक्षात येतात. जीव अजीव भेदापासून मोक्ष कल्पनेपर्यंत सहा द्रव्ये, नऊ पदार्थ या घटकापर्यंत व कालावकाश या द्रव्यापर्यंत एकेंद्रिय जीवापासून मोक्षगामी जीवापर्यंत सृष्टीच्या भेदाचा प्रयत्न जैन तत्त्वज्ञानात केला आहे. विश्वाचे स्वरूप अवकाशाची व्याप्ती काळाचे स्वरूप व यात सामावलेले मूर्त अमूर्त घटक यांचे जैन तत्त्वज्ञानाने विश्लेषण केलले आहे. स्याद्वाद व नयव्यवस्था ही जैन तत्त्वज्ञानाने जगाला दिलेली विशेष देणगी आहे.

याशिवाय मानवी जीवन प्राप्त झाल्यानंतर मानवरूपी जीवाने मोक्षगामी होण्यासाठी जैन तत्त्वांचा स्वीकार व जैन तत्त्वज्ञानातील आचरणाचा अंगीकार करण्यासाठी ५ अनुव्रते, ७ शिक्षा व्रते, १२ भावना, समाधिमरण इ. गोष्टींची चर्चा जैन तत्त्वज्ञानात आली आहे. यावरील सर्व घटकांचे पृथक स्वरूप खालीलप्रमाणे आहे :-

१) सहाद्रव्ये - विश्वाला जैन तत्त्वज्ञानात लोकावकाश म्हणतात. या लोकांमध्ये सत्रुप सहा द्रव्यांचा समूह आहे. ही सहाही द्रव्ये नित्य आहेत. पण

परिणमनाच्या अपेक्षेने अनित्य आहेत. म्हणूनच लोक नित्य-अनित्य आहे. ही सहा द्रव्ये पुढील प्रमाणे - जीव, पुद्गल, धर्म, अधर्म, आकाश, काल. ही सहा द्रव्ये आहेत. यांतील जीव चैतन्यशील आहे. पुद्गल स्पर्श, रस, गंध, वर्गमय असून परमाणू व स्कंधामुळे अनंत आहे. ही दोनच द्रव्ये प्रकट द्रव्ये आहेत. धर्म, अधर्म, आकाश आणि काल ही अप्रकट आहेत. (अज्ञात, जैन ज्ञानकोश खंड-२, पान नं. ३८८) धर्म आणि अधर्म ही दोन स्वतंत्र्य द्रव्ये जैन दर्शनात मांडली आहेत. आकाश हे द्रव्य सर्व द्रव्यांना सामावून घेते. लोक आकाश आणि अलोक आकाश असे याचे दोन भाग आहेत. काळ हे सुद्धा एक द्रव्यच मानले आहे.

२) सात तत्त्वे - तत्त्वे सांगितली आहेत. या सात तत्वांत मुख्य तत्त्वे दोनच. जीव व अजीव. अजीवापासून जीवाने स्वत:ला वेगळे करणे म्हणजेच जीवाचा मोक्ष होय. संसारात आत्मा कर्मबंधू (अजीवबंधू) आहे. जीव ज्ञानदर्शनमय आहे. अजीव जड आहे. जीव स्वत:च्या रागद्वेषादिकांमुळे अजीवांमध्ये स्वरूप मानतो. त्याच्या संयोग वियोगात सुख दुःख मानतो. त्यामुळे सजीव कर्म वर्गणा त्याच्याकडे येतात. हा आस्रव होतो. आपले कर्म परमाणू जीवाशी एकरूप होऊन बांधले जातात. हा बंध घडतो. शाश्वत सुखासाठी प्रयत्न करणारा जीव संयम करतो, व्रत करतो. त्यामुळे नवीन कर्म बांधले जात नाहीत. हा संवर होतो. मग संचित कर्म नष्ट करण्यासाठी जीव तप करतो. हळू हळू संचित कर्म दूर करतो. ही निर्जरा आणि शेवटी सर्व कर्मापासून जीव मुक्त झाला की त्याचा मोक्ष होतो.

नऊ पदार्थ - व्यक्ती,आकृती अणि जाती मिळून पदार्थ होतो. मोक्ष मार्गाला जाण्यासाठी पदापदाने योग्य असे हे पदार्थ आहेत. सात तत्त्वे अणि पाप-पुण्य मिळून हे नऊ पदार्थ होतात.

त्रिलोकरचना - या विश्वाची रचना कशी आहे, यासंबंधी जैन तत्त्वज्ञानात त्रिलोकाची रचना सांगितली आहे. या विश्वाची रचना, विश्वनियंता याविषयी यात चर्चा आली आहे. आकाश अनंत अनंत आहे. त्या मृदंगाकार अनंत आकाशात अधर निरालंब असा त्रिलोक आहे. हा त्रिलोक अधोलोक, मध्यलोक, ऊर्ध्वलोक यांनी बनला आहे. तो तनू, घनू आणि घनोदधिवलय या तीन वातवलयांनी वेष्टित आहे. अलोक आकाश अनंत प्रदेशी आहे. त्यात लोक आहे. तो पुरुषाकार आहे. चौदा राजू उंच आहे. त्यात षट्द्रव्ये भरलेली आहेत. वरील चर्चा या विश्व रचनेच्या संदर्भात जैन भूगोल म्हणजेच करणानुयोगात करण्यात आलेली आहे. (अक्कोळे, प्राचीन मराठी जैन साहित्य, पृ. १३४. १९६८)

मोक्ष – मोक्ष या संकल्पनेची चर्चा या आधी आली आहे. मुक्तीचा अंतिम मार्ग मोक्ष आहे. रत्नत्रय मार्गाने मोक्षाची प्राप्ती होते. रत्नत्रय मार्ग म्हणजे सम्यक् ज्ञान,सम्यक् दर्शन, सम्यक् चारित्र होय. या तिघांच्या एकतेतून मोक्षमार्गाची प्राप्ती होते. आत्म्यावर श्रद्धा, त्याचे ज्ञान आणि त्याच्या गुणांचा अनुभव म्हणजेच दर्शन ज्ञान चारित्र होय. जैन दर्शनात आत्मतत्त्वाचा विचार मोठ्या प्रमाणात केला आहे. याशिवाय जैनांच्या आचार धर्मासंदर्भात संबंधी तत्त्वचर्चा ही खालील विषयांच्या आधारे केलेली आहे.

पंच अणुव्रते – अहिंसा, सत्य, अस्तेय, ब्रह्मचर्य ही पाच अणुव्रते जैन तत्त्वज्ञानात सांगितली आहे. आचरणासंबंधी ही पाच अणुव्रते अत्यंत महत्त्वाची आहेत. ही अणुव्रते श्रावकांसाठी–गृहस्थांसाठी आहेत. अणुव्रतांचे पुन्हा उपप्रकार आहेत.

पंच महाव्रते – अणुव्रतेच पुन्हा पंच महाव्रते होतात. श्रावक धर्मात व्रते अंशत: पाळली जातात. तर मुनी किंवा साधू महाव्रतांचे संपूर्णपणे पालन करतात. मुनींसाठी पाच समिती सांगितल्या आहेत. त्याचबरोबर पंचद्रियांचे संयम, सहा आवश्यके व द्रव्यलिंग आणि भावलिंग यांचे आचरण साधूंना सांगितले आहे.

आचरण प्रतिमा – जैन श्रावकाने ११ प्रतिमा धारण करून मोक्ष मार्गावर जाण्यासाठी ११ प्रतिमा धारण करणे आवश्यक आहे. यामध्ये दर्शन, व्रत, सामायिक, प्रोषध, सचित्त त्याग, रात्रिभोजन त्याग, ब्रह्मचर्य, आरंभत्याग, परिग्रहत्याग, अनुमतित्याग, उद्दिष्टत्याग अशा ११ प्रतिमा सांगितल्या आहेत.

जैन गुणस्थान – जैन शास्त्रानुसार संसारातील सर्व जीव १४ स्थानात विभागले गेले आहेत. पाच प्रकारचे स्वभाव किंवा गुण हे प्रत्येक जीवांमध्ये असतात. औपशमिक, क्षायिक, क्षायोपक्षमिक, औदयिक व परिणामिक असे जीवाचे स्वभाव सांगितले आहेत. चौदा गुणस्थाने पुढीलप्रमाणे :–

१) मिथ्यादृष्टी, २) सासादन सम्यकदृष्टी, ३) सम्यग्मिथ्यादृष्टी, ४) असंयत सम्यग्दृष्टी, ५) संयतासंयत, ६) प्रमत्तसंयत, ७) अप्रमत्तसंयत, ८) अपूर्वकरण, ९) अनिवृत्तिकरण, १०) सूक्ष्मसांपराय, ११) उपशांतकषाय, १२) क्षीणकषाय, १३) सयोग केवली, १४) अयोग केवली स्थूलमानाने जैनतत्वज्ञानातील सर्व सृष्टीचा विचार येथे करण्यात आला. याशिवाय सर्व सृष्टीचा उलगडा मोक्षमार्ग व आचरणासंबंधी अनेक ग्रंथ जैन तत्त्वज्ञानात लिहिले गेलेले आहेत. या सर्वांचा उल्लेख संक्षेपाने करणे सुद्धा व्यापक होईल. परंतु स्थूल मानाने वरील काही मुद्दे जैन साहित्यातून व्यक्त होताना दिसतात. यापैकी १२ व्रते, शील, धर्मपालन,

उपासना, जैन तत्त्वज्ञानात सांगितलेली व्रतवैकल्ये आणि जैन मार्गात येण्यासाठी आवश्यक असणाऱ्या काही प्राथमिक घटकांची चर्चा व त्यांचे उपयोजन जैन साहित्यात होते. जैन साहित्य हा सर्व प्रथमानुयोग असल्यामुळे साहित्यामध्ये फारशी तत्त्वचर्चा येत नाही. परंतु कथा पद्यरचना, नाटक, चरित्रे, यांच्या लेखनात वरील घटकांची आनुषंगिक माहिती येते. अर्वाचीन मराठी जैन साहित्यात यातील काही घटकांचा वरवर उल्लेख येतो.

आधुनिक मराठी साहित्यातील जैन तत्त्वज्ञानाचे स्वरुप

''विश्वाच्या बाह्य आणि आंतरिक स्वरुपासंबंधी तसेच त्याच्या सामान्य आणि व्यापक नियमांसंबंधी जो मूलगामी विचार तेच तत्वज्ञान होय.'' (अक्कोळे सुभाषचंद्र, प्राचीन मराठी जैन साहित्य, पृ. १२४, १९६८) अर्थात विश्व म्हणजे काय? त्याचे स्वरूप काय? रत्नत्रय मार्ग (म्हणजे सम्यक् दर्शन, सम्यक् ज्ञान, सम्यक् चारित्र), जैन धर्म हा आत्मधर्म मानतो. आत्म्याची उन्नती म्हणजे जैनतत्व. नित्य, अनित्य, स्याद्वाद दर्शन. अनेकांत वाद (उदा. एखाद्या वस्तूच्या स्वभावाविषयी विचार करताना आपल्या दृष्टीपेक्षा वस्तूच्या स्वभावाला जास्त महत्व दिलेले आहे. स्वभाव तर ज्या त्या वस्तूतच राहणार आहे. फक्त पाहणाऱ्याने आपली दृष्टी पक्षापातविरहित ठेवून वस्तूकडे पाहावे म्हणजे तत्त्व नीट समजू शकेल. प्रत्येक वस्तू म्हणजे परस्परविरोधी अशा अनेक धर्मांचा, स्वभावांचा समुच्चय आहे. या दृष्टीला 'स्याद्वाद' किंवा 'अनेकांतवाद' म्हणतात.), सत्य हे चैतन्यमय असते. तसेच परिणामवाद, कार्यवाद, ब्रह्मवाद, षट्द्रव्य, (जीव, पुद्‌गल, धर्म, अधर्म, आकाश आणि काल), सप्त तत्त्वे (जीव, अजीव, आस्रव, बंध, संवर, निर्जरा, मोक्ष), आठ कर्मे, नऊ पदार्थ या सर्वांसंबंधी माहिती जैन तत्त्वज्ञानात येते. मुख्य तत्त्व म्हणजे जीव-आत्मा यांविषयी सखोल माहिती, जीवाची मोक्षसाधना ही आत्म्याच्या उन्नतीमुळे घडते. इत्यादी सर्व तात्त्विक चर्चेतून मानवी मनाला सुसंस्कारित बनवणे व मांगल्याची अनुभूती घडवणे हेच याचे मूळ आहे.

भारतीय तत्त्वज्ञानामध्ये जैनांच्या तत्त्वज्ञानाचे गूढ कायम व प्रभावी राहिले आहे. अनेकांतवादासारखी सुंदर तत्त्वज्ञानाची निर्मिती ही जैनधर्माची देणगी होय. जीवनाला मूलार्थाने बदलवून आत्म्याला मोक्षापर्यंत घेऊन जाणे हे या तत्त्वज्ञानातील महत्त्वाचे बलस्थान होय. इतर धर्माच्या बाबतीत जैन धर्माचा तात्त्विक गाभा हा आहे. वरील विवेचनातील विषयांची चर्चा जैन साहित्यात सूचकपणे झाली आहे. आधुनिक मराठी साहित्यात वरील तात्त्विक चर्चा प्रभावीपणे

आली नसली तरी तिचे उपयोजन व आनुषंगिक माहिती या साहित्यातून सूचित होते.

जैन कांदबरीतील तत्त्वज्ञानाचे स्वरूप

तत्त्वज्ञानाचा विचार करीत असताना प्रत्येक वाङ्मयप्रकारानुसार करण्यात आला आहे. जैन धर्मातील तत्त्वज्ञान आधुनिक साहित्य प्रकारात प्रथमानुयोग साहित्यात त्रोटक पद्धतीने आढळते. यापैकी कादंबरीमध्ये आढळणारे तत्त्वज्ञान कादंबरीच्या कथानकाच्या अनुषंगाने येते. कादंबरीतील पात्रे उपदेश करतात व कादंबरीतील वातावरण धार्मिक होते. उदा. 'विधीचे विधान' या कादंबरीमध्ये आचार्य धर्मघोष यांचा उपदेश मिथ्या तत्वाचा त्याग करा. कर्मशुद्धी तपस्येने होते. अशा प्रकारे आला आहे. तर 'जैन पद्मपुराण' मधील रावण हा सीता हरणानंतर उद्गारतो की, ''मी परस्त्रीहरणाच्या कलंकाने कायमचा मलिन झालो'' व त्यामुळे अनेक अनर्थ ओढवले गेले. त्याचप्रमाणे 'भरत बाहुबली युद्ध' यामध्ये बाहुबलीचे कठोर मन वितळते आणि 'चुकले. हा अहंकार टाकला' असे उद्गार त्याच्या तोंडून निघतात.

महाकालाने आपले मूळ रूप प्रकट केल्यावर ''मी पहिल्या भवांत पोदनपूरचा मधुपिंगल राजा होतो. सुलभेसाठी मीच हे सर्व पाप केले आहे. वास्तविक श्रीजिनेंद्रदेवांनी कथन केलेला अहिंसारूप धर्म हाच खरा धर्म आहे.'' असे उद्गार 'रामायणसार' (संपा. अनंततनय) या ग्रंथात आढळतात. मन-वचन-काया यांनी शुद्धता महत्वाची आहे. हिंसा धर्माची प्रवृत्ती करणारे विश्वभू वगैरे सर्व लोक पाप कर्माच्या उदयाने नरकामध्ये गेले अशी चर्चा यात येते. अशाच प्रकारे 'हरिवंश पुराण' मध्ये अंधकवृष्टीचे पूर्वजन्मवृत्त कथन केले आहे. सुप्रतिष्ठित मुनीचा धर्मोपदेश आला आहे. त्याचबरोबर नेमिनाथ स्वामी लग्नाकरीता निघाले असता अनेक निरापराध पशूंची लग्नानिमित्त हिंसा होणार हे जेव्हा ते पाहतात आणि लग्न न करता परत येऊन दीक्षा धारण करतात व गिरनार पर्वतावर जाऊन समिती, गुप्ती वगैरे तपश्चरणाच्या क्रमाने आत्मबल वाढवितात. यातच पुढे आत्म्याच्या गुणस्थानांची चर्चा केली आहे. बलरामही द्वादश भावनेचे चिंतन करताना आढळतो. कथेच्या शेवटी पांडवांचेही निर्वाण होते ते दुर्योधनाच्या वंशातील एक दुष्ट मनुष्य लोखंडाच्या साखळ्या व मुकुट तापवून त्यांच्या गळ्यात व मस्तकात घालतो. तेथे शुक्लध्यानाच्या प्रभावाने गुणस्थानात देहत्याग करून सर्वार्थसिद्धी व्रत घेतात. कर्मनाश करून मुक्तिप्राप्ती लाभते. अशी तत्त्वज्ञानची भाषा, उपदेश व पात्रांचे आचरण जैन कादंबरीत येते. या वरील सर्व विधानांमध्ये

मिथ्यात्वत्याग, कर्मशुद्धी, शील, अहिंसा, कर्मनाश अशी तत्त्वे कादंबरीत येत राहतात.

सुमतिबाई शहा यांच्या 'महापुराण'या पुराण कादंबरी-कथेमध्ये इंद्र वृषभांना ''तुम्ही विश्वलोचन आहात' जग तुमच्या डोळ्यांनी पाहील अशी सृष्टी तुम्ही निर्माण करावी. तुम्ही विश्वव्यापी आहात, अशा नैतिक आणि धार्मिक मूल्यांचा तुम्ही उपदेश लोकांना करा की ज्यामुळे विश्वव्यापी मानवता-करुणा-दया इ. गुणांची जोपासना जनतेने अखंड करावी.'' ते त्यांच्या हातून कार्य घडते. याच कादंबरीमध्ये गौतम मुनी श्रेणिकाला, ''मानवी जीवनाचे विविध थर आहेत. या स्तरांतून विकाराचेच प्राबल्य जास्त असते. विचारांचं मनावरील नियंत्रण हा मानवी जीनसागरात प्रवास करणाऱ्या नौकेचा जणू सुकाणू आहे. गृहस्थधर्म पालन करताना केवळ व्यक्तीचे जीवन हाच एकटा निकष नसतो. कुटुंब, समाज, धर्म, राष्ट्र आणि विश्व अशा वेगवेगळ्या कसोट्या गृहस्थधर्माशी निगडित असतात. अशा जीवनात सद्हेतू प्रेरित हिंसा केवळ कर्तव्य म्हणून निष्कर्म भावनेने, फलाशाविरहित भावनेने करावी लागते. क्षत्रियोचित हिंसेची उचितता व उपयोगिता कोणताही मानवीधर्म उपेक्षणार नाही.'' (पृ. ७६) त्याचबरोबर कादंबरीमध्ये जागोजाग 'संयम म्हणजे निवृत्ती नव्हे. संयम म्हणजे तृप्ती-तुष्टी!' (पृ. ८८), साधकांसाठी 'भूक, तहान, म्हातारपण व रोग यामुळे तुमची शांती ढळू देऊ नका.' समता हा तुमचा स्थायीभाव असावा. कटू भाषण करू नये. मौनाचा स्वीकार करावा. (पृ.२००), जीवनाची निष्ठा म्हणजे भोगनिष्ठा (पृ. ७६) अशा अनेक तत्त्वज्ञानयुक्त चिंतनांचे निवेदन यामध्ये येते. वेगवेगळ्या वाक्यांद्वारे तत्त्वज्ञानाची मांडणी कादंबऱ्यांमध्ये येते. कादंबरीतील पात्रे जैन तत्त्वानुसार आचरण करतात. कथानक त्या अनुषंगाने येते.

त्याचप्रमाणे सुमतिबाई शहा यांच्या 'जैन रामायण' मध्येही अनेक जैन तत्त्वांचा पुरस्कार केलेला आढळतो. जिनेंद्र भक्तीसंबंधी, कर्तव्यनिष्ठेसंबंधी सुंदर विवेचन केलेले आढळते. उदा. ''यौवन, संपत्ती, प्रभुत्व आणि अविवेक यापैकी एक एक गोष्ट देखील अनर्थमय आहे.'' (पृ.९१), जीविताचे सार्थक आत्मकल्याणात आहे. कर्ममलत्याग महत्वाचा आहे. त्यामुळे सीतादेवीने जैनदीक्षा घेतली व वनात गेली. तपाच्या प्रभावाने स्वर्गात देव झाली. कथेमध्ये पंचाणुव्रत पालन आहे. धर्मतत्त्वज्ञान यावरच ही कथा उभी आहे. कामांधता अणि दरिद्रता या आंधळ्या असतात. आपल्या निष्ठांशी आपण सद्वर्तनी आणि प्रामाणिक असायलाच हवं. अहंकार आणि वासना यांचे विकृत रुप म्हणजे रावण होय. युगानुयुगे अतृप्त राहिलेल्या वासनांचे रूप धर्माला अधर्मपण देणारा रावण याच

प्रतीकातून इथे घेतला आहे. पाच अणुव्रते, पाप-पुण्य इत्यादी तत्त्वांची मांडणी ही कादंबरी करते.

'कैलासकाका' ही डॉ. हेमचंद्र जैन यांची एक वैचारिक कादंबरी धर्मतत्त्वज्ञानाच्या चिंतनावर आधारित असलेली आहे. भारतीय जैन तत्त्वज्ञानाच्या मूलभूत विचारांचे ललित भाषेत विवेचन तात्विक विचार आणि व्यवहार या दोन्ही पातळीवर सारख्याच विचाराने घेतलेले आढळते. आत्म्याचे स्वरूप, आत्मौपम्य बुद्धी, कर्मसिद्धांत, पुनर्जन्म, ईश्वर, अहिंसा, धर्मसंस्था, संचयवृत्ती, वैवाहिक जीवन इ. विषयावर विवेचन आढळते. तर मी कोण आहे? कोठून आलो? कशाकरिता आलो? नंतर माझे काय होणार? हे विश्व कसे निर्माण झाले? त्याचे भवितव्य काय? विश्वाचा आणि माझा संबंध काय? या जीवनात सुखदुःखे का येतात? मनात बरेवाईट विचार आणि विकार का उत्पन्न होतात? अशा अनेक प्रश्नांची उत्तरे, व्यक्तीच्या जीवनाशी संबंधित धर्मतत्त्वज्ञाच्या पातळीवर धर्माचा पाठपुरावा करताना दिलेली आहेत. जैन धर्माच्या बाबतीतही आत्मकल्याणाच्या संदर्भात चर्चात्मक विचार व्यक्त केलेले आढळतात. प्रत्येक आत्मा हा स्वतंत्र स्वयंपूर्ण आणि स्वतंत्र, शक्तिमान आहे. परिग्रह हे मर्यादेचं अमृत आहे. अहिंसा, सत्य, अस्तेय, शील आणि अतृष्णा ह्यांच्या आगेकूचीबरोबरच क्रोध, मान, माया व लोभ यांची पीछेहाट आत्मसाधनेसाठी अपरिहार्य समजावे. यासारख्या छोट्या-मोठ्या विचारांनी युक्त अशी ही कादंबरी आहे.

कवि नागदेवकृत 'मदन पराजय' आख्यानाचा महावीर कंडारकर यांनी अनुवाद केलेला आहे. ही कथा एक रुपकात्मक आख्यानच आहे. मानवी जीवनाच्या पातळीवर जैन तत्त्वज्ञान आत्मसात करून मोक्षसुखाची प्राप्ती कथन केली आहे. दुर्गुण आणि सद्‌गुण यांच्यामध्ये मानवी विवेक कसा महत्वाचा ठरतो. सम्यक्‌रूपी सूर्य-चंद्राचा उदय व्हावा अणि काम, मदन मोहाच्या पाशातून सुटका व्हावी यासंबंधी विवेचन आहे. जैन सिद्धांतशास्त्रानुसार राग, द्वेष, मो या आत्मगुणाघाती विकारावर विजय मिळवणारे जिन होतात व वैराग्य, तप, ध्यान यांच्या बळावर संपूर्ण आठ कर्मांचा नाश करतात. त्यांनाच मुक्तिलक्ष्मीची प्राप्ती होते याच सूत्राला एका स्वयंवराच्या रूपकातून आविष्कृत केले आहे. अनेकांचे (मकरध्वज, मोह, जिनराज आदी) मानवीकरण, उदासी, सात्त्विक संताप, बहिरात्मा, कर्म, तत्त्वमाला इ. रूपके योजून ही संपूर्ण कथा जैन धर्म तत्त्वज्ञानावरतीच आधारित आहे. आठ महागुणरुपी राजे बसलेले आहेत. शेवटी सम्यक् परिसीमा गाठली आहे.

पुराण आख्यान कादंबरीमधील एक महत्त्वाची कादंबरी म्हणजे 'मुक्तिदूत' ही आ. भा. सोनटक्के यांची एक कांदबरी होय. अंजना आणि पवनंजयाची कथा आली आहे. आत्मविकास, आत्मसिद्धीची ही कथा होय. 'स्त्रीच्या संमोह पाशांतच मुक्तीचं सम्यग्दर्शन होऊ शकतं. स्त्रीच्या शरणागतीतच पुरुष मुक्ती शोधतो' हे वेगळे तत्त्वज्ञान मांडणारी ही कथा 'स्त्री म्हणजे मुक्तिमार्गातील मोठी धोंड' या असा जो कलंक लावण्यात आलेला आहे तो धुऊन काढणारी आहे. मात्र हा अर्थ एवढ्यावरच न राहता एक ब्रह्म आणि माया, प्रकृती आणि पुरुष, ब्रह्मचर्य, अखिल विश्वाची समरसता दर्शविणारे तत्त्वज्ञान आहे. प्रकृती पुरुषात आणि पुरुष प्रकृतीत विलीन झाल्याची गोष्ट इथे आहे. 'जीवनशक्ती सतत गतिमान आहे', 'एका निष्काम कर्मयोग्याप्रमाणं निर्विकल्प माननं पवनंजय केवळ त्याचा वाहक होता' यासारख्या अनेक वर्णनांमधून पवनंजयाच्या आचरणातून जैन तत्त्वे योजिली जातात. पाप-पुण्याच्या आधीन असलेली अवस्था यात येते. आत्मोत्सर्ग हा महान आणि प्रेरणादायी आहे. पाप पुण्य ही लोह-सुवर्ण शृंखला आहे. कर्मफलाची इच्छा न धरता काम करत राहिले पाहिजे. पुण्यसंबंधाद्वारे महत्तेचं आणि अभिमानाचं पोषण होणे गरजेचे नाही हे ही कादंबरी सांगते.

मृत्युंजय मालगावे यांची 'कहाणी ही श्रेणिकाची'ही एक महत्त्वाची कादंबरी उत्सर्पिणी काळातील चतुर्थ काळात होणाऱ्या पहिल्या तीर्थंकर श्रेणिकाचे चरित्र होय. आत्म्याचे स्वभाव, विभाव, कषाय, व्यवहारधर्म साधून समीचीन धर्माकडे सरकता येते. तन, मन, धन, धाम वगैरे क्षणिक आहेत. मुनीश्वरांनी रुपिणीला चतुर्गती भ्रमणाचे दु:ख, पंचपापाची फळे, पंचाणुव्रताची महती, दानपूजा स्वाध्यायादिकांचा महिमा सांगितला व धर्माबद्दल श्रद्धा आणि अधर्माबद्दल घृणा निर्माण केली. (पृ. ७८) अष्ट कर्माचा अंत करणारे ते अरिहंत, निर्ग्रंथ म्हणजे निरारंभी, विषयाशारहित, ज्ञानध्यनतपरत होत. जैन धर्म हा सर्व जीवांचा धर्म आहे. (पृ. ९५), म्हणूनच की काय या कादंबरीच्या अखेरच्या भागात श्रावकांच्या आचरणासंबंधीही माहिती मिळते. महंतांनी वेळोवेळी धर्मोपदेश केला आहे. तत्वज्ञान सांगितले आहे. काळ, अणुव्रते, पापपुण्य इ. तत्त्वांचे विवेचन या कादंबरीतील विधानातून येते.

'शिलादित्य' (भाग १ व २) ही शंकर मोरो रानडे यांनी ऐतिहासिक कादंबरी होय. ती अतिशय महत्वाची कादंबरी असून सर्वात जुनी कादंबरी आहे. हिंदू व जैन-बौद्ध संघर्षावर आधारित आहे. यामधील अनेक संवाद, प्रसंग हे जैन तत्वज्ञानाचा भाग आहे. पवित्र धर्माची पुनर्स्थापना होण्यासाठी जैन

मंडळी प्रयत्न करतात येथे त्यांच्यावरील जैन तत्त्वज्ञानाचा प्रभाव दिसून येतो. या कादंबरीतील जैनमताची पात्रे संवादात जैन तत्वज्ञानाची मांडणी करतात. अहिंसा, सत्य, अपरिगृह या करिता झगडत राहतात. जैनमताची पुनर्स्थापना करण्यासाठी शिक्षेला सामोरी जातात.

बालवाचकांसाठी लिहिली गेलेली कादंबरी म्हणून विष्णुकुमार देशमाने यांच्या 'विपुलाचलाकडे' या कादंबरीकडे पाहता येते. 'धर्म सांगून आचरायचा नसतो.', 'शरीरमाद्यं खलु धर्मसाधनम्', 'यज्ञकांड बंद करावे, सर्व जीवांशी मैत्री जोडावी. पशुबळी देऊन आपण दु:खाचे बळी होऊ नये', 'छिद्र म्हणजे कषाय, काम, क्रोध, मद, माया. त्यांना दबणं- त्यांच्यावर विजय मिळवणं हाच तत्त्वबोध उराशी बाळगला पाहिजे', 'जीवाची अजीवापासून मुक्तता म्हणजो मोक्ष व तेच अनंत सुख होय' यासारख्या छोट्या छोट्या विचारांनी हे पुस्तक युक्त आहे. आचारधर्माविषयी, अहिंसा या तत्त्वाविषयी यात विचार व्यक्त केले गेले आहेत.

'चंद्रशीला' या कादंबरीमध्ये एका प्रसिद्ध नृत्यांगनेला मोठ्या वात्सल्याने स्वामी 'मुलाची आई हो' असे सांगतात. पण त्यासाठी सर्वस्वाचा त्याग आवश्यक वाटतो. एका बाईच्या परिवर्तनाची ही कहाणी जैन तत्त्वाच्या रूपाचे दर्शन घडविते. सद्चरित्र्य हे मानवाला मोक्षाच्या कारणीभूत ठरते. आचार्य श्रीविद्यानंदांच्या चरणी ती लीन होते. नंदनमाता होऊन धनकुबेर कनकधवल श्रेष्ठींच्या गृहस्थीचा तिने भार वाहिला. हे एवढे साध्य झाले ते संयमधर्माला अनुसरल्यामुळे. जैन तत्वज्ञान म्हणजे संयमधर्म होय. इथे संयम या तपाचरणामुळे एका नर्तकीचा कायापालट होऊन ती सन्मार्गाला लागते. त्यामुळे सयंम, शील हेच मोक्षाचे द्वार हे होय हे इथे व्यक्त केले आहे.

'जीवनरंग' ही कादंबरी माधव श्रीधर रणदिवे यांनी अनुवादित केली आहे. यामध्ये उपसर्गहरस्तोत्र पठण करणारी माणसे आढळतात. धर्माचरणामुळे त्यांच्या प्रवृत्तीत भेद पडतो. क्रोध, अहंकार, कपट, लोभ, काम, मोह विकारांचा घातक परिणाम होतो हे सांगितले आहे. सुखशांतीचे सूत्र उपदेशिलेले आहे. धर्मलाभ झाल्यामुळे सासू व कुमारी अवस्थेतील नणंदा साध्वीची दीक्षा घेतात. आत्मोन्नतीच्या वैराग्यपथावर वाटचाल होते. यामध्ये धर्माचरण आहेच. त्याचबरोबर पंचाणुव्रतांचे दर्शन घडते. कषायविरहित वृत्तीचा यामध्ये ऊहापोह होताना आढळतो. त्याचबरोबर वनस्पतींचा वापर हा उत्तम गुणकारी म्हणून केला जातो. यातील विचार हे जैन तत्त्वास अनुसरून आहेत. मोक्षमार्गस्थ पात्रांच्या जीवनरंगाची ही कादंबरी आहे.

'अहिंसेचा विजय' ही कादंबरी अहिंसेच्याच तत्त्वज्ञानावर आधारित आहे. हजारो पशुंची कत्तल ही देवीला बळी देण्यासाठी केली जाणार असते. परंतु जैन तत्त्वांच्या अनुषंगाने अहिंसा हे तत्त्व अंगीकारले गेले आहे. कुलधर्म सोडून कालीमातेची स्थापना केली . हिंसा ही बाधक असते. आपल्याला अधर्मास कारणीभूत ठरते पण यावर अहिंसा मात करते. अहिंसा या तत्त्वाचा विजय होतो. म्हणजे 'अहिंसा परमो धर्म:' ह्या जैनतत्त्वाचा विजय होतो.

'कलिंग नरेश सम्राट खारवेल'ही प्रसिद्ध ऐतिहासिक कादंबरी होय. सम्राट खारवेल हा सम्राट असूनही जैन तत्वानुसार आचरण करतो. अनेक घटनांनी युक्त अशा या कादंबरीमध्ये कलिंगचे जिनबिंब परत आणण्यासाठी खारवेलच्या आईने ध्यास घेतला. त्याला सर्व मारवाडी बंधूनीही साथ दिली. कलिंगवर स्वारी केल्यानंतर (युद्ध केल्यानंतर) अशोकाने प्रायश्चित म्हणून हजारो वृक्ष लावले. तसेच सर्वत्र अहिंसेचा प्रसार केला. त्यागव्रत, अणुव्रत घेतल्यामुळे हा कायापालट झाला. अंतरंग हाच धर्म मानला. संपूर्ण कादंबरीत जैन तत्त्वज्ञान आचरले जाते. ' जैन पुण्यक्षेत्र असलेल्या वैशाली, चंपानगर, पावापूर आणि सम्मेदगिरी या क्षेत्रात यज्ञयाग, पशुहत्या होऊ नयेत, जैन धर्मीयांना क्लेशकारक वाटणारे पशुयज्ञ किमानपक्षी त्यांच्या यात्रा स्थानांवर करू नयेत' अहिंसा धर्माचे पालन आणि पाच अणुव्रतांचे परिपालन, लोभ-मुक्ति, अलौकिक त्याग, वैराग्य भावना आदि तत्वांचे पालन या व्यक्तिरेखांच्या माध्यमातून केले जाते. मोक्षमार्ग हा यातूनच जातो हे कथन करणारी कादंबरी होय.

'अहिंसा सम्राट महावीर'ही नावातच अहिंसा तत्त्वाचा निर्देश करणारी कादंबरी होय. जैन तीर्थंकर भगवान महावीर यांची शिकवण यामध्ये आली आहे. अनेक घटनांपैकी मोजक्या घटनांद्वारेच महावीरांच्या आदर्श कार्याचे रूप डोळ्यांसमोर उभे राहते. उदा. युवराज म्हणून दररोज खर्चाकरीता महावीरांना पंधरा मोहरा राज्यतंत्राने मंजूर केल्या होत्या. त्यातील फक्त एकच मोहोर लागायची. बाकीच्या चौदा मोहरा जनकार्यासाठी वापरण्यात आल्या. यावरून अपरिग्रह तत्त्व दिसते. तसेच स्वातंत्र्याची प्राप्ती रक्ताचा एकही थेंब सांडू न देता महावीरांनी केली. मांसाहार आणि मद्यपान हे हिंसामय घनघोर पातक आहे. शेवटची महावीरांची तत्त्वज्ञानाची मांडणी जगाच्या कल्याणासाठी त्यांनी अखेर दीक्षाव्रत घेतले. यातून त्यांचे तप-त्यागमय जीवन दिसते. या संपूर्ण चरित्रात्मक घटनांमधून पंचाणुव्रतीचे काटेकोर पालन करणारे आदर्श महावीर आपल्यासमोर उभे राहतात.

आदर्श पति-पत्नी म्हणून विजय शेठ आणि विजया शेठाणी हे दोघे नवीन झालेले पति-पत्नी ब्रह्मचर्यव्रताचे पालन करतात. हे 'आदर्श पति-पत्नी' विजय

शेठ आणि विजया शेठाणी यांच्या रूपात दर्शविले आहे. दोघे 'ब्रह्मचर्यांच्या ठाम निर्णयापर्यंत येतात' गरुजींकडून ब्रह्मचर्य स्वीकारून दोघेजण अनेक विषयांवर चर्चा करतात. त्यांचे जैन तत्वज्ञानावर श्रद्धा ठेवल्याने व आचरण केल्याने आदर्श जीवन व्यथित होते. या कादंबरीत चेलनाराणीच्या सतीत्वाचे अनेक दाखले दिले गेले आहेत. परंतु गृहस्थाश्रम/श्रावकाश्रम स्वीकारीत असताना दोघा पती-पत्नींनी वैचारिक देवाणघेवाण केली होती. जैन तत्त्वज्ञानाला अनुसरून सत्य, शिव, सुंदर विचारांचे मनोमीलन यात घडविले. सत्य हा मानवी जीवनाचा पाया आहे. मात्र चेलनेची फसवणूक झाल्यामुळे ती आपल्या जैनत्वाला बाधा येऊ न देता वर्तन करते. मुनिधर्माची हिंसा होऊ नये म्हणून मुनींच्या गळ्याात श्रेणिकाने अडकवलेला साप ती जाऊन दूर करते. जितक्या मुनींना मुंग्या चावुन उपसर्ग झाला. त्याप्रमाणे श्रेणिकासही भवांतरांमध्ये उपसर्ग घडतो. या कथेला धरून भवांतर कर्म सिद्धांत हे महत्त्वाचे तत्त्वज्ञान आले आहे. सत्य कथन हे तत्त्वही महत्वाचे असल्याचे यातून दिसून येते.

'त्यागमूर्ती जंबुकुमार'या कादंबरीत जंबूकुमार हे आत्मा हाच खरा धर्म आहे या तत्त्वज्ञानापर्यंत आले आहेत. यात पशुसंहाराचा निषेध केला जातो. त्याचा त्याग केला जातो. काल्पनिक भेद व मिथ्या अवडंबरांना छेद दिला जातो. यामध्ये जीवाजीवादिविषयी, संसारचक्राविषयी, भोगाभोगांविषयी माहिती दिली आहे. जंबूकुमार, अक्षयकुमार यांच्या सत्याने राज्य चालते. सत्य, भोग, कषाय, पंचाणुव्रते, कर्म सिद्धांत, आत्मा-जीव सप्त तत्त्वे, षड्‌द्रव्य आदींविषयी तत्त्वज्ञान व चर्चा या कादंबरीत आली आहे. त्याग हाच जीवनाचा मोक्षासाठी महत्वाचा ठरतो हे लेखकाने कथन केले आहे.

जैन तत्त्वज्ञानाचे उत्तम तात्त्विक दर्शन 'सत्याचा शोध' या कादंबरीमधून घडते. खरा देव-गुरू शास्त्राचे स्वरूप, अनेकांत, स्याद्‌वाद, भेदविज्ञान इ. सैद्धांतिक विषय आणि आत्मानुभूतीचे स्वरूप आणि प्रक्रिया ज्ञानी जीवाची भूमिका, प्रायोगिक विषय आदि तत्त्वज्ञानाचा यात भाग येतो. पूज्य श्री. कानजी स्वामींकडून सिद्धांताचे मर्म स्पष्ट केले आहे. शुद्ध आत्म्यासंबंधी चिंतन आढळते. वेळोवेळी झालेल्या तात्त्विक चर्चा या कादंबरीत जैन तत्त्वज्ञान प्रकट करतात.

'मृत्युदंड' कादंबरीमधल्या विमलाबाई स्वाभिमानाने घर सोडतात आणि अखेरी पीडित, रोगग्रस्त माणसांची सेवा करतात. आणि एकट्याच राहतात. अखेरी मृत्यू ओढवतो. जैन तत्त्वातील कर्म सिद्धांताच्या प्रभावामुळे माणसाला जन्मोजन्मी दुःख भोगावे लागते हा कर्मसिद्धांत या कादंबरीत येतो.

मराठी जैन कांदबरीमध्ये अशा प्रकारच्या जैन तत्वज्ञानाचा प्रत्यय येतो. किंबहुना या तत्वज्ञानाला अधिष्ठित ठेवुनच या कांदबरीमधील पात्रांचे विचार व्यक्त होत राहतात. पात्रे जैन तत्वज्ञानाप्रमाणे जीवन जगतात. वर्तन करतात व धर्म आचरतात.

आधुनिक मराठी साहित्यामध्ये कांदबरी हा साहित्य प्रकार जैन लेखकांनी हाताळलेला आहे. कादंबरी या सहित्य प्रकारामध्ये जीवनाचा व्यापक कालावकाश तसेच एखाद्या नायकाची दीर्घ कथा असते. जैन लेखकांनी लिहिलेल्या या कादंबऱ्या पौराणिक कादंबऱ्या आहेत. पुराण काळातील पात्रे, प्रसंग, घटना यांवर आधारित या कांदबऱ्या आहेत. रामायण, महापुराण, जैन आख्याने तीर्थंकरांचे जीवन यांवर आधारित या कादंबऱ्या आहेत. साहजिकच या कादंबऱ्यांमध्ये पौराणिक सत्य कल्पिताच्या आधारे मांडण्याचा प्रयत्न झाला आहे. जैन तत्त्वज्ञानातील प्रारंभिक उदात्त विचार व तत्त्वे या कादंबऱ्यातून येतात. पुनर्जन्म, शील, मानवता, दयाभाव, क्वचित जैन तत्त्वज्ञानातील कालावकाश, अहिंसा, सत्य, अस्तेय, मानवी विकारावरील विजय इ. गोष्टींची चर्चा या कादंबऱ्यांतील पात्रे करतात. उदा. अहिंसा, पूर्वजन्मवृत्त इ. चर्चा येते. हरिवंशपुराण या कादंबरी सदृश पुराणात अहिंसा, गुणस्थान, ध्यान यांची चर्चा येते. याशिवाय सयंम, त्यागवृत्ती, पंचाणुव्रतांचे पालन, मानवता, कर्मसिद्धांत शील, इ. गोष्टींची चर्चा कादंबरीतील पात्रे करतात. कादंबरीतील मुनींचा संवाद त्यागींचा संवाद हा जैनधर्माचे तत्त्वज्ञान कथन करतो. अहिंसेचा विजयया सगळ्या कादंबरीत हिंसेचा धिक्कार येतो. सम्राट खारवेल या चरित्रात्मक कादंबरीत जैन विचाराने चालणाऱ्या राजाचे चरित्र येते. अशा अनेक कादंबऱ्यांमध्ये वेगवेगळे विषय असले तरी जैनतत्वज्ञानातील काही गोष्टी अधूनमधून डोकावतात.

कथांमधून आढळणारे जैन तत्त्वज्ञान

जैन कथा सहित्यातूनही तत्त्वज्ञान आढळते. वेगवेगळ्या पुराणकथा, आधुनिक कथा, कथामालिका याद्वारे मराठी जैन कथांमधून तत्त्वज्ञानाची मांडणी होते.

तत्त्वज्ञानाचे प्रकटीकरण करणे, तत्त्वज्ञानाचा प्रसार करणे, बोधहेतूत तत्त्वज्ञानाचे कथन करणे हाच उद्देश जैन कथांचाही आहे. किंबहुना भारतीय साहित्यात धर्मप्रसारासाठी कथांचे उपयोजन करणारा जैनधर्म हा महत्त्वाचा धर्म आहे. कथा साहित्य हे जैन तत्वज्ञानाच्या प्रसाराचे फार मोठे साधन आहे. चरित्रकथा, आख्यानकथा, व्रतकथा, बोधकथा, कथाकाव्ये, कथात्मक चरित्रे, पौराणिक कथा, रूपककथांच्या द्वारे तत्त्वज्ञानाचा प्रसार व प्रचार जैन साहित्यामध्ये केलेला आहे.

या कथांमध्ये कर्मसिद्धांत व भवांतरे सांगितली गेली आहे. विविध जीवासंबंधी, आत्मा व श्रावकाची मुनींची कर्मे कोणती हे सांगितले आहे. केवलज्ञान प्राप्ती, जैन शास्त्रांची मूलतत्वे हा भाग या कथांमध्ये आला आहे.

जैनकथांमध्ये जैनधर्मातील दशधर्म, कर्मसिद्धांत, दान, शील, यांचबरोबर जैनधर्मातील व्रते या अनुषंगाने तत्त्वज्ञानाची मांडणी करण्यात आलेली आहे. प्रत्येक कथा जैन धर्मातील एकएका तत्त्वाचा पुरस्कार करते. यासर्व कथांमध्ये व्रतकथांचा भरणा मोठा असून प्रत्येक व्रत आचरणातून जैनतत्त्वाचे उपयोजन करते. सत्य अहिंसा, चोरी करू नये, परीग्रह करू नये. शील पाळले पाहिजे, ब्रह्मचर्य अंगीकारले पाहिजे. याशिवाय खोटे बोलू नये. परस्त्रीगमन करू नये. निंदा करू नये, साधूंची सेवा करावी. दीन दुबळ्यांना आपलेसे करावे, अशा जैन तत्त्वज्ञानातील दया, क्षमा, मानवता सत्य या गोष्टींचा पुरस्कार करणाऱ्या या सर्व कथा असल्याचे जाणवते. जैन कथेमध्ये प्राणी, पशु,पक्ष्यांच्या कथा आल्या असल्या तरी त्यांचून पूर्वभव, कर्मसिद्धांत इ. गोष्टींची चर्चा आपल्याला पाहायला मिळते आधुनिक काळातील या जैन कथा अनुवादित, पुर्नमुद्रित, रूपांतरित व प्राचीन पौराणिक कथांवर आधारित असल्यामुळेच या कथांमधील विषय पौराणिक येतात. परंतु आधुनिक भाषेत पौराणिक कथातील तत्त्वज्ञान सांगण्याचा प्रयत्न झालेला दिसते. उदा. रात्रिभोजनत्याग कथाही जैन तत्त्वज्ञानातील आचरण प्रतिमामधील पाचवी पायरी. या कथेतून रात्री भोजनाचा त्याग व त्याचे महत्त्व सांगिले आहे. रात्रिभोजनाने हिंसा होते, त्यामुळे अणुव्रतांचे आणि महाव्रतांचे पालन करतानाही रात्रिभोजनत्याग सांगितला आहे. हे वरील तत्त्व सांगण्यासाठी एका मांगिणीची कथा यात सांगितली आहे. याचवेळी जैन तत्त्वज्ञानातील पूर्वभव कर्मसिद्धांत याचे परिणाम कसे होतात हेही या कथेत सांगितले आहे. या कथेतील मांगीण पुढच्या जन्मात राजकुमारी होते. तर तिचा नवरा कुत्रा होतो हे मागील जन्मात केलेल्या कर्माचे फळ असते. अशा प्रकारे या कथेत अहिंसा, कर्मसिद्धांत अणुव्रतांचे पालन इ. जैन तत्त्वज्ञातील गोष्टी सूचित होतात.

'कोटीभट श्रीपाल' या सारखी कथाही कर्मसिद्धांतावर आधारित कथा आहे. पूर्वकर्माने कुष्ठरोग झालेल्या श्रीपालाची ही कथा आपल्या घाती कर्मांचा नाश करण्यासाठी धर्म उपदेश महत्वाचा आहे. या कथेत अशुभ कर्मांना व मिथ्या धर्माला या सिद्धचक्राने बांध घालता येतो. सिद्धचक्र हे एक पूजाविधान आहे. यामध्ये व्रत वैकल्य, सम्यक्दर्शन, सम्यक्ज्ञान याचावर श्रद्धा ठेवणे, अणुव्रतांचे पालन करणे या गोष्टी सांगितल्या आहेत. सदाचाराने पूर्व कर्मावर मात करता येते. अशी ही कथा कर्मसिद्धांताने सिद्धचक्राचे माहात्म्य सांगते.

निःशंकित या कुलभूषण लोखंडे लिखित कथेमध्ये 'अंजनचोराची कथा' येते. ही कथा जैन कथेमधील उपदेशाने एखाद्या माणसाचे जीवनात कायापालट होऊ शकतो हे सांगते. णमोकार मंत्रावरील श्रद्धा व सद्‌उपदेशाने पथभ्रष्ट झालेला राजकुमार सन्मार्गी होऊ शकतो हे सांगितले आहे.या कथेत अनंतमतीचे शील, जिनवाणीवर श्रद्धा, धर्मरक्षणाची भावना इ. जैन तत्त्वज्ञानातील प्राथमिक गोष्टींवर आधारलेल्या या कथा आहेत.

'महासती मैनासुंदरी', 'पट्टराणी उपरंभा', 'राजुल-नेमी' या दीर्घ कथा जैन तत्त्वज्ञान सांगतात. महासती मैनासुंदरी या कथेमध्ये शील, ब्रह्मचर्य, अहिंसा या तत्वांचे सूचन केलेले दिसते. जीवंधर चरित्रयासारख्या कथेमध्ये वैराग्य, जीव, पापकर्म मोक्षप्राप्ती पूर्वभवांचा वृत्तांत, कर्मसिद्धांत याच गोष्टी पुन्हा सांगितलेल्या दिसतात.

जैन तत्त्वज्ञानात अष्टांग मार्ग, पंचाणुव्रते, पंच पापे, चार दाने महत्त्वाची सांगितली आहेत. यासर्वांचे महत्त्व सांगण्यासाठी 'कथा कौमुदी' (शांतिनाथ नांद्रे) या कथासंग्रहात अष्टांग मार्ग सांगतात. नि:शंकित अंगासाठी अंजनचोराची कथा, नि:शंकित अंगासाठी अनंतमती कथा, निर्विचिकित्सा अंगासाठी उद्दायन राजा, अमूढदृष्टी अंगासाठी रेवतीराणी, उपगूहनसाठी जिनेंद्रभक्त कथा, स्थितिकरण अंगासाठी वारिषेण राजपुत्र कथा, वात्सल्य अंगासाठी विष्णुकुमार मुनि कथा व प्रभावना अंगासाठी 'वज्रकुमार' ही कथा सांगितली आहे.

पंच अणुव्रतांचे महत्त्व सांगण्यासाठीही वेगवेगळ्या कथा सांगितल्या आहेत. अहिंसा अणुव्रतासाठी सत्यवादी धनदेव, कथा, अर्चोर्य अणुव्रतासाठी वारिषेण राजपुत्र कथा ब्रह्मचर्य अणुव्रतासाठी नीली ही कथा, परिग्रहप्रमाण अणुव्रतासाठी जयकुमार या कथा सांगितल्या आहेत.

पंच पापांच्या निवारणासाठी काही कथा सांगितल्या आहेत. हिंसा या पापासाठी धनश्री कथा, असत्य या पापासाठी सत्यघोष ही कथा, चौर्य या पापासाठी तापसचोर ही कथा, कुशीलसेवन या पापासाठी यमदंड कोतवाल, परिग्रह या पापासाठी श्मश्रुनवनीत ही कथा सांगितली आहे.

याचप्रमाणे चार दानांसाठीही वेगवेगळ्या कथा सांगितल्या आहेत. आहारदानासाठी श्रीषेण राजा ही कथा, औषध दानासाठी वृषभसेना ही कथा, ज्ञानदानासाठी कौंडेश ही कथा, अभयदानासाठी सूकर ही कथा, जिनपूजेसाठी बेडूक ही सांगितली आहे.

'नैतिक कथासंग्रह'या कथांमध्येही बोध, नीती, उपदेश याच बरोबर जैन

तत्त्वज्ञानाची चर्चा होते. जैन धर्मावरील श्रद्धा, जिनभक्ती, याचे महत्त्व सांगताना कथेचा निवेदक म्हणतो, ''जे बुद्धिमान श्रद्धेने जिनभक्तीत तल्लीन होतात. जिनेंद्राच्या गुणाचे स्मरण करतात त्यांना मदोन्मत्त हत्ती, विक्राळ सिंह, भयंकर सर्प, रोग बंधने कोणीही त्रास देऊ शकत नाहीत. त्यांचे सर्व उपद्रव नाहीसे होतात''(पृष्ठ ७) या विधानातून सम्यक् ज्ञान-दर्शनाचे महत्त्व सांगितले आहे. तत्त्वज्ञानाची अशी अनेक विधाने कथांमध्ये गोवली आहेत. उदा. शुद्धज्ञान, शुद्ध चरित्र असून जर जिनभक्ती करत नसाल तर मोक्षप्राप्ती होऊ शकत नाही. जो भगवंताचे द्रव्य गुण आणि पर्याय रूप जाणतो, तोच आत्मरूप जाणतो. कारण अरिहंत आणि आत्मरूप यात काही फरक नाही. किंवा ''कर्मरूपी पृथ्वीने आच्छादित झालेल्या आत्मज्योतिरूपी रत्नाच्या प्राप्तीसाठी खणण्यासाठी भक्तिरूपी कुदळीची आवश्यकता असते'' नागाचे वाटोळे झाले फुलाचे गाठोडेया कथेत आर्यिका दीक्षा घेणाऱ्या मुलीस मुनी उपदेश करतात. ''रागद्वेष, क्रोध, लोभ, मान, माया, भित्रेपणा, शोक, तिरस्कार इ. विकृत भावांचा त्याग करणे म्हणजेच अहिंसेचे पालन करणे होय. रागादिकांच्या उत्पत्तीत हिंसेचे मूळ आहे. हेच जैन आगमाचे सार आहे.'' ''अरिहंत सिद्ध आचार्य, उपाध्याय, साधू त्याचप्रमाणे अहिंसेच्या मार्गाने जाणाऱ्या पंचपरमेष्ठींची स्तुती करणे, जीवदया करणे, पाणी वस्त्रातून गाळून पिणे ही श्रावकाची चिन्हे आहेत. पापसंग्रहामुळे मनुष्य द्ररिद्री, अनाथ, विकलांग, कुरूप व महादुःखी होतो.'' या चर्चेतून एकाच वेळी अहिंसा, दया, पापसंवर, सम्यदर्शन, ज्ञान, चारित्र्य इ. (पान १७) जैन तत्त्वांची माहिती कथेमध्ये दिली जाते.

कर्मधर्मसंयोगाने घडलेल्या या अनेकांच्या कथांमध्ये उपदेश व मोक्षाची प्राप्ती या बाबतीत वर्णने आढळतात. जिनभक्ती ही दृढतम आहे. सर्वंकष ज्ञानप्राप्ती ही धर्माच्या सम्यकत्वाची चर्चा करते. आणि आस्रव, संयमाचे सतरा भेद आदींविषयी माहिती संसारभोग आणि कर्मफल याचे निवारण, तपश्चर्या, क्रोध, सत्य, आधी, व्याधी आणि पुढे दीक्षाभाव व्यक्त होतो, या

तत्त्वज्ञानाविषयी माहिती या ग्रंथामध्ये आढळते.

'दशधर्मपर्वकथा' यामध्ये ब्रह्मचर्य, आकिंचन्य, त्याग, तप, संयम, सत्य, शौच, आर्जव, मार्दव, क्षमा या दहा अंगांच्या द्वारे मानवी जीवनाची उन्नती होते. प्रत्येक तत्त्वज्ञानावर आधारित या कथा या तत्वांची महती कथन करतात. नीतिकथांचा हा संग्रह आत्म्याचे गुणविवेकपणही व्यक्त करतो. 'मोही मुनीपेक्षा निर्मोही गृहस्थ श्रेष्ठ आहे.' त्याचबरोबर संस्कृत सुभाषितेदेखील या प्रत्येक कथांत आली आहेत.

व्रतकथांमधील तत्त्वज्ञान

जैन धर्मामध्ये व्रतकथांना अतिशय महत्त्वाचे स्थान आहे. कोणताही आचारधर्म हा तत्त्वज्ञानावरच आधारित असतो. त्यामुळे प्रत्येक व्रतकथा ही आचाराला पूरक असते. त्याचबरोबर तत्त्वज्ञान आणि धर्म प्रभावना हा उद्देश घेऊन त्या कथा लिहिल्या गेल्या आहेत. श्रावकाच्या व्रतांना फलप्राप्ती होते. मोक्षमार्गाला जाणारा मार्ग ही श्रावककथा दाखवते. शीलव्रत, जीव, आस्रव, भवांतर, अहिंसाणुव्रत आदि पंचाणुव्रते, दानव्रते आदींमधून हे तत्त्वज्ञान कथन केले आहे. त्यामुळे आचरणाबरोबर धर्मततत्त्वज्ञान आले आहे. कुंथुगिरि, सह्यपर्वत, हिमालय, विंध्यपर्वत यांवरून असंख्यात जीव सिद्धपदाला पोहोचले आहेत. यांची यात्रा करणे हे मोक्षाचे साधन आहे. पाच अणुव्रते आणि चार शिक्षाव्रते घ्यावी. रात्री जेवू नये. न गाळलेले व चामड्याचा स्पर्श झालेले पाणी पिऊ नये. त्याचबरोबर पूजा, दान, व्रत, उपवास, सम्यक्त्व हाच संसारातून तरून जाण्याचा मार्ग आहे. स्वमते, अन्यमते व शास्त्रमते यांचा मेळ साधून हे घडते.

रोहिणी व्रताचे पूजेमध्ये जैन सिद्धांताचे जवळ जवळ रहस्य भरून ठेवले आहे. या व्रताच्या आणि उद्यापनाचा मुख्य हेतू हाच आहे. या उद्यापनाने आत्म्याचे उद्योतन होणार आहे. व्रताच्या पुण्योदयाने मोक्ष प्राप्ती होते. वैराग्य उत्पन्न झाल्यामुळे ऐहिक सुखानुभवास बाधा येते. जिनदीक्षा ही महत्वाची आहे. यातून स्वर्गप्राप्तीचा मार्ग दिसतो. अष्टकर्मनाश, सात परम स्थाने, सम्यग्यदर्शन हे जिनेशाचे मंगल स्थान आहे. व्रताचरण हे परिणामशुद्धीस कारण आहे. आत्मविशुद्धी परमानंदपदास पोहचवते. उत्कृष्ट पुण्यबंध होऊन सुख प्राप्ती होते व मोक्षसुखही प्राप्त होते. अंत:करणात प्रबल स्फूर्ती उत्पन्न होऊन आपला आत्मा आपल्या आत्म्यातच तल्लीन होऊन आपल्या शुद्धात्म ध्यानाने शेवटी पुण्यकर्माचाही क्षय करून मुक्त होतो. या व्रताने पुण्यसंपादन होते.

जैनधर्मामधील रात्रिभोजनत्यागही कथा अत्यंत महत्वाची आहे. हे व्रत मुनी व श्रावक या दोहोंसाठी महत्त्वाचे आहे. आत्म्याला चांगली गती मिळविण्यासाठी व्रत–वैकल्ये ही महत्वाची आहेत. व्रतकथा, दानकथा, फलकथा, ग्रहणकथा इ. कथा धर्ममार्गाला पूरक आहेत. कर्महाराष्टमी व्रताच्या प्रभावाने मोक्ष लाभतो. दु:ख, दारिद्र्य याचे निवारण घडते.

श्रीजिनगुणसंपत्तीव्रतकथा हे शिक्षाव्रते, गुणव्रताचे महत्व सांगते. विषयाची आवड ही नरकगती देते. त्याचबरोबर व्रताला प्रभाव हा महत्वाचा आहे. तपक्रिया, दानक्रिया, संयम, स्वाध्याय या तत्वांचे व्रतकथा सांगतात.

जीवजीवादिकांचे स्वरूप, शरीर, संसार व भोग याविषयी वैराग्य, दान, पूजा, तप, शील यांचे स्वरूप व फळ, बंध, व मोक्ष यासंबंधीचे तत्त्वज्ञान जैन कीर्तन तरंगिणीया कथे मध्ये आले आहे.

नैवेद्यपूजेच्या महिमा सांगणारी दरिद्र हलिक शेतकऱ्याची कथाही जैनधर्माची श्रेष्ठता वर्णिते. एकूणच सगळ्याच व्रतकथा या जैन तत्त्वज्ञानाचे सूचन करतात. त्यामधून मात्र वेळोवेळी तत्त्वज्ञान डोकावते. रविवार व्रतकथा, कर्महाराष्टमी कथा, व इतर अनेक व्रतकथांच्या अनुषंगाने हे तत्त्वज्ञान रेखांकित झालेले आढळते.

'सम्यकत्व कौमुदी'हा एक लोकप्रिय कथासंग्रह आहे. यामधील प्रत्येक कथा तत्त्वज्ञान घेऊन येते. काहीतरी बोध शिकवते. जड बुद्धी आणि चैतन्य बुद्धी यातील फरक अनेक कथांमधून सोदाहरण घडतो. अनेक संस्कृत श्लोकाधारे हे तत्त्वज्ञान पाझरते. नीतिमत्ता आणि इतर बौद्धिक मोक्षसाधना, आत्मा व सुखवृत्ती यासंदर्भात यामध्ये रचना आढळते. चारी कर्मांचा क्षय आणि केवल ज्ञानाचा उदय यासंबंधी या कथा तत्त्वज्ञान व्यक्त करतात. मोहरूपाला टाळून मोक्ष व सिद्धपद प्राप्त होते. त्यामुळे जीवलोकामध्ये महत्त्वाचे ठरते. त्याचबरोबर दानफलाविषयी माहिती सांगितली आहे. आहारदान हे सर्वांत महत्वाचे दानव्रत आहे. सम्यक्त्व कौमुदीमधून स्पष्ट झाले आहे.

अमरकथा या बालवाचकांसाठी लिहिलेल्या कथा आहेत. या कथांमध्ये प्रकृती आणि पुरुषाच्या रूपकातून धर्मचिंतन केलेले आढळते. वैज्ञानिक सत्यसत्यता त्या कथेमधुन पुढे जाते. आत्मसम्राट होण्याचे भाग्य यामधून लाभते. अहिंसा व समवशरणांत धर्मोपदेश महत्वाचा आहे.

कथामंदिर' या कथांमधून सिद्धांत दानाचे पुण्य कार्य, सत्यधर्म, संयमनाची पाच तथ्ये व इतर तत्त्वाचार, आत्मगत गुणधर्म आणि कर्मगत देहवासना, मोहनिवृत्ती, अस्तित्व याविषयी कथा येतात. याचप्रमाणे मानवी दुःखाचे कारण व त्यापासून वाचण्याचा उपाय, अहंभाव व त्यापासून निवृत्ती याविषयीचा प्रेरणादायी व बोधप्रद विचार या कथांमधून येतो. नैतिक कथासंग्रहामधून दुःखाचे दिवस आले तरी वाममार्ग पत्करू नये, सांसरिक आपत्तीला घाबरू नये, सुखाचा मार्ग, जिनभक्ती, मोहनाश याविषयी मार्गदर्शन या कथांमध्ये आढळते. आत्मा जोपर्यंत विवेकी आणि जागृत आहे तोपर्यंत परमार्थ-पुरूषार्थ सार्थक होय. सात गुण, रत्नत्रय, कषायरूप या आध्यात्मिक मूल्यांवर रक्षाबंधन कथा आधारली आहे. अष्टांग सम्यक्त्व, पंच अणुव्रते, पंच पापे, चार दाने यावर आधारलेल्या

कथांमधून या तत्त्वांचे अनुष्ठान 'कथा कौमुदी'या संग्रहामधून आढळते. या तत्त्वांच्या रक्षणासाठी जीवन जगलेली कित्येक आदर्श माणसे आढळतात. या व्यक्तिरेखा सापडतात. सुभाषिते आणि कथासूत्रातील मुखामधील (व्यक्तिरेखा) व्याख्यान, प्रवचन, चर्चा यांमधून धर्ममांगल्य, खरा देव आणि संसाररूपी विषवृत्ताची दोनच फळे अमृतासमान रसाळ व आल्हाददायी आहेत. ज्ञानरूपी अमृत रसास्वाद व सुजन लोकांशी संगती महत्वाची आहे. देव धर्म आणि तत्वज्ञान याची सांगड जीवनाला पूरक असते हे भद्रकथाकुंज संग्रह सांगतो. अशा अनेक जैन तत्त्वांचे सूचन या कथा करतात.

राजपुत्र कनककुमार या चरित्रामधून सार्थ जीवनसाठी जैन तत्त्वज्ञान, आचार-विचार, नीती, पापपुण्य व मुनिदीक्षा घेऊन स्वावलंबी जीवन जगणे व बाह्य उत्पत्ती आणि अंतरंग मोहादिकावर विजय मिळविणे हाच खरा क्षात्रधर्म आहे.'व्रत-प्रतिज्ञा प्राणाहून श्रेष्ठ' आदी विचार यांत आले आहेत.

दैवगतीचा व कर्मांचा फेरा मैनासुंदरी च्याव्यक्तिरेखेतून रेखाटला आहे. गिरनार या पवित्र व मोक्षस्थान-दिव्यध्यान असणाऱ्या ठिकाणी नेमिकुमार मोक्ष साधतात. ऐहिक सुख म्हणजे सुखाभास त्यागातच खरं सुख व व्यवहार याविषयी चिंतन आढळते. मोक्षाची आराधना ही सिद्धपदाला पोहचवते. अशा अनेक लघुकथा, चरित्रकथा, बालकथा जैन तत्त्वज्ञान मांडण्यासाठीच लिहिल्या गेल्या आहेत.

आधुनिक कथांमध्ये प्रतिबिंबित झालेले तत्त्वज्ञान

आधुनिक जैन लघुकथांमधूनही तत्त्वज्ञान आढळते. 'मनीषा' हा लघुकथासंग्रह, त्यातील विविध लेख, कथा यांमधून तत्त्वज्ञान आढळते. परमात्मप्रचीती, दया, क्षमा, शांती, विश्वशांती, वैवाहिक जीवन, जैन धर्मोपदेश यावर आधारलेल्या कथांमध्ये जैन तत्त्वांचे संस्कार पोषक ठरतात. 'सद्वर्तनी समाचाराने तरला जातो' असे विचार आधुनिक कथेतून व्यक्त झाले आहेत. जैन साहित्यात आधुनिक काळात प्रकाशित झालेल्या बहुतेक कथा पौराणिक आशयाच्या कथा आहेत. या कथांमध्ये येणारी पात्रेही पौराणिक आहेत. राजे, राजपुत्र, व्यापारी, देव, इंद्रादि पात्रे या कथांमध्ये येतात. क्वचित सामान्य माणसांच्या कथांमध्ये व्यापारी, ब्राह्मण, शेतकरी, प्रधान अशी पात्रे येतात. परंतु अलीकडे नवकथेनंतर मराठी जैन साहित्यात काही समकालीन आशयाच्या कथा लिहिल्या गेल्या आहेत. यांत मध्यमवर्गीय जाणीवा असलेल्या आधुनिक काळातील पात्रांचा समावेश होतो. कौटुंबिक आशयाच्या या कथांमध्ये सामान्य समस्या,

कलह, संघर्ष असा आशय येतो व त्यामध्ये जैन तत्त्वज्ञानातील प्रारंभिक गोष्टींचे सूचन केले जाते. कौटुंबिक कलहात जोडून घेणे, प्राणिमात्रांविषयी दया दाखवणे, जैनविचारांचा प्रभाव सांगणे, जैन आचारांची माहिती देणे यासाठी अशा कथा येतात. उदा. 'मनीषा' या कथा संग्रहातील खरी मैत्री या कथेत ''आपल्या मनरूपी पेटीतून राग, क्लेश, कषायांनी भरलेला कचरा जेव्हा नाहीसा होतो तेव्हाच कोणतेही कार्य आपल्या हातून होते. आपले मन शुद्ध पाण्यासारखे होते. त्यात कसलाही कचरा राहात नाही.'' यातून आत्मशुद्धी व भावशुद्धी हे तत्त्व सांगितले आहे. अशाच काही गोष्टी म्हणजे दारूचा दुष्परिणाम व त्याचा पश्चाताप 'जमीन' या कथेत येतो. भूतदया पशुहत्या निषेध हा विषय याला म्हणावे भूतदया, कृतज्ञकंबू अशा कथेत येतो. ''भोगापेक्षा त्यागात सुख आहे. सोन्याने नटण्यापेक्षा गुणाने नटावे. भ. महावीरांमप्रमाणे साऱ्या जीवमात्रांचे मित्र बनण्याचा मी प्रयत्न करतो.'' या विधानातून भूतदया दिसते. कृतज्ञकबू मध्ये कबूतरास जीवदान दिल्याची कथा येते अशा कथांमधून सद्विचार, अहिंसा, नीती, भूतदया, व्यसनमुक्ती इ. जैनतत्त्वांचा परिचय होतो.

'भाग्यरेषा' ही नलिनी शहा यांची आधुनिक काळातील समकालीन कथा आहे. सद्विचाराने माणूस सदाचाराने तरला जातो अशा बोधकथा यात येतात. या कथांमधून प्रत्यक्ष जैन विचार नसले तरी त्या अनुषंगाने दया, क्षमा, पश्चाताप, प्रायश्चित्त, मानवता इ. गुणांचा प्रत्यय येतो. सद्धर्म सारख्या कथेत मुनींच्या उपदेशाने पश्चाताप होऊन यातील नायिका जैन विचारावर विश्वास ठेवते. आदिनाथ कुरंदवाडे याची 'वसुली' ही कथा जैन धर्मातील अहिंसा तत्त्वाला पूरक ठरणारी ाअहे. या कथेतील नायकाला मनामध्ये दयाभाव उत्पन्न होतो. वसुली अधिकाऱ्याला प्राण्याची हत्या होऊ नये असे वाटते व तो स्वत:जवळीच १००० रूपये भरून गरीब शेतकऱ्यावर उपकार करतो. याच अहिंसा तत्त्वाला अनुसरून 'पुनीत' या कथासंग्रहामध्ये बलराज संघई यांची 'धर्मो रक्षति रक्षितः'ही कथा आली आहे. जीवहिंसा होते व कारणाने कर्ज देण्यास नकार देणारा व आपल्या अधिकारपदाचा राजीनामा देणारा अधिकारी या कथेत आढळतो.

जैन आचारधर्माचे पालन करणारी व तत्त्वज्ञानाचा अंगीकार करणारी विलक्षण पात्रे हा कथांचा महत्वाचा गुणधर्म आहे. यानुसार 'पुनीत' या श्रेणिक अन्नदाते यांच्या कथासंग्रहामध्ये कथा येतात. त्यानुसार 'जोगन, छांड गयी संसार' 'अभिषेक'(सुरेखा शहा), 'धर्मो रक्षति रक्षितः' , 'पुनीत (पुनीत -श्रेणिक अन्नदाते) या कथा महत्त्वाच्या वाटतात.

सुरेखा शहा यांची 'संघर्ष' ही कथा व्यसनांपैकी मद्य हे व्यसन घातक

आहे. त्याचा त्याग करावा हेच सुचवते.

त्याचबरोबर परहिदं च कादव्वं या कथासंग्रहातील 'वसुली' ही आ. कुरूदवाडे यांची कथा अहिंसा तत्वाचा पुरस्कार करते.

'वृत्ती' या कथासंग्रहामधील 'इच्छापत्र' ही डी. डी. मगदूम यांची कथा अस्तेय व अपरिग्रह या जैन तत्त्वज्ञानाला आदर्श असणारी कथा होय. तसेच धर्माप्रीतीचा अभिमान वृत्तीत बाळगणारी 'धर्मम् शरणम् गच्छामि' (सुरेखा शहा) ही कथा पाखंडी वृत्तीचे खंडन करते. तसेच धर्माप्रती सत्याचरण व्यक्त करते. स्वधर्माप्रतीचा आदर व निष्ठा बाळगणारी 'व्रती' ही कथा आहे.

'गिरनार' या कथासंग्रहामध्ये मोजक्याच कथा जैन तत्त्वज्ञानाचा सामंजस्य संस्कार करणाऱ्या आढळतात. वृषाली मगदूम यांची 'अग्निपरीक्षा' ही कथा दैनंदिन जीवनामध्ये येणाऱ्या असंख्य प्रसंगांमध्ये आपले आत्मतत्त्व कसे अबाधित ठेवले जाते. त्यावेळी येणाऱ्या अडचणी सांगते खरी हीच एक सत्त्वपरीक्षा असते.

अशाच प्रकारे 'अभिषेक' हा कथासंग्रह तसेच 'शासन' हा कथासंग्रह महावीरांच्या तत्त्वज्ञानाचा-विचारांचा पुरस्कार करताना आढळतात.

मानवी मनाच्या अगाध लीला, विकार, वासना यांना कोणत्या तरी तत्त्वाने बांधणे आवश्यक असते. त्यानुसार जैन तत्त्वज्ञानातील काही महत्वाच्या तत्त्वांनी मानवी जीवनाचे उन्नयन होते हे उन्नयन घडविण्यासाठी या कथांमधून समर्पक बोध केला गेला आहे. 'शासन' या कथासंग्रहातील 'मन ओढाळ ओढाळ'ही मालती देशमाने यांची कथा कर्म सिद्धांत नव्या दृष्टिकोणातून मांडणारी कथा ठरते. तर चुकीच्या निर्णयाला, कर्माला पुन्हा एकदा प्रायश्चित्त म्हणून 'शासन' घडते. सद्‌विचारांचा नेहमी विजय होत असतो. हेच या कथांमधून सिद्ध होते, तर 'अभिषेक' या कथासंग्रहातील शीर्षककथा जैन परंपरेतील आचारधर्माचे, अभिषेकाचे चित्रण करते. 'झंपलू', 'भागी'या कथांमधून प्रकटलेल्या व्यक्तिरेखा जैन तत्त्वज्ञानाचे आगळे वेगळे रूप साकारतात.

एकूणच या सर्व आधुनिक कथांमधून देश व परदेशातील दैनंदिन जीवनामध्ये घडणारी स्थित्यंतरे प्रकट होतात. त्याच बरोबरच सामन्य माणसाची व नोकरदार वर्गाची होणारी घुसमटही व्यक्त होते. परंतु तिथे सुद्धा जैन तत्त्वज्ञानच त्या सर्वांच्या साहाय्याला धावून येते हे समजते. जैन तत्त्वज्ञान हे एका संस्कृतीचे पोषक तत्त्व आहे. हाच आशय या सर्व कथांमधून आढळतो. असे जरी असले तरी मानवी मनाचे परिवर्तन व जीवनाचे उन्नयम करणे हाच सर्व कथांचा केंद्रबिंदू आढळतो.

नाट्य वाङ्मयात आलेले जैन तत्त्वज्ञान

आधुनिक मराठीतील नाट्यवाङ्मय परंपरेत जैन धर्मीयांचे नाट्यलेखन हे स्वतंत्र ठरते. जैन धर्माचा प्रसार करणे, जैन धर्मातील निष्ठावंत पुराणपुरुषांचे चरित्र नाट्यरूपाने घडविणे, तीर्थंकर, जैनमतावर चालणारे राजे यांचे चरित्र उभे करणे, अहिंसा, दयाभाव, धर्मासाठी हुतात्मे झालेले वीरपुरुष यांचे चित्रण करणे, व्यसनमुक्ती, ब्रह्मचर्य, शीलरक्षण, सदाचार, बोध, मिथ्यात्याग इ. विचार सांगणे यासाठी जैन लेखकांनी आपले नाट्यलेखन केले आहे. साहजिकच जैन तत्त्वज्ञानाचा पाया असणारे वरील सर्व विचार सांगण्यासाठी नाटकासारख्या वाङ्मयप्रकारातून जैनमताचे प्रकटीकरण या नाटककारांनी केले आहे.

१९ व्या शतकाच्या अखेरपासून जैन लेखकांनी नाट्यलेखन केले आहे. सुरुवातीला संगीत नाटकांच्या द्वारे जैनमताचा पुरस्कार करण्याचा प्रयत्न या नाटककारांनी केलेला दिसतो. यापैकी प्रारंभीच्या काही नाट्य लेखनातून जैनतत्त्वज्ञान कसे प्रकटले आहे हे नाटकांच्या काही उदाहरणातून पाहता येईल. या नाटकांमध्ये सुरुवातीची नांदीसुद्धा जैन तीर्थंकरांच्या वंदनातून येते. 'मंगलदायक आदिजिनेशा, प्रभुजगदीशा तुज नमितो ।।' अशी वंदना येते. चवडे बंधूच्या नाट्यलेखनापैकी 'नेमिनाथ विवाह अथवा राजमती विलाप'(संगीत) या नाटकामध्ये जैनांचे २२ वे तीर्थंकर नेमिनाथ यांची कथा येते. नेमिनाथ विवाहामध्ये पशुहत्या टाळण्यासाठी अहिंसा मार्गाने नेमिनाथ याला विरोध करतात व शेवटी सर्वसंसार परित्याग करून गिरनार पर्वतावर दीक्षा घेतात.

काय कारण ते सांग कृष्ण राया।
बंदिमाजी कोंडिले पशू जीवा या।

यासारख्या पद्यातून हिंसेला विरोध करणारा नेमिनाथ दिसतो. हिंसेने अनेक जन्माचे पाप लागते. हिंसेपेक्षा तपश्चर्या बरी व संसारी दुःखापेक्षा ब्रह्मचर्य बरे, हे तत्त्वज्ञान यात सांगण्याचा प्रयत्न नाटककार करतो. नेमिनाथांच्या तपाच्या निर्णयानंतर विरहव्याकुल झालेली राजमतीही ब्रह्मचर्य पाळते व नेमिनाथांच्या बरोबरीने आर्यिका होते. अशा त्याग, तप, ब्रह्मचर्य, अहिंसा इ. तत्त्वांचा प्रसार करण्यासाठी या लेखकाने आपले नाट्यलेखन केले आहे.

शील, सत्य आणि पतिव्रत्य म्हणजेच ब्रह्मचर्य या ब्रह्मचर्याचे महत्त्व पटवून देण्यासाठी संगीत सुशील मनोरमा हे नाटक लिहिले आहे. नाटकामध्ये विद्याध्ययन प्रसंगी शाळेतील गुरूच्या मुखी जैन तत्त्वज्ञान सांगितले आहे. मनोरमा पाठशाळेत असताना गुरू उपदेश करतात. 'भरतक्षेत्रात मोक्षसाधन आताच्या काळात होऊ

शकत नाही. म्हणून एका आचार्यांनी म्हटले आहे तीन साधनांवाचून मनुष्यजन्म पशूसारखा आहे. या तीन साधनात धर्म हा श्रेष्ठ मानला गेला आहे. यात्राचून अर्थ व काम याची प्राप्ती होत नाही. म्हणून धर्माचे पालन निरंतर केले पाहिजे. अहिंसा परमोधर्मः, दयेसारखा दुसरा धर्म नाही' (पान-२१) इ. तत्त्वचर्चा जैन तत्त्वज्ञानाशी संबंधित आहेत.

गर्वपरिहार अथवा महामुनि नंदीवर्धन या संगीत नाटकात नाटकाचा सूत्रधार मधून मधून उपदेश करतो. नंदीवर्धन स्वामींचे दर्शन घेण्यासाठी सर्व लोक पशु-पक्ष्यासह जातात. या नाटकात पुढे जैन मुनींची हत्या करण्याचा प्रयत्न होतो. पण मारेकरी नंतर पश्चात्तापात पडतात. शेवटी मुनी उपदेश करतात.

अन्नाशन मुळि न करा होय यामिनी ।
रतिविलास सकळ त्यजा खचित ते दिनी ।
इच्छा नच कंद-मांस-मद्य सेवनी ।
शास्त्र जिन धर्म दहा समुद्रे तारूसे ।।

अशी जिनधर्मावरती श्रद्धा, ब्रह्मचर्य, मद्य-मांसत्यागाची शिकवण यात येते.

संगीत जय राजनेमी सारखे नाटक प्रवृत्ती आणि निवृत्ती यांचा झगडा दाखवते. अहिंसा आणि वैराग्यव्रत यांचे चित्रणही यात येते. विवाहसमारंभाच्या निमित्ताने होणारी हिंसा, त्यातून आलेले ब्रह्मचर्य व त्यागाची कथा या नाटकातून लेखकाने सांगितली आहे.

संगीत शीलवती अनंतमती ही नाट्यकृती नावाप्रमाणेच शीलाचे महत्त्व सांगते. ब्रह्मचर्य व्रताचे निष्ठेने पालन हे तत्त्व या नाटकात सांगितले आहे. अनंतमतीच्या जीवनात आलेले चार-पाच दिव्य प्रसंग या नाटकात येतात. शीलरक्षण व कुळरक्षण निष्ठेने अनंतमती करते. धर्मावरील श्रद्धा, कठोर निश्चय पाळून अनंतमती शेवटी आर्यिकेची दीक्षा घेते. जैन धर्मावरील श्रद्धेचे तत्त्व या नाटकात सांगितले आहे.

संगीत नाटकामधील मराठीतील शेवटचे नाटक क्षात्रवर जीवंधरहे होय. हे नाटक जीवंधराचे चरित्र व त्याचे चारित्र्य सांगते. या नाटकातील पात्रांची नावे ही सुद्धा प्रतीकात्मक आहेत.

''राजे असो वा तीर्थंकर
कर्म पाश हा कुणा न चुकला
भोवऱ्यात या कर्मगतीच्या
तडफडतो हा जीव चिमुकला''

असा कर्मसिद्धांत यात सांगितला आहे.

क्षात्रवीर जीवंधर हा शेवटी मोक्षाला जातो. जिनदीक्षा घेतो. मोक्षमार्गी असणाऱ्या जीवंधराच्या जीवनाचे चरित्र यात येते.

कर्मसिद्धांत हा जैन धर्मातील एक महत्त्वाचा सिद्धांत आहे. सती मैनासुंदरी अर्थात सिद्धचक्रमाहात्म्य. हे वासंती शहा यांनी लिहिलेले नाटक कर्मसिद्धांताचे महत्त्व सांगते. पूर्वकर्माने कुष्ठरोग झालेल्या श्रीपाल राजाशी मैनासुंदरीचा विवाह होतो. जिनधर्मावर, कर्मसिद्धांतावर निष्ठा असल्याचे बापाला पटवून दिल्याने पहुपाल राजाच्या क्रोधाने मैनासुंदरीचे लग्न कुष्ठरोग्याशी होते. परंतु जिनधर्मावरील श्रद्धा व सिद्धचक्र विधानाद्वारे पंच अणुव्रतांचे पालन केल्याने श्रीपाल राजाचा कुष्ठरोगही बरा होतो. जैनधर्मावरील श्रद्धा, पाच अणुव्रते, कर्मसिद्धांत ही तत्त्वे यात सांगितली आहेत.

जैन रामायणातील सीतेची कथा 'शीलसम्राज्ञी' या नाटकातून हेमचंद्र वैद्य यांनी सांगितले आहे. सीतेचा प्राणभूत संघर्ष, तिची जीवननिष्ठा, आदर्श जीवन, नीतिमूल्ये ही जैनधर्मातील तत्त्वे व त्यांचे उदात्तीकरण या नाटकात केले आहे. सीता अग्निदिव्यास सामोरी जाते. अग्नीचे रूपांतर पद्मात होते. शीलपरीक्षेत यशस्वी झालेली सीता आर्यिकेची दीक्षा घेते. बोधिसमाधिनिधान हे प्रथमानुयोगाचे तत्त्व या नाटकात वैद्य यांनी सांगितले आहे.

'राजा यशोधर' हे नाटक हेमचंद्र वैद्य यांनी ब्रह्मचर्य, सत्यनिष्ठा यांचे महत्त्व सांगण्यासाठी लिहिले आहे. सारखे भ्रमण करणारे दु:खी जीव इंद्रियादि विषयकषायांच्या अधीन राहिल्याने त्यांना दुर्गती प्राप्त होते. जीव सुकृत-दुष्कृषानुरूप कर्मबंध करून घेतो व फलस्वरूप पापपुण्यरूप परिणाम भोगतो. जीवाच्या अनादिकालीन पापप्रवृत्ती माणसाला विवेकहीनतेमुळे अध:पतित करते, हे जैनधर्मातील कर्मसिद्धांत, कर्मबंध, आस्रव, निर्जरा या सात तत्त्वांतील विचार व पापपुण्यादि पदार्थांचे प्राथमिक ओळख व्हावी या उद्देशाने हे नाटक लिहिले आहे. नाटकातील राणी कुष्ठरोगी माहूताबरोबर विषयसुखाच्या लालसेने जारकर्म करते. राजा यशोधरावर ती विषप्रयोग करते. हे सर्व जाणूनही राजा क्षमाशील वृत्तीने निघून जातो व मुनिदीक्षा घेतो. जैन धर्मावर दृढ श्रद्धा ठेवून राजा मोक्षगामी होतो. मागील जन्मातील पशुहत्येच्या प्रतीकात्मक कृतीमुळे याजन्मी त्याच्या वाट्याला दु:ख येते. पूर्वकर्माचे तत्त्वही यात सांगितले अहे.

'माता न तू वैरिणी'हे गंगाराम सगरे यांनी लिहिलेले नाटक विषयासक्त माणूस कसा आंधळा बनतो हे सांगण्यासाठी लिहिले आहे. प्रणयलालसेने

आंधळी झालेली तिष्यरक्षिता राणी आपल्या सावत्र मुलाशी भोगलालसा करू इच्छिते. दुष्ट बंधूंच्या मदतीने युवराजाला अंधत्व येते. शेवटी तिचे कारस्थान उघड झाल्याने तिला मृत्युदंड होतो, पण युवराज तिला माफ करतो. अधर्माचा शेवट अधर्माने होतो. कुकर्मी माणूस कुकर्माने मरतो. सत्याचा विजय होतो. संयमी माणूस इंद्रियांवर विजय मिळवितो. सत्य, ब्रह्मचर्य यांचे दर्शन यातून घडते.

'अहिंसेचा विजय'हे बळवंत गिरमल उर्फ वृषभसेन महाराज यांनी लिहिलेले नाटक अहिंसेचा संदेश देते. माणिकदेव या ढोंगी साधूच्या नादी लागून काली देवीला बळी देण्यासाठी हिंसा केली जाते परंतु अमरकीर्ती नावाचे मुनी लोकांना उपदेश करतात. मिथ्यात्वाचा नाश व सम्यक् ज्ञानाची प्राप्ती हे तत्त्व या नाटकामध्ये येते.

गोपाळ बालाजी बीडकर यांचे 'खरा स्वार्थत्याग' हे नाटक व श्रीमंधर उपाध्ये यांचे 'हुतात्म्याचा संदेश' हे नाटक, अकलंक निष्कलंक या दोन बंधूच्या धर्मासाठीच्या बलिदानाची कथा यात येते. धर्मावर श्रद्धा ठेऊन अन्यायी आणि जुलमी बौद्ध मताला विरोध करणाऱ्या बलिदानाची ही कथा आहे. जैनधर्माच्या सप्तभंगी न्यायाची माहिती, त्याचे मंडन याची तात्त्विक चर्चा यात येते. जैनांचा अनेकांतवाद व नयवाद व त्याला बौद्धांचा विरोध यात येतो. या दोन बंधूंची जैनधर्मावरील श्रद्धा, धर्मासाठी निष्ककलंकाचे बलिदान, अहिंसा, अनेकांत यांचे सूचन सत्याचा विजय ही तत्त्वे या दोन नाटकांमध्ये आली आहेत.

'वीरवर भामाशाह'व 'दिवाण अमरचंद'ही दोन नाटके जैन समाजातील थोर वीरपुरूषांची कुमार मृत्युंजय यांनी लिहिलेली नाटके आहेत. अशाच प्रकारे 'चांमुडराय' हे नाटकही आ.भा. मगदूम यांनी लिहिले आहे. केवळ धर्मावरील श्रद्धेमुळे, संयमामुळे व त्यांच्या दयाबुद्धीमुळे ही माणसे जीवनात यशस्वी होतात, दुसऱ्यांसाठी बलिदान देतात. त्यागभावना त्यांच्यामध्ये दिसते.

'बाहुबली वैराग्य' या सगरे गुरूजींच्या नाटकातून भरत बाहुबली यांच्या संघर्षमय वैराग्याचे चित्रण झाले आहे.

याशिवाय ध्येयवादी महावीर, विचारक्रांतीया नाटकात भगवान महावीरांच्या जीवनातील अहिंसात्मक लढा अहिंसातत्त्व अधोरेखित करते.

काही एकांकिकाही व्यसनमुक्ती, शील, सत्य इ. जैन तत्त्वांचे पुरस्कार करतात.

नाटक हा साहित्यप्रकार प्रथमानुयोगातील साहित्य असल्यामुळे जैन तत्त्वज्ञानातील प्राथमिक तत्त्वांचे दर्शन घडवितात. करणायुयोग, चरणानुयोग,

आणि द्रव्यानुयोग या तीन विभागातील साहित्य हे खऱ्या अर्थाने तात्त्विक साहित्य आहे. जैन धर्मीयांचे क्लिष्ट व शब्दजड तत्त्वज्ञान हे प्रथमानुयोगात येत नाही, प्रथमानुयोगात हे तत्त्वज्ञान उपयोजित रूपात व्यक्त होते. नाट्यवाङ्‌मयात तर प्राथमिक पंच अणुव्रते, सत्य, शील, मानवता, परोपकार अशा जैन तत्त्वातील गोष्टींचे सूचन होते. जैनधर्मीयांची बहुतेक नाटके ही चरित्रप्रधान आहेत. जैन श्रावकांनी या चरित्रापासून बोध घ्यावा, त्यांचे आदर्श डोळ्यासमोर ठेवावे. त्यांच्या प्रमाणे नीतीने वागावे, धर्मावर श्रद्धा ठेवावी. संकटांना भिऊ नये इ. गोष्टी धर्ममार्गात श्रावकांनी स्वीकाराव्यात यासाठी ह्या नाट्यरचना झालेल्या दिसतात.

आधुनिक मराठी जैन पद्यरचना अथवा कवितेतील तत्त्वज्ञान

प्राचीन काळापासून काव्य हे तत्त्वज्ञानाच्या मांडणीसाठी अधिक सोयिस्कर रीत्या रचले गेले आहे. मराठी साहित्यातील अनेक साहित्यिकांचे लेखन आपले तत्त्वज्ञान व विचार मांडणीसाठी पद्यातून झाले अहे. अनेक भारतीय भाषांमध्ये धार्मिक, तत्त्वज्ञानात्मक ग्रंथ हे पद्यस्वरूपाचे आहेत. धर्माचे ज्ञान सुलभ रीतीने शिष्यामध्ये संक्रमित होण्यासाठी व सहज मुखोद्गत होण्यासाठी पद्यात्मक रचना महत्त्वाच्या होत्या. मुद्रणकलेच्या पूर्वी सामुदायिक पाठांतरासाठीही या पद्यरचना महत्त्वाच्या होत्या. प्राचीन काळातील जैन साहित्यही चंपूकाव्य वगळता बहुतेक रचना ह्या पद्यस्वरूपाच्या होत्या. किंबहुना मध्ययुगीन मराठी जैन साहित्यातील रचनाही पद्यात्मकच होत्या. या पद्यातून तत्त्वज्ञान सांगणेही सोयीचे होते. म्हणून काव्य आणि तत्त्वज्ञान यांचा मिलाफ जैन ग्रंथातही झाला आहे. जैन साहित्यात पद्यरचनेचे अनेक प्रकार आहेत. कथाकाव्ये, दीर्घकाव्ये, स्तोत्रे, पदरचना, चंपूकाव्ये, खडकाव्ये इ. काव्यरचना जैन साहित्यात आढळतात. या सर्व पद्यरचना प्रकारांतून जैनधर्मीयांचे तत्त्वज्ञान आविष्कृत होताना दिसते. सहा द्रव्ये, सात तत्त्वे, नऊ पदार्थ यांची वर्णने पंच अणुव्रते, दशलक्षण धर्म, बारा भावना, चौदा गुणस्थाने, त्रिलोकाकाश इ. जैन तत्त्वांचे दर्शन या पद्यरचनेतून घडते. तत्त्वज्ञानाबरोबरच आचार पद्धतीचे वर्णन करणारे पद्य ग्रंथही आधुनिक मराठीत आढळतात. तत्त्वज्ञान आणि आचारधर्म यांचा मिलाप या पद्यरचनांमध्ये आढळतो. याशिवाय इतरही काव्यांमधून जैनधर्मीयांचे तत्त्वज्ञान काव्यातून सूचित झालेले दिसते. जैन तत्त्वांची आधुनिक भाषेत मांडणी करणे, स्वत: जैन मताशी एकरूप होऊन त्यांचे आचरण करणे, जैन जीवन पद्धती स्वीकारणे यातून आलेले अनुभवांचे कथन काव्यातून करणे अशा पद्यरचनाही या काव्यात दिसतात.

याशिवाय जैन धर्माचा उपदेश, मोक्ष, नीतितत्त्वे, त्रेसष्ठ शलाका पुरूषांची जीवनचित्रणे व चरित्रे या अनुषंगाने या पद्यरचना झाल्या आहेत. त्यांचे स्वरूप खालीलप्रमाणे:-

१) प्राचीन रचनांच्या पद्यानुवादातील तत्त्वज्ञान

जैन साहित्य हे प्राचीन प्राकृत-अर्धमागधी, संस्कृत, महाराष्ट्री अपभ्रंश भाषांमधील जैन साहित्यिकांच्या पद्यरचनांवरील अधारित व अनुवादित रचना आहेत. कथात्मक रचनांपासून स्तोत्रादि पूजाकाव्यापर्यंत या रचना आहेत. या रचनांमधील जैन तत्त्वज्ञान आधुनिक काळातील मराठी भाषेत आणण्याचे कार्य अनेक लेखकांनी केले आहे. यापैकी अनुवादित व रूपांतरित काव्यात येणारे तत्त्वज्ञान खालीलप्रमाणे: सर्वात जुने अनुवादित काव्य म्हणून वहालचंद कस्तुरचंद यांचे 'पद्मनंदी पंचविशति' हे तत्त्वज्ञानात्मक काव्य मराठीत आले आहे. १८९८ साली हे काव्य प्रकाशित झाले असून आचार्य पद्मनंदी यांनी पंचवीस प्रकरणात हा ग्रंथ लिहिला आहे. यातील बहुतके प्रकरणे ही आचरणासंदर्भात आहेत. यातही जैन तत्त्वज्ञानाचे अधूनमधून विश्लेषण आले आहे. उदा. जैनांचे भेदविज्ञान सांगताना-

आत्मा आहे निराळा तदनुचर असे कर्मही भिन्न आहे ।।
होते दोघाकडूनी विकृती सहज जी वेगळी तीही राहे ।।
कालक्षेत्रादि काही प्रमुख असती जे एक जागी मिळाले ।।
पर्यायाने तरी ते सकळ मजहुनी सत्य हे वेगळाले ।। (पान-१०२, पद्मनंदी पंचविशति)

आत्मा निराळा आत्म्याबरोबर येणारे कर्म निराळे, आत्मा कर्माच्या सहवासाने येणार विकार निराळा आपापल्या गुण पर्यायाने येणारे कालक्षेत्र हे मजहून निराळे आहेत.

किंवा

सम्यग्दर्शन बोधहि चरित्र निधीस धर्म म्हणतात ।।
मुक्तिचा मार्गच असे प्रमाणावरून सिद्धांत ।।
रत्नत्रय मार्गी जे नाहित करीत लोक संचार ।।
मोक्षस्थल दूर तया होवूनिया वाढतोच संसार ।। (पान - १०५)

अशी तत्त्वज्ञानात्मक भाषा पद्यात येते व त्यात तत्त्वचर्चा येते.

कवी नानचंद वालचंद यांनी लिहिलेले 'आर्या द्रव्यसंग्रह'हे काव्य जैन

तत्त्वज्ञानातील सहा द्रव्यांचे विवेचन करते. जीव, पुद्‌गल, धर्म, अधर्म, आकाश, काल या सहा द्रव्यांचे विवेचन पद्यात असून त्यांचे एकमेकांपासून वेगळेपण सागतात. त्याचबरोबर सात तत्त्वांचे वर्णनही पद्यात येते–

आस्रव बंध नि संवर
पुण्य तथा पाप निर्जरा मुक्ति
जीवजीव विशेषच
हे यांना वर्णितो समासोक्ती ।।४४।।

असे तात्त्विक विवेचन पद्यात रचण्याचा प्रयत्न केला आहे.

वरील पद्यात सात तत्त्वांचा निर्देश आला आहे. कवि अज्ञातांनी अनुवादित केलेल्या पंचसंग्रहामध्ये जैन तत्त्वज्ञानाचे विविध स्वरूपाचे विश्लेषण आले आहे. 'समाधिशतक' या रचनेत बहिरात्मा, अंतरात्मा आणि परमात्मा असे आत्म्यांचे तीन भेद पद्यात मांडले आहेत–

'अंतर्बाह्य पर असा, आत्मा तो त्रिविध सर्व जीवात
मध्योपाये वर्णे, परमही, बाह्यास त्यागणे उचित
स्वब्रह्मदेहादिक ज्या बहिरात्मा तो, निजज्ञ मध्यात्मा
विभ्रांती चित्त दोषी ज्या, तो अति शुद्ध जाण परमात्मा'

आत्म्याचे क्लिष्ट वर्णन या काव्यात येते. 'इष्टोपदेश' या काव्यात ज्ञान–अज्ञान यांचे विवेचन आले आहे. अज्ञानी जीव संसारी जगात अडकतो.

'राग द्वेषे मथिता कर्माचे बघ निघेचि नवनीत
जीवात्मा अज्ञाने त्या चिर संसारसागरी भ्रमत'(पृ.१८)

'परमात्मप्रकाश' हा ग्रंथ साधू–साध्वींसाठी लिहिला आहे. प्रश्नोत्तर स्वरूपाच्या या ग्रंथात कर्म, सहा द्रव्ये, सात तत्त्वे, मोक्ष इ. विषयी चर्चा आलेली आहे. 'योगसार' यातही परमात्मप्रकाश यातीलच विषय असून 'सूक्तिमुक्तावली' या ग्रंथात धर्माधिकार, पूजाधिकार, गुरूअधिकार, जिनमताधिकार, संघाधिकार, अहिंसा अधिकार, सत्यवचनाधिकार, अदत्तादानाधिकार, शीलधिकार, परिग्रहाधिकार, क्रोधाधिकार, मानाधिकार, मायाधिकार, लोभाधिकार, सज्जनाधिकार, गुणसंगाधिकार, इंद्रियाधिकार, कमहाधिकार, दानाधिकार, तपप्रभावनाविधकार, भावनाधिकार, विरागाधिकार, उपदेशाधिकार, इ. अधिकारांची पद्याच्या माध्यमातून चर्चा केली आहे. (अज्ञात, पंचसंग्रह , आवृत्ती पहिली १९५१)

कवी अज्ञात यांनी अनेक प्राचीन प्राकृत, संस्कृतमधील तात्त्विक ग्रंथांचे अनुवाद केले आहेत. 'ग्रंथत्रयी'या ग्रंथात कार्तिकेय अनुप्रेक्षा, तत्त्वानुप्रेक्षा व श्रावकाचारया ग्रंथांचे अनुवाद केले आहेत. कार्तिकेयानुप्रेक्षा यात बारा अनुप्रेक्षांचे वर्णन आहे. ध्यानाचे 'तत्त्वानुशासन'या ग्रंथात सुंदर वर्णन केले असून श्रावकाचार या ग्रंथात श्रावकाच्या अध्ययनाचे आणि क्रियेचे वर्णन केलेले आहे. हे तीनही तत्त्वज्ञानात्मक ग्रंथ मराठी भाषेत मोठ्या कौशल्याने पद्यरचनेत बसवले आहेत. तत्त्वज्ञानाचे मराठीकरण करताना आर्या वृत्तात त्यांनी केलेली रचना ही महत्त्वाची मानावी लागले. लोकानुप्रेक्षा या विभागात जैनतत्त्वज्ञानातील सहा द्रव्यांचे चिंतन ते खालील प्रकारे करतात-

'सकलद्रव्यातें जे देण्या असते समर्थ अवकाश
लोकालोक विभेदे राही द्विविध प्रकादि आकाश ।।
सगळ्या द्रव्याना ती अवगाहन शक्ति राहि परमार्थे
पाण्यांत भस्म तेवीं जीवाच्या आणि तूं प्रदेशाते ।।
नसेल शक्ति जरी तो स्वभावतः तीच सर्व वस्तूंत
एका नभ-प्रदेशी सगळी द्रव्यें तशीच वसतात ।।
सर्व द्रव्याचा जो परिणामानें करीतसे काळ
एका नभ प्रदेशी काळाणू एक एक वर्तेल ।।' (अज्ञात, ग्रंथत्रयी, पृ.१८, आवृत्ती पहिली-९५७)

कवी अज्ञातांप्रमाणेच कवी हिराचंद तलकचंद शहा यांनीही प्राचीन प्राकृत, संस्कृतमधील तात्त्विक ग्रथांचे पद्यानुवाद केले आहेत. आत्मप्रबोधन या त्यांच्या ग्रंथात, प्राचीन अष्टपाहुड, प्रवचनसार, इष्टोपदेश, स्वरूप संबोधन, तत्त्वसार, आत्मानुशासनइ. ग्रंथांचे अनुवाद त्यांनी केलेले आहेत. कवी अज्ञात आणि जिनदास फडकुले यांच्या लेखनाचा प्रभाव त्यांच्यावर आहे. 'अष्टपाहुड'मध्ये दर्शन, चारित्र्य, सूत्र, बोध, भाव, मोक्ष, लिंग, शील या आठ पाहुडांचे वर्णन त्यांनी केलेले आहे. प्रवचनसार या विभागात ज्ञानतत्त्व, ज्ञेयतत्त्व आणि चरित्र अधिकार या अधिकारांचे विवेचन केलेले असून आर्या छंदात ही सर्व काव्ये लिहिली आहेत. त्यांच्या तत्त्वज्ञानाची भाषा खालीलप्रमाणे-

'रागादि दोष-विरहित । मोक्षाचा मार्ग, मुक्तिला जाणे ।।
ज्ञानी तोच म्हणावा। जीवाजीवांत भेद तो जाणे' (पृ.८, चरित्र प्राभृत)

'उमगा व्यवहार-नये। जीवाचे सर्व हे उपादेय ।।

नोकर्म कर्म आणिक। बहुभेदाश्रित अनेक पर्याय।।

जल–दुग्ध मिश्रणापरि। समजा संबंध जीव–कर्माचा।।'

(शहा हिराचंद ,तत्त्वसार, आत्मप्रबोधन, पृ.७१, २००४)

कवी कालचंद्र उपाध्याय यांनी लिहिलेल्या अभंगामध्ये जैन तत्त्वज्ञान आले आहे. कालचंद्र उपाध्याय यांच्याही अनेक रचना मराठीत आहेत. जिनधर्मावरील श्रद्धा सम्यग्दर्शन ज्ञान चारित्र्य यांविषयी त्यांचा अभंग खालीप्रमाणे:–

'जिनवचनाची दृष्टि नच ज्याला। काहीएक त्याला।दिसत न।।

कवण तो देव कवण अदेव।। पाहत स्वभाव।। तयाचा तो।।२।।

कवण कुगुरू कवण सुगुरू।। देखत नथोरू।। शास्त्रावीण।।३।।

सुधर्म कवण अधर्म कवण पाहात न खूण।।।।ज्ञानावीण।।४।।

कालचंद्र वदे जिनमतावीणा।।हिताहित गुण।। नच कळे।।५।।

(उपाध्याय कालचंद्र जिनदत्त , श्रीभगवतीगीतामृत, पृ.५२)

आचार्य कुंदकुंदांच्या 'समयसार' ग्रंथाचा आर्यावृत्तात अनुवाद कवी विकास शहा यांनी केला आहे. या ग्रंथातील नऊ अधिकारांचे वर्णन यामध्ये केले आहे. यातील तत्त्वज्ञान अनेक उदाहरणांतून सांगितले आहे. उदा. ज्ञानाधिकाराचे उदाहरण घेताना शिल्पी, चुनखडी यांच्या उदाहरणातून आलंकारिक भाषेत तत्त्वज्ञान सांगितले आहे.

'शिल्पी जसा कामे करी परि तो न तन्मय होतसे

जीव ही कर्मे करे परि तो न तन्मय होतसे' (पृ.३३) किंवा

'कर्म चेष्टा शिल्पी करितसे अन् तो अनन्य तयाहुनी

कर्म कर्ता करतो जीवही अन् तो अनन्य तयामुळे' (पृ.३३)

(शहा विकास , समयसार)

अशी तत्त्वज्ञानाची पद्यात्म रूपांतरे अनेक पद्यग्रंथांमधून आलेली आहेत. उदा. द.भि.रणदिवे यांचे 'आर्या रत्नकरंड' ,हिराचंद शहा यांचे 'श्रावकाचार', कवी अज्ञातांचे 'आत्मसिद्धी', 'साधुशिक्षा',जिनदास फडकुले यांचे 'सावयधम्मदोहा व सारसमुच्चय' या सर्व पद्यग्रंथातून प्राचीन प्राकृत संस्कृतमधील जैन तत्त्वज्ञान मराठीमध्ये पद्यमय भाषेत आलेले आहे. विशेषत: कुंदकुंदाचार्य व त्यांच्या ग्रंथावरील टीकाग्रंथ 'तत्त्वार्थसूत्र' इ. महत्त्वाच्या ग्रंथांतील तत्त्वज्ञान

काव्यरूपाने मराठी पद्यात आणण्याचे कार्य या आधुनिक कवींनी केले आहे. सन्मतिदासाचे मोक्षशास्त्रा वरील मराठी अभंग ही एक अप्रतिम रचना मराठीत पद्यमय भाषेत तत्त्वज्ञान सांगणारी आहे.

मराठीतील कथाकाव्यांमध्ये येणारे तत्त्वज्ञान

जैन साहित्यातील कथासाहित्य हे प्रचंड व विपुल प्रमाणात आहे. गद्य आणि पद्य अशा दोन्ही रचना प्रकारांत कथासाहित्य पाहावयास मिळते. चरित्रकथा, आख्यानकथा, पौराणिक कथा, अशा पद्यकथा विसाव्या शतकातील जैन लेखकांनी लिहिलेल्या आहेत. या पद्यकथांमध्ये कथेबरोबर जैन तत्त्वज्ञानाची पेरणी करणे हे जैन लेखकांचे मोठे कौशल्य आहे. कथाअवंगुठित जैन तत्त्वज्ञान सांगणे आणि विविध रूपकातून पद्यकथा सांगणे हे या तत्त्वज्ञानाचे स्वरूप दिसते. अगदी विसाव्या शतकात झालेल्या व्यक्तींच्या जीवनकथा सांगतानाही जैनतत्त्वज्ञान त्यामध्ये डोकावते. त्याचे स्वरूप खालीलप्रमाणे:

चरित्रकथांमध्ये येणारे तत्त्वज्ञान:

कवी जिनदास फडकुले यांनी काही तीर्थकरांची चरित्रे लिहिली आहेत. बहुतेक या चरित्र कथा प्राचीन आचार्यांनी लिहिलेल्या प्राकृत संस्कृत चरित्रांचे पद्यानुवाद आहेत. या चरित्रांमध्ये विशेषत: जंबूद्वीपाचे वर्णन, तीर्थकरांचे पूर्वभव व तीर्थकरांचा लोकावकाशातील काळ यांची वर्णने येतात. या वर्णनातून जैन भूगोल, जैन कालगणना आणि कर्मसिद्धांत या तत्त्वज्ञानाचा प्रत्यय येतो.

'आयुष्य जिनपतींचे बाहत्तर लाख पूर्व वर्षांचे।

शतक चतुष्क धनुष्ये पन्नास असे शरीर उंचीचे।।४४।।

प्रभुदेहकान्ति होती सोन्यासम पीत मोहवी सुजना।

झाला काम सुलज्जित अनङ्गही होय बघुन अजित जिना।।४५।।'

(जिनदास फडकुले, अजितनाथ पुराण आणि सगर चक्रवर्ती चरित्र, पृ.५, वी सं.२४९७)

जैनतत्त्वानुसार प्रत्येक तीर्थंकरांच्या काळात काही चक्रधर मोक्षास जातात. अजितनाथांच्या काळात सगर चक्रवर्ती होऊन गेले. त्यांचे चरित्रही याला जोडून येते. फडकुले यांनी लिहिलेल्या पार्श्वनाथ चरित्रातील काळाचे व जैनतत्त्वज्ञानाचे चित्रण येते. पार्श्वनाथाचे पूर्वभव याविषयी उल्लेख येतात. उदा. पूर्वभवाचे वर्णन

करताना–

'पूर्वभवामधि भूपाविषयी होते जे प्रेम।

प्रकटे आता गजपतिहृदयी जे सद्‌गुणधाम ।।३४।।'

जैनतत्त्वांचे वर्णन करताना–

'जिनकथित–सप्ततत्त्वज्ञानरवीचा प्रकाश पसरून।

परमतखद्योताला देती आनंदमुनि पिटाळून।।१५२।।'

(फडकुले जिनदास , पार्श्वनाथचरित्र , पृ.१५. १९७३)

मुनिव्रतांची दोन पद्यचरित्रे मराठीत आहेत. कवी अज्ञात, कवी कांचन यांनी ही चरित्रकथा लिहिली असून मुनिसुव्रतांचे पूर्वजन्म, पूर्वभव यांची वर्णने आलेली आहेत. तीर्थकरांची पंचकल्याणे ही जैन तत्त्वज्ञानात सांगितली आहेत. प्रत्येक तीर्थकरांच्या चरित्रकथांमध्ये ही पंचकल्याणे पद्यात्म रीतीने सांगितली आहेत.

जैनसाहित्यात ६३ शलाका पुरूषांची चरित्रे पद्यकथांतून आली आहेत. ६३ शलाका पुरूष ही जैनांच्या कालगणणेत २४ तीर्थकरांच्या काळात होतात. या प्रत्येक वीर पुरूषांची दीक्षा आणि मोक्ष साधना त्यांची पूर्वभव आणि त्यांचे मोक्षाला जाणे हे जैनत्त्वज्ञानातील कालगणनेत घडणाऱ्या घटना काव्यरूपाने मांडल्या आहेत.

सम्यक्‌ज्ञान, जीव, मिथ्याज्ञान, रत्नत्रय इ. तत्त्वांचे वर्णन अधूनमधून या चरित्र या कथांमध्ये पद्यरूपात आलेले आहेत. उदा. जीवंधरचरित्र या खंडकाव्यात रत्नत्रयाचे वर्णन करताना कवी म्हणतो–

'जीवादिक तत्त्वांचे दृढ जे ज्ञान खरे होते,

सम्यग्ज्ञान; तयाहुन मिथ्याज्ञान असे गहिरे

आप्तागम, तत्त्व नि पदार्थ हि जी आगम कथित,

सम्यक्त्वी श्रद्धा करितो दृढ त्यावरती सतत

सम्यग्ज्ञानी होता जाणी रूप खरे स्पष्ट;

सच्चरणी दृग्ज्ञानगुणासह रमतो आत्म्यात'

(बालसुत, जीवंधर चरित्र, पृ.५२, १९७२)

६३ शलाका पुरूषांच्या अनेक चरित्रकथा पद्यात आल्या आहेत. या पद्यरचनांमध्ये जैनधर्मावरील श्रद्धा, वीरपुरुषांवर येणारी संकटे, जैनधर्माचे पालन,

कर्मबंधामुळे आलेली संकटे, त्यांतून झालेली सुटका शेवटी तपश्चर्या व मोक्षप्राप्ती अशा गोष्टींची वर्णने येतात. जैनांचा लोकावकाश, जंबूद्वीप, भरतक्षेत्र, विदेह क्षेत्र, नारकीजीव, या सर्व गोष्टींची वर्णने जैन तत्त्वज्ञानात आलेली आहेत. बहुतेक चरित्रकथांमध्ये या गोष्टींचे वर्णन पद्यस्वरूपात आलेले आहे.

पूजा आणि पद्य काव्यामध्ये येणारे तत्त्वज्ञान, तीर्थक्षेत्रांची पूजा, तीर्थकरांची पूजा, सिद्धक्षेत्रांची पूजा, अतिशय क्षेत्रांची पूजा अशा विविध पूजकांच्या रचना जैन साहित्यात दिसतात. तीर्थंकर व मोक्षगामी जीव सिद्ध क्षेत्रावरून मोक्षास जातात. आर्यखंडामध्ये अनेक द्वीपे आहेत. या द्वीपांवर सिद्धक्षेत्रे आहेत. अनेक क्षेत्रांवरून मुनींना तीर्थंकर पद प्राप्त झाले. सिद्धक्षेत्रावर सिद्धशिला असते. या सिद्धशिलेवर तीर्थंकरांचे निर्वाण हाते. हे सर्व जैन करणानयुगात आलेले आहे. जैन तत्त्वज्ञानातील या गोष्टींची चर्चा व त्यांची भक्तिभावे पूजा पद्यात केली जाते. या सिद्धक्षेत्रांचे वर्णन पद्यमय भाषेत अनेक पूजाकाव्यांतून आलेले आहे. या सिद्धक्षेत्राचे वर्णन खालीलप्रमाणे:-

'द्वीप दोन ते रम्य दीसती ।
अर्ध आणखी त्यांत मानती ।।
क्षेत्र सिद्ध हे त्यात शोभते ।
वंदितां तया कर्म नासते ।।२ ।।'
श्रेष्ठ जेथे तो आर्यखंड पाही ।
सर्व तीर्थे वसतात दिशा दाही ।।
बहू गेले जैनेन्द्र मुक्तिपंथे ।
काय वाचीं मनानी नमू तेथे ।।३ ।। (पृ.१) (चवडे नेमचंद , निर्वाणक्षेत्र पूजा, १९८४)

अशा रचनांमधून संसारपाशातून मुक्त होण्यासाठी कवी अर्चना करता दिसतो २४ तीर्थंकर पूजांमध्ये प्रत्येक तीर्थंकराचा जन्म विशिष्ट काळात विशिष्ट ठिकाणी होतो. भरत क्षेत्रांमध्ये वेगवेगळी क्षेत्रे असून वेगवेगळ्या काळात तीर्थंकर जन्म घेतात. त्यांचे पंचकल्याण होते.

शेवटी ते दीक्षा घेतात व मोक्षास जातात. हे पूजा काव्यातून अनेक कवींनी लिहले आहे. संगीत पूजा, नित्यपूजा, पूजा समुच्चय, पंचपूजा, निर्वाणक्षेत्र पूजा, ३० चोवीसी पूजाअशा काव्यात जैन तत्त्वज्ञानातील तीर्थंकरांच्या जीवनाची

वर्णने येतात. तीर्थंकरांची समवसरणे तेथील पूजा पद्यात लिहिली आहेत. या सर्व पद्य रचनांमधून जैन भूगोलतील स्थाने व तीर्थंकरांचे काल यांची माहिती मिळते. जैन तत्त्वज्ञानातील तीर्थकरांचे स्थान व त्याचे वर्णन पुढीलप्रमाणे येते–

'इक्यासी अकृत्रिम तीन लोक । श्रीजिनसदन सदा द्यो धोक।
लंबै सौ जोजन जिनवास। चौडाई जोजन पचास।।
पचहत्तरी जोजन उंचाई। इह उत्तम मंदिर जिनराई।।१७।।
पचास जोजनकी लंबाई। पचास जोजनकी चौडाई।।
साढे तैंतिस जोजन तुंग। इह मध्यम चैत्याला चंग।।१८।।
जोजन पच्चिस लंबे सार। चौडे जोजन साडे बार।।
उंच पुना उगनिस जोजन। इह जघन्य भगवान भवन।
शिखरबंध मणिमय शोभंत। इकसै वसुवसु प्रतिमा संत।।
पांच पांचसे धनुकी ठई। पदमासन पंचवरण मई।।२०।।
काल अनादि अकृतम अडोल। सब प्रतिमा तिर्थंकर तोला।।'

(बालब्रह्मचारी हिराचंद, पंचपूजा , पृ.१५,)

अशाप्रकारे पद्यातून तीर्थंकरांच्या स्थानांचे वर्णन येते.

जैन त्रिलोकाचे वर्णन करताना कवी नेमचंद चवडे म्हणतो–

'ऊर्ध लोक तो सोडुनी महा।।
तोषवावया मी जगा पहा।।
जन्मताच ते ज्ञान तीन ही।।
येति ज्या स्थळी धन्य ती मही।।१।।'

(चवडे नेमचंद , श्री पंचकल्याणिक विधान, पृ.३६)

जैन तत्त्वज्ञानातील परमात्म्याचे वर्णन अनेकांनी केले आहे. त्याच्या स्वरूपाविषयी अनेक काव्ये लिहिली गेली अहेत. त्यापैकी दादातनय या कवीने केलेले परमात्म्याचे वर्णन पुढील प्रमाणे:–

'ज्याचा कर्ता न कुणी। असे स्वयंसिद्ध एक आत्मा जो।।
रागद्वेषादिक हे। विकल्प यांनी विमुक्त आहे जो।।४४।।
रस,रूप,गंध, बाधा। या सर्वांनी विमुक्त जो आहे।
त्रिलोक्य ज्ञायकही। अनंत ज्ञानस्वरूपि जो आहे।।'

(दादातनय, सुप्रभात स्त्रोत्र, पृ.११ , ति.सं.२४६३)

याशिवाय या विश्वातील अकृत्रिम कुलपर्वत, भवनालये, व्यंतरदेव, जोतिष्कदेव, कल्पवासी, कल्पातीत, मनुष्यक्षेत्र, चैत्यालये, लोक-अलोक, त्रिलोक, विदेहक्षेत्र, वक्षार पर्वत, नंदीश्वरदीप, सौधर्म इंद्र-इंद्राणी, कोट्यवधी सूर्य, इ. भूगोलातील कल्पनांचे विवेचन या जैनकाव्यातून वारंवार पहावयास मिळते.

जैनकथात्मक काव्यातून व्यक्त होणारे जैन तत्त्वज्ञान

जैन साहित्यामध्ये कथात्मक काव्याचीही विपुलता आहे. दीर्घकथा काव्ये, खंडकाव्ये, आख्यान काव्ये, त्याचबरोबर चरित्रकाव्ये यांचा समावेश यात करता येईल. प्राचीन, पौराणिक, काव्यांच्या धरतीवर मराठीत जैन साहित्यिकांनी काव्ये लिहिली आहेत. जैन धर्मावरील श्रद्धा, जैनधर्माचे पालन, जैन तत्त्वज्ञानाचा बोध, जैन तत्त्वज्ञानाचा परिचय करून देण्यासाठी ही काव्ये लिहिली गेली आहेत. तसेच रामायण, महाभारतादी काव्ये लिहिली गेली आहेत. या महाकाव्यसदृश रचनांतून जैन तत्त्वज्ञान व या काव्यांना जैन विचारांचे रूप दिले आहे.

१८५० साली 'नलचरित्र' हे काव्य हिराचंद अमोलिक यांनी लिहिले. महाभारतातील हे उपाख्यान वैदिक परंपरेतील प्रेमकथा म्हणून प्रसिद्ध आहे. हिराचंद अमोलिक यांनी या कथेत जैन तत्त्वज्ञान गोवले आहे. या कथेत नलाचे पूर्वभव सांगितले आहेत. नल हा पूर्वभवांतरी लक्ष्मीधर होता. दमयंती भामालता राणी, तर कलीदेव हंसपक्षी होता. कर्णामृत पुराणावरून ही कथा घेतली आहे. हंसभवी दुःख दिल्याने त्याचे वैर घेण्यासाठी या कथेत नळाला दुःखे भोगावी लागतात. कर्मसिद्धांतांचे तत्त्व सांगण्यासाठी कवीही कथा सांगतो. नळ द्यूतात हरतो. मद्यपान करतो. सप्त व्यसनात जातो. पापकर्म करतो. हे वाईट आहे. नरक गतीला नेणारे आहे हे सांगण्यासाठी कवी म्हणतो-

'सप्त व्यसन द्यूतादी ।। सप्तनरक दुःखदायि हे सोड।
नातरि वृद्धिस जाइल ।। नरकगतीी दुःखवल्लिचा मोड ।।२५६ ।।
पापकर्म हे सोड। राजा पा. ।।धृ ।।
सप्तव्यसन हे द्यूतकर्मादि ।। नरकगतीचे मोड ।। राजा पा ।।१ ।।
त्यागुनि त्यासी रक्षिसि धर्म ।। होय पूर्ण तुज कोड ।। राजा पा ।।२ ।।
धर्मकुठारी घेउनि हाती ।। पापतरूसी तोड ।।राजा पा. ।।३ ।।
महतिकृपेने वदत हिराचंद। सज्जनंगति जोड ।। राजा पा ।।४ ।। २४९ ।।'

कर्मसिद्धांताचे रहस्य सांगताना कवीने अनेक उदाहरणेही दिली आहेत. विष्णूवर संकटे येतात, रुद्र भिक्षा मागतो, सूर्यही नित्य भ्रमण करतो, हे सर्व कर्मगतीच्या फेऱ्यामुळे होते असे कवी म्हणतो. अशी ही कर्मगती बलवान आहे. राम सीतेसाठी वनात फिरला. त्रिखंडाचा राजा रावण लक्ष्मणाच्या हातून मरण पावला. पांडवांना वनी जावे लागले. १०० कौरव हरले. अंजना-सीता यांना अग्निपरीक्षा द्यावी लागली. त्रिखंडाचा पती कृष्ण शेवटी एकाकी मृत्यू पावला. श्रेणिकाला स्वतःच्या पुत्राने बंदिवासात घातले. अनेक जीव बंदिवान झाले हे विधिलिखित. कर्मामुळेच नल राजाला सुद्धा उतरती कळा लागली. वनवासात फिरावे लागले हे कर्मगती मुळेच. असे कर्मसिद्धांताचे महत्त्व सांगून शेवटी नलराजा जैनमुनींच्या सहवासात येतो व त्यांचा कर्मक्षय होऊन दमयंतीची भेट होते.

मुनींच्या उपदेशाने नल आणि दमयंती दोघेही दीक्षा घेतात. अशी ही जैन तत्त्वज्ञानातील कर्मसिद्धांताची कहाणी सांगणारी कथा आहे.

'चतुराख्यान' ही ज. ने. क्षीरसागर यांनी लिहिलेली आख्यान कथा आहे. या कथेत भगवान वृषभदेवाच्या जीवाच्या पूर्व जन्माच्या चार कथा रसाळपणे सांगितल्या आहेत. आर्या वृत्तात लिहिलेले हे आख्यान जैन तत्त्वज्ञानातील पूर्वभवांची महती सांगते. भोगभूमी, अवधिज्ञान, दीक्षा कर्मभूमी इ. माहिती यात येत. महाबलराजा, व्रजजंघ व श्रीमती, ललितांग देव व स्वयंप्रभ देव, भोगभूमिज आर्ययुगल या चार भवात भगवान आदिनाथांचा संचार झाला. एखाद्या जीवाला सम्यग् दर्शनाची प्राप्ती झाली तर तो मोक्षगामी होऊ शकतो. धर्मरूपी होडीतून आपण जन्मरणरूपी संसारातून पार होऊ शकतो. त्यासाठी मनुष्य गती महत्त्वाची आहे हे सांगण्यासाठी कवी म्हणतो-

'अवनति सप्तमनरकापर्यंत तशी करावया प्रगती
मोक्षापर्यंन्त असे बा। प्रमुख स्थान ही मनुष्यगति
उपजे जर कां सम्यग्दर्शन ते कोणत्याहि त्या वर्णी
समजा प्राण्याची त्या निर्वाणपदास लागली वर्णी'

(क्षीरसागर ज.ने. , चतुराख्यान, पृ.३५ पहिली आवृत्ती, १९७९)

'भद्रबाहु पुराण' हे कवी अनंततनय यांनी लिहिलेले पुराण आहे. श्वेतांबर-दिगंबर मताची निर्मिती कशी झाली याचे विवेचन यात आहे. जैन तत्त्वज्ञानात विशिष्ट काळात विशिष्ट मुनी होतात. त्याचप्रमाणे अंतिम श्रुतकेवली म्हणून भद्रबाहु झाले. या विषयी पूर्व मुनींनी सांगितले होते.

'अंग द्वादश-धारक महातपस्वी महाप्रभाशाली ।।६२ ।।

अंतिम वंद्य असा तो श्रतकेवलि भद्रबाहु होईल।
यापरि पूर्वी कथिले वीर–जिने वाक्य ते बहूमोल।।६३।। (पृ.६)

असे या पुराणात सांगितले आहे. पुढे दिगंबर मुनींची लक्षणे वगैरे सांगितली अहेत.

'ज्याने पूर्ण दिगंबर होऊन वस्त्रादिकांस फेकियले।
ज्याने तपोबलाने क्षुधादि दोषास दूर घालविले।।१६३।।
सर्वज्ञ जाहला जो कर्माला दूर सारिले ज्याने।
तो आप्त जगी झाला दुसरा नाहीच अन्य रीतीने।।१६४।।'

(अनंततनय, श्रीभद्रबाहु पुराण, पृ.४६ प्रथम आवृत्ती, स.स.१९२१)

कथा या प्रमानुयोगाचे विवेचन करतात. प्रथमानुयोगाबरोबर इतर ही अनयुयोगांचे दर्शन, सूचन अशा ग्रंथांमध्ये होते.

अनंत आबाजी बोपलकर यांनी लिहिलेल्या पार्श्वपुराणामध्ये २३ वे तीर्थंकर पार्श्वनाथ यांचे चरित्र आले आहे. या चरित्रामध्ये १२ भावना, १२ तप, २२ परीषह, दशधर्म, १६ भावना जंबूद्वीपवर्णन आले आहे. यात करणानुयोगाची माहिती येते. जीवतत्त्वाचे निरूपण, सहा द्रव्ये, सात तत्त्वांचे वर्णन, ११ प्रतिमा, ४ गती, मोक्षकल्याण इ. जैनतत्त्वांचे विवेचनही या महाकाव्यात येते. या काव्यात २३ अधिकार आहेत. प्रथमानुयोगाबरोबरच इतर अनुयोगांचे वर्णन येते. उदा. जीवाचे वर्णन करताना–

'युगभेद मुख्य जीवांत, संसारी आणिक मुक्त।।
संसारी जीव अनादि, स्थावर जंगम युगभेदी।।३।।
स्थावरीय पंचविभाग, पहिला भूकायिक भाग।।
जल तेज वनस्पति वात, वसति यांत जीव अनंत।।४।।'

(श्री पार्श्वपुराण ,अनंतराज बोपलकर, पृ.२१३)

धर्मयुद्ध ही ज.ने. क्षीरसागर यांची कथा भगवद् जिनसेनाचार्यांच्या महापुराणातून घेतलेली कथा. त्यांनी ही आदिपुराणाच्या ३४,३५,३६ व्या पर्वांच्या आधारावर लिहिली आहे. भरत आणि बाहुबली यांच्या गृहकलहाची कथा यात आहे. पहिल्या तीर्थकरांच्या नंतर सुरू होणारी ही कथा पूर्णत: जैन विचाराची कथा आहे. कलह–संघर्ष आणि वैराग्य असे या ग्रंथाचे स्वरूप आहे. या कथेत जैन तत्त्वज्ञानातील बारा अंगाचा उल्लेख येतो. युद्धाच्या पार्श्वभूमीवर होणारी हिंसा, या हिंसेचे वर्णन येते–

'दोहोत भावहिंसा प्रमुखपणे आढळे जरी ठळक

द्रव्यमयी हिंसेची प्रकटे त्या त्या प्रमाणि ती झलक' ।। पान-२९

पुढे हिंसा टाळण्यासांठी दोघांनी केलेले जल,मल्ल,नेत्रयुद्ध व शेवटी वैराग्य अशी रचना येते. वैराग्याची व तपाची वर्णने कवी करतो

मूलगुण नि उत्तरगुण पाळाया वज्रयत्न मुनिरत्न

रत्नत्रयधर करूनी तपोंशुनी भासमान दिनरत्न ।। पान-५९

अशी मूळगुण,उत्तरगुण, रत्नत्रय अशा जैन तत्त्वातील संकल्पनांचे वर्णनही कवी करतो (क्षीरसागर ज.ने.,आर्या महापुराण-धर्मयुद्ध)

'जैनपद्यकथाकोश'या कथासंग्रहामध्ये जिनदास फडकुले यांनी पद्यमय भाषेत अनुवादित केलेल्या कथांमधून जैन तत्त्वज्ञानाचा परिचय करून देण्याचा प्रयत्न केला आहे. या कवितेवरील अभिप्रायामध्ये कवी शांतिनाथ कटके म्हणतात, ''सांप्रत काळात संस्कृत फारच थोडे असल्यामुळे मराठी भाषेत पुष्कळ धर्मग्रंथ कवितारूपी झाल्यास पुष्कळांना त्याचा उपयोग होईल व अज्ञानी लोकांस जैन धर्माची तत्त्वे समजू शकतील''(पान-५) या संग्रहातील प्रत्येक कथा एकेक तत्त्व सांगते. पहिली कथा धर्मभ्रष्ट होणाऱ्या मुनींना धर्ममार्गावर आणते, दुसरी कथा संसाररोग नाहीसा करते व आत्ममार्गाकडे नेते. तिसरी कथा जैनधर्मासाठी बलिदान करणाऱ्या अकलंक-निष्कलंकाची येते. चौथी कथा संजयंत मुनींची उपसर्ग व कर्मनाशाची कथा येते. अंजनचोराची प्रसिद्ध कथा जैनधर्मावरची श्रद्धा प्रकट करते. सातवी कथा सम्यग्दृष्टी मनुष्य संसारिक सुखाविषयी कसा निःस्पृह असतो हे दाखवते

पद्यकथात्मक जैन साहित्यामध्ये वरीलप्रमाणे जैन तत्त्वज्ञान येते. कथात्मक साहित्यामध्ये प्रथमानुयोग असल्यामुळे जैन तत्त्वज्ञानांचा केवळ परिचय यात होतो. त्यामुळे द्रव्यानुयोग आणि चरणानुयोग फारसा येत नाही.

पद्यव्रतकथांमधील जैनतत्त्वज्ञान

जैनसाहित्यांमध्ये पद्यव्रतकथांचा विस्तार मोठा आहे. गद्यव्रतकथांप्रमाणेच पद्यातही काही व्रतकथा लिहिल्या गेल्या आहेत. व्रतकथांमध्ये आचरण येत असले तरी आचरणाच्या अनुषंगाने येणारे तत्त्वज्ञान हे महत्त्वाचे आहे. या व्रतकथांमध्ये 'कवलचांद्रायणव्रतकथा', 'रक्षाबंधनकथा', 'अनंतव्रतकथा', 'रविवारव्रतकथा', 'जैनव्रतकथा' इ. कथा येतात. व्रतकथांमध्ये आधुनिक मराठीत

सापडणारी हिराचंद अमोलीककृत 'अनंतव्रतकथा' येते. परंतु ही कथा गद्यात येते. पुढे १९३६ साली नथ्थुसा पासुसा यांनी जैनव्रतकथापद्यात लिहिल्या आहेत. यात 'कलशदशमी, 'षोडशकारण', 'निर्दोषसप्तमी', 'निशल्याष्टमी', 'दशलाक्षणिक', 'सुगंधदशमी', 'पुष्पांजली', 'मेघमाला', 'रक्षाबंधन' या व्रतकथा आहेत. या कथांमध्ये पूर्वभव व्रतांचा महिमा व्रतांचे परिणाम इ. पद्यरचनांमध्ये येते. प्रत्येक व्रतांमुळे फलप्राप्तीही होते. उदा. कलशदशमी कथेत पूर्वकर्मसुकृतामुळे पुत्र होत नाहीत. प्रत्येकाचे भाग्य कर्मधिन असते. परंतु अक्षयदशमी व्रत केल्यामुळे पुत्रप्राप्ती होते. संसारात सुख संपत्ती येते. या व्रतांमध्ये जैन धर्मांवरील श्रद्धा,दान मुनी आर्यिका यांची सेवा इ. गोष्टी सांगितल्या आहेत. धर्मज्ञान समजून घेणे तपश्चर्या करणे, विशिष्ट पदार्थ त्यागणे, भक्ती करणे अशा गोष्टी सांगितल्या आहेत. षोडशकारण व्रतकथेत १६ षोडशभावना अर्थासह चिंताव्या व आचराव्या अशा कथा सांगितल्या आहेत. यात जैन तत्त्वातील दर्शनविशुद्धी, विनयसंपन्नता, शील, अभीक्ष्ण ज्ञान, शक्तितः त्याग, शक्तितः तप, साधुसमाधी, वैयावृत्त्य, अर्हद्‌भक्ती, आचार्यभक्ती, बहुश्रुतभक्ती, आवश्यकापरिहाणी, प्रवचनभक्ती, मार्गप्रभावना, प्रवचनवात्सल्य इत्यादी धर्ममार्गाच्या १६ भावना सांगितल्या आहेत. अशा प्रत्येक कथेमध्ये जैन तत्त्वातील गोष्टी सांगितल्या आहेत. दशलक्षणया कथेत दहा धर्मांचे वर्णन असून हे व्रत सामुदायिक रीत्या करावे लागते. यातही तपाचरण, व्यसनत्याग, मादक पदार्थांचे त्यागणे, नृत्यगीत त्यागणे, परपुरुष–परस्त्री त्यागणे, ब्रह्मचर्य पाळणे या जैन तत्त्वातील गोष्टी सांगितल्या असून या व्रताची फलश्रुती सांगितली आहे. अशा प्रकारे यातील सर्वच कथा शील, सदाचार, ब्रह्मचर्य, तप, त्याग, दया इत्यादी तत्त्वांचा पुरस्कार करतात.

कवलचांद्रायणव्रतकथा ही मराठीत पुन्हा पुन्हा आली आहे. हिवाळ्या–पावसाळ्यात करता येणारे हे व्रत जिनपूजा, उपवास, ब्रह्मचर्य आणि मनोनिग्रह इत्यादी जैन तत्त्वाच्या गोष्टी सांगते. एक एक महिन्याचे हे व्रत असून या व्रतामुळे अनेकांनी तपसाधना केली असून याची फलश्रुती त्या त्या काळात लोकांना मिळाली आहे. आदित्यवारकथा ही कथाही पुन्हा पुन्हा येते. या कथेतही व्रत, उपवास, तप, ब्रह्मचर्य इत्यादी गोष्टी सांगितल्या आहेत.

पोवाडे आणि शाहिरी काव्यातील जैन तत्त्वज्ञान

जैन कवींनी पोवाडे आणि शाहिरी काव्यामधूनही जैन तत्त्वज्ञान सांगितले आहे. पोवाडा आणि शाहिरी हा स्वतंत्र असा काव्यरचनेचा प्रकार २० व्या शतकातही जैन कवींनी तितक्याच तन्मयतेने हाताळला आहे. विशेषतः चरित्रात्मक

शाहिरी व आध्यात्मिक शाहिरी असे दोन विभाग त्यात येतात. चरित्रात्मक शाहिरीमध्ये जैन तत्त्वज्ञानाचा भाग फारसा येत नाही. आध्यात्मिक शाहिरीमध्ये मात्र जैन तत्त्वज्ञान सोप्या भाषेत सांगितले आहे. विशेषतः २० व्या शतकात धर्मसागर मुनी यांची शाहिरी नोंद घेण्यासारखी आहे. या एकमेव शाहिराने शाहिरी रचनेचे सर्व प्रकार हाताळले आहेत. या रचनेतून जैन तत्त्वज्ञान सांगितले आहे. या कवीचा 'शब्दप्रभाकर' हा ग्रंथ व 'सिद्धांतशाहिरी' 'अध्यात्म प्रकरण'यांतील जैन तत्त्वज्ञान अधोरेखित केले आहे. 'शब्दप्रभाकर' ग्रंथात कवीने सामान्यांना उपदेश केला आहे. उदा–

'जीना मना ध्यावा ध्याना मनाजी
जीवादे सात घ्या तसा देवाजी ।।१ ।। (पृ.१)
निर्वाणी दया घे याद निर्वाणी ।।
नित्यांनी देव तो वदे नित्यांनी ।।२ ।।
तू वदे तना ध्यानात देव तू ।
तू बा न वंदे कुदेव न बा तू ।।३ ।।

या रचने सात तत्त्वावरील श्रद्धा, अठरा दोषरहित देवावर श्रद्धा, दयाधर्माचे पालन, जपतप इ. गोष्टींचे महत्त्व सांगितले आहे. आध्यात्मिक कवितमध्ये सुंदर अनुप्रासातून अध्यात्म सांगितले आहे.

'मतिश्रुत अवधी मन पर्ययादि, विरहीत अंजन ।
पंच, ज्ञानाहून तोच आत्माराम स्वच्छ, निरंजन ।
धर्म अर्थ काम संसाराचे मूळ परिग्रह जाण ।
पर वस्तु असार, अजाणुणी दूर, तो सज्जन ।
भेद अभेद रत्नत्रय तो एका साध्य आणि साधन ।।
आद्य, साधन साध्य, नंतर मग, भेदज्ञान'(पृ.३)

याचप्रमाणे लावणीमधूनही जैन तत्त्वज्ञान सांगितले आहे. 'सोमदत्ताची लावणी' या कथात्मक लावणीमध्ये सोमदत्ताच्या कथेच्या माध्यमातून व जैन तत्त्वज्ञान सांगितले आहे. उदा. –

'धर्म बंधु जनहो तुम्ही, सावध व्हावे येऊन जन्मी, सापडलो तुम्ही आम्ही, व्याघ्र मुखात ।

धर्मावाचून कोणी माता नाही तीन लोकात ।

थोर पंडित बसून गेले उत्तम धर्म नौकेत।'

अशाच पद्धतीने साकी मध्ये धर्मसागर उपदेश करतात–

'बघुन स्त्रियांना जाईल वासना मुळीच तसली खोड नको।

मन माकड हे पशु जाणुनी त्याला भलतीकडे सोडू नको।

धर्मरूपाचे वृक्ष सुखाचे कर्म कुराडीने तोडू नको।

धर्मसागर स्वामी म्हणे विचाराविणे विषय सुखामध्ये बुडू नको।।धृ।।'(पृ.५५)

या शिवाय दृष्टांत, रूपकातून उपदेश व अध्यात्म सांगितले आहे. खंडन-मंडन, कलगीतुरा यातून जैनतत्त्वाचे मंडन, बारा अनुप्रेक्षा, लावणीतून बारा भावनांचे वर्णन, पंचमकाळाची लावणी, कलियुगाची लावणी, पूर्वकर्म, जैन सिद्धांत, भगवती आराधना, गर्भावळ, आध्यात्मिक कविता, क्रोध जिंकण्याचे कवित्व, पापपुण्याचे खंडन मंडन अशा अनेक काव्यातून जैन तत्त्वज्ञान मांडण्याचे प्रयत्न केले आहेत.

आधुनिक काव्यातील जैन तत्त्वज्ञान

२० व्या शतकातील आधुनिक कवींनी जैन तत्त्वज्ञानाची काव्ये लिहिली आहेत. पारंपारिक वृत्त छंदांतील रचना वगळून अलीकडे मुक्तछंदात्मक, इंग्रजी काव्याच्या धरतीवर लिहिलेल्या कविता यातूनही जैन तत्त्वज्ञान सांगण्याचा प्रयत्न केला आहे. 'गीतांजली', 'सुमनावली', 'नादलहरी','मंगलनिनाद', 'जिनवंदना','पद्यकुसमावली' अशा आधुनिक काव्यशीर्षकाखाली कवींनी कविता लिहिल्या आहेत. उदा. पद्यकुसमावली ही शांतिनाथ व माणिक कटके यांनी लिहून यात आधुनिक भाषेत जैनतत्त्वांचे पद्य रचलेले आहे. १२ अनुप्रेक्षा व १२ व्रते, स्त्रियांकरीता उपदेश, जिनेंद्र उपदेश अशा कविता लिहिल्या आहेत. उदा.-

'पूर्वबद्ध कर्माचा क्षय करि रत्नत्रय सुतपाने।

साध्य करी बा चिद्रूपासी धर्म शुक्ल तू ध्याने।।१०।। (निर्जरानुपेक्षा)'

'स्वर्गमध्यपाताळ भेद हे असति जगाचे तीन।

चिरसुख न मिळे यार्माध मनुजा जन्म मृत्युचे स्थान।।११।।'(लोकानुपेक्षा)

(कटके शांतिनाथ व माणिक, पद्य कसुमावली पृ.१४, आवृत्ती तिसरी, वीरसंवत २४५३)

'नादलहरी' या संपादित कवितासंग्रहामध्ये जैनधर्मावरील अनेक कविता

आल्या आहेत. अनेक कवींनी आपल्या काव्यातून जैन तत्त्वज्ञानाचे सूचन केले आहे.

'ते थोर थोर मुनिही जगि सोशितात
बा आतपादि असुखे जगि निर्जरार्थ।
चित्ती असून तुझिया मग मोक्षहेतू
अत्यल्प कष्टहि कसा नच सोशिसी तूं।।४।।'

(गांधी मो.हि., नादलहरी, पृ.२८, १९३६)

'ओनामासिधम्', 'मोहनवीणा', 'मंगलनिनाद', 'धवलगान'इ. आधुनिक कवितांमध्ये जैन तत्त्वज्ञान आले आहे.

कवियित्री सुमतीबाई शहा यांनी 'अमृतकलश' या मुक्तछंदात्मक रचनेचून समयसार, प्रवचनसार, नियमसार इ. ग्रंथांचे सार मुक्तछंदातून मांडले आहे. या काव्यातील तत्त्वज्ञानाविषयी प्रस्तावनेमध्ये म्हटले आहे की, 'सर्व विश्वाचे नित्य-अनित्यात्मक, भाव-अभावात्मक, अस्ति-नास्तिस्वरूपाचे दर्शन घडवीत असता, दक्षभूत अभिप्रेत असे जे आत्मतत्त्व त्याचे भान त्यांनी सतत राखले आहे. नित्य व सहजमय रीतीने परमशुद्ध आत्मतत्त्वाचे गीत गाताना ते इतके तल्लीन होतात की जणू खरा आत्माच ते वाचकापुढे सादर करतात'

समारोप

अर्वाचीन मराठी जैन साहित्यातील तत्त्वज्ञानाचे स्वरूप या प्रकरणात शोधण्याचा प्रयत्न केला आहे. अर्वाचीन मराठी मध्यवर्ती धारेतील साहित्य हे वस्तुनिष्ठ इहवादी विचारातून अभिव्यक्त झाले आहे. सामाजिक जाणिवा वास्तववादी रचना, सौंदर्यवादी दृष्टिकोण, ग्रामीण दलित प्रादेशिक आदि प्रवाहामध्ये हे साहित्य लिहिले गेले आहे. परंतु या काळातही जैनधर्मीयांचे साहित्य आत्मनिष्ठ व अध्यात्मवादी राहिले आहे. जैनधर्मांचे तत्त्वज्ञान साहित्यातून प्रकट करणे, जैनधर्माचा उपदेश करणे, जैनांचे प्रथामानुयोगातील साहित्य आधुनिक भारतीय भाषांमध्ये प्रसारित करणे हा उद्देश या साहित्याचा आहे. साहजिकच या सर्व साहित्यातून जैन तत्त्वज्ञान स्रवते. आधुनिक काळातील सर्व वाङ्मयप्रकार जैन लेखकांनी हाताळले आहेत. परंतु त्याचबरोबर प्राचीन रचनाप्रकारांचा प्राकृत, संस्कृत आदि साहित्याचा प्रभाव व पगडा जैन साहित्यिकांवर असल्यामुळे २० व्या शतकातही जैन कवींचे लेखन हे पारंपारिक दृष्टीचे आहे. त्यामुळे परंपरा व नवता या दोहोंचा सुरेख संगम या साहित्यात झाला आहे.

या पारंपारिक साहित्यातून पारंपारिक जैन तत्त्वज्ञानाचा पुरस्कार केला गेला आहे. कादंबरीपासून पद्यापर्यंत वेगवेगळ्या साहित्यात येणारी पात्रे, साहित्यातील आशय, जैन तत्त्वज्ञानातील सहा द्रव्ये, ७ तत्त्वे, ९पदार्थ, ५ अपुव्रते, १२ भावना, १६ गुणस्थाने, जैनांचा कालावकाश, त्रिलोक, स्वर्ग-नरक कल्पना याशिवाय जैनधर्माची प्राथमिक तत्त्वे सत्य, अहिंसा, अपरिग्रह, सदाचार, शील, संयम, रत्नत्रय, या सर्व गोष्टी विविध कथांमधून पद्यातून, नाट्यवाङ्मयातून गोवण्याचा प्रयत्न अनेक जैन कवींनी केला आहे.

काव्य आणि तत्त्वज्ञान यांचा सुंदर मिलाफ या कवींनी केला आहे. तत्त्वज्ञानाच्या आविष्कारासाठी बहुतेक प्राचीन काव्यरचना प्रकार या कवींनी हाताळले अहोत. अनेक चरित्रात्मक नाटकांतून जैन वीर पुरूषांची त्यांनी अंगीकारलेल्या तत्त्वांची, त्यांनी मांडलेल्या जैन तत्त्वांची, त्यांनी मांडलेल्या जैन विचारांचे प्रकटीकरण यातून झाले आहे. अनेक कादंबऱ्या, कथा, पौराणिक धाटणीच्या असून प्राचीन आचार्य मुनी साधूंनी सांगितलेली जैन तत्त्वे कथारूपाने कथा-कादंबऱ्यातून मांडली आहेत. एकंदरीत तत्त्वज्ञान हाच जैन साहित्याचा पाया आहे. अगदी एखाद्या शृंगारिक साहित्यातही जैन तत्त्वज्ञान पद्धतशीर गोवण्याचा प्रयत्न या कवींनी केला आहे.

* * *

अर्वाचीन मराठी जैन साहित्यातील आचारधर्म

जैनधर्म हा 'आचरे तेयाचा धर्म' असा आहे. 'आचारः प्रथमो धर्मः । यः क्रियावान् स पण्डितः ।' जैनधर्मात 'सम्यग्ज्ञान, सम्यग्दर्शन, सम्यक् चारित्र' सांगितले आहे. या रत्नत्रय मार्गाने मोक्षाची प्राप्ती होते. जैन धर्मावर श्रद्धा असणे, जैनधर्माचे ज्ञान तत्त्वज्ञान अवगत करणे व जैनधर्मानुसार आचरण करणे या तीन समन्वित मार्गाने मोक्षप्राप्ती होते. मोक्षप्राप्ती हे जैन गृहस्थाचे व साधूचे अंतिम ध्येय आहे. त्यासाठी 'सम्यक् चारित्र' म्हणजे आचारही महत्त्वाचा आहे. जैन तत्त्वज्ञानाचे पालन करण्यासाठी जैनांचा आचारमार्ग महत्त्वाचा ठरतो. तत्त्व प्रत्यक्षात सिद्ध करण्यासाठी आचरणातून जावे लागते. स्वतःची कर्मबंधनातून सुटका करून घ्यावयाची असेल तर कर्म व कर्मापासून मुक्त झाले पाहिजे. कर्ममार्गात प्रमाद घडतात. संसाररूपात कर्मबंध होतो, कर्मनिर्जरा होण्यासाठी व आस्रव-बंध तोडण्यासाठी आचारधर्म महत्त्वाचा. आहे या आचाराविषयी अनेक ग्रंथ लिहिले गेले आहेत. प्राचीन संस्कृत, अर्धमागधी भाषेत, आगम साहित्यात आचारविषयक अनेक ग्रंथ आहेत. चरणानुयोग हा जैन दिगंबर संप्रदायामध्ये

मुनी व गृहस्थांच्या आचाराविषयी माहिती सांगणारा स्वतंत्र ग्रंथाचा विभाग आहे. चरणानुयोग ग्रंथांमध्ये आचारविषयक गोष्टींचे विवेचन असते.

जैनधर्माचे आचारविषयक दोन मार्ग सांगितले आहेत. यामध्ये श्रावकाचार व यतिआचार असे दोन मार्ग आहेत. श्रावकाचाराला 'विकलचरित्र', तर यतिआचाराला 'सकलचरित्र' अशा संज्ञा आहेत. यासच अनुक्रमे सागारधर्म व अनगारधर्म असे म्हणतात. श्रावक आणि मुनी या दोघांचे आचार धर्म अंशतः आणि पूर्णतः असे आहेत. श्रावक जैनतत्त्वातील आचारांचे अंशतः पालन करतात. ते परिग्रहासहित असतात. तर मुनी सर्वसंगरहित असतात.

आचारधर्माविषयी प्राचीन ग्रंथ

दिगंबर संप्रदायातील चरणानुयोग साहित्यात गृहस्थधर्म व मुनिधर्म यांचे नियम, उपनियम आचारांची माहिती समाविष्ट करण्यात आली आहे. 'द्वादशांग' आगमामध्ये आचारांग व उपासकाध्ययन हे ग्रंथ महत्त्वाचे आहेत. प्राकृत, अर्धमागधी व संस्कृत भाषेत हे आचारविषयक ग्रंथ सापडतात. हे ग्रंथ पुढीलप्रमाणे:–

आचारविषयक ग्रंथ

'प्रवचनसार, नियमसार, दशभक्ती अष्टपाहुड, रयणसार, मूलाचार, भगवती आराधना' इ. प्राकृत आचारविषयक ग्रंथ सापडतात.

संस्कृत भाषेतील आचारविषयक ग्रंथात– 'रत्नकरंडक श्रावकाचार, पुरुषार्थसिद्ध्युपाय, चरित्रसार उर्फ भावनासार संग्रह, आचारसार, सिंदूरप्रकरण व शृंगार वैराग्यतरंगिणी' इ. काही आचारविषयक ग्रंथ आढळतात.

याशिवाय कन्नड, तामिळ, गुजराती साहित्यामध्ये ही आचारविषयक ग्रंथ सापडतात.

प्राचीन मराठीमध्ये 'धर्मामृत आणि रत्नकरंडक श्रावकाचार मराठी टीका' हे दोनच ग्रंथ आहेत असे अक्कोळे यांनी म्हटले आहे.

आचार अंगामध्ये सामविष्ट असणाऱ्या गोष्टींची चर्चा

जैनधर्मावर श्रद्धा ठेवणे, या श्रद्धेसाठी २५ गुणयुक्त असावे लागते. (सम्यग्दर्शन हे आठ अंगांनी सहित, आठ मदाने रहित, षटअनायतनांनीरहित, तीन मूढतांनी रहित असावे लागते.)

सम्यग्दर्शनाची आठ अंगे– १) निःशंकित २) निःकांक्षित ३) निर्विचिकित्सा ४) अमूढ़दृष्टी ५) उपगूहन ६) स्थितीकरण ७) वात्सल्य ८) प्रभावना

आठमद- १) जातिमद २) रूपमद ३) गोत्रमद ४) विद्यामद ५) राजमद ६) तपमद ७) बलमद ८) ज्ञानमद हे आठ मद सोडावेत.

तीन मूढता- १) देवमूढता २) लोकमूढता ३) पाखंडमूढता.

याशिवाय पाच अणुव्रते- १) अहिंसा २) सत्य ३) अस्तेय ४) अपरिग्रह ५) ब्रह्मचर्य

तीन गुणव्रते- द्विग्व्रत, अनर्थदंडव्रत आणि भोगोपभोग संख्याव्रत.

चार शिक्षाव्रते- सामायिक, प्रोषधोपवास, अतिथिसंविभाग, सल्लेखना

चार दाने- आहारदान, औषधदान, अभयदान, शास्त्रदान

त्याचप्रमाणे ५३ क्रिया, १२ व्रते, अष्ट मूळगुण, सात व्यसनत्याग, राजस्वधर्म, षटकर्मे, ११ प्रतिमा इ. आचारधर्माच्या पायऱ्या सांगितल्या आहेत. यामध्ये आठ मूळगुणात मदिरा, मांस, मधू, पाच उंबरांचा त्याग करणे इ.

जलगालन हे एक महत्त्वाचे आचार कार्य सांगितले अहे. सप्तव्यसन त्यागामध्ये जुगार, मांस, मद्यपान, वेशागमन, पारधीकर्म, चोरी, परस्त्रीगमन ही सात व्यसने सोडावीत. याशिवाय षटकर्मे ही त्रेपन क्रियेत सांगितली आहेत. ११ प्रतिमांच्या पायऱ्या सांगितल्या असून ११ प्रतिमा धारण करणे म्हणजे श्रात्रकापासून मुनी होण्याचा मार्ग सांगितला आहे.

या वरील सर्व क्रियांचा उल्लेख व यांच्या आचरणाविषयी उल्लेख आधुनिक मराठीतील प्रथमानुयोग साहित्यात वेळोवेळी तत्त्वज्ञानाच्या अनुषंगाने आला आहे.

अर्वाचीन मराठी साहित्यातील आचारधर्म विषयक ग्रंथ

अर्वाचीन मराठी जैन साहित्यातही आचारधर्मविषयक अनेक ग्रंथ सापडतात. यातील बहुतेक ग्रंथ हे प्राचीन ग्रंथांवर आधारित असून अनुवादित अथत्रा रूपांतरित आहेत. या ग्रंथांमध्ये काही स्वतंत्र ग्रंथ आहेत. अर्वाचीन मराठीतील आचारधर्माविषयी सर्वात जुना ग्रंथ म्हणून 'श्रीमद् पद्मनंदीपंचविशति' (१८९४) हा वहालचंद कस्तुरचंद गांधी यांचा ग्रंथ आढळतो. यानंतर जिनदास पार्श्वनाथ फडकुले यांचा 'सावयधम्मदोहा'व 'सारसमुच्चय (१९३७)', रत्नत्रयमार्गप्रदीप उर्फ श्री जिन पद्मावली भाग १ वर अनंतराज पांगळ यांचा (१९०६) ग्रंथ, शांतिनाथ बागवडे यांचा श्रावक प्रतिक्रमण हा ग्रंथ, याशिवाय अज्ञातांनी अनुवादित केलेला साधुशिक्षा (१९२६), वीरचंद कोदरजी लिखित गृहस्थाचार संग्रह (१९४१), द.भि.रणदिवेकृत आर्यारत्नकरंडक (१९२०), माणिक गोविंद कटकेकृत

आत्मधर्म प्रकाश (१९२८), कल्लाप्पा निटवेकृत 'क्रियामंजिरी' (१९२३), नेमचंद वालचंदकृत श्रावक प्रतिक्रमण(१९६६), कवि अज्ञात यांनी अनुवादित केलेला 'ग्रंथत्रयी'(१९५७), वृषभसेन महाराज यांनी लिहिलेला 'समाधिमरणोत्सव'(१९७२), कवि हिराचंद तलकचंद शहा यांच्या अनेक ग्रंथांमध्ये श्रावकाचार व यतिआचाराविषयी माहिती मिळते. याशिवाय आणखी काही ग्रंथ आढळतात.

'पद्मनंदी पंचविशंति'या ग्रंथामध्ये यतिआचारापासून ब्रह्मचर्यापर्यंत पंचवीस विषय हाताळले आहेत. या अनुवादित ग्रंथामध्ये यतिआचार, धर्मोपदेश, देशव्रत, दान कसे करावे, सिद्धांची स्तुती कशी करावी, जिनवरदर्शन कसे करावे जिनपूजा कशी करावी, क्रियाकांड कसे करावे याशिवाय शरीराष्टक, स्नानाष्टक, ब्रह्मचर्य या विषयाचे आचार या ग्रंथात सांगितले आहेत. यातील काही उदाहरणे पुढीलप्रमाणे–

''खाती मांस पितात दारू वदती गोष्टींस खोट्या सदा।
माया लाविती ज्या धनास्तव नरा दूरी न त्या आपदा।।
यत्संगे अति नीच चुंबिति मुखा ज्यांच्या महापातकी।।
वेश्यांवाचुन घातकी नरक त्या नाहीं खरा अन्य कीं'' (पान७)

अशी सामान्य श्रावकांसाठी अनेक आचरणांची उदाहरणे दिली आहेत. श्रावकांनी दुर्व्यसन टाळावे, धर्म जाणावा, रत्नत्रय मार्गाचा अवलंब करावा यासह अनेक आचाराच्या गोष्टी सांगितल्या आहेत.

''उठुनि नित्य सकाळी देवगुरूशास्त्रदर्शना घ्यावे,
करूनि नमन गृहस्थे भक्तीने धर्मशास्त्र ऐकावे''

असे गृहस्थांना जागोजागी उपदेश केले आहेत. मुनिंनी शरीराचा त्याग करावा,

''शरीराचे योगें जननमृति जीवा तरि न घडे।।
तिथे दु:खे भारी म्हणुन तनु सोडो बुधजन।।
महायत्ने ऐशी भवपथि न ये जीव फिरून।। (पान-२३९)''

असा शरीरत्याग सांगितला आहे. (गांधी वहालचंद कस्तुरचंद , श्रीपद्मनंदीपंचविशंति १८९७) या ग्रंथातून हजारो आचरणविषयक पदे आलेली आहेत.

अनंतराज ज्योतिबा पांगळ यांनी रचलेल्या 'रत्नत्रयमार्गप्रदीप' या पद्यात्मक ग्रंथात तत्त्वार्थसूत्रातील आचारविषयक सूत्रांवर पदे लिहिली आहेत. संसाराची असारता, कर्माचे चक्र सांगण्यासाठी अनेक अभंग लिहिले असून या अभंगातून काही ठिकाणी मुनिगृहस्थाचे आचरणविषयी पदे लिहिली आहेत. मुनींनी विशिष्टप्रसंगी अन्नत्याग करावा हे सांगताना–

पाळणे अंतराय सर्व ।। वदतो श्रवण करा ।।
अस्थि मांस पू रक्त कातडें विष्टा प्राणी मृतक ।
हे जरि दृष्टि पडे तरि भोजन सोडावे नि:शंक ।।१ ।।
मार्जर श्वान पशू पंचेद्रिय चर्मासन हे जाण ।
स्पर्शतांच स्त्री पुरूष अमंगल नच सेवावे अन्न ।।२ ।।
अगमनाश हिंसामयि भाषण ऐकताचि निज श्रवणी ।।
त्यागावे भोजनास सत्वर श्रावक भव्य जीवांनी ।।३ ।।
मुनिपीडा जिनप्रतिमा खंडन ऐकतांचि निज श्रवणी ।।
दासानंत म्हणे सोडावे अन्नोदक भव्यांनी ।।४ ।।

(पांगळ अनंतराज जोतिबा, रत्नत्रय मार्गप्रदीप, पान २५,१९०६)

'आर्यारत्नकरंड' हा द.भि.रणदिवे यांनी आ.समंतभद्रांच्या रत्नकरंडांचे मराठी अनुवादात आचारविषयी अनेक पंक्ती आल्या आहेत. अणुव्रताचे अतिचार, गुणव्रते, शिक्षाव्रते इ. सह सामायिक विधी, दान, वैयावृत्त्य, प्रोषधउपवास, इ. ची भोगोपभोग पदार्थ 'परिमाण' असावे या गोष्टीतून जैनधर्मातील आचारांची माहिती मिळते.

कवि अज्ञातांच्या अध्यात्म कल्पद्रुम या संस्कृत ग्रंथावरील 'साधुशिक्षा' या प्रकरणावर साधुशिक्षा हा यतिधर्माच्या आचरणावर आधारित ग्रंथ आहे. छोटेसे पुस्तक असले तरी साधूंना उपदेश या ग्रंथात आला आहे. चरित्रपालन ही मोठी कठीण गोष्ट असून ती स्वीकारणे हे मोठे अवघड आहे. चरित्रपालन इथे बहु कष्ट देते.

तिर्यग्गती नरक देति दुज्या भवाते ।
आहेत तू समज हे प्रतिपक्षि दोघे ।
यातील एकच विचार करून तू घे ।। (पान ८) किंवा
चारित्र शून्य धरिसी यतिवेश मात्र
तू वांछितोस परि पूजन वस्त्र पात्र ।

मुग्धप्रतारण जगी नरकास ने रे

हा न्याय सत्यचि 'अजागल कर्तरी' रे (पान २)

अशा साधूंना चरित्रविषयक सूचना व उपदेश या ग्रंथात आला आहे. (अज्ञात, साधुशिक्षा, १९३६)

सावयधम्मदोहा व सारसमुच्चय हा जिनदास फडकुले यांचा आचरणाविषयी माहिती देणारा ग्रंथ आहे. मूळचे अपभ्रंश भाषेतील हे ग्रंथ. सावयधम्मदोहा हा देवसेनाचार्यांचा व सारसमुच्चय हा कुलभद्र आचार्यांचा ग्रंथ आहे. सावयधम्म म्हणजे श्रावकधर्म. तर सारसम्मुच्चय हा सुभाषितमय आचारधर्मविषयक ग्रंथ आहे. सावयधम्मात श्रावकाच्या अकरा प्रतिमा, आठ मूळगुण, सप्त व्यसनत्याग, पाच अणुव्रते, सात शील, दान व सत्पात्रदान, धर्ममाहात्म्य, उपवास व त्यांचे भेद, शरीराच्या अवयवांचा सदुपयोग व दुरुपयोग कसा, क्षमा, वैय्यावृत्य, सुसंगती, मौन, भोजन इ. विषयांचे कथन आले आहे. तर सारसमुच्चयात आत्महिताचा उपाय, सम्यगदर्शनाचे महत्त्व, मिथ्यात्वाने आत्मघात, जिनधर्मापासूनचे कल्याण, विषयसुखाचे दु:ख, विकारांपासून अकल्याण, स्त्रीनिंदा, विषयसुखनिंदा, चतुर्गतिमहत्त्व, वैराग्य महत्त्व, संक्लेशांचे व निर्मल परिणामाचे फल, गृहप्रेम तुरूंगासारखे आहे, कषायजल, सुपात्र वर्णन, परिग्रहाभिलाषात्याग, धनापासून हानी व संतोष, रत्नत्रयापासून कल्याण, मैत्रादि भावना व क्षमादि सद्गुण, सुसंगती आणि कुसंगती, शील, क्रोधत्याग, क्षमा, अभिमान, प्रमादाचे दु:ख इ. विषयी माहिती दिली आहे. हे दोनही ग्रंथ श्रावकधर्मासाठी अत्यंत महत्त्वाचे आहेत. आर्या वृत्तात अत्यंत सोप्या भाषेत सुभाषितवजा आचाराविषयी उपदेश यात आला आहे. (फडकुले जि.पा., सावयधम्मदोहा-सारसमुच्चय, १९३७)

वीरचंद कोदरजी गांधी यांनी 'गृहस्थाचारसंग्रह' (१९४१) हा ग्रंथ लिहिला आहे. यातही श्रावकाराची तत्त्वे सांगितली आहेत. दान, भक्ती, गुरुभक्ती इ. माहिती असून पुढे महतिसागर, भूधरदास यांची श्रावकांस आदेशपर पदे, दानमाहात्म्यवर्णन पदे आली आहेत.

'श्रावक प्रतिक्रमण' हा शांतिनाथ बागवडे यांनी सांगितलेला काव्यात्मक आचारणविषयक ग्रंथ असून आचरणात झालेल्या दोषांचे प्रायश्चित या कवितेत आले आहे. जैन धर्मातील आत्यंतिक आचारसंहिता यात पहावयास मिळते. बोलणे, झोपणे, मनात वाईट पाप आणणे, दुसऱ्यास कष्ट देणे, मनोवचन कायेने हिंसा घडणे इत्यादिविषयी सूक्ष्म माहिती यात येते. उदा.

मी प्रोषधाभिध जिना प्रतिमेत चौथे
ना पाहताचि मलमूत्र विसर्जनाते ।।
वा पूजनोपकरण ग्रहणा करीन।
शय्या न पाहुनि न शोधुनि अंथरीन।
क्षुत पीडने करि अनादर मी नितांत।
आवश्यकांत असल्याहि दिन क्रियांत।
वा नित्यपाठ म्हणण्यात पडेल भूल
हे दोष ईशचरणी करितो कबूल ।।७०।।

(बागवडे शांतिनाथ द. , श्रावक प्रतिक्रमण, पान ९)

''श्रावकाला देवपूजा, गुरूपास्ती, स्वाध्याय, संयम, तप आणि दान ही सहा कर्मे नित्य करावयास जिनागमात सांगितली आहेत. त्यांपैकी या पुस्तकात देवपूजा करण्याचा विधी व देवपूजा करण्याचा अधिकार प्राप्त होण्याच्या क्रिया सांगितल्या आहेत. शिवाय, शेवटी भोजनविधी व धर्मामृत प्रकरण थोडेसे दिले आहे. त्यात सिद्धभक्ती वगैरे करण्यास सांगितल्या आहेत.''(निटवे क. भ. , क्रियामंजिरी,प्रस्ता-१९२३) अगदी प्रारंभिक गोष्टींपासून दिवसभराच्या श्रावकाच्या क्रिया यात सांगितल्या आहेत. प्रातर्विधी, सुप्रभातस्त्रोत्र, संध्यावंदन, आचमन, द्वादशांगस्पर्शन, प्राणायाम, पंचदशतर्पन, यज्ञोपवीत, जिनालयगमन, स्तोत्र, ईर्यापथशुद्धी, प्रतिक्रमण, सकलीकरण, अभिषेक, अष्टद्रव्यपूजा व शेवटी अशौचनिर्णय या गोष्टी तपशीलवार सांगितल्या आहेत. हा ग्रंथ म्हणजे सोप्या मराठीत श्रावकाला आचारास उपयुक्त असणारा ग्रंथ आहे.

श्रावकप्रतिक्रणाविषयी नानचंद वालचंद कृत आणखी एक ग्रंथ सापडतो. घडलेल्या प्रमादांचा पश्चाताप करणे म्हणजे प्रतिक्रमण. आचरणात प्रमाद घडू नयेत म्हणून पश्चाताप करणे. हा पश्चाताप सहा क्रियांद्वारे करता येतो. यांना षडावश्यक क्रिया म्हणतात. (सामायिक, प्रतिक्रमण, प्रत्याख्यान, स्तवन, वंदना आणि कायोत्सर्ग हे मुनींचे षडावश्यक आहेत. प देवपूज, गुरुपास्ती, स्वाध्याय, संयम, तप, दान हे श्रावकांचे षडावश्यक) अशा या सहा क्रियांचा समावेश होतो. प्रतिक्रमणाने प्रमाद नाहीसे होतात.

जीवी प्रमादभव दोष अनेक होती।
जेव्हा प्रतिक्रमण होय लयास जाती।।

तस्मात् तदर्थ भविं जंतुहि जाणण्यास।

सांगेन संसृतिज कर्म सरेल खास।। (पान-१३)

असा प्रतिक्रमणाचा हेतू कविने प्रारंभीच सांगितले आहे. (गांधी नानचंद वालचंद , श्रावकप्रतिक्रमण, १९६६)

याशिवाय हिराचंद तलकचंद कृत श्रावकाचार, कवी अज्ञातकृत ग्रंथत्रयी या अनुवादित ग्रंथातून श्रावकाचार व यतिआचार सांगितला आहे. कवी अज्ञातांनी मूळ प्राकृत ग्रंथावरून मराठीत हे ग्रंथ लिहिले आहेत. ग्रंथत्रयी मध्ये स्वामी कार्तिकेयकृत कार्तिकेयानुप्रेक्षा ग्रंथात मुमुक्षुंना उपयुक्त अशा विषयाचे संक्षेपाने वर्णन, संसारविषयक दु:खाचे वर्णन, विरक्तीचा मार्ग याविषयी आचारधर्म सांगितले आहेत. तत्त्वानुशासन या श्रीमन्नयसेन मुनीरचित ग्रंथात ध्यानाचे वर्णन आले आहे. उपासक ध्यान कसे करावे या विषयी वर्णन केले आहे.

''महामंडलामध्ये स्वत:स वासव बसोन की चिंती

किरीटकुंडल वज्रें पीतांबर नेसतां गणी स्वमती।।

स्तंभक मुद्रे, स्तंभन मंत्रा कुंभक पर्वास वरूनी तो

स्तंभन कार्या सगळ्या म्हणुनी एकाग्र मानसे करतो।। (पान-५८)''

अशा उदाहरणांतून ध्यानआचाराची माहिती आली आहे. वसुनंदीकृत 'श्रावकाचार' हाही ग्रंथ श्रावकाच्या आचारावर आधारित असून या ग्रंथावर मराठीत तीन ते चार टीकाग्रंथ लिहिले आहेत. याही ग्रंथात सहा द्रव्ये, सात तत्त्वे, नऊ पदार्थ यांच्या वर्णनाबरोबरच पंचाणुव्रते, शिक्षाव्रते, महाव्रते, गुणव्रते यांची उदाहरणे आली आहेत. याचबरोबर पूजा, पंचनमस्कार, पूजाद्रव्ये, ध्यान इ. गोष्टींची चर्चा यात आली आहे. आर्या वृतात मराठी भाषेत हा श्रावकाचार सांगितला आहे.

कवी हिराचंद तलकचंद यांनी 'रत्नकरण्ड श्रावकाचार' व 'पुरूषार्थसिद्धुपाय' हे दोन आचारविषयक ग्रंथ अनुवादले आहेत. मराठीत पद्यात्मक टीका करून पुन्हा त्याचे गद्य विश्लेषण केल्यामुळे आचारग्रंथांचे सोप्या भाषेत आकलन सुलभ झाले आहे.

आचार्य अमृतचंद्र यांचा 'पुरूषार्थसिद्धुपाय' हा ग्रंथही आचार सांगतो. या ग्रंथातील आचाराविषयी उदारहणादाखल विश्लेषण खालीलप्रमाणे-

''हिंसेचा त्याग करावयाचा तर आधी मध, मांस, वसा, मद्य आणि पंचोदुंबर यांचा त्याग अवश्य करायला हवा. मध पिल्याने त्रसजीवांची हानी

होते. ते जीवजंतूंचे उत्पत्तिस्थान आहे. ते अनर्थाचे मूळ आहे. नशेमुळे धर्माचा विसर पडतो. आणि प्रमादवश हिंसा घडते. मद्याप्रमाणेच अभिमान, भय, जुगुत्सा इत्यादि विनाशक असून ते हिंसेचेच भेद आहेत. मांस कच्चे किंवा पक्व असो, शिजत असतांनाही त्यांत जंतूंची निर्मिती होत असते. मांसभक्षणात हिंसा अनिवार्य असते. याच कारणामुळे मांसाचाही त्याग हवा. मध, मद्य, मांस, लोणी आणि विटलेले पदार्थ अभक्ष्य जाणावेत. उंबर, वड, अंजीर, पिंपळ आणि पिंपरीची फळे यांना पंचोदुंबर म्हणतात. ही फळे त्रसजीवांची खाण आहेत. म्हणून त्यांचा त्याग करायला हवा. हे आठ दुस्तर पापांचे माहेरघर आहेत. त्यांच्या त्यागाने मती शुद्ध बनते. अहिंसाधर्माचे महत्त्व कळूनही स्थावर हिंसेचा त्याग शक्य नसेल तर त्रसजीवांची हिंसा तरी अवश्य टाळावी. ज्याला जे शक्य ते त्याने घ्यावे. हिंसा करू नये, करवू नये, अगर होकारही देऊ नये, अहिंसा मोक्षपदाचे कारण आहे.'' पान-३९

अहिंसेचे तत्त्व सांगताना केलेले हे विवेचन जैनधर्मीयांना आचरणाचे उपदेशात्मक विवेचन आहे. अशा अनेक जैन तत्त्वाचे अणुव्रतांचे व जीवनमार्गाचे विवेचन पदोपदी अशा ग्रंथांमध्ये येते. आचारविषयक हे ग्रंथ आधुनिक काळातील मराठी भाषेत २० व्या शतकात अनेक ग्रंथकारांनी आणले आहे. ज्या ग्रंथांची रचना ही स्वतंत्र रचना नसली तरी विविध साहित्यप्रकार व रचना प्रकारांतून हे ग्रंथ आले आहे. जैन तत्त्वज्ञानातील ज्ञानाचे हे संक्रमण अशा सर्व भारतीय भाषांमधून आहे.

याशिवाय भक्ती हाही जैनधर्मीयांच्या मते आचरणाचाच एक भाग आहे. वैदिक परंपरेत नवविधा भक्ती सांगितल्या आहेत. तद्‌वतच जैनधर्मातही दशभक्ती सांगितल्या आहेत. मुनिआचारासाठी या भक्ती आवश्यक असून मुनींच्या सहा आवश्यक क्रियांमध्ये त्रिकाळ दशभक्तीचा पाठ आवश्यक असतो. यासाठी आचार्य पूज्यपाद यांनी सर्वार्थसिद्धी या तत्त्वार्थसूत्रावरील टीकाग्रंथात ज्या दशभक्ती सांगितल्या आहेत. त्या आधारे मराठीत जिनदास फडकुले यांनी दशभक्तीवर टीका लिहिली आहे. या भक्तीमध्ये सिद्धभक्ती, श्रुतभक्ति, चारित्रभक्ती, योगिभक्ती, आचार्यभक्ती, निर्वाणभक्ती, वीरभक्ती, समाधिभक्ती, नंदीश्वरभक्ती अशा १० ते १३ भक्ति सांगितल्या आहेत. यापैकी कोणती भक्ती केव्हा म्हणावी हेही सांगितले आहे. या ग्रंथात पद्यात्मक आर्या वृत्तात या भक्ती सांगितल्या आहेत. भक्ती सांगता सांगता मुनींच्या आचाराचे रूपक पद्यात केल्याचे उदाहरण पाहिल्यास आचार आणि आचरणाने पात्र झालेल्या मुनींची भक्ती कशी येते हे खालील

उदाहरणातून पाहू.

संतत बर्फकणांसह होता जलवृष्टी झडून झाडांची।
पाने गळून गेली आणिक उपमा तया खराट्यांची।।
सूं सूं करीत वाहे वारा अतिशीत शीतलकांत।
क्षीण शरीर मुनीश्व चतुष्पथी आत्मचिंतनी निरत।।
देहाभोवती धृतिकंबल आच्छादुनी निशा शिशिर।।
घालविती तच्चरणी आम्ही करितो सदा नमस्कार।। पान–१९

या उदाहरणात तपाचरणाने क्षीण झालेल्या पण धैर्याने निश्चल असलेल्या साधूची भक्ती करून त्याप्रमाणे आपणही तपश्चर्या करावी असा सूचक उपदेश योगीभक्तीतून केला आहे. जैन साधूंच्या आचरणाची कठोरता 'खराट्याची उपमा' बर्फाच्या वाऱ्यात निश्चल असल्याचे धैर्य आदि कठीण आचरणाचे तत्त्व वरील उदाहरणात येते. (फडकुले जिनदास , आर्यादशभक्ती, १९५३)

समाधिमरण

हे जैन श्रावक व यती आचारातील अंतिम आचरण आहे. मृत्यूला सामोरे जाताना समाधिमरणाचा उत्सव जैन आचारात सांगितला आहे. मृत्यू हा धार्मिक आचरणाचा भाग असून याला सल्लेखना म्हटले आहे. शरीर व कषाय यांना क्षीण अथवा कृश करून मृत्यूला आनंदाने सामोरे जाणे म्हणजे सल्लेखना. या मृत्यूला सामोरे जाण्याचे आचरण म्हणजे समाधिमरणोत्सव. या सल्लेखना आचरणाच्या व्रताला व्रतराज असे म्हटले जाते. आपले शरीर दुर्बल झाले, रोगग्रस्त झाले, दुसऱ्यांवर अवलंबून राहावे लागले किंवा दुर्धर व्याधीने ग्रस्त झाले तर या शरीराचा त्याग करावा. मनुष्य पर्याय सोडून द्यावा हा या मताचा उपदेश असतो. विशेषत: साधू अथवा मुनींनी सल्लेखना घ्यावी. त्याचे तीन प्रकार आहेत १) भक्तप्रत्याख्यान २) इंगिनी व ३) प्रायोपगमन असे असून समाधिमरणाला सामोरे जाण्याचा आचारविधी या ग्रंथात सांगितला आहे. या मरणप्रसंगी म्हटला जाणारा पाठसंग्रहही सांगितला असून या ग्रंथात अनेक मुनी, आचार्य, यती आपल्यावर ओढवलेल्या मरणास संयमाने सामोरे गेले याची उदाहरणे सांगितली आहेत. (वृषभसेन महाराज, समाधिमरणोत्सव, १९७२)

प्रात:र्विधी पासून मृत्यूपर्यंत जैन धर्मात धर्मविषयक आचरण सांगितले आहे. कोणतेही तत्त्वज्ञान आचरणाने सिद्ध होते. तत्त्वज्ञान आणि आचरण या दोन्ही गोष्टी परस्परपूरक आहेत. म्हणून जैन तत्त्वज्ञान हे आचरणाशिवाय सिद्ध

होऊ शकत नाही. आचरणातून व्रतांचे पालन व व्रतांची तत्त्वे म्हणजे तत्त्वज्ञान. काय आणि कसे यातून मूर्तरूप सादर होते. त्यामुळे जैन तत्त्वज्ञान काय आहे आणि त्या तत्त्वज्ञानाचे आचारिक स्वरूप कसे यावरून धर्म प्रकट होतो. तत्त्वज्ञानाचे मूर्त रूप म्हणजे आचरण असते. जैन तत्त्वज्ञानाला प्रत्यक्ष सामोरे जाण्यासाठी आचरण आवश्यक आहे. या आचरणाविषयी माहिती देणारे गद्य-पद्यात्मक ग्रंथ मराठीत अनेक आहेत. त्यांचे स्वरूप वरीलप्रमाणे आहे.

याशिवाय प्रस्तुत अभ्यासाचा विषय असणाऱ्या जैन साहित्यकृती जशा जैन तत्त्वज्ञानाचा पुरस्कार करतात, तशाच त्या जैन धर्मीयांचे आचरणही अधोरेखित करतात. अशा साहित्यातील आचरणाचे स्वरूप पुढील प्रमाणे पाहता येईल. जैन साहित्यातील ललित साहित्य व वाङ्मयप्रकार यांना 'जैन साहित्य' ही संज्ञा प्राप्त झाली आहे. ती त्यामध्ये येणाऱ्या तत्त्वज्ञान व आचारधर्मामुळे म्हणून प्रत्येक जैनसाहित्यातील कलाकृतीत वरील दोन्ही गोष्टींचा प्रत्यय येतो. जैनांचे कथा साहित्य असो अथवा पद्यसाहित्य असो तत्त्वज्ञानांचे सूचन व आचरणांचे स्वरूप कथन या साहित्यात येते.

आचरण म्हणजे मानवी वर्तन. जैन साहित्यातील पात्रे जैन तत्त्वज्ञानाचे आचरण करतात. म्हणजेच या साहित्यातील पात्रे कलाकृतीत कशा प्रकारे वर्तन करतात. तर ती जैन धर्मात सांगितलेल्या तत्त्व व आचाराप्रमांणे वर्तन करतात. म्हणून जैन साहित्यातील पात्रांचे आचरण हा त्याचा आचारधर्म ठरतो. त्याचबरोबर या साहित्यकृतींमधील लेखकाचा दृष्टिकोण व निवेदकाचे म्हणणे हे तत्त्वज्ञान व आचारधर्माचा पुरस्कार करतात. तत्त्वज्ञान व आचारधर्माची मांडणी विविध साहित्यप्रकारातून करतात याचे स्वरूप म्हणजेच आचरणाचे स्वरूप होय.

कथांमधील आचारधर्म

जैन साहित्यातील विविध वाङ्मयप्रकारात तत्त्वज्ञान आणि आचारधर्म यांच्या परस्परपूरकतेतून मांडणी केली गेली आहे. गद्य-पद्य सर्वच वाङ्मय प्रकारांत आचारधर्माचे सूचन होते. जैन कथाकारांनी तत्त्वज्ञान आणि आचारधर्म सांगण्यासाठीच व त्यांचा प्रसार करण्यासाठी कथासहित्य प्रचंड प्रमाणात लिहिले आहे. किंबहुना बौद्ध, जैन यांसारखे धर्म हे कथासाहित्यातूनच सामान्य लोकांपर्यंत पोहोचले आहेत. तत्त्वज्ञानाचा प्रसार, प्रचार व आचारधर्माचे पालन या कथांमधील पात्रे करतात. कथेचा लेखक, कथेचा निवेदक कथेमध्ये येणारे मुनी, आचार्य व कथेतील तत्त्वज्ञान आचारधर्माची मांडणी करतात. त्यानुसार कथेतील पात्रे आचरण करतात. या आचरणामुळे त्यांना कर्मफळ मिळते ही पात्राची आचरणपद्धती

तत्त्वज्ञानावर आधारित असते. ही सर्व पात्रे प्रस्तावनेत सांगितलेल्या जैन तत्त्वाचे व आचारांचे पालन करतात.

कथासाहित्यामध्ये व्रतकथा, शीलकथा, नैतिककथा, उपदेशकथा, बोधकथा इ. कथांमधून जैन आचाराचे सूचन केले जाते.

व्रतकथांमध्ये येणारे आचारधर्म

व्रतकथा या खरे तर आचारकथाच आहेत. जैन कर्मकांडातील व्रते ही आचारव्रतेच आहेत. व्रत धारण करणे म्हणजे विशिष्ट पद्धतीचा आचारधर्म पाळणे. या सर्व व्रतांतून इंद्रियनिग्रह, आत्मसंयमन, आत्मचिंतन व धर्मध्यान, जैन तत्त्वांचे पालन इ. गोष्टी आचरल्या जातात. त्याचबरोबर अहिंसा, तप, त्याग, शील मानवता, दशधर्म, बारा अनुप्रेक्षा इ. पालन व्रतांद्वारे केले जाते. त्याचबरोबर सप्तव्यसनांचा त्याग, ब्रह्मचर्य सत्य, अपरिग्रह या तत्त्वांचे पालन आचारातून होते. याशिवाय कर्मकांडातून पूजा, भक्ती, उपासना व सोवळे-वोवळे, आन्हिके इ. या आचरणात सांगतिली गेली आहेत.

आधुनिक साहित्यातील व्रतकथांमध्ये सर्वात जुनी व्रतकथा ही कल्लाप्पा भरमाप्पा निटवे यांनी लिहिलेली दरिद्री हालिक शेतकऱ्याची कथा उर्फ नैवैद्यपूजेचा महिमा या नावाने येते. नैवेद्याचा चरू कसा करावा, त्यामध्ये शुद्धता, अहिंसा, सात्विक भाव यांचे आचरण कसे करावे या विषयी आचारपद्धती येते, कथेतील श्रेणिक राजास महावीरस्वामी उपदेश करतात, ''चरू कावळा, कुत्रा, मांजर, गाढव, गिधाड, डुक्कर, विटाळशी स्त्री, शूद्र, केश, हाड, कातडे वगैरेंचा स्पर्श न करिता तयार करावा व तोंडाने स्तुती करीत मंत्र म्हणत, वाद्य, गाणे, नाचणे वगैरे करीत तो नैवेद्य अर्पण करावा. याप्रमाणे सद्‌भावाने जिनेंद्राला चरू अर्पण करणारे या संसारात अनेक प्रकारचे सुख भोगून मोक्षाला जातील.'' (नैवेद्य पूजेचा महिमा, पान नं.२, १९०४) या आचरणातून जिनेंद्राला चरू अर्पण करण्याचे पावित्र्य आचरले गेले आहे.

श्रीमती कंकुबाई यांनी अनेक जैन व्रतकथालिहिल्या आहेत. या व्रतकथांमध्ये व्रताचा विधी व त्याचे आचरण कधी करावे? कोणते व्रत कोणत्या काळात करावे? याविषयी व व्रत करताना कोणते कर्मकांड करावे? या विषयी कथेतील मुनी उपदेश करतात. उदा. श्रुतस्कंधव्रतकथा व लब्धिविधानकथा या कथेतील आचरण पुढीलप्रमाणे:-

''धारणे पारणे करून उपवास करावेत, तेवढी शक्ती नसल्यास यथाशक्ती

एकाशने करावीत. शुद्ध भोजन करून धर्मध्यानात दिवस घालवावेत. आरंभ परिग्रह कमी करून मन ज्ञानवृद्धीकडे वळवावे. याप्रमाणे हे व्रत बारावर्षेपर्यंत करून नंतर उद्यापन करावे. त्यावेळी महाभिषेक करून बारा प्रकारची उपकरणे ठेवावीत. कथा पुराणादिक बारा प्रकारची शास्त्रे लिहवावीत. चार प्रकारच्या संघास अर्थात मुनि आर्यिका, श्रावक श्राविका यांना चार प्रकारची दाने द्यावीत. साधर्मी लोकांचा आदर सत्कार करावा. अशा प्रमाणे भाग्यशालीने व्रतोद्यापन करून व्रत पूर्ण करावे.'' (कंकुबाई, जैनव्रतकथा भाग-२, पान नं.६,१९२१)

याच संग्रहातील लब्धिविधान कथेत भाद्रपद मासांत प्रतिपदा, बीज, तीज या तीन दिवसांत उपवास, निर्दोष भोजन, ब्रह्मचर्य, भूमिशयन, संयम, सचित्त वस्तूंचा त्याग, धर्मज्ञान या गोष्टींचे आचरण करावयास सांगितले आहे. मंदिरात जाऊन स्वस्तिक काढणे, कुंकुवाचा सडा टाकणे, अष्टद्रव्यपूजा करणे, मंगल गीतनृत्य करणे, महामंत्राचे जाप्य करणे, पाच उपकरणे, पाच फळे दान इ. गोष्टी सांगून हे व्रत पाच वर्षे आचरण्यास सांगितले आहे.

भाईचंद नेमचंद यांनी श्रीजिनगुणसंपत्ती व्रतकथा लिहिली आहे. यालाच षोडशकारणव्रतकथा म्हणतात. सोळा वर्षे आचरण्याचे हे व्रत असून सोळाकारण भावना ज्या तीर्थंकर प्रकृतीच्या आस्रवास कारण आहेत. अशा त्रेसष्ठ उपवासांची ही आचरण कथा आहे. या उपवासाच्या दिवसात गृहारंभत्याग, जिनेंद्राचा अभिषेक, पूजनविधान, दिवसातून तीनवेळा सामायिक स्वाध्याय, त्रेसष्ट फळे, अष्टद्रव्य व त्रेसष्ट ग्रंथ लिहून त्यांचे दान, अतिथींना भोजन, दीन-दु:खितांचे यथासंभव दु:ख दूर करणे असा आचरणविधी सांगितला आहे. (अनु.गांधी भाईचन्द नेमचन्द , श्रीजिनगुणसंपत्तिव्रतकथा, १९३३)

या व्रताचरणात दान, परोपकार, आत्मसंयमन, पूजा-अर्चा, उपवास इ. गोष्टी येतात.

नंदीश्वरपूजा विधान या ग्रंथात अष्टान्हिकव्रतकथासांगितली आहे. पुढे ही कथा पद्यात आली आहे. नंदीश्वरपूजाविधान करताना सांगितलेले आचरण यात आहे. तीन महिन्यांच्या या व्रतात ब्रह्मचर्य, धर्मज्ञान, भूमिशयन, सचित्त वस्तूंचा त्याग सांगितला असून पंचमेरूची स्थापना, अष्टद्रव्यपूजा, अभिषेक व नंदीश्वर व्रताचे आचरण करून जे सद्गतीस गेले त्यांच्या कथा यात सांगितल्या आहेत. पाण्यातला भात खाणे, अल्पाहार घेणे, एकवार भोजन करणे, चिंचेच्या पाण्याचा भात खाऊन राहणे (अमिल आहार), आहार-अभय, औषध, शास्त्रदान, इच्छाभोजन दान असे आचरण सांगितले आहे. या व्रताची ताबडतोब फलश्रुतीही

सांगितली आहे. (उपाध्याय जिनदत्त , श्री नंदीश्वर पूजाविधान आणि भक्ती ,१९३८)

'रात्रिभोजनत्यागकथा'ही जैन साहित्यातील प्रसिद्ध कथा आहे. यात दिवसा जेवण्याचा आचारधर्म सांगितला आहे. अहिंसाव्रताचे रक्षण करणारी ही कथा आहे. या व्रताच्या आचरणाचे फायदे-तोटे आणि हिंसा-अहिंसा कशी होते हे यात सांगितले आहे.

'रात्रिभोजन करनाता अन्नात किडे व पतंग वगैरे प्राणी पडतात व ते खाण्यात येतात. म्हणून पाप उत्पन्न करणारे हे रात्रिभोजन त्यागावे. यांच्या त्यागाने मांस-त्यागाच्या व्रतांत निर्मलता येते ।।५ ।।' पूर्वी रात्रिभोजन करणाऱ्या कोणा ब्राह्मणाकडून बेडूक देखील खाल्ला गेला. मग सूक्ष्म प्राणी तर खाण्यांत येतीलच येतील.'' यास्तव दयाळू व सदाचारी लोकांनी सुख प्राप्त व्हावे म्हणून रात्रिभोजनाचा त्याग करावा. (फडकुले जिनदास पार्श्वनाथ , 'रात्रिभोजनत्यागकथा', १९५६)

ही कथा रात्रिभोजनत्यागाचे महत्त्व सांगते. जागरा मांगिणीची ही कथा अनेक भव सांगते. व्रतआचरणाने ती स्त्री पर्यायाचा नाश करून ती स्वर्गात देवाचे पद प्राप्त करते, तसेच अन्य महाभव्यांनी या धर्माचे पालन करावे. या व्रताचे आचरण करावे यासाठी कथा सांगितल्याचे लेखक सांगतो. याच संग्रहात संपतशुक्रवारव्रतकथाही येते. श्रावण महिन्यातल्या प्रत्येक शुक्रवारी आचरण्याची ही कथा असून पार्श्वनाथ व पद्मावती यांच्या पूजेविषयी आचरण यात येते. या व्रतात मंदिरातील कर्मकांड सांगून श्रावण महिन्यातील उत्सव, जिनमंदिरास दान, आहारदान, वस्त्रदान, इच्छाभोजन, उद्यापन वगैरे सांगितले आहे. या व्रताचरणामुळे धन-कनकाशी वाद, संततिवृद्धी, आयुरारोग्य, भूतपिशाच्चांचा नायनाट अशा फलश्रुतीही सांगितल्या आहेत.

व्रतांच्या आचरणाच्या कथांमध्ये कालचंद्रशास्त्री व जिनदत्तशास्त्री यांनी अनुवादित केलेल्या जैनेंद्रव्रतकथा या वर्षाच्या ३६५ दिवसात आचरणाच्या कथा आहेत. ३५५ कथांमध्ये व्रतविधी आणि व्रतकथा सांगून प्रत्येक व्रत कशाप्रकारे आचरावे याविषयी आचरणाचे विधी सांगितले आहेत. कथेच्या प्रस्तावनेत लेखक म्हणतो, ''पूजा, दान, व्रतोपवास, शील ही सद्गृहस्थांची मुख्य कर्तव्ये आहेत. त्याला अनुसरूनच हा भाग आहे. जगांत पूजेने पूज्यपणा, भक्तीने सुंदर रूप, स्तुतीने कीर्ती होते अशी पूर्वाचार्यांची वचने अहेत. ती सत्य आहेत. श्रद्धा ठेवा.'' (प्रस्तावना) यास्तव सदाचारसंपन्न भाविकांनी आपल्या

शक्तीनुसार व्रते करून प्रथम पुण्यसंपादन करावे ही आग्रहाची विनंती. आचारसंपन्नतेसाठी भाविकांना व्रते आचरणेसाठी या कथा लिहिल्या आहेत. मूळ कन्नड कथा असून कथारंभ, पीठिका, व्रतविधी, जाप्य मंत्रासह व्रतकथा अशी रचना असून व्रतविधीत आचारधर्म येतोच पण पुढे कथेतील पात्रेही व्रताचे आचारपालन करतात. चैत्र महिन्यापासून फाल्गुन महिन्यापर्यंत वर्षभर आचरण्याच्या कथा आहेत. ६३ शलाका पुरुषांसह केवलज्ञानापासून, गर्भसंस्कारांपर्यंत त्याचबरोबर शिवरात्री, नागपंचमी, अक्षयतृतीया अशा अनेक दिवसांविषयी पंच अणुव्रते, षोडश भावना, रसपरित्याग, कर्मनिर्जरा, नीती, तीन गुप्ती, बारा आचारसंक्रमणे, ज्ञान, अज्ञान, नाम, गोत्र, आयु, अनेक धर्म यांत रती-अरती, शोक, भय, जुगुप्सा, आहार, इंद्रिय, ध्यान, अष्टांग, अमूढ, दान, भोग, देश, पंच अणुव्रते, असे अनेक आचरणाचे विषय हाताळले आहेत. हे या सर्व व्रतांच्या आचरणासाठी प्रत्येक कथेत व्रतविधी सांगितला आहे.

उदाहरणार्थ:- ''पूजा-अर्चना झाल्यानंतर नैवेद्य, अर्घ्य आरती करून देवापुढे नंदादीप लावावा. उपवास, एकाशन-एकभुक्ति यांपैकी शक्त्यनुसार करावे. ब्रह्मचर्य पाळावे. याप्रमाणे चौदा अष्टमी दिनी पूजाक्रम करावा. या व्रताचे निराळे उद्यापन विधी नाही. म्हणून शेवटी चतुर्विध संघास चतुर्विध शक्तीप्रमाणे दान द्यावे. असा याचा पूर्ण विधी आहे.''(इंद्रध्वजव्रतकथा', पान नं.११४)

अनंतभवकर्महराष्टमी व्रतकथेत मंदिरात करावयाचा आचार उदाहरणादाखल घेता येईल. ''पीठावर पार्श्वनाथ तीर्थंकर प्रतिमा धरणेंद्र यक्ष व पद्मावती यक्षीसह स्थापून तिचा पंचामृतांनी अभिषेक करावा. अष्टद्रव्यांनी त्यांची अर्चना करावी. श्रुत व गुरू यांची पूजा करून यक्ष, यक्षी, ब्रह्मदेव यांचे अर्चन करावे. पार्श्वनाथ, पद्मावतीपुढे मीठ, तीळ, पावटे, तुरी व तांदूळ यांचे पांच पुंज घालावे.'' (पान नं. १२२) असा आचरणाचा विधी, त्यापुढे मंत्रोच्चार व आचरण सांगितले आहे. कथेमध्ये पात्रे व्रत कसे आचरतात व स्वीकारतात याविषयी कथाकार निवेदन करतो-

''ती मुख्य कनकश्री आर्यिका तिला म्हणाली,- हे कन्ये! आता तू 'तंगळतवनिधि (पुराणान्नत्याग)व्रत पालन कर. हे व्रत जे स्त्रीपुरूष धारण करतील त्यांना उत्कृष्ट पुण्यास्त्रव होतील आणि त्या पुण्यफलाने त्यांना इहलोकी अनेक भोगोपभोग प्राप्त होऊन परंपरेने स्वर्ग व मोक्ष पदवी मिळते. असे म्हणून तिने या व्रताचा सर्व विधी तिला सांगितला. हे सर्व कथन ऐकून तिला अतिशय आनंद झाला. मग तिने तिच्या चरणी प्रार्थना करू हे व्रत स्वीकारले'' श्रावकाने

शिळ्या अन्नाचा त्याग करावा. केवळ या आचरणासाठी ही कथा सांगितली गेली असून व्रताचा फलत्यागही सांगितला आहे.

अशा अनेक कथा जैनसाहित्यात सापडतात. व्रताचे आचरण का महत्त्वाचे आहे या विषयी के. एस.जैन म्हणतात, ''व्रते ही जीवनात शुद्धी निर्माण होण्यासाठी अत्यंत महत्त्वाची गणली गेली आहेत. त्यामुळे अशुभकार्याचा उपशम होऊन शुभकर्मामध्ये प्रवृत्ती निर्माण होते; तद्वतच तपश्चरणाचा मूळ पाया व मोक्षाला नेणाऱ्या जिन्याची प्रथम पायरी म्हणजे व्रते होत असे म्हटल्यास वावगे होणार नाही. म्हणूनच व्रती श्रावकास सरागी मुनीपेक्षासुद्धा श्रेष्ठ मानले जाते. सागारधर्मामृतात व्रताची व्याख्या खालीलप्रमाणे दिली आहे.'' 'सेवनयोग्य विषयामध्ये संकल्प करून नियम करणे अथवा हिंसादि अशुभकर्मापासून नियमपूर्वक विरक्त होणे, अथवा सत्पात्रदानादि शुभ कर्मामध्ये संकल्पपूर्वक आपली प्रवृत्ती ठेवणे ह्यास व्रत म्हणावे आणि म्हणूनच व्रत हे तपश्चरणाचा मूळ पाया आहे असे म्हणतात.' संकल्पपूर्वक प्रवृत्ती ठेवणे म्हणजेच आचरण करणे, संकल्पपूर्वक नियम करणे म्हणजेच आचरण होय. हे आचरण केव्हा करावे, त्या आचरणाची फलश्रुती काय यासाठी कथा सांगते. कथेद्वारे व्रताचे आचरण सांगणे, यासाठी या कथांचे वर्गीकरण केले आहे. (जैन के. एस्.विविधव्रतकथा संग्रह, १९६८)याही कथांमध्ये मुनी कथेतील नायक नायिकांना व्रत सांगतात व्रतआचरणाचा विधी सांगतात. इतर कथांप्रमाणे वर्षातील विशिष्ट दिवशी, विशिष्ठ प्रसंगी व विशिष्ट फळाच्या अपेक्षेने ही व्रते आचरली जातात.

'व्रतशीलकथा'यासारख्या कथासंग्रहात अहिंसेचे पालन करावे, हिंसेची आसक्ती असू नये. सत्याने वागावे, चोरी करू नये, ब्रह्मचर्य पाळावे, परस्त्री, स्त्रीलंपट असू नये, लोभी असू नये, अपरिग्रह पाळावा इ. श्रावकांनी आचार पाळावेत यासाठी अशा शीर्षकांच्या कथा आल्या आहेत. चांगल्या आचरणाचे परिणाम चांगले व वाईट आचरणाचे परिणाम वाईट. म्हणून आचरण पंच अणुव्रताच्या मार्गाने असावे यासाठी या व्रतशीलकथा सांगितल्या आहेत. स्वर्ग-मोक्षसुख कशात आहे हे सांगताना कथेतील निवेदक म्हणतो, ''हे भव्य जीव हो, तुही श्रीमज्जिनेंद्रांनी सांगितलेल्या, सर्वदु:खापहारक आणि सर्वसुख-मोक्षसुखाला देणाऱ्या अशा धर्माचा अवलंब करून पुण्यसंचय करा. ते पुण्य जिनेंद्रार्चेने, जिनेद्रांनी सांगितलेल्या तत्त्वांवर श्रद्धा ठेवल्याने व दान,व्रत, शील उपवास, क्रिया इत्यादिकांत आसक्ती ठेवल्याने प्राप्त होते.''(शाह हिराचंद अमीचंद , व्रतशीलकथा, पान-२४, १९६८)

जैनव्रतकथासंग्रह या वर्धमान पार्श्वनाथ शास्त्री यांनी संपादित केलेल्या कथांमध्येही पुन्हा वरीलप्रमाणेच व्रत व आचरणाची क्रिया सांगितल्या आहेत. यातही व्रत, दान, शील, मुनिकथा, चरित्रकथा इ. कथांमधून आचरणाचे स्वरूप सांगितले आहे. यातील भद्रबाहु कथा ही जैनांच्या पंचमकालात मुनींकडून होणाऱ्या आचाराची माहिती देते. पंचमकालात मुनिधर्माचा आचार पाळला जाणार नाही याची सूचना राजा चंद्रगुप्तास पडलेल्या सोळा स्वप्नांच्या अर्थामध्ये सांगितली आहे.

याशिवाय रोहिणी व्रतकथा, राहिणीव्रतोद्यापन ही कथा मार्गशीर्ष महिन्यात आचरावयाची कथा आहे. या व्रताचा आचारविधी यात सांगितला आहे. श्रुतस्कंध व्रतकथाही पुन्हा पुन्हा येणारी कथा ही जैन ग्रंथाविषयी श्रावकाचा आचार कसा असावा हे सांगते. ''जेष्ठ शुद्ध पंचमीच्या दिवशी घरातील सर्व शास्त्रे काढून झाडून, साफ करावी. धूप, कापूर यांनी आरती करावी, पुष्पार्पण करावे. बंधने जुनी झाली असल्यास ती नवी बांधावीत. पाच प्रकारे स्वाध्याय करावा व करवावा'' (श्रुतस्कंध व्रत पूजा व कथा, पान-४) श्रावकांचे ग्रंथांच्याविषयी पाळावयाचे पावित्र्य आणि त्यांची सुरक्षा यासाठी हे व्रत व व्रताचा आचारविधी सांगितला आहे.

व्रतकथांमध्ये आचारधर्म हाच मुख्य गाभा दिसतो. जैन तत्त्वज्ञानाचे आचरण सांगण्यासाठीच या व्रतकथा म्हणजेच आचारकथा सांगितल्या आहेत. जैनसाहित्यातील या कथा संकट-सुटका या सूत्रानेही येतात. नायकांवरील संकटे शुद्ध सन्मार्गाच्या आचाराने संपुष्टात येतात. कथांचे सूत्र एकच एक दिसते. त्यामुळे कथेच्या तंत्रामध्ये विविधता येत नाही. वाङ्मयदृष्ट्या या कथा यामुळेच सरस होत नाहीत. कथेचा बोधहेतू व आचारांची मांडणी यामुळे या कथा एकसुरी होतात. आचारदर्शन घडवणे हाच या कथांचा मूळ हेतू असल्यामुळे या कथा मध्यवर्ती मराठी साहित्यात्यातील कथांच्या स्वरूपाहून वेगळ्या ठरतात. म्हणूनच त्या जैन कथा होतात.

इतर कथांमधील आचारधर्माचे स्वरूप

कीर्तन आख्यानातील कथा व त्यातील आचारधर्माचे स्वरूप

आख्यानकथा हाही जैन साहित्यातील महत्त्वाचा भाग आहे. अगदी विसाव्या शतकातही जैन लेखकांनी आख्यानांची रचना केली आहे व कीर्तनांचे सादरीकरण केले आहे. या कीर्तन आख्यानातून लेखक जैन तत्त्वज्ञान आणि आचार धर्म

यांचे निरूपण करतात. याविषयी जिनदास फडकुले म्हणतात, –''कीर्तनांत पूर्वरंग व उत्तररंग असे दोन भेद असतात. पूर्वरंगात जीवाजीवादिकांचे स्वरूप, शरीर संसार व भोग याविषयी वैराग्य, दान, पूजा, तप, शील यांचे स्वरूप व त्यापासून मिळणारे फळ, बंध व मोक्ष त्यांची कारणे, अहिंसादिक व्रते व ती आचरणात आणल्याने त्यापासून इहलोकी व परलोकी मिळणारे फळ इ. विषयांचे निरूपण असते.'' ('जैनकीर्तनतरंगिणी' भाग–१, प्रस्तावना, पान नं.२, १९३२)

या आख्यानांतून अनंतमती, रेवतीराणी यांच्या शीलआचरणाच्या कथा सांगितल्या आहेत. स्त्रीच्या शीलाचे आचरण कसे असावे? पुरूषाने परस्त्रीच्या उपभोगाची आसक्ती यापासून दूर रहावे. परस्त्रीच्या उपभोगाने हिंसा होते हे सांगण्यासाठी परस्त्री त्यागाचा उपदेश रेवतीराणी आख्यानात आख्यानकार सांगतो. ''स्त्रीचा उपभोग घेणाऱ्या मनुष्याच्या ठिकाणी राग द्वेष उत्पन्न होतातच व उपभोग घेताना योनीतील पुष्कळ सूक्ष्म जीवांचा तो घात करतो. म्हणून स्वस्त्रीशी संभोग करणाराही हिंसक मानला जातो. संभोग करताना दोन प्रकारची हिंसा होते. एक भावहिंसा व दुसरी द्रव्यहिंसा. स्वस्त्रीविषयी उत्कट प्रेम व तिचा अभिलाष करणाऱ्याविषयी द्वेषभावना होणे ही भावहिंसा होय. व उपभोगकाली योनिज जंतूंचा पुष्कळ नाश होतो म्हणून ती द्रव्यहिंसा होय. परस्त्रीच्या ठिकाणी संभोग करणाऱ्यास स्वस्त्रीसंभोगापेक्षा अधिक रागद्वेष उत्पन्न होतात. म्हणून मनुष्याने स्वस्त्रीसंतोषी व्हावे व परस्त्रीचा त्याग करावा.''(शीलव्रत–जैनकीर्तनरंगिणी–भाग–१, पान नं.७४, १९३१)ब्रह्मचर्य शीलव्रताच्या आचरणाचे महत्त्व सांगण्यासाठी व लोकोपदेशासाठीही कथा लिहिली आहे.

दर्शनकथा या आठ अंगांचे दर्शन घडवणाऱ्या कथेतही जैन आचाराची माहिती येते. या प्रत्येक कथेतील पात्रे जैनधर्मावर श्रद्धा ठेवतात व आचरण करतात.

'वारिषेणकुमार' या कथेतील या कुमाराचे आचरण हे उत्कृष्ट श्रावकाचार पाळणारा हा राजपुत्र असून त्याच्या आचरणामुळे त्याच्यावर आलेले संकट निघून जाते. आचरणाच्या पुण्य सामर्थ्यामुळे स्थितीकरण अंग राजकुमाराने पाळल्यामुळे तो संकटातून सुटतो. अशा कथा यात येतात. या कथेतील चोरसुद्धा निःशंकित अंगात (धर्मावर श्रद्धा) चांगल्या मार्गात व साधूंवर विश्वास ठेवल्यामुळ सन्मार्गाला लागतो. चार आचारअंगातील अष्टांगांचे दर्शन घडविणाऱ्या कथा आहेत.

'भक्तामरकथाकौमुदी' या जैन धर्मातील भक्तामर काव्यावर आधारित अनेक

कथा सांगितल्या आहेत. भक्तामर स्तोत्राचे ४८ श्लोक असून प्रत्येक श्लोकांवर विविध कथा असून या कथेद्वारे आचारधर्म सांगितले आहेत. उदा. मिथ्यात्व सोडावे, धनाकरिता मिथ्यात्व स्वीकारू नये. आठव्या नवव्या श्लोकावर आधारित केशवदत्त वैश्याच्या कथेत धनाकरिता केशवदत्त आधी मिथ्यात्वी बनला पण निर्धनच राहिला. नंतर सम्यक्त्वी बनला आणि धनवान झाला. अशा प्रत्येक श्लोकावर वेगवेगळ्या अनुभवाच्या व आचरणाच्या कथा यात आल्या आहेत. (अनु. नांद्रे श्रीशांतिनाथ , श्रीभक्तामरकथा कौमुदी, पा नं.२३,१९६७)

बोधकथा या जैनसाहित्यातील महत्त्वाच्या कथा रचना आहेत. ''सद्‌बोधदृष्टान्तमाला'' अशा अनेक कथामालिका आधुनिक जैन साहित्यात सापडतात. यामध्ये कथामाला, तात्पर्यकथा, बोधकथा अशा छोट्या छोट्या कथांमधून जैनधर्माचे आचरण सांगितले आहे. या सर्व कथा पंच्यान्नव व्रते, शील, व दर्शन यासंबंधी आचारधर्म सांगणाऱ्या कथा आहेत. इंद्रियभोगात सुख ठेवू नये. अपरिग्रह पाळावा. रत्नत्रयावर श्रद्धा ठेवावी. पूर्वपुण्याने जे मिळाले आहे त्याचा स्वीकार करावा. हिताहित विवेक जाणावा अशा गोष्टी आलेल्या आहेत. या गोष्टींमध्ये क्वचित आचारविषयक निवेदने येतात. अपरिग्रह, आचाराविषयी निवेदन खालीलप्रमाणे:

'ज्यांनी सर्वस्वाचा त्याग केला आहे, किंवा केवळ गरजा भागविण्यापुरताच ज्यांच्याजवळ परिग्रह आहे असे कितीतरी लोक स्वस्थचित्त, संतुष्ट, समाधानी, आनंदी आणि अध्यात्मप्रवण आढळतात. सुख हेच संपत्ती संग्रहाचे प्रयोजन असेल तर त्या सुखासाठी संपत्तीची गरज नसते. केवळ समाधानी वृत्तीची गरज असते हे यावरून सिद्ध होते.'(वैद्य हेमचंद्र , सद्‌बोध दृष्टांत माला, पृ.८६, १९७८)

थोडक्यात, या कथेत रूपकात्मक पद्धतीने जीवनाचा सारांश सांगितला असून नर्तकीच्या कथेत रात्रभर झोपेवर नियंत्रण ठेवणाऱ्या व रात्र यशस्वी करणाऱ्या नर्तकीच्या उपदेशावरून यात जीवन कसे आचरावे हे सांगितले आहे. थोडक्या चुकीसाठी आयुष्य बरबाद होऊ शकते. परंतु जीवनाच्या आचरणाचा उपदेश पुढील वाक्यातून लक्षात येतो. 'तेव्हा जरा सांभाळ! थोडा धीर, थोडा संयम ठेव, थोडी तपश्चर्या कर, थोडी कळ आणखी सोस, थोडे कष्ट सहन कर, थोडे धैर्य धर, पण हातातोंडाशी आलेला हा यशाचा घास हातचा पाडू नकोस. संबंध आयुष्य, भर तारुण्य, ऐश्वर्यसंपन्नतेचा उन्मादकाळ तू संयमशीलतेने पार पाडलास आणि आता पैलतीर दोन हाताच्या अंतरावर दिसत असता थोडक्यासाठी

अशी गफलतता! छे! छे! स्वत:चा तोल सांभाळ, खडबडून जागा हो! चुकू नकोस! (वैद्य हेमचंद्र , सद्‌बोधदृष्टांतमाला, पृ.९६,१९७९)

'कथा मंदिर' या कथाही अशाच पौराणिक बोधकथा आहेत. याही कथेतील पात्रे वेगवेगळ्या पद्धतींचे आचरण करतात. दान, सुसंस्कार, नैतिक आचरण मुनींच्या सहवासात राहून आचरण अनुप्रेक्षा, आत्मचिंतन इ. आचाराच्या कथा सांगणाऱ्या या कथा आहेत. उदा. दयाशांती या कथेतील नायक सुनंद परपीडा टाळतो. 'कल्याणविहार' या कथेत पुण्यप्राप्तीने धनप्राप्ती होते. संयमनाची पाच तत्त्वे पाळल्यावर कल्याणकारी समाजव्यवस्था निर्माण होते. अशी आचारतत्त्वे या कथांमध्ये सांगितली आहेत. यमदंड कोतवाल या कथेच्या शेवटी सदाचरणाचा फायदा सांगितला आहे. 'मूर्खाच्या संगतीत गुणांचा नाश होतो. चतुरांच्या संगतीत बोधिलाभ होतो. सर्वांचा संपर्क टाळल्याने अनुभव लंगडा पडतो आणि सर्वांमध्ये राहूनही कोणताच धडा घेतला नाही तर स्वत:चीच फसगत होते. आपल्या संगतीने मी उपहासातून बचावले. हा सर्व कथाकथनाचाच कल्याणकारी परिणाम आहे.'(मगदूम बी.जे., कथामंदीर, पृ.१८,१९८४)

'भद्रकथाकुंज' याही कथासंग्रहात बोध, नैतिक, धार्मिक, व्यावहारिक अधिष्ठान असलेल्या कथा आहेत. प्रत्येक कथा एका-एका गोष्टींचा बोध देते. याही कथांमधील पात्रे आचरणविषयी बोध करतात. उदा. 'कार्तिकेय' या कथेत दिगंबर साधूंचे आचरण कसे असते याविषयी आई मुलास सांगते. यातून निवेदकाला जैनसाधूंचे आचरण कसे असते हे सांगावयाचे आहे. 'ते साधू संपूर्णत: दिगंबर असतात. एक लाकडी कमंडलू शौचादि विधीकरिता लागणाऱ्या पाण्यासाठी आणि मोरपंखाची एक पिंछी जीवजंतू निवारणासाठी त्यांचेजवळ असते. ते एकदा उभे राहून अत्यंत शुद्ध व सात्त्विक आहार घेतात. त्यानंतर पुन्हा दुसऱ्या दिवसांच्या मध्यान्हपर्यंत अन्नपाणी घेत नाहीत. रात्रंदिवस ध्यानधारणा, शास्त्राभ्यास, चिंतन, मनन, तत्त्वचर्चा ह्यात ते मग्न असतात. केवळ हित-मित-प्रिय शब्दच मुखावाटे आवश्यक तेव्हा बाहेर काढतात. एरवी मौनच त्यांना अधिक पसंत असते. स्नान दंतधावन इत्यादि शरीर सुखास्पद क्रिया कटाक्षानं टाळतात. अहिंसा सत्य अचौर्य, ब्रह्मचर्य, व अपरिग्रह ह्यांची पराकाष्ठा करतात. कोणी उपसर्ग निर्माण केल्यास त्याचा प्रतिकार करीत नाहीत. पूर्वसंचिताचं फळ म्हणून आनंदानं सहन करतात. पायीच विहार करतात. कोणत्याही वाहनांचा उपयोग करीत नाहीत. समिचीन श्रद्धान, यथार्थ ज्ञान शुद्ध आचरण हा त्यांचा बाणा असतो. विश्वातल्या सर्व प्राण्यांसंबंधी समताभाव धारण करतात. दयाधर्माचे कसोशीने पालन करतात. सर्व जीवांचे कल्याण इच्छितात, कल्याण करतात,

सदुपदेश देतात. मोक्षमार्ग शाश्वत सुखप्राप्तीचे उपाय समजावून सांगतात.' (वैद्य हेमचंद्र, भद्रकथाकुंज, पृ.९०,१९८२)

आचरण सांगणे हाच या कथांचा उद्देश आहे. कथा आणि कथेतील पात्रे यातील वर्तन हा भाग तसेच उपदेश हा भाग व कथेतील संवाद हा भाग लक्षात घेतल्यास जैन कथांमधील आचरणाचे स्वरूप लक्षात येते. साधूंच्या आचरणाप्रमाणेच श्रावकांचे आचरणही अनेक कथांमधून कथाकारांनी सांगितले आहेत. श्रावकाचार म्हणजे गृहस्थधर्म होय. श्रावकाचे आचार कसे असावेत याविषयी नैतिक कथा संग्रहात आलेले उदाहरण पुढीलप्रमाणे:- 'राग,द्वेष, क्रोध, लोभ, मान, माया, भित्रेपणा, शोक, तिरस्कार इ. विकृत भावांचा त्याग करणे, म्हणजेच अहिंसेचे पालन करणे होय. रागादिकांची उत्पत्तीच हिंसेचे मूळ आहे. हेच जैन आगमाचे सार आहे. मनमानेल ते करणे, हृदयाला छेदणारे शब्दोच्चार करणे, दुसऱ्याचे धन हडपणे, परस्त्रीशी अनैतिक संबंध ठेवणे, परिग्रहाचा स्वीकार करणे, मद्य, मांस सेवन करणे, वेश्यागमन करणे इ. हिंसेचे पर्यायच आहेत. अहिंसेचे पालन करणेच गृहस्थ धर्म आहे.'

मद्य, मांस, मदिरा, मधू, रात्री भोजन करणे, उंबर यासारखे फळ खाणे हिंसा केल्यासारखेच आहे. अरिहंत, सिद्ध, आचार्य, उपाध्याय, साधू त्याचप्रमाणे अहिंसेच्या मार्गाने जाणाऱ्या पंचपरमेष्ठींची स्तुती करणे, जीवदया करणे, पाणी वस्त्रातून गाळून पिणे ही सर्व श्रावकाची चिन्हे आहेत. हेच आठ मूळ गुण आहेत. रात्री भोजन करणे महापाप आहे. सूर्यास्तानंतर भोजन करणारा पशू समजला जातो. अशा पापसंग्रहामुळे मनुष्य दरिद्री, अनाथ, विकलांग, कुरूप, महादुःखी होतो. (अनु. खडके प्रकाश, नैतिक कथासंगह, पृ.१६, १९९१)

राजपुत्र कनककुमार या दीर्घ कथेत मुनी आत्मोकर्षासाठी व आत्मकल्याणासाठी उपदेश करतात. 'विवेकबुद्धीचा योग्य उपयोग करून जिनवाणीचा अभ्यास करा आणि यथार्थ तत्त्वज्ञान करून घ्या. वस्तुस्वरूप समजून घ्या. आपला आत्मा अनंत सुखमय व ज्ञानदर्शन स्वरूपाचा आहे. पर पदार्थ इंद्रिय विषय आदि आत्म्यापासून अत्यंत भिन्न आहेत, ते न सुखकारक आहेत न दुःखाकारक. त्याविषयीचा मोह, इष्टानिष्टबुद्धी नाहीशी झाली की खरे शाश्वत सुख प्राप्त होते. शुद्ध आत्मतत्त्वासंबंधी रुची, त्याचे ज्ञान व तदनुसार प्रवृत्ती या योगेच आत्मा निर्विकारी व परिशुद्ध होऊन अनंत सुखाचा धनी होतो.' (अनु. शहा श्रीपाल , राजपुत्र कनककुमार, पृ.११, १९८६)

असे तत्त्वज्ञानात्मक आचरणही जैन कथांमधून येते. त्यामुळे काही वेळा

जैन तत्त्वज्ञानाने जैन आचारधर्म या दोहोंतील गुंतागुंत व परस्पर पूरकता लक्षात येते. वरील उदा.मध्ये यतिधर्म, श्रावकधर्म सागार आचरण, अनगार आचरण यांचा पुरेपूर प्रत्यय येतो. छोट्या-मोठ्या कथांमध्ये साध्यासोप्या भाषेत आचरण सांगितले आहे. अगदी अलीकडील कथांमध्ये जैनकथा या समकालीन आशयविश्वातही लिहिल्या गेल्या आहेत. मध्यमवर्गीय आशयविश्व असलेल्या व समकालातील जीवन जाणिवा व्यक्त करणाऱ्या कथांमध्ये आचार धर्म येतो. 'जैन कथा सुमनांजली'या कथा संग्रहात अलीकडचे वातावरण येते. या कथांमध्येही जैन आचार्यमुनी उपदेश करतात. 'श्रीमंत अक्कातार्इची पालखी'या कथेत तर खुद्द जिल्हाधिकारी वैर भाव सोडा, विकार वश होऊ नका. एकमेकांची इज्जत करा. भगवंतास पालखीत विराजमान करा. अहंकार बाळगू नका असे सांगतात. 'पारसमणी'या कथेत त्यागमय जीवनाची कथा सांगितली आहे. याही कथेत महाराज दररोज येणाऱ्या मृगावर प्रेम करायला ग्रामस्थांना लावतात. मृग महाराजांचे प्रवचन ऐकतो. शेवटी तो मृग डुकराच्या धडकेने मृत पावतो. तेव्हा दु:खी झालेल्या समूहास महाराज उपदेश करतात. 'बाबानो शांत व्हा. संयम धारण करा, धर्माचा विसर पडू देऊ नका. या नश्वर देहाचा भरवसा नाही. मृत्यू केव्हा व कसा झडप घालेल हेही सांगता येत नाही. तो आपल्या आजूबाजूस सतत घुटमळत असतो म्हणून सतत जागृत रहा, आणि होईल तेवढे आत्मचिंतनात वेळ घालवा. रत्नमय धर्मश्रेष्ठ आहे त्याचे जत करा, यातच तुमचे कल्याण आहे.' (पाटील दरगोंडा, जैनकथा सुमनांजली, पृ. ८१,)

आधुनिक कथेतील आचारधर्म

जैन धर्म हा सत्य, अस्तेय, अहिंसा, अपरिग्रह आणि ब्रह्मचर्य या पाच तत्वांचा-विचारांचा पुरस्कार करणारा आहे. आधुनिक मराठी जैन कथा साहित्यामध्ये अवतरलेला आचारधर्म हा व्यक्ती, समाज या स्तरांवर खूप चांगल्या रीतीने प्रकटतो, तो या कथांमधून आपणांस आढळतो. उदाहरणादाखल काही कथासंग्रहांचा त्याबाबतीत विचार करावा लागतो.

'पुनीत' हा श्रेणिक अन्नदाते यांचा कथासंग्रह आहे. त्यामधील 'अभिषेक' ही सौ. सुरेखा शहा यांची कथा अभिषेकाचे महत्त्व प्रस्थापित करते. यामधला मुलगा हा परंपरागत चालत आलेली घराण्याची पंडित परंपरा नाकारतो. तेव्हा पारिसाप्पाच्या डोळ्यातील धारा भगवंताच्या मूर्तीवर अश्रूंचा अभिषेक करते. तसेच 'जोगन, छांड गयी संसार' ही कथा आर्यिका दीक्षा समारंभाचा विषय सांगते. चातुर्मास, पूजा, प्रार्थना हे जैनविधी यात आढळतात. त्याचबरोबर

'अनुत्तरित'या कथेमध्ये पर्युषण पर्व, मेरुव्रत, रत्नप्रभा व्रत, दशलक्षण पर्व, षोडशकारण व्रत, व्रताची उद्यापने, पूजा, प्रभावना, उपवास, शाकाहारी आहार इ. गोष्टी या कथेमध्ये येतात.

'गिरनार' या कथासंग्रहातील 'प्रसाद' ही नीलम माणगावे यांची कथा जैन धर्मामधील आहारदानाची पद्धत मांडणारी कथा होय. चंपा या निर्मळ मनाच्या व पूर्ण हातावर पोट असणाऱ्या स्त्रीला आपल्या आयुष्यात एकदा तरी मुनींना आहार देण्याची इच्छा असते. जैन आचार धर्मामध्ये विशुद्ध भक्तीचा महिमा वर्णन केला आहे. तर वृषाली मगदूम यांची 'अग्निपरीक्षा' ही कथा आचरणादरम्यान येणाऱ्या अडचणी विशद करते. पण त्यातूनही मार्ग निघतो. सन्मर्त ही नायिका आर्यिका होऊन विरक्त बनते. धर्मोपदेश होतो व मुनीसंघातही दाखल होते. तेव्हा तिच्या पतीचीही तिला साथ मिळते. या कथेमधून पर्युषण पर्वातील अनुभव, मोहावर विजय व आर्यिकेचा मनोनिग्रह व्यक्त होतो. त्याचबरोबर 'शासन' या कथासंग्रहातील 'शासन' ही नीलम माणगावे यांची कथा जैन धर्मीयांच्यामधील अज्ञान, अविश्वास प्रकट करते. ती या अर्थाने की जैन धर्मीय जैन आचार-विचार यांचे पालन करीत नाहीत. यामधून खंत व्यक्त होत राहते. मुनी संघातील साधू व साध्वी यांच्यामधील आचारधर्माचे विदारक चित्र या कथेमध्ये रेखाटले आहे.

'व्रती' हा कथासंग्रहही 'पुण्य प्रदेशाचा शोध' (डी. डी. मगदूम) घेताना आढळते. 'तीर्थंकरांचा उत्सव' ही मेघा आलासे यांची कथा उत्सवादरम्यानचा पूजा, पाठ, विधी यांचे चित्रण करते. 'स्वहित' या कथेमधूनही स्वधर्माचे आचरण केल्याशिवाय हित नाही याचे महत्व कथन करते. शेवटची 'व्रती' ही श्रेणिक अन्नदाते यांच्या कथेची नायिका व्रत -उपवासाचे व प्रभू सान्निध्याचे माहात्म्य सांगते.

'परहिदं च कादव्वं' हा कथासंग्रहही आधुनिक जाणिवांनी युक्त असला तरी आचार-विचार यांचे उत्कट दर्शन घडविणारा आहे. 'नव मंदिर'(नीलम माणगावे), 'देऊळ'(डी. डी. मगदूम) या कथा मांगल्याचे विधान करणाऱ्या कथा होत. वाईट कर्मापासून चांगले विचार कसे परावृत्त करतात याचे उत्तम दर्शन 'तेवते निरांजन, जळालेली नोट' या कथेद्वारे केले आहे. या संग्रहातील इतर कथाही हाच आशय गिरवतात.

'अभिषेक' मधील कथांना बदलत्या विश्वाचा स्पर्श असला जैन आचार-विचारांचे अधिष्ठान आहे. 'निशांत' (सुनेत्रा नकाते), 'पाथेय' (हेमलता

जोहरापूरकर) या अतिशय चांगल्या कथा जैन तत्वज्ञानातील नितांतसुंदर अशा विचारांचा वेध घेणाऱ्या आहेत.

मराठी आधुनिक कथेमध्ये स्वत:च्या तत्वज्ञानाची, आचार-विचारांची कास धरणारी आणि समृद्ध अशी विचारशील कथा म्हणूनही कथा आहे. या सर्व कथांमधून जैन धर्म व व्यक्तींचे आचार-विचारविश्व उभे राहते. पर्युषण पर्व, प्रात:र्विधी ते मृत्यू पर्यंतचे सर्व प्रकारचे आचरण यामधून अतिशय सूक्ष्मरित्या प्रकटले आहे.

जैन पदकाव्यात प्रतिबिंबित होणारा आचारधर्म

जैन पद्यरचनांमध्ये विविधता आहे. कथाकाव्य, चरित्रकाव्य याचबरोबर मुक्तछंदापासून शाहिरी काव्यापर्यंत जैन कवींनी अनेक रचनाप्रकार हाताळले आहेत. या सर्व रचनांमध्ये जैन तत्त्वज्ञान सूचित करण्याचा प्रयत्न कवींनी केला आहेच. त्याचबराबेर या पद्यग्रंथांतून आचारधर्माचे सूचनही या कवींनी केले आहे. पद्यरचनांमध्ये येणारे आचारधर्म हे त्या-त्या पद्यातील स्वरुपावरून वेगवेगळ्या पद्धतीने आले आहेत. उदा. कथा काव्यांमध्ये कथेतील पात्र आपले आचरण करतात. पूजा काव्यांमध्ये पूजा करणाऱ्यांच्या आचाराविषयी माहिती मिळते. चरित्र काव्यांमध्ये त्या त्या चरित्रनायकांचे आचरण त्याप्रमाणे उपदेश व स्वत: कवींनी चरित्राच्या अनुषंगाने केलेला उपदेश यातून आचरणाचे स्वरूप ठरते. एकूणच पद्यरचनांमध्ये येणारे आचरणाचे स्वरुप हे भिन्न भिन्न स्वरुपाचे ठरते. परंतु जैन धर्मातील तत्त्वज्ञानांच्या अनुषंगांनी येणारी आचारतत्त्वेच या सर्व आचारप्रक्रियांमध्ये आढळतात.

पद्यकथा व पद्यचरित्र कथांमध्ये येणारे आचारधर्माचे स्वरुप

आधुनिक मराठी जैनकथेत सर्वात जुनी आढळणाऱ्या नलचरित्र या चरित्र कथा काव्यात नलाची कलीपासून सुटका झाल्यानंतर नल दमयंती दोघेही जैन दीक्षा घेतात. दीक्षे नंतर ते जैन धर्म आचरतात. तप, संन्यास, याचे आचरण उल्लेखताना कवी म्हणतो

'तव राणि अर्जिकेचें ।। तप घेउनि पाठि निरतिचारातें ।।
तत्संगे बहु रमणी ।। धरितां झाला संयमभाराते ।।
नळ मुनि बहु तप करुनी ।। अंती संन्यास ध्यान शुभ करुनी ।।
जाउनी पंचमस्वर्गी ।। देव महर्धीक होइ तप करुनी ।।' (पृ. १४८)

यातून जैन धर्माचा आचारधर्म प्रतिबिंबित झाला आहे.

याच कथेत सप्तव्यसन सोडून पापकर्मापासून मुक्त होण्याचे आचरण कवी नल राजास सांगतो–

'पाप कर्म हे सोड।। राजा पा. ।। धृ.।।
सप्त व्यसन हे द्यूतकर्मादि।।नरकगतीचे मोड।। राजा पा. ।।१।।
त्यागुनि त्यासी रक्षिसि धर्म।। होय पूर्ण तुज कोड।। राजा पा. ।।२।।
धर्मकुठारी घेउनि हाती।। पापतरुसी तोड।। राजा पा. ।।३।।' (पृ. ९९)

(हिराचंद अमोलिक, श्री नलचरित्र, १९२६)

चरित्र कथा काव्यांमध्ये अशा प्रकारे कथानायक व कथेतील मुख्यपात्रे आचरण करतात किंवा लेखक आचरणाविषयी उपदेश करतात. असा काही उदाहरणादाखल चरित्रातील आचारधर्म पाहता येईल. सुदर्शनचरित्र या चरित्रकाव्यात मुनी आचाराविषयी उपदेश करतात. पाच उंबर टाळावेत, जीवदया धरावी, मद्य मांस त्यागावे, तीन मूढता वर्जाव्यात अष्ट, मद त्यागावेत. सडकी फळे, बुरसटलेले अन्न, अफू गांजा तांबाखू खाऊ नये. याचबरोबर छोट्या छोट्या गोष्टीही कशा आचराव्यात हे मुनी सांगतात. उदा.

'कांजि मुरंबा सकल लोणचे चोविस तासा नंतरचे।
खाऊ नये कधि चातुर्मासी पाला भाजी अघ साचे।।२४।।
शिळा भात अन् आमटी भाजी दुसरे दिवशी न खाव्यात।
पातक मोठे असे तयामधिं सम्मूर्च्छण जीव बहु त्यांता।।२५।।
कच्चे दुग्ध अन् लोणि सदोदित अंतर मुहूर्ता नंतरचे
तसे अगाळित दुग्ध तेल तुप खाता आस्रव पापाचे।।२६।।'

(दोशी जीवराज, श्री सुदर्शनचरित्र, पृ. १४, १९८५)

'धन्यकुमारचरित्रात' सुरतमुनी व्रत आचरणाचे विस्तृत विवेचन करतात. देशव्रत, त्रिसमयी संध्या, सामायिक, आर्त ध्यान, रौद्रध्यान, प्रोषधोपवास, शिक्षाव्रत, गृहिव्रत, सल्लेखना ११ प्रतिमा या सर्व व्रतांचे महत्व व त्यांचे आचरण याविषयी विवेचन येते. (फडकुले जि.पा., धन्यकुमारचरित, पृ. ५४, ५५, ५६, १९७७)

'नागकुमार चरित्रात'पिहितास्रव मुनी पृथ्वी देवीला धर्माचरण सांगतात. जिनेंद्रांचे अष्टद्रव्याने पूजन कसे करावे असे सांगताना म्हणतात, 'जिनेंद्राच्या सुंदर प्रतिमा करवून जे आंब्यांचा रस, नारळाचे दूध, उसाचा रस, तूप, दूध यांनी त्या प्रतिमांचा अभिषेक करतात व जे नेहमी श्री जिनेश्वरांचे जे अष्टविध द्रव्यांनी

पूजन करतात ते अन्य जन्मी देवसमूहाकडन पूज्य होतात.'

'धन्यकुमारचरित्र' या पद्यात मुनींनी धन्यकुमारास आचरावयाचा मार्ग विस्तृतपणे सांगितला आहे. या विस्तृत आचारामध्ये जिनपूजा, सत्पात्री दान, चार पुरुषार्थ, द्विविध धर्म यात मुनिधर्म गृहस्थधर्म, करुणा, गृहिधर्मपालन, अष्टकर्म, शंकादि दोष, आठ मद तीन मूढतारहित जीवन, अहिंसा, जीव, अजीव, आास्रव, बंध, संवर नि निर्जरा मोक्ष या तत्त्वांवर व आगमावर श्रद्धा, जिनतत्त्व जाणणे, सम्यक्‌चारित्र, अनशनादि बारा भेदी तप, पंच अणुव्रते व अन्य व्रते, अष्ट मूलगुण, पाच आणि वीस दोषांचा त्याग, सहा कर्मांचा नाश, गुरूपास्ती, स्वाध्याय, तप, दान, षटकर्मे इ. आचरणाची माहिती दिली असून या मार्गावरून जाण्याचा उपदेश केला आहे. (फडकुले जिनदास , धन्यकुमार चरित, पान २२,२३,२४, १९७७)

'देशव्रती म्हणजे अणुव्रतधारक गृहस्थांनी पंचमी, अष्टमी वगैरे पर्वतिथी दिवशी मनवचन शुद्ध करून मुनिमार्गाला अनुसरून उपवास करावा म्हणजे त्या दिवशी पंचपातक त्याग करावा; अलंकार, आरंभ, फुले, अत्तर, वगैरे गोष्टींचा त्याग करावा आणि धर्मध्यानांत स्थिर राहावे. आत्म्याकडून जी कर्मे पूर्वजन्मी केली गेली असतील त्यांचा उपवासद्वारे नाश होतो. या उपवासाच्या योगाने सत्पुरुष अविनाशी पदाची-मोक्षाची प्राप्ति करून घेतात.' (फडकुले जि.पा. , श्री नागकुमार चरितम् ,पृ. २५, १९२७)

'यशोधर' या चरित्र कथा काव्यात कवींनी मुनिराजांच्या मुखातून आचरणविषयक उपदेश सांगून या आचरणाचे फळेही या काव्यात कवी सांगतो.

'अहिंसनाचौर्य नि सत्यवक्तृता । ते ब्रह्मचर्य स्वपरिग्रहाल्पता ।
पंचव्रते ही कथिली जिनागमे । फले तयांची कथितो अनुक्रमे
निर्वैर हो जन्म अहिंसनेमुळे । वाणीत सत्ये अधिकारिता मिळे
देई अचौर्यव्रत रत्नसंचय । हो ब्रह्मचर्ये बलवान् महोदय'

(क्षीरसागर ज. ने. , यशोधर, पृ. २५, १९६०)

या शिवाय काही पद्यात्मक पुराणांमध्ये जैनांच्या आचारधर्मांची माहिती येते. भद्रबाहुपुराणात प्रश्नोत्तरात कवी अनेक दिगंबर साधूंच्या आचाराविषयी चर्चा करतो. उदा. आहारांचे प्रकार व त्यांचा आचार सांगतात कवी म्हणतो,

'नो कर्म, कर्म-पुद्ल, कवल, उज, हेय, मानसाहार ।
आहाराचे अवघे सर्वांना मान्य हे षट्प्रकार ।।७ ।।'

'केवली आहार कसे घेतात' याचा निषेध करताना कवी म्हणते, (केवली

आहार घेत नाहीत)

'हे अंतराय किंवा असुनी आहार केवली घेतो।
या म्हणण्याने आम्ही त्याचा धिक्कार सर्वथा करितो।।७९।।'

(अनंततनय, भद्रबाहुचरित्र, १९२१)

'श्री संभवनाथ पुराण' या कथेतही आहाराविषयी आचारधर्म येतो. ध्यान, ध्यानाने घाती कर्माचा नाश यांची माहिती यामध्ये येते. (फडकुले जिनदास , श्री. संभवनाथ पुराण) पार्श्वपुराण या पुराणकथेतही तपाचे वर्णन येते. हीनांगदर्शने सोडण्यासाठी कोणते आचरण करावे याविषयी कवी म्हणतो,

'हिंसेचा सोडी पंथ, मन बनवि पूर्ण निर्ग्रंथ।।५८
टाळूनिया मायाचार, जागृत नित ठेव विचार।
स्त्रीसंग सोडि वरि शील, तरि सद्‌गति झणि वरशील।।१९।।
तृण शुष्क मुदें तू भक्षी, निद्रेस्तव भूमी लक्षी
प्रासुकजल सेवन करुनी, रत राही स्वात्मोधरणी।।६०।।
पंचोदुंबर फलवाडी, त्रिप्रकार लालसा सोडी।
पंचाणुव्रते ही पाळी गजमना हर्ष त्या काळी।।६१।।'

(बोपलकर अनंतराज , श्री. पार्श्वपुराण, पृ. २८,१९३९)

पुराणकथांबरोबरच छोट्या छोट्या कथांमध्येही आचाराविषयी पद्ये येतात. जैन पद्यकथाकोशयातील प्रत्येक कथेत पात्रे जैनधर्माच्या मार्गानुसारवर्तन करतात. त्यांना जैनमुनी आचरणाविषयी उपदेश करतात. त्यानुसार ही पात्रे जैन धर्मांचे आचरण करतात. प्राणिमात्राची हिंसा करू नये याविषयी मुनी उपदेश करतात. संजयंत्त मुनीश्वर अहिंसा आचाराविषयी उपदेश करताना म्हणतात -

'सकलप्राण्यावरती करणे करुणा तयास जिनधर्म।
म्हणती दुःख निवारुनि देतो सुजनास हाच शिवधर्म।।
हिंसा कर्म विधायी नर होतो मेषवाज जगतात।
करुणाकर सुरनरवर होतात समस्त जीव अनुरक्त।।३३।।
त्यागी यास्तव मृगया व्यसना बहु पाहे तु भूपाल?।।१।।
नाही तर भोगावे नरकी हालही दुःख चिरकाल।।९४।।
यापरि जिनधर्माचे विस्तृत त्याला स्वरुप सांगून।।
केले दृढतम त्यांनी त्यांचे धर्मात चित्त सहित।।'

(फडकुले जि.पा., जैन पद्यकथाकोश, पृ. ६५,)

अशी काही उदाहरणादाखल कथाकाव्यांमधील आचरणाऱ्या उपदेशाची उदाहरणे पाहता येतील.

पद्यरचनेतील व्रतकथांमध्ये येणारा आचारधर्म

इतर कथांप्रमाणेच व्रतकथा हा मोठा भाग जैन पद्यरचनेत मोठ्या प्रमाणात आला आहे. व्रतकथा ह्या खरे तर आचारकथाच असतात. या कथेतील पात्रे व्रते धारण करतात. व्रतांचे आचरण करतात, मुनी व त्यागींनी दिलेल्या व्रतांचे पालन करतात. या सर्व व्रतांतून जैन तत्वांतील पंच अणुव्रतांसह, बारा भावना, दश धर्म, दान, तप, शील, व्यसनमुक्ती, मद्य मांसादिकांचा त्याग, षड्विकारांचा नाश, आत्मसंयमन, जिनधर्मावरील श्रद्धा यांसह अनेक कर्मकांडाचे आचरण ही या व्रतकथांमध्ये येते. उदा. पंचामृताभिषेक, फलपुष्प, तोय यांसह अर्चना, धूपदीपादी आरती, उपवास, विशिष्ट मंत्र-तंत्र, यांत्रिक पूजा यासह आचरावयाच्या अनेक गोष्टी व्रतकथांमध्ये आल्या आहेत. जैन साहित्यात गद्य-पद्यासह अनेक व्रत कथा आहेत. जैन साहित्यात गद्य-पद्यासह अनेक व्रतकथा आहेत. त्यातील काही उदाहरणादाखल पद्य व्रतकथांमधील आचरणाचे स्वरूपपुढीलप्रमाणे :-

'जैन व्रतकथासंग्रह' (१९०९) या नथ्थूसा पासूसा यांनी रचलेल्या ग्रंथामध्ये ९ व्रतकथा आहेत. विशिष्ट दिवशी विशिष्ट तिथीला ही व्रते सांगितली आहेत. या कथेतील पात्रांवर आलेले संकट त्या संकटनिवारणासाठी सांगितलेले व्रत, त्या कथेतील पात्राने आचरलेले व्रत व व्रताची फलश्रुती असा या कथांचा क्रम आहे. व्रत आचरताना या कथेतील पात्रे कर्मकांड करतात. उदा. 'सुगंधदशमी व्रतकथा' या कथेतील नायिका व्रताचरण करताना पुढील कर्मकांड करते.

अष्टप्रकारे पूजा करुन। जिनेंद्रचरणीरत होऊन।
गुणानुवादासी गाऊन। पूर्णकरी पूजा ती।।१६१।।
भाद्रपद शुद्ध पंचमीशी। मेरु मांडावे तये दीवशी।
आरंभ करुनी व्रतासी। चोवीस बिंब स्थापावे।।१६६।।
अष्टोत्तरशत ज्याप्य देऊन। जयमाला आरति बोलून।
चरणी पुष्पांजली अर्पून। करावे प्रोषध।।१६८।।
स्वस्तीक मंडळ काढून। मेरु त्यावरी स्थापून।
चतु:संघा दान देवून। पूर्ण करावे व्रत हे।।७२।।
ऐसे उद्यापण करावे। धर्ममार्गी धन खर्चावे।
शक्ती नसता आचरावे। दुप्पट व्रत ते।।

(नथ्थूसा पासूसा, जैन व्रतकथा संग्रह, पान-७३, १९३६)

अशा व्रतातून अष्टपूजा, पूजाकाल, नैवेद्य, आरती, दान इ. व्रतांचे आचरणाचे महत्त्व सांगितले आहे.

रविवारव्रतकथेमध्ये व्रताचा महिमा सांगून व्रतविधी व व्रतकथा सांगितली गेली आहे. वर्षभर करावयाच्या या व्रताचा विधी सांगितला आहे. नऊ उपोषणे करणे, लवण वर्जून आंबिल घेणे, कांजिक भोजन, ताक घेऊन उपवास घेणे, लोण टाकून, गोरस टाकून असे वेगवेगळे आहार अल्प प्रमाणात घेऊन हे व्रत करावयाचे आहे. त्याचबरोबर ८१ उपवास करण्याचे सांगताना कवी म्हणतो –

'एक्यांसी उपवास सर्व करिजे जों शक्ती नाही जरा।
लोनावाचुनि एकभुक्ती न तरी एकासनें आचरा।।
पंचामृतभिषेक पार्श्वप्रभुचा त्या दीनि धंदा हरा।
गोधुम पिष्ट नवा फळा दिपयुता अर्चोनि आर्ती करा।।२७।।'

(हिराचंद अमोलिख, रविवार व्रतपूजन, पृ. १९, १९३५)

वरील कथेत वर्षभर आचरावयाचे हे व्रत सांगितले गेले आहे. व्रताची फलप्राप्तीही नंतर सांगितली आहे. श्री कवलचंद्रायणव्रतकथाही प्रसिद्ध जैन व्रत कथा आहे. अनेकांनी ही कथा संपादित केली आहे. ब्रह्मचर्य, उपवास, आत्मसंयम यासाठी सांगितलेली ही कथा आहे. दोन महिन्यांसाठी आचरवयाच्या व्रताची ही कथा आहे. प्रतिपदेपासून अमावस्येपर्यंत व पौर्णिमेपासून पुन्हा प्रतिपदेपर्यंत उपवास एक-एक कवलाने /घासाने वाढवीत व कमी करीत हे व्रत केले जाते. व्रताचा आचरण विधी याप्रमाणे दिला आहे.

'घेवोनी नृपराज्ञिते निजसवे गेला मुनीदर्शना।
वंदोनी मुनी पदपद्म वदती त्यां भूप-भूपांगना।।
केले कोणि कधी कसे व्रत तसे चांद्रायणोद्यापन।
द्यावे काय तयांत तत्फल वदा भो! सद्गुरु आपण।।२।।'

(गांधी वीरचंद , श्री चांद्रायण व्रतकथा, पृ. २)

दशधर्म कथा किंवा दशलक्षणिक व्रतकथा या जैनांच्या पर्युषणपर्व काळात आचरणावर आधारित व्रते आहेत. क्षमा, मार्दव आर्जव, सत्य, शौच संयम, तप, त्याग, आकिंचन्य व ब्रह्मचर्य हे दहा धर्म श्रावकाने पाळावयाचे असतात. दहा धर्माचे आचरण म्हणजे हा दशधर्म होय. या विषयी जैनकथा आहेत. यापैकी उदाहरणादाखल ब्रह्मचर्य कसे आचरावे याचे उदाहरण पुढीलप्रमाणे –

'माया नष्ट करुन सर्व विषयी, आत्मी करा एकता।

याते निश्चय ब्रह्मचर्य वदती, पाळा सुशीलव्रता ।।
दुर्मार्गी नर भीरु संगत कधी, ठेवा न त्यांच्या कथा।
ऐकाव्या, न पदार्थ भांग जरदा आदी न खावे वृथा ।।२० ।।
घाला कंठि न पुष्पहार न चखा, तांबूल वा अत्तर।
लावावें न सुगंधि सर्व असले, शीलास जे कातर।
कामोद्दीपन व्यावया त्यजि असे ते नाच गाणे जसे।
एकांती वरणे, परस्पर अशा, नारी नरे ही तसे ।।२१ ।।'

(गांधी वीरचंद , अष्टक व कथा, पृ. ९)

अशा प्रकारे अनेक व्रतकथा जैन साहित्यात आहेत. विस्तारभयास्तव या सर्व व्रतकथांचे विश्लेषण शक्य नाही.

इतर पद्य रचनांमधील आचारधर्म

व्रतकथा, चरित्रकथा यांशिवाय जैन साहित्यात पूजा काव्ये, भक्तिकाव्ये, संगीत पदावल्या यांची रचनाही विपुल आहे. पूजा, भक्ती, स्तोत्रे या निमित्ताने ही आचरणाची तत्त्वे या काव्यात कवींनी सांगितली आहेत. यातील आचरणाची काही उदा. पुढीलप्रमाणे जैन पद्यावली या कवितेत भक्तीच्या आचरणाविषयी कवी म्हणतो -

'धर्मसंवाद करा। भले हो धर्मसंवाद करा।।
दुर्लभ नर भव। व्यर्थची जाईल स्वहित विचार करा।।
विषय सुखाचा त्याग करोनी। दशविध धर्म धरा।।
भले हो धर्मसंवाद करा।।
अनुज तनुज वित्त जाय कोण रे तुला।।
अंतकाळी शरण नाहीं जासी येकला।।जि. ।।४।।'

(जैन पद्यावली, पृ. १७)

शांतिदास उर्फ शांतिनाथ कटके यांनी संगीत पूजा लिहिल्या आहेत. या पूजा काव्यांत तीर्थंकरांची स्तुती करताना पूजेबरोबरच आचरणाचे काव्यही लिहिले आहे. दशधर्माचे पालन करताना कवी म्हणतो-

'या पंचेद्रियमत्तदंतिनिकरा ज्ञानांकुशें रोकणे।
भोगाशा त्यजणें मना शमजिणें चारित्र हे पाळणे।
षट्कायीं असु वृंदि नित्य करुणा चित्ती सदा ठेवणे।
पाळा संयमधर्म हा सुजनहो! धिक् त्या विना हे जिणे ।।६ ।।

इच्छानिरोध करणे, विषयप्रीतीस नित्य आवरणे।
उत्तम तप आचरणे, त्याविण नच हो भवाब्दि हा तरणे।।७।।
अहारौषधअभयज्ञानासह चार ही महादाने।
त्यागधर्म हा होतो देतां सत्पात्रि फार मोदानें।।८।।'

(कटके शांतिनाथ , संगीतपूजा, पृ. ७३)

दशधर्माच्या आचाराविषयी अनेक पद्ये मराठीतील जैन कवितेत आली आहेत. अलीकडे मधुकर गडेकर या विदर्भातील कवींने लिहिलेल्या जिनेंद्र अष्टक या संग्रहात दशधर्माची काव्यात मांडणी केली असून दशधर्माच्या प्रत्येक आचरणाने कोणते परिणाम होतात याचे सुंदर पद्यात्मक वर्णन आहे. दशधर्माच्या आचरणाविषयी अशी पद्ये यात आली आहेत. भद्रदास या कवीने लिहिलेल्या जीवनदृष्टी या संग्रहात श्रावकाची जीवनसूत्रे सांगितली आहेत. जीवनाच्या सुरुवातीपासून समाधिमरणापर्यंत श्रावकाचे आचरण कसे असावे याविषयी या कवीने सोप्या भाषेत श्रावकाचार सांगितला आहे. पाक्षिक श्रावकाची २७ जीवनसूत्रे, विविध संस्कारातील आचार, मिलन, सोबती, सहजीवन या साध्या गोष्टींबरोबर १४ गुणधारी श्रावक, शाकाहार, रात्रिभोजनत्याग, जलगाळन, उदुंबर त्याग, अष्टांग मार्ग, तीन मूढता त्याग, गर्वत्याग, आवश्यक क्रिया, सत्य, स्त्री मातेसमान या गोष्टी जीवनात कशा आचराव्यात याची पद्यमय रचना कवीने केली आहे.

कांदबरी वाङमयातील आचारधर्माचे स्वरुप

पद्य व नाट्यरचना प्रकाराबरोबरच आधुनिक काळात अवतरलेला कादंबरीसारखा साहित्यप्रकारही जैन लेखकांनी हाताळला आहे. साहजिकच याही साहित्यप्रकारामध्ये जैन आचारधर्माचे स्वरूप प्रकट होते. कादंबरी हा वाङ्मयप्रकार सर्वव्यापक व बहुआयामी असल्यामुळे तत्त्वज्ञान व आचारधर्मही तो आपल्या कवेत घेतो. कादंबरीत तत्त्वचर्चा वर्ज्य नाही. तसेच मतप्रचारही वर्ज्य नाही. जैनतत्त्वे, आचारधर्म, जैनमतांचे तत्त्वचिंतन या कादंबऱ्यांमधून झाले आहे. हा वाङ्मयप्रकार व्यापक असल्यामुळे काही जैन महाकाव्यांचे रूपांतरण कादंबरी स्वरूपात झाले आहे. जैन धर्मातील तीर्थंकर, वीरपुरूष, राजेचक्रवर्ती यांच्या जीवनावर या कादंबऱ्या लिहिल्या गेल्या असून या लोकांच्या जीवन आचरणाचे चित्रण या कादंबऱ्यांमधून येते. कादंबरी हा साहित्यप्रकार कथा कवितेच्या तुलनेत जैन लेखकांनी अत्यल्प हाताळला आहे. बहुतेक कादंबऱ्या ह्या चरित्रात्मक आहेत. तरीही या कादंबऱ्यांमध्ये जैन आचारधर्माचे

स्वरूप जाणवते.

जैन तत्त्वज्ञान व आचारधर्माची मांडणी करणारी पहिली कादंबरी म्हणून रानडे यांची 'शिलादित्य'ही कादंबरी सापडते. १८८९ साली लिहिलेली ही कादंबरी जैन, बौद्ध आणि हिंदू विचारधारांतील संघर्ष प्रकट करते. या कादंबरीत येणारी काही पात्रे जैन तत्त्वज्ञानावर श्रद्धा ठेवतात व त्यामार्गाने आचरण करतात.या कादंबरीच्या नायकावर संकटे येतात. परंतु तो संकटातही जैन धर्मावर श्रद्धा ठेवतो. जैन मताच्या लोकांचे संघटन करतो. हिंसेला विरोध करतो. शेवटी कादंबरीत जैन नायकाचा विजय होतो.

अशा प्रकारे या कादंबरीतील पात्रे आचरण करतात. या कादंबरीप्रमाणेच आणखी काही उदाहरणादाखल कादंबऱ्यातील आचरणाचे स्वरूप पाहता येईल. १९१५ च्या दरम्यान प्रकाशित झालेले 'महापुराणामृत' हे रावजी नेमचंद शहा यांनी लिहिलेले कादंबरी स्वरूपाचे महापुराण पाहायला मिळते. पुराणाच्या प्रस्तावनेत आपण हे पुराण का लिहितो याचे विवेचन केले आहे. सुरुवातीला या पुराणाचे मूळ लेखक श्री जिनसेनाचार्य व गुणभद्राचार्य यांचा विस्तृत परिचय, काळ यांची माहिती दिली आहे. या लेखनाला कादंबरी म्हणता येईल. कारण, हिच्यात दीर्घ कथा येते, कथानक येते, संवाद येतात, मुख्य पात्रे येतात. त्यामुळे हे पुराण कादंबरीवजा झाले आहे. या पुराणात धर्मशास्त्र, क्षात्रधर्म, राजधर्म, श्रावकधर्म, मुनिधर्म, कर्मसिद्धांत यातील आचाराचे स्वरूप अधूनमधून वर्णिले गेले आहे. या पौराणिक कादंबरीची ४७ पर्वे असून सुरुवातीला गौतम गणधर उपदेश करतात. हे पुराण वृषभ तीर्थंकरांचे चरित्र असून वृषभ तीर्थंकरांचा काळ सांगून झाल्यावर जैन तत्त्वज्ञानाचा उदय कसा होतो व पुढे वृषभनाथानंतर तीर्थंकरांचा काळ सुरू होतो. या पार्श्वभूमीवर ललितांगदेवास उपदेश करताना जैन आचरण सांगतात.

'कुरूत तपसि तृष्णां भोगतृष्णामपास्य' म्हणजे भोगाची आशा सोडून देऊन तप करण्याची बळकट इच्छा धरा. आणि धर्मोपार्जन करा. निष्कलंक अशा जिनप्रभूंची पूजा-अर्चा वगैरे करा. त्याच्या वचनावर श्रद्धा ठेवा व कुमताचे भेदन करणाऱ्या आणि पुरुषार्थांचे समर्थन करणाऱ्या अशा जैनधर्माची सेवा करण्याचा यत्न करा म्हणजे आपोआपच सुखप्राप्ती होते. सुखाकरिता निराळी खटपट करणे नको आहे.

असे पुढे अनेक राजे, राजकन्या यांना धर्ममाहात्म्य व आचाराचे स्वरूप सांगतात. यामध्ये जैन तत्त्वज्ञानाबरोबरच अणुव्रते, गुणव्रते, शिक्षाव्रते, बावीस

परिषहजय, दशधर्म, बारा भावना, ध्यानाचे स्वरूप आणि शेवटी क्षात्रधर्म, कुलपालन, मतिपालन, प्रजापालन, समंजसपणा इ. आचरणाच्या गोष्टी सांगितल्या आहेत.

साधू परिषह कसे जिंकतात याचे वर्णन यात याप्रमाणे येते- ''त्या मुनीने आपल्या आयुष्याच्या अवसानकाली श्रीप्रभ पर्वतावर जाऊन तेथे संन्यास धारण करून आहाराचा त्याग केला. मोक्षमार्गापासून च्युत होऊ नये व कर्मनिर्जरा व्हावी अशी इच्छा बाळगणाऱ्या त्या वज्रनाभीने भूक, तहान, थंडी, उष्ण, मशक वगैरेंचा दंश, नग्नपणा, अरती, स्त्रैण (स्त्रीसंबंधी), चर्या, शय्या, निषद्या, आक्रोश, वध, याचना, अलाभ, अदर्शन, रोग, तृणस्पर्श, प्रज्ञा, अज्ञान, मल व सत्कार-पुरस्कार हे बावीस परिषह सहन केले.''(शहा रावजी, महापुराणामृत, १९१५) येथे आचार्य या परिषहांस जिंकण्याचा प्रकार सांगतात. असे साधूंच्या आचरणाविषयी परिषहजय विस्तृत विवेचन करतात. हा परिहषजय म्हणजे साधूंच्या आचाराचा व कठीण दिगंबर मार्गाचा आचाराचा मार्ग आहे. या परिहषहजयाचे विस्तृत स्वरूप उदाहरणादाखल पाहता येईल.

उष्णपरिषहजय- अत्यंत कडक उष्मा सहन करणे, त्याच्या प्रतिकारार्थ काहीही उपाय न योजने.

दंशमशकपरिषहजय- सर्प, विंचू, माशा इ. प्राण्यांनी दंश केला तरी त्यांना उलट त्रास न देता ती वेदना निमूटपणे सहन करणे.

नाग्न्यपरिषहजय -दिगंबर होणे, सर्व परिग्रहांचा त्याग करून ब्रह्मचर्यव्रत दृढ ठेवणे, नग्नपणाची लाज न वाटणे.

अरति परिषहजय- अमतोश गोष्टी येऊन मिळाल्या तरी त्याविषयी विषाद न वाटणे, इंद्रिये व त्यांचे विषय यांचे विषयी उद्यम न करणे, सर्व प्राण्यांवर सर्वदा करूणाभाव ठेवणे.

स्त्री परिषहजय- स्त्रियांनी आपल्या हावभावांनी व नेत्रकटाक्षांनी कितीही त्रास दिला तरी चित्तास विकारवश होऊ न देणे. याला स्त्रैणपरिषहजय म्हणतात. (शहा रावजी नेमचंद ,महापुराणामृत, पर्व-११, पान ७७ ,१९१५) या पौराणिक कादंबरीवजा पुराणकथेमध्ये असे जैन तत्त्वज्ञानातील आचारधर्माचे स्वरूप विस्तृतपणे आले आहे. प्रथमानुयोगाद्वारे जैन तत्त्वज्ञान व आचार धर्म व जैनांची कालगणना समजून घेण्यास हे पुस्तक उपयुक्त आहे. या कादंबरीला वाङ्मयीन दृष्ट्या वैभव नसले तरी कथानकातून ही कादंबरी मोठा काल अवकाश व्यापते.

'अहिंसेचा विजय' ही आ.भा.मगदूम यांनी लिहिलेली कादंबरी अहिंसेचे

महत्त्व सांगते. वैदिक परंपरेतील कालीमाता देवीच्या यात्रेतील पशुबळी आणि नरबळीच्या विरोधात अहिंसेचा पुरस्कार करणारी कादंबरी आहे. या कादंबरीमध्ये पात्रे जैन आचारधर्माचे पालन करतात. धर्माच्या नावाखाली हिंसा करणे हे घोर पातक आहे. या विषयावर जैन साधू उपदेश करतात व कादंबरीतील तरुण अहिंसेची प्रतिज्ञा करतात. अहिंसेच्या आचाराविषयी जैन साधू म्हणतात, ''यज्ञ केल्याने किंवा देवतांना बळी दिल्याने सर्व सुखांची प्राप्ती होते, अशी अनेकांची समजूत आहे. परंतु थोडासा जरी विचार केला तरी तो दुर्मार्ग आहे असे दिसून येईल. आपणांला जशी सुखाची इच्छा आहे, त्याप्रमाणे पशुपक्षांनाही आहे. इतकेच काय पण सूक्ष्म कीटकांना देखील सुखाने जगण्याची इच्छा असतेच! असे असतां त्यांचा घात करून, त्यांचा बली चढवून आपणांला सुख कसें मिळेल?'' (पान नं.३१)

हिंसेच्या कृतीपासून अहिंसेच्या आचाराकडे लोकांना वळविण्यासाठी मुनींचा हा उपदेश वारंवार कादंबरीत येतो. हिंसा थांबविण्यासाठी मुनींच्या उपदेशाने प्रेरित झालेले तरुण स्वत: अहिंसेसाठी बळी जायला तयार होतात. समाजामध्ये अहिंसेचे आचरण दृढ व्हावे यासाठी या कादंबरीतील महेंद्र म्हणतो,''बंधूंनो! खरोखरच देवी जर बळी मागत असेल तर मी स्वत: प्राण द्यायला तयार आहे. माझ्या एकट्याच्या रक्ताने देवीची जर तृप्ती झाली नाही, तर माझ्या मृत्यूनंतर तुम्ही पशूबली अर्पण करा!''(मगदूम आ.भा., अहिंसेचा विजय, महेंद्राचा तुरूंगवास, पान नं.५६)

अहिंसेच्या आचरणाची ही कादंबरी दया,क्षमा, शांती यांचाही पुरस्कार करते. या कादंबरीतून जैन धर्माची तत्त्वे व या तत्त्वांचे उपयोजन सूचित होते. या कादंबरीवरून पुढे नाट्यरचनाही झाली आहे. याशिवाय आणखी काही प्रमुख कादंबऱ्यांमध्ये 'अहिंसा सम्राट महावीर' या कादंबरीचा उल्लेख करता येईल. वा.ना.शाह या कादंबरीचे लेखक असून भगवान महावीरांच्या जीवनावरील ही चरित्रात्मक कादंबरी आहे. याही कादंबरीत अहिंसा या तत्त्वाचा व आचाराचा पुरस्कार करण्यासाठी भगवान महावीरांनी आपल्या राज्यात केलेल्या प्रयत्नांचा उल्लेख येतो. कादंबरीकाराला महावीरांचे तत्त्वज्ञान व आचारधर्मच सूचित करायचे असल्याने या कादंबरीतील आचारधर्माकडे पाहता येईल. या कादंबरीतील चेटककन्या चेलना ही आपल्या भावी पतीला भ. महावीरांच्या विचारांशी सहमत करण्यास भाग पाडण्याची प्रतिज्ञा करते. ''तुझ्या विचारांशी सहमत माझ्या भावी पतिराजास मी बनवीन, याकरिता वैभव, विषयवासना आणि सुख यांची होळी झाली तरी हरकत नाही. पतिराजास एकदा अहिंसेचा मंत्र पूर्णतया

पटवून दिला म्हणजे मग त्याच्या सर्व शक्तीचा व सामर्थ्याचा उपयोग केवळ अहिंसेचा प्रचार या कार्याकरिता मी करीन.'' (पान नं. ३२)

कादंबरीत पुढे भ. महावीर आपल्या राज्यातील अतिक्षुद्र लोकांनाही आपल्या तत्त्वांनी जैन धर्माच्या आचरणास प्रेरित करतात. स्वच्छता, औषधपाणी, वृद्धांची सेवा आणि नंतर अहिंसेचा मार्ग आचरण्यास स्वतः राजा म्हणून भाग पाडतात. अतिक्षुद्रांना घरे बांधून देतात. सामाजिक समतेचा आचार कृतीतून निर्माण करतात. एका अतिक्षुद्राच्या घराचच्या कोनशिलासमारंभात तो म्हणतो, ''उच्चतर अहिंसा सामाजिक उच्चनीचता मानत नाही. सर्व मनुष्यप्राणी परस्परांचे भावंडे असून अहिंसेच्या साम्राज्यातील ते समान अधिकारी आहेत. अशीच अहिंसेची खरी शिकवण आहे. एकदा अहिंसावादी मन पूर्ण दयामय बनले म्हणजे हा ब्राह्मण, हा क्षत्रिय, हा शूद्र, हा अतिशूद्र असा भेदभाव लुप्तप्राय होतो.'' (शाह ना. हि. , अहिंसासम्राट महावीर, पान १६८)

या कादंबरीतून भ. महावीरांच्या अहिंसा, दया, परोपकार, अपरिग्रह, समता इ. जैन धर्मातील तत्त्वे प्रत्यक्ष आचरणात भ. महावीरांच्या राज्यात कशा प्रकारे येत होती याची अनेक उदाहरणे या कादंबरीत येतात. भ. महावीर हे कृतिशील राज्यकर्ते होते. तत्कालीन वैदिक हिंसा व बलिप्रथेविरुद्ध बंड करून लोकतंत्राचे राज्य व अहिंसा, समता यासाठी नवे राज्यधोरण कशा प्रकारे राबवत होते, याची लेखकाने विस्तृत मांडणी केली आहे. कादंबरीतील अनेक संवाद तत्त्वज्ञान आणि आचारधर्माशी पूरक असे आहेत.

'त्यागमूर्ती जंबूकुमार' ही हजारे यांनी अनुवादित केलेली कादंबरी जंबूकुमारांची चरित्रात्मक कादंबरी आहे. याही कादंबरीत निवेदनाच्या ओघात जैन तत्त्वज्ञान व आचाराविषयी निवेदने येतात. सुधर्मस्वामींच्या उपदेशाने जंबूकुमारांना विरक्ती येते. ते गृहस्थधर्माची आचारदीक्षा घेतात. पंच अणुव्रतांचे आचरण हेच या गृहस्थधर्मातील आज्ञेत सांगितले आहे. उदा.-

''१) मी निरपराध प्राण्यांची हेतुपूर्वक हिंसा करणार नाही.

२) मी कुणाविषयी खोटे बोलणार नाही व हिंसाचारी सत्य वचन देखील बोलणार नाही. जसे आंधळ्या व्यक्तीला आंधळ्या म्हणणे.

३) मी राजदंडनीय व लोकनिंदनीय असलेली चोरी करणार नाही.

४) मी माझ्या धर्मपत्नीखेरीज जगातील इतर सर्व स्त्रियांना माता, बहीण व मुलीसमान मानीन.

५) मी मर्यादाशील राहीन. कुठल्याही बाबतीत अतिरेकीपणा करणार नाही.'' (पान - ४०)

याच बरोबर दहा दिशांना भ्रमण करणे व त्यांच्या सीमा निश्चित करणे, निरर्थक व्यापार त्यागणे, पर्वकाळी भोगोपभोग त्यागणे. घरी आलेल्या उत्तम-मध्यम-कनिष्ठ अतिथींचा आदर सत्कार करणे, क्षमा, परोपकार, दीन दलितांची सेवा, धर्मशास्त्राचा अभ्यास, दुःख, लोभ, शोक, मोह यांपासून निवृत्ती स्वीकारणे इ. गोष्टी गृहस्थधर्मात आचराव्या लागतात याची माहिती या कादंबरीत येते. जंबूकुमार हे गृहस्थाचरण स्वीकारतो. पुढे या कथानकात जंबूकुमारास विरक्ती येते व जैन साधूंचे आचरणही तो स्वीकारतो.

सुधर्मस्वामींच्या उपदेशात तपःसाधनेच्या आचरणाचा विधीही येतो. तपाचे बाह्य तप व अभ्यंतर तप असे दोन प्रकार सांगितले आहेत. उपवास, भिक्षुकी, रसपरित्याग, शरीर क्लेश, प्रतिसंलिनता यातून इंद्रियांवर ताबा मिळवता येतो या तपाचा संबंध इंद्रियांशी आहे.

प्रायश्चित्त, विनम्रता, स्वाध्याय, व्युत्सर्ग व ध्यानधारणा हे अभ्यंतर तप होय. याचा संबंध आत्म्याशी येतो. अध्यात्मिक विकासासाठी अनुष्ठान, आंतरिक तप यांचा संबंध आत्म्याशी येतो. या दोन तपाच्या आचरणाचे स्वरूपही यात सांगितले आहे. (पान १९५).

याशिवाय जैन धर्मातील साधूंच्या आचरणाच्याही अनेक गोष्टी सांगितल्या आहेत. मिथ्यात्याग, अनिच्छेने राग व्यक्त न करणे, उरलंसुरलं शिळपाकं खाणे, (श्वेतांबरमत) भविष्य कथन न करणे, भौतिक सुखासाठी कुणाचीही प्रशंसा न करणे, भोजन पाणी न दिल्यास राग न धरणे, व्रतवैकल्ये कठोरपणे स्वीकारणे, भिक्षुकाची बारा रूपे सांभाळणे, कुत्सित विचार मनात न आणणे. शत्रु-मित्र समान मानने, मायाचाराचा उपभोग न घेणे, वाजवीपेक्षा अधिक न बोलणे, अभिमानी लोभी न असणे, हसणे खिदळणे, वाट्टेल तिथे न बसणे, सूर्यास्तानंतर अन्न न घेणे, प्रथम प्रहरी स्वाध्याय, दुसऱ्या प्रहरी ध्यानधारणा, तिसऱ्या प्रहरी चिंतन व चौथ्या प्रहरी आत्मचिंतन इ. गोष्टी साधूंच्या आचाराविषयी सांगितल्या आहेत. ही कादंबरी श्वेतांबर मताची असल्याने तोंडावर मुखवस्त्र लावणे, हातात पात्र घेणे, खांद्याला झोळी अडकविणे व खांद्यावर सफेद शाल घेणे इ. साधूंच्या वेष आचरण्याची पद्धतही यात सांगितली आहे. (अनु. हजारे ,त्यागमूर्ती जंबूकुमार, पान २३४-१४)

दोन प्रकारच्या आचरणातील (यतिधर्म व गृहस्थधर्म) छोट्या छोट्या

कृती व त्यासाठी आचरणाच्या कृती अशा अनेक कादंबऱ्यांमधून पहावयास मिळतात. ही आचारपद्धती मुनींच्या उपदेशातून अथवा कादंबरीतील पात्रांच्या कृतीतून व्यक्त होतात. या कादंबरीत अनेक तरूण मुनी दीक्षेसाठी मूळ वस्त्र त्याग करतात व श्वेत वस्त्र धारण करतात.

विजयशेठ, विजया शेठाणी या कादंबरीतील हे दोघे पती-पत्नी एकेका व्रताचा स्वीकार करतात व व्रतांचे आचरण करतात. संवादात्मक असणाऱ्या या कादंबरीत संवादातून आचरण स्वीकारतात. आचरणाचा विधी व्रतविधी सांगतात व हळूहळू गृहस्थ धर्मातील व्रताचे, अनुव्रतांचे पालन ही पात्रे करतात.

माधव रणदिवे यांनी अनुवादित केलेल्या जीवनरंग व चंद्रशीला या कादंबरीतही जैन तत्त्वज्ञानासह आचारधर्म आलेला आहे. कविरत्न केवलमुनी यांनी लिहिलेल्या मूळच्या गुजराथी भाषेतील जीवन के रंगया कादंबरीचा अनुवाद असून पद्मा आणि मंजुळा या कादंबरीतील नायिका जैन धर्माचे आचरण करतात. पद्मा आणि तिची आई प्रवर्तिनीचे प्रवचन ऐकतात, धर्मकथा वाचतात, अष्टमी चतुर्दशी, एकाशन, उपवास करतात, सत्संगती, प्रवचन, स्वाध्याय, तप, सामायिक, प्रतिक्रमण, आचरण करू लागतात. जीवनातील संघर्ष, ताप, संकटे यांपासून सुटण्यासांठी व मन:शांतीसाठी आचरण करतात. जीवनातील अनेक रंग अनेक वेळा यांना सामोरे जाण्यासाठी जैन तत्त्वज्ञान आणि आचरण कसे महत्त्वाचे आहे हे या कादंबरीत सांगितले आहे. प्राचीन जैन शास्त्रातील विषापहार स्तोत्राचा व मंत्राचा आचारही याठिकाणी येतो.

'चंद्रशीला' ही कादंबरी जीवनातील विलक्षण अवस्थांवर प्रकाश टाकते. या कादंबरीतील नायिका 'धर्मवृद्धिरस्तु'या एका शब्दाने परिवर्तित होते. नृत्य आणि संगीताच्या पापातून ती सुटत जाते आणि शेवटी साध्वी होऊन दीक्षा घेते. विरक्त मार्गाने जाणारी ही चंद्रशीला दया,क्षमा,संयम, त्याग, समत्वभावाकडे आकर्षित होते.

या दोनही कादंबऱ्यांना पारंपरिक जैन कथांचा संदर्भ नसला तरी स्वतंत्र आणि वेगळ्या कथांतून या कादंबऱ्या जैन तत्त्वज्ञान आणि आचाराकडे वळल्या आहेत.

'महासती चेलना'ही राजेंद्र बीडकर यांनी लिहिलेली कादंबरी भगवान महावीरांच्या काळातील जैन धर्माची ओळख करून देणारी कादंबरी आहे. बौद्ध आणि जैन या विचारांतील संघर्ष सांगणारी ही कादंबरी आहे व भगवान महावीरांचे अहिंसा तत्त्व सांगणारी ही कादंबरी आहे. सत्य, अहिंसा ही आचारतत्त्वे या

कादंबरीत सांगितली आहेत. सत्याच्या पायावर उभा असणारा जैनधर्म आणि या मार्गावर चालणारी चेलना ही नायिका यात येते. कादंबरीत अधूनमधून जैन तत्त्वज्ञान व आचारधर्म येतो. या कादंबरीत जैन धर्मातील ध्यान आचरणाचे स्वरूप चेलनाने सांगितले आहे. 'ध्यानाचे ढोंग करणे सोपे असते, परंतु त्यात विघ्ने आली, संकटे आली, उपसर्ग झाला तर तो सहन करण्याची शक्ती मिळविणे फार कठीण काम असते. खरी परीक्षा तीच असते. थंडी, वारा, ऊन, पाऊस, इंद्रियविकार व मोह यांवर जो विजय मिळवू शकतो, मिळविण्याचा अभ्यास करतो तोच उत्तम ध्यान करू शकतो. ध्यान करण्यासाठी म्हणूनच मनाची एकाग्रता साधली पाहिजे. एकाग्रतेशिवाय कोणतीही गोष्ट निर्वेध व सुव्यवस्थित घडत नसते.'(बीडकर राजेंद्र , महासती चेलना, पृ.६७, १९७९)

विष्णुकुमार देशमाने यांच्या 'विपुलाचलाकडे'ही कादंबरी भगवान महावीरांच्या समवसरणाचे चित्रण करणारी आहे. एकाच वेळेला ही कादंबरी तत्त्वज्ञान आणि आचारधर्म या दोन्हीचा मिलाप असणारी कादंबरी आहे. लेखक या कादंबरीत धर्मोपदेश, तत्त्वज्ञान आणि आचार सांगतो. यातील काही विधानेही धर्माचरणाचे महत्त्व सांगतात.उदा. 'धर्म सांगून आचरायचा नसतो. धर्माला जसा आकार नसतो तसा कोणला विचारण्याचाही प्रश्न नसतो. आलं मनात, बसलं ध्यानात'.(पृ.९)

'यज्ञकांड बंद करावेत. सर्व जीवांशी मैत्री जोडावी. पशुबळी देऊन आपण दु:खाचं बळी होऊ नये.'(पृ.१८)

'निर्जरा, संवरपूर्वक निर्जरा, हाच खरा मुक्तीचा मार्ग व शाश्वत सुखाचं साधन'.(देशमाने विष्णुकुमार , विपुलाचलाकडे, पृ.१९, १९८८)

'कलिंगनरेश सम्राट खारवेल'या ऐतिहासिक कादंबरीत आचरणाचे स्वरूप जाणवते. या कादंबरीत काही घटनांमुळे जैन धर्म आचरणाच्या गोष्टी लक्षात येतात. या कादंबरीतील एका घटनेत, एक बौद्ध भिक्खू अखेरच्या समयी जैन तत्त्वज्ञान आचरतो. शेवटी मृत्यूला सामोरे जाताना तो सल्लेखना व्रत स्वीकारतो. कादंबरीत एके ठिकाणी गिरनार पर्वताकडे जात असताना गिरनार पर्वताची पौराणिक माहिती व या पर्वतावर घडलेली राजुल–नेमी यांच्या कथेची आठवण या कादंबरीत येते. राजुल–नेमीच्या धर्माचरणाची माहिती कादंबरीकार सांगतो.

याशिवाय अनेक कादंबऱ्यांतून जैन तत्त्वज्ञान व आचारधर्म यांचे प्रत्यक्ष अप्रत्यक्ष सूचन झालेले दिसते. कादंबरीत येणारे आचारधर्म व त्याचे स्वरूप हे वरीलप्रमाणे आहे. बहुतेक कादंबऱ्या पौराणिक आशयाच्या असल्याने यांमध्ये

येणाऱ्या कथा या पौराणिक व पारंपरिक आहेत. या कादंबऱ्यांमधून येणारी पात्रे आणि त्यांचे आचरण हे जैन तत्त्वज्ञानाला साजेसे असून बहुतेक कादंबऱ्यातील प्रमुख पात्रे जैनधर्म मार्गाने चालतात. कादंबरीत येणारी निवेदने संवाद यातून आचरणांचे स्वरूप लक्षात येते. कादंबरी या वाङ्मय प्रकारातही धर्मविचार आणि तत्त्वज्ञान यांचा प्रचार, प्रसार हाच हेतू असल्यामुळे कादंबरीचा दृष्टिकोन व कादंबरीतील लेखकाचा दृष्टिकोनही धर्मविचार व तत्त्वज्ञान आचारधर्म यांच्या प्रसार प्रचारासाठीच आलेला दिसतो.

सारांश

जैन साहित्यातील तत्त्वज्ञान आणि आचारधर्मामुळेच मध्यवर्ती मराठी साहित्यापेक्षा हे साहित्य वेगळे ठरते. जैन तत्त्वज्ञानाचा प्रचार, प्रसार करणे हीच जैन साहित्याची प्रेरणा आहे. आधुनिक मराठी जैन साहित्याने आधुनिक काळात हाताळले गेलेले बहुतेक साहित्य प्रकार जैन साहित्यिकांनी हाताळले आहेत. विशेषत: कादंबरी, नाटक, कथा, कविता, चरित्र, आत्मचरित्र यातही व यातील उपप्रकारातही जैन तत्त्वज्ञान आणि त्यावर आधारित आचारधर्म यांचा प्रत्यय येतो. काही स्वतंत्र अशा आचारधर्मावर आधारलेल्या रचनाही जैन साहित्यात येतात. विशेषत: पद्यरचनांमुळे अशी काही स्वतंत्र आचारधर्म सांगणारी पद्यरचनेतील पुस्तके आढळतात. साधुशिक्षा, सावयधम्मदोहा, सागरधर्मामृत, प्रियामंजिरी, सारसमुच्चय, समाधिमरणोत्सवव अशा काही पद्यरचनांमधून स्वतंत्ररीत्या आचारधर्माचे विवेचन आले आहे. आचारधर्म सांगणारी बहुतेक पुस्तके अनुवादित, रूपांतरित, भाषांतरित आहेत तर काही रचना या स्वतंत्र रचनाही आहेत. विसाव्या शतकातील भाषेत या रचना आहेत. या काळातील जैन समूह व समाजाला अपेक्षित असणाऱ्या भाषेतून व समाजाची अभिरूची असणाऱ्या साहित्यप्रकारातून या रचना केल्या गेल्या आहेत. पद्यात्मक आणि कथात्मक साहित्यामध्ये विशेष: आचरणाच्या दृष्टिने महत्वाच्या असणाऱ्या व्रतकथांचा भाग हा मोठ्या प्रमाणात आहे. यातील बहुतेक व्रतकथांचा काळ पौराणिक आहे. यातील निवेदनाची भाषाही पौराणिक आहे. परंतु भाषेचे स्वरूप आधुनिक आहे. कादंबरीसारख्या वाङ्मयीन प्रकारात तत्त्वज्ञान व आचारधर्म हा निवेदन,घटना, प्रसंग, संवाद, उपदेश, वर्णन यातून आलेले आहे. नाट्य वाङ्मयात संवाद, स्वगत, साधूंचा उपदेश व व्रतआचरणाची घेतलेली दीक्षा यांचे निवेदन करण्यासाठी नाट्य वाङ्मयातून आचारधर्म जाणवतो. आचरण धर्मामध्ये यतिधर्म आणि गृहस्थधर्म अशा दोन आचार धर्मांचे विवेचन पुन:पुन्हा येते. ९५ व्रते, महाव्रते, शिक्षाव्रते,

शील, तप, त्याग, ध्यान, कथा, मानवता, समता, आत्मिक आचरणामध्ये तप, ध्यान, १२ अनुप्रेक्षा, तसेच परिषह इ. आचरणातून आचारधर्म सर्वच वाङ्मयप्रकारात सांगितला गेला आहे. जैन साहित्यात आचारधर्म व तत्त्वज्ञान हे परस्पर पूरक आहेत. त्यामुळेच जैन साहित्यात आशय आणि आचारधर्म व तत्त्वज्ञान हा ताणाबाणा –उभा आडवा पोत आहे.

नाट्यवाङ्मयातील आचारधर्म

आधुनिक काळात जैन लेखकांनी हाताळलेल्या नाट्यवाङ्मयातही आचारधर्म सापडतो. संगीत नाटके, पौराणिक नाटके, व्यक्तिचित्रणात्मक नाटके असेच विषय जैन नाटकांचे अहेत. या नाटकांमध्ये येणारी पात्रे, त्यांचे संवाद, त्यांचा उपदेश, नाटकात अवतीर्ण होणारे मुनी त्यांचा उपदेश, नाटकातील राजे, आणि जैन आचरणाबद्दल या राजे लोकांनी पाळलेले आचारधर्म यातून नाट्यवाङ्मयातील आचारधर्म अधोरेखित करता येतो.

१९ व्या शतकाच्या अखेरीस व २० व्या शतकाच्या आरंभ काळात काही जैन संगीत नाटके सापडतात. या नाटकांमध्ये पौराणिक विषय आहेत. नाटकातील पौराणिक पात्रे जैनधर्माचे आचरण करतात. विशेषत: शील, त्याग, तप, अहिंसा, पंच अणुव्रते इ. विषयांच्या मर्यादेत हे आचरण या नाटकांमध्ये पाहावयास मिळते. उपलब्ध झालेल्या नाटकांमध्ये नेमचंद चवडे कृत सुशील मनोरमा या संगीत नाटकात आचरण सांगण्यासाठी हे नाटक लिहिल्याचे प्रस्तावनेत नाटककार सांगतो. 'एखादे नाटक करावे असा विचार झाला. तो जैनधर्माला अनुसरून त्यातीलच कथाभाग असावा, की जेणेकरून वाचणारास व ऐकणारास दोघांसही सद्बोध होईल; आणि स्त्रीपुरुषाचे आचरण सुधारेल'.(चवडे नेमचंद नारायण, सुशील मनोरमा, प्रस्तावना, १९०२) या विधानावरून आचरणाचे स्वरूप या नाटकामध्ये काय असावे हे लक्षात येते. या नाटकाची नायिका मनोरमा. आपले शील कसे आचरावे याबाबत मनोरमेला तिचे गुरुजी उपदेश करतात. ''मनोरमे! संसाराला अनुसरून तुला काही उपदेश करितो तिकडे लक्ष दे. दोन दिवसांनी तुझे लग्न झाल्यावर पतीबरोबर संसारसुखाचा अनुभव घ्यावा लागेल, त्यावेळेस स्वपतीच्या आज्ञेबाहेर कधीही वागू नकोस. तुझ्यापेक्षा जे वडील असतील, त्यांना पित्यासमान लहान असतील त्यांना पुत्रांसमान; व बरोबरीचे जे असतील त्यांना बंधूसमान समजून वर्तन करावे. तू सूज्ञ आहेस, तुला फार सांगावे असे नाही. पतिवृत्य हेच स्त्रियांचे मुख्य भूषण आहे. ज्या ज्या म्हणून स्त्रिया जगामध्ये वंद्य झाल्या त्या त्याच पातिव्रत्याच्या महात्म्याने बाई! मनोरमे! या सदुपदेशाकडे विशेष लक्ष ठेवून वागत

जा.'' (चवडे नेमचंद , संगीत सुशील मनोरमा, पृ.२२)

शील आणि पतिव्रत्या या विषयीचे आचरण या संवादाचून येते. 'संगीत गर्व परिहार अथवा महामुनी नंदीवर्धन नाटक'या नाटकातही जैन पंडित आचाराविषयी उपदेश करतात. श्रावकांनी पापाचा बंध करू नये. सदाचाराने पापकर्मे नाशवंत होतात याविषयी ते म्हणतात, 'कित्येक लोक मायेच्या पाशांत बद्ध होऊन हिंसा, चोरी, व्यभिचार, कपट, लोभ, निंदा, अभक्ष्यभक्षण इ. वाईट कर्मे करून, पापाचा बंध होऊन घेऊन शेवटी दुर्गतीला जातात. त्यापेक्षा दया, परोपकार, सौजन्य, ब्रह्मचर्य, वात्सल्य, देवपूजा, गुरुभक्ती, शास्त्राभ्यास, विनयता, दु:खितास साह्य करणे, न्यायाने उपजीविका करणे, तीर्थयात्रा करणे, ही जी मनुष्यांची कर्मे ती जर आचरण केली तर ह्या नाशिवंत शरीरास वारंवार जन्म घेण्याची जरूरच पडणार नाही.'(पृ.२१) याच नाटकात जैन आचरणाची उपहासात्मक खिल्लीही उडविली आहे. पाणी गाळून प्यावे या आचरणाविषयी ब्राह्मण म्हणतो, 'मला वाटते जैन लोक एखाद्या पशूच्या कळपांबरोबर नदीत किंवा सरोवरावर गेले असतील पाणी प्यायला, व पाणी पितांना कोठे एखाद्या पाण्याच्या घुटक्याबरोबर सवा मणाचा घोडा अडकला असेल नरड्यात तेव्हापासून केली असेल चाल सुरू, की गाळल्याखेरीज पाणी पिऊ नये'(चवडे गणपत , गर्वपरिहार, पृ.२५)

चवडे यांनी लिहिलेलेच संगीत नेमिनाथ विवाह अथवा राजमती विलापतसेच एस्.एस्. चौगुले यांचे जय राजनेमी या दोन संगीत नाटकांमध्ये अहिंसा आणि विरक्ती ही दोन आचारतत्त्वे अधोरेखित केली आहेत. या दोनही नाटकातील नेमिनाथ लग्नातील पशुहत्येमुळे वैराग्य स्वीकारतो व स्वत:च्या या कृतीने जैन अहिंसा तत्त्वाचे आचरण करतो. पशु हत्येपेक्षा स्वत: स्वीकारलेली विरक्ती त्याला महत्त्वाची वाटते.

शील आचरण हा एक अत्यंत महत्त्वाचा आचारधर्म जैन तत्त्वज्ञानात पुन्हा पुन्हा सांगतात. मग हे शील पुरुषाचे असो किंवा स्त्रीचे. शील आचरण याविषयावर ४-५ नाटके सापडतात. शीलवती अनंतमती या नाटकातील अनंतमती हे पात्र शील आचरणाबाबत जैनसाहित्यात खूप प्रसिद्ध आहे. या नाटकातील अनंतमतीवर लहानपणी ब्रह्मचर्य पाळण्याचे व्रत असे सांगितले होते. तिने हे व्रत जन्मभर स्वीकारले व अनेक संकटात आपले शील रक्षण करून शेवटी ती आर्यिका होते. शील आणि ब्रह्मचर्य यात शाश्वत सुख अहे. याविषयी ती म्हणते, 'आपले शील सांभाळून शाश्वत सुख मिळव. जैन धर्माचा अधिक अभ्यास

करून आत्म्याच्या शक्तीचा विकास कर आणि इहपरलोकी स्वत:चे हित करून आपल्या वंशाचा उद्धार कर.'(शहा वालचंद , संगीत शीलवती अनंतमती, पृ.४७)

शील आचरणाविषयी पुरुषांच्या शील आचरणाविषयी 'राजा यशोधर' व 'माता न तू वैरिणी' ही दोन नाटके लिहिली गेली आहेत. राजा यशोधर या नाटकात शील भ्रष्ट झालेली अमृताराणी व शीलवान राजा यशोधर यांची कथा येते. या कथेतील राजा शेवटी दिगंबर दीक्षा आचरण्याची प्रतिज्ञा करतो. जीवनभोग विलास व्यर्थ घालविणे चुकीचे आहे. माणूस शील विसरल्यावर अविवेकी बनतो. या विषयी तो म्हणतो, 'यौवन, संपत्ती, सत्ता आणि अविवेक या चतुष्टयीमुळे माणूस बेभान होतो आणि आपले कर्तव्य विसरतो. त्यामुळे त्याचा इहलोक व परलोक दूषित होतो. आप्तजनांसंबधीची त्याची माया, ममता आणि आसक्ती त्याला संभ्रम निर्माण करते. त्या रागद्वेषांत गुरफटल्याने तो आत्मकल्याणापासून च्युत होतो. स्त्रीमोह हे रागद्वेष निर्मितीचे सर्वांत मोठे भांडार आहे. तिच्या भ्रामक पतिनिष्ठेमुळे माणूस फसतो. वस्तुत: तो एक मोहजाल असतो व अंती आत्मघातक ठरतो.' (वैद्य हेमचंद्र , राजा यशोधर, पृ.७४,१९९२)

'शीलसम्राज्ञी' हे जैन रामायणावर आधारित नाटक सीतेची शीलपरीक्षा सांगणारे आहे. शीलपरीक्षेनंतर सीता जैन आर्यिकेजवळ दीक्षा घेते. वैराग्यभाव निर्माण झाले की विरक्तीच्या आचरणाची सुरुवात आपोआप होते. संसारभ्रमण व दुःखापासून सुटकेसाठी निर्विकल्प व्रतपरिचालना आवश्यक असल्याचे शेवटी सीता सांगते. यात श्राविकेची बारा व्रते सीता जन्मभर आचरते. जिनधर्मावर श्रद्धा ठेवते. अकरा प्रतिमा जाणते. देवशास्त्र, गुरूंवर श्रद्धा ठेवते व जैनधर्माचे आचरण आर्यिका दीक्षेद्वारे स्वीकारते. असे तिचे आचरण म्हणजेच जैनधर्माचे आचरण ह्या नाट्यकृतीद्वारे लेखक मांडतो.

'माता तू वैरिणी'या नाटकात मातेच्या सावत्र पुत्राविषयी निर्माण झालेल्या वासना विकारापासून या नाटकातील युवराज आपले शील अबाधित राखण्यासाठी प्रयत्न करतो. युवराजावर खोटा आळ येतो. त्याचे डोळे घालवले जातात. परंतु तो आपल्या शीलाचरणापासून ढळत नाही असे शील आचरणाचे महात्म्य सांगणारी काही नाटके पहावयाला मिळतात.

'क्षात्रवीर जीवंधर' हे जीवनातील नैतिक मूल्यांचे आचरण शिकवते असे नाटकाच्या मुखपृष्ठावरच लिहिले आहे. यातील जीवंधर हे मुख्य पात्र मिथ्यादृष्टीपासून दूर राहते. संकटे आली तरी भीत नाही. या नाटकातील जीवंधराचे

हे पुढील स्वगत आपणास नैतिक आचरणच शिकवते. जीवंधर म्हणतो, 'भगवान! मिथ्यात्वाच्या अंध:कारात मी गटांगळ्या खात आहे. या स्वार्थी संसाराचा शेवट करणारा आत्मज्ञानरूपी दिवा मला प्राप्त होवो. हे प्रभो! चंचल आत्म्याला मिथ्यात्वाच्या कवडीमोल शृंगारापासून अलिप्त ठेवण्याची मला शक्ती द्या. मी जन्मांध, अज्ञानी असलेल्या माझ्या अंत:करणात सन्मार्गाकडे प्रवृत्त होणारी तुझी नितांत भक्ती सदैव वास करो. हे भगवान! अद्वितीय नायका, संसारातील दु:ख दूर करण्यासाठी माझ्या मनाची शांती करा.'(जामदार बबन , क्षात्रवीर जीवंधर, पान–३०, १९९१)

अहिंसेचा विजय, बाहुबली वैराग्य, ध्येयवादी महावीर, चामुंडराय इ. नाटके अहिंसा तत्त्वाचा पुरस्कार करतात व अहिंसेच्या आचाराविषयी या नाटकातील पात्रे आग्रही राहतात. अहिंसेचा विजय या नाटकातील पात्रे कालीमातेच्या उत्सवातील हिंसा व बली प्रथेला विरोध करतात. ध्येयवादी महावीर या नाटकात महावीरांनी केलेला अहिंसा आचाराचा उपदेश पहायला मिळतो. 'महावीर–मानवतेच्या विकासाचा हाच मूलमंत्र होय. अहिंसक मार्गाने जनतेचं जीवन उजळल्याशिवाय खरी मानवता दृष्टिपथात येत नाही आणि समाजाचं सर्वांगीण उत्थान त्याशिवाय कदापि शक्य नाही.'(शहा शोभना, ध्येयवादी महावीर, पान१७, पान१७, १९८४)

महावीर जयंती नाटिकेमध्ये तर बालवाचकांना अहिंसेचे व्रत, चेष्टा करू नये, निंदा, चहाडी करू नये, त्याग करणे, व्रताचा आचरण करणे, नियम घेणे, घरात कसे वागावे, शेजाऱ्यांशी कसे वागावे,आईवडील गुरुजनांविषयी आदरभाव, अशा अनेक छोट्याछोट्या गोष्टी जीवनात आचरल्या पाहिजेत हे संवादातून सांगितल्या आहेत.

व्यसनमुक्ती आणि स्वाभिमानी मुलगी या छोट्या नाटकांमध्ये व्यसनांपासून दूर राहणे, व दुराचारापासून दूर जाणे यासाठी ही नाटके लिहिली आहेत.

वीरवर भामाशाह, चामुंडराय, खरा स्वार्थत्याग, हुतात्म्यांचा संदेश ही नाटके जैन धर्मासाठी व धर्मप्रसारासाठी आपले आचरण व तत्त्व न सोडता बलिदानासाठी तयार होण्याचा, बलिदान देण्याचा संदेश देतात.

पंचकल्याण नाटिका यातील संवाद तर जैन धर्मांवर श्रद्धा ठेवून पंचकल्याणासारखे विधी करताना कोणते भाव आचरण झाले पाहिजे याविषयी येतात. यातील पात्रे सतत आचारधर्माचे विवेचन व संवाद करत राहतात. बारा भावना, रत्नत्रय, साधूंची सेवा इ. आचरणाच्या गोष्टी याविषयी बोलत राहतात.

भाग्योदय अर्थात सिद्धचक्र माहात्म्यहे कर्मसिद्धांतावर आधारलेले नाटक. आचरणाच्या जोरावर यातील पात्रे संकटातून मुक्त होतात. यातील पात्रे संयम धारण करतात, व्रताचे आचरण करतात. या नाटकात मुनि आचरणाविषयी उपदेश करतात, 'श्रीसर्वज्ञ देवांनी धर्ममार्गाचे दोन भेद केले आहेत. एक मुनिधर्म आणि दुसरा गृहस्थधर्म. ज्यांनी सांसारिक सुखाचा त्याग करून मुक्ती हेच ध्येय मानले आहे त्यांच्यासाठी महाव्रते आहेत. हा मुनिधर्म. पण ज्यांना संपूर्ण संयम पाळणे शक्य नाही, त्यांच्यासाठी अणुव्रते सांगितली आहेत. अणुव्रते पाळणं हा गृहस्थधर्म होय.' (पान नं.-४२) मुनिधर्म आणि गृहस्थधर्म यांच्या आचरणाचे स्वरूप वरील विवेचनात नाटककार मुनींच्या रूपाने विवेचन करतात. या व्रताचे स्वरूप स्पष्ट करून व्रताचे आचरण कसे करावे या विषयी आचरणाचे स्वरूप सांगताना, 'हे व्रत वर्षातून तीन वेळा करावं लागतं. कार्तिक, फाल्गुन आणि आषाढ, यातीन महिन्यात शुक्ल अष्टमी ते पौर्णिमा हा या व्रताचरणाचा काल आहे. या व्रतकालात उपवास करणं, हे उत्कृष्ट व्रताचरण होय. आणि काही रसांचा त्याग करून एक वेळ भोजन करणं, हा मध्यम प्रकार आहे. हा काल धर्मध्यानात घालवावा. भजन, पूजन, सामायिक, अन स्वाध्याय, ही धर्मध्यानाची साधने आहेत.' (शहा वासंती , भाग्योदय अर्थात सिद्धचक्र महात्म्य, पान नं. ४३,)

सारांश

जैन साहित्यातील सर्वच वाङ्मय प्रकारांचे प्रयोजन हे धार्मिक तत्त्वज्ञान आणि आचारधर्माच्या प्रकटीकरणाचे आहे. नाटक हा रचनाप्रकारही याला अपवाद नाही. नाट्यरचनांमधूनही आचारधर्म सांगताना जैन आचरणातील पंच अणुव्रते, महाव्रते, बारा भावना, इ. सह अहिंसा, रत्नत्रयावरील विश्वास, व्यसनमुक्ती, शील, दया, क्षमा या आचारधर्माचे प्रकटीकरण पुन्हा पुन्हा दिसते. सामाजिक समस्यांपासून, कौटुंबिक संघर्षापासून व समकालीन आशयविश्वापासून दूर असलेली ही नाटके पौराणिक विषयात लिहिली गेली आहेत.

◆

विभाग – ४

अर्वाचीन मराठी जैन साहित्याचे वाङ्मयीन परिशीलन

प्रस्तावना

१९ व्या शतकाच्या उत्तरार्धापासून संत, पंत आणि तंत ही मराठी साहित्याची परंपरा खंडित झाली आहे असे म्हटले गेले असले तरी जैन साहित्य त्याला अपवाद आहे. गद्य आणि पद्य अशा दोन्ही प्रकारांत जैन साहित्य २० व्या शतकाच्या अखेरीपर्यंत प्राचीन मराठी साहित्याच्या सर्व वाङ्मयीन विशेषांसह आधुनिक साहित्याचे विशेष मांडणारी ही साहित्य परंपरा आहे.

प्राचीन मराठी गद्यपरंपरा व आधुनिक मराठीतील गद्यपरंपरा यांचा सुंदर मिलाप जैन साहित्यात पाहायला मिळतो. याचे कारण जैन गद्य साहित्य हे प्राचीन गद्य साहित्याच्या विशेषांसह आधुनिक गद्याचा स्वीकारही करते. जैन साहित्याची पद्य परंपरा ही सुद्धा संत,पंत,तंत या परंपरेतील साहित्याच्या विशेषांसह आधुनिक काव्यरचनेच्या सर्व गुणांसह आविष्कृत होताना दिसते. त्यामुळे वाङ्मयीन विशेषाच्या बाबतीत जैन साहित्य आधुनिक काळात मध्यवर्ती साहित्यधारेपेक्षा वेगळे व वैशिष्ट्यपूर्ण आहे याची प्रचीती आपणांस येते. जैन साहित्याचे परिशीलन करताना या साहित्याचे प्रयोजन, या साहित्यातील गद्य साहित्याचे विशेष, गद्य साहित्याच्या निवेदनाच्या पद्धती, निवेदनातील कथन, संवाद, तत्त्वज्ञान, पौराणिक बाज, तिचे वर्णनात्मक निवेदन यासह गद्य साहित्याचे पद्यरचनेचे वाङ्मयीन विशेषही बहुविध आणि वैशिष्ट्यपूर्ण आहेत. प्राचीन मराठी कवितेची परंपरा जैन कवींनी २० व्या शतकाअखेर कायम ठेवली आहे. प्राचीन पद्यरचनेचे सर्व प्रकार जैन कवी २० व्या शतकाच्या अखेरपर्यंत हाताळताना दिसतात.

मराठी, हिंदी, गुजराती, कन्नड अशा बहुतेक भाषांमधील रचनेचे प्रकारही जैन कवींनी आत्मसात करून अभिव्यक्त केले आहेत. त्यामुळे पद्यरचनेच्या वाङ्मयीन विशेषांचा एक स्वतंत्र विभाग करता येऊ शकेल. अर्वाचीन मराठी जैन साहित्याचे वाङ्मयीन विशेष तपासताना जैन साहित्याचे वाङ्मयीन परिशीलन तसेच प्राचीन काव्याच्या रचनाप्रकारांपासून ते आधुनिक काळापर्यंत हाताळलेले काव्यप्रकार हे तपासता येतील.

जैन साहित्याचे प्रयोजन

इतर साहित्याच्या तुलनेत जैन साहित्याचे प्रेरणा व प्रयोजन वेगळे आहे. मोरोपंतांनी म्हटल्याप्रमाणे 'काहीतरी करावया गावे' हा प्राथमिक उपदेश जैन साहित्याचा आहेच. त्याचप्रमाणे तत्वार्थसूत्राच्या पहिल्या सूत्राप्रमाणे –

मोक्षमार्गस्य नेतारं भेत्तारं कर्मभूभृताम् ।

ज्ञातारं विश्वतत्त्वानां वंदे तद्गुणलब्धये ।।

(मोक्षशास्त्र, अध्याय १, मंगलाचरण)

मोक्षमार्गास प्रबोधन करणारा, कर्मरूपी प्रर्वतांचा नाश करणारा व संपूर्ण तत्त्वास जाणणारा, या तीन गुणांच्या प्राप्तीसाठी जे प्रयत्न करतात त्यांच्याविषयीचे साहित्य निर्माण करण्यासाठी संपूर्ण जैन साहित्याची उठाठेव झालेली दिसते.

त्याचप्रमाणे मराठी जैन लेखकांनी गद्यरचना करताना आपली प्रयोजने विविध साहित्यप्रकाराच्या प्रारंभी सांगितली आहेत. उदाहरणादाखल काही प्रयोजनांची चर्चा करता येईल. जैन धर्मासंबंधी पहिलीच कादंबरी 'शिलादित्य' या कादंबरीचे प्रयोजन सांगताना लेखक प्रस्तावनेत म्हणतो, ''याशिवाय धर्म, नीती इत्यादी गोष्टींचीही सुधारणा नाटकांदिकांपासून होऊ शकते व तशा तऱ्हेची सुधारणा हळुहळू होत जाणे या देशांत अत्यावश्यक आहे. यासाठी ती सुधारणाही होईल तितकी करावयास झटावे हाही आमचा हे पुस्तक काढण्याचे कामी उद्देश आहे.'' (रानडे शंकर मोरो , शिलादित्य, भाग १ व २, पृ. २, १८९०,)

धर्माविषयी असणारे अज्ञान नाहीसे व्हावे हा उद्देश लेखकाने सांगितला आहे. कादंबऱ्यांप्रमाणेच प्राचीन पुराण ग्रंथांची कादंबरीसदृश भाषांतरे, रुपांतरे करणे या उद्देशाने बऱ्याच रचना जैन गद्यामध्ये आलेल्या आहेत. जैन साहित्यामध्ये 'हरिवंशपुराण', 'महापुराण', 'रामायणसार', 'जैन रामायण', 'जैन पद्मपुराण', 'पांडवकथा', 'महापुराणामृत'इ. ग्रंथांचे अनुवाद आणि रुपांतरे २० व्या शतकात झाली आहेत. प्राचीन महाकाव्ये, विशषेत: जैन महाकाव्ये लोकांपर्यंत पोहोचावीत

या उद्देशाने या प्राचीन रचनांचे रूपांतर अनेक कवी-लेखक करताना दिसतात. रावजी नेमचंद शहा हे 'श्री महापुराणामृत'ग्रंथाचे प्रयोजन सांगताना म्हणतात, ''हे 'महापुराणामृत' बहुजनसमाजाला जैन वाङ्मयाची गोडी लावावी या मुख्य हेतूने लिहिले आहे. वेळ व पैसा थोडा खर्चून ज्याच्या योगाने सर्वांना-जैनांना व जैनेतरांना महापुराणाचा किंबहुना जैनतत्त्वज्ञानाचा आस्वाद पूर्णपणे घेता येईल अशा पुस्तकांची सध्या अत्यंत आवश्यकता आहे असे वाटून, आम्ही हा प्रयत्न केला आहे.'' (शहा रावजी नेमचंद , श्री महापुराणामृत, पृ. १-२, १९३५,)

वाचकांना गोडी लावणे व बहुजन समाजापर्यंत जैन तत्त्वज्ञान पोहोचवणे हा आपल्या साहित्याचा हेतू असल्याचे लेखक सांगतो.

जैन तत्त्वज्ञान आणि अहिंसेचा प्रयत्न यासह कथा वाङ्मयाची गोडी लावणे व त्यातून जैन तत्वज्ञानाचा प्रसार-प्रचार करणे; या गोष्टीही या साहित्याच्या मागे प्रयोजनार्थ दिसतात. आपल्या कादंबऱ्यांचा हेतू सांगताना 'अहिंसा सम्राट' कर्ते वा. ना. शहा व आप्पा भाऊ मगदूम कादंबऱ्यांच्या प्रस्तावनेत प्रस्तावनकार (र. हि. दोशी) म्हणतात, ''सांप्रत काळी जगाचे लक्ष 'अहिंसा' तत्वाकडे खेचले जात असल्याने, या तत्वाला जोराची चालना देऊन त्याचा भारतवर्षात प्रसार ज्या जैन क्षत्रिय महात्म्याने केला, त्या महावीर प्रभूच्या आयुष्याशी निगडित असलेले एक मनोवेधक कथानक काल्पनिक रूपाने ग्रंथकर्त्याने रचले आहे. वाचकांना ही कादंबरी मनोरंजक वाटल्याशिवाय राहणार नाही.'' (पृ.७) तर स्वत: लेखक, 'महात्मा गांधींनी प्रारंभिलेल्या अहिंसेच्या नव्या मन्वंतरात लोकशिक्षणाचे अल्पसे कार्य माझ्या अहिंसा सम्राटाच्या हातून घडले तरी मला समाधान वाटेल' असे म्हणतो. (शहा वालचंद नानचंद , अहिंसा सम्राट महावीर, पृ.१०, १९४८,)

त्याप्रमाणे आ.भा.मगदूम हे, 'तात्त्विक पुस्तके वाचण्याचा सर्वसामान्य लोकांना कंटाळा वाटतो. म्हणूनच कथात्मक पण ज्यामुळे धर्मप्रेम आणि स्वाभिमान वृद्धिंगत होईल, अशीच पुस्तके प्रसिद्ध केली जातील. प्रस्तुत पुस्तकात अशाच एका प्रसंगाचे चित्रण करून शेवटी, अहिंसेचा विजय कसा होतो हे दाखविले आहे.'(मगदूम आ.भा., अहिंसेचा विजय, संपादकीय १९३९,)असे म्हणतात.

अहिंसा तत्त्व हे आज समाजासाठी किती गरजेचे आहे यासाठी आजच्या युगात महात्मा गांधी झटतात. म्हणून भ.महावीरांच्या जीवनाचा आदर्श डोळ्यांसमोर ठेऊन राष्ट्रकार्यासाठी आपण या ग्रंथांची निर्मिती केली असल्याचे लेखक सांगतात.

'महासती चेलना' सारखी आदर्श स्त्री आजच्या समाजाला अशी आदर्शवत

आहे. ही प्रस्तुतता आजच्या काळात सांगणारी ही कथा आहे. याविषयी प्रसिद्ध प्रस्तावनाकार वा.ना.शहा म्हणतात,''धार्मिक साहित्याविषयी गोडी निर्माण करण्यासाठी जीवन चरित्रे फार मोठी कामगिरी करतात. 'महासती चेलना' यासारखी रसग्राही व बोधप्रद कथा वाचताना वाचक क्षणभर का होईना त्यात गढून जातो व कालांतराने त्यातूनच जगातील अमर व अनंत तत्त्वाशी समरस पावण्याचे सामर्थ्य निर्माण झाल्याशिवाय राहात नाही''(बीडकर राजेंद्र , महासती चेलना, प्रस्तावना, १९७९,)

कादंबऱ्यांप्रमाणेच चरित्रेही जैन साहित्याचा मोठा भाग आहेत. जैन धर्मातील अनेक थोर पुरूषांची चरित्रे लिहिली गेली आहेत. चरित्रांची सत्यता दृढ करण्यासाठी व महापुरुषांच्याविषयी असलेले गैरसमज दूर करण्यासाठी २० व्या शतकात अनेक चरित्रे लिहिली गेली आहेत. त्याचप्रमाणे प्रथमानुयोग साहित्यामध्ये चरित्रलेखनाचा फार मोठा वाटा आहे. वासंती शहा यांनी 'भगवान महावीर' यांचे चरित्र व त्या चरित्राचा हेतू सांगताना भ.महावीरांसंबंधी व जैन संस्कृतीसंबंधी पहिल्या शतकात पसरलेले समज-गैरसमज नाहीसे करण्यासाठी हे चरित्र लिहिले आहे.

वीरानुयायी आ.भा.मगदूम यांनीही जैन समाजाविषयी असणारे अज्ञान दूर व्हावे यासाठी आपण 'सम्राट चंद्रगुप्त'चे चरित्र लिहिल्याचे सांगितले आहे, 'चंद्रगुप्ताच्या मौर्य-क्षत्रिय वंशासंबंधी आणि त्याच्या जैनत्वासंबंधी इतके सबळ पुरावे आज उपलब्ध आहेत की कोणालाही त्या गोष्टी कबूलच कराव्या लागतील. या लहानशा पुस्तकातील माहितीवरून चंद्रगुप्ताच्या इतिहासासंबंधी संपूर्ण ज्ञान जरी झाले नाही, तरी त्यासंबंधी असलेले अज्ञान नष्ट झाले, तरी आंम्हाला समाधान होईल.'(आ.भा.मगदूम, सम्राट चंद्रगुप्त, संपादकीय, १९३८,)

जगामध्ये आदर्शांचीच पूजा होते. समाज त्यांच्यापासूनच प्रेरित होतो म्हणून महापुरुषांच्या चरित्रांची गरज असते. त्याविषयी 'कोणाही धार्मिक, भाविक व पराक्रमी महापुरुषांच्या चरित्राचा अंतर्भाव प्रथमानुयोग शास्त्रांत होतो. आणि अशा चरित्रलेखनाची परंपरा अनादिकालापासून दृष्टांताकरिता सर्व जगापुढे मांडणेची रूढी आहे. व तशीच ती पुढे असणे इष्टही आहे.' असे दादातनय म्हणतात (दादातनय,, श्रीपायसागर निर्ग्रंथ महामुनि चरित्र, प्रस्तावना: कालचंद्र नि. शास्त्री १९३७)

मराठीतील बहुतेक चरित्रे ही थोरांपासून आदर्श घ्यावा, त्यांचा आदर्श समाजासमोर असावा. समाजाने त्यांच्याप्रमाणे नीतीने वागावे. त्यांच्या चरित्राचा

आदर्श ठेवण्याच्या उद्देशाने लिहिलेली आहेत. साहित्यलेखनाचा हेतू व जैन साहित्याचे प्रयोजन हे मध्यवर्ती साहित्यापेक्षा वेगळे आहे. साहित्य हा समाजाचा आरसा असतो. वास्तवाचे प्रतिबिंब त्यात पडते. लेखक जे जगतो ते लिहितो. ही २० व्या शतकातील समकालीन साहित्याची प्रयोजने जैन साहित्याला अंशतः लागू पडतात. प्राचीन, संस्कृत, प्राकृत साहित्याची प्रयोजने जी पूर्वसूरींनी सांगितली आहेत. ती धर्म, नीती, बोध, उपदेश इ. प्रयोजनांचाच पुनर्विचार या साहित्याने केलेला दिसतो.

जैन साहित्याच्या अनेक प्रयोजनांपैकी प्राचीन, प्राकृत, संस्कृतमधील ज्ञान समकालीन भाषेत व बहुजन समाजास उपयुक्त होईल या हेतूने जैन साहित्य लिहिले गेले आहे.

नाटक या साहित्याचे प्रयोजन सांगताना १९०२ साली नेमचंद नारायण चवडे 'सुशील मनोरमा' नाटकाच्या प्रस्तावनेत म्हणतात, ''एखादे नाटक तयार करावे असा विचार झाला. तो जैनधर्माला अनुसरून त्यातीलच कथाभाग असावा, की जेणेकरून वाचणारांस व ऐकणारांस दोघांसही सद्बोध होईल; आणि स्त्रीपुरूषाचे आचरण सुधारेल; एवढा मानस करून शीलकथा संस्कृत व हिंदी ग्रंथाच्या आधाराने त्यातील सारासार व योग्य मतलब घेऊन ह्या कथानकांतील मुख्य नायिका मनोरमा ही असल्यामुळे, ह्या नाटकास सुशील मनोरमा नाटकनाव दिले आहे.''(चवडे नेमचंद ना. , संगीत सुशील मनोरमा नाटक,पृ.१, १९०२,)

प्राचीन भाषेतील कथानके मराठीत आणण्याचा हेतूने अशी नाटके लिहिली गेली. त्याचप्रमाणे इतर धर्मीयांनी अनेक ग्रंथ लिहून धर्मप्रसार केला. त्याप्रमाणे जैनांनीही तो करावा यासाठी साहित्य लिहिले पाहिजे हे प्रयोजन सांगितले गेले आहे. 'खरा स्वार्थत्याग' या नाटकाच्या प्रस्तावनेत अज्ञात उर्फ मो.हि.गांधी म्हणतात, ''पौराणिक विषयावर मनोरंजक ग्रंथ लिहून वैदिकांनी आपल्या पूज्य व्यक्तींची चरित्रे सर्वतोमुखी केलेली आहेत. आपणही असा प्रयत्न केला पाहिजे...... ख्रिश्चन व वैदिकांचे वाङ्मयीन व महंमदी आणि बौद्धांचे लौकिकमार्ग पत्करून जैनांनीही स्वधर्म प्रसार केला पाहिजे.''(बालसुत, खरा स्वार्थत्याग, पृ.३, १९३६) असा धर्मप्रसाराचा हेतू या साहित्यामागे आलेला आहे. प्राचीन जैन पराक्रमी पुरूषांची चरित्रे, नाटक, कथा, कविता, कादंबरी इ. वाङ्मयातून आले आहे. २० व्या शतकातील मराठी भाषेतही चरित्रे का लिहिली याचा हेतू सांगताना आ.भा.मगदूम 'चांमुडराय' या नाटकाच्या प्रस्तावनेत म्हणतात, ''एकंदरीत पाहता भारताच्या इतिहासात चांमुडरायसारखे सर्वगुणसंपन्न वीर फारच

थोडे निघतील. शौर्य, साहस, निःस्वार्थता, उदारपणा, मुत्सद्देगिरी, धर्मप्रेम, विद्वत्ता वगैरे अनेक गुणांनी त्यांचे चरित्र त्यागी आणि भोगी या सर्वांनाच आदर्शवत झाले आहे.''(आ.भा.मगदूम, चामुंडराय, पृ.४, १९४२)

चरित्र, कथा अशा अनेक साहित्य प्रकारांतून हे साहित्य मराठीत आणल्याचे दिसते. जैन साहित्याचे हेतू असे विविध वाङ्मयप्रकारातून अनेक हेतू सांगितले आहेत.

कवितेसारखा साहित्य प्रकार तर जैन कवींनी अनेक पातळ्यांवर हाताळला आहे. कथा, आख्यान, दीर्घकाव्य, चरित्र अशा अनेक रचना जैन कवींनी पद्यात केला आहेत. या सर्व काव्यांचे हेतू हा धर्म, नीती, सदाचार, उपदेश, आदर्श असाच दिसतो. मोक्षमार्गाकडे जाण्यासाठी तीर्थंकरांचे गुण गाण्यासाठी ही काव्ये लिहिली गेली आहेत. यातील बहुतेक काव्ये अनुवादितही आहेत. कवी 'बालदास' उर्फ जिनदास चवडे यांनी म्हटल्याप्रमाणे-

मूळभाषा हिंदीतून। महाराष्ट्र केली निवडून।।
आषाढ शुद्ध तेरसी दिन। पूजा पूर्ण झाली असे।।
(जिनदास चवडे, निर्वाणक्षेत्र पूजा, पृ.२५ १८९४)

असे 'महाराष्ट्र भाषेतून' काव्य करण्याचे प्रयोजन सांगितले आहे.

हिंदी प्रमाणेच गुजराती भाषेतील, कानडी भाषेतील साहित्यही मराठीत आणण्याच्या हेतूने रचना झालेल्या आहेच. कवी नथ्थूसा पासूसा यांनी गुजराती भाषेतील मराठीत साहित्याचा हेतू सांगताना,

''ब्रह्म जिनदास बुधवर। वर्णिला भाषया गुर्जर।
कलश दशमी व्रतवर। कल्याणालागी।।४।।
असे जशी ती कथा। केली मराठी ही तथा।
अनुसरूनि तदीय पथा। साधावे निजहित।।५।।''

अशा प्राकृत, गुजराती, कन्नड, तामिळ भाषेतील व्रतकथा मराठीत आणण्याच्या हेतूने कवी प्रस्तुत कविता लिहितो. या कविता लिहून निजहित साधण्याचा हेतूही कवीचा आहे. 'जैन व्रतकथासंग्रह'या पुस्तकाचा हेतूच 'धर्मपरायणरसिकांप्रत' असल्याचे कवी सांगतो. आपली कविता आपण करत नसून तुकारामाप्रमाणे आपल्या कवितेचे श्रेय कवीने परमेश्वरास दिले आहे. आपण अज्ञ असल्याचे सांगून कवी म्हणतो,

वृत्ताचे मज गम्य नाही, नच मी छंदासी अभ्यासिलें।
अभ्यासोनि, सुवृत्तदर्पण कधी, नाहींच मी पाहिलें।।

जिनेंद्रावरती असे सु–मन हें, त्याचीच कृपा दिसे।
त्याने हो, लिहवून ओविगित हें, नांवास मी हा असे।।

(नथ्थूसा पासूसा, जैनव्रतकतासंग्रह, १९३६)

आपल्या काव्य लेखनाचा हेतू, काव्यलेखनाचे श्रेय कवी वरीलप्रमाणे सांगतो. कवी हिरांचंद अमोलिख यांनीही आपल्या कवितेचे श्रेय आपले गुरू ब्रह्ममहतिसागर यांना दिले आहे. 'भवतमनाशन' करणारे व 'ज्ञानप्रकाश' देणारे आपले गुरू असल्याचे कवी सांगतो. त्यांच्यासाठी आपण कविता लिहिल्याचे सांगताना कवी म्हणतो,

ब्रह्ममहति गुरूराज माझा। चरणी नमस्कार माझा।
देऊनि मतिस्तन पुष्टवी मजला, वच्छ मी होय तुझा।
ज्ञानप्रकाशक भवतम नाशक। तुजविण नाहीं दुजा।।१।।
अमुलिकसुत म्हणे हो प्रसन्न मज। वदवी कथा सहजा।।३।।

(हिराचंद अमोलिक, श्रीनलचरित्र, पृ.१ व २, १९२६)

आपल्या गुरूचे कार्य, गुरूच्या कृपाप्रसादामुळेच आपण कविता लिहितो. आपल्या काव्याचे प्रयोजन हे ज्ञानप्रकाशन आणि तमनाशनासाठी आहे. असेच यातून कवीला म्हणावयाचे असावे.

साहित्याच्या लेखनाने आत्मकल्याण होते. मोक्षप्राप्तीसाठी साहित्य हे माध्यम ठरते. यासाठी कवी आपले लेखन करताना दिसतात. कवी हिराचंद तलकचंद शहा हे आपल्या काव्यलेखनाचा हेतू सांगताना म्हणतात, ''आचार्यांचे समृद्ध मौलिक विचारधन काव्याच्या माध्यमातून मराठीत आणताना मनन चिंतनामुळे परिणाम विशुद्ध होऊन आत्मिक उन्नतीचे व मनोमन धर्मप्रभावनेचेही सद्भाग्य लाभेल या निरपेक्ष हेतूने अनुवादाचे कार्य हाती घेतले.''

आत्मिक उन्नती व विशुद्ध परिणामाचे काव्य लिहिणे कवीला महत्त्वाचे वाटते. त्याचबरोबर क्षणभंगुर संसारामध्ये काव्यरचना ही अविस्मरणीय असते. ''संध्याछायेत नजर फिरे चौफेर उरे। क्षणभंगुर संसार'' अशा संध्याछायेत कवीला काव्यरचना करावीशी वाटते.

जैन साहित्यातील अशा वाङ्मय प्रकारांची लौकिक अशी विविध प्रयोजने जैन साहित्याच्या मागे आहेत. धर्म, नीती, सदाचार, मोक्ष याप्रमाणेच जैन तत्त्वज्ञानाचा प्रचार, प्रसार, जैन प्रथमानुयोग साहित्याची गोडी लावणे, त्याचप्रमाणे इतर अनेक भाषांमधील साहित्य मराठीत आणणे. बहुजन समाजापर्यंत जैन

तत्त्वज्ञानाची महती पटवून देणे आणि २० व्या शतकात अस्थिरता, हिंसा, सामाजिक प्रदूषण इ. वाईट गोष्टींपासून समाजाला बोध देणे, आज समाजात आवश्यक असणाऱ्या जैन तत्त्वज्ञानाला पुन्हा उपयोजित करणे अशा अनेक कारणांसाठी जैन साहित्याची प्रयोजने असल्याचे दिसते. २० व्या शतकातही पौराणिक, प्राचीन ग्रंथांचा अनुवाद मराठी भाषेत करण्याचा हेतू काय असावा याकडे लक्ष वेधल्यास आपणांस या साहित्याचे प्रयोजन काय असावे हे लक्षात येते. गेल्या शतकभरात जैन साहित्याने मराठी भाषेत प्राचीन, पौराणिक, प्राकृत, संस्कृत, कन्नड, गुजराती इ. भाषांतील ग्रंथांचे २० व्या शतकातील मराठी भाषेत पुनरुज्जीवन केले आहे. या पुनरुज्जीवनाचा हेतू हा प्राचीन जैन तत्त्वज्ञानाची पुनर्मांडणी हाच आहे.

२० व्या शतकात मराठी साहित्य आधुनिक आणि इहवादी दृष्टिकोनातून रचले जात असताना जैन साहित्य मात्र पारंपरिक आणि प्राचीन दृष्टिकोनातूनच आपली मांडणी करताना दिसते. याचे कारण वरील साहित्याचे हेतू लक्षात घेतल्यास आपणांस जैन साहित्याचा हेतू लक्षात येतो.

मराठी जैन गद्य साहित्याची निवेदन शैली

मराठी गद्य रचनेचा विकास महानुभावीय ग्रंथांपासून १८ व्या शतकातील बखरीपर्यंत प्राचीन साहित्यात आढळतो. १९ व्या शतकात मराठी गद्यशैलीने नवे वळण गेतले. इंग्रजी गद्यशैलीचा प्रभाव, वृत्तपत्रीय गद्यलेखन, निबंधासारखा नव्याने येऊ घातलेला साहित्यप्रकार, कादंबरी, चरित्र, आत्मचरित्र, प्रवासर्णन इ. गद्य रचनेचे नवे प्रकार उदयास आले. आधुनिक काळात जैन साहित्यानेही गद्य रचनेचे नवे प्रकार स्वीकारले.

कथा-कादंबरीसारखा, आणि नाटच्य वाङ्मयासारखा व चरित्र-आत्मचरित्रासारखा गद्य वाङ्मयप्रकार जैन लेखकांनी स्वीकारलेला दिसतो. १९ व्या शतकाच्या अखेरीस जैन साहित्याची मुद्रित परंपरा सुरू झाली. १८८५ साली सुरू झालेल्या 'जैनबोधक' सारख्या नियतकालिकातून जैन धर्माविषयी, जैन साहित्याविषयी गद्यातून आपले लेखन सुरू केले गेले. प्राचीन जैन ग्रंथांची भाषांतरे करून जैन धर्माचा परिचय, प्राचीन जैन कथांची मराठी गद्यात भाषांतरे, जैन धर्मासंबंधी वैचारिक लेख व सुरुवातीच्या काळात प्रकाशित झालेली काही जैन धर्माची माहितीवजा पुस्तके यातून मराठी जैन साहित्यातील गद्यरचना आविष्कृत होऊ लागली.

१८९० साली जैन तत्त्वज्ञानाचा ऊहापोह करणारी व समर्थन करणारी शंकर

मोरो रानडे यांची 'शिलादित्य'ही कादंबरी लिहिली गेली. जन्माने जैनेतर असलेल्या पण या कादंबरीकाराची गद्यभाषा तत्कालीन हरिभाऊ आपटेंसारख्या कादंबरीसारखीच होती. नंतर २० व्या शतकात रावजी नेमचंद शहा, कलाप्पा भरमाप्पा निटवे, रावजी सखाराम दोशी, आण्णा आप्पा वाडकर इ. तत्कालीन जैन विद्वानांनी काही ग्रंथ गद्य भाषेत मराठीत आणले. विशेषत: जैनांचे पुराणग्रंथ या लेखकांनी गद्यात आणले. या गद्यभाषेची स्वरूपे भाषांतरित अथवा रूपांतरित अशी होते. प्रथमपुरुषी निवेदनातून ही महापुराणे, महाकाव्ये अनुवादित केलेली दिसतात. यानंतर त्याकाळात जैन लेखकांनी लिहिलेल्या संगीत नाटकांमध्ये येणारे गद्य हेही जैन साहित्यातले गद्य होय. याच काळात मराठी जैन कथांचा उदय मोठ्या प्रमाणात झालेला दिसतो. या कथा मात्र पारंपारिक, पौराणिक धाटणीच्या कथा म्हणून आपणांस पहायला मिळतात. कथा, कादंबरी, नाटक याच बरोबर वैचारिक आणि याच काळात नव्याने सुरू झालेली जैनांची चरित्रलेखनाची परंपरा यातून मराठी जैन ग्रंथांची ओळख आपणांस होते.

या गद्याची निवेदनशैली विविध वाङ्मय प्रकारानुसार आपणांस पुढीलप्रमाणे पाहता येईल.

१) मराठी जैन कादंबरीतील निवेदन शैलीचे स्वरूप

आधुनिक मराठी गद्याचा इतिहास १९ व्या शतकात सुरू होतो. या गद्य परंपरेला समृद्ध करण्याचे कार्य कादंबरी या वाङ्मय प्रकाराने केले आहे. 'मुक्तामाला'ही रंजनप्रधान कादंबरी या लेखकाच्या प्रथमपुरूषी निवेदनातून अद्‌भुतरम्य भाषेत लिहिली गेली आहे. 'मोचनगड' सारखी ऐतिहासिक कादंबरी इतिहासाचे निवेदन करतानाही निवेदकाच्या भूमिकेत लिहिली गेली आहे. हरिभाऊ आपटे यांनी सामाजिक आणि ऐतिहासिक कादंबऱ्या दीर्घ पाल्हाळातून लिहिल्या. १९ व्या शतकातील बहुतेक सर्वच कादंबरीचे निवेदन गोष्टीरूप कथन पद्धतीने लिहिल्या गेले आहे. 'कादंबरीकार कादंबरीचे कथानक सांगतो' असे हे निवेदन होते. पौराणिक कादंबरी लिहिताना याच प्रकारचे निवेदन आढळते.

१८९० साली 'शिलदित्य' नावाची कादंबरी खऱ्या अर्थाने पहिली पौराणिक कादंबरी म्हणून पाहता येईल. शंकर मोरो रानडे यांनी जैन तत्त्वज्ञानाचा पुरस्कार करणारी व जैन, हिंदू, बौद्ध यांच्या संघर्षाची कथा असणारी ही कादंबरी लिहिली. २०० पानांची ही कादंबरी तृतीयपुरूषी गोष्टीरूप निवेदनातून कथन केली आहे. गोष्टीरूप निवेदन हा त्याकाळचा निवेदनाचा विशेष म्हणता येईल. लेखक एकेक घटना सांगत जातो. या कादंबरीतील कथानक पौराणिक असले

तरी यात तृतीयपुरूषी निवेदन येते. लेखक वाचकाला कादंबरी सांगतो. कादंबरीतल्या घटना पौराणिक असल्या तरी लेखक साक्षेपी या भूमिकेतून या घटना सांगतो. यातील संवादही याच भूमिकेतून लेखक लिहितो.

उदा.''वर वर्णिलेला प्रकार होत होता, त्यावेळी सुमारे दोन घटिकांवर सूर्य आला होता. व जरी तितक्या लवकरही सूर्याच्या किरणांपासून नेत्रास बराच त्रास होत होता, तरी सर्व लोकांचे लक्ष एकसारखे त्या सूळाकडे लागले होते. इतक्यात पूर्व दिशेच्या रस्त्याकडून टिमकी पिटत असलेली ऐकूं आली, तीबरोबर सर्वांचे डोळे सुळावरून निघून त्या रस्त्याकडे वळले. सुमारे पाच घटकेच्या अवकाशात तिकडून पुढे वध्य चिन्हें घातलेले असे नागवे उघडे दोन जती, त्यांचबरोबर त्या दोघांच्याही दंडास बळकट दोऱ्यांनी बांधून त्यांची शेवटे एका हातात व दुसऱ्या हातात नागव्या तरवारी घेतलेले असे दोन धिप्पाड व जवान,शिपाई, मागाहून काही घोडेस्वार, त्यांचे पुढे दोनतीन लष्करी अंमलदार व न्यायसभेचे मुख्य अधिकरणिक इतके लोक मोठ्या थाटाने वाजत गाजत व मध्येमध्ये वाद्ये वाजविण्याचे थांबले म्हणजे टिमकी वाजवून सर्व लोकांस त्या दोघा जतींस सुळावर चढविण्याचे कारण कळवीत, येताना दृष्टीस पडले.''(पृ.१ व २) या निवेदनात 'सूर्याच्या किरणांपासून नेत्रांस बराच त्रास होत होता'; 'रस्त्याकडून टिमकी पिटत असलेले ऐकू आले' अशा विधानातून लेखक स्वत: साक्षी असल्याचे जाणवते.

अनेक प्रकरणात ही कादंबरी लिहिली असून कादंबरी कथन पद्धतीने येते. प्रत्येक प्रकरणाच्या सुरुवातीला कादंबरीकार (मागील प्रकरणात सांगितल्याप्रमाणे) या विधानाने प्रकरणाची सुरुवात करतो. अनेक परिच्छेद सुरू करतानाही 'इतके झाल्यावर', 'याप्रकारे', 'अशाच प्रकारे','याप्रमाणे' असे शब्द वापरून मागील कथानक पुढे चालू ठेवण्याचा प्रयत्न लेखक करतो.

पाल्हाळिकपणा हा त्या काळातील निवेदनाचा विशेषच म्हटला पाहिजे. याही कादंबरीत लेखक पाल्हाळिक वर्णने करतो. निसर्गवर्णने, प्रसंगवर्णने यात लेखक वेळ घालवितो. उदा. ''ज्याप्रमाणे अर्धी घटिका वाट चालल्यावर आमचे प्रवासी एका मोठ्या झाडाजवळ आले. त्या ठिकाणी तीन रस्ते फुटले असून त्यांपैकी एक रस्ता मन्यरू गावाकडे जात होता. त्यावेळी चांदणे स्वच्छ पडले असून वाराही बराच गार वाहत होता व त्यायोगे तशा आल्हाददायक वेळी दुसरा कोणी मनुष्य रस्त्यातून फिरत असता तर त्याच्या मनाला त्यावेळच्या अत्यंत रमणीय भूप्रदेशाच्या दर्शनाने निरतिशय प्रसन्नता आली असती यात संशय नाही''(पृ.७२) या निवेदनातील निसर्गाची वर्णने कादंबरीत पुन:पुन्हा

येतात.

अशा पाल्हाळिक निवेदनाबरोबरच संवादी निवेदन, मध्येच एखादे सुभाषित व एखाद्या प्रसंगाला पुष्ट्यर्थ एखादे सुभाषित, त्या सुभाषिताचा अर्थ अशी निवेदने या कादंबरीत येतात.

'शिलादित्य' कादंबरीनंतर मात्र कादंबरी या आकृतिबंधात बसणाऱ्या रचना फारशा झाल्या नाहीत. १९१५ साली 'महापुराणामृत' अथवा 'प्रथम तीर्थंकर वृषभनाथ व प्रथम चक्रवर्ती भरत यांचे चरित्र'याची रचना रावजी नेमचंद शहा यांनी केली आहे. कादंबरीसदृश हे महापुराण मराठीत आणण्याचा प्रयत्न यात केला आहे. यात कथानक येते, निवेदन येते, कथन येते, संवाद येतात म्हणून यास कादंबरी म्हणण्यास हरकत नाही. या ग्रंथाचा विषय पौराणिक असल्यामुळे याही कादंबरीचे निवेदन पौराणिक कथनपद्धतीने गोष्टीरूप येते. ''त्रिदेह क्षेत्रात गंधिल नांवाचा देश आहे. त्या देशातील पाटली नांवाच्या गांवांत नागदत्त नावाचा वणिक् राहत असे. त्याला सुमती नांवची एक स्त्री होती. त्या दांपत्यास पांच पुत्र व तीन कन्या होत्या. त्यांपैकीच मी एक होय. माझे नाव निर्नामा असे होते. तीच मी श्रीमती होय. एके वेळी सुदैवाने सहज माझी व पिह्रितास्रव नावाच्या अवधिज्ञानी मुनीची गांठ पडली. त्यांना पाहून मी म्हणले की, 'हे भगवन् मी या दरिद्री कुलात कोणत्या कर्माने उत्पन्न झाले ते सांगा' तेव्हा ते मुनी मला म्हणाले, 'हे कन्ये, याच गंधिल देशांतील पलालपर्वत नांवाच्या गांवात देविल नावाच्या पाटलापासून सुमति नावाच्या स्त्रीच्या उदरी जन्म पावलेली धन्यश्री नामे कन्या तू पूर्वजन्मी होती. तेव्हा एकेवेळी तू अज्ञानामुळे मृत कुत्र्याचे दुर्गंध शरीर समाधिगुप्त नांवाचे मुनी शास्त्र पठण करीत असता त्यांच्यापुढे टाकिले. त्यावेळी मुनी तुला म्हणाले की, 'हे कन्ये, तू अत्यंत अनुचित कर्म केले आहेस. हे तुला परिणाम अत्यंत कटू असे फल देईल.' (रावजी ने.शहा, महापुराणामृत, पृ.४२, १९१५)

या निवेदनातून पौराणिक बाज असलेले व कथनशैलीतून केलेले निवेदन यात आढळते. अशाच प्रकारे 'हरिवंश पुराणा'चे कादंबरी सदृश भाषांतर जीवराज गौतमचंद दोशी यांनी केलेले आहे. ही भाषांतरे असली तरी कादंबरीच्या निवेदनाचे बहुतेक सारे विशेष यात सापडतात.

प्रारंभी जैन लेखकांना कादंबरी हा वाङ्मयप्रकार अहितकारक वाटत होता. समाजामध्ये अनीतीला उत्तेजन देणे, कामविकार वाढवणे, मन बहकणे, प्रेमजालामध्ये व सांसारिक गोष्टीत अडकणे या गोष्टी कादंबरीमध्ये घडतात असे

'रामायणसार'कर्ते अनंततनय यांनी (पृ.४) म्हटले आहे. कादंबरी म्हणजे मद्यपानासारखे व्यसन आहे. म्हणून धर्मकथा, सत्कथा म्हणण्यापेक्षा 'विकथा' म्हणता येईल असे लेखकाचे म्हणणे आहे. अशा विकथा लिहिण्यापेक्षा आत्म्याचा उद्धार करण्यासाठी भाषांतरित केल्या जाव्यात असे लेखकाचे म्हणणे आहे.

परंतु 'अनंततनयांचे रामायणसार' हे भाषांतरित पुस्तक कादंबरीसारखेच आहे. यातील निवेदने, संवाद हे पौराणिक कादंबरीच्याच निवेदनासारखी आहेत. प्रथमपुरुषी पौराणिक धाटणीचे व कथन पद्धतीचे निवेदन या 'रामायणसार'कादंबरीसदृश्य पुस्तकात आले आहे. परंतु पुढे हीच जैन महाकाव्ये कादंबरीरूपात सुमतिबाई शहा यांनी लिहिली आहेत. ''रामायण हे वृद्धांना पुराण म्हणून वाचता येईलच परंतु नव्या पिढीला हे कथानक कादंबरीप्रमाणे रोचक व आकर्षक आहे. मूळ कथा सादर करीत असतानाच त्याची भाषा अलंकृत आहे. नव्या जमान्याशी नाते जोडण्याचा प्रयत्न यात काळानुसार साधला आहे.'' असे 'जैनरामायण' या कादंबरीच्या प्रस्तावनेत संजय बोपलकर यांनी म्हटले आहे. सुमतिबाई शहा यांनी 'महापुराण'आणि 'जैनरामायण' हे कादंबरीरूपात मराठीत आणले आहे. साहजिकत यातील निवेदनाचे स्वरूप हे कादंबरीसदृश्य आहे. यातही प्रथमपुरुषी निवेदनातून रामकथा व महापुराणात महाभारताची कथा आली आहे. यातील संवाद व निवेदने आधुनिक काळातल्या पौराणिक कादंबरीतील निवेदनासारखी आहेत.

'शिलादित्य'नंतर जिला स्वतंत्र मराठतील जैन कादंबरी म्हणता येईल ती जवळजवळ पन्नास वर्षांनतर 'अहिंसेचा विजय' ही आ.भा.मगदूम यांची कादंबरी होय असे म्हणता येईल. जैन समाजात वाचन अभिरुची उत्पन्न होण्यासाठी ही कादंबरी लिहिल्याचे कादंबरीकार सांगतो. ही कादंबरी पौराणिक धाटणीचीच असून, याही कादंबरीत काल्पनिक वर्णने, निसर्ग वर्णने आली आहेत. या कादंबरीत तृतीयपुरुषी साक्षेपी निवेदन आले आहे. उदा. ''तो श्रावण महिना होता. आकाश ढगांनी व्याप्त झाले होते आणि महाराजांच्या अंत:करणातही तितकाच अंधार पसरला होता. त्यांच्या चेहऱ्यावरून पाहता ते फारच घाबरलेले दिसत होते. आपले कार्य यशस्वी झाले असे समजून माणिकदेव मठात शिरला आणि त्याच्या सभोवती शिष्य परिवार जमून पुन्हा त्याच विषयावर चर्चा सुरू झाली.'' (आ.भा.मगदूम, अहिंसेचा विजय, पृ.११, १९३९.)

या निवेदनात लेखक साक्षेपी असे प्रथमपुरूषी निवेदन करतो. कादंबऱ्यांचा विषय पौराणिक असल्यामुळे बहुतेक सर्व जैन कादंबऱ्यांची निवेदने ही प्रथमपुरूषी

व लेखकाच्या दृष्टिकोनातून वर्णनात्मक निवेदने आलेली आहेत.

'अहिंसेचा विजय' या कादंबरीनंतर मराठीत जैन कादंबरीची स्वतंत्र परंपरा सुरू झालेली दिसते. परंतु जैन साहित्यातील सर्वच कादंबऱ्या या पौराणिक आशयाचा आहेत. आ.भा.मगदूम यांच्यानंतर वा.ना.शहा यांची 'अहिंसा सम्राट महावीर'ही कादंबरी व पुढे अंजनपवनांजयाची प्रेमकथा असणारी 'मुक्तिदूत' या दोन कादंबऱ्या वाङ्मयविशेषाच्या गुणवैशिष्ट्यांसह दिसतात. याही कादंबऱ्या तृतीयपुरूषी निवेदनातून आल्या आहेत. निसर्गाची वर्णने व प्राचीन काळात घडणाऱ्या या कथा पौराणिक विषय घेऊन आल्या असल्या तरी यातील निवेदनाची भाषा ही आधुनिक मराठी कादंबरीची भाषा आहे.

याशिवाय काही अनुवादित कादंबऱ्याही मराठीत आहेत. या अनुवादित कादंबऱ्याही तृतीयपुरूषी वर्णनाने आलेल्या आहेत. अनुवादित कादंबरीतील निवेदन 'मदनपराजय' कादंबरीत निवेदक तृतीयपुरूषी निवेदनात संवाद पुढीलप्रमाणे मांडतो, 'रतीचे हे उपदेशपर वचन ऐकून मदन अत्यंत क्रुद्ध झाला आणि म्हणाला, 'दुराचारिणी, एवढा सगळा प्रपंच कथन करण्याचे काय प्रयोजन? तू काय ठरविले आहेत ते सगळे मला माहीत आहे. मुक्तिकन्येविषयीच्या माझ्या ह्या शोकाच्या निमित्ताने माझा घात करून तू दुसरा पती करण्याचे आपल्या मनात निश्चित केले आहेत. कारण स्त्रियांचे प्रेम कधी कुणा एकावर स्थिर राहत नाही. कारण म्हटलेच आहे की, 'स्त्रिया बोलतात एकाशी, विलासपूर्वक बघतात दुसऱ्याकडे आणि तिसऱ्यालाच मनात ठेऊन त्याचेच चिंतन करीत राहतात. अशा रीतीने स्त्रियांचे प्रेम कधी कुणा एकावर स्थिर असत नाही.''(कंडारकर महावीर , मदन पराजय, पृ.२७)

या निवेदनातून मदनाचे मनोगतही व्यक्त होते आणि निवेदनातील संवादात्मकताही आढळून येते. खारखेल, कलिंग नरेश,सारख्या ऐतिहासिक कादंबऱ्यात क्वचित प्रथमपुरुषी निवेदन दिसते. या कादंबरीतील नायक आपली कथा सांगत असतो.

जैन साहित्यातील बहुतेक कादंबऱ्या, किंबहुना सर्वच कादंबऱ्या या पौराणिक, अनुवादित, भाषांतरित या स्वरूपाच्या असल्यामुळे या कादंबऱ्यांच्या निवेदनाचे स्वरूप वरीलप्रमाणे दिसून येते.

२) मराठी जैन कादंबरीतील संवादाचे स्वरूप

कादंबरीतील संवाद हा निवेदनाचा एक भाग आहे. कादंबरीचे कथानक गतिमान होण्यासाठी संवाद महत्त्वाचे असतात. संवादातून कादंबरीचे कथानक

पुढे सरकते. जैन साहित्यातील बहुतेक कादंबऱ्या या पौराणिक आशयाच्या असल्यामुळे यातील संवादही पौराणिक धर्तीवरचे येतात. 'शिलादित्य'सारख्या कादंबरीत बहुतेक कादंबरी संवादरूपानेच पुढे सरकलेली आहे. या कादंबरीतील संवादाचे उदाहरण. ''खबरदार!'' ती संतापाने वेडावून जाऊन बोलते. ''मी इथून जायची नाही! आता पहिली त्रिवेणी ती मी नव्हे! मी आतां तुमच्याप्रमाणेच हिंस्र पशू बनले आहे! तुम्ही रक्तपात करणार, तर तो पाहायला मी इथेच राहणार!''

''वत्से!'' गीर्णतत्व तिला सांगतो, ''तुजसारखीला रहायला हे स्थळ नव्हे!''

''तेवढे बरीक खरे, आणखी तुमच्यासारख्या जतींना तरी रहायला हे स्थळ आहे नव्हे?'' ती त्यास निंदासूचक वाणीने प्रत्युत्तर करिते. ''तुम्ही धडधडीत अहिंसा धर्माचा डिंडिम चोहींकडे वाजवीत असतां त्याची सत्यताही अशीच वाटते?''

(रानडे शंकर मोरो , शिलादित्य, भाग २, पृ.१९, १८९०,)

पौराणिक कादंबरीतील या संवादाच्या उदाहरणाबरोबर आधुनिक भाषेतील कादंबऱ्यांमध्येही पौराणिक संदर्भ असलेल्या कादंबऱ्यामध्येही पौराणिक धाटणीचे संवाद येतात.

उदा. जयशेखर राजाने साधूला निरोप दिला. मनात भांडे खात सरळ मंजुळेच्या महालात आला. त्यासरशी ललिता बाहेर निघून गेली.

'सुंदरी!'

'महाराज!' मंजुळेच्या शब्दात गोडवा होता.

भोगी साधूचाच चमत्कार! राजा आनंदला. साहस वाढलं. 'सुंदरी, अत्यंत खूश आहोत आम्ही आज' तोंडून गोड शब्द निघाला.

'कटू बोलून काही फायदा आहे का?'

'आजपर्यंत कठोर तिरस्कार करत होतीस'

'क्षमा करा त्याबद्दल. विसरून जा सारं'

'काय हा बदल! धन्य आहे योगीच्या चमत्काराची!'खूष होऊन राजा उद्गारला.

'मी ही कृतज्ञ आहे. साधु महाराजांबद्दल. त्यांनी माझ्या विचारांना योग्य दिशा दिली. संसारी जीवनातील व्यवहार दाखवला. माझं मन भ्रमित झालं होतं पण साधुमहाराजांच्या कृपा प्रसादाने मला सौभाग्यशाली संसारात आणून सोडलं.

संसारभोगांची यथार्थता पटली.'

'यथार्थता?' चकित होऊन राजाने विचारले.

(केवलमुनि, जीवनरंग, पृ.६७, १९८४)

'सम्राट खारवेल' सारखी ऐतिहासिक कादंबरी ही तर पूर्णतः संवादातूनच सुरू होते. ऐतिहासिक कादंबरी असून ती खारवेलचा इतिहास होऊ नये यासाठी कादंबरीकाराने कलात्मक रीतीने कादंबरी संवादात आणली आहे. मराठी जैन कादंबरीकाराचे हे कौशल्यच म्हणावे लागेल. पुराणकथेला प्रचंड आशय व ऐतिहासिक सत्य कादंबरीला कल्पित वास्तवात आणताना संवाद ही गोष्ट अत्यंत महत्त्वाची ठरते. कलिंग नगराच्या भूमीपासून सम्राट खारवेलचा इतिहास सुरू होतो. हा इतिहास ऐतिहासिक घटनेतून वर्णनातून न सांगता तिला कादंबरीचे रूप यावे यासाठी लेखक कादंबरीची सुरुवातच संवादातून करतो.

''पिताजी, हे काय! आपण तर येथील माती उचलून कपाळावर धारण केलीत!''

''बाळा, हा कुमारी पर्वतावरील भाग आहे.''

''उदयगिरी ना?''

''आता याला उदयगिरी म्हणतात. प्राचीन काळी याला कुमारीपर्वत म्हणायचे. येथील माती परमपवित्र आहे!''

''परमपवित्र! याचे कारण काय पिताजी?''

''बाळा, महावीर भगवंतांचे समवशरण. एकदा या पर्वतावर आले होते. तेव्हा हजारो महामुनींनी या भूमीवर विहार केला. लक्षावधी भव्य जीवांचे वास्तव्य येथे होते. यास्तव येथील माती त्या भव्यात्म्यांनी आणि दिव्यात्म्यांची पायधूळ नव्हे काय? पोरा, ही भूमी मृण्मय नाही, तर चिन्मय आहे.....''

(बेडकिहाळ आर.एन., कलिंग नरेश सम्राट खारवेल, पृ.१७, २००४)

मराठी जैन कादंबरीतील निवेदनाचे व संवादाचे स्वरूप पुढील प्रमाणे आहे. मराठी जैन कादंबरी ही मध्यवर्ती कादंबरीच्या प्रवाहापेक्षा खूपच प्राथमिक अवस्थेत असलेली दिसते. पौराणिक कादंबरी, ऐतिहासिक कादंबरी आणि अनुवादित, भाषांतरित कादंबरी वगळता जैन कादंबऱ्या इतर कादंबरी क्षेत्रे व्यापताना दिसत नाहीत. आधुनिक मराठी साहित्यप्रकारामध्ये कथा आणि कविता या दोन वाङ्मय प्रकारात मराठी साहित्याने आधुनिकतेशी नाळ जोडली आहे. परंतु जैन कादंबरी वाङ्मय मात्र अजूनही ऐतिहासिक, पौराणिक विश्वातच

गुरफटलेली आहे. जैन साहित्यात कादंबरी लेखनासाठी अनेक प्रेरणा व शाक्त स्थळे असतानाही ही कादंबरी विस्तारलेली आहे. 'शिलादित्य'कार रानडे, आ.भा.मगदूम, ना.हि.शहा आणि आ.भा.सोनटक्के वगळता कादंबरीच्या निवेदनाची शक्तिस्थळे मराठी जैन कादंबरीत आढळत नाहीत.

अलीकडे २१ व्या शतकात नीलम माणगावे, सुरेखा शहा, नीला शहा इ. स्त्रियांच्या कादंबरीलेखनाचा नवा प्रयोग मराठी जैन कादंबरीच्या निवेदनाच्या स्वरूपासारख असल्याचा आढळतो. त्यामुळे याही कादंबऱ्या जैन तत्त्वज्ञानाच्या दृष्टीने महत्त्वाच्या आहेत.

मराठी जैन कथेची निवेदन तंत्रे

कथन, निवेदन हे कथासाहित्याचे एक महत्त्वाचे वैशिष्ट्य होय. कथाकार, पात्रांकरवी कथा सांगतो. कधी तो स्वत: कथेचे निवेदन करतो. कधी पात्रामुखी निवेदन तो कथेतून करतो. तर कधी तो संवादात्मक रीतीने कथानक पुढे नेतो. ऐतिहासिक, पौराणिक वातावरणात तो कथेचे निवेदन करतो. कथेच्या निवेदनाच्या अनेक पद्धती मराठी कथासाहित्याने हाताळल्या. गोष्टीरूप निवेदन, कथारूप निवेदन, प्रश्नोत्तररूपी निवेदन, ऐतिहासिक पौराणिक बाज, संवादी निवेदन अशा अनेक निवेदनाच्या पद्धती मराठी कथेत येतात. हे निवेदन करताना तो अनेक तंत्रांचाही वापर करतो. कथेच्या निवेदनाची विविध तंत्रे आणि पद्धती तो हाताळतो. गोष्टीरूप, फॅण्टसी, उपरोध, उपहास, तिरकसपणा अशा अनेक निवेदनाच्या पद्धती व तंत्रे मराठी कथेने स्वीकारल्या आहेत. मध्यवर्ती मराठी कथेने अनेक तंत्रपद्धती, शैली आणि निवेदनाची विविध आविष्कारतंत्रे स्वीकारली आहेत. निवेदनाच्या या अनेक पद्धती, तंत्रे अगदी प्राचीन काळापासून जैन कथेने स्वीकारलेल्या आहेत. जैनकथा साहित्य हे प्रचंड, विपुल व वैविध्यपूर्ण असल्याने जैनकथासाहित्यातील निवेदन, निवेदनाची तंत्रे हीसुद्धा स्वीकारली आहेत.

कथेच्या पारंपारिक निवेदन तंत्रामध्ये प्रथमपुरुषी निवेदन, तृतीयपुरुषी निवेदन, सर्वसाक्षी आणि सर्वज्ञ निवेदन या पारंपारिक पद्धती आहेत. निवेदनाच्या काही तंत्रामध्ये भाष्य करणे, वर्णन करणे, संवादी कथा मांडणे, स्वगत मांडणे, पत्रात्मक निवेदन करणे, प्रश्नोत्तर निवेदन करणे, वृत्त*जा, बातमीवजा निवेदन करणे, रूपकात्मक मांडणी करणे, दृष्टांतिक मांडणी करणे अशी काही निवेदनाची तंत्रे मराठी कथेने स्वीकारलेली आहेत.

आधुनिक मराठी साहित्यात जैन कथांचा एक स्वतंत्र प्रवाह दिसून येतो. मध्यवर्ती मराठी कथेपेक्षा या कथांचे आशयविश्व वेगळे आहे. जैन कथा या

विशिष्ट आशयातून व विशिष्ट परिघातून लिहिल्या गेल्या आहेत. त्यामुळे या कथांचे निवेदनतंत्र, निवेदनाच्या पद्धती या मध्यवर्ती साहित्यातील कथेपेक्षा वेगळी असल्याचे जाणवते.

मराठी जैन कथा या बहुतेक जैन तत्त्वज्ञान आणि आचाराची मांडणी करणाऱ्या आहेत. त्याचबरोबर अनेक व्रतकथाही जैनकथांमध्ये आहेत. व्रतकथांच्या बरोबरीनेच जैन धर्मातील कर्मवाद, सत्य, अहिंसा इ. पंच अणुव्रते याचबरोबर पापपुण्याच्या कल्पना मांडणाऱ्या कथा आहेत. त्यामुळे या कथांचे भावविश्व वेगळे आहे. साहजिकच यामुळे जैन कथांचे निवेदन व कथेची तंत्रे मध्यवर्ती कथा साहित्यापेक्षा वेगळी ठरतात.

मराठी जैन कथेच्या निवेदनाच्या पद्धती व तंत्रे

प्रथमपुरुषी आणि तृतीय पुरुषी या दोन कथेच्या निवेदनाच्या मुख्य पद्धती आहेत. या दोन पद्धतींमध्ये जैन मराठी कथेने तृतीय पुरुषी कथानिवेदनाच्या पद्धतीचा जास्तीत जास्त अवलंब केला आहे. या दोन पद्धतींशिवाय काही निवेदनाची तंत्रे मराठी जैन कथेने स्वीकारली आहेत. ही तंत्रे पुढीलप्रमाणे–

१) गोष्टीरूप निवेदन

२० व्या शतकात मराठी जैन कथा ही बहुतेक अनुवादित कथा आहे. प्राचीन, प्राकृत, संस्कृत कन्नड, गुजरात इ. भाषांमध्ये आलेल्या कथा मराठीत अनुवादित केल्या आहेत. या बहुतेक कथा प्राचीन आणि अनुवादित असल्याने या कथेतील निवेदन पौराणिक बाजाचे व गोष्टीरूप आहे. गोष्टीरूप निवेदन हे तृतीयपुरुषी व साक्षी मी असे येते. या कथा प्राचीन काळी घडतात. यामुळे काळाच्या वातावरणात या गोष्टी घडतात. गोष्टीरूप निवेदनाचे उदाहरण पुढीलप्रमाणे:

'या जंबूद्वीपातील भरत क्षेत्रांत मगध नावाचा विशाल देश आहे. त्यात सौंदर नावाचे एक मनोहर नगर आहे. तेथे पूर्वी विश्वसेन या नावाचा राजा राज्य करीत असे. तो पराक्रमी पण धर्मशाली होता. त्याला सौंदरी नामे एक सुंदर, गुणवती पट्टराणी होती. हे दोघे सुखाने व सत्कथा विनोदाने राज्योपभोग करीत असता'

(शास्त्री कालचंद जिनदास , जि.दा.उपाध्याय, जैनेंद्रव्रतकथासंग्रह, पृ.१४०, १९५४)

अशा प्रकारच्या व्रतकथा गोष्टीरूप निवेदनातून येतात. एखादे व्रत त्या व्रताच्या आचरणासाठी एखादी गोष्टीरूप कथा व या कथेची फलप्राप्ती असे

एकच एक सूत्र गोष्टीरूप कथांमधून दिसून येते. बहुतेक व्रतकथा या गोष्टीरूप कथा आहेत. काही कथांमध्ये कथा सूत्रात ओवली जाते, कथा खंडित केली जाते. काही वेळेला कथारूपाचे स्वरूप एकसुरी व सलग असते तेव्हा तिथे गोष्ट होते.

२) कथारूप निवेदन

काही वेळेला गोष्ट अथवा कथा ही पारंपारिक एकसूत्रीपणाने न सांगता ती दुसरीकडे वळवली जाते. कथेचा एकसूरीपणा नाहीसे झाल्यामुळे कथेत संघर्ष, आशयविश्व विविधतेने आलेले असते तेव्हा ती कथा कथारूप होते.कथारूप कथेचे उदाहरण पहायला गेल्यास ते पुढीलप्रमाणे :

उदा. 'हलिक शेतकऱ्याची कथा' ही कथा गोष्टीरूप न राहता कथारूपात आविष्कृत होते. या कथेतील हलिक शेतकरी, त्याचे जीवनात येणारे प्रसंग, त्याची भक्ती व त्याच्या जीवनास प्राप्त झालेले राज्यपद अनेक घटना घडल्याने तसेच घडत असतात. अशीच दुसरी कथा रात्रिभोजनत्याग कथेचे उदाहरण पाहता येईल. ''त्या मूर्ख राणीला गर्व उत्पन्न झाला. मी पट्टराणी आहे, मी मोठी आहे. माझा सर्व लोक आदर करतात व मला योग्य असलेले सर्व अलंकार मला मिळाले. तुच्छ व्यापाऱ्याच्या कुलांत असल्या दिव्यवस्तु शोभत नाहीत. त्या राणीच्या पापोदयाने तो निर्मल रत्नहारही फणायुक्त महाफूत्कार करणारा दुर्धर सर्प झाला व इतर अलंकारही विंचू बनले. त्यावेळी फार भीती वाटली. आपले प्राण जातात की राहतात असे तिला वाटू लागले. सर्पाचा महाफूत्कार ऐकून ती फार रडू लागली. तेथे जी दुसरी माणसे होती त्यांनाही आश्चर्यसहित मोठे भय वाटू लागले. बरोबरच आहे की जे धर्मसहित असतात त्यांना पापकर्माच्या उदयाने उत्तम वस्तू देखील भयाला कारण होतात. या दावाग्नीने अर्धे जळलेल्या हरिणीप्रमाणे अवस्था धारण करणाऱ्या आपल्या पत्नीला थरथर कापत असलेली पाहून माझ्या पत्नीच्या शरीराला हे काय झाले अशा विचाराने राजा भीती, शोक व आश्चर्याने युक्त झाला.''

(फडकुले जि.पा., रात्रिभोजन त्याग कथा, पृ.७१/७२, १९५६,)

उदा.२: एके दिवशी जिनदत्ताची मुलगी नीली जिनमंदिरामध्ये मोठी पूजा करून कायोत्सर्ग ध्यान करीत उभी असता, समुद्रदत्ताचा मुलगा जो सागरदत्त, हा आपल्या मित्रासहवर्तमान सहज फिरत फिरत तेथे आला होता. त्याची नजर तिजकडे गेली व तिचे लावण्य पाहून तो आपल्या मित्रास म्हणाला,'अरे ही कोणी देवकन्या आहे की, विद्याधरी आहे? कारण हिच्याइतके मोहक स्वरूप

मानवी स्त्रियांत तरी आढळणे कठीण.' यावर त्याचा मित्र जो प्रियदत्त, त्याने उत्तर दिले, 'अरे ही कोणी देवकन्या किंवा विद्याधरी नसून येथील जिनदत्त श्रेष्ठींची कन्या आहे. हिचे नाव नीली.' हे ऐकतांच तर तो तिच्या स्वरूपावर अत्यंत लुब्ध होऊन 'ती आपणांस कशी प्राप्त होईल' या विचाराने चिंताग्रस्त होत्साता तो आपल्या मित्रासह घरी परत आला, परंतु त्या दिवसापासून त्यास अन्न वगैरे काही गोड लागेनासे होऊन नेहमी नीलीचा निदिध्यास त्याचे मनास लागला.

(शास्त्री वर्धमान पार्श्वनाथ , व्रत शीलकथा, पृ.९८-९९,१९६८)

गोष्टीरूप निवेदनात कथा सलग घडते. 'एक होता राजा' या प्रमाणे राजाचे जीवन गोष्टीत येते. मात्र गोष्टीरूपाला कथानक प्राप्त होण्यासाठी कथानकात कलाटणी, संघर्ष, संकट इ. आणावे लागतात. वरील कथानकात सागरदत्त, नीलीच्या रूपावर लुब्ध होतो. चिंताग्रस्त होतो. त्याला अन्न गोड लागेनासे होते, येथे कथानक प्रधान कथानकाची सुरुवात होते.

३) अलौकिक विश्व मांडणाऱ्या कथा

मराठी जैन कथेचे हे आणखी एक तंत्र आपणांस पाहायला मिळते. समकालीन कथा या लौकिक आणि वास्तव जीवनात घडतात. मात्र २० व्या शतकातही जैन कथा अलौकिकाच्या पातळीवर जाताना दिसतात. जैन धर्मावर श्रद्धा, श्रद्धेपोटी कथालेखकांनी निर्माण केलेले चमत्कार किंवा जैन तत्त्वज्ञानातील त्यांनी मांडलेल्या कल्पना या कथेतून पहायला मिळतात. उदा. 'एके दिवशी तेथे श्री महावीर स्वामींचे समवसरण आले. त्यांच्या केवलज्ञानात लोक-अलोकांचे प्रतिबिंब पडले होते. परंतु दिव्यध्वनि होईना. चार प्रकारचे देव, देवी, अकरा हजार तपस्वी साधू बसलेले. बारा सभेमध्ये सर्व प्राणी वैर-विरोध सोडून बसलेले. तथापि मुख्य गणधरांवाचून ध्वनी निघेना. हे सौधर्म इंद्राने आपल्या अवधिज्ञानाने जाणून गणधर होण्यायोग्य कोण आहे हे तपासले. तेव्हा त्यांना समजले की, येथे मगधस्वामी गौतम आहेत.' (कंकूबाई, जैनव्रत कथा भाग २रा, पृ.३३,१९२१,)

उदा. ''मुनी त्यावेळी भक्तामर स्तोत्राचा २३ वा श्लोक पठण करत होते. त्याच्या प्रभावाने तेथे जिनधर्मभक्ती देवी प्रकट झाली. तिने तो सर्व उपसर्ग दूर केला. जैनधर्माच्या मंत्रविद्येपुढे चंडिकादेवीची मंत्रविद्या फिकी पडली. चंडिकादेवीने हार खाऊन मुनींची क्षमा मागितली. ती मुनीस म्हणाली, ''महाराज, क्षमा करा. आपली काही आज्ञा असेल तर सांगा, मी त्याप्रमाणे वागण्यास तयार आहे.''(भिसीकर नरेंद्रकुमार, भक्तामर कथा, पृ.३१, २००९.)

या दोन उदाहरणातील लोक–अलोक, दिव्यध्वनी, चार प्रकारचे देव–देवी, अवधिज्ञान इ. गोष्टी तसेच मंत्रप्रभावाने उपसर्ग दूर होणे, या गोष्टी अलौकिक पातळीवरच्या आहेत. लौकिक जगातल्या वास्तव वर्णनापेक्षा जैन धर्म आणि तत्त्वज्ञानातील अलौकिक पातळीवरच्या या गोष्टी आहेत. जैन कथांमध्ये अलौकिक स्थळे पावलोपावली सापडतात.

४). संवादी निवेदन असणाऱ्या कथा

जैन कथांमध्ये काही कथा संवादातून प्रकट होतात. नाटकाप्रमाणे संवादातून कथानक पुढे नेणे हा या कथांचा उद्देश दिसतो. वर्णन, प्रसंगचित्रण, घटनामालिका यांपेक्षा संवादातून घटनाप्रसंग पुढे नेणे हे या कथांचे तंत्र दिसते. कधी हे संवाद नाटकाप्रमाणे पात्रांपुढे येतात तर कधी सलग संवादातून कथानक पुढे सरकते. संवादी निवेदनाचे उदाहरण पुढीलप्रमाणे–

१) सुभाषिणी म्हणाली– 'वैभवाचे दान केले जाते आई.' मुनी म्हणाले– 'होय माता!' 'तुमच्या

सुनेचे सांगणे योग्य आहे. नात्याच्या अभावात सत्कार्यामध्ये द्रव्य खर्च करणे अधिक श्रेष्ठतम होईल.' हे ऐकून कनकमाला म्हणाली, 'हाय! हाय! एवढ्या प्रयत्नाने मिळविलेली संपत्ती काय अशी उधळून टाकायची? नाही, नाही महाराज, आपण हे काय सांगू लागला आहे?'

मुनी– मातोश्री! संसाराच्या लालसेत आम्ही अनेक जन्म घालवले, परन्तु तृप्ती अद्याप झालेली नाही आणि होणार नाही, कारण मिळालेल्या सामुग्रीने संतुष्ट न पावणारी वासना आपले पाऊल पुढे टाकतच राहते. आता गृहस्थीपासून तटस्थ राहून धर्माचे यथार्थ स्वरूप समजून घेण्याचा प्रयत्न करावा.

सुभाषिनी– होय आई! तुम्हाला तर पुत्र आहेच. माझ्यासाठी पुत्राची आपण का चिंता करता?

कनकमाला– घ्या, ऐका! चांगले, असे कसे होऊ शकते, की सुनेला सुखदुःखापासून सासूला प्रयोजन असत नाही.(संपा.वृषभसेन महाराज, प्रेरणा व बोधप्रद कथासंग्रह, भाग–४, पृ.११ व १२,१९८०,)

२) 'कोण? पट्टराणी उपरंभाची दासी?'

'होय!' महाराज!'

'काय हवं आहे तिला? आणि इतक्या रात्री इथं येण्याचे प्रयोजन काय?'

'कांही कळत नाही. आपली एकांतात भेट घेण्याची तिची इच्छा आहे. ती

प्रगट करता येत नाही असं ती म्हणते.'

लंकेश्वराने बिभीषणाकडे भेदक दृष्टीने पाहिले. विभीषण म्हणाला, 'भेट द्यायला काही हरकत नाही. शक्यता आहे की ती दुर्गविजयाची एकादी युक्ती सांगेल!'

'बरं! पाठवून दे तिला पाठीमागच्या तंबूत!'

'आज्ञा सरकार!', असं म्हणून तो दूत निघून गेला.

लंकेश्वर एकटा तंबूत तिची मार्गप्रतीक्षा करीत बसला. बिभीषण जवळच्या तंबूत राहिला. आणि त्याचवेळी काळं वस्त्र परिधान केलली विचित्रमाला प्रवेश करती झाली.

'तिचं नाव आहे उपरंभा!' (नांद्रे शांतिनाथ य., पट्टराणी उपरंभा, पृ.५, १९६७)

वरील कथांमध्ये येणारे संवाद हे जैन कथेचे एक तंत्रच म्हणावे लागेल. कथासाहित्य हे जैन साहित्याचा आत्मा आहे. कथा लिहिण्याच्या व सांगण्याच्या अनेक पद्धती व तंत्रे जैन लेखकांनी प्राचीन काळापासून आत्मसात केलेली आहेत. २० व्या शतकातही कथेची ही तंत्रे पाळताना लेखक दिसतात.

४) पौराणिक बाज असलेल्या कथा

पौराणिक बाज हे एक तंत्र जैनकथांचे आहे. जैनांची अनेक पुराणे व त्या पुराणावर आधारित कथा २० व्या शतकातही जैन कथाकारांनी लिहिल्या आहेत. या कथांमध्ये पोथी-पुराणातील पात्रे जैन कथांच्या अनुषंगाने येतात. नारदासारखी पौराणिक पात्रे, पांडू नावाचा देश, महाभारतातील हरिवंशपुरातील पात्रे, रामायणादि महाकाव्यातील पात्रे, बटू आणि वामन-विष्णू ही पात्रे कथानकात गुंफणे आणि त्यातून कथा सांगणे ही तंत्रे जैन कथाकारांनी स्वीकारलेली आहेत.

जैन साहित्यातील पात्रे तर येतातच परंतु वैदिक पुराणातील पात्रेही जैन कथाकारांनी अत्यंत कौशल्याने कथेसाठी वापरलेली आहेत. वासुदेव, प्रति वासुदेव, चौदा मनू, रुद्र, नारद, वसुकुमार, यक्ष-यक्षिणी, नऊ ग्रह इ. पात्रांची रचना व यातून कथेला दिलेला पौराणिक बाज हे जैन कथेचे विशेष मानले पाहिजेत. जैन कथेतील नारदाचे उदाहरण पुढीलप्रमाणे-

१) त्यांतील पुष्कलावती नावाच्या देशात पुंडरीकिणी नावाची एक सुंदर नगरी आहे. त्या नगराच्या उद्यानांत सुरासुरनरांना पूज्य श्री सीमंधर तीर्थंकरांचे समवसरण अवतरले होते, त्यात नारद जाऊन विनयाने दोन्ही हात जोडून मस्तक

नम्र करून प्रणाम करता झाला आणि मनुष्यकोष्ठात जाऊन बसला. तेथे लघुशरीरधारी नर प्राण्यास पद्मरथ नावाच्या चक्रवर्तीने पाहून नारदास उचलून आपल्या हातात घेतले आणि भगवंतास विचारले, हे प्रभो! हा मनुष्य जातीचा कोणता किडा आहे? तेव्हा तीर्थकर भगवान् त्यास म्हणाले, हा जंबूद्वीपातील भरतक्षेत्रीचा नारद आहे. हा तेथील नव वासुदेव जो श्रीकृष्ण त्याचा प्रिय आहे. तेव्हा चक्रवर्ती विचारतात. हे ईश, हा येथे कशाकरिता आला आहे? जिनेश्वर म्हणाले, – कृष्णाचा पुत्र जो प्रद्युम्न त्याला त्याच्या पूर्वभवातील शत्रूने हिरावून नेले आहे. त्यासंबंधी विचारण्यासाठी आला आहे. तेव्हा तो प्रद्युम्न आपल्या सोळाव्या वर्षी मात्यापित्यास येऊन मिळेल. तो रोहिणी, प्रज्ञप्ती इत्यादि महाषोडशविद्याधारक प्रबल पराक्रमी व देवादिकांना अजिंक्य असा होऊन येईल. वगैरे त्यांनी त्याच्या संबंधी साद्यंत सर्व वृत्तांत सांगितला. (उपाध्याय कालचंद जिनदास, जिनदत्त दादा , जैनेंद्रव्रतकथासंग्रह, पृ.६३ ,१९५४,)

२). धनधान्यांनी समृद्ध असा पांडु नावाचा एक सुंदर देश होता. त्या देशांत पद्मनाभ नावाचे एक उत्तम राजधानीचे शहर होते. त्या शहराभोवती मोठाल्या विहिरी व सरोवरासारखी रम्य जलाशये होती. नगरांतील हवेल्या उंचच उंच असून प्रत्येकाच्या द्वारी द्वारपाल दिसत होते. सर्व लोक श्रीमंत असून एखादाही अर्थदरिद्री आढळून येत नव्हता. दारिद्र्याला जणू काय हद्दपारीचीच शिक्षा झाली होती. अशा त्या नगरांत आपल्या विपुल गुणांनी प्रजेची मनें आकर्षित करून अत्यंत न्यायीपणे पांडुराजा राज्य करीत होता. त्याला रूपलावण्याची खाणच अशी सुशील, प्रतिव्रता सुनंदा नावाची राणी होती. (शहा वालचंद जिवराज , कर्महाराष्टमी व्रतकथा, पृ.१७ व १८, १९४२)

अशा प्रकारे पौराणिक विश्वात घडणाऱ्या कथा आधुनिक भाषेत आणण्याचे सामर्थ्य व तंत्र जैन कथाकारांनी आत्मसात केले. अशा अनेक पौराणिक बाज असणाऱ्या कथा २० व्या शतकातही विपुल प्रमाणात सापडतात.

५) कथा मालिका

कथा मालिका हे तंत्र मराठी कथेत १९ व्या शतकात भाषांतरित कथांमध्ये सापडते. पंचतंत्र, अरेबियन नाईट्स्, हितोपदेश, वेताळपंचविशी इ. रचनांमुळे कथा मालिकांचा प्रत्यय येतो. अगदी अलीकडेही नरेश कवडी, इनामदार इ. समकालीन कथाकारांनी कथामालिकेचा प्रयोग केला आहे. या कथामालिका वास्तववादी व अस्तित्ववादी जाणिवेच्या आहेत. जैन कथा मात्र प्राचीन, पौराणिक आशय घेऊन आधुनिक मराठी भाषेत कथामालिकांचे लेखन करतात.

पांडव कथा, सद्बोधक दृष्टांतमाला, सम्यक्त्वकौमुदी इ. कथा, कथामालिका बनतात. सुभाषचंद्र अक्कोळे यांनी पांडवकथा लिहून कथामालिकेद्वारे जैनांचे महाभारत छोट्या छोट्या कथांमधून मराठीत आणले आहे. या कथा जैनांच्या त्रिलोकातील जंबूद्वीपातील 'भरत' क्षेत्रात घडतात. समुद्रविजय आणि वसुदेव हे दोघे भाऊ समुद्रविजयाचा मुलगा नेमिनाथ व बलराम–श्रीकृष्ण हे बलभद्र नारायण असे जैन मुनी या महाभारतात शेवटी देतात. महाभारतातील अनेक पात्रांना मुक्ती प्राप्त होते व ही कथामालिका संपते. पांडवकथा सलग असली तरी यातील प्रत्येक कथा स्वतंत्र आहे.

अक्कोळे यांनीच लिहिलेली 'सम्यक्त्वकौमुदी' ही आणखी एक कथामालिका लिहिलेली दिसते. 'अरेबियन् नाईटस्' सारख्या या कथा असून सुरुवातीला आठ दिवसाच्या आठ कथा सांगितल्या जातात. यमदण्ड आणि चोराची कथा आठ दिवस सांगितली जाते. १२ व्या कथेपासून वेगवेगळ्या कथा यमदंड पुन्हा सलग सांगतो. एकत्रित कथानक असले तरी छोट्या छोट्या कथा, कथागुच्छ आणि कथामालिकेचा प्रत्यय यात येतो. अर्हद्दास श्रेष्ठीच्या मुलाची ही कथा, त्याच्या आठ बायका असतात. पण त्याच नगरात राजाज्ञेने दवंडी पिटली जाते की, नगरातल्या सर्व स्त्रिया कौमुदीमहोत्सवासाठी जात आहेत. वनातील पुष्पवाटिकेत त्यांची कौमुदीक्रीडा चालू असतानाच खुद्द राजा कामविव्हल होतो. त्या वेळेला स्वत: मंत्री त्याला तिकडे जाण्यापासून परावृत्त करतो. इथे या कथेची सुरुवात होते. मग कथेच्या अंतर्गत कथा सुरु होतात. उदितोदय राजाला मंत्री कथा सांगतोय. अशी प्रत्येक दिवसाची एकेक कथा अशा आठ कथा व इतर उपकथा यामध्ये सांगितल्या आहेत. अशा ही लोककथेची धाटणी असणारी नीतिकथा होय.

६) दृष्टांत व तात्पर्यकथा

जैन मराठी लघुकथेमध्ये मानवी जीवनाच्या मांगल्यासाठी दृष्टांत व तात्पर्यकथांची निर्मिती केली असेही म्हटले तर वावगे नाही. सर्वसाधारणपणे सरळ–सरळ बोध न देता एखाद्या घटनेद्वारे, व्यक्तीद्वारे बोध देऊन सद्बोधाची पखरण करणे, हे विश्वजाणिवेचे तत्त्व घेऊन या कथा निर्माण झाल्या. कधीतरी या कथा महाराजांच्या प्रवचनाधारे अथवा पूर्वापार चालत आलेल्या दंतकथा, लोककथा यांच्या आधारे निर्माण केल्या गेल्या.

धर्म व नीतितत्वे याचबरोबर पंचाणुव्रताचे महात्म्य सांगण्याच्या दृष्टीने या कथा निर्माण झाल्या. मानवाला येणारी विविध संकटे, व काही आदर्शवत व्यक्ती यांच्याद्वारे अनेक आदर्श तत्वांची शिकवण देणाऱ्या या कथा होत. कथा या शेवटी

सारांशरूपाने विवेकशील विचार प्रकट करतात. जैन मराठी कथेमधील ही एक कथा.

उदाहरणार्थ (१) 'उद्दायन राजा' यासारखी कथा ही अतिशय उत्तम आहे. एकदा सौधर्म स्वर्गात इंद्राने सर्वांच्या समोर उद्दायन राजाच्याबद्दल 'सम्यग्दर्शन' व त्या आठ अंगांचे वर्णन करताना कथन केले. त्या राजाचा गौरव केला. हे पाहून वास्तव नावाचा देव कुष्ठरोगी बनून पाताळलोकात येऊन राजाची परीक्षा पाहतो. राजा नवधा भक्तीने त्यास आहार देतो. पण देव त्याची परीक्षा पाहतो व शेवटी मायावी रूप टाकून राजाची प्रशंसा करुन स्वर्गलोकी जातो. शेवटी राजा वर्धमान स्वामींच्या चरणकमलाजवळ दीक्षा घेऊन मोक्षप्राप्ती करुन येतो.

सारांश म्हणजे या कथेमधून शरीर हे मूळचे अमंगळ व अपवित्र आहे, पण रत्नत्रयामुळे ते मंगल व पवित्र होऊ शकते. म्हणून रत्नत्रयसंपन्न मुनींच्या देहाची किळस न बाळगता त्यांच्या गुणावर प्रीती करावी व अनन्यभावे त्यांची सेवा करावी. हा बोध वरील कथेतून मिळतो. (नांद्रे शांतिनाथ यशवंत, कथाकौमुदी,पृ. १२, १९३६)

(२) 'थोडक्यासाठी' या शीर्षकाची ही कथा मनुष्य जीवनाच्या अस्थिरतेची कल्पना देतेच. परंतु एवढे जरी खरे असले तरीही मोठ्या ध्येयवादाने चालू ठेवलेली वाटचाल जर अर्ध्यातच सोडून परत फिरलो तर मात्र आयुष्यात पश्चात्तापरुपी दुर्गतीच पदरात पडते हे तात्पर्य सांगते. 'थोडा धीर–थोडा संयम' आणि तपश्चर्या ठेवली तरी यशाचा हातातोंडाला आलेला घास कोणीही हिरावून घेणार नाही. म्हणून कितीही सायास पडले तरी थोडक्यासाठी जन्मभराचे दुःख कोणीही पदरात बांधून घेऊ नये. हाच आशय– नर्तिकेचा राजदरबारात गाणे चालू असताना नृत्याचा ताल चुकला, तबलजीचा चुकला त्यामुळे राजा सावध झाला. कारण राजपद मिळविण्यासाठी राजकुमाराने दुधात विष मिसळलेले असते. हा सर्व प्रकार उघडकीस येतो. तबलजी, साधू व युवराज व स्वतः राजाच्या लक्षात नर्तिकेचा ताल येतो व बोध होतो. शेवटी राजा राज्य युवराजाकडे सोपवून उर्वरित आयुष्य ईश्वरचरणी लावण्याचे व्यक्त करतो. (आदिसागर महाराज, सद्‌बोध दृष्टांतमाला भाग२, १९७९)

वरील दृष्टांत व तात्पर्य या दोन कथांचा थोडक्यात आशयही आपणांस सद्‌विचार व विवेक देणारा ठरतो. अशाच प्रकारच्या अनेक कथा या नैतिक, धार्मिक अशा बोधप्रद आढळतात. जैन मराठी कथेचे हे एक महत्त्वाचे विशेषच मानावे लागेल.

व्रतकथा

व्रत हे महाराष्ट्राच्याच धर्मजीवनाचे एक महत्वाचे अंग राहिले आहे. स्त्रीजीवन तर व्रत-वैकल्यावरच बरेचसे पोसले गेले. परंतु जैन मराठी कथेमध्ये 'व्रत' हे व्रताबरोबर शीलाचे, नीतीचे रक्षण करावे या हेतूने आलेले आहे. मराठी कथेमध्ये 'व्रता'चे माहात्म्य सांगणाऱ्या या कथा रचना वेगळ्या तंत्राने उठून दिसतात. गद्य आणि पद्य या दोन्ही प्रकारामध्ये या कथा आल्या आहेत. व्रत, व्रताचे माहात्म्य आणि त्यामधील व्यक्तिरेखा या दृष्टीने या कथा महत्वाच्या ठरणाऱ्या आहेत.

या व्रतकथा व्रतमाहात्म्य, प्रदेशविशिष्टता व प्रत्येक महिना व त्यामध्ये करावयाची व्रते असे अशा स्वरुपाच्या राहिलेल्या आहेत. इतर कथांमध्ये येणाऱ्या आशयापेक्षा या कथांचा आशय हा वेगळा आढळतो. उदाहरणादाखल पुढील काही कथा - व्रत कोणत्या महिन्यात करावे, का, कसे करावे व त्याचे फल काय, कोठे करावे आदिंसह गोष्टी स्पष्ट होतात.

उदा. -१) हे व्रत एक महिना करावे. त्या महिन्यांत ब्रह्मचर्य पाळावे व यथाशक्ती सचित्त (हिरवी भाजी वगैरे) पदार्थांचा त्याग करावा. उत्कृष्ट चोवीस वर्षे, मध्यम बारा वर्षे व कमीत कमी सहा वर्षे हे व्रत करावे, मग उद्यापन करावे. चोवीस तीर्थंकरांची चोवीस उपरकणे (छत्रसिंहासनादि) यथाशक्ति करावी. झारी, कळस, छत्र, धूपघट, घंटा, सिंहासन, टाळ, झल्लरी, पूजेची पात्रे द्यावी. मुनींना पुस्तके, ब्रह्मचारी, आर्यिका वगैरेंना वस्त्रे आणि सर्व जैनांना भोजन द्यावे, शांतिकर्म करावे. या व्रताने सुभिक्ष होते, रोग दूर होतात व परलोकांत मोक्ष मिळतो. हे मैत्रिणींचे सांगणे ऐकून सोमश्रीने ते व्रत घेतले व तो घट घेऊन ती जैन मंदिरात गेली. (नथ्थूसा पासूसा, व्रतकथा संग्रह, श्रेष्ठ जिनवर कथा, पृ. १३)

२) वर्षातून आषाढ, कार्तिक व फाल्गुन या तीन महिन्यांत शुक्ल पक्षांत अष्टान्हिक पर्व असतो. त्यातून कोणत्याही एका अष्टान्हिकामध्ये अष्टमी दिवशी शुचिर्भूत होऊन, अष्टविधार्चनेचे सामान घेऊन चैत्यालयामध्ये जाऊन, देवास वंदना करून, अभिषेक व अष्टविध अर्चना करून, कथा ऐकावी व एकठाण, एकभुक्त अगर उपवास करावा. कोणताही नंदीश्वर अष्टमीपासून चार महिन्यांमध्ये ज्या अष्टमी व चतुर्दशी येतील तितक्या अष्टमी व चतुर्दशीला अभिषेक, अष्टविधार्चना करून नैवेद्यही करावे. नंतर उद्यापन करावे. (शहा वालचंद जि., कर्महाराष्टमी व्रत-विधी-पूजा कथा, पृ. ४, १९४२)

याप्रमाणे व्रतकथांचे स्वरूप आढळते. ठराविक कालावधीत हे व्रत केले जाते. कसे करावे याविषयी माहिती मिळते. महाराष्ट्राच्या धर्मजीवनाला सात्त्विक

वळण लावण्याचे कार्य या जैन कथांनी केले एवढे मात्र निश्चित म्हणता येईल. कथेच्या कथानकात व्रताचरणाची गुंफण करणे हे एक महत्त्वाचे तंत्र जैन कथेमध्ये आढळते.

रूपककथा

अर्वाचीन मराठी कथा साहित्यामध्ये रूपककथा या विरळ प्रमाणात आढळतात. वि. स. खांडेकर, जी. ए. कुलकर्णी यांचा अपवाद सोडला तर फारशा रुपककथा आढळत नाहीत. मराठी जैन साहित्यामध्येही अगदी मोजक्याच प्रमाणात रुपककथा आढळतात.

रूपककथांचे वैशिष्ट्य म्हणजे एखाद्या रूपकाधारे पोहोचवायचा बोध समाजापर्यंत पोहोचवला जातो. उदा. विष्णुकुमार मुनींची तीन पावले ही रत्नत्रयाचे प्रतीक समजावीत, हा 'रक्षाबंधन कथे'मधील प्रतीकाचा एक भाग होय. जैन रूपककथा या धर्मोपदेश करण्याच्या हेतूने लिहिल्या गेल्या आहेत. आपला समाज व देशबांधव यांच्या उन्नतीसाठी या कथा लिहिलेल्या आढळतात. या कथांमधून आध्यात्मिक व नैतिक जीवनमूल्यांचेही होणारे संस्कारही आढळतात. विशिष्ट प्रतीकात्मक रूपक मात्र यासाठी योजले जाते. पुढील 'रक्षाबंधन कथा' यातील बलीच्या यज्ञाचा विध्वंस होवो. अकंपनाचार्य व त्यांच्या संघातील सातशे मुनी यांच्यावरील उपसर्ग नाहीसा होणे व विष्णुकुमार मुनींच्या जयजयकारात लोकांनी रक्षाबंधनाचा उत्सव साजरा करणे या घटना व कथेतील पात्रे यांचे रूपक पुढीलप्रमाणे योजले आहे.

बली, नमुचि, बृहस्पती आणि प्रल्हाद हे चार मंत्री म्हणजे आपल्याच अंतरंगातील क्रोध-मान-माया व लोभ या चार कषायांचे प्रतीक आहे. 'माया' ही श्रेष्ठ कषाय आहे म्हणून बळी हा याच कषायाचे प्रतीक आहे. त्याचप्रमाणे आपला पुरुषार्थ हा पद्मराय राजा आहे. कारण तो आपल्या अंतरंग साम्राज्यावर जागृतपणे शासन करतो. विकार हे उपसर्ग आहेत. ते धुराप्रमाणे (यज्ञातील) आहेत कारण ते सद्गुणाला मारक आहेत. अकंपनाचार्य मुनी हे श्रद्धेचे प्रतीक आहेत. तसेच त्यांचा मुनिसंघ म्हणजे भक्ती, संकल्प, समता, धैर्य, माध्यस्थ भाव, मैत्री आणि क्षमा या सात गुणांचा समुच्चय होय.

तसेच निग्रह व संयम म्हणजेच पुष्पदंत होय. तर महामुनी विष्णुकुमार हे आत्मशक्तीचे रूप होय. विराट विष्णुकुमाराची तीन पावले म्हणजे रत्नत्रयाचे प्रतीक होय. या तीन पावलाने अनंत चतुष्टयाचे साम्राज्यरूपी मंगलभूमीचे स्वामित्व लाभते. समतारूपी स्वादिष्ट खीर आणि विश्ववात्सल्याचे मोक्षसूत्र होय. म्हणजेच

आत्मस्वरुपाला समजून घेणे म्हणजेच रक्षाबंधन होय.

'कषाय, आत्मा, पुरुषार्थ, निष्ठा, सप्तगुण, आत्मबलाचा पदाघात, रत्नत्रय, अनंत चतुष्टयाचे साम्राज्य व आत्मशक्ती व निजवैभवाला जाणणे म्हणजेच रक्षाबंधन होय' हा या कथेतील प्रतीकांचा अर्थ होय. एकूण दोन्ही गुणांचा, वस्तूंचा मेळ किंवा एकात्मभाव म्हणजे रूपक होय. वाक्संयम व मन:संयमाचे महत्त्वही कथन केलेले आढळते.

समकालीन मराठी जैन कथेचे निवेदनतंत्र

समकालीन मराठी कथा या निवेदनतंत्रामध्ये वेगवेगळ्या प्रकारे बदल करताना आढळतात. निवेदनाच्या पूर्वांपर चालत आलेल्या प्रथमपुरुषी व तृतीयपुरुषी या दोन पद्धती आढळतात. परंतु याही व्यतिरिक्त जैन मराठी कथेमध्ये आत्मसंवादात्मक, वर्णनात्मक, संवादात्मक निवेदनतंत्राचा चपखलपणे वापर केलेला आढळतो. निवेदन म्हणजे कथन होय. प्रथमपुरुषी निवेदनाचे एक वैशिष्ट्य म्हणजे स्वत:च कथा निवेदन करणे.कथारूपाशी (समरस होऊन) एकरूप होऊन निवेदन करणे होय. तर तृतीय पुरुषी म्हणजे तटस्थपणे करण्यात आलेले निवेदन होय. निवेदन हे कथेच्या आशयानुसार सातत्याने बदलताना आढळते.

१) प्रथपुरुषी निवेदन

समकालीन मराठी जैन कथेमध्ये अंत:करणास साक्षी ठेवून प्रथमपुरुषी निवेदन आढळते. 'अंत:करणास साक्षी' हे एवढ्याच अर्थाने म्हटले आहे की, निवेदन करणारे पात्र हे जैन तत्वांना आपले मानणारे - ही तत्वे शिरोधार्थ मानणारे असते. त्यामुळे वागण्या-बोलण्यातून ही पात्रे एकनिष्ठ, सत्याचरणी असतात. प्रथमपुरुषी निवेदनाचे हे एक वैशिष्ट्य जाणवते. पुढील कथा उदाहरणादाखल -

"शाळा-कॉलेजमध्ये मी तसा होतकरू म्हणून चमकलो. पण आमचं कोकरूपण काही सुटलं नाही. एक प्रकारची लाचारी, भित्रटपणा, सोशिकता तेवढी वाढत गेली. हा पूर्वांपर परिस्थितीचा की वातावरणाचा की शिक्षणाचा परिणाम हे काही कळलं नाही. मात्र कोकराचे भोग इथून पुढे वाढतच गेले. विशेष एवढाच की या कोकराला अनेक कोकरं भेटत गेली. एकमेकांना समोर गुपचूप सहानुभूती दाखवणं (नि पाठीमागं टवाळी करणं) एवढच कामगिरी राहिली."

पदवी मिळाली तरी नोकरीसाठी किती हेलपाटे मारावे लागले. नोकरीसाठी उत्तम गुणापेक्षा वशिला किंवा पैसा लागतो हे व्यवहारज्ञान अनुभवानं मला

शिकायला मिळालं पण अनुभव गोळा केल्यानं शहाणपण दाखविता येतच असं नाही. नंतर कटू अनुभव गोळा गेल्यानं शहाणपण दाखविता येतचं असं नाही. नंतर कटू अनुभव गोळा होत गेले. अन् माझ्या बाबतीत कोकराचं, बाबा म्हणत तसं गाढवात रूपांतर झालं. एवढचं मला जाणवलं. प्रसंग पडला तर बळी द्यायला, नाहीतर इतर वेळी लोकांची कामं वाहायला माझा उपयोग केला जाऊ लागला. (बीडकर राजेंद्र , एक होता लांडगा न् ...पुनीत, पृ. ८९, १९९७,)

प्रथमपुरुषी निवेदनाच्या या कथेमधून एका तरुणाचे आत्मवृत्तच सादर झालेले आढळून येते. स्वत: निवेदन करणारा नायक हा आपल्या जीवनातील शाळा-कॉलेजमधील कर्तबगारी विषयी अगदी उपहासगर्भ शैलीमध्ये बोलतो. तसेच जीवनातील कडू-गोड अनुभवांचाही पाढा वाचतो. आई आणि बाबा यांच्या मताप्रमाणे तो गाढव आणि कोकरुच राहिला हे तो सांगत राहतो. प्रथमपुरुषी निवेदन तंत्रामुळे त्याच्या व्यथेचेही उत्कट दर्शन घडते.

२) तृतीयपुरुषी निवेदन

प्रचलित निवेदनपद्धती म्हणून या पद्धतीकडे पाहता येते. अगदी तटस्थपणे कथाविषय यामध्ये हाताळला जातो. वर्णने, विषय, संवाद, प्रसंग हे तिऱ्हाइताच्या नजरेतून कथन केले जातात. समकालीन मराठी जैन कथा ही बऱ्याच अंशी तृतीयपुरुषी निवेदनतंत्रामधून अभिव्यक्त झाली आहे.

उदा. ''त्यांनी तिजोरीला कुलूप लावले. सगळ्या वही-खतावण्या एकावर एक रचून बाजूला ठेवल्या. 'अरिहंत-सिद्ध' असा तोंडाने जप करीत नेमलालजी उठले. कार्यालय बंद केले आणि जवळच असलेल्या धर्मशाळेतील आपल्या खोलीकडे चालू लागले.

धर्मशाळेत सर्वत्र सामसूम झाले होते. संस्थानच्या गेट बाहेर मात्र थोडी जाग दिसत होती. नवीन मंदिराच्या बांधकामासाठी कुशल कारागीर, शिल्पी राजस्थानातून आले होते. गेट बाहेर त्यांनी त्यांच्या झोपड्या उभारल्या होत्या. पावसाळयाचे दिवस होते. दोन गाड्या नागपूरहून आल्या होत्या. त्यांची सगळी सोय करून देऊन संस्थानचा कर्मचारी वर्ग आपआपल्या खोल्यांमध्ये परतला होता. यात्रेकरूंनीही सामान जिथल्या तिथे करून, उद्याच्या वंदनेची तयारी करुन झोपेची आराधना आरंभिली होती.''

(गरीबे मीना , अनोखे दातृत्व, पुनीत, पृ. १११, १९९७,)

या तृतीयपुरुषी निवेदनाच्या तंत्रामधील हा परिच्छेद जैन तत्वांचा पोषक आविष्कार करणारा ठरतो. ते एवढ्याचसाठी की, नेमलालजी हे एक निष्ठावान

आहेत. त्यांच्या मुलाला-मनोजला शिक्षणासाठी पैसे हवे आहेत. एका धर्मशाळेत राहून, व्यवस्थापन करून नेमलालजी समोरच्या जिनमंदिराच्या बांधकामासाठी येणाऱ्या पावत्या गोळा करण्याचे- लोकांकडून येणाऱ्या खर्चाचा हिशोब ठेवण्याचे काम करीत आहेत. समोर लाखो रुपये असताना केवळ काही पैसे मनोजच्या शिक्षणासाठी हवे असतात. परंतु त्या रकमेतील काही पैसे घेतले तर? असा क्षुद्र विचारही त्यांच्या मनात येऊन जातो. पण तोही झटकला जातो. अत्यंत ताणाचे व धर्मशाळेतील सामसुमीचे चित्रण यामध्ये आले आहे.

परिच्छेदामध्ये येणारा तिजोरीचा उल्लेख हा एका वर्गाचे सूचन करतो. तर धर्मशाळा उल्लेख हा ही एका वर्गाचे सूचन करतो. तृतीयपुरुषी निवेदनाचा तटस्थता हा विशेष अगदी उत्कटपणे या परिच्छेदामध्ये जाणवतो.

३) आत्मसंवादात्मक निवेदन

आत्मसंवादात्मक निवेदन हे आत्मसंवादीच असते. कथानायक किंवा नायिका ही स्वत:शीच संवाद साधत असते. उदा. पुढील कथेतील आत्मसंवादी निवेदनाचे स्वरूप -

उदा.

''पण ती हाकच होती का?

आणि जर असेल तर तिनं माझ्या मनात एवढी धडकी का भरावी? आजवर जी हाक ऐकायला कान आतुरायचे, मन बहारायचं, शरीर फुलायचं, ती हाक आज मनाला कातरीत होती कंपवीत होती वेळ जातोय का थांबलाय तेच कळत नव्हतं. अन् ती हाक कानावर आदळली

केवढ्यांदा दचकले मी, काळीज कसं लट्कन उडालं...पण ती हाकच होती का?भिरभिरत्या मनाला बाहेर कधी अंधारुन आलं तेच कळालं नाही. वातावरण कसं कोंदटून गेलं होतं.आभाळ ढगाळलं होतं. भोवती गच्च काळोख दाटला होता. एकदम कानठळ्या बसविणारी वीज कडाडली. पटकन मी डोळे उघडले ...काळंभोर सुन्न आकाश त्या नादानं थरारलं. जळजळत्या, सळसळत्या प्रकाशानं त्याला असं ओरबाडलं, की जीवाच्या आकान्तानं आर्त किंकाळी ठोकून ते काळंबंबाळ होऊन पडलं. नेमकी त्याचवेळी ती हाक... मनात पुन: शंका चुकचुकली - ती हाक होती की...की बिजलीचा कडकडाट.....? बाहेर मुसळधार पाऊस कोसळत होता धरती भिजून चिंबत होती. माझीही तशीच स्थिती झाली होती. खरंतर मी काही लहान नाही चांगली बी.ए.ला आहे. एवढं घाबरायचं मला काय कारण?.... बिजलीच्या कडकडाटानं धरणीहो अशीच

घाबरत असेल काय? छे, ती हाक नव्हे... भासच... मनाला मी समजवायचा प्रयत्न करू लागले. मनातल्या गोंधळामुळे बिजलीचा कडकडाट हाकेसारखा वाटला असावा. की हाकच बिजलीच्या कडकडाटासारखी वाटली?'' (बीडकर राजेंद्र , पंच, पुनीत, पृ. ६१-६४, १९९७,)

वरील आत्मसंवादी निवेदनामध्ये कथानायिका शाल्मली आहे. तिला पावसाळी दिवसांत 'शाल्मली' अशी हाक येते व तिचा स्वत:शीच संवाद सुरू होतो. ती स्वत: जैन असते व दुसऱ्या एका जैन मुलाच्या प्रेमात पडलेली असते. तिचे आई-वडील मात्र तिच्यावर पूर्ण विश्वास ठेवून असतात. पण एकदा पोदनपूरला मुनींच्या दर्शनाला व प्रवचनाला ती आई-वडिलांबरोबर जाते. तिथे मुनींच्या प्रवचनाचा तिच्यावर सकारात्मक परिणाम होतो.... दोघे जैन असूनही त्यांच्यात विलक्षण फरक असतो.... पुन्हा चिंतनाच्या पातवळीवर ती विचार करते तेव्हा तिला तो भासच असावा जाणवतो. कथेच्या शेवटी तिला पुन्हा हाक येते व ती गात्र गात्र आक्रसून जाते.

प्रस्तुत उताऱ्यात शाल्मलीच्या भावस्थितीचे वर्णन आले आहे. आत्मसंवादातूनही ती त्या हाकेसंबंधी संवाद साधते आहे. विचार करते आहे. कारण ती हाक ऐकण्यासाठी कधीकाळी तिची गात्रं फुलायची. पण आज मात्र ती त्या हाकेमुळे थंडावली आहे. तिची गात्रे आकसून गेली आहेत. या भावस्थितीचे दर्शन या निवेदनामधून आले आहे.

४) संवादात्मक निवेदन

जैन कथात्मक वाङ्मयामध्ये संवादात्मक निवेदनाची बरीचशी उदाहरणे आढळतात. ह्या निवेदनपद्धतीचे एक उदाहरण -

उदा. ''साहेब तुम्ही धार्मिक आहात, चांगलीच गोष्ट आहे. पण सरकारी कामात कुठला धर्म...? ते जाऊ द्या. तुमच्या चांगल्यासाठी सांगतोय? हवं तर तुमचं 'काही' असलं तर सांगा ते आम्ही आता देऊ. पण आमचं धंद्याचं नुकसान करु नका.''

रावसाहेबानं 'काही' हा शब्द एका विशिष्ट ढंगानं उच्चारला, कांतिलालजी काय ते समजले.

''मंडळी, आपण मला लाच द्यायची भाषा बोलू नका, बँक मला पगार देते.''

''तो काम करण्यासाठीच देत असलं ना?''

“होय, पण हा माझा तत्त्वनिष्ठेचा प्रश्न आहे. मी ही हिंसा माझ्या हातून होऊ देणार नाही... प्रसंग कुठपर्यंत पोचला तरी चालेल”

“ठीक आहे, मला जरा जातीनं लक्ष द्यावं लागेल”

(संघई बलराज, धर्मो रक्षति रक्षितः, पुनीत, पृ. १३५,१९९७)

या निवेदनामधून-संवादामधून जैन असणाऱ्या रावसाहेबांच्या प्रामाणिक व निर्लोभी आणि भ्रष्टाचार विरहित स्वभावाचे दर्शन घडवले आहे. सरकारी कामात राहूनही आपल्या धर्मतत्त्वांना अंगीकरणारे कांतिलालजी हे धार्मिक आहेत हे समजते. तर पुढाऱ्यांची अरेरावीची भाषा आढळून येते.

प्रसंग असा जिवंतपणे उभा करण्याचे काम संवादी निवेदन करते. नाट्यात्मक अभिव्यक्तीचे अंग म्हणूनही या निवेदनशैलीकडे पाहता येते.

५) साक्षी मी निवेदनतंत्र

निवेदतनतंत्राचा साक्षी मी हा एक महत्त्वाचा प्रकार आढळून येतो. निवेदनाची तंत्रशैली म्हणूनही याकडे पाहता येते. साक्षी मी निवेदनामध्ये कोणत्याही घटनेत, प्रसंगाचे अथवा निसर्गाचे, स्थळाचे, व्यक्तीचे असे वर्णन आढळते. जैन कथेमधील हे एक महत्वाचे या साक्षी मी निवेदन तंत्राचे उदाहरण - उदा. .....“पुनर्जन्मच झालेला असा तो प्रसंग.

दीक्षेचा तिचा निर्णय अटळ ... दमयंतीबाईचं-आईचं सततचं रडणं, पित्याचं मूकपणे तडफडणं, याच्या पार पलिकडे गेलेली जयमाला...

तिचा नकार असतानाही दीक्षा विधीच्या पूर्तीसाठी केलेला साजशृंगार, हत्तीवरची मिरवणूक, समाजानं केलेला सोहळा.

राजकन्येसारखी भासणारी जयमाला आता काही वेळानं सर्वस्वी बदलणार होती. अपूर्व दृश्य पाहण्यासाठी केवढा जनसमुदाय लोटलेला. एकेक विधी चाललेले.

जयमाला शहा व्यासपीठावर आली. सोन्या-मोत्यांचे अलंकार, लालभर्जरी साडी, सकाळी न्हाऊन पाठीवर सोडलेले घनदाट काळेभोर मखमलो केस.

डोळ्यात प्राण आणून सगळे पहात होते. पडद्यामागे जाऊन ती काही मिनिटांत परतली. यावेळी अलंकारविहीन, शुभ्र साडी नेसलेली तिची मूर्ती - कोवळ्या दीपकळीसारखी सतेज.

चौरंगावर बसून तिनं आपल्या मुठीनं डोक्यावरचे केस उपटायला सुरुवात केली.

तासाभरात काळा, तलम, निर्जीव केसांचा डोंगर पुढ्यातल्या चांदीच्या ताटात, साऱ्यांच्या डोळ्यात आसवाच्या धारा.

'आर्यिका श्रुतकीर्तीजी की जय!' जयघोष घुमू लागला.

(शहा सुरेखा , जोगन, छांड गयी संसार ,पुनीत, पृ. ४,१९९७,)

'ज्या माणसाचा अहंकार गळून पडलेला असतो त्यालाच जीवनाचा अर्थ कळतो' या विचाराप्रमाणे या कथेमधील नायिका श्रुतकीर्तीजी आर्यिकेची दीक्षा घेतात. त्यांना जीवनाचा अर्थ कळालेला असतो. त्या आर्यिकेची दीक्षा घेणाऱ्या प्रसंगाचे वर्णन यामध्ये आढळते. पुढे पाच वर्षानंतर श्रुतकीर्तीजी माता आपल्या जन्मगावी येतात हा भाग कथेत पुढे येतो.

दीक्षा प्रसंग हा म्हणजे पुनर्जन्माचा सोहळा. या सोहळ्याचे या प्रसंगामध्ये वर्णन केले आहे. अत्यंत मोजक्या व काव्यात्म पद्धतीने हा प्रसंग उभा केलेला आढळतो. दीक्षा सोहळ्याचे अत्यंत साद्यंत शब्दांमध्ये हे साक्षी मी वर्णन केले आहे. साक्षी मी निवेदनशैलीचा हा उत्तम नमुना आहे.

मराठी जैन पद्य साहित्याचे रचना विशेष व वाङ्मयीन विशेष

आधुनिक मराठी जैन साहित्यामध्ये पद्यरचनेच्या प्रकारांमध्ये विविधता आणि विपुलता दिसून येते. या काळातील जैन कवींनी पद्यरचनेचे अनेक प्रकार हाताळले आहेत. प्राचीन पद्यरचनांपासून संस्कृत, प्राकृत भाषेतील पद्यरचनांसह आधुनिक काळातील मुक्त काव्यापर्यंतचे बहुतेक सर्व रचनाप्रकार या कवींनी हाताळले आहेत. आधुनिक काळात इंग्रजी साहित्याच्या अनुकरणाने मध्यवर्ती मराठी साहित्याने इहवाद स्वीकारला. अध्यात्मिक व भक्तिकवितेला बगल देवून वास्तववादी व इहवादी आशयविश्वे पद्यरचनेत आणली. पारंपरिक रचनाप्रकार संपुष्टात येऊन इंग्रजी वळणाची कविता व रचनाप्रकार आविष्कृत केले. परिणामत: आधुनिक मराठी कवितेचा इतिहास बदलला. संत-पंत-तंत यापेक्षा वेगळी इहवादी, सामाजिक, रोमँटिक, वास्तववादी, अस्तित्ववादी इ. आशय काव्य रचनेत आले. परंतु जैन साहित्यिकांनी मात्र अजूनही २० व्या शतकाच्या उत्तरार्धापर्यंत पारंपारिक रचना, आशय आणि अध्यात्मवादी कविताच रचली आहे.

१५ व्या शतकात जैन मराठी साहित्याची परंपरा सुरू झाली. सुभाषचंद्र अक्कोळे व जोहरापूरकर यांनी शंभरेक जैन कवींच्या रचना प्रकाशात आपल्या या सर्व रचना प्राचीन, पौराणिक, चरित्रात्मक, जैन तत्त्वज्ञानावर आधारित, अनुवादित

आणि भाषांतरित प्रकारच्या होत्या. क्वचित जैन कवींच्या रचना या स्वतंत्र होत्या. पंडिती कवितेने जे केले तेच मराठीतील कवींनीही केले. पौराणिक आख्यानकाव्ये, चरित्रकाव्ये व प्राकृत संस्कृतमधील महाकाव्ये यांच्या धर्तीवर रचना केल्या, मध्यवर्ती मराठी साहित्याने आधुनिक काळात आपले आशय-आविष्कार बदलले तरी जैन साहित्य मात्र पौराणिक आशयामध्येच रममाण झालेले दिसते. याचे कारणही आपणास असे दिसते की, आधुनिक मराठी जैन साहित्याला परिवर्तन, मध्यमवर्गीय जीवनजाणिवा, वसाहतवादी समाजरचनेचा परिणाम याच्याशी संबंध दिसत नाही. जैन साहित्याला केवळ धार्निक जाणिवा प्रकट करणे, धार्मिक ग्रंथांचे आधुनिक काळातील लोकांना नव्याने परिचय करुन देणे, जैन तत्त्वज्ञान आणि आचरण साहित्यातून जैन समाजापर्यंत पोहचविणे हीच उद्दिष्टे असल्याचे दिसतात. त्यामुळे आधुनिक काळातील जैन साहित्य हे पारंपरिक स्वरुपाचे दिसते. या हेतूचा परिणाम म्हणून जैन साहित्याची भाषा, त्यांची शैली, अविष्कार पद्धती ही मध्यवर्ती मराठी साहित्यापेक्षा वेगळी आहेत. पारंपरिक रचनाप्रकार, आविष्काराची तंत्रे ही पौराणिक कवितेच्या स्वरूपाची दिसतात. यामुळे आधुनिक मराठी जैन पदरचनेत खालीलप्रमाणे रचना दिसतात.

छंदोबद्ध रचना हा आधुनिक मराठी जैन पद्यरचनेचा विशेष म्हणावा लागेल. संस्कृत आणि प्राकृत रचनांमधील रचना प्रकार यामध्ये वृत, छंद, अलंकार याचबरोबर दोहे, साक्या, शाहिरी काव्यातील रचनाप्रकार जैन कवींनी हाताळले आहेत. हे रचना प्रकार खालीलप्रमाणे :-

आधुनिक मराठी जैन कवितेतील वृत्तरचना

आर्या – या वृत्तरचनांची विपुलता आधुनिक जैन पद्यरचनेत मोठ्या प्रमाणात दिसते. बहुतेक सर्व वृत्तरचनेचे प्रकार या कवींनी हाताळले आहेत. यापैकी 'आर्या' हे वृत्त जैन कवींचे आवडते वृत्त आहे. बहुतेक खंडकाव्ये, दीर्घकाव्ये, चरित्रकाव्ये व कथाकाव्ये ही आर्या वृत्तात लिहिली आहेत. याशिवाय आर्या दशभक्ती, आर्या द्रव्यसंग्रह, आर्या पंचस्तोत्र , आर्या महापुराण , आर्या रत्नकरंड आदी शीर्षके लक्षात घेतल्यास आर्या वृत्ताची बहुलता जैन पद्यरचनांमध्ये कशाप्रकारे आहे हे जाणवते. या काळातील काही जैन कवींनी तर केवळ आर्याच आपल्या रचनेसाठी वापरल्या आहेत. आर्या रचनेचा हेतू सांगताना कवी हिराचंद तलकचंद शहा म्हणतात, ''अर्थवाही नादमधुर शब्दांतील 'आर्या' मनोवेधक ठरते. ती सहजासहजी कंठस्थही होते म्हणून 'आर्या' या मात्रावृत्ताची निवड केली. रचना करताना टीकाकाराची चोखंदळ दृष्टीही वापरली. या कसोटीवर

सर्वच सर्व आर्या सरळ सुबोध आणि प्रासादिक आहेत. त्या रसिक वाचकांना कंठस्थ कराव्याशा वाटतील अशी उमेद आहे.'' (शहा हि. त., आत्मप्रबोध, प्रस्ता.)प्रासादिकता, मधुरता, सरळसुबोधता व कंठस्थ होण्यासाठी सोप्या असलेल्या आर्या वृत्ताचा हेतू कवी सांगतो. विशेषतः जिनदास पार्श्वनाथ फडकुले यांनी आपल्या सर्वच रचना 'आर्या' वृत्तात केल्या आहेत. म्हणूनच त्यांना मराठी 'जैन साहित्याचे मोरोपंत' म्हटले जाते. फडकुले यांनी जवळजवळ चाळीस ग्रंथ लिहिले आहेत या बहुतेक ग्रंथाची रचना आर्येत झाली आहे. फडकुलेंच्या नंतर ज. ने. क्षीरसागर कवी अज्ञात, कवी हिराचंद तलकचंद शहा इ. कवींनी पद्यरचनेत आर्यांना महत्व दिले आहेत. याशिवाय इतरही कवींनी इतर वृत्तांबरोबर आर्या वृत्तास अधिक महत्व दिले आहे. बहुतेक कवींना संस्कृत महाकाव्यांचा परिचय आहे. तसेच मोरोपंतादी पंडित कवींचा परिचयही या कवींना आहे.

'चतुराख्यान' या खंडकाव्यात ज. ने. क्षीरसागर यांनी 'आर्या' हे वृत्त वापरले आहे. 'भोगभूमिज आर्ययुगल' या चौथ्या आख्यानात कवी आर्या वृत्ताचे श्लेष करुन म्हणतो.

ज्ञानतपोवयि वृद्ध प्रीतिंकर साधु साधु बुद्ध वदे

आर्या ! आर्यावृत्ते उत्तर देण्या कुणा न उद्ध वदे।। –चतुराख्यान, पृ. १२५

असे आर्या वृत्तावर प्रभुत्व असणाऱ्या आर्य साधूचे वर्णन कवी करतो. याच काव्यात कवी आर्या रचनेत चमक आणतो, अनुप्रास आणतो.

'निर्विघ्न विघ्नहर तव विघ्नित विघ्नौघ भक्तिनिघ्न मने'

हंसासम धवलशयनी राणी मात्र ती बसे सुतेजवळी

कुरवाळित ममतेने तिज पोटाशी पुन्हा पुन्हा कवळी

असे अनुप्रास किंवा अशा रचनेतून 'यमक' सारखा अलंकार कवी आर्येतून साधतो. जैन कवी केवळ आध्यात्मिक अथवा तात्त्विक लिहितात यापेक्षा या कवींची सौंदर्यदृष्टी व पांडित्य क्षीरसागरांचे 'आर्या महापुराण' वाचताना लक्षात येते.

श्री संभवतीर्थंकर पुराण या खंडकाव्यात –

झाले योग्य विवाहा संभव जिन बघुनि इंद्र पुरि आला।

नानानृपतिकुमरिगण। आणुनि विभुविवाह झणि केला।।

अशा १२ + १६ मात्रांच्या आर्या जिनदास फडकुले रचतात

किंवा

गंगा नदी तटी तो रचुनी आश्रम तिथे सुखे राही।।

मत्तगजस्नानसम मिथ्या तप हे जगी असे पाही।।

अशा आर्यांमध्ये रूपक अलंकारही आणला आहे. आर्या वृत्तात अनेक अलंकारिक रचनाकडून कवीने काव्य सुंदर करण्याचा प्रयत्न केला आहे. जिनदास फडकुले यांनी अनेक चरित्रे, खंडकाव्ये, दीर्घकाव्ये आर्या रचनेत केली आहेत. किंवा एखादा तत्वज्ञानात्मक ग्रंथही जैन कवींनी आर्येत रचला आहे.

उदा. चतुदर्श मार्गानी तेवि गुणस्थान चतुर्दश यांनी।

संसरि जीवांचे गणिले चौदा प्रकार जैनांनी।।

वरील आर्येत १२ + १८ मात्रा येतात. (शहा नानचंद, आर्या द्रव्यसंग्रह) अशा ग्रंथामधून तत्वज्ञानही आर्या वृत्तात रचले आहे.

'आर्या' या वृत्ताबरोबरच इतर अनेक वृत्तांचा वापरही या कवींनी केला आहे.

वसंततिलका, शार्दूलविक्रडित मंदाक्रांता, इंद्रव्रज्रा, स्थापना, दोहरा, गीता, दोहा, अडिल्ल छंद, भुजंगप्रयात, द्रुतविलंबित, शालिनी, चामर, कामदा, पृथ्वी, शिखरिणी, हरिणी, सवाई, प्रहर्षिणी, अनुष्टुप, स्रग्धरा, वंशस्थ, गीतिका, दिंडी, चौपाई, सवैया, गजल, त्रोटक, आर्या प्रश्नोत्तरावली, चामर, छत्र, अंजनीगीत, मदिरा, इंद्रवंशा, पंचचामर, केका अशा अनेक वृत्तांमध्ये जैन कवींनी आधुनिक काळातही आपल्या पद्यरचना केल्या आहेत. वृत्तरचनेतील हे वैविध्य पाहिल्यानंतर कवींची प्रतिभाशक्ती , विद्वत्त्व, अभ्यास व रचनाकौशल्य लक्षात आल्याशिवाय रहात नाही. यातील बहुतेक कवी हे उच्चशिक्षित, संस्कृतपंडित, जैनसाहित्याचे ज्ञाते आहेत. तर काही कवींची प्रतिभा या रचनेस भाग पाडते. या वृत्तछंदाची काही उदाहरणे पाहता येतील

आर्या प्रश्नोत्तरावली

कोण पवित्र जनी या? जो जन दृढचित्त ब्रह्मचर्यरत।।

पशुसम कुणा गणावे? अविचारी केधवा न हो विरत।।

कोणा अंध म्हणावे? सुदेव गुरु सत्यशास्त्र ज्या न कळे।।

कोण बधिरसा लोकी? जिनवाणी श्रवण ज्या कदा न मिळे।।

–अनंतराज बोपलकर, पार्श्वपुराण,१९३९

कवी ज. ने. क्षीरसागर यांनी 'भक्तिरंग' या संग्रहात १० दीर्घकाव्ये लिहिली आहेत. यापैकी प्रत्येक काव्य एकेका वृत्तात लिहिले आहे. त्यातील काही वृत्तरचना,

वंशस्थ–

कृपा तुझी ही करि काव्यनिर्मिती
तिथे यशस्वी मतिमंद हाकिती।
प्रसन्न हो तू मज सवतोपरि
प्रसू रुसे का निज बालकावरी! (शारदा स्तवन)

वसंततिलका–

हे चंदनापरि सुगंधित अंतरंग
ज्या वेष्टुनी बसति भीषण कर्मनाग
ते जेवि भूषविशी बा! वनमोरसा तूं
जाती सुटून विळखे, नच यांत किंतु!!

उपजाति –

सूर्यास राहू, जल अग्निला ते
कल्पांतवारा वरुणालयाते
ग्रासी वियोगस्थिति वैभवा ती
परी निराबाध तुझी विभूती (पान ४५) विषापहार स्त्रोत्र

मंदाक्रांता –

सर्वाहूनी वरचढ असे आगळे व्यक्तिमत्व
पीयूषाला प्रवचन तुझे लाजवी बोधिसत्व!
तेव्हा कैसे रुचतील तुला वेंधळे शब्दजाल
भक्ताचे हे कवण जरि बा। मूर्त मंदारवेल ।। (पान ५५) एकीभाव स्तोत्र

पृथ्वी –

तुझ्या मधुर दर्शने जिनविभाकरा! या क्षणी
विकास मम पावले हृदयपद्म आनंदुनी
चटावुन हटे झटे मधु लुटावया त्यांतील

उडून बघ जाय ही सुटून मोहभृंगावळ (पान ६६) ऋषभपंचाशिका स्त्रोत्र

शिखरिणी –

जिनेशा! रे! सारे गुण जर शरच्चंद्रकिरण

कसे तेणे नेणे असति अनुरक्त प्रिय जन

तपोऽनुष्ठानी तू कठिण जरि वज्रापरि असा

जगाच्या कल्याणा असशि मऊ मेणाहुनि कसा (पान ८८) गोडीपार्श्वस्तव

जाति–गीतिका –

दिसतोस ज्या अणुरेणुंनी अतिशांत सुंदर गोजिरा

भुवनत्रयासहि एकमेव ललाम तू परमेश्वरा!

अणु ते हि देखिल मोजके इतुके खरोखर त्यामुळे

पृथ्वीतली तुजसारखे दुसरे स्वरुप न आढळे! (पान १०७) भक्तामर स्त्रोत्र

जाति स्रग्विणी –

एवढा शक्तिमान तू असाधारण

भार चित्ती करुनी तुज धारण

पार होती कसे? त्यातुनी निस्तुला!

फार याचाच वाटे अचंबा मला! (११८) कल्याणमंदिर स्त्रोत्र

अशा प्रकारे एकाच कवीने अनेक वृत्तात्मक रचनेद्वारे विविध काव्ये आविष्कृत केली आहेत. कवी ज. ने. क्षीरसागर यांच्या विविध रचना कवीचे काव्यरचनेवरील प्रभुत्व दाखवतात. एकेका कवीने एका खंडकाव्यासाठी अखंड एकच वृत्त स्वीकारणे व याच वृत्तरचनेत अनेक अलंकाराचा खुबीने वापर करणे हे खरोखरच जैन कवींचे कौशल्य म्हणावे लागेल.

आर्यावृत्ताप्रमाणेच 'वसंततिलका' हे वृत्तही जैन कवींना आपल्या आविष्कारासाठी सोयीचे वाटते. धनपाल कांताप्पा उपाध्ये उर्फ कुंथुसुत या कवीने आपली 'मराठी चिन्मय चिंतामणी'(१९७०) व 'चतुर्विंशति तीर्थंकर स्तोत्रावली'(१९५७) ही काव्ये पूर्णतः वसंततिलका वृत्तामध्ये लिहिली आहेत. तसेच कवि जिनदास पार्श्वनाथ फडकुले यांनी ही वसंततिलका वृत्तासह अनेक वृत्ते लिहिली आहेत.

या नेहमीच्या वृत्तांशिवाय काही क्वचित वापरली जाणारी वृत्तेही जैन कवींनी हाताळली आहेत. उदा.

स्वागता वृत्त –

राया देई गज वाजि शिबीका
दासि दास रथ देश अनेका
षोडशाभरण आदिक वस्त्रा
छत्रचामर पलंग विचित्रा पान–२७

नाराच वृत्त –

कुमार वाक्य ऐकुनि अनुज ते प्रशंसती
सभाग्य थोर आम्ही पावलो तुझेनि संपति
सुधन्य धन्य वत्स तुज पुण्य अंत येइना
क्षमा करा अम्हावरी करा कुटुंब पालना।। पान २६

मनोरमा –

वत्स धाकुटा बोलिला निका। दु:ख काही तुम्ही धरु नका।
जो तरुवरा जेवि लाविजे। त्याहिचे फळे तेंवि पाविजे। पान २१

सवाई –

कर्म करोनि सुबाहुबली झुंझता भरतेश्वर हारुनि गेला
पांडवराघव लक्ष्मण जानकी अंजनीने वनवासही केला।।
कौरव हारति द्रोपदि आळ चढे नळरात्र विधि वनी नेला।
यादवकूळ विना भवती दशकंठविधी करुनी रणि मेला।।

त्रोटकवृत्त –

मतिसागरस्त्री इतुक्याउपरी। गुणसुंदरी बोलतसे सुपरी।
मजला व्रत द्या प्रभु एक बरे। जिव ज्या करुनी भवसिंधु तरे।। पान–३८

अर्धत्रोटक वृत्त–

निजशक्ती परी करि भुक्ति बरी। परी मौन धरी असनावरी=१९

कामक्रीडा वृत्त –

योगी बोले पाळा तुम्ही आदीबारव्रतासी।
सेवा जैनेंद्रासी सद्गुरुसी आणि शास्त्रासी।।

श्रेष्ठी आणि वृत्तासी वीचारी पाणी जोडोनी।

नारी ऐके सद्भावाने जैसी राणी इंद्राणी।।   पान १८

(वरील सर्व संदर्भ हिराचंद अमोलिखकृत 'श्री रविवार व्रतपूजन कथा व श्री कवलचांद्रायणव्रत पूजन कथा')

याशिवाय बहुप्रचलित वृत्तेही या कवींनी हाताळली आहेत.

मालिनी छंद

नृपपद सुरलोकां भोगुनिया क्रमाने।

अविचल पद प्राप्ती होतसे सर्व माने। पान २८

कामदा –

श्रावक कुलीं जन्म घेउनी।

वंदना नसे केली जाऊनी।

व्यर्थ तो जगीं वांचला असे।

रत्न सागरी फेंकले दिसें।।

चौपाई –

तीर्थ सिद्ध क्षेत्र सुखकारी।

वंदन करितां भवभय हारी।।

सम्मेदशिखरी कूट मनोहर।

शोभती वीस अतिशय सुंदर।। ३२

सम्मेदशिखरजी माहात्म्य व पूजा – वी. नि. सं. २४५८

दिंडी –

दिंडी हे वृत्तही जैन कवींनी रचनेसाठी हाताळले आहे कवी आदिनाथ शांतिनाथ बोपलकर यांनी दिंडी काव्यात 'जिनभक्ती' हा संग्रह लिहिला आहे.

उदा.

जगी नारी ती मोहिते मनास।

तीस त्यजितो मज मोह तुझा खास।।

तशा तीते ते प्रेम हो कशास।

तुझ्या चरणी ते त्राहिलेस खास।। पान ६

आ. शा. बोपलकर, जिनभक्ती वी. नि. सं.२४६३

अंजनीगीत

उदा. १

विमलज्ञानी कर्मा विरहित। मुक्ती रमणीने आलिगित।।

सुपार्श्वचरणी शांतीदास रत। दिनरजनी होई-

शांतिदास उर्फ शांतिनाथ कटके, चोवीस तीर्थंकर पूजा, वी. नि. सं. २४५५

उदा. २

सुरनरसारे पूजन करुनी, मुनिवर मानसी ध्यान धरुनी।

इहपरलोकी धन्य होऊनी, मुक्तिसुखा जाती।।

१५ पान

नेमचंद नारायण चवडे , निर्वाणक्षेत्र सं. पूजा, १९२६

याशिवाय वंशरथ, इंद्रवंशा, पंचचामर, केका, शालिनीवृत्त, शुद्धकामदा अशा वृत्तरचना कवींनी केली आहे. यांची उदाहरणे खालीलप्रमाणे -

शुद्धकामदा-

यापरी तदां जिनेंद्र पूजुनी।।

राहिला पुढे हात जोडुनी।।

वेष्टिले तया सर्व सज्जनी।।

तोष माइना थोर तन्मनी।। पान १५

मालिनीवृत्त-

नृपति उभयधर्मा माजि त्या हो अजिंक्य।।

परिस मुनि सुधर्मा साधनी हो न शक्य।।

असुनि सुलभ लोकी श्रावकांचाहि मार्ग।।

इहपर सुखदायी सर्वदा हो सुभाग।। पान २३

शालिनीवृत्त-

नाना वाद्ये वाजताती गंभीर।

दोन्ही सेना त्या मिळाल्या अपार।।

झाले त्यांचे युद्ध अत्यंत घोर।
वीरावीरांमाजिं सर्वत्र थोर।। पान ७७

केका–

विमानि मग ते बसूनि नृपमंत्रि दोघे जण।
करीत गति अंजनी–रुचिरमंदिरा लागुन।।
तदा खचित तद्‌गृहाजवळ ते झणी येउन।
विमान निज तें त्वरें बहुत थांबवीले गण। पान ६७

इंद्रवंशा–

देखूनि ती श्री मुनिसी स्वलोचनी।
संतोषली फार मनांत अंजनी।।
उच्चारिती त्या जयकार तत्क्षणी।
दु:खाकरा विस्मरली तदा गणी।। पान ९३

यूथिका–

जैन धर्म मनि तीस न आवडे।
आचरे सतत दुर्गत ती पुढे।।
प्रेम पंचविषयी बहुधा वसे।
कूर्दना वनिं सदाहि करीतसे।। पान ९६

इंद्रवज्रा–

लक्ष्मीमती दुसरी असून।
ती जैनधर्मात असे प्रवीण।।
सम्यक्त्व–आचार मनोज्ञ पाळी।
सामायिका आचरि तीन काळी।। पान ९७

पंचचामर–

म्हणे वसंतमालिकेसि अंजनी तया क्षणी
मला स्वमातृके समान होसि तू ग या वीन।।
विशेष सत्य बोललीस त्वा सखे ग यादिनी,
मदीय शील जाणिलेंस निश्चयेंचि साजणी।। पान १२१

वंशरथ–

दिनोदिंनी बालक वृद्धि पावतो।

रवी जसा दीप्ति बालक वृद्धि पावतो।

मनोज्ञ तो नागकुमार की जसा।

प्रकाशतो सुंदर बालही तसा।।   पान १२३

साकी–

दोष कुणाचा नच बोलावा, न करावा कधि द्वेष।।

सर्वांभूती दया असावी, वंदावा जिन–ईशा।।पान १०५

याशिवाय पृथ्वी, भुजंगप्रयात, शिखरिणी चौपाई अशा रचनाही कविने केल्या आहेत. कालचंद उपाध्याय, हनुम्मचरित्र, १९४३)

याशिवाय मदिरा, साक्या, कटाव इ. वृत्तरचनाही केल्या गेल्या आहे.

उदा. साक्या–

कर्मकलंक निर्मूल करुनी। सुखसागरिं भेटाया

भावभक्तीने शरण तुला मी। नमुनि मागतो राया

निर्मल होय मती। भवनिधि पार कराया ती।। पान ५

वृत्त मदिरा–

सुग्रिव नील गवाक्ष गवदिन नील महा हनुमंते तयाते।

कोटी नव्यान्नव तुंगगिरीवर राम तया नमुवारि भवाते।

वाचिक कायिक आणि मना बहुतारक जो प्रभु नाम तयाते।

जे शरणागत होति निरंतर सत्य वरी करि मुक्ति रमा ते।। पान ९

नेमचंद ना. चवडे निर्वाण क्षेत्र पूजा. जैन सुधाकर छापखाना १९२६

अशा अनेकविध वृत्तरचना या शतकात जैन कवींनी केल्या आहेत. विबुधप्रिया हे वृत्त पहा.

विबुध प्रिया–

अंबडापुरि चरितनायक पवनसुत सदनी वसे।।

घेवुनी द्विजभाजने शुचि सविधि पाक करीतसे।

सारि भोजन घेई विश्राम संधि जाय बहिर्दिशा।

जो तयाप्रति भेटति द्वय कामिनी असाहथशा।।

अनंतराज बोपलकर–महतिसागर चरित

छंद नाराच–

वनासि अग्नि लागला तदा चुतुर्दिशा प्रती।

बहुतजीव जातसे पळोनि अंबराप्रती।

चुतुर्दिश अग्नि व्यापला विलोकिकांच भीतसे।

भूपाळ अग्नितूनि सत्वरी पळोनि जातसे।।   पान १११

नलचरित्र – हिराचंद अमोलिख

छंद चंपकमाला–

वासव बोले भ्रात नृपाळा।

सांगिन तैसे ऐक भूपाळ।

होवुनिया शिघ्रे दूत माझा।

भीमसुतीचे मंदिरी जा जा।

नलचरित्र, हिराचंद अमोलिखसुत – १८६७

याशिवाय स्त्रग्धरा, श्लोक, इंद्रवंशा, मंदाक्रांता, शार्दूलविक्रीडित, प्रहर्षिणी, द्रुतविलंबित, अनुष्ठुप, हरिणी, वसंत, युथिका इ. वृत्तेही आढळतात.

उदा. वृत्त प्रहर्षिणी–

वाणिशी सकल जगात साम्य नाही।।

रुपाशी स्मर हि तुझ्यामुळे न काही।।

श्रोतेही भरति कशी तुझ्या मनात।।

भव्याला तरि गमतात पारिजात।। पान – ४७

वृत्त युथिका–

तू गरीब तरि हे जग रक्षिसी।।

नाशवंत परि नाश न पावशी।।

ज्ञानहीन दिसशी तरी राहते।।

ज्ञान जे कळवि लोक समस्तते।। पान –२५

दादा आण्णा घोदे, मराठी पंच स्त्रोत्र, १९२७

वरीलप्रमाणे वृत्तरचनांशिवाय इतर ही काही बहुप्रचलित वृत्ते जैन कवींनी हाताळली आहेत. मध्ययुगीन काळातील पंडिती साहित्याची वैशिष्ट्ये आणि आधुनिक काळात जैन कवींनी केलेल्या कवितेची वैशिष्ट्ये पाहता समान विशेष या कवितांमध्ये दिसतात. आधुनिक मराठी मध्यवर्ती कवितेच्या विशेषांपासून ही कविता दूर जाते. कवी केशवसुतांच्या नंतर मर्ढेकरी कवितेपर्यंत मराठी कवितेत सौंदर्यवादी, निसर्गकविता व सामाजिक कवितांमध्ये क्वचित ठिकाणी या छंदोबद्ध काव्यरचनेचा आढळ दिसतो. केशवसुताच्या कवितेनंतर आधुनिक मराठी कवितेने सुनीत, दशपदी, पोवाडे, हायकू, संगीतिका, खंडकाव्ये, शोकगीते असे काव्यप्रकार स्वीकारले. साकी, गजल, विलापिका, प्रेमकाव्ये इ. काव्यप्रकारही आधुनिक मराठी कवितेने स्वीकारले. मात्र आधुनिक काळातील जैन कवी मात्र २० व्या शतकाच्या मध्यापर्यंत प्राचीन काव्यतंत्रेच स्वीकारताना दिसतात, याची कारणे शोधता हे सर्व जैन कवी संस्कृत-प्राकृतादि भाषांचे अभ्यासक होते. याचबरोबर संस्कृत प्राकृतादि काव्याचे अनुवादकही होते. त्यामुळेच कदाचित ही कविता पंडिती वळणाची झाली असावी.

छंद व इतर रचना

वृत्तरचनेनंतर ओवी, अभंग, श्लोक, पद, लावणी, कटाव, पोवाडे, पाळणा, फटका इ. देशी काव्यरचनाप्रकारांचा वापरही हे कवी करताना दिसतात. वृत्त आणि छंदोबद्ध रचना करणारे कवी हे सोलापूर, फलटण, विदर्भातील कवी दिसतात, तर पोवाडा, ओवी, फटका, पाळणा, कटाव इ. काव्य प्रकार हाताळणारे कवी हे पश्चिम महाराष्ट्रातील कृषिसंस्कृतीशी संबंधित जैन समूहापैकी असलेले दिसतात. धर्मसागर, आदिसागर, चंद्रसागर, पायसागर, देशभूषण अगदी अलीकडे झालेले वृषभसेन इ. जैन धर्मातील मुनी हे पूर्वाश्रमीचे शेती परंपरेशी असलेल्या संस्कृतीत वाढलेले दिसतात. साहजिकच यांच्या कवितांमध्ये देशी व महाराष्ट्रातील प्रादेशिक जाणिवा दिसतात.

ओवी, अभंग, श्लोक, पद, कटाव, फटका, पाळणे, पोवाडे, लावणे इ. काव्यरचना प्रकारांची उदाहरणे पाहता येतील.

ओवी –

आधुनिक मराठीतील अगदी सुरुवातीच्या काळात लिहिलेले हिराचंद अमोलिख यांचे रामायण हे ओवीचे सुंदर उदाहरण म्हणता येईल. या रामायणामध्ये गुजराथी मराठी भाषेसह रचना आली असून विविध वृत्त छंदासह ओवी हा छंद ही अधून-मधून वापरला आहे. हिंदी दोहा, सवैय्या, आर्या शार्दूलविक्रीडित,

मालिनी, पद यासह अनेक रागांची रचनाही यात आली आहे. यातील ओवीचे उदाहरण पुढील प्रमाणे :-

मग गौतम म्हणे श्रेणिका। तुम्ही पृच्छा केली नीका।
राम उपकारु जानका। रायासी केला

अशी साडेतीन चरणाची ओवी या रामायणात आली असून पहिल्या तीन चरणात यमक आले आहे. साडेतीन चरणाचे दुसरे उदाहरण-

मदन मालेसी तया वेळे। पाचारोनि भूमिपाळें।
तया हारासी दिधले। सभेमाजी।।
संतुष्ट मनी मदनमाळा। घालती जाहली गळां।
लगेचि तो सर्प काळा। जाहला असे।।
राणी भयभीत तत्काळी। टाकोनितया पळाली।
पुरे झाले म्हणाली। नृपाळासी।।१५०।।

-हिराचंद अमोलिख, नलचरित्र,पान २५

साडेतीन चरणाची ओवीची आणखी काही उदाहरणे-

लोभियाचे धन। पराचिया कामा।।
आपण रिकामा। काळा मूखी।।
पहा मूषिकेने। संचविले धान्य।।
पावला मरण। नीचा हातीं।।
मक्षिकाचा वृंद। संचवीती महा।।
मधबिंदु स्वाद। नेणे काही।।
नको करू आशा। द्रव्याचा भरंवसा।।
घरजळ वासा। उपस की।।
संचितातित वित्त। वेचि सुक्षेत्रात।।
तोचि भागिवंत। मुनि म्हणे।।५।। पान ८

साडेतीन चरणाच्या ओवीनंतर चार चरणाची ओवी ही जैन साहित्यिकांनी हाताळली आहे. या ओवीचे उदाहरण खालीलप्रमाणे-

संत आले माझे घरी। देवा पूर्वीचे देणे करी।।
आगे आगे यांसीवाढा। जाऊ लौकरी हे पिडा।। किंवा

चिंतामणी हाती घेऊनिया त्वरे। टाकियेला दूर कागावरी।

अकारण जन्म केला यापरीने। मिथ्या महामारीने ग्रासीयले।।   पृ. ४ जैन पद्यावली

कटाव–

मराठी पोवाडा, लावणी, कटाव यांच्या भरभराटीचा काळ म्हणून पेशवाईचा काळ विशेषत: लक्षात घेण्यासारखा आहे. परंतु असे जरी असले तरी त्यानंतर अव्वल इंग्रजी कालखंडात जैन कवींनी मोजक्या प्रमाणात का होईना कटावाची रचना केली आहे. त्यासंबंधी काही उदाहरणे–

उदा.

नर जन्मामध्ये येऊनि प्राण्या दुष्ट वासना धरुं नको।
स्वल्प सुखासी गुंतुन मोक्षमार्ग चुकूं नको।।
जिनदेवाची नामस्मरणी घडी घडी तू विसरू नको।
कुदेव कुगुरु मिथ्याशास्त्र ऐकू नको।।
माता पिता बंधु भ्राता महा मोहात गुंतु नको।
क्षण भंगुर हा संसार नर्क दु:ख ते भोगु नको।।
कन्या पुत्र पाहुन सैनी मनांत हर्ष मानु नको।
करिता नेम येईल यम आस्ता कोणाची धरू नको
(स्तोत्रसंग्रह, प्रका.दादा घोदे, १९३१, पृ.१६–१७) किंवा
मनुजा सावध व्हावे।। भावे जिन गुणावें ।।धृ।।
पंचमकाली धर्म बुडाला, यश कीर्तीचा, नाश झाला,
अहंकार तो उदया आला, दुर्जन छळति व्यर्थ साधुला,
सम्यक्त्वी तो कोणी न उरला, साधूने निजधर्म सांडिला,
सत्कर्माचा लोप जाहला, देव गुरूला विसरूनि गेला।   व शेवटी
ज्ञान साधनी त्यालागूनी, उदमी होउनि. पाहुं लागतां.
परमानंदचि होईल हाता. बालकाची हीच प्रार्थना.
विद्यादर्पणा रूपा पहाना आत्मसुखाचा लाभचि ध्याना.
नरभव आपुला सफल कराना,
पाहतां मुक्तीपंथा निस्भय जावे. मनुजा सावध व्हावे.

भावे जिनगुण गावें।२।।

(चवडे नेमचंद नारायण , जैनोपदेशी संगीत पद्यावली, १९०५, पृ.२५ व २६)

गझल–

'गझल'(गजल) हा उर्दू–फारसी काव्यप्रकारही मराठीमध्ये आला. जैन कवींनी या नव्या प्रकारामध्येही जैन कवींनी आपल्या भावमाधुर्ययुक्त रचना केल्या आहेत.

उदा.

पहाहो या जगामाजी, बुडाला, धर्म हा सारा।।

कशी आजी दशा झाली, अहो तारा कुणी तारा।।धृ।।

दुराचारी बहू झाले, सोडूनि नीती ज्ञाना।।

विषयाची प्रीति भारी, भिती त्याची नसे त्यांना।।

याप्रमाणे गझल लिहिलेली आढळते. या गझलेचा शेवट मात्र असा केला आहे.

मिळेना साहय विद्येला, तरी आतां करावें काय।।

मोक्षाच्या सुखालागी, ज्ञानाला मनीं धरा।।२।। (पृ.९)

(चवडे नेमचंद नारायण , जैनोपदेशी संगीत पद्यावली, १९०५, पृ.८ व ९)

पदरचना

अभंग, ओवी बरोबरच पद्यरचनाही आढळतात. जैनमेळ्यासाठी लिहिलेली पदे ही खूपच प्रसिद्ध आहेत. त्याचबरोबर इतर कवींनीही पदे लिहिल्याची आढळतात.

उदा.

नरजन्म तुम्हा हा आला, तुम्ही दवडुं नका त्याला।।

ध्याऊनी असे हो आपुले। तुम्ही सोडू नकाहो त्याला।।

नेईल खचित मुक्तीला।। मायाफास, नेई नरकास,

सोडूनि खास।। सत्वरी त्याला।। तुम्ही आठवा वो विमलाला।।१।।

(काळूसकर फु. मो.,जैनमेळ्याची पदे, पृ.१३) किंवा

न्याय,खरा झाला। खरोखर न्याय।।धृ।।

कंटक वृक्षा पेरितांची कंटक पहिं रुतला।।
वीष सेवन करिता जगती सुखी कोण झाला।
मम बायांनो पाहुनि माझ्या ऐशा या स्थितीला।।
शीलव्रताला धारण करूनि सुखवा निज पतिला।। (पृ.७)

(चवडे गणपत, पुष्पगुच्छ,१९१२, पृ.७)

काही पदांना इतर चालीही लावण्यात आल्या आहेत. विविध चालींवरील ही पदे आहेत. संगीतावर म्हटली जाणारी पदे होत.

उदा.

पद (चाल–लावणीची)
संसारीं जिन दु:खित सुख नय ज्याच्या स्वप्नांतरी।।
पाहे शोधुन जिन अंतरी।।धृ।।
अन्नवस्त्र धन धान्य परिग्रह द्विपंच त्याच्या घरीं।।
सर्वही वंदिती आज्ञा शिरीं।।
पापपुण्य परिहरा धरा तुम्ही अर्हपद अभ्यंतरी।।
पाहे शोधुन निज अंतरी।।

(चवडे,जैनोपदेशी संगीत पद्यावली, १९०५, पृ.२२–२३))

किंवा

या जगी शीलची श्रेष्ठ असे।। त्याविण कांहि नसे।।धृ।।
लीलावतीने शील पाळिले।। शील प्रभावची जगासि कळले।।
चाळणी नीर वसे।।

(संगवे आ. त. तीर्थंकर पद्य वैजयंती, पृ.२०)

अष्टक

म्हणजे तीर्थंकरांची अष्टप्रकाराने पूजन करणे जल, चंदन, असता, पुष्प, दीप, धूप व फलाने केलेगेलेल्या या आठ प्रकारच्या पुजेला 'अष्टक' म्हणतात.

'अष्टक' म्हणजे जिनमंदिरात देवाची पूजा करते समयी म्हटले जाणारे गीत होय. मंदिरातला हा काव्यप्रकार होय. अष्टक म्हणजे विधी होय. या विधीची हिंदी रचनाही विपुल आहे. पूजा अर्चा करणारे पंडित उपाध्याय यांनी ही रचना गीर्वाण भाषेत केली आहे. देवपूजा ही श्रावकासाठी आवश्यक पूजा आहे.

जैन साहित्यामध्ये पंचकल्याण महोत्सव, तीर्थंकर पूजा, विधी होतात. यावर आधारित बरीचशी रचना आढळते. त्यापैकी 'संगीत चोवीस तीर्थंकर पूजा', (शांतिनाथ गो. कटके)यातील रचना पाहता येतील (यामध्ये अभिषेक पाठ, जलाभिषेक, धृताभिषेक, दुग्धाभिषेक, दह्याचा अभिषेक, कलशाभिषेक, गंधोदकाभिषेक आदि अभिषेक प्रसंगी विविध छंदांबधून व संगीताच्या चालींवरील रचना आढळतात.)

उदा. अष्टक (चाल– हा कृपाल वंद प्रभूया)

परमपूज्य वासुपूज्य मोक्षलक्ष्मिचा पती। भजितो मी मोदभरें।।

हेमकुंभि सुरनदिजल। भरूनी शीत मधुर विमल।।

सुरनर मुनि मदियपदा ह्रदयिं सदा ध्याती ।। परम.।।

ओं ऱ्हीं वासुपूज्यनाथतीर्थंकराय जन्मजरामृत्युविनाशाय जलं निर्वपामीति स्वाहा।।१।। (पृ.६५)

किंवा

सुरनदीसम शीतल जीवन। कनकुंभि भरूनिहि पावन।।

नमि जिनेश्वर पूजुं दयाघन। भववनीं करि जो अघकंदन।।

ओं ऱ्हीं वासुपूज्यनाथतीर्थंकराय जन्मजरामृत्युविनाशरय जलं निर्वपार्मिति स्वाहा।।१।। (पृ.१२८)

किंवा

देवदेवं नमस्तुभ्यं समस्तभुवनाधिपं।।

नानापरिमलद्रव्यं गृहाण परमेश्वर।। अर्घ्य।।

अबीर गुलाला समर्पयामि।।९।।

तांबूलं च सकर्पूरं पूंगीफल समन्वितं।।

मुखावासकरं रम्यं प्रीतिद प्रतिगृहतां। तांबूलं समर्पयामि।।१०।।

(जितमलजी, जिन सत्यनारायण, १९५५, पृ.९) अशी भक्तिपूर्ण अष्टक व अर्चनाकाव्ये जैन कवींनी विपुल प्रमाणात लिहिली आहेत.

पोवाडा–

पोवाडा हा वीरांचा वीरांनी गावयाचा असतो. शिवकाळापासून पोवाडा हा चालत आलेला आहे. वीरत्वाचा जयघोष म्हणजे पोवाडा. वीर रत्नपूर्ण काव्याबरोबरच इतर विषयांवरही जैन कवींनी पोवाडा हा काव्यप्रकारही आत्मीयतेने

हाताळला आहे. ज्यांनी धर्मासाठी, धर्मप्रभावनेसाठी आपले आयुष्य वेचले त्या आचार्यांचा गौरव केलेला आहे. तत्कालीन घटनांचे पडसाद या काव्यप्रकारातून उमटले आहेत.

उदा.

आत्मज्ञानी देशभूषण ।आचार्यरत्न दिगंबर जैन ।

महान भूषण संपन्नसार । शक्तीरूपाने दावी चमत्कार ।

परमपूज्य विद्यालंकार ।।धृ ।।

अशी सुरूवात असलेला हा पोवाडा चाल (जी जी, दांगट, मिळवणी, साधी)

अशा तऱ्हेने उत्तरोत्तर बहारदार होतो व शेवटी कवी म्हणतो-

कलकत्त्याहून कोल्हापुरी । शाहूच्या नगरी । मुक्काम शाहुपुरी ।

केली स्थापना वृषभ भगवान । पंचवीस फूट उंचीचा मान ।

देशभूषणशंचं गाऊ या गानं । वृषभमूर्ती केली स्थापन ।

लक्ष्मीसेन मठाचे स्थान । भव्य जाग्यावर शोभा सुंदर ।

देशभूषणास पोवाडा सादर । कवि कृष्ण गातो लोकशाहीर ।

(बीडकर गोपाल बा. आचार्यश्री शांतिसागर म. यांचा पोवाडा,१९३३, पृ.१०/१२)

किंवा

सरदार भगतसिंग भला, तयाचा केला, पोवाडा ऐका ।।जीजी ।।

मोठी सिंहवृत्ती जगावर, त्याची पावर, कळून आली नाही का ।।

(धर्मसागर महाराज,सिद्धांत शाहिरी काव्ये, १९७८, पृ.८४)

या पोवाड्यांबरोबरच सिद्धांत शाहिरी त्यांनी लिहिली.

''चौऱ्याऐंशीलक्ष फिरक्यात, पडला चरखांत, पशु मुर्खात,

मांस हार्कत, करा कर खात, तशा गिरक्यात,

चौथे नरकात, गेला धुंडाया ।

आता ऐक चौऱ्याऐंशीत, गेला भटकत, दुःख भोगाया ।।'' (पृ.९४)

अशी ही रचना होय. तर शब्दप्रभाकर ग्रंथाद्वारे त्यांनी एका ओळीत रामायण व पांडवप्रताप अशी उलटसुलट अर्थ निघणारी रचना केली.

उदा. ते, वीरक, तपानी, त्या नेमा रा, जे. नाव रा. हीं पां.डवे, ते त्या।

ते, रिपु, नट पा, मरा, नेम क्षुल्ल, के न जा, णे पं,च वीर, त्या।।१।।

भावार्थ:- खरे वीर वंसी, हस्तीनापूरांत राहणेंवाला एक वचणी तपानें ग्रंथांतरी त्या पंच पांडवांचे निरंतर नांव राहिले, आसुर वैरी कौरव नाटकी नेम म्हणजे वीर पांडवांना जिंकण्याची प्रतिज्ञा अनेक वेळा केली होती. परंतु ती क्षुल्लक, त्या पंचा पांडवांचे खातरेत नसत (ॐ मंत्र उच्चारून) त्या पंच पांडवांची कथा सांगण्यास पंच नमस्कार मंत्राचा जप करून सुरुवात करतो.

भावार्थ:- बलभद्र व नारायण पदवीधारक दशरथ पुत्रांनी त्या कपटी रावणाचे सर्व निपांत केले. ते पुण्यशाली पुरुष एक वचनी, एक पत्नी तस सामर्थ्याने सिता जानकासह अयोध्यूरी राहत आहेत. (बीज मंत्राचा उच्चार करून) सिता सिल परिक्षा सांगण्यास सुरवात करतो.

(धर्मसागर महाराज, शब्दप्रभाकर ग्रंथ व सिद्धान्त शाहीर पद्यावली, १९७६, पृ.२१)

पाळणा

या बरोबर 'पाळणा' या काव्य प्रकारामध्येही जैन कवींच्या रचना आढळतात. हे पाळणे मात्र भ.महावीरादि तीर्थंकर, राष्ट्रपिता म.गांधी व इतर पुण्य पुरुषांचे सुद्धा आढळतात.

उदा.

भगवान् महावीर- पाळणा(चाल शाहूराजाचा पाळणा)

इसवीसनापूर्वी पांचव्या शतकीं

झाला आनन्द साऱ्या त्रिलोकीं

भारताचें भाग्य उज्ज्वल हो कीं

वीरप्रभूच्या जन्मे विलोकी

जो बाळा जो जो रे जो।।१।।

(क्षीरसागर ज.ने., भ.महावीर पाळणा, १९५५,पृ. १) किंवा

जो जो जो जो रे वेल्हाळा। नेमिनाथा बाळा।।

निद्रा छानु ध्यानाची। स्वरूपीं लावी डोळा।। धृ।।

(नेमिनाथ पाळणा, पृ.६) किंवा

गांधी माते पोटी पुत्र जेविका, भानू जन्मताच पाजळली लंका,

साऱ्या मुलकावर वाजला डंका, त्रिवर्ण बाळाचा पाळणा ऐका।।

सो बाळा जो जो रे ।।धृ।।

(धर्मसागर महाराज, सिद्धांत शाहिरी काव्ये, १९७८, पृ.८५)

चौपाई

चौपाईसारखा हिंदीतील काव्यरचनाप्रकारही जैन कवींनी हाताळला आहे. अनेक जैन काव्यग्रंथांमध्ये हा रचनाप्रकार आढळून येतो.

उदा.

तीर्थ सिद्धक्षेत्र सुखकारी। वंदन करिता भवभय हारी।।

सम्मेदशिखरी कूट मनोहर। शोभति वीस अतिशय सुंदर।। (पृ. ३२)

किंवा

रिद्धिसिद्धिसुख मंगलदानी। कल्पवृक्ष चिंतामनि खानी।

भवभयरोगनिवारणकारी। औषधि श्रेष्ठ असे अवधारी।। (पृ. ४०)

(चवडे नेमचंद, श्री सम्मेदशिखर माहात्म्य आणि पूजा, १९३२)

संवादिका

'संवाद' हा कथात्मक साहित्यामध्ये कथानकाच्या विकासासाठी गद्यात महत्वाचा असतो. संवादामधूनच गद्यसाहित्य फुलत जाते. परंतु पद्यातही संवाद आणून जैन कवींनी वेगळी अनुभूती कवितेमध्ये आणली.

उदा. संवाद (चाल - जबसे कलंदर)

पहिली- सद्विद्या ही अवनीवरि या सुखकर असुनी सर्वाला।

कां नच येशी विद्यालयि तू सांग 'गडे' आता मजला।। धृ.।।

दुसरी- अभिरुचि नाहीं विद्येवरि मम नको नको ती मज शाळा।

ज्ञानाने गे होती उद्धट आणि दुराचारी अबला।।१।।

या संवादामधून दोघी जणींमधला 'शाळे' विषयीचा संवाद येतो. शेवटी 'शाळेला जाणार नाही म्हणणारी शाळेला जायला तयार होते.'

(कटके शां. गो., पद्यकुसुमावली, १९२१, पृ. २३, २४) किंवा

२) रुढीचे भक्त- मोडणे भेद हे इष्ट

कळले हो आता स्पष्ट

रुढि परि कैची

मोडावी बहु दिवसाची?

सुधारक–

शास्त्राज्ञा प्राण न जीत

जी आहे शुद्ध प्रेत!

राखण्यास ती ही रुढी

का ऐक्य लया नेणार?

(रणदिवे द. भि., दोघा जैनांचा संवाद, १९१३, पृ. १७)

जैनांतील पोटजातीवर दोघा जैनांचा संवाद या कवितेमध्ये आलेला आहे. जैन धर्मातील तत्वांचा विचार केला असून जैन धर्म सर्व प्राणीमात्रांना हितकारक आहे असे वर्णन आले आहे.

लावणी

पोवाडा हा वीररसाचा परिपोष तर लावणी ही शृंगाररसप्रधान. परंतु कविंनी लिहिलेली लावणी ही अध्यात्माचे दर्शन घडविणारी, सामाजिक प्रश्नांबरोबरच धर्माभिमान व सोपे अध्यात्म रेखाटणारी लावणी ही सुद्धा जैन कवितेमध्ये महत्वाची ठरली. या लावणीच्या बोधात्मक स्वरुपाचे दर्शन पुढीलप्रमाणे–

उदा. लावणी मिथ्यात छेदन

अज्ञान निद्रेत निजले परिजन, मिथ्यात्वाते का मिळले।

अशात साधन कुमत छेदन, सत्य सनातन नाही कळले।। धृ.।।

मर्गाई दुर्गाई फिरंगाई देवीला अवघ्यास म्हणता जाऊ चला की।

देवीचे देवपण द्या मला सांगून, शास्त्रात शिलगुण दावा चला की।।

(धर्मसागर महाराज, सिद्धान्त शाहिरी काव्ये, १९७८, पृ. १५०) किंवा

पंचम काल झोकदार, चंचल झाले लोक फार,

वांछित फल हक्कदार, हाती येईल का।

व्यंतरभूत बावन बीर तंतर मर्तर करणार,

चर्तुंगती पेमातून पार होईल का।।

(धर्मसागर महाराज, शब्द प्रभाकर ग्रंथ व सिद्धान्त शाहीर पद्यावली, १९७६, पृ. ११२)

आरती

त्याचबरोबर 'आरती' या काव्यप्रकारातही रचना केलेल्या आढळतात. चोवीस तीर्थंकर, पुण्य पुरुषांच्या विषयीच्या आरत्या लिहिल्या गेल्या आहेत.

उदा. **करु सुमंगला आरति ही भाव धरुनि।**
अरिहंताची उज्ज्वल दीपें–प्रेमाऽने अनुदिनि।। धृ.।।
यज्जननापूर्वी धनद करुनि रत्नवृष्टि सुखद
दारिद्र्याचा लेश न ठेवितो याच भुवनी।।१।।
(कटके शां. गो., पद्यकुसुमावली, १९२१, पृ. २९)

मुक्तछंद

मराठी काव्य परंपरेत जैन कवी–कवियित्रींनी अनेक काव्यप्रकार हाताळले. विविध छंद, वृत्ते व रचनेच्या अनेक प्रकारांमध्ये त्यांनी ही साहित्यनिर्मिती केली. 'मुक्तछंद' हा प्रकारही या कवी–कवयित्रींनीही हाताळला आहे. यामधूनही झालेली रचना ही चिंतन स्वरुपाची आहे. उदा. सुमतिबाई शहा यांनी केलेली रचना ही 'मुक्तचिंतन' याच स्वरूपात आढळते. अगदी अलीकडच्या काळापर्यंत अनेक जैन कवींच्या रचना या प्रकारामध्ये आढळून येतात. पुढील मोजक्याच काही रचना याबाबतीत पाहता येतील.

उदा. सृष्टीतील सर्व चराचरांचे
सौंदर्य...
त्यांच्या एकत्व, स्व–अंकित, स्वतःतच
परिपूर्ण–
असे मनोहारी एकत्व.
त्या एकत्वाची रमणीय, कामनीय
अनुभूती
जी परिश्रमाशिवाय उपलब्ध
तीच माझे 'श्रेय'
(शहा सुमतिबाई, अमृतकलश, पृ. ६) किंवा
जीवात्मा,
तू बद्ध, की अ–बद्धे
तू मुक्त वा उन्मुक्त (पृ. १५५)

किंवा

कपडे धुण्याचे साबण

तऱ्हे तऱ्हेचे बाजारात मिळतात

अंग धुण्याचे ही मिळतात

अंतरंग धुण्याचा

मनातला मळ साफ करण्याचा

साबण मात्र मिळत नाही

तो आमच्याकडे मिळेल

आमचा 'मोक्षगंध' साबण

(शहा विकास, मोक्षगंध, १९७५, पृ. १)

अशा प्रकारे मुक्तछंदाचा वापर केला गेला आहे.

त्याचबरोबर 'दोहा' हा हिंदीतील दोहा, सवैया हे काव्यप्रकारही जैन कवींनी हाताळले आहेत. आपले विचार विविध रचनाप्रकारांमध्ये प्रकट करण्याचे एक वाङ्मयदृष्ट्या मोलाचे कार्य या कवींनी केले आहे.

मराठी जैन नाटकांचे वाङ्मयीन परिशीलन

'काव्येषु नाटकं रम्यम्' म्हणजे माणसाचे मन हे नाटकामध्ये (काव्यामध्येच) रममाण होते, असा या संस्कृत सुभाषिताचा अर्थ आहे. कोणत्याही कलेला हेच प्रमाण आहे. ते लागू पडते. माणूस केवळ भाकरीवर जगू शकत नाही, त्याला आस्वादव्यापाराची हाकही साद घालत असते.

महाराष्ट्राच्या परंपरेतच नाट्यकला भिनली असल्याचे आढळते. लोकपरंपरेचा काही भाग म्हणून पूर्वापार प्रत्येक जनसमूदायाची अशी स्वतंत्र अभिव्यक्ती आढळून येते. सण, उत्सवांच्या द्वारे होणारे कार्यक्रम हे या अभिव्यक्तीच्या केंद्रस्थानी आहेत. लोकपरंपरेतून (वारकरी) संप्रदायातून चालणारी कीर्तने, एकनाथांची भारुडे, कोकणातील दशावतार, ढंढार हे खेळ, पुढे तंजावरच्या भोसले घराण्याची नाट्यनिर्मिती आणि १८५३ साली विष्णुदास भावेंनी केलेला 'सीता स्वयंवर' चा पहिला प्रयोग, बुकीश नाटकांची परंपरा (छापखाने सुरु झाल्यानंतर) इथपर्यंत नाटकाची परंपरा पाहता येते.

परंतु जैन मराठी साहित्यामध्ये पर्युषण पर्वानिमित्त होणारी इंद्र-इंद्राणी-देवसभा या परंपरेतील नाट्यकला, गावोगावच्या हौशी नाट्य मंडळांनी सादर

केलेली नाटके या व्यतिरिक्त मराठी जैन नाटकांमध्ये लिखित नाटकांचीही परंपरा आढळून येते. जैन मराठी नाटकांमध्ये संगीत नाटकांचीही सुरुवात झालेली दिसून येते. त्याचबरोबर स्वातंत्र्य पूर्व आणि उत्तर काळातही विविध विषयाला स्पर्श करणारी नाटके निर्माण झाली.

विशेषत: पौराणिक, ऐतिहासिक व्यक्तिरेखा निवडून त्यांच्या आधारे केली गेलेली नाट्यनिर्मिती ही अधिक प्रमाणात झाली. या व्यक्तिरेखांच्या जीवनाचा, त्यांच्या चारित्र्याचा व नीती, मूल्य, विचारांचा ऊहापोह या नाटकांमध्ये झालेला आढळतो. विविध प्रतिमांचा आधार घेत संपूर्ण जैन तत्वज्ञान रुजविण्याचे, समाजाला शिक्षित करण्याचे कार्यच जणू या नाटकांद्वारे केले गेले आहे. समाजामधील अदृश्य असणारे अज्ञान, अंधश्रद्धा, नैतिक अध:पतन, दारिद्र्य याला छेद देण्याचा प्रभावी प्रयत्न या नाटकांमधील एक विशेषताच म्हणता येईल. पौराणिक, ऐतिहासिक, सामाजिक, बालनाट्य, नाटिका, एकांकिका या साऱ्याच प्रकारांमधील नाट्यनिर्मिती या काळात झालेली आढळते. धर्मतत्वांचे सत्यस्वरुप आणि समाजसुधारणा या दोन विचारांना अपल्या नाट्यात मुरवून नाटकांचे द्वारे प्रभावी दर्शन घडविण्यात जैन नाटककरांची विशेषता आढळून यते. विविध प्रयोगशील नाटके जरी अपवाद वगळता (उदा. नंदीवर्धन नाटक) कमी असली तरीही झालेली नाट्यनिर्मिती ही समाधानकारक आहे.

प्रस्तुत विवेचनाच्या दृष्टीने जैन नाट्यनिर्मिती पाहत असताना या नाटकांचे विशेषही जाणवतात. या वाङ्मयप्रकाराचे परिशीलन पुढील काही बाबींद्वारे स्पष्ट करता येईल.

नाट्यपदे

मराठी जैन नाट्यनिर्मिती ही संगीत रचनाप्रधानही आढळून येते. 'संगीत सुशील मनोरमा'(ने.ना. चवडे) यांसारखी नाट्यनिर्मिती ही संगीत प्रधान आढळते. आशयविषय दमदार असणारी ही नाट्यनिर्मिती संगती प्रधान रचनेमुळे विशेषत्वाने उंची गाठणारी आहे.

उदा. १)

हेतु पूर्ण झडकरी करी सुलोचनी।
ना तरी तु सांग कुठे जासि येथुनी।
रतिविलास करिन खास हेतु मन्मनी।

होई वश सत्वर तुं विकल्प सोडुनी।

आस मनीं हेचि असे सत्य कामिनी।

पुरविल्यास दास तुझा होय या जनी।।१।।

(चवडे नेमचंद ना., संगीत सुशीला मनोरमा नाटक, १९०२, पृ. ४१)

या पदामध्ये सुशील अशा मनोरमेला राजपुत्र रतिमान होण्यासाठी विनवीत आहे. परंतु तत्पूर्वी मनोरमेने त्याला ''नरजन्म हा दुर्लभ आहे, ही विषयवासना धरुन आजवर कित्येक नरकात बुडाले. दुष्ट वासना धरु नको'' अशी विनवणीही केली. त्यावेळी मात्र राजपुत्र मात्र हट्टाला पेटतो, तेव्हा तो वरील 'पद' आळवतो. 'पद' रचना आहे. किंवा

'क्षात्रवीर जीवंधर'अर्थात 'संगीत साक्षात्कार'मध्ये पार्श्वगीत म्हणून येणारी ही सदरची रचना –

राजे असोत वा तीर्थंकर

कर्मपाश हा कुणा न चुकला

भोवऱ्यात या कर्मगतीच्या

तडफडतो हा जीव चिमुकला

सुखवितो श्रृंगार क्षणाचा

नाश करी अवघ्या जीवनाचा

केवळ पाहुनी स्त्रीमुख सुंदर

मानव कर्तव्याला मुकला

(बबन जामदार, संगीत साक्षात्कार, १९८०, पृ. ७)

सत्यंधर राजाच्या कसोटीचा क्षण सांगून (सत्यंधर राजेंची यावेळी प्राणज्योत मालवते) येथे हे पार्श्वगीत येते. कारण विजया राणी गर्भवती असते. राज्यावर संकट आलेले असते. तेव्हा 'कर्मगतीपुढे' कुणाचे काही चालत नाही हाच आशय सांगणारी ही 'गीतरचना' आहे.

किंवा

नको मलाही मुळिंच भूषणे, पंच वस्त्र ही तैसे।

संसार नको लग्न नको, मज, त्यजितो सर्वहि तैसे।।

आज्ञा द्यावि मला। वनि जाऊनि तप करण्याला।।१।।

या 'साकी' या छंदवृत्तातील पदामध्ये नेमिनाथ भगवान यांच्या विवाहाप्रसंगी

हजारो पशूंचा प्राणांत होणार तर लग्नासारखी अघोर कर्मे होतातच कशाला? या वेदनेने अस्वस्थ झालेले नेमिनाथ वरील विचार व्यक्त करतात.

यासारख्या नाट्य पदांमधून काही प्रसंग प्रकट केले आहेत. पद, साकी, गीत यासारख्या रचना या वरील संगीत नाटकांत आढळतात. तर साकी, दिंडी, आर्या, श्लोक, विविध गीतांच्या चालींवरील पदे, कामदा, मालकंस, अंजनीगीत, लावणी यासारख्या छंद-वृत्तांमधून या संगीतमय रचना प्रकटल्या आहेत. जैन नाटककारांनी यांचा आश्रय घेऊन या रचना केलेल्या आढळतात. मराठी संगीत नाटकांची खंडित पडलेली परंपरा यांनी पुन्हा उजागर केली आहे.

जवळपास ७ ते ८ प्रवेशसंख्या असणारी ही दीर्घ नाटके संगीत क्षेत्रामध्येही आपला ठसा उमटवून जाणारी आहेत. धर्म विषयाबरोबरच जीवनाच्या काही शक्यताही व्यक्त होताहेत. मराठीमधल्या संगीत नाटकाला आपल्या स्वतंत्र अभिव्यक्तीने अव्वल इंग्रजी कालखंडामध्ये रक्षण केले आहे. नाट्यपदांमधला आशयही जैन आचार-विचार यांच्याशी ठासून भरला आहे.

मराठी जैन नाटकांमधील प्रसंगवर्णन :-

कोणत्याही साहित्यकृतीचे उत्कट दर्शन प्रसंगांमधून घडून येते. उठावदार व हृदयस्पर्शी शब्दकळेने एखादी कथा अथवा कादंबरी आपल्याला भिडते. तर नाटक आशय-विषयाच्यादृष्टीने वाचकाच्या मनावर ठसते. तो प्रसंग मनाला भिडतो. जाणिवेची केंद्रं खुली होतात. नव्या दृष्टीचे निरांजन सात्विकतेचा प्रकाश प्रकटवितात. आणि हेच कार्य मराठीमधील जैन नाटकांनी केले आहे. प्रसंगवर्णन - अथवा एखादा प्रसंग इतका प्रभावशाली असतो की सुखाचा किवा दुःखाचा तो परमोच्च बिंदू असतो. जैन नाटकांमधील उत्तम भावस्थितीचे काही प्रसंग - उदा.

माहूत- ते जाऊ दे अद्याप महाराणी आली नाही. मी अगदी वैतागून गेलो आहे. रोज रोज असा उशीर आपणाला नाही चालायचा. कालच मी तिला खडसावलं. खबरदार! पुन्हा असा उशीर केलास तर....

संगम- मग काय म्हणाली ती?

माहूत- काय म्हणणार. तीन-तीन वेळा हात जोडायची, पाया पडायची, क्षमा मागायची, पुन्हा

असा उशीर करणार नाही म्हणून गयावया करायाची. परवा तर उशीर केल्याबद्दल एक सणसणीत दिली ठेवून थोबाडात. त्यासरशी जाऊन पडली त्या

लिदीच्या ढिगारांवर.

संगम– लागलं असेल ना तिला?

माहूत– मूर्ख आहेस तू. कामविव्हल स्त्रीला लोखंडाच्या साखळदंडाचा मार पुष्पहारासारखाच कोमल जिथं वाटत असतो तिथं थापडीचं काय मोल?

संगम– मला नाही खरं वाटत. विश्वातल्या कोमलतेची पराकाष्टा समावलेली ती नाजूक पुतळी एका तडाख्यातच चेंदामेंदा होऊन मरुन पडायची. भलतच साहस करीत जाऊ नकोस. बाजू उलटायची एखादे वेळी.

माहूत– आता ती गोष्टच विसर. ती माझ्या पूर्ण कह्यांत आली आहे. मजवरचं संकट स्वत:वर ओढवून घेईल पण माझा बचाव करील. एवढचं नव्हे तर माझ्या केसाला धक्का लावणाऱ्यास ती प्रथम यमसदनाला पाठवील. आहेस कुठं तू. कसं सांगू तुला. सटरफटर सरंजामाचं जाऊ दे पण आजच्या घटकेला महाराणीचा महाराजा मीच आहे. तिच्या हृदयसिंहासनावर अनभिषिक्तपणे आरुढ झालेला. तुला गंमतच पहावयाची असेल तर बैस त्या गवताच्या भाऱ्याच्या आड लपून. ते बघ दार खडखडलं. आली वाटतं राणी. लप लवकर (संगम लपतो)

महाराणी– क्षमा करा मला. उशीर झालाय थोडा.

माहूत– थोडा? थोडा म्हणतात याला? सकाळचे चार वाजायला आले. कोंबडे आरवू लागले सारी रात्र ताटकळत काढली. काही लाज आहे तुला? दररोज खुशामत करायला मी काही तुझा लग्नाचा नवरा नाही. फार झाली गय तुझी. आज तुला मी सोडणार नाही. चल हो सरळ (लोखंडाच्या साखळीने लागोपाठ तडाखे हाणतो) का, करशील का आता उशीर?

महाराणी– नाही, नाही बरं. मुळीच उशीर करणार नाही यापुढे. पुरे आता मार. किती कष्ट होताहेत या तुमच्या नाजूक हातांना. आधीच तर दुखावलेले त्यांत पुन्हा हा ताण. नको नको. आणा इकडे हात. मलमपट्टी करून देते आणि जरा पडा–पाय चेपते. किती बाई कष्ट होताहेत तुम्हाला मज दासीसाठी? आता पुन्हा नाही करणार उशीर माझ्या राजा!

(वैद्य हेमचंद्र, राजा यशोधर, १९९२, पृ. ६० ते ६२)

वरील प्रसंग उत्कट शब्दकळेने साकारला आहे. यशोधर राजाची पत्नी माहूताचे गाणे ऐकून त्याच्यावर आकर्षित होते व ती त्याच्याशी दररोज रात्री रत होत असते. परंतु तिला यायला उशीर व्हायचा. एके रात्री तिला यायला उशीर

होतो तेव्हाही तो साखळदंडाने तिला मार देतो. एवढा मार सहन करूनही ती उलट त्याचे हात-पाय दुखले म्हणून चेपते. कामविव्हल स्त्रीच्या मनोअवस्था व पुरुषी अहंकारही यातून दिसतो.

किंवा

अनंतमती - बाबा, या एका भवांतच संसाराचा विचित्रपणा माझ्या पूर्ण अनुभवास आला. या संसारात इंद्रियांच्या मानवी सुखापेक्षा दुःखच जास्त. या संसारात राहून खरं शाश्वत सुख केव्हाही मिळणार नाही. या मानवी जीवनाचे सार्थक करुन घ्यावयाचे असेल तर जिनदीक्षाच-

प्रियदत्त- काय अनंतमती, तू दीक्षा घेणार? नको, अनंतमती, नको एवढा कठोर निश्चय करु नको. इतक्या दिवसांच्या वियोगाच्या नंतर आनंदाच्या प्रथम भेटीतच या तुझ्या बापाच्या वियोगाने दग्ध झालेल्या हृदयावर डागण्या देऊ नकोस.

अनंतमती- हा कठोर निश्चय नाही. बाबा यांत तुम्ही माझं कोणतेहि अकल्याण करीत नसून आपल्या लेकीचं हितच करीत आहात. बाबा, आपण पूर्वी लग्नतयारीच्या प्रसंगी नाही का सांगितले की, ''आपले शील संभाळून शाश्वत सुख मिळव. जैन धर्माचा अधिक अभ्यास करुन आत्म्याचा शक्तिचा विकास कर आणि सहपरलोकी स्वत:चे हित करुन आपल्या वंशाचा उद्धार कर.'' मग आता कशाला मोह धरता? मला आर्यिकेची दीक्षा घेण्यास आनंदाने परवानगी द्या. म्हणजे माझही कार्य होईल व आपलेही पित्याचे कर्तव्य बजाविले जाईल.

प्रियदत्त -(थोडा वेळ संचित होऊन) बाळ, जिनदीक्षा अति कठीण आहे. ते तपश्चरण आणि परिषह सहन करण्यास तुझे सुकुमार शरीर कसे टिकेल?

अनंतमती -बाबा, आतापर्यंतची किती भयंकर दुःखे या सुकुमार शरीरानेंच सहन केली आहेत. ही दुःखे व जन्ममरणाची पुनः पुनः सोसावी लागणारी दुःखे भोगावी त्यापेक्षा या शरीरावरील ममत्व कमी केले तर तपश्चरण करताना व परिषह सोसतांना कोणतेही दुःख न होता आत्मकल्याण साधून स्वर्ग मोक्षादि सुखे सहज लाभतात .(शहा वालचंद जि.,सं. शीलवती अनंतमती, १९४३, पृ. ४६ व ४७)

या प्रसंगामधून शीलवती अनंतमती या जिनदीक्षा घेण्याचा निर्णय आपल्या वडिलांपुढे जाहीर करते. लग्नापूर्वी केलेली शीलव्रताची जपणूक इथून पुढेही जपली जावी म्हणून ती बाबांना मला जिनदीक्षा घेण्याविषयी परवानगी द्या अशी

विनंती करते. तिच्या सुकुमार शरीराकडे पाहून 'तपश्चरण आणि परिषद सोसतील काय' असेही तिच्या पित्यास वाटते. पण ती स्वत:चा मनोनिग्रह कथन करते. आत्मकल्याण साधण्यासाठी तिचे मन पक्क झालेले असते.

किंवा

वीणा– तो म्हणाला– अगं, तू काय मला राजा रामचंद्र समजलीस रावणाच्या घरी दोन आठवडे राहिलेली सीता परत घरात बिनबोभाट घ्यायला? एवढा भोळा नाही मी – चल हो घराबाहेर!

वंदना– बरं मग आता असं करू या का?

सुवर्णा– कसं?

वंदना– आपण सगळ्याजणी आपलं म्हणणं मांडू त्यांच्यासमोर.

चंद्रा– कोतवालानं नेऊन कोंडलं तुरुंगात चांगले दोन आठवडे म्हणजे?

सगुणा– तेथून परत आल्यावर नवऱ्यानं म्हणावं, इतके दिवस तुम्ही बाहेर होतात. तुमचा काय भरवसा, म्हणजे आली धोब्याच्या बायकोची गत?

(विजय पुरोहित झाडाआडून खोकतो)

चंद्रा– अगबाई! हे झाड खोकतं वाटतं?

वंदना– तरी मला वाटलंच इथं काही गडबड आहे म्हणून खोकल्याची साथ झाडापर्यंत पोहोचली वाटतं?

सगुणा– कोण आहे कोण जाणे बाई! राजाचा हेरबीर असला म्हणजे भरलीच आपली हजार वर्षे.

(वैद्य हेमचंद्र , शीलसम्राज्ञी, १९७०, पृ. २३ व २४)

सीता रावणाच्या वनवासामध्ये दोन आठवडे होती. त्याबद्दल अयोध्येमध्ये सगळीकडे दुर्वातमी पसरली होती. तिच्या चारित्र्यावर संशय व्यक्त केला जात होता. धोबी आपल्या बायकोस काय म्हणाला याचे भांडवल करुन या स्त्रिया सीतेच्या चारित्र्यासंबंधी उलट-सुलट चर्चा करत होत्या. तेवढ्यात विजय पुरोहित खोकतो व त्यांची चर्चा वेगळ्या कुजबुजीत प्रकटते.

नाटकातील प्रसंगवर्णने हुबेहूब उभी करण्यात जैन कवी आपले कौशल्य पणाला लावतात. बहुतेक जैन नाटके पौराणिक कथानकांवर आधारलेली आहेत. पौराणिक वातावरणात प्रसंगांची निर्मिती करणे, त्यासाठी संवादांची योजना करणे यातून साक्षात प्रसंग उभा करणे हे जैन नाटककारांचे कौशल्य आहे. वरील

उदाहरणांतून याचा प्रत्यय येतो.

जैन नाटकांतील संघर्ष–

मराठीमधील जैन नाटके ही संघर्षावर उभी राहिली आहेत. तो कायिक–मानसिक–वाचिक या प्रकारचा संघर्ष आहे. तसेच अंर्तद्वंद्व व्यक्त करणारा आहे. संस्कारशील, क्षमाशील व सुशील पात्रे त्याचबरोबर बौद्ध–हिंदू–जैन या धर्मसंघर्षावरही काही ठिकाणी भाष्य केले गेले आहे. प्रस्तुत विवेचनामध्ये नाटकातील कलाटणीचा, बिंदूचा असा नाट्यांतर्गत संघर्ष आढळतो. तीव्रतेचा प्रसंग उभा राहतो. या बिंदूच्या प्रसंगालाच येथे संघर्ष असे म्हटले आहे.

उदा. १)

ताराचंद–(प्रतापसिंहास मुजरा करून) दादा, गाड्या कुठे सोडायच्या?

भामाशाह–तूर्त आहे तिथेच राहू द्या.

प्रतापसिंह–(साश्चर्य) कसल्या गाड्या?

भामाशाह–स्वातंत्र्यसूर्या, घ्या ही संपत्ती! मी काही ती मोजली नाही, पण या संपत्तीवर कमीत कमी पंचवीस हजार सैन बारा वर्षेपयंत तरी पोसलं जाईल हे मात्र निश्चित.

प्रतापसिंह– (भामाशाहाचे दोन्ही खांदे धरून) भामाशाह मला आपण लाजवलं. पण मी आपली खाजगी संपत्ती कशी स्वीकारू?

भामाशाह–राजन्, मेवाडच्या मातीतली ही माया आहे. आपण मेवाडचे स्वामी आहात. मी या लक्ष्मीचा फक्त रक्षक आहे, आपण मालक आहात.

प्रतापसिंह–मंत्रिवर, हा अन्याय होईल.

भामाशाह–राजेश्वरा, ज्या मातीत मी जन्मलो, व वाढलो तिला जगवलं नाही तर महान् अन्याय होईल. मेवाडच्या मातीतून निघालले ही संपत्ती साऱ्या मुलांसाठीच आहे.

प्रतापसिंह– दानवीर महापुरूषा, धन्य आहे आपली! ज्या संपत्तीसाठी रामाल वनवास घडला, कौरव पांडवात महायुद्ध झालं, खुद्द माझ्या वडिलांचा बनवीराने पाठलाग केला, त्या धनापायी जगात अव्याहत अत्याचार चालू आहते ते धन आपण कस्पटासमान मानून मेवाडसाठी अर्पण करीत आहात. आपल्या या महान त्यागाबद्दल बोलायला माझ्याजवळ शब्दसुद्धा नाहीत.

भामाशाह–राजन्, माझ्या कर्तव्यपालनाबद्दल इतकी स्तुती करायला नको.

माझी संपत्ती आपण स्वीकारली म्हणजे तिचं सार्थक झालं. माझ्या संपत्तीचा सदुपयोग मेवाडच्या उद्धारात होत आहे हेच मी माझं महाभाग्य समजतो.

प्रतापसिंह–मेवाडोद्धारक भामाशाह, आपल्याप्रमाणे आपल्या जैन जातीचे व आपल्या वाडवडिलांचे मेवाडवर अनंत उपकार झालेले आहेत. आपले वडील भारमल यांनीही माझे वडिल उदयसिंग यांच्या कारकीर्दीत शेवटपर्यंत मंत्रिपद सांभाळलेले आहे. रक्तपिपासू बनवीर नंग्या तलवारीनं माझ्या वडिलांचा पाठलाग करीत असता माझ्या वडिलाला घेऊन आश्रयार्थ पळून जाणाऱ्या पन्नादाईला कुणीही थारा दिला नाही. अशावेळी आपल्या जैन जातीतील 'भामाशाह' च्या आईनं थारा देऊन आमच्यावर परम उपकार केलेले आहेत; आणि आज साऱ्या मेवाडच्या रक्षणासाठी आपण आपले सर्वस्व अर्पण करीत आहात. यापुढे आपले हे उपकार कुणाला कळले नाहीत वा आठवले नाहीत तरी या मेवाडच्या मातीला व मेवाडातील चंद्रसूर्याला मात्र कायमचे जाणवतील. (मालगावे मृत्युंजय, वीरवर भामाशाह, १९८५, पृ.७८ ते ८०)

मेवाडच्या स्वातंत्र्य रक्षणासाठी महाराणा प्रताप यांनी मेवाड सोडताना अमात्यवराजवळ (भामाशाह) आपले दुःख व्यक्त केले की, जवळ संपत्ती नाही आठ दिवसात काय करू शकतो. यावर अनेक दिवस यासाठी धीर धरलेल्या भामाशाहांनी आपली वैयक्तिक संपत्ती 'मेवाडच्या मातीतील, मेवाडच्या रक्षणासाठी'म्हणून दान दिली. तेव्हा महाराणा प्रतापांच्याही मोठ्या मनाचे दर्शन 'ही वैयक्तिक आहे' असे ते म्हणतात. पण सत्कार्यासाठी ही संपत्ती असल्याकारणाने ते ती स्वीकारतात. पण ती स्वीकारत असताना त्यांना या भूमीच्या रक्षणासाठी जैनांनी केलेल्या योगदानाचे स्मरण होते. ते याबद्दल कृतज्ञता प्रकट करतात. महाराणा प्रतापसिंह हे एक अद्वितीय योद्धे होते. त्यांच्या मोठेपणा यामध्ये आढळतो.

वरील प्रसंगामधून एका संघर्षकालाचे चित्रण उभे केले गेले आहे. अतिशय समर्पक शब्दांमध्ये हा भावप्रसंग उभा राहिला आहे.

उदा. २)

राणी– अगबाई! हे अघटित कसं झालं? मैना, सांग आम्हाला खुलासेवार. एवढी भयंकर व्यधी बरी कशी झाली?

श्रीपाल–(मध्येच) महाराज, आपण आपलं अमूल्य कन्यारत्न माझ्या स्वाधीन केलं, तिच्यामुळंच माझा कायापालट झाला.

राणी– पण हे नवल घडलं कसं?

श्रीपाल–हा आपल्या कन्येच्या पतिव्रत्याचा प्रभाव आहे. माझ्या सारख्या अपंग, रोगी माणसाची तिनं निष्ठेने सेवा केली. माझ्या हताश मनाला परोपरीने धीर दिला. रानावनातली कष्टाची रहाणी सहन केली. माझी व्यधी बरी व्हावी म्हणून, अत्यंत कठीण असं व्रत घेतलं तिनं अन् ते निष्ठेने पार पाडलं! तिच्या तपश्चर्येनंच मी रोगमुक्त झालो.

(शहा वासंती , भाग्योदय अर्थात सिद्धचक्र माहात्म्य,१९६८, पृ.५४)

या छोटेखानी प्रसंगामधून मैनासुंदरीच्या आचरणाचे आणि जैननिष्ठेचे दर्शन घडते. पहुपाल राजाने अत्यंत अविचाराने मैनासुंदरीचे लग्न (श्रीपाल) एका महारोग्याशी लावलेले असते. तेव्हा मैनासुंदरी त्याची सेवा करते. एका मुनींच्या कथनानुसार महारोग झालेला हा मनुष्य श्रीपाल राजा असतो. तेव्हा त्यातून मुक्तता होण्यासाठी 'सिद्धचक्रविधाना'चा उपवास व पूजा करण्यास सांगतो. तेव्हा ते कोड संपूर्ण बरा होतो. श्रीपाल राजा पूर्ववत होतो व शेवटी ते दोघे या सर्वांप्रती कृतज्ञ राहतात.

उदा. ३)

बाहुबली–चक्रवर्ती श्रेष्ठी, आपल्या महान पुण्याईनं प्राप्त झालेल्या, ऐश्वर्याचा व साम्राज्याचा उपभोग आपण घ्यावा. या विचित्र संसाराचा आम्हास पूर्ण तिटकारा आला आहे. आमच्या मागणीस वडील बंधू या नात्यानं आपण संमतीपूर्वक आशीर्वाद घ्यावा.

भरतेश–(तत्काळ बाहुबलीस पोटाशी धरून) लाडक्या युवराजा, ती मागणी सोडून काहीही मागा, चतुरंग सैन्य, साम्राज्य, राजैश्वर्य आदी सर्वस्वाचे स्वामी आपण या क्षणापासून झाला, हे श्रेष्ठ सद्‌गुरूंच्या स्मरणानं व सिद्धभगवंताच्या साक्षीनं आम्ही प्रकट करतो.

बाहुबली–दिव्यप्रेमी दादा, राजैश्र्यादी सुखाची आकांक्षा जळून राख झाली. संघर्ष, कलहादी मोहजाल दृष्टिआड झालं, दिव्य दृष्टी प्राप्त झाली. मुक्तिसाधन वैराग्य हवं तेव्हा मिळतं काय? आमच्या कल्पावमार्गात अडथळा आणू नका. संतोषानं आपण संमदी द्या. (चक्रवर्तीच्या पायास स्पर्श करून) आदिनाथ भगवंतांना स्मरून व आपल्या चरणांची शपथ घेऊन आम्ही सांगतो दिगंबर मुनिदीक्षेसाठी आतुर झालो आहोत.

(सगरे गं.दा., बाहुबली–वैराग्य, १९८१, पृ.६१–६२)

या छोट्याशा प्रसंगातून बाहुबलीची मनोभूमिका स्पष्ट समजून येते.

वैराग्यासाठी त्यांनी आपले राजवैभव, सत्तापद या कशा–कशाची तमा बाळगलेली नाही. आपल्या मताशी ते ठाम आहेत. सम्यक् दर्शनाचे एक उत्कृष्ट दर्शन या प्रसंगांतून घडविले आहे.

संवाद

जैन नाटकांतील संवाद प्रभावी आणि परिणामकारक झाले आहेत. संवाद नाट्यमय झाले तर नाटकाचे सादरीकरण उत्तम आणि प्रभावशाली होते. जैन नाट्य परंपरेतील नाट्यकृती ह्या तत्त्वज्ञानावर आधारलेल्या आहेत. त्यामुळे संवादाद्वारे ही नाटके सम्यक्दर्शनाचा संगम घडवून आणणारी आहेत. विशिष्ट असे ठराविक संवाद जैन धर्माचे नितांत समृद्ध दर्शन घडवतात.

उदा.१)

स्थळ– युद्धभूमीवर सम्यग्दर्शन व मिथ्यात्व लढाईच्या पावित्र्यात उभे असतांना एकमेकावर वाक्प्रहार करितात.

दर्शन– कपटी मिथ्यात्वा, तुझ्या कृष्णकारस्थानामुळे अखिल विश्वांतील संसारप्राणी दुःखी होऊन चारही गतींत भ्रमण करितात. अनादिकाळापासून मी तुला शोधीत होतो. पण आता अनायासेच माझ्या समोर आलास.

मिथ्यात्व (क्रुद्ध होऊन)– मूर्ख दर्शना, कशाला शुष्क अभ्राप्रमाणे गडगडाट करून मला शिणवितोस? माझ्याशीं लढण्याच्या भानगडींत पडलास तर आजपावेतो जी अनंतानंत संसारी जीवांची स्थिती झाली तशी तुझीही निश्चित होणार. तुला जर कांही दिवस जगावयाचं असेल तर चालता हो माझ्या समोरून नाहीं तर (मध्येच)

दर्शन– नाही तर काय? अरे नीचा, पारध्याच्या जाळ्यांत सापडलेलं सावज जसं जिवंत राहात नाही तद्वत् आतां तुला मी यमालयी पाठविल्याशिवाय राहात नाही. मिथ्यात्व– तू मला यमालयीं पाठवितोस की मी तुला हे कळेल लौकरच, हो सावध (दोघेही एकमेकांवर बाण सोडतात. लढाईच्या धुश्चक्रीत दर्शनवीर समाप्त होतो. मरताना–)

दर्शन– हाय जिनराज,(असे म्हणून प्राण सोडतो. जिनाकडील सेनेंत धावपळ सुरू होते सैनिक पळतांना) (आदिनागर महाराज, मकरध्वज पराजय, १९६५,पृ.५६)

अत्यंत अल्प शब्दांमध्ये हा संवाद उभा राहिला आहे. हे एक रूपकात्मक नाटक आहे. यामधील मिथ्यात्व व दर्शनाचे युद्ध होते. त्यामध्ये मिथ्यात्वाचा

पराभव होत नाही तर दर्शन घायाळ होऊन मरतो. सम्यकत्वाचे दर्शन झाल्याशिवाय मिथ्यात्वाचा पराभव होत नाही.

उदा. २)

ताराचंद- महाराज, मानसिंग सरहद्दीजवळ येत आहे.

महाराणा- त्याच्या सैन्याचा काही अंदाज लागला का?

ताराचंद- सैन्य कमी दिसते राजन्.

दौलुराम- एका लाखाहून जास्त आहे हे मी पाहिलं आहे.

नैनुराम-त्यानं काही सैन्य लपवूनही ठेवलं असेल.

भामाशाह- शक्य आहे राजन्. काही शत्रु दबा धरूनहि बसणारच.

ताराचंद- आता वेळ दवडून उपयोग नाही.

(मृत्युंजय, वीरवर भामाशाह, १९६३, पृ.१५)

या ऐतिहासिक नाटकात अत्यंत सोप्या शब्दांत हा संवाद लेखकाने उभा केला आहे. महाराणा प्रताप ज्यावेळी पहाडी प्रदेशात राहून शत्रूला सामना देत होते. त्यावेळच्या ऐतिहासिक संवादापेक्षा यामध्ये अतिशय सहजगत्या उगम पावणारे शब्द आले आहेत.

उदा. ३)

फत्तेलाल- गावात आपणास फारजण विचारीत आहेत.

अमरचंद- कोण कोण?

फत्तेलाल- त्यात काही गाडीवानही आहेत. त्यांनी आपल्या गाड्यांतून धान्य आणलेलं आहे.

अमरचंद- मग माझं काय काम?

फत्तेलाल- गेल्यावर्षी दुष्काळ पडला असताना आपण गावात धान्याचं दुकान काढून लोकांना मोफत धान्य द्यायला लावलं होतं

अमरचंद- ते आपलं कर्तव्यच होतं.

फत्तेलाल- यंदा मुबलक पिकल्यामुळे गेल्यावर्षी धान्य नेलेल्यांनी परतपेड करण्यासाठीच धान्य आण़लेल आहे. (मालगावे मृत्युंजय, दिवाण अमरचंद, १९७६, पृ.२२)

या सामाजिक नाटकातील हा प्रसंग, संवादाच्या दृष्टीने अत्युत्तम जरी

असला तरी यामधून दिवाण अमरचंदाच्या भव्य मनाचे दर्शन घडते आहे. अल्प संवादामध्ये एक ऐतिहासिक घटना, समाजमनस्क व्यक्तिमत्व प्रकटते. साधी, सोपी शब्दकळा अवतरली आहे.

ऐतिहासिक, पौराणिक, सामाजिक या तीन प्रकारच्या नाटकांमधून 'संवादा'चे स्वरूप समजते.

सुभाषिते, वाक्‌प्रचार, म्हणी यांचे दर्शन

मराठी जैन नाटकांमधून अनेक सुभाषिते, वाक्‌प्रचार, म्हणी, यांचा वापर केलेला आढळून येतो. एखादा प्रसंग पटवून देण्यासाठी अथवा एखाद्या गोष्टीचे, बाबींचे समर्पक दर्शन घडविण्यासाठी यांचा कौशल्याने वापर केलेला आढळतो. यातील काही मोजक्या उदाहरणांचे दर्शन–

उदा.

१) सोन्याच्या साखळीसाठी कुत्रे बनणारे भित्रे सिंह लज्जास्पद आहे. (वीरवर भामाशाह,पृ.२)

२) जावे स्त्रीच्या वंशा तेव्हा कळे (राजा यशोधर, पृ.७८)

३) घोडा मैदान जवळ आहे. (बाहुबली वैराग्य,पृ.५५)

४) प्रथम ग्रासे मक्षिकः पातः (बाहुबली वैराग्य,पृ.४४)

५) घे घोडा पी पाणी (बाहुबली वैराग्य, पृ.३८)

६) गर्वाचं घर खाली (बाहुबली वैराग्य, पृ.३४)

७) बुद्धिः कर्मानुसारिणी। (तीन एकांकिका, पृ.४३)

८)घी देखा लेकिन बडगा नही देखा (तीन एकांकिका, पृ.४३)

९) ज्या गावच्या बोरी, त्याच गावच्या बाभळी (तीन एकांकिका,पृ.३९)

१०) या निशा सर्वभूतानां तस्यां जागर्ति (तीन एकांकिका,पृ.३२)

११) पावसानं झोडपलं आणि राजानं मारलं तर जायचं कुठ? (तीन एकांकिका,पृ.२१)

१२) पुराणातली वांगी पुराणात (तीन एकांकिका, पृ.१३)

१३) अहिंसा परमोधर्मः (अहिंसेचा विजय, पृ.४७)

१४) गाढवावरून पडायचं आणि गावावर रागवायचं (जय राजनेमी, पृ.३४)

१५)शुभस्य शीघ्रम (संगीत साक्षात्कार, पृ.३४)

याप्रमाणे मराठी जैन नाटकांमध्ये म्हणी, वाक्प्रचार, सुभाषितांचा वापर केला गेला आहे. अशा तऱ्हेने इतर नाटकांमध्येही हे साहित्य आढळते.

नांदी–

मराठीमधल्या पारंपारिक नाटकांपेक्षा जैन नाटकातील प्रारंभीचे वंदन (नांदी) ही जिनधर्माला वंदन असणारी अशी आहे. चोवीस तीर्थंकर व पंचपरमेष्ठींचे स्मरण–वंदन अशी वंदन स्वरूपाची आहे.

१) नमन

प्रथम नमुनि जिनवरास
वंदन करूं शारदेस।
मति दे गुण गावयास
सिद्धचक्र व्रत महान।। (शहा वासंती , सती मैनासुंदरी, १९६८,पृ.१)

२) मंगलाचरण

(राग–भूप: ताल–त्रिताल:मात्रा १६)
वंदन गोमटेश जिनेशा। सर्व शुभंकर परमेशा।।धृ।।
स्तवितो भावे आम्ही तुजला। नमितों आम्ही तव पदकमला।
आठवुनी तव शुद्ध गुणाला। बालकगण अर्पी फुलमाला।।
मंगला व्हाया, विश्वेशा।
(मालगावे मृत्युंजय, वीरवर भामाशाह, १९८३)

३) मंगलाचरण

मंगल भगवान् वीरो मंगलं गौतमो गणी।
मंगलं कुंदकुंदाद्यो जैनधर्मोऽस्तु मंगलम्।।
(पद–राग हमीर, ताल एकतार)
तारश्रीजिनवरा! प्रणति पदिं स्वीकारा।
निरसुनि भय सारा। सकल धरा, अभय वरा।
चिर शांतिकरा। हारा अघतगमग दुरित त्वरित दीन पामरा! ।।धृ।।
सकल विश्व ज्ञातारा। गुण भांडारा। मुक्ति मार्ग नेतारा।
खग जनांत ऋषि गणांत। तवसमनच सुरनरांत।

अष्ट दुष्टासि अरि अविकारा ।।१ ।। (वृषभसेन महाराज, अहिंसेचा विजय, १९७५,पृ.१)

याप्रमाणे मराठी जैन नाटकांच्या नांदींमध्ये देखील जैन धर्माचे तत्त्वज्ञान व्यक्त होते. प्रारंभी जिनेशाची व पंचपरमेष्ठींची वंदना होते. आचार-विचार यांची आराधना ही होते. त्यामुळे आपोआपच नाटकातील पुढील वातावरणाची सूचना मिळते.

नाटकाचे भरतवाक्य

कोणत्याही वाङ्मयकृतीचा शेवट हा सर्वोच्च उत्कट बिंदू असतो. त्याचप्रमाणे नायकाचे भरतवाक्य म्हणजे नाटकाचे सारच होय. मराठी जैन नाटकामधील काही महत्त्वाच्या नाटकाच्या अनुषंगाने विचार करता ही नाटके अंततः शांत किंवा वीतराग भक्तिरसामध्ये परिणत झालेली आहेत. त्यामुळे या नाटकांची भरतवाक्ये नाटकाच्या सुखांताची सूचना देतात. काही भरतवाक्ये पुढीलप्रमाणे -

१)

पावू याते पद त्यांचे, त्या पावन सिद्धांचे, जय जय श्रीवीरा

(जैन सुमेर , रत्नाची पारख, १९७१, पृ.४३)

यामधून सिद्धरूप असणाऱ्या, समर्थ असणाऱ्या जिनचरणी नमस्कार करावा. त्याच्या पायाचे दर्शन घ्यावे, लीन व्हावे हा अर्थ आपणांस निघतो.

२)

कोदंडाचार्य:....... माझ्या वीरबंधूंनो, निष्कलंक व विनूधोबी हे आत्यंतिक त्याग करून अमर झाले! या थोर हुतात्म्यांना आदरपूर्वक वंदन करू या! जयवीर!

(उपाध्ये श्री.बा., हुतात्म्यांचा संदेश, १९७४, पृ.१११)

आपल्या अकलंक या बंधूला वाचविण्यासाठी निष्कलंक व विनूधोबी यांनी आपले बलिदान दिले. त्यांच्या त्यागानेच जैन धर्माचे रक्षण झाले, एका वीराचे लक्षण झाले.

वरीलप्रकारे जैन नाटकांमध्ये भरतवाक्य आलेली आहेत. संगीत नाटकांमध्ये एखाद्या पदाने भरतवाक्य सांगितले गेले आहे. तर ऐतिहासिक, सामाजिक नाटकामध्ये ही भरतवाक्ये वाक्याद्वारे आली आहेत.

सारांश

साहित्य प्रकारांची विविधता, रचना प्रकारांची विपुलता, जैन भाषाशैलीची वैशिष्ट्यपूर्णता अशा विविध भाषिक वैशिष्ट्यांनी समृद्ध असणारी साहित्यपरंपरा १९ व्या आणि२० व्या शतकात जैन साहित्यात येते. आधुनिक मराठीतील सर्व वाङ्मय प्रकार या साहित्य परंपरेने हाताळले आहेत. परंतु जैन तत्त्वज्ञान आणि आचारधर्माची मांडणी करणे, उदात्त मानवी मूल्ये आणि नीतितत्त्वांचे प्रकटीकरण करणे हे प्रमुख प्रयोजन या साहित्य परंपरेच्या मांडणीत असलेले दिसते. मध्यवर्ती वाङ्मयधारेच्या प्रयोजनापेक्षा वेगळ्या व स्वतंत्र हेतूने लिहिलेली ही साहित्य परंपरा, समाजातील अज्ञान दूर करणे, धर्मतत्त्वांची मांडणी करणे, आचारपद्धती समाजाला शिकविणे ही उद्दिष्ट्ये या साहित्याची आहेत. त्यामुळे मध्यवर्ती साहित्यापेक्षा वेगळ्या प्रकारची ही परंपरा असल्याचे निदर्शनास येते.

निवेदन हा गद्य साहित्याचा प्रमुख वाङ्मयीन विशेष आहे. प्रथमपुरुषी आणि तृतीय पुरुषी निवेदन या पारंपरिक पद्धती या साहित्याने स्वीकारल्या तर आहेतच, याशिवाय गोष्टीरूप निवेदन, कथनात्मक निवेदन, संवाद, प्रश्नोत्तर, वर्णनात्मकता इ. निवेदनाच्या पद्धतीही कथा–कादंबरी, चरित्र–आत्मचरित्र इ. गद्य साहित्य प्रकारांमध्ये लेखकांनी हाताळले आहेत. कथासाहित्यामध्ये विशेषत: निवेदनाच्या पद्धती अणि निवेदनाची तंत्रे त्यांची बहुविधता कथेच्या निवेदनात दिसून येते. प्रथम पुरुषी, तृतीय पुरुषी निवेदन पद्धती बरोबरच गोष्टीरूप, कथारूप निवेदन जैन कथांमध्ये येते. बहुतेक कथा या पौराणिक बाज असणाऱ्या आहेत. त्यामुळे कथेचे आशयविश्व व कथेचा कालावकाश पौराणिक विश्वात घडतो. काही अलौकिक विश्वातही कथा घडतात. यामध्ये समवसरण, स्वर्ग–नरक, निगोद, आकाश, सिद्धशिला इ. अलौकिक विश्वात घडणाऱ्या या कथांचे निवेदन अलौकिक स्वरूपात घडते. संवादी निवेदन हे तंत्रही जैन कथाकारांनी हाताळले आहे. अगदी पौराणिक कथांपासून आधुनिक कथांपर्यंत हे संवादी निवेदन कथा साहित्यात आढळते. कथामालिका, दृष्टांतकथा, तात्पर्यकथा या कथांची तंत्रेही जैन कथाकारांनी निवेदनात मांडली आहेत. कथामालिकामध्ये कथा जोडून घेण्याचे तंत्र, दृष्टांतकथेमध्ये उदाहरण, कथा, दृष्टांत यांच्या रचनेचे तंत्र, तात्पर्यकथेमधील कथेचा सारांश तात्पर्यरूपाने सांगण्याचे तंत्र, व्रतकथांमध्ये व्रताची विधी आणि फळ सांगण्याचे तंत्र इ. तंत्राचा अवलंब जैन कथाकार करतात. आधुनिक कथेतही प्रथमपुरुषी, तृतीयपुरुषी, संवादी, आत्मसंवादी, स्वगत इ. तंत्राचा वापर जैन लेखकांनी केला आहे.

जैन साहित्यातील पद्यरचना या तर वाङ्मयीन विशेषाने, रचना प्रकारांच्या विविधतेने आणि विपुलतेने समृद्ध आहेत. बहुतेक भारतीय भाषांमध्ये सर्वच रचनाप्रकारांचा प्रत्यय या साहित्यात येतो. त्याचबरोबर आधुनिक साहित्याने नाकारलेले प्राचीन रचनाप्रकार या साहित्याने २० व्या शतकातही सातत्याने हाताळले आहेत. छंदोबद्ध रचना, आलंकारिकता, वृत्तरचना, हिंदी, गुजराती, कन्नड या साहित्यातील पद्यप्रकार २० व्या शतकाच्या अखेरपर्यंत हे साहित्यिक हाताळताना दिसतात. आर्यावृत्त हे तर जैन कवींच्या स्वारस्याचा अभिन्न भाग आहे. अनेक जैन कवींनी आर्यावृत्तातून महाकाव्ये लिहिली आहेत. या वृत्ताबरोबर गीतिका, स्वागता, नाराच, मनोरमा, त्रोटक, कामदा, यूथिका, मदिरा, विभूतप्रिया या आधुनिक मराठी साहित्यात अस्तंगत झालेल्या वृत्तरचना जैन कवींनी मोठ्या कौशल्याने हाताळल्या आहेत. याशिवाय चौपाई, सवाई, दिंडी, केका या उत्तर भारतीय वृत्तरचनाही जैन कवी पद्यरचनेत करतात. ओवी, अभंग हे छंदही जैन कवी समर्थपणे हाताळताना दिसतात. याशिवाय दोहरा, दोहा, गीता, घत्ता या वेगळ्या छंदांचा वापरही हे कवी मुक्तपणे करतात. साकी, कटाव, फटके, गझल, अष्टक (ही काही पद्य रचना नसावी), मुक्तछंद, पोवाडा, पाळणा, लावणी, आरती, संवादिका, मुक्तछंद अशा अनेक पद्यरचनांची रेलचेल जैन सहित्यात दिसते. याशिवाय पदे, मेळ्याची पदे, कीर्तनरचना, आख्यानकाव्य ही लोकपरंपरेतील पद्येही हे कवी हाताळतात. नाट्यवाङ्मयातील नाट्यपदे, संगीत पदे कवी–नाटककार रचतात. जैन नाटकातील प्रसंगचित्रणे, संघर्ष हे पारंपारिक नाटकातील संघर्ष, हे प्रसंगरचनांपेक्षा वेगळे आहेत. बहुतेक सर्वच जैन नाटककार आपल्या नाटकात हे पौराणिक विषय हाताळतात. त्यामुळे पौराणिक संदर्भ असलेले प्रसंग व दृश्ये हे नाटककार आपल्या भाषेमध्ये उभे करतात. नाटकातील संवादही पौराणिक बाज असलेले धार्मिक तत्त्वज्ञान आणि आचारांची मांडणी करणारे दिसतात. नाटकातील संवाद हे शिष्ट भाषेत, धार्मिक भाषेत सुभाषितवजा अशा प्रकारे येतात. एकूणच बहुविध वाङ्मयीन विशेषांसह रचना प्रकारांचा व जैन शैलीच्या भाषिक विशेषांसह, वैविध्यासह गेल्या दीडशे वर्षात जैन साहित्यिकांनी केलेल्या रचना व त्यातील वाङ्मयीन विशेष मराठी साहित्य परंपरेत अत्यंत महत्त्वाचे आहेत.

***

विभाग – ५

उपसंहार

१८५० ते २००० या कालखंडातील मराठी जैन साहित्याचे स्वरूप प्रस्तुत अभ्यासात मांडण्यात आले आहे. गेल्या दीडशे वर्षात मराठी जैन साहित्याचा एक स्वतंत्र प्रवाह पाहावयास मिळतो. मराठीच्या मध्यवर्ती वाङ्मयधारेपेक्षा आपल्या स्वतंत्र वाङ्मयीन वैशिष्ट्यांनी हा वाङ्मयप्रवाह वेगळा ठरतो. गेल्या दीड–दानशे वर्षात मराठी साहित्यात आमूलाग्र बदल झाले. इंग्रजी राजवटीचा परिणाम, भाषांतर युग, भारतीय स्वातंत्र्याचा लढा, दोन महायुद्धे, जागतिकीकरण आणि संबंध जगातील साहित्याची झालेली देवाण–घेवाण यातून मराठी साहित्यविश्वही ढवळून निघाले. मराठी साहित्यात अनेक वाङ्मयप्रवाह, वाङ्मय प्रकार, वाङ्मयीन कालखंडाचे टप्पे, वाङ्मयातील वाद–प्रवाह अशा विविध पातळ्यांवर मराठी साहित्य ढवळून निघाले आहे. हे सर्व घडत असताना भारतातील काही धार्मिक आणि सांप्रदायिक विचार प्रवाहांचे साहित्यही मराठी साहित्यात निर्माण होत होते. प्राचीन मराठी साहित्याच्या परंपरेत काही धार्मिक आणि सांप्रदायिक प्रवाहांचे साहित्य व त्यांचे सातत्य सुरूच होते.

प्राचीन मराठी साहित्यात वैदिक परंपरेच्या साहित्याची चर्चा फार मोठ्या प्रमाणात झाली आहे. वैदिकांप्रमाणे या भारतात अतिप्राचीन काळापासून काही अवैदिक धर्म विचार अस्तित्वात होते. यांपैकीच जैन धर्म हा एक अतिप्राचीन धर्म महाराष्ट्रात आधीही होता. अनेक धर्मसंप्रदायांनी आपल्या धर्मप्रसारासाठी अनेक प्रकारची वाङ्मयनिर्मिती केलेली आहे. विशेषत: अवैदिक परंपरेतील जैन संप्रदायाने संबंध भारतीय भाषांमध्ये प्रचंड प्रमाणात साहित्याची निर्मिती केली आहे. मराठीची पूर्व भाषा महाराष्ट्री प्राकृत, त्यानंतर महाराष्ट्री अपभ्रंश अशी ही भाषांची परंपरा जैन साहित्याला लाभली आहे. किंबहुना मराठी भाषेची निर्मिती जैन महाराष्ट्री भाषेतून झाली असावी, असे काही नवे संदर्भ

आज सापडू लागले आहेत. या अनुषंगाने महाराष्ट्री प्राकृत, महाराष्ट्री अपभ्रंश, मऱ्हाठी आणि मराठी अशा परंपरेचा शोध घेणे गरजेचे आहे.

प्राचीन मराठी जैन साहित्याचा इतिहास पाहता श्रवणबेळगोळच्या शिलालेखानंतर राजमती प्रबोध (११ वे शतक), आणि त्यानंतर पुढे १५ व्या शतकात जैन साहित्याची उपलब्धी होते. १५ व्या शतकापासून १९ व्या शतकापर्यंत मध्ययुगीन जैन साहित्याचे संशोधन सुभाष अक्कोळे यांनी केले आहे. त्यानंतर १८५० ते २००० या कालखंडातील अर्वाचीन मराठी जैन साहित्याचे स्वरूप तपासण्याचा प्रयत्न प्रस्तुत संशोधन प्रकल्पात केला जाणार आहे.

प्रस्तुत साहित्याचा कालखंड हा १८५० पासून प्रारंभ होतो. १८४४ साली धरणाप्पा कळंत्रे यांच्या नावे जंबूस्वामी चरित्र हे काव्य सापडते. त्यानंतर १८५० च्या दरम्यान ब्रह्ममहतिससागर यांचे शिष्य हिराचंद अमोलिख यांचे साहित्य आढळते. 'जैन रामायण' आणि 'नलचरित्र' हे दोन ग्रंथ प्रारंभीच्या काळात सापडतात. यानंतर 'सन्मतिदासांचे अभंग', कवी अनंत जोतीबा पांगळ यांचे अभंग अशा काही प्राचीन मराठी पंडिती साहित्याच्या धर्तीवर रचना सापडतात. १८८५ साली 'जैनबोधक' या नियतकालिकाने सुरू केलेले जैन साहित्याच्या मुद्रणाचे कार्य हे जैन साहित्याच्या विश्वामध्ये अत्यंत महत्त्वाचे ठरते. १९ व्या शतकाच्या अखेरीस आण्णा आप्पा वाडकर, दादा आण्णासो घोदे, विदर्भातील चवडे बंधू, शं. मो. रानडे यांनी लिहिलेली 'शिलादित्य' कादंबरी, कल्लाप्पा भरमाप्पा निटवे, रावजी नेमचंद शहा, भाऊ बाबाजी लठ्ठे, बेळगावचे शामराव व्यंकाप्पा लक्षापती, हिराचंद नेमचंद इ. साहित्यिकांनी मराठी जैन साहित्याची आधुनिक काळात सुरुवात केलेली दिसते. या साहित्यिकांच्या परिचयातून प्रस्तुत संशोधन प्रबंधाची मांडणी सुरू केली आहे. १८५० ते २००० ह्या दीडशे वर्षाच्या कालखंडात झालेल्या जैन साहित्यिकांचा परिचय, या कालखंडातील जैन साहित्यिकांनी हाताळलेले सर्व साहित्यप्रकार, या साहित्य प्रकारांचे स्वरूप, वर्गीकरण, त्यातील आशय यांचा आढावा घेण्यात आलेला आहे. या कालखंडात सापडलेल्या ग्रंथांमध्ये वेगवेगळ्या साहित्यप्रकारांमध्ये येणारे जैन तत्त्वज्ञान व त्या अनुषंगाने येणारे आचारधर्म, त्यांची चर्चाही काही प्रकरणात करण्यात आली आहे.

जैन साहित्य हे वाङ्मयीन दृष्ट्याही सरस आहे. आपल्या स्वतंत्र अशा वाङ्मयीन गुणविशेषांनी ते संपन्नही आहे. जैन साहित्यातील वाङ्मयीन विशेष व त्यांनी हाताळलेले साहित्यप्रकार, आधुनिक मराठी साहित्याने स्वीकारलेले

साहित्यप्रकार व त्या अनुषंगाने जैन साहित्यिकांनी स्वीकारलेले साहित्यप्रकार, यांचेही स्वरूप या संशोधन प्रकल्पात मांडण्यात आलेले आहे. आपल्या स्वतंत्र विचारधारेने व वाङ्मयगुणांनी युक्त साहित्याची चर्चाही काही प्रकरणात करण्यात आली आहे. या वरील विवेचनाचे स्वरूप सहा प्रकरणांमध्ये पुढील प्रमाणे मांडले आहे –

पहिल्या विभागात भारतीय भाषांमध्ये असलेल्या जैन साहित्याचे सामान्य स्वरूप मांडले आहे. भगवान महावीरांच्या नंतर जैन साहित्याचे संकलन करण्यासाठी झालेले प्रयत्न, चार वाचना व या वाचनांमधून साहित्याचे संकलन करण्याचे झालेले प्रयत्न यांचे स्वरूप लक्षात घेतले आहे. भ.महावीरांच्या निर्वाणानंतर भ.महावीरांचे अंतिम श्रुतकेवली भद्रबाहू यांचे समकालीन स्थूलभद्राचे यांनी पाटलीपुत्र येथे आयोजिलेले संमेलन ही पहिली वाचना, दुसरी आर्य स्कंदिलाची स्कंदिली वाचना, तिसरी नागार्जुन किंवा प्रथम वालभी वाचना व भगवान महावीरांच्या नंतर एक हजार वर्षाने देवर्द्धिगणी यांनी सर्व जैन साहित्याचे संपादन आणि वर्गीकरण करण्याचा केलेला प्रयत्न हे आगम साहित्याच्या संकलनाचे प्रयत्न होते. दिगंबर संप्रदायानुसार धरसेन आचार्य यांनी पुष्पदंत आणि भूतबली यांना दिलेले ज्ञान, त्यानंतर षट्खंडागम ग्रंथाची रचना व येथून सुरू झालेली दिगंबर जैन संप्रदायाची ग्रंथरचना सापडते. प्राचीन भारतीय भाषांमध्ये अर्धमागधी भाषेतील पंचेचाळीस ग्रंथ, या ग्रंथांमध्ये अकरा अंग, चौदा अंगबाह्य, सहा छेदसूत्र, सहा मूलसूत्र, दहा प्रकीर्णके व दोन अंतिमग्रंथ अशा पंचेचाळीस ग्रंथांचा उल्लेख येतो. दिगंबर संप्रदायातील चार अनुयोगातील साहित्य, त्यामध्ये येणारे प्रथमानुयोग, चरणानुयोग, करणानुयोग आणि द्रव्यानुयोग यात येणारे प्राकृत ग्रंथ यांची चर्चा करण्यात आली आहे. इ.स. च्या पहिल्या शतकापासून बारावा तेराव्या शतकापर्यंत येणारे प्राकृत साहित्य, याशिवाय प्राकृतमधील जैनकथा साहित्य, चंपूकाव्य, प्राकृत निबंध यातील ग्रंथांचा उल्लेख करून नंतर अपभ्रंश भाषेमध्ये येणारी चरित्रे व अपभ्रंश भाषेतील ग्रंथांचा उल्लेख येतो.

प्राकृत भाषेनंतर जैन साहित्यिकांनी संस्कृत भाषेतही मोठ्या प्रमाणात रचना केल्या आहेत. संस्कृतमधील चारही अनुयोगात येणारे साहित्य तसेच संस्कृतमधील जैन तत्त्वज्ञानपर ग्रंथ यांचा उल्लेख केला आहे. संस्कृतमधील काव्ये, महाकाव्ये, लघुकाव्ये व स्तोत्रपर रचना प्राचीन जैन साहित्यात येतात.

भद्रबाहूंच्या व सम्राट चंद्रगुप्तांच्या दक्षिण प्रवेशानंतर, दक्षिण भारतीय भाषांमध्येही फार मोठ्या प्रमाणात जैन साहित्याची निर्मिती झालेली आहे. दक्षिण भारतात भद्रबाहूंच्या आधीही जैन धर्म दक्षिणेत

असावा त्यामुळे दक्षिणेतील तमिळ प्रांतात भद्रबाहूंच्या पूर्वी असलेला जैनधर्म व तत्कालीन काही रचनांचा संदर्भ लक्षात घेऊन दक्षिणेतील जैन साहित्याचे स्वरूप पुढे मांडले गेले आहे. दक्षिणेतील तमिळ प्रांतात पहिल्या शतकापासून जैन संप्रदायाचा द्रविड संघ अस्तित्वात होता. आचार्य कुंदकुंदांपासून तामिळ वाङ्मयात अनेक प्राचीन जैन ग्रंथ सापडतात. इ.स. च्या २ ऱ्या शतकापासून ७ व्या शतकापर्यंत तमिळ भाषेत अनुवादित जैन ग्रंथ, महाकाव्ये, आधुनिक ग्रंथ, धार्मिक ग्रंथ इ. जैन पीवयास मिळतात याशिवाय तमिळ साहित्यातील स्त्रियांचे ग्रंथ, गद्य ग्रंथ हे ही प्राचीन जैन साहित्यात पहावयास मिळतात.

तामिळ भाषेनंतर प्राचीन भारतीय भाषांमध्ये आढळणारी कन्नड ही एक महत्त्वाची भाषा आहे. इ.स.च्या ९ व्या शतकापासून कन्नड साहित्याचा इतिहास मानला जातो. कन्नड साहित्याचा इतिहास हा जैन कवींच्या साहित्यापासून सुरू होतो. इ.स. च्या ७ व्या शतकापासून कन्नड भाषेत लिहिणारे कवी, त्यानंतर पंप, कण्ण, रण्ण या जैन कवींच्या काळातील कन्नड साहित्याचा सुवर्णकाळ येतो. याचा आढावा सुरुवातीला घेतला गेला आहे. त्यानंतर कन्नड साहित्यातील चंपूकाव्याचे युग व पंधराव्या शतकानंतरचे कन्नड कवी येथपासून षट्पदी आणि सांगोती युग, आधुनिक युगातील काही कवी इ. परंपरा जैन साहित्यात येतात.

शौरसेनी प्राकृतोद्भव हिंदी भाषा ही एक अत्यंत महत्त्वाची भाषा होय. ७ व्या शतकात अपभ्रंशाच्या उद्‌भवापासून हिंदी भाषेच्या पाऊलखुणा दिसून येतात. त्यानंतर ११ व्या शतकापासून राजस्थान व मथुरेच्या आसपासच्या प्रदेशामध्ये फार मोठ्या प्रमाणावर हिंदीमध्ये जैन साहित्यिकांनी आपले साहित्य निर्माण केले. ११ व्या शतकापासून १९ व्या शतकापर्यंत जैन साहित्यिकांनी हिंदी मध्ये निर्माण केलेल्या साहित्यकृती आहेत.

भारतीय भाषांमधील आणखी एक महत्त्वाची भाषा म्हणजे मराठी भाषा होय. मराठी जैन साहित्याचा इतिहास हा प्राचीन महाराष्ट्री प्राकृतापासून सुरू होतो. इ.स. च्या ८ व्या शतकापासून प्राकृत व महाराष्ट्री प्राकृत यांचे संदर्भ सापडतात. उद्योतनसूरि, कवी पुष्पदंत यांचे अपभ्रंश भाषेतील ग्रंथ प्रारंभी सापडतात. इ.स. ११ वे शतक ते १५ वे शतक हा काळ जैन मराठी साहित्याच्य अनुपलब्धीचा काळ आहे. १४५० नंतर मध्ययुगीन मराठी जैन साहित्याचा इतिहास सुरू होतो. गुजराती साहित्याच्या अनुवादातून ब्रह्मगुणदास यांच्यापासून सुरू झालेला हा इतिहास १८५० पर्यंत सुभाषचंद्र अक्कोळे यांनी संशोधन करून

मांडला आहे. या साहित्यामध्ये आढळणारे विविध रचनाप्रकार व त्याकाळातील लेखकांच्या ग्रंथांचा परिचय, आक्कोळे यांनी करून दिला आहे. मध्ययुगीन मराठी साहित्यधारेच्या बरोबरीने संपन्न असलेला हा साहित्य प्रवाह व या साहित्याची पार्श्वभूमी अभ्यासाच्या मांडणीसाठी पार्श्वभूमी म्हणून उपयुक्त आहे.

दुसऱ्या विभागात अर्वाचीन मराठी साहित्यातील जैन कवी, लेखकांचा परिचय करून देण्यात आलेला आहे. अर्वाचीन मराठी जैन साहित्याचा कालानुक्रमे इतिहास लक्षात यावा यासाठी १८५० नंतर १९ व्या शतकाच्या अखेरीपर्यंत व २० व्या शतकात होऊन गेलेल्या काही महत्त्वाच्या ग्रंथकारांचा परिचय व त्यांनी लिहिलेले ग्रंथ याचा आढावा घेण्यात आलेला आहे. अभ्यासविषयाची सुरुवात १८५० पासून होत असल्यामुळे या कालखंडापासून १९ व्या शतकाच्या अखेरीपर्यंत सापडणारे लेखन व त्यांची माहिती पहिल्या टप्प्यात आली आहे. १८४४ साली धरणाप्पा कळंत्रे या लेखकाचे 'जंबूस्वामी चरित्र' सापडते. यानंतर हिराचंद अमोलिक यांच्यापासून हा इतिहास सुरू होतो. अमोलिख यांनी १८५० साली जैन रामायण लिहिले आहे. १८५६ साली त्यांनी लिहिलेली नलचरित्र व पंचपूजादि काव्ये पहायला मिळतात. यानंतर मात्र ऐंशीच्या दशकापर्यंत जैन साहित्यातील रचना उपलब्ध होऊ शकल्या नाहीत. १८८३ साली आण्णा आप्पा वाडकर यांनी श्रीपालचरित्र लिहिले आहे. हाच मराठीतला पहिला जैनांचा मुद्रित ग्रंथ असावा. यानंतर मराठी जैन मुद्रित ग्रंथांची परंपरा महाराष्ट्रभर सुरू झालेली दिसते. १८८५ ला भाऊ बाबाजी लठ्ठे यांनी प्रकाशित केलेली रत्नकरंड श्रावकाचाराची दुसरी आवृत्ती सापडते. याचवेळी बेळगाव सारख्या सीमाभागातही जैन ग्रंथ मुद्रणाची परंपरा सुरू झाल्याचे दिसते. १८८६ साली शामराव व्यंकाप्पा लक्षापती यांनी 'जैनधर्मप्रकाश' हा ग्रंथ छापला. पुढे १८९० साली 'शिलदित्य' ही जैन तत्त्वज्ञानाचा पुरस्कार करणारी मराठीतील पहिली जैन कादंबरी आढळते. याचवेळी बार्शी, सोलापूर आणि विदर्भात वर्धा या ठिकाणीही जैन ग्रंथांच्या मुद्रणाची परंपरा सुरू झाल्याचे दिसते. वर्ध्याच्या चवडे बंधूंनी लिहिलेली संगीत नाटके, अनेक पद्यरचना प्रकारांमध्ये लिहिलेली पदे, साक्या, दिंडी, कटाव, गझल, पूजाकाव्ये इ. अनेक प्रकारच्या रचना विदर्भात लिहिल्या गेल्या आहेत. या काळातील 'पद्मनंदी पंचविशती'हा १८९८ साली अनुवादित केलेला वहालचंद गांधी यांचा महत्त्वाचा ग्रंथ आहे. याचवेळी कल्लाप्पा भरमाप्पा निटवे यांचा नांदणी येथील जैनेंद्र छापखाना व नंतर कोल्हापूर प्रेस या छापखान्यातून छापलेली अनेक जैनधर्म विषयक पुस्तके कोल्हापूर परिसरात प्रकाशित झाली आहेत. तात्या नेमिनाथ पांगळ, अनंतराज जोतीबा पांगळ उर्फ

दासानंत यांच्याही कविता, तसेच नथु बापू यळवटकार, हिराचंद नेमचंद दोशी इ. लेखक कवींचे कार्य १९ व्या शतकात जैन साहित्याच्या अनुषंगाने महत्त्वाचे ठरते.

२० व्या शतकात प्रारंभी काही कवींनी आपल्या काव्य रचना केल्या आहेत. यामध्ये पहिल्या अर्धशतकात विविध प्रकारच्या रचना, कवींनी आणि लेखकांनी केल्या. सुरुवातीच्या काळात चवडे बंधूंचे कार्य सुरूच होते. पंडित जितमलजी, रावजी सखाराम दोशी, रावजी नेमचंद शहा, सखाराम नेमचंद दोशी, जीवराज गौतमचंद दोशी इ. ग्रंथकारांनी प्राचीन जैन ग्रंथांचे पद्यानुवाद व काही भाषांतरे मराठी जैन साहित्यात केल्याचे आढळते. श्रीमती कंकूबाई ब्रह्मचारी यांनी लिहिलेल्या व्रतकथा व काही अनुवादित कथा या काळात महत्त्वाच्या आहेत. पुढे हिराचंद अमीचंद शहा यांनी लिहिलेली चरित्रे, व्रतकथा, दर्शनकथा इत्यादी महत्त्वाचे लेखन आढळते. धर्मसागर मुनी यांची शाहिरी काव्ये, शब्दप्रभाकर ग्रंथ इ. रचना जैन साहित्यात मैलाचा दगड ठरतात. जिनदत्त शास्त्री उपाध्याय व जिनदत्त दादा उपाध्याय यांच्या रचना, यांनी लिहिलेले पौराणिक ग्रंथ, पद्यरचना तत्त्वज्ञानपर ग्रंथ इ. प्रचंड रचना या दोघांच्या नावावर आढळतात. याच काळात मराठीतील पहिला जैन आत्मचरित्रकार नाना रामचंद्र नाग यांचे आत्मचरित्र व त्यांनी केलेल्या इतर रचना महत्त्वाच्या आहेत. कवी गोपाल बालाजी बीडकर उर्फ बालसुत, याचबरोबर रतनबाई शहा, रावजी सखाराम दोशी यांनी लिहिलेली कीर्तन आख्याने, तात्या चोपडे यांची कीर्तन आख्याने, बालसुत यांनी लिहिलेल्या अनेक पद्यरचना, चरित्रे, नाटक या सर्वांची नोंद मराठी जैन साहित्यात घेण्यात आली आहे.

'मराठी जैन साहित्यातील मोरोपंत' असा ज्यांचा परिचय आहे ते जिनदास पार्श्वनाथ फडकुले यांची जैन साहित्याला फार मोठी देणगी लाभली आहे. १९२० पासून १९८८ पर्यंत त्यांनी केलेले अनुवाद, अनेक तत्त्वज्ञानपर ग्रंथांचे अनुवाद, तीर्थंकर आणि पुण्यपुरुषांची चरित्रे, रामायण, गद्य आणि पद्यात्मक रचना, अनेक तत्त्वज्ञानपर ग्रंथांची भाषांतरे, प्राचीन, संस्कृत, प्राकृत ग्रंथांची भाषांतरे अशा अनेक रचना फडकुले यांनी केल्या आहेत. जवळ जवळ सत्तर ग्रंथांची रचना करणारे हे लेखक होते. मराठी जैन साहित्यामध्ये यांचे फार मोठे योगदान आहे.

फडकुले यांच्यानंतर मो. हि. गांधी उर्फ कवी अज्ञात यांच्या उल्लेखाशिवाय मराठी जैन साहित्याचा इतिहास पूर्ण होऊ शकत नाही. जैन तत्त्वज्ञानकोशही

प्रचंड रचना त्यांनी केली आहे. याशिवाय अनेक जैन, प्राकृत, संस्कृत तात्त्विक ग्रंथांचे अनुवाद, बृहत्कथाकोश, पंचसंग्रह, ग्रंथत्रयी कथा, व्रतकथाअशा अनेक रचना कवी अज्ञात यांनी केलेल्या आहेत.

यानंतर वीरचंद आणि खुशालचंद कोदरजी गांधी, शांतिनाथ यशवंत नांद्रे, अनंतराज बोपलकर, प्रभाकर रणदिवे इ. कवी-लेखकांची नोंद जैन साहित्यात घ्यावी लागते. जैनवीर ग्रंथमालेचे संस्थापक बा.भु.पाटील व या मालेत लेखन करणारे आ.भा. मगदूम यांचे कार्य यानंतर महत्त्वाचे ठरते. जैन साहित्यातील ऐतिहासिक चरित्रे, नाट्यवाङ्मय, कादंबरी, दीर्घकथा अशा अनेक रचना आ.भा. मगदूम यांनी केल्या आहेत. दक्षिण महाराष्ट्रातील जैन साहित्याची चळवळ जोमाने पुढे नेण्याचे श्रेय आ.भा. मगदूम यांनाच द्यावे लागते.

यानंतर २० व्या शतकाच्या उत्तरार्धात काही महत्त्वाचे कवी-लेखक होऊन गेले आहेत. यामध्ये धनपाल कांताप्पा उपाध्ये उर्फ कुंथुसुत यांच्या रचना महत्त्वाच्या आहेत. जैन स्तोत्रे, चरित्र साहित्य, कन्नड साहित्याचा मराठी अनुवाद इ. रचना यांच्या आहेत. यानंतर पंडिता सुमतीबाई शहा यांचे साहित्यिक योगदान लक्षात घ्यावे लागते. जैन रामायण आणि महाभारतावरील यांच्या रचना स्वतंत्र आहेत. ज.ने.क्षीरसागर हे २० व्या शतकातील जैन पंडित कवी म्हणावे लागतील. 'जैनमयूर'ही उपाधी लागलेल्या या कवीने 'आर्यामहापुराण' यासह यशोधर, भरत-बाहुबली, सीतासंदेशइ. दीर्घ आणि खंडकाव्ये मराठीत आणली आहेत. वर्धमान पार्श्वनाथ शास्त्री यांनी मराठीत अनेक जैन कथा आणल्या. विद्याधर जोहरापूरकर आणि सुभाषचंद्र अक्कोळे यांनी मराठी जैन साहित्यात केलेले संशोधन आणि संपादन महत्त्वाचे आहे. यानंतर मृत्युंजय मालगावे, वासंती शहा, अनंततनय, माणिक आणि शांतिनाथ कटके, विकास शहा, गं.दा.सगरे यांचे नाट्यवाङ्मय आणि इतर रचनाही नोंद घेण्यासारख्या आहेत. कवी मकरंद, वृषभसेन महाराज यांच्यानंतर प्राचार्य सुमेर जैन यांचे जैन साहित्यातील प्रचंड मोठे योगदान महत्त्वाचे आहे. कवी शांतिनाथ नांद्रे, श्रीमंधर बाबाजी उपाध्ये या कविंची नोंदही अलीकडे घ्यावी लागते. लिलावती सुमेरचंद, सुरेखा शहा, नीलम माणगावे, विकास शहा या कवी लेखकांचे योगदान २० व्या शतकाच्या अखेरीस महत्त्वाचे आहे. याशिवाय या काळात झालेल्या अनेक लहान-मोठ्या लेखकांची नोंद या प्रकरणात घेतली आहे.

१८५० ते २००० या दीडशे वर्षातील कवी-लेखकांचा परिचयात्मक इतिहास प्रस्तुत विभागात मांडला आहे. अभ्यास प्रकल्पाच्या तिसऱ्या प्रकरणात जैन

साहित्यिकांनी हाताळलेल्या साहित्यप्रकारांचा परिचय प्रस्तुत प्रकरणात करण्यात आला आहे. अर्वाचीन मराठी साहित्यात इंग्रजी वाङ्मयाच्या अनुकरणाने आणि वसाहतवादी समाज रचनेच्या गरजेतून मध्यमवर्गीय समाजाला आवश्यक असणारे नवे वाङ्मयप्रकार उदयास आले. कादंबरी, चरित्र-आत्मचरित्र, प्रवासवर्णने, आधुनिक कथा, कविता आणि नाटकादि हे साहित्य प्रकार १९ व्या शतकात उदयास आले. बहुतेक मराठी साहित्य विश्वाने व साहित्य प्रवाहांनी हे वाङ्मय प्रकार आत्मसात केले.

जैन साहित्यिकांनीही हे वाङ्मयप्रकार आत्मसात केले. १९ व्या शतकापर्यंत पारंपरिक पंडिती वळणाचे साहित्य मराठीत अस्तित्वात होते. १९ व्या शतकातील जैन कवीही अशी पंडिती वळणाची रचना करीत होते. ही पंडिती वळणाची परंपरा २० व्या शतकातही जैन कवींनी कायम ठेवल्याचे दिसते. त्याचबरोबर १९ व्या शतकाच्या अखेरीस बहुतेक जैन कवींनी हे वरील नव्याने अवतरण झालेले वाङ्मयप्रकार आत्मसात करताना दिसतात. चरित्र-आत्मचरित्र, कथा, कादंबरी, नाटक, आणि पद्यरचना या पाच साहित्यप्रकारांमध्ये विशेषत्वाने जैन लेखकांनी आपले लेखन केले आहे. या नव्या साहित्यप्रकारांत आलेले जैन साहित्य व या साहित्यप्रकारांचे स्थूल स्वरूप आणि इतिहास या विभागात मांडला आहे. या साहित्यप्रकारांचे स्थूलस्वरूप या प्रकरणात तपासण्यात आले आहे.

साहित्य प्रकारांच्या वर्गीकरणात चरित्रसाहित्याचा विचार पहिल्यांदा केला. तात्या नेमिनाथ पांगळ यांनी 'तीर्थंकर चरित्रे'हा पहिला चरित्रग्रंथ लिहिला आहे. तीर्थंकरांची चरित्रे या विभागात भ.महावीर पार्श्वनाथ, वृषभदेव, नेमिनाथ, चंद्रप्रभू यांची चरित्रे सापडतात. यापैकी भ.महावीर व पार्श्वनाथ यांची चरित्रे संख्येने अधिक असलेली दिसतात. तीर्थंकरांच्या चरित्रानंतर बाहुबलींची चरित्रेही लिहिली गेली आहेत. तीर्थंकरांच्या बरोबरीने शलाका पुरूषांची चरित्रे व पौराणिक चरित्रे पाहायला मिळतात. जैनांची पुराणे, महाकाव्ये यात येणारी पात्रे पौराणिक चरित्राचा विषय झालेली आहेत. उदा. चंपावती, हनुमान इ. चरित्रे यात येतात. यानंतर जैन साहित्यातील पुण्य पुरुषांची चरित्रे घेण्यात आली आहेत. प्रत्येक तीर्थंकरांच्या काळात दहा-दहा मुनी उत्पन्न होतात. हे पूर्वाश्रमींचे राजे, कामदेव असतात. यात सुदर्शन, सुकुमार, जीवंधर, धन्यकुमार, वरांग, यशोधर, प्रीतिंकर, श्रीपाल, नागकुमार, सुभौम इत्यादी लौकिकास पात्र असणाऱ्या पुरूषांची चरित्रे अनेकांनी लिहिली आहेत. यानंतर जैन राजे आणि सम्राट यांची चरित्रे येतात. या ऐतिहासिक चरित्रांमध्ये भारतभूमीत झालेल्या कर्तृत्ववान राजांचा चरित्र

इतिहास येतो. भरत, श्रेणिक, चंद्रगुप्त, बिंदुसार, अशोक, खारवेल, कुमारपाल इत्यादींची चरित्रे आली आहेत. राजे, सम्राट यांच्या चरित्रांनंतर जैन तत्त्वज्ञान मांडणाऱ्या, जैन तत्त्वज्ञानाचा आचार स्वीकारणाऱ्या आणि अनेक ग्रंथांची निर्मिती करणाऱ्या आचार्यांची चरित्रे येतात. या चरित्रांमध्ये प्राचीन आचार्यांची चरित्रे येतात. आधुनिक काळात झालेल्या आचार्यांची चरित्रे येतात. प्राचीन जैनाचार्यांची छोटी-छोटी चरित्रे, त्याचबरोबर भद्रबाहू, कुंदकुंदाचार्य, नेमिचंद इ. चरित्रांबरोबर आधुनिक काळातील पायसागर, नेमिसागर, शांतिसागर, आर्यनंदी, महतिसागर, वीरसागर इत्यादींची चरित्रे यात येतात. भट्टारकांची चरित्रेही यात येतात. याशिवाय काही संकीर्ण चरित्रेही यात येतात. यात जैन कवी, जैन कर्तबगार स्त्रिया यांची चरित्रेही येतात. आधुनिक काळातील काही जैन समाजसुधारकांची चरित्रेही २० व्या शतकात सापडतात. या चरित्रांचा आढावा या प्रकरणात घेतला आहे. चरित्रांबरोबर आत्मचरित्रांचाही भागही जैन साहित्यात आला आहे. जैन समाजात काही कर्तबगार व्यक्तींनी जैन धर्मासाठी केलेल्या कार्याचे व या धर्मासाठी आपले जीवन वेचणारे काही थोर व्यक्ती यांनी आपले अनुभव या आत्मचरित्रांतून मांडले आहेत. अशा पद्धतीचे नाना रा. नाग यांचे पहिले आत्मचरित्र आढळते. जैन समाजासाठी आपले व्रतस्थ जीवन व्यतीत करणाऱ्या काही स्त्रियांची आत्मचरित्रेही पहायला मिळतात. प्रस्तुत प्रकरणात चरित्र आणि आत्मचरित्र यांचे स्वरूप तपासले आहे. जैन साहित्यातील चरित्रे ही मध्यवर्ती चरित्र साहित्यधारेपेक्षा वेगळी आहेत. जैन समाजापुढे जैन तत्त्वज्ञानावर विश्वास ठेवणारा, जैन धर्माचे आचरण करणाऱ्या व या धर्माचा प्रसार-प्रचार करणाऱ्या व्यक्ती आदर्श आहेत. त्याग, शील, नैतिक, अध्यात्मिक, आत्मविकासाच्या व मोक्षमार्गावर असणाऱ्या आदर्श व्यक्तींची चरित्रे या साहित्यात येतात.

चरित्रानंतर जैन कथावाङ्मयाचा विचार पुढील भागात केला आहे. आधुनिक मराठी कथेच्या इतिहासात जैनकथा ही स्वतंत्र आणि वेगळ्या स्वरूपाची आहे. समकालीन मराठी कथा ही इहवादी, वास्तववादी, मध्यमवर्गीय जाणीव असणारी आहे. दलित, ग्रामीण, स्त्रीवादी आदि प्रवाहात ती लिहिली गेली आहे. परंतु जैन कथांमध्ये पौराणिक बाज असणारी, धर्मतत्त्वज्ञान सांगणारी, व्रतकथा सांगणारी तसेच नीती, सदाचार, धर्मतत्त्वे व सद्बोध सांगणारी आहे. धार्मिक आदर्शवाद, धार्मिक विचारांचे प्रकटीकरण व लोकांचे आचरण इत्यादी गोष्टी या कथेत पहायला मिळतात. जैन कथेचे काही स्वतंत्र प्रकारही पहायला मिळतात. त्यांमध्ये पौराणिक कथा, आख्यान कथा, कीर्तनाख्याने, व्रतकथा, कथामालिका, बोधकथा,

रूपककथा, कथागुच्छ तसेच समकालीन कथाही जैन कथेत येतात. पुराण, इतिहास, चरित्रे इत्यादी आशय-विषय जैन विश्वात या कथा संचार करतात. जैन समाजाच्या संस्कृती परिघात या कथा घडताना दिसतात. आख्यानकथांमध्ये शील, व्रत, धर्मावर श्रद्धा, व्रतांचे पालन, नीती यांचा बोध सांगणारी पौराणिक आख्याने सापडतात. जैनांच्या व्रतकथा या बहुतेक आचरणावर आधारित कथा आहेत. जैन श्रावकांना व मुनींना व्रतधारण करणे, त्या व्रताची फलश्रुती, व्रताचरणाचा विधी करणे हे सांगण्यासाठी या कथा आपल्या कथेमध्ये व्रतविधी गोवतात. रक्षाबंधन व्रतकथा, व्रतकथा, व्रतशीलकथा, जिनगुणसंपत्ती व्रतकथा, जैनेंद्रव्रतकथा, श्रुतस्कंध व्रतकथा, रोहिणीव्रतकथा, रात्रिभोजनत्यागव्रतकथा ही व्रतकथांची नावे पाहिल्यास या कथांचे स्वरूप लक्षात येईल. व्रतकथेनंतर पौराणिक आशयविश्व मांडणाऱ्या कथाही पहायला मिळतात. पांडवकथा, कथामंजिरी, भद्रकथा इ. कथांमध्ये पौराणिक आशय येतात. काही पौराणिक पात्रांवर आधारित दीर्घकथाही या पौराणिक कथांमध्ये पहायला मिळतात. पट्टराणी उप्रंभा, सती चंपावती, राजुल, महासती मैनासुंदरी, गिरनार, राजपुत्र कनककुमारइत्यादी दीर्घकथांची नावे या पौराणिक कथांमध्ये पाहिल्यास यांचे स्वरूप लक्षात येईल. बोधकथांमध्येही सद्‌बोध दृष्टांतमाला, प्रेरणा व बोधकथा संग्रह, नैतिक कथासंग्रहइत्यादी शीर्षकांवरून यांचे स्वरूप लक्षात येते. कथा साहित्यात पौराणिक आशय सोडून समकालीन आशयविश्व मांडणाऱ्या कथाही जैन साहित्यात हाताळल्या गेल्या आहेत. आधुनिक काळात समकालीन जीवनजाणिवा व्यक्त करणाऱ्या या कथा असून भ्रष्टाचार, हिंसा, कौटुंबिक कलह, मध्यमवर्गीय जाणिवा यांच्या मांडणीत जैन तत्त्वज्ञान गोवले गेले आहे. अलीकडच्या नव्या पिढीने या कथा लिहिल्या असून 'पुनीत'सारख्या कथाचळवळी यांच्या कथा प्रकाशित केल्या आहेत. या चळवळीत मराठी जैन कथेने कुस बदललीअसून पौराणिक आणि व्रतकथांच्या जोखंडातून ही जैनकथा मुक्त होताना दिसते. मराठी जैनकथा गेल्या शंभर वर्षात विविधता व अनुकूलता यांनी समृद्ध आहे. मध्यमवर्गीय कथा परंपरा आणि कथा जाणिवांपेक्षा ही कथा आपले वेगळेपण जपताना दिसते. कथेची वेगळी वैशिष्ट्ये सापडतात. त्यांचा ऊहापोह यात केला आहे.

कथेनंतर जैन साहित्यातील कादंबरी या साहित्यप्रकाराची नोंद घेतली गेली आहे. मध्यवर्ती साहित्यधारेत कादंबरी हा साहित्यप्रकार प्रचंड आहे. विविध कालावकाशात अनेक प्रवृत्ती प्रवाहात मराठीतले कादंबरीवाङ्‌मय संपन्न आहे. या मराठी कादंबरी परंपरेत स्वतंत्र आणि अल्पशः पण क्षीण प्रमाणात जैन

कादंबरीची परंपराही दिसते. १८९० साली शिलादित्य ही कादंबरी प्रथमतः जैन तत्त्वाचे विवेचन करते. ताकदीने सुरू झालेली ही कादंबरी पुढे मात्र कादंबरी या वाङ्मय प्रकाराच्या गैरसमजामुळे जैन वाङ्मयात क्षीण झाली आहे. संबंध २० व्या शतकात पौराणिक आणि ऐतिहासिक विषय मांडणाऱ्या कादंबऱ्या जैन लेखकांनी हाताळल्या. महाकाव्य आणि पुराणग्रंथांचे कादंबरीसदृश रूपांतरण, ऐतिहासिक व्यक्तींच्या चरित्रात्मक कादंबऱ्या अशा मर्यादित परिघात जैन कादंबऱ्या घडतात. खरेतर जैन तत्त्वज्ञान आणि साहित्याचे प्रचंड मोठे व्यापक विश्व आहे. परंतु गेल्या शतकभरात एकही स्वतंत्र कादंबरी जैन साहित्यात निर्माण होऊ शकली नाही. जैन कादंबऱ्यांचे वर्गीकरण करताना पौराणिक व महाकाव्य सदृश्य कादंबऱ्यांचा एक गट सापडतो. महापुराण, हरिवंशपुराण, जैनरामायण, जैन पद्मपुराणयांची रूपांतरणे म्हणून या कादंबऱ्या दिसतात. कादंबरीचा दुसरा गट हा जैन साहित्यातील पौराणिक पात्रांच्यावरच आधारित असून पुराणातल्या काही पात्रांचे जीवन कादंबरीरूपात मांडले गेले आहे. अनुवादित कादंबऱ्यांचा एक गट या परंपरेत सापडतो. गुजराती, हिंदी, कन्नड भाषेतील काही कादंबऱ्या अनुवादित झाल्या आहेत. यानंतर चरित्रात्मक कादंबरी हा एक भाग या कादंबरी प्रवाहात जैन लेखकांनी हाताळले आहे. तीर्थंकरांची चरित्रे, पौराणिक राजे आणि कर्तबगार पुरूषांची चरित्रे कादंबरीरूपात आणली आहेत. चरित्रात्मक कादंबरीत वा.ना.शहा यांची 'अहिंसा सम्राट'ही कादंबरी नोंद घेण्यासारखी आहे. 'सम्राट खारवेल'ही एकमेव ऐतिहासिक कादंबरी सापडते. काही रूपकात्मक कादंबऱ्याही लिहिल्या आहेत. मुक्तिदूत, मदनपराजय या कादंबऱ्यांतून पौराणिक पात्रांवर रूपकात्मक कादंबऱ्या लिहिल्या गेल्या आहेत. आधुनिक जीवनचित्रण करणाऱ्या अलीकडच्या काळात क्वचित कादंबऱ्या आढळतात. सुरेखा शहा, नीलम माणगावे या लेखिकांनी या कादंबऱ्या लिहिल्या आहेत. या कादंबऱ्यांमधूनही जैन तत्त्वांचे आचरण करणारे आणि जैन धर्मावर श्रद्धा असणाऱ्या पात्रांचा परिचय होतो.

नाट्यपरंपरा ही आधुनिक साहित्यातील जैन साहित्यपरंपरेत दिसते. आधुनिक मराठी नाटकाची परंपरा विष्णुदास भावे यांच्यापासून सुरू होते. जैन नाटकांची परंपरा वर्धा येथील चवडे बंधू यांच्यापासून सुरू होते. १९ व्या शतकाच्या अखेरीस मराठी संगीत नाटकाच्या परंपरेत नेमचंद जिनदास व गणपत चवडे यांनी जैन संगीत नाटकांची परंपरा चालू केली. जैन नाटककारांनी नाटकाचे विषय हे जैन परंपरा संस्कृती आणि तत्त्वज्ञानाशीच संबंधित निवडलेले दिसतात. या नाट्य वाङ्मयामध्ये तीर्थंकरांची चरित्रे, पुण्यपुरुषांची चरित्रे, नीती आणि

शील पाळणाऱ्या स्त्रियांची चरित्रे पाहायला मिळतात. तीर्थंकरादि आदर्श व्यक्तींची चरित्रे पाहायला मिळतात. तीर्थंकरादि आदर्श व्यक्तींचे जीवन समाजापुढे आदर्श ठरावे, पौराणिक स्त्रियांचे जीवन लोकांपुढे यावे यासाठी ही नाटके लिहिलेली आहेत. सत्य, अहिंसा, शील, सदाचार, व्रत, त्याग, तप याचबरोबर व्यसनमुक्ती, शील, पतिव्रत्य, ब्रह्मचर्य इत्यादी जैन तत्त्वज्ञानातील विषय या नाटककारांनी स्वीकारलेले दिसतात. नाटकांबरोबर एकांकिकासारखा साहित्यप्रकारही जैन लेखकांनी हाताळलेला आहे. नाट्य वाङ्मयाचे वर्गीकरण करताना चरित्रात्मक नाटकांचे आधिक्य जैन नाटकात दिसते. यातही तीर्थंकरांची जीवनचरित्रे आली आहेत. भ.महावीर व भ.नेमिनाथ या दोनच तीर्थंकरांच्या जीवनावरील पाच ते सहा नाट्यकृती लिहिल्या गेल्या आहेत. त्यानंतर जैन आणि सम्राट यांच्या जीवनावरील चरित्रात्मक नाटके लिहिलेली आढळतात. जैन सम्राट, जैन राजे आणि थोर पुरुष यांच्या कर्तबगारीची व जीवन संघर्षाची कथा या नाटकांमधून पाहायला मिळते. पौराणिक साहित्यातील राजे, राजा यशोधर, राजा श्रीपाल अशा पात्रांवर येतात. सीता, अनंतमती यांच्या शीलप्रभावाची नाटकेही या प्रकारात येतात. याशिवाय ऐतिहासिक आणि पराक्रमी पुरुषांच्या जीवनावरील नाटकांमध्ये भामाशाह, चामुंडराय, दीवाण अमरचंद अशी नाटके येतात. अकलंक आणि निष्कलंक या जैन धर्मासाठी बलिदान देणाऱ्या वीर पुरुषांच्या जीवनावर दोन नाटके येतात. याशिवाय तीर्थंकरांच्या जीवनावर पंचकल्याणिक नाटके, आचार्य शांतिसागर यांच्यावर नाट्यरूपक असे विषयही या नाटकात येतात. जैन साहित्यिकांनी एकांकिका, लघुनाटिका हे प्रकारही हाताळले आहेत. एकांकिकांमधून समकालीन विषय हाताळले आहेत. व्यसनमुक्ती, सदाचार, शील, जैनधर्मावरील श्रद्धा इ. विषय एकांकिकांमधून येतात. हे सर्व नाट्यवाङ्मय जैन धर्माशी निगडित दिसते. त्यामुळे यात सामाजिक विषय, सामाजिक संघर्ष, कौटुंबिक समस्या, प्रश्न हाताळले गेले नाहीत. केवळ जैन तत्त्वज्ञान व जैन संस्कृती, परंपरा यांच्या मर्यादेत नाटक हा विषयही सीमित झाला आहे.

नाटकानंतर पद्य साहित्याचा मोठ्ठा पसारा जैन वाङ्मयाने मांडलेला आहे. प्राचीन पद्यरचना प्रकारापासून आधुनिक पद्यरचनेपर्यंत अनेक रचना प्रकारांचे वैविध्य या साहित्य प्रकारात आढळते. या साहित्याने बहुतेक भारतीय भाषेतील पद्यरचना व तिचे प्रकार मराठीत आणले आहेत. ही सर्व पद्यरचना अभिजात आणि पंडिती वळणाची आहे. आधुनिक मराठी कविता सौंदर्यवादी, इहवादी, वस्तुनिष्ठ, वास्तववादी या प्रकारात लिहिली गेली आहे. परंतु जैन कवींची रचना मात्र जैन तत्त्वज्ञानाची मांडणी करणारी अध्यापही व अलौकिक पातळीवरची

आहे. जैन कवींच्या काव्यरचनेत पुराणकाव्य, आख्यानकाव्य, चरित्रकाव्य, कथाकाव्य, खंडकाव्य, पूजाकाव्य, शाहिरी इ. रचना प्रकार दिसतात. अनेक वृत्तरचना, छंद, ओवी, अभंग, पोवाडे, लावणी, फटके, कटाव, पाळणा, भजन, पदे, मेळ्याची पदे, गझल, साकी, दिंडी, दोहा अशा भारतीय भाषांमधील अनेक रचना प्रकार जैन कवींनी मांडले आहेत. आर्या हे तर जैनकवींचे आवडते वृत्त आहे. जैनकवींच्या इतकी आर्यारचना संबंध मराठी साहित्यात कोणत्याही संप्रदायाने केलेली नसावी. अनुवाद, भाषांतर, रूपांतर यात तर जैन कवींचा हातखंडा आहे. जिनदास फडकुले, अज्ञात, ज.ने.क्षीरसागर इ. कवी अनुवादामध्ये प्रचंड मोठी रचना करतात.

या काव्याचे वर्गीकरण करताना सुरुवातीला पौराणिक काव्याचा भाग मोठ्या प्रमाणात दिसतो. रामायण, महाभारतादि महाकाव्ये, रामायण, महापुराणावरील काव्ये जैन कवींनी मराठीत आणली आहेत. काही पुराणे पद्यात लिहिली असून 'आर्यामहापुराण', 'धर्मपुराण', 'भद्रपुराण', 'अजितनाथ', 'पार्श्वनाथ', संभवनाथपुराण हनुमान चरित्रही काव्याची शीर्षके पाहिल्यास जैन पुराणांच्यावर आधारलेली काव्ये लक्षात येतात.

चरित्रकाव्य हा आणखी एक मोठ्ठा प्रकार जैन कवींनी आपलासा केला आहे. तीर्थंकरांची चरित्रे, पुराणपुरूषांची चरित्रे यात येतात. तीर्थंकरांच्या चरित्रामध्ये वर्धमानचरित्र, पार्श्वनाथ चरित्र, संभवनाथ चरित्र, मुनिसुव्रतकाव्यअशी चरित्रे येतात तर पौराणिक चरित्रामध्ये गजकुमार, धन्यकुमार, विष्णुकुमार, नागकुमार, यशोधर, सुदर्शन अशा पुराणपुरुषांची चरित्रे येतात. काही पौराणिक स्त्रियांची काव्य चरित्रेही पद्यात लिहिली गेली आहेत. महासती अंजना, चंपावती, मैनासुंदरीयांच्या चरित्रकथा पद्यात येतात. जैन कवींनी मुनी, आचार्य, साधू यांची चरित्रेही पद्यात लिहिली आहेत. सिद्धसागर, महतिसागर, शांतिसागर इ. आचार्यांच्या जीवनावरची चरित्रे लक्ष वेधतात. याशिवाय पद्यकथा हा एक मोठ्ठा भाग जैन साहित्यात आढळतो. पद्यकथांमध्ये व्रतकथा, जिनसत्यनारायण यासह अनेक वर्षभर चालणाऱ्या व्रतांच्या कथा पद्यमय भाषेत लेखक सांगतात. याशिवाय पद्यावली, पदे, पद्यसंग्रह, भजने, श्लोक, पदसंग्रह इ. रचनातून जैन कवींनी भक्तिकाव्ये लिहिली आहेत. ओवी, अभंग, मुक्तछंद यासह छंदात्मक रचना आणि वृत्तरचनाही यात कवी करतात. याशिवाय आरत्या, अनेक स्तोत्रे, संकृत स्तोत्रावरील अभंग रचना व मराठी स्तोत्ररचना, भक्तिकाव्ये, पूजाग्रंथ, पूजासमुच्चय, स्तवनमाला, स्तुतिकाव्ये, सामायिक पाठ अशी अनेक काव्ये लिहिली गेली आहेत. मन:शुद्धी, वचनशुद्धी आणि आत्मशुद्धीसाठी ही काव्ये लिहिली गेली

आहेत. ही पंचस्तोत्रे अनेक प्राकृत, पंडित, संकृत कवींनी लिहिली आहेत पंचस्तोत्रांवरील अभंग, पंचस्तोत्रांचा अनुवाद, भाषांतरे इ. जवळजवळ अकरा स्तोत्रकाव्ये आहेत. या स्तोत्रकाव्यांचा अनुवाद मराठीत अनेकांनी केला आहे. भक्तामरस्तोत्र ही मानतुंगाचार्यांची संस्कृतमधील रचना, तिच्यावरील मराठी रचना अनेक आहेत. भक्तामर स्तोत्रावर काही पद्यकथाही लिहिल्या आहेत. याशिवाय अनेक प्राचीन, संस्कृत कवींच्या पद्यरचना जैन कवींनी प्रचंड प्रमाणात अनुवादित केल्या आहेत. यामध्ये कवी अज्ञात, जिनदास फडकुले. ज.ने.क्षीरसागर, हिराचंद तलकचंद शहा इत्यादी कवींचे योगदान महत्त्वाचे आहे. स्तोत्ररचनेनंतर अनेक आध्यात्मिक कविताही जैन कवींनी लिहिल्या आहेत. यामध्ये स्वात्मानुभव, आत्मप्रबोधन, आत्मसिद्धीइ. अशा रचना लिहिल्या आहेत. आर्या रचनेत मराठी जैन कवींची रचना प्रचंड आहे. आर्या द्रव्यसंग्रह, आर्या दशभक्ती, आर्या रत्नकरंड,भक्तामर स्तोत्राचा आर्यानुवादइ. ग्रंथांसह अनेक जैन तत्त्वज्ञानपर ग्रंथांचे आर्यानुवाद अनेकांनी केले आहेत. कवी अज्ञात, जिनदास फडकुले, वहालचंद, कस्तुरचंद, कवी दासानंत, नेमचंद वालचंद, कुंथुसुत, हिराचंद तलकचंद, बालसुत, भालविधु, दादातनय, सन्मतिदास, कविकुंजर, बापूसुत, अनंततनय अशा टोपण नावांनी लिहिणारे अनेक कवी मराठी जैन साहित्यात आढळतात. यापैकी सन्मतिदास उर्फ रावजी नाना कोळेकर हा १९ व्या शतकातील कवी तत्त्वर्थसूत्राचा आनुवाद करून त्यावर अभंग लिहितो व अत्यंत क्लिष्ट असणाऱ्या या ग्रंथातील तत्त्वज्ञान सोप्या भाषेत कविता करण्याचे कौशल्य या कवीकडे आहे. २० व्या शतकाच्या दुसऱ्या अर्धशतकात काही आधुनिक कवींची कविता पाहायला मिळते. नादलहरी हें जैन महाराष्ट्र कविमंडळाचे अनेक कवींनी लिहिलेले काव्य पाहिल्यास या कवितेत आधुनिक कवितेच्या बरोबरीने व आधुनिक कवितेच्या ढाच्यात कविता लिहिणारे कवी आढळतात: मोहनवीणा, मंगललहरी, वीर गीतांजलीइ. कवितासंग्रहातून आधुनिक काळातील मराठी जैन कवी आणि त्यांच्या काव्यरचना लक्षात घेता कवी विकास शहा, मोतीराम मुळावकर, कवी भद्रदास यांच्या कवितांची नोंद आधुनिक कवितेच्या बरोबरीने घेतली जाते.

आख्यानकाव्ये व शाहिरी काव्ये हाही एक २० व्या शतकातील जैन कवींनी हाताळलेला महत्त्वाचा काव्यप्रकार म्हणावा लागेल. आख्यानकवितेमध्ये गोपाल बालाजी बीडकर, रतनबाई शिवलाल शहा, रावजी नेमचंद शहा, तात्या केशव चोपडे यांनी लिहिलेली कीर्तनआख्याने ही एक प्रकारची कथाकाव्येच आहेत. शाहिरी वाङ्मयात धर्मसागर महाराजांचे कार्य हे एक अप्रतिम कार्य म्हणावे लागेल. शाहिरी वाङ्मयाचे सर्व वाङ्मयप्रकार या कवीने हाताळले

आहेत. काव्ये, पदे, पोवाडा, लावणी, फटका, कटाव, सवाल-जबाब, साकी, परमतखंडन अशा अनेक प्रकारची शाहिरी या कवीने लिहिली आहे. व्यसनमुक्ती, शाकाहार, दारूबंदी, शील, सदाचार, सिनेमाचे खंडन हिदुस्थानची परिस्थिती, सुधारक मताचे खंडन, दारूबाज दिनकररावाचा पोवाडा, स्त्री-चरित्रावरील पोवाडे असे अनेक शाहिरी रचनेचे प्रकार धर्मसागर मुनी यांनी हाताळले आहेत. तत्कालीन समाज जीवन, शेतकरी जीवन, राजकीय जीवन यावरही कवीने प्रकाश टाकला आहे. शब्द प्रभाकर सारखी ग्रंथरचना हा तर आधुनिक साहित्यातील प्रयोगच म्हणावा लागेल. त्याचप्रमाणे एकाच काव्यात रामायण-पांडव प्रतापाची उलट-सुलट कथा यात कवीने पणाला लावलेले कौशल्य हे २० व्या शतकातील साहित्यातील दुर्मिळ गोष्ट म्हणावी लागेल. अशा अनेक पद्यरचना, रचनाप्रकार, काव्यप्रकार, वृत्तछंदादि रचनेपासून मुक्तछंदापर्यंत, महाकाव्य, खंडकाव्यापासून आधुनिक कवितेपर्यंत आणि जैन तत्वज्ञानातील द्रव्यानुयोगापासून प्रथमानुयोगापर्यंतचे साहित्य या पद्यरचनेमध्ये आणण्याचे प्रचंड कार्य जैन कवींनी केले आहे.

या पाचही प्रकारांतील साहित्यामध्ये जैन तत्त्वज्ञान आणि आचारधर्म यासह जैन धर्माची परंपरा, पूर्ववैभव, पूर्वसाहित्य, भारतीय भाषांमधील साहित्य व त्यांचे अनुवाद यांचे प्रत्यंतर आपणास येते. सत्य अहिंसादि पंच अणुव्रताचे पालन करणारी पात्रे, जैनांचा लोकाकाश, सहा द्रव्ये, शील सदाचारादि तत्त्वे यांचे चित्रण या साहित्य प्रकारांमध्ये येते. व्रतवैकल्यांसह जैन तत्त्वज्ञानावर श्रद्धा ठेवून तिचे आचरण करणारी पात्रे व तत्त्वज्ञानाचा व आचारधर्माचा उपदेश करणारी पात्रे यात येतात. जैन साहित्य ही संकल्पना स्पष्ट करण्यासाठी या सर्व साहित्य कृतींमध्ये येणारे जैन तत्त्वज्ञान व आचारधर्म या गोष्टी अभियुक्त ठरणार आहेत. जैन तत्वज्ञान हे भेद विज्ञानावर आधारलेले तत्त्वज्ञान आहे. संबंध विश्वाचा उलगडा करताना विश्वातील प्रत्येक वस्तू घटक, पदार्थ स्वतंत्र आहे. त्याचवेळी ते परस्परसंबंधित आहेत. प्रत्येक जीव हा सिद्धपदापर्यंत पोहचू शकतो. यासाठी रत्नत्रय मार्गाने, मोक्षमार्गस्थ होणे व त्यासाठी दर्शन, चारित्र्य व विश्वाचे खरे ज्ञान समजण्यासाठी जैन तत्त्व आणि आचारधर्मावर श्रद्धा असली पाहिजे. हेच प्रत्येक साहित्यकृती सांगते. जगातील मानवता, अहिंसा, सत्य, समता यांसह अनेक महान तत्त्वांचे प्रकटीकरण करणे हाच हेतू या साहित्याचा आहे.

आधुनिक मराठी जैन साहित्याचे स्वरूप पाहताना १८५० ते २००० या कालखंडातील जैन साहित्याचा स्वतंत्र इतिहास प्रस्तुत संशोधन प्रकल्पाद्वारे

प्रकाशात आला आहे. विदर्भापासून बेळगावपर्यंत समग्र महाराष्ट्रातील लेखक कवींनी या साहित्याला दिलेले योगदान या प्रकल्पातून प्रकाशात आले आहे. आधुनिक साहित्याच्या प्रवाहाबरोबर सक्षमपणे दुर्लक्षित असलेला साहित्यप्रवाह सक्षमपणे चालू आहे. या संशोधनातून अनेक दुर्मिळ ग्रंथ, अंधारात असणारे कवी-लेखक यांचा नव्याने परिचय झाला आहे. गेल्या अडीच हजार वर्षातील जैन साहित्य यांचे स्वरूप या संशोधनाद्वारे लक्षात येणार आहे. गेल्या दीडशे वर्षात जैन कवींनी हाताळलेले साहित्यप्रकार, त्या-त्या साहित्यप्रकारांचा प्रथमतः इतिहास नव्याने मांडण्यास हे संशोधन निश्चितच दिशादर्शक ठरेल. जैन साहित्यप्रकारातील विविधता, विपुलता आणि वैशिष्ट्यपूर्णतः या साहित्यातून प्रत्ययास येते. आधुनिक वास्तव समाजव्यवस्था व समाजातील अस्वस्थता यांच्या प्रकटीकरणापेक्षा नीतिमूल्यांचा, धर्मतत्त्वांचा पुरस्कार करणे हाच हेतू या साहित्याचा दिसतो. याचा प्रत्यय या अभ्यासातून येतो.

वाङ्मयीन दृष्ट्याही जैन साहित्याची संपन्नता काय आहे याचे स्वरूपही या संशोधनातून लक्षात येते. मराठी साहित्यातील अस्तंगत झालेले अनेक साहित्यप्रकार, रचनाप्रकार, जैन कवी २० व्या शतकातही जोमाने जोपास्ताना दिसतात. अनेक भारतीय भाषांमधील रचना प्रकार, जैन साहित्यिक मराठी भाषेत आणताना दिसतात. त्यामुळे वाङ्मयीन दृष्ट्याही वैविध्यपूर्ण असणारे हे साहित्य आहे याचा प्रत्यय येतो. या संशोधनामुळे मराठी साहित्याचा इतिहास लिहिताना नव्याने भर पडणार आहे. मराठी साहित्याचे पारंपारिक विश्लेषण व समीक्षेचे दृष्टिकोन बदलावे लागणार आहेत. त्यामुळे आधुनिक मराठी साहित्याच्या इतिहासात नोंद घ्यावी लागणारी ही जैन साहित्य आणि संस्कृतीची परंपरा नाकारता येणार नाही.

◆

परिशिष्ट एक

संदर्भ ग्रंथसूची

१) अक्कोळे सुभाषचंद्र, *प्राचीन मराठी जैन साहित्य*, सुविचार प्रकाशन मंडळ, नागपूर, १९६८

२) अज्ञात, *कुरल काव्य*, प्रका. मो. हि. गांधी, उस्मानाबाद, १९३७

३) अज्ञात, *जैन ज्ञानकोश* (खंड १ ते ४) प्रका. मो. हि. गांधी, उस्मानाबाद १९७२

४) अज्ञात, *माझी तीर्थवंदना*, प्रका. मो. हि. गांधी, उस्मानाबाद १९८३

५) खोत बलवंतराय, *मुनींची आणि श्रावकोत्तमांची नित्य–नैमित्तिक क्रिया*, प्रका. मदगोंडा देवगोंडा पाटील, हुपरी (जि. कोल्हापूर)

६) चवडे जिनदास नारायण, *धर्मामृत पुराण*, जैन सुधारक छापखाना, वर्धा १९०८

७) चोपडे तात्या केशव, *जैन आणि हिंदू*, प्रका. आ. भा. मगदूम, समडोळी, १९४४

८) चोपडे तात्या केशव, *जैन धर्माचे प्राचीनत्व*

९) चौगुले एस्. एस्., *ओळख ही जैन संस्कृतीची*, प्रका. अनिल एस्. चौगुले, मिरज १९८०

१०) चौगुले गुलाबचंद्र व इतर पार्श्वनाथ विद्याश्रम शोध संस्थान, वाराणसी, १९९८

११) जैन जगदीशचंद्र, मेहता मोहनलाल, *जैन साहित्य का बृहद् इतिहास*, पार्श्वनाथ विद्याश्रम शोध संस्थान, वाराणसी, १९६६

१२) जैन भागचंद, *मराठी जैन साहित्य और संस्कृति*, जैन संस्कृति संरक्षक संघ, सोलापूर २००६

१३) डोणगावकर विष्णुकुमार, *रत्नकरंड श्रावकाचार*, श्री महावीर ब्रह्मचर्याश्रम कारंजा, १९३२

१४) ढणाल जि. दे., *जैन धर्म व इतिहास*, बा. भु. पाटील ग्रंथप्रकाशन मंडळ, सांगली १९८७

१५) तगारे ग. वा., *भारतीय साहित्याचा इतिहास*, विद्या बुक्स, औरंगाबाद,

१९८७

१६) तगारे ग. वा. (संपा.) *प्रवचनसार*, साहित्य अकादमी, दिल्ली १९८७

१७) तिवारी भगवानदास, *हिंदी जैन साहित्य*, श्राविका प्रकाशन, सोलापूर, १९७५

१८) दाते शंकर गणेश, *मराठी ग्रंथसूची (५ खंड)*, राज्य मराठी विकास संस्था, मुंबई २०००

१९) दोशी हिराचंद नेमचंद, *जैन धर्माची माहिती*, मार्च १९०१

२०) दोशी बेचरदास, *जैन साहित्य का बृहद् इतिहास*, पार्श्वनाथ विद्याश्रम शोध संस्थान, वाराणसी १९८९

२१) नांद्रेकर ना. आ., *जैन तत्त्वदर्शन*, सन्मति प्रकाशन, बाहुबली. १९८८

२२) पाटील बा. भु., *ऐतिहासिक जैन वीर*, प्रका. बा. भु. पाटील वकील, सांगली. १९३५

२३) पाटील बा. भु., *दक्षिण भारतः जैन व जैन धर्म*, द. म. जैन सभा, सांगली. १९३८

२४) पाटील बा. भु., *प्राचीन मराठी जैन पद्मपुराण*, प्रका. नयना ध. पाटील, कोल्हापूर १९९३

२५) पांगळ तात्या नेमिनाथ, *जैन धर्म*, जैन वाङ्मय प्रसारक मंडळी, बार्शी, १९२१

२६) भोमाज जिनेंद्र दादा, *भारतीय संस्कृतीला जैन धर्माची देणगी*, जैन संस्कृति संरक्षक संघ, सोलापूर. १९७१

२७) मालवणिया दलसुख, मेहता मोहनलाल, *जैन साहित्य का बृहद् इतिहास*, पार्श्वनाथ विद्याश्रम शोध संस्थान वाराणसी. १९९३

२८) मेहता मोहनलाल, *जैन साहित्य का बृहद् इतिहास (भाग ३)*, पार्श्वनाथ विद्याश्रम शोध संस्थान, वाराणसी, द्वि. सं. १९९९

२९) वालचाळे-सरोदे अलका प्रदीप, *मराठी जैन साहित्य : स्वरूप आणि आकलन*, पैठणी प्रका. औरंगाबाद २०१२

३०) शहा रावजी नेमचंद, *जैन धर्मादर्श*, १९१०

३१) शहा सुमतिबाई (संपा.), *पूर्णार्घ्य (जैन ज्ञानकोश)*, श्राविका संस्थानगर, सोलापूर. १९७३

३२) शास्त्री भुजबली, *पिल्ले सुंदरम व जैन साहित्य का बृहद् इतिहास (भाग ७)*, पार्श्वनाथ विद्याश्रम शोध, जोहरापूरकर विद्याधर संस्थान, वाराणसी, १९८१

३३) सगरे गं. दा., *जैन पर्वपरिचय.* प्रका. भूपाल जयवंतराव देसाई, बेळगाव. १९७४

३४) संगवे विलास, *जैन संस्कृती : परंपरा व प्रभाव*, प्रका. अनेकांत शोधपीठ, बाहुबली. १९८१

परिशिष्ट दोन

उपलब्ध साधनग्रंथसूची

१. चरित्र, आत्मचरित्र ग्रंथ

- अजितनाथ पुराण आणि सगर चक्रवर्ती चरित्र, फडकुले जिनदास पार्श्वनाथ, प्रका. धनपाल नेमाप्पा गोटडकी, बेळगाव, १९७०
- अहिंसासम्राट भ. महावीर जैन सुमेरचंद व कंडारकर महावीर, सन्मति ज्ञानप्रसारक मंडळ, सोलापूर. १९७२
- आचार्य श्री देशमाने विष्णुकुमार, श्राविका प्रकाशन, सोलापूर
- आचार्य श्रेष्ठ श्री नेमिचंद्र यांची जीवनगाथा, जैन सुमेरचंद व सौ. लीलावती जैन, सन्मति ज्ञानप्रसारक मंडळ, सोलापूर, १९७२
- आत्मचरित्र नाना रामचंद्र नाग, सन्मति प्रकाशन, बाहुबली. १९७४
- ऐतिहासिक जैन वीर अर्थात अहिंसा धर्माचे सत्य स्वरूप, पाटील बाबगोंडा भुजगोंडा, प्रकाशक, बा. भु. पाटील, सांगली. १९५५
- कथा ही महावीराची, करके कुंतीनाथ, प्रकाशक, के. डी. करके, हेरले. जि. कोल्हापूर. १९७४
- कथा ही जीवनाची, चौधरी बापूसाहेब बापूराव, प्रकाशक, प्रकाश बापूसाहेब चौधरी, सांगली. १९७८
- कृतिशील सेवाव्रती शां. त. तथा तात्या पाटणे, हेरवाडे श्रीधर शा. प्रकाशक, बा. भु. पाटील ग्रंथ प्रका. मंडळ, सांगली. १९९८
- गुर्जरकेसरी वनराज, मगदूम आप्पा भाऊ, प्रकाशक, वीर ग्रंथमाला, सांगली. १९४५
- चक्रवर्ती भरत, आप्पा भाऊ मगदूम, प्रकाशक, वीर ग्रंथमाला, सांगली. १९४६
- चक्रवर्ती सुभौम, अक्कोळे सुभाषचंद्र, जीवराज जैन ग्रंथमाला, सोलापूर. १९६१
- चंपावती चरित्र, धर्मसागर मुनी, प्रकाशक, रघुनाथ मारुती देशनाने. १९९१
- जसोधर रास, विद्याधर जोहरापूरकर. जैन संस्कृति संरक्षक संघ, सोलापूर. १९५९

- जंबूस्वामी चरित्र, कळंत्रे धरणाप्पा.
- जीवंधर चरित्र, आळंदकर जयकुमार ज्ञानोबा, जैन संस्कृति संरक्षक संघ, सोलापूर, १९५६
- जीवंधर चरित्र, बीडकर गोपाल बालाजी. सन्मति प्रका. बाहुबली. १९७२
- जैन कविकुल, शिरढोणकर प्रियंकरकुमार बळवंतराव, १९४१
- जैनेतिहाससारातील श्री कुंदकुंद आचार्य यांचे चरित्र, पांगळ तात्या नेमिनाथ (अर्हद्दास). १९०७.
- जैन महाराष्ट्र, लेखिका - भोकरे सुलोचनाबाई अण्णाराज. प्रकाशक, सौंदत्ती संस्थान, कोल्हापूर. १९४०
- जैन समाजाचे कर्तबगार नेते, दि. जैन बोर्डिंग, कोल्हापूर. १९८८
- त्यागमूर्ती जंबूकुमार, हजारे सर, प्रकाशक, पुखराज के बेगानी, देऊळगाव माळी
- तीर्थंकर महावीर, शहा सुरेखा चंद्रगुप्त, प्रकाशक, धर्मवीर जैन ग्रंथमाला, सोलापूर. १९७५
- तीर्थंकर महावीर, पडोळे ज्ञा. स. कॉंटिनेंटल प्रकाशन, पुणे. १९७७
- तीर्थंकर भ. महावीर, बेडगे आदिकुमार. प्रकाशक, टोडरमल स्मारक ट्रस्ट, जयपुर
- तीर्थंकर चरित्रे, पांगळ तात्या नेमिनाथ
- त्रेसष्ठ शलाकापुरुष, जिनदेवी माताजी प्रकाशन, जिनश्रुत ग्रंथमाला, धर्मनगर. १९९८
- धन्यकुमार चरित्र, विद्यादानोपदेश, प्रकाशक - जैन सुधारक सभा, वर्धा. १९०१
- धर्मदिवाकर श्री १०८ आ. शांतिसागर महाराज, चोपडे तात्या केशवराव प्रकाशक, रायगोंडा देवगोंडा पाटील, भोज. १९३६
- धन्यकुमार चरित्र, फडकुले जिनदास पार्श्वनाथ, प्रकाशक, फडकुले शास्त्री, सोलापूर. १९७७
- नागकुमार चरित्र, फडकुले जिनदास पार्श्वनाथ, प्रकाशक, मैनाबाई मोतीचंद तारापूरकर.१९२७

- निर्जरा (आर्यनंदी महाराजांचे चरित्र), धोंगडे अशोक माणिकलाल. प्रकाशक दि. जै. सिद्धक्षेत्र कुंथलगिरी, १९८३
- प. पू. योगींद्रचूडामणी धर्मसाम्राज्यनायक श्री १०८ चारित्रचक्रवर्ती, आचार्यवर्य शांतिसागर महाराज, १९८८
- पिहितास्रव भट्टारक यांचे चरित्र (अष्टक व पद्य), पंडित श्रीपाल अनंत प्रकाशक दशाहुंबड दि. जै. पचमहाजन, तरडगाव १९४२
- प. जिनदास पार्श्वनाथ, फडकुले (जीवन आणि साहित्य) अक्कोळे सुभाषचंद्र. सोलापूर. १९५५
- प्राचीन जैनाचार्य, शिरढोणकर प्रियंकरकुमार बळवंतराव, श्री वीर ग्रंथमाला, सांगली. १९४२
- प्राचीन जैनाचार्य, जैन लीलावती सुमेरचंद. स्वयंभू प्रकाशन, सोलापूर. १९९७
- प्राचीन जैनाचार्यांची यशोगाथा, जैन लीलावती सुमेरचंद. स्वयंभू प्रकाशन, सोलापूर. २०००
- प्रीतिंकर चरित्र, उपाध्ये धनपाल कुंताप्पा, कोल्हापूर. १९७६
- भगवान महावीर, शहा वासंती पानाचंद. बा. भु. पाटील ग्रंथ प्रकाशक सांगली, १९६४
- भगवान महावीर, सुबलसागर महाराज व श्रुतमती माताजी, प्रकाशक भ. चंद्रप्रभू जैन कमिटी, शमनेवाडी (बेळगाव), १९७४
- भगवान महावीर, बेडगे आदिकुमार व इतर
- भगवान ऋषभदेव, आळंदकर जयकुमार, जैन संस्कृति संरक्षक संघ, सोलापूर, १९७७
- भगवान ऋषभदेव चरित्र, चोपडे तात्या केशव, १९३०
- भ. महावीर : उपदेश व परंपरा, जोहरापूरकर विद्याधर, प्रकाशक श्रुतभांडार व ग्रंथप्रकाशन समिती, फलटण, १९७५
- भगवान महावीर : व्यक्तित्व व चिंतन, सन्मति ज्ञानप्रसारक मंडळ, सोलापूर. १९७५
- भगवान नेमिनाथ, दोशी जीवराज गौतमचंद, जैन संस्कृति संरक्षक संघ, सोलापूर. १९७६

- भगवान पार्श्वनाथ, मगदूम आप्पा भाऊ, श्री वीर ग्रंथमाला, सांगली. १९३९
- भ. पार्श्वनाथ व भ. पार्श्वनाथ यांची चरित्रे, जैन संस्कृति संरक्षक संघ, सोलापूर. १९६३
- भरतेश वैभव शास्त्री वर्धमान पार्श्वनाथ, धर्मवीर जैन ग्रंथमाला, सोलापूर. १९७०
- महतिसागरांचे चरित्र, दोशी सखाराम नेमचंद, १९११
- महामानव सुदर्शन, अक्कोळे सुभाषचंद्र, जैन संस्कृति संरक्षक संघ, सोलापूर. १९५५
- महावीर चरित्र, दोशी हिराचंद नेमचंद, श्रीधर छापखाना, सोलापूर. १९२८
- महास्वामी जैन सुमेरचंद, जैन मठ, कोल्हापूर. १९९१
- माझे जीवनचक्र, शाह ना. हि. प्रका. अक्षयकुमार नवलचंद शाह, लातूर. १९८०
- माझी जीवनगाथा, शहा सुमतिबाई, श्राविका संस्था नगर, सोलापूर. १९७१
- मुनिवर्य पुत्तूरकर – श्री नेमिसागर महाराज यांचे चरित्र, मगदूम अप्पा भाऊ, समडोळी. १९३५
- वर्धमान चरित्र, फडकुले जिनदास पार्श्वनाथ. प्रका. रावजी सखाराम दोशी, सोलापूर. १९३१
- वात्सल्य, संगवे हुकूमचंद, ज्ञानानंद आगम प्रकाशन, सोलापूर. २०००
- वीर वर्धमान, मालगावे मृत्युंजय, जैन मठ, कोल्हापूर. १९७४
- वीर वर्धमान चरित्र, कंडारकर महावीर, पद्म प्रकाशन, पुणे.
- वीर यशोधर, उपाध्ये श्रीमंधर बाबाजी, प्रका. सुनीलचंद्र श्रीमंधर उपाध्ये, इचलकरंजी. १९९३
- शापित यक्ष, प्राचार्य जी. के. पाटील : जीवनदर्शन, प्राचार्य जी. के. पाटील प्रतिष्ठान, सांगली. १९९६
- शेठ हिराचंद नेमचंद दोशी यांचे चरित्र, प्र. विठ्ठल नरसाप्पा जक्कल, सोलापूर समाचार स्टीम प्रेस, सोलापूर. १९१४
- सप्तसम्राट, मगदूम आप्पा भाऊ प्रकाशक, रावजी सखाराम दोशी, सोलापूर. १९३६

- सम्राट चंद्रगुप्त, मगदूम आप्पा भाऊ, श्री वीर ग्रंथमाला, सांगली. १९३८
- सम्राट खारवेल, मगदूम आप्पा भाऊ, श्री वीर ग्रंथमाला, सांगली. १९४१
- स्वात्मस्पर्शी सीमंधर चरित्र व गीतमाला, चंद्रहंस, प्रकाशन, कवी चंद्रहंस, करकंब (सोलापूर). १९९२
- संतश्रेष्ठ प. पू. चा. च. आचार्य श्री शांतिसागर चरित्र अक्कोळे सुभाषचंद्र, जैन संस्कृति संरक्षक संघ, सोलापूर. १९८७
- सुकुमार चरित्र, फडकुले जि. पा. प्रकाशक, रावजी सखाराम दोशी, सोलापूर. १९२९
- स्मृतिगंध, आचार्यवर्य स्व. १०८ श्री शांतिसागर महाराज यांचा, गांधी मोतीचंद रेवचंद, प्रकाशक, किरण मो. गांधी, सोलापूर. १९७३
- श्री अकलंक-निष्कलंक चरित्र व अकलंक स्तोत्र, शाह रावजी प्रेमचंद, प्रका. जैन बुक डेपो, सोलापूर.
- स्व. क्षु. शांतमतीबाईंचे चरित्र व श्री महाबल महाराजांचे समाधिमरण, रावजी सखाराम दोशी, सोलापूर. १९३८
- हे गीत जीवनाचे, शहा सुमतिबाई, प्रकाशक, कुलकर्णी ग्रंथागार, पुणे. १९७०
- क्षत्रचूडामणी (जीवंधर चरित्र), फडकुले जि. पा.
- श्री १०८ वीरसागर चरित्र, आर्यिका ज्ञानमती माताजी, प्रकाशक, अनंतमती जयकुमार शहा. १९६६
- श्री कुंथलगिरी माहात्म्य अर्थात देशभूषण - कुलभूषण चरित्र जैन मठ, कोल्हापूर. १९६८
- श्री प्रीतिंकर चरित्र, फडकुले जि. पा. प्रकाशक, सखाराम नेमचंद जैन ग्रंथमाला, सोलापूर १९३१
- श्री हनुमच्चरित्र, उपाध्याय कालचंद्र जिनचंदशास्त्री, जैन मठ, कोल्हापूर. १९४३
- श्री धर्मवीर शेठ रावजी सखाराम दोशी यांचे चरित्र, नांद्रे शांतिनाथ यशवंत, श्रीधर पॉवर प्रेस, सोलापूर. १९३५
- श्री नलचरित्र, अमोलिख हिराचंद, प्रकाशक, रावजी सखाराम दोशी, सोलापूर. १९२६

- श्री पायसागर निर्ग्रंथ महामुनि चरित्र, प्रकाशक, जिनगोंडा धर्मगोंडा पाटील, मोलखुंबे. १९३७
- श्रीपालचरित्र, वाडकर आण्माप्पा आप्पा, प्रकाशक, नागेश रघुनाथ दीक्षित, १८८३
- श्री पार्श्वनाथ चरित्र (आ. सकलकीर्ति कृत), अनु. कंडारकर महावीर, पद्म प्रकाशन, पुणे. २००२
- श्री पार्श्वनाथ चरित्र, दोशी हिराचंद नेमचंद, प्रकाशक, रावजी सखाराम दोशी, सोलापूर.
- श्री पार्श्वनाथ चरित्र, फडकुले जि. पा. प्रकाशक, चंद्रनाथ विष्टप्पा वणकुद्रे, सोलापूर. १९७३
- श्री प्रीतिंकर चरित्र, फडकुले जि. पा. प्रकाशक, रावजी सखाराम दोशी, सोलापूर. १९३१
- मुनिवर १०८ पायसागर महाराज, सगरे गं. दा. प्रकाशक, आण्णाप्पा बाळाप्पा भरमगौंडा, यरनाळ. १९८२
- श्री शांतिसागर पद्यावली, चरित्र व अष्टक, गांधी खुशालचंद कोदरजी, प्रकाशक, वीरचंद कोदरजी गांधी, फलटण १९३८
- श्री शांतिसागर महाराज चरित्र, दक्षिण विहार,भा. १ नांद्रे शांतिनाथ यशवंत, प्रकाशक, शां. य. नांद्रे, सोलापूर. १९३५
- श्री संभवनाथ तीर्थंकरपुराण, फडकुले नि. जि. प्रकाशक, विजयकुमार नेमचंद शहा, सोलापूर. १९७६
- श्री सुदर्शन चरित्र, फडकुले नि. जि. प्रकाशक, रावजी नेमचंद शहा. १९२७
- श्री समंतभद्राचार्यांचे चरित्र व कालनिर्णय, फडकुले जि. पा. प्रकाशक, सखाराम नेमचंद दोशी, सोलापूर. १९२१
- श्री विद्यासागर महामुनी चरित्र, उपाध्ये धनपाल कुंताप्पा, प्रकाशक, दत्तात्रय भाऊ बागवडे, कोल्हापूर.१९५३
- श्री यशोधर चरित्र, शहा हिराचंद अमीचंद प्रकाशक, हरिभाई देवकरण गांधी, सोलापूर. १९१३
- श्री विष्णुकुमारादी काव्यचरित्रे, गांधी खुशालचंद्र कोदरजी प्रकाशक, जीवराज कोदरजी गांधी, मुंबई. १९६६

- श्री. १००८ भ. बाहुबली चरित्र, अनु. मालगावे भा. भ. प्रकाशक, चंद्रप्रभ प्रकाशन, बेळगाव. १९६७
- जैन मराठी कथाग्रंथ अमरकथा (भाग २), जैन सुमेर के. सन्मति ज्ञान प्रसारक मंडळ, सोलापूर. १९७३
- अमरकथा (भाग ३), जैन सुमेर के. सन्मति ज्ञान प्रसारक मंडळ, सोलापूर. १९७३
- अशोकाची पाने, जैन सुमेरजी, प्रकाशक, सुरस ग्रंथमाला, सोलापूर. १९६७
- षोडशकारण व्रतकथा अथवा सोळा भावना व्रतकथा, दोशी हिराचंद नेमचंद, प्रकाशक, मोतीचंद नेमचंद लोणंदकर. १९३६
- अंजणा-पवणंजयवुत्तंतु, रणदिवे माधव एस्. १९७१
- आदिसम्राट भरत-बाहुबली युद्ध, जैन सुमेर के. सन्मति ज्ञानप्रसारक मंडळ, सोलापूर. १९७२
- आराधना कथाकोश, किल्लेदार शांतिकुमार जयकुमार. जैन संस्कृति संरक्षक संघ, सोलापूर. १९७८
- आलोचनापाठ, जैन भजनसंग्रह, निर्वाणकांड भाषा, जिनगुणमुक्तावली उपमिति भवप्रपंचकथा, अज्ञात - मो. हि. गांधी. चतुरबाई जैन ग्रंथ ट्रस्ट, उस्मानाबाद. १९६२
- कथाकौमुदी, नांद्रे शां. य. प्रकाशक, भामाबाई दावल, आळंद. १९३६
- कथामंदिर, मगदूम बी. जे. प्रका. मंगल निधान, सोलापूर. १९८४
- कथासौरभ, जैन लीलावती सुमेरचंद, स्वयंभू प्रकाशन, सोलापूर. १९९७
- कुवलयमाला, जोहरापूरकर विद्याधर, सन्मति प्रका. बाहुबली. १९७२
- कोटिभट श्रीपाल, फडकुले जि. पा. प्रकाशक, ब्र. गुलाबचंद सखाराम गांधी, सोलापूर. १९६३
- गहिवर हा माणुसकीचा, रणदिवे मा. श्री. प्रकाशक, जैन मठ, कोल्हापूर. १९७०
- गिरनार, देशमाने विष्णुकुमार, प्रकाशक, श्राविका प्रका. सोलापूर.
- गीत सुदर्शन, बेळंके विजयकुमार आण्णासो, श्रेणिक प्रकाशन, निमशिरगाव. १९८४
- जीवनदृष्टी भद्रदास, अनेकांत प्रकाशन, वर्धा. १९८८

- जैन कीर्तन तरंगिणी भाग-१, दोशी रा. स. व बीडकर गो. बा. प्रकाशक, दोशी रा. स. सोलापूर. १९३२
- जैन कथा सुमनांजली (सुरस जैन कथा), पाटील जनगौंडा दरगौंडा, शुभदा प्रकाशक, सावंतवाडी. १९८१
- जैन कथासंग्रह, दोशी हिराचंद नेमचंद, दत्तप्रसाद छापखाना, सोलापूर. १९०६
- जैन धर्मप्रभाव, दोशी (वाल्हेकर) जीवराज देवचंद, प्रकाशक, चतुराबाई गांधी. १९६४
- जैन पद्य कथाकोश भाग १, फडकुले जि. पा. १९२९
- जैन बालबोध भाग १ ते ४, दोशी रावजी सखाराम. प्रकाशक, गोविंदजी रावजी दोशी, सोलापूर. १९६०
- जैन बालबोध भाग ३-४, दोशी रा. स. कल्याण पॉवर प्रेस, सोलापूर. १९५०
- जैन वाचन पाठमाला भाग ४, दोशी रा. स. प्रकाशक, रा. स. दोशी, सोलापूर. १९३८
- जैन वाचन पाठमाला भाग ३, दोशी रा. स. प्रकाशक, दोशी रा. स. सोलापूर. १९३६
- जैन बालबोध भाग ४, दोशी रा. स. प्रकाशक, दोशी गोविंदजी, सोलापूर. १९६२
- जैन रामायण, शहा सुमतिबाई. प्रकाशक, पी. एस्. व्ही. ट्रस्ट, सोलापूर. १९९३
- जैन रामायण, फडकुले जि. पा. प्रकाशक, जैन संस्कृति संरक्षक संघ, सोलापूर. १९८८
- जैन व्रतकथा, संशोधक - श्रीमती कंकूबाई. प्रकाशक, माणेकबाई, १९२१
- जैन व्रतकथासंग्रह, शास्त्री वर्धमान पार्श्वनाथ. प्र. धर्मवीर जैन ग्रंथमाला, सोलापूर. १९९५
- दर्शनकथा, संपादक - व. पा. शास्त्री, धर्मवीर जैन ग्रंथमाला, सोलापूर. १९५७
- दरिद्र हलिक शेतकऱ्याची कथा - नैवेद्यपूजेचा महिमा, जैनेंद्र छापखाना, सोलापूर. १९०४

- निःशंकित, लोखंडे कुलभूषण, दिव्यध्वनी प्रकाशक, सोलापूर.
- नैतिक कथासंग्रह, खडके प्रकाश, जैन संस्कृति संरक्षक संघ, सोलापूर. १९९१
- पराक्रमी वरांग, वर्धमाने गुलाबचंद, जैन संस्कृति संरक्षक संघ, सोलापूर. १९७६
- पर्वकथा, शहा विद्युल्लता, सन्मति ज्ञानप्रसारक मंडळ, सोलापूर. १९७१
- पट्टराणी उपरंभा, नांद्रे शां. य. प्रकाशक, नाभिराज रुकडे, आष्टा. १९६७
- पांडवकथा, अक्कोळे सुभाषचंद्र, जैन संस्कृति संरक्षक संघ, सोलापूर. १९९२
- पुनीत, संपादक, अन्नदाते श्रेणिक, सुमेरू प्रकाशन, डोंबिवली. १९९७
- प्रेरणा व बोधप्रद कथासंग्रह भाग ४, वृषभसेन महाराज, प्रकाशक, वृषभसेन महाराज १९८०
- बाहुबली, जोशी महादेवशास्त्री, ज्ञानराज प्रकाशन, पुणे. १९५५
- भद्र कथाकुंज, वैद्य हेमचंद्र, जैन संस्कृति संरक्षक संघ, सोलापूर. १९९२
- भारती संस्कृतिगंगा, शहा वासंती पानाचंद, प्रकाशक, श्राविका ज्ञानपीठ, सोलापूर. १९७०
- भाग्यरेषा, शहा नलिनी, प्रकाशक, सुरस ग्रंथमाला, सोलापूर. १९६२
- मनीषा, शहा चंचलाबाई रावसो. प्रकाशक, हि. त. काळुसकर, १९६२
- महापुराण, शहा सुमतिबाई, सुरस ग्रंथमाला, १९५९
- रक्षाबंधन कथा, शहा सन्मती भारतकुमार, सन्मति प्रकाशक, बाहुबली. १९८८
- राजपुत्र कनककुमार, शहा श्रीपाल शि. सन्मति प्रकाशन, बाहुबली. १९८६
- राजुल, पांगळ विजयमाला सतीशचंद्र, श्राविका प्रकाशन, सोलापूर. १९६५
- रामायणसार, संपादक - अनंततनय, प्रकाशक, मियाचंद गांधी, नातेपुते. १९२४
- रात्रिभोजनत्यागकथा, फडकुले जि. पा. प्रकाशक, द. मा. मोहीकर, पुणे. १९५६
- रोहिणी व्रत, प्रकाशक, कस्तुरबाई गुलाबचंद शाहा, सांगली. १९६७

- वालाचा उपवास अर्थात कर्महाराष्टमी व्रत, शहा वालचंद जीवराज, प्रकाशक, सखाराम फुलचंद कोठारी, १९४२
- व्रत-शीलकथा, शास्त्री वर्धमान पार्श्वनाथ. प्र. धर्मवीर जैन ग्रंथमाला, सोलापूर. १९६८
- सती चंपावती, नांद्रे शां. य. प्रकाशक, नाभिराज अप्पाजी रुकडे, आष्टा. १९६३
- सम्यक्त्व कौमुदी, संपादक - निटवे कल्लाप्पा. प्रकाशन, वीर ग्रंथमाला, १९०७
- सम्यक्त्व कौमुदी, अक्कोळे सुभाषचंद्र, जैन संस्कृति संर. संघ, सोलापूर. १९५७
- सद्बोध दृष्टांतमाला भाग १, वैद्य हेमचंद्र. जैन संस्कृति संर. संघ, सोलापूर. १९७७
- सद्बोध दृष्टांतमाला भाग २, वैद्य हेमचंद्र. जैन संस्कृति संर. संघ, सोलापूर. १९७९
- सप्तपरमस्थान व पूजा, फडकुले जि. पा. प्रकाशक, वंशीधर पंडित, सोलापूर. १९८६
- समरादित्य कथा (दुसरा जन्म), भगरे बाळासो। प्रकाशन, सामाजिक संस्था, मरवडे (सोलापूर) १९९९
- जैनेंद्र व्रतकथा संग्रह, उपाध्याय कालचंद्र, जैन बुक डेपो, सोलापूर. १९५४
- श्री जिनगुणसंपत्तिव्रतकथा, अनु. भाईचंद वीरचंद दोशी, फलटण. १९३३
- श्री भक्तामरकौमुदी (यंत्रमंत्रविधिविधानसहिता), नांद्रे शां. य. प्रका. सरस्वतीबाई आरवाडे, सांगली. १९६७
- विश्वशांतिमहायज्ञ (सिद्धचक्र महाविधान पूजा), प्र. विश्वशांति महायज्ञ पूजा समिती, वालचंदनगर. १९६८
- जैन मराठी कादंबरी, अहिंसासम्राट महावीर वालचंद नानचंद शहा. प्रकाशक, रावजी वालचंद शहा, मोडनिंब. १९४८
- अहिंसेचा विजय, मगदूम आप्पा भाऊ, श्री वीर ग्रंथमाला, सांगली. १९३९
- कहाणी ही श्रेणिकाची, मालगावे मृत्युंजय, जैन मठ, कोल्हापूर. १९९२
- कैलास काका, वैद्य हेमचंद्र, सन्मती प्रकाशन, बाहुबली. १९७०

- गोमटेश गाथा, शहा सन्मती भरतकुमार. सन्मती प्रकाशन, बाहुबली. १९८७
- मदन पराजय, कंडारकर महावीर. पद्म प्रकाशन, बारामती.
- महासती चेलना, बीडकर राजेंद्र, जैन संस्कृती संर. संघ, सोलापूर. १९७१
- मुक्तिदूत, अनु. सोनटक्के आ. भा. सुरस ग्रंथमाला, सोलापूर. १९६३
- विधीचे विधान, हजारे डी. एस्. प्रका. भागचंदजी कटारिया, लोहारा. १९८८
- विपुलाचलाकडे, देशमाने विष्णुकुमार आ. सन्मती प्रकाशन, बाहुबली. १९८८
- शिलादित्य (भाग १-२), रानडे शंकर मोरो, आर्यभूषण छापखाना, पुणे. १८९०
- सत्याचा शोध, भारिल्ल हुकूमचंद, कुंदकुंद कहान दि. जै. तीर्थसुरक्षा ट्रस्ट, मुंबई
- हरिवंश पुराण, दोशी जीवराज गौतमचंद. जैन संस्कृती संर. संघ, सोलापूर. १९७७
- मराठी जैन नाटक अनेकांतनिर्णय व मकरध्वज पराजय नाटक आदिसागर महाराज (अचलपुरकर), प्रकाशक, अक्काताई पाटील. तुळजापूर. १९६५
- अहिंसेचा विजय, गिरमल बळवंत (वृषभसेन महाराज) प्रकाशक, शेटी नेमाण्णा बाबाजी, अब्दुललाट, १९७५
- खरा स्वार्थत्याग अर्थात अकलंक-निष्कलंक, बीडकर गो. बा. प्रकाशक, रावजी सखाराम दोशी, सोलापूर. १९३६
- गर्वपरिहार अथवा महामुनी नंदीर्धन संगीत नाटक, चवडे गणपत नारायण, जैन सुधारक छापखाना, वर्धा
- चामुंडराय, मगदूम आप्पा भाऊ, वीर ग्रंथमाला, सांगली. १९४२
- दिवाण अमरचंद, मालगावे मृत्युंजय, सन्मति प्रकाशन, बाहुबली. दु. आ. १९७६
- ध्येयवादी महावीर व विचारक्रांती, शहा प्रभावती व कुरमुडे सुमतिनाथ सन्मति प्रकाशन, बाहुबली १९८४
- बाहुबली वैराग्य, सगरे गं. दा. प्रकाशक, महावीर देसाई, कोल्हापूर १९८१

- १००८ भ. महावीर पंचकल्याणिक नाटिका, श्राविका प्रकाशन, सोलापूर १९९७
- भाग्योदय अर्थात सिद्धचक्र माहात्म्य, शहा वासंती, श्राविका प्रकाशन, सोलापूर १९६८
- रत्नाची पारख, जैन सुमेर, जैन संस्कृति संर. संघ, सोलापूर. १९७१
- राजा यशोधर, वैद्य हेमचंद्र, जैन संस्कृति संर. संघ, सोलापूर. १९९२
- वीर पराक्रमी बालक वर्धमान, शहा शोभना, श्राविका प्रकाशन, सोलापूर १९८९
- वीरवर भामाशाह, मालगावे मृत्युंजय, सन्मति प्रकाशन, बाहुबली, १९६३
- माता तू न वैरिणी, सगरे गं. दा. प्रकाशक, विजय भूपाल देसाई, बेळगाव, १९७
- व्यसनमुक्ती आणि स्वाभिमानी मुलगी, वृषभसेन महाराज (ले. व प्र). १९९३
- संगीत जय राजनेमी, चौगुले एस्. एस्. प्रकाशक, सोनूताई चौगुले, सांगली, १९६६
- सं. नेमिनाथ विवाह अथवा राजमती विलाप, चवडे गणपत, संपा. सुशील मनोरमा नाटक, चवडे नेमचंद, प्रकाशन, जयचंद्र श्रावणे, वर्धा, १९१५
- स. शीलवती अनंतमती, शहा वालचंद जीवराज (ले. व प्र.), फलटण १९४३
- शीलसम्राज्ञी, वैद्य हेमचंद्र, सन्मति प्रकाशन, बाहुबली. १९७०
- हुतात्म्यांचा संदेश, उपाध्ये श्रीमंधर प्रकाशक, लीलावती उपाध्ये, निपाणी. १९७५
- श्री १०८ शांतिसागर महाराज दर्शन, गांधी मोतीचंद रेवचंद, प्रकाशक, किरण गांधी, सोलापूर १९८४

मराठी जैन एकांकिका

- तीन एकांकिका, वैद्य हेमचंद्र, सन्मति प्रकाशन, बाहुबली. १९८०
- तीन एकांकिका, वृषभसेन महाराज, प्रकाशक, महावीर ग्रंथ भांडार, अब्दुललाट, १९८१

मराठी जैन तीर्थवंदना व पत्रवाङ्मय

- माझी तीर्थवंदना, अज्ञात. प्रकाशक, मो. हि. गांधी, उस्मानाबाद.
- भारत तीर्थवैभव, सगरे गं. दा. प्रकाशक, भूपाल जयवंत देसाई, बेळगाव १९६५
- वीरशासन वीरानुयायी, प्रकाशक, आ. भा. मगदूम, १९३७
- शुद्धोऽहम् वीरसागर महाराज, श्राविका प्रकाशन, सोलापूर. १९९७
- संजीवन पत्रावली समंतभद्र महाराज, संपादक, विद्याधर उमाठे जैनसंस्कृति संर. संघ, १९८१
- प्रगति आणि जिनविजय मधील जी. के. पाटील यांचे निवडक अग्रलेख, अक्कोळे सुभाषचंद्र, प्रकाशक, बा. भु. पाटील ग्रंथ प्रकाशन, मंडळ सांगली, १९९५
- पत्रपीयूष भाग १, संक. भीसीकर मा. ज., सन्मति प्रकाशन, बाहुबली. १९९१

मराठी जैन कविता

- अकलंक स्तोत्र, निटवे कल्लाप्पा भरमाप्पा, जैनेंद्र छापखाना, नांदणी, १९००
- अभयक्खाणं, रणदिवे मा. श्री. प्रकाशन, पालि पाठ संस्था, मुंबई, १९७९
- आत्मानुशासन, दोशी जीवराज गौ. (ले. प्र.) १९०९
- आ. कुंदकुंदकृत समयसार, अनु. शहा विकास, श्राविका प्रकाशन, सोलापूर.
- आदिनाथ पंचकल्याणिकोत्सव कथा, गांधी वीरचंद्र कोदरजी, प्रकाशक, महावीर प्रेस, सांगली, १९२९
- अथ ललित संग्रह येळवटकार नथ्थू बापू, जैन सुधारक प्रिंटिंग प्रेस, वर्धा, १९१०

अथ वास्तुबलिविधानम्

- अभिषेक कलश, शहा विकास (ले. प्र.), टाकळी (सोलापूर) १९८१
- अनंतव्रत कथा, निटवे कल्लाप्पा, जैनेंद्र छापखाना, कोल्हापूर, १९०३
- अमृतकलश, शहा समुतिबाई, श्राविका प्रकाशन, सोलापूर.
- आर्या कुंदकुंद, अनु – अज्ञात, मो. हि. गांधी, उस्मानाबाद, १९५२

- आरतीशतक, शहा मा. शि., सन्मति प्रकाशन, बाहुबली, १९७०
- आ. अमितगतिकृत भावना बत्तीसी, अनु. – उमाठे विद्याधर, अनेकांत प्रकाशक, वर्धा.
- आचार्यश्री शांतिसागर महाराजांचा पोवाडा, बीडकर गो. बा. (ले. प्र.), १९३३
- आर्या दशभक्ती, अनु. – फडकुले जि. पा.,जैन संस्कृति संर. संघ, सोलापूर दु.आ. १९८१
- आर्या द्रव्यसंग्रह (नेमिचंद्रकृत), गांधी नानचंद वालचंद, प्रकाशक, नाना रामचंद्र नाग, फलटण, १९२६
- आर्या महापुराण (आदिपर्व–पूर्वार्ध), क्षीरसागर जयकुमार ने., मुंबई मराठी ग्रंथ संग्रहालय, मुंबई. १९७१
- आर्या रत्नकरंड, रणदिवे द. भि. प्रकाशक, रावजी सखाराम दोशी, सोलापूर, १९२०
- कल्याणभावना, अनु. – उपाध्ये धनपाल, प्रकाशक, शांताप्पा हेरवाडे, कोल्हापूर. १९५१
- काव्यरत्न (उर्फ मुनिसुव्रत काव्य) कवी कांचन, प्रकाशक, सोनूताई चौगुले, १९४१
- कुरलकाव्य, अज्ञात, प्रकाशक, मो. हि. गांधी, उस्मानाबाद, १९३७
- क्रियामंजिरी, निटवे क. भ. जिनेंद्र प्रेस, कोल्हापूर. १९२३
- केवलज्ञान झाल्यावर भगवंतांची इंद्राने केलेली स्तुती, फडकुले जि. पा. प्रकाशन, रावजी स. दोशी, सोलापूर. १९३८
- गीत मैनासुंदरी, हुपरे अ. जि. राजेंद्र प्रकाशन, सांगली, १९६५
- ग्रंथत्रयी, अज्ञात, प्रकाशक, मो. हि. गांधी, उस्मानाबाद, १९५७
- चतुराख्यान, क्षीरसागर ज. ने. प्रकाशक, लीला शहा, नीरा. १९७९
- चतुर्विंशति तीर्थंकर स्तोत्रावली, उपाध्ये धनपाल. प्रकाशक, वनदेवी उपाध्ये, कोल्हापूर, १९५७
- छहढाला, फडकुले जि. पा., श्रीधर छापखाना, सोलापूर, १९२६
- छहढाला, दोशी रावजी स. सच्चिदानंद छापखाना, सोलापूर, १९१४
- जिनवंदना, जैन लीलावती सुमेर. स्वयंभू प्रकाशन, सोलापूर, १९९५

- जिनाचारविधी, बोबडे आर. आर. प्रकाशक, कृष्णाजी लाटकर, निपाणी, १९११
- जिनगुणसुमनावली, क्षीरसागर भालचंद्र, १९५८
- जीवंधर पुराण, जोहरापूरकर विद्याधर, जैन संस्कृति संर. संघ, सोलापूर. १९५९ जैन
- कीर्तनतरंगिणी भाग-१, सीताशीलपरीक्षा, रणदिवे द. भि. प्रकाशक, जयचंद्र श्रावणे, वर्धा, १९१४
- जैन कीर्तन तरंगिणी, भाग-१, अनंतमती, रेवतीराणी, नीली यांची आख्याने दोशी रा. स. व बालसुत, प्रकाशक, रावजी सखाराम, सोलापूर. १९३२
- जैन पद्यकथाकोश, फडकुले जि. पा. प्रकाशक, रावजी स. दोशी, सोलापूर, १९२९
- जैन पद्यावली, प्रकाशक, दादा आण्णा घोदे
- जैन मेळ्याची पदे, काळुसकर फु. मो.
- जैन संगीत पद्यावली, गांधी खुशालचंद, प्रकाशक, वीरचंद कोदरजी, फलटण, १९३९
- जैन संगीत पद्यावली, सराफ गोपाळ दत्तात्रय, प्रकाशक, बाळकृष्ण नाना पिराळे, १९२८
- जैन वीर स्त्रिया, मगदूम आप्पा भाऊ (ले. प्र.) सांगली, दु. अ. १९४४
- जैन व्रतकथासंग्रह, नथ्थूसा पासूसा, प्रकाशक, बन्सीलाल ठवळी, एलिचपुरा, १९३६
- जैन स्तोत्रसंग्रह, प्रकाशक, नेमगोंडा आण्णा पाटील, सांगली, १९३०
- जैनातील पोटजाती (दोघा जैनांचा संवाद), रणदिवे द. भि. १९१३
- जैन संगीत पुष्पगुच्छ, चवडे गणपत. जैन सुधारक छापखाना, वर्धा, १९०८
- जैनोपदेशी संगीत पद्यरत्नावली, भाग-१, चवडे नेमचंद, यादवेंद्र छापखाना, नागपूर, १८९२

संशोधन कार्यासाठी सहकार्य मिळालेल्या संस्था व ग्रंथालये

१) दक्षिण भारत जैन सभा, मध्यवर्ती कार्यालय, सांगली.

२) जैन मंदिर ग्रंथालय, आष्टा, ता. वाळवा, जि. सांगली.

३) जैन मंदिर ग्रंथालय, समडोळी, ता. मिरज, जि. सांगली.

४) जैन मंदिर भोसे, ता. मिरज, जि. सांगली.

५) श्राविका संस्थानगर, राजुलमती श्राविकाश्रम संस्कृती विद्यालय, सोलापूर.

६) श्री. आदिनाथ महाराज दिगंबर जैन ग्रंथालय, शुक्रवार पेठ, सोलापूर.

७) स्व. सौ. हिरुबाई निंबर्गीकर, मुक्त वाचनालय, श्राविका संस्थानगर, सोलापूर.

८) जीवराज जैन ग्रंथमाला, फलटण रोड, सोलापूर.

९) श्री. हिराचंद नेमचंद वाचनालय, सोलापूर.

१०) वालचंद कॉलेज ऑफ आर्टस् ॲड सायन्स, सोलापूर.

११) श्री. १००८ सहस्त्रफणी पार्श्वनाथ दिगंबर जैन मंदिर ग्रंथालय, विजापूर (कर्नाटक).

१२) भांडारकर प्राच्यविद्या संशोधन मंदिर, पुणे.

१३) पुणे विद्यापीठ, मराठी विभाग, पुणे.

१४) श्री. १०८ शांतिसागर ग्रंथालय, जैन सरस्वती भवन, नातेपुते, जि. सातारा.

१५) श्री. पार्श्वनाथ दि. जैन मंदिर व ग्रंथालय, सातारा.

१६) प्रा. आर. टी. शहा यांचे ग्रंथालय, कोरेगांव, सातारा.

१७) भगवान महावीर दिगंबर जैन मंदिर दहीगांव, जि. सातारा.

१८) भगवान महावीर मंदिर, शिवापूर पेठ, अकलूज, जि. सोलापूर.

१९) प्रा. महावीर कंडारकर यांचे ग्रंथालय, सातारा.

२०) श्री. उत्तमराव ढाले दिगंबर जैन छात्रालय, औरंगाबाद.

२१) श्री. १००८ चिंतामणी पार्श्वनाथ दिगंबर जैन अतिशय क्षेत्र कचनेर, जि. औरंगाबाद

२२) श्री. मो. हि. गांधी ऊर्फ अज्ञात ग्रंथालय, औरंगाबाद.

२३) श्री. १००८ संकटहर पार्श्वनाथ दिगंबर जैन अतिशय क्षेत्र जटवाडा, जि. औरंगाबाद

२४) श्री. आचार्य आर्यनंदी श्रुत भांडार, वेरुळ, जि. औरंगाबाद.

२५) श्री. दिगंबर जैन महावीर मंदिर, जिंतूर, जि. परभणी.

२६) श्री. धन्यकुमार कळमकर ग्रंथालय, जिंतूर, जि. परभणी.

२७) श्री. अंतरिक्ष पार्श्वनाथ दिगंबर जैन मंदिर, जिंतूर, जि. परभणी.

२८) श्री. देशभूषण महाराज स्मृती ग्रंथालय, कोथळी, ता. चिक्कोडी, जि. बेळगांव.

२९) जैन मंदिर निपाणी, जि. बेळगांव.

३०) आचार्य शांतिसागर स्मृती ग्रंथालय, भोज, ता. चिक्कोडी, जि. बेळगांव.

३१) धर्मभारती केंद्र, महावीर महाविद्यालय, कोल्हापूर.

३२) राजाराम महाविद्यालय, विद्यापीठ रोड, कोल्हापूर.

३३) जयसिंगपूर कॉलेज ग्रंथालय, जयसिंगपूर, जि. कोल्हापूर.

३४) श्री. बाळासाहेब माणगावे यांचे ग्रंथालय, जयसिंगपूर, जि. कोल्हापूर.

३५) श्री. १००८ पार्श्वनाथ दिगंबर जैनमंदिर, आलास, ता. शिरोळ, जि. कोल्हापूर.

३६) श्री. चंद्रप्रभू दिगंबर जैन मंदिर ग्रंथालय, दानोळी, ता. शिरोळ, जि. कोल्हापूर.

३७) जैन मंदिर (बोगारबस्ती) कुरुंदवाड, ता. शिरोळ, जि. कोल्हापूर.

३८) श्री. १००८ चंद्रप्रभू दिगंबर जैन मंदिर, माणगांव, ता. हातकणंगले.

३९) श्री. शांतीनाथ दिगंबर जैन मंदिर, मजले, ता. हातकणंगले, जि. कोल्हापूर.

४०) स्वस्तिश्री लक्ष्मीसेन भट्टारक जैन मठ, शुक्रवार पेठ, कोल्हापूर.

४१) स्वस्तिश्री जिनसेन भट्टारक पट्टाचार्य मठ, नांदणी, जि.कोल्हापूर.

४२) जैन मंदिर ग्रंथालय, शिरटी,ता.शिरोळ.

४३) सहस्त्रफणा पार्श्वनाथ दिगंबर जैन मंदिर ग्रंथालय, तिळवणे, जि.कोल्हापूर.

४४) शांतीनाथ दिगंबर जैन मंदिर सांगवडे, जि.कोल्हापूर.

४५) श्री.बाहुबली ब्रह्मचर्याश्रम, बाहुबली, जि.कोल्हापूर.

४६) पार्श्वनाथ जैन मंदिर ग्रंथालय, आळते, जि.कोल्हापूर.

४७) बॅ. बाळासाहेब खर्डेकर ग्रंथालय, शिवाजी विद्यापीठ, विद्यानगर, कोल्हापूर.

४८) करवीर नगर वाचन मंदिर, भवानी मंडप, कोल्हापूर.

४९) श्री.दिगंबर जैन सिद्धक्षेत्र कुंथलगिरी, ता.भूम, जि.उस्मानाबाद.

५०) श्री.१००८ मुनिसुव्रतनाथ दिगंबर जैन मंदिर, पैठण.

५२) दिगंबर जैन बोर्डिंग, दसरा चौक, कोल्हापूर.

५३) वाल्मी, औरंगाबाद.

५४) दिगंबर जैन मंदिर,शाहूपुरी, कोल्हापूर

५५) भगवान महावीर ग्रामीण वाचनालय, मजले, ता. हातकणंगले जि. कोल्हापूर

५६) सार्वजनिक ग्रंथालय, बार्शी, जि.सोलापूर.

५७) महावीर महाविद्यालय, प्रा. जांभेकर ग्रंथसंग्रह, कोल्हापूर.

५८) महावीर ब्रह्मचर्याश्रम, कारंजा (जि. वाशीम)

◆